ஆஹா என்ன ருசி!

பிரவின்ராஜ் S

notionpress.com
INDIA · SINGAPORE · MALAYSIA

ISBN

Hardcase 979-8-90451-662-8
Paperback 979-8-90296-588-6

உள்ளடக்கம்

அத்தியாயம் - 1

"எல்லாம் ரெடியா கண்ணய்யா?"

"ஆம் எல்லாமும் ஓகே. போக வேண்டியது தான். டன்"

"டேஸ்ட் எல்லாமும் ஓகேவா? சரி பார்த்துட்டாயா?"

"அதெல்லாம் பார்க்காம இருப்பேனா கார்த்தி?'

"என்னடா கையெல்லாம் நடுங்குது? நெர்வ்ஸ் ப்ரோப்ளேமா?" என்று சிரித்தபடியே கேட்டவனை முறைத்து ஸ்ஸ் என்று அடக்கினான் கண்ணய்யன்.

"எங்க நம்ம ரூபன காணோம்? அத்திப்பூவையும் கூட காணோமே?"

"அவங்கெல்லாம் அமுதன் கூட வருவாங்க. டோன்ட் ஒர்ரி..."

"இது ஒர்க் அவுட் ஆகியே தீரணும் கார்த்தி. நிலைமை ரொம்ப மோசம்..."

"ஏன் பொண்ணு பார்க்கப் போகணுமா என்ன?"

"எப்படிடா? மயில் சொன்னாளா?"

"அப்போ உண்மையிலே பொண்ணு பார்க்கத் தான் போறியா கண்ணா?"

"ஐயோ நீ சும்மா தான் கேட்டையா? அப்போ நானா தான் உளறிட்டேனா?"

"ஹா ஹா ஹா" என்று சிரித்தான் கார்த்தி,

"அந்த ஜோசிக்காரன் சொன்னது உண்மையாகிடும் போலவே?"

"என்ன சொன்னான்?"

"தம்பி உனக்கு நாக்குல தான் சனினு..."

வயிற்றைப் பிடித்துச் சிரிக்கத் தொடங்கினான் கார்த்தி.

"என்ன காலங்காலையில வெறுப்பேத்துரையா?"

"எந்த ஜோசியக்காரன்?"

"அது தான்டா நம்ம கபிலன் ஆபிஸ்க்கு எதிர்ல ஒருத்தன் இருப்பானே, ஜோசிய சிகாமணி ஜோசிய சக்கரவர்த்தி உண்மை விளம்பி"

"என்னடா மச்சான் இப்படித் துதி பாடுற? சரி சரி பேரையே சொல்லலையே?"

"என்ன பேரு?"

"அதுதான் அந்த ஜோசிய சக்கிரவர்த்தி பேரு?"

"சொன்னேனே, உண்மை விளம்பினு"

கேட்டதும் வாயைத் திறந்து சிரித்தவன் சிரித்து சிரித்து, சேரில் இருந்து கீழேயே விழுந்துவிட்டான்.

அவன் விழுந்ததும், "பாரு அவரைக் கிண்டல் செஞ்ச தானே? உனக்கு வேணும்"

"ஜோசிய சக்கிரவர்த்தி கொசுவர்த்தி மெழுகுவர்த்தினு நீ சொன்னதெல்லாம் கூட ஓகே. ஆனா பேரைச் சொன்னப் பாரு, உண்மை விளம்பினு, அதுதான் முடியில. எப்படிடா அவனையெல்லாம் நம்பி நீங்க போய் ஜோசியம் பார்க்கறீங்க? இவனையெல்லாம் பேரைக் கேட்டதுமே சொல்லிடலாம்"

"என்னனு?"

"உலக மகா டுபாகூருன்னு"

"சும்மா சொல்லாத. நான் போய் அவரு முன்னாடி உட்கார்ந்ததும் என் மூஞ்சைப் பார்த்தே சரியாய்ச் சொல்லிட்டாரு"

"என்னனு? நான் தான் நம்பர் ஒன் டுபாகூருன்னு இதுவரை நெனச்சிட்டு இருந்தேன். ஆனா இப்போ எனக்கே டப் பைட் கொடுக்க ஒருத்தன் வந்துட்டான்னா?"

"உனக்கு எல்லாமே கிண்டலும் கேலியுமா போயிடுச்சில்ல?"

"சரி சரி, அந்த டுபாக்கூர்... சாரி சாரி ஜோசிய மெழுகுவர்த்தி உண்மை விளம்பி என்ன சொன்னாரு?"

"தம்பி, நீ வாழ்க்கையில ஒரு முக்கியமான காலகட்டத்துல இருக்க, உனக்கு நிறைய பிரச்சனை, சரியான வேலையில்ல, குடும்ப கஷ்டம் ஜாஸ்தி, நிறைய ஸ்ட்ரெஸ், குழப்பம், கல்யாணம் ஆகல..."

"வாழ்க்கையில நிம்மதியே இல்ல"

"எப்படி டா நீயும் கரெக்ட்டா சொல்ற?"

"மூதேவி, எவனாச்சும் நல்ல நிலைமையில இருந்தா அவன் போய் ஜோசியக் காரனைப் பார்ப்பானா? எப்போ ஒருத்தன் எல்லா கதவுகளும் மூடுனதா நினைக்கிறானோ அவன் தான் போய் ஜோசியம் பார்ப்பான்..."

"சரி நீ சொல்றது ஓகேனே வெச்சிக்கோ, அப்புறோம் எப்படி வேலையில்ல குடும்ப கஷ்டம் அதெல்லாம் சொல்றான்?"

"ஏன்டா வேலையிருக்கவன் எவனாவது அதும் திங்ககட்கிழமை காலையில 11 மணிக்குப் போய் ஜோசியக்காரனைப் பார்ப்பானா? அதும் இப்படி மூச்சியில என்னமோ சோத்துக்கே வக்கில்லாதவன் மாதிரி போய் உட்கார்ந்தா எப்படிக் கண்டுபிடிக்காம இருப்பான்?"

"அப்போ ஸ்ட்ரெஸ்? கல்யாணம்? நிம்மதி இல்லாதது?"

"எல்லாம் ஒரு டெம்ப்லேட் தான். வேலையில்லன்னா கண்டிப்பா நிறைய அவமானம் இருக்கும், காசு இருக்காது, குடும்பம் கஷ்டப்படும், அப்போ இயற்கையாவே ஸ்ட்ரெஸ் இருக்கும், அப்புறோம் நிம்மதி எப்படி இருக்கும்?"

"கல்யாணம்?"

பலமாகச் சிரித்தவன், "மச்சி அதுக்கெல்லாம் ஒரு மொகறக்கட்ட வேணும் மச்சி" அவன் மீண்டும் சிரிக்க,

கடுப்பானவன், "சரி அப்போ நாக்குல சனி?"

"யாகாவா ராயினும் நாகாக்க காவாக்கால்

சோகாப்பர் சொல்லிழுக்குப் பட்டு"

"அப்போ நான் ஏமாந்துட்டேனா?"

"எவ்வளவு காசு கொடுத்த?"

"500 ருபாய்"

"சோனமுத்தா போச்சா உன் 500 ஊ ஊ..."

அதற்குள் அங்கே அத்திப்பூ வந்தாள். "என்னடா பண்றீங்க ரெண்டு பேரும்?"

"சும்மா தான் பேசிட்டு இருக்கோம்"

"கார்த்தி என்னடா இது? நீயும் இப்படி கேர்லெஸ்ஸா இருக்க?"

"ஹே ஹே சீன் போடாத, எல்லாமும் முடிஞ்சது. அடங்கு அத்தி"

"ஆமா எங்க அமுதன், ரூபன் எல்லாம் காணோம்?"

"அவங்க அப்படியே ஆத்யா கூடவே வந்திடுவாங்க"

"பார்ரா, எனக்கென்னமோ அந்த புள்ள மேல ஒரு சந்தேகம்?"

"டேய் ஆத்யாக்கு என்னடா? நல்ல பொண்ணு"

"ஓ அப்போ நீ நல்ல பெண்ணில்ல?"

"என்னைய விட"

"ஓ ஓ"

"வாங்கடா எல்லாம் பார்க்கலாம்"

"வண்டியில ஏற்றிடலாமா?"

"சரி சரி"

"இன்னைக்கு மெனுல என்ன என்ன ஸ்பெஷல்?"

"எல்லாமும் செட்டிநாட்டு ஸ்பெஷல்"

"டேய் நான்-வெஜ்ஜுமா?"

"ஆமா"

"யாரு சமைத்தது?"

"ரூபன், அமுதன் அப்புறோம் நான்"

"அப்போ கண்ணன்?"

"அவன் சும்மா தான் இருந்தான்"

"கொடுங்க கொஞ்சம் டேஸ்ட் பண்ணிப் பார்க்கறேன்"

"அதெல்லாம் ஒன்னும் வேணாம். மூடிட்டு வா கிளம்பலாம்"

அத்தி முறைக்க,

"கதவைச் சொன்னேன்"

அதற்குள் வெளியே கார் வந்து நிற்க அதில் அமுதன், ஆத்யா, ரூபன் மூவரும் வந்திறங்கினார்.

"எல்லாம் ஓகேவா?" என்ற ஆத்யாவுக்கு,

"டபுள் ஓகே"

எல்லோரும் அந்த பெரிய கட்டிடத்தின் நுழைவாயில் முன்பு நின்றனர்.

'பழனியப்பா குரூப் ஆப் இன்ஸ்டிடூஷன்ஸ்' என்று இருந்தது பெயர்ப்பலகை.

உள்ளே விரைந்தவர்களை ஒரு அறையில் சென்று அமரச் சொன்னார்கள். எல்லோரும் சென்று அமர அங்கே இவர்களைப் போலவே ஒரு கூட்டம் காத்திருந்தது. அதைக் கண்ட கண்ணையன் முகத்தில் அப்பட்டமான அதிர்ச்சி. "போச்சிப்போ அவ்வளவு தான் நமக்கில்லை" என்றான்,

"என்னடா நமக்கில்லை?"

"இந்த காண்ட்ராட்"

அவன் சொன்னதும் அத்திப்பூவிற்கு பயங்கர கோவம். "டேய்" என்று உணர்ச்சி வசப்பட்டு கத்த, எல்லோரும் ஒரு கணம் இவர்களைப் பார்த்ததும் அமைதியாகினர்.

ஆத்யாவின் கண்கள் ரத்தமாய் சிவந்தது. இருந்தும் அங்கேயே அமர்ந்தனர்.

உள்ளே வரச் சொல்லி உத்தரவு வந்ததும் சென்றவர்கள் தாங்கள் செய்து வந்த உணவுகளை எல்லாம் சுவைபார்க்க சாம்பிள் கொடுக்க, அதைச் சுவைத்ததுமே ஏனோ எல்லோருக்கும் பிடித்திருந்தது. அதை அவர்களின் முகமே சொன்னது.

"குட்!சமையல் எல்லாம் சூப்பர். நீங்க இதுக்கு முன்னாடி எங்க ஒர்க் பண்ணீங்க?" என்றார் நேர்காணல் நடத்துபவர்களில் ஒருவர்.

"சார் வி ஆர் ஃபிரெஷர்ஸ். நாங்க msc கேட்டரிங் முடித்து இப்போ நாங்களே ஒரு சர்விஸ் ஆரமித்து இருக்கோம். இன்னும் சொல்லனும்னா இது எங்களோட முதல் ஆர்டர்" என்றான் ரூபன்.

"இல்லையே நீங்க ஏற்கனவே எங்கேயோ சர்விஸ் அரமிச்சிருந்தீங்கன்னு கேள்விப்பட்டோமே. கடலமுதன் தானே இதோட எம்டி"

"எஸ் நான் தான்" என்று அவன் முன்னால் வர, "ஸீ இதுக்கு என்ன பதில் சொல்லப் போறீங்க?" என்று அந்த ரிவீவை காட்ட எல்லோரும் இப்போது ஆத்யாவைப் பார்த்தனர்.

"சார் நான் தான் ஆத்யா"

அவர்கள் புரியாமல் பார்க்க,

"இந்த ரிவீவ் எழுதியதே நான் தான்"

"ஓ நீங்கதான் ஆத்யாவா? இப்போ என்ன அந்த வேலையை விட்டுட்டு இங்கேயே வந்து சேர்ந்துடீங்களா?" என்ற கேள்வியில் நக்கல் இருந்தது.

"இல்ல சார் அது ஒரு மிஸ் அண்டர்ஸ்டாண்டிங்..."

"சாரி வெய்ட் பண்ணுங்க. நாங்க இன்னும் கொஞ்ச நேரத்துல முடிவைச் சொல்றோம்"

முடிவை இனி அவர்கள் காத்திருந்துத் தெரிந்துக் கொள்ள வேண்டிய அவசியமே இல்லை என்பதால் அவர்கள் வெளியேறினர்.

வெளியே வந்ததுமே அத்திப்பூ கண்ணய்யனை ஓங்கி அறைந்தாள். அங்கிருந்த யாரும் அவளை என்னென்று கேட்கவில்லை. அவனோ சுற்றி முற்றிப் பார்க்க எல்லோரின் கண்களும் கோவத்தைக் கக்கியது.

கார்த்தி கோவத்தில், "போடா போய் ஜோசியக்காரனைப் பாரு..." என்றான்.

"டேய் அவர் சொன்ன மாதிரி தானே..." என்பதற்குள் அவனை அடித்திருந்தான் கார்த்தி.

"என்னடா ஆளாளுக்கு என்னை அடிக்கறீங்க?" என்றான் கண்ணையன்.

"டேய் எப்பயுமே இப்படித் தான் நெகட்டிவாவே யோசிச்சுப் பேசுவையா?" என்றான் ரூபன்.

"அதுதானே நமக்கு நடக்குது"

அதற்கு மேல் அங்கு நிற்கப் பிடிக்காமல் அமுதன் வெளியேற அவன் பின்னாலே அத்திப்பூவும் செல்ல ஆத்யா தான், "இந்தா" என்று கொஞ்சம் பணத்தைத் திணித்தவள் "இனிமேல் தயவு செய்து இங்க இருக்காத..." என்று சொல்லி கார்த்தியை அழைத்துக்கொண்டு வெளியேறினாள்.

கண்ணைய்யன் தான் அவள் சொன்ன வார்த்தையில் உறைந்து நிற்க, அவன் கண்கள் அனிச்சையாய்க் கலங்கின. "ஏன் சொல்ல மாட்ட? எல்லாமும் உன்னால தான். எப்போ நீ எங்க டீம்ல வந்தியோ அப்போ பிடிச்சது எல்லாம்..." என்று அவன் சொல்ல இம்முறை ஆத்யாவுக்குக் கோவம் கூடவே குற்றயுணர்ச்சியும் வந்தது.

அங்கே வெளியேறியவன் அங்கிருந்து வெளியே வர தூரத்தில் சில ஆதரவற்றோர்கள் அமர்ந்திருப்பதைக் கண்டு சமைத்துக் கொண்டுவந்திருந்த உணவுகள் அனைத்தையும் எடுத்துப் பரிமாறினான்.

ஒரு கணம் அவன் செய்கை அங்கிருந்த அனைவரையும் குழப்பியது. பின்னே அது அனைத்தும் 'காஸ்ட்லீ' உணவுகள். அதைச் செய்யவே அவர்களுக்கு எப்படியும் பதினைந்தாயிரமாவது ஆகியிருக்கும்.

ஆத்யா தான் அவன் செய்கையில் உண்மையில் சிலிர்த்துப் போனாள்.

எல்லோரும் அதைப் பார்க்க, கார்த்தியும் அவனுடன் சென்று பரிமாறினான். அவனின் செய்கையைக் கண்ட எல்லோரும் சென்று பரிமாறி அனைத்து உணவையும் தீர்த்தனர்.

அவர்கள் செல்ல முற்பட, அங்கிருந்த ஒரு வயது முதிந்தவர்,

"தம்பிங்களா, ரொம்ப நல்லா இருந்தது. என் வாழ்க்கையிலே இப்படிச் சுவையா நான் சாப்பிட்டதில்லை. இனியும் சாப்பிடுவேனான்னு தெரியில. வயிறும் மனசும் நிறைந்து சொல்றேன் நீங்க நல்லா இருக்கனும்" என்றார்.

ஒரு சிறு புன்னகையை அவரிடம் செலுத்திவிட்டு எல்லோரும் மீண்டும் அக்காருக்குள் வர, ஆத்யா தான் அமுதனை அருகில் அமர்த்தி அவன் கைகளை ஆதரவாக பிடித்தாள். அது ஏனோ அவனுக்கும் அப்போது தேவையாக இருந்தது. எல்லோரும் இவர்களையே பார்த்துக்கொண்டிருந்தனர்.

"சாரி அமுதா. நான்... என்னால தானே நீங்க திரும்பவும் கஷ்டப்படுறீங்க?" என்று வருந்த, "நீ என்ன பண்ணுவ ஆத்யா? விடு நடக்கறது தான் நடக்கும்" என்றவனை சமாளிக்க,

"ஹே கைஸ் அடுத்த வாரம் என் ஃப்ரண்டோட மாமா ஒர்க் பண்ற காலேஜ்ல கேட்டரிங் சர்வீஸ்க்கு இன்டெர்வியூ எடுக்கறதா சொன்னான். நாம வேணுன்னா..."

"இல்ல ஆத்யா இது எந்த அளவுக்கு செட் ஆகும்னு..."

"ஒரு ட்ரை தானே? ப்ளீஸ் அமுதா எனக்காக..." என்று சொன்னவள் முகம் வாட,

அவளின் முகவாட்டத்தைக் கண்டவன் மெல்லியதாகச் சிரித்துவிட்டு, "அவ்வளவு தானே? ஓகே பார்ப்போம்" என்று சொன்னான்.

எல்லோரின் முகத்திலும் சிரிப்பு தாண்டவமாடியது. இங்கே பலபேர் முயற்சிக்காமலே தோற்று விடுவோம் என்று சொல்கிறார்கள். உண்மையில் அவர்கள் தான் தோற்றவர்கள். வெற்றி பெறா விட்டாலும் முயற்சித்துத் தோல்வி அடைந்தவன் உண்மையில் தோற்றவன் லிஸ்டில் சேர மாட்டான்.

சிறு வயதில் குழந்தைகளை விளையாட அனுப்பும் போது கண்டிப்பாக அவர்கள் சமையல் விளையாட்டை விளையாடுவார்கள். அப்போதெல்லாம் அதைப் பெற்றோர்கள் விரும்பி ரசிக்கும் போது, பின்னொரு நாளில் அவர்கள் அந்த சமையலையே தங்களின் ப்ரொபெஷனாக எடுக்க விரும்பினால் "இது வேண்டாம்" என்று ஒற்றை வார்த்தையில் அவர்களின் பெற்றோர்கள் அதற்கு முட்டுக்கட்டை போட்டவிடுவார்கள். அவர்களுக்கு இதில் விருப்பமில்லாதவராக வருந்துவார்கள்.

உணவு என்பது நம் வயிற்றை மட்டும் நிறைப்பதல்ல, மனதையும் நிறைப்பது. இன்னும் கொஞ்சம் டீப்பாக போனால் உணவுகள் தான் பண்டைய நாகரிகம் பழக்கவழக்கம் முதலியவற்றை உருவாக்க காரணமாக இருந்திருக்கிறது. எடுத்துக்காட்டாக ஆரியர்கள் எனப்படும் மத்திய ஆசிய மக்கள் அந்த காலத்தில் அவர்கள் வளர்த்த கால் நடைகளுக்கு மேய்ச்சல் இல்லையென கருதி அதற்காகத் தான் இந்தியாவை நோக்கி படையெடுத்தனர் என்கிறது வரலாறு! ஏன் மனித இனத் தோற்றத்தின் வகைகளிலே அவன் எந்த உணவை உட்கொண்டான் எப்படி அந்த உணவைச் செய்தான் என்பதைப் பொறுத்து 'பேலியோலித்திக், மிஸோலித்திக், நியோலித்திக் காலம்' என்று பிரித்து வைத்துள்ளனர் வரலாற்று ஆய்வாளர்கள்.

சிந்து சமவெளி நாகரிகம் கூட அவர்கள் உணவில் தன்னிறைவும் அதை எப்படி விளைவிப்பது அறுவடை செய்வது என்பதையும் நன்கு ஆராய்ந்துத் தெரிந்திருந்தார்கள் என்று ஆராய்ச்சிகளும் ஆராய்ச்சியாளர்களும் கூறுகின்றார்கள். ஏன் சமீபத்திய கீழடி அகழ்வாராய்ச்சில் கூட உழவு தான் அங்கே வாழ்ந்தவர்களின் முதன்மை தொழில் என்று கூறுகிறது. சங்கத் தமிழ் நூல்களில் கூட ராஜ உபச்சாரம், ஏன் திருக்குறளில் கூட விருந்தோம்பல் என்றும் உணவை மையமாக வைத்து திரிகடுகம் என்னும் நூல் கூட இயற்றப்பட்டுள்ளது.

உணவு முறை இடத்திற்கு இடம் மாறுபடுவது உண்டு.

அன்று புதன் கிழமை. சுமார் 8 வயது சிறுவனாகிய கடலமுதன் பள்ளிக்கூடம் செல்லாமல் விடுப்பெடுத்து இருந்தான். காவிய புதனில், மாயாபஜார் என்னும் திரைப்படத்தில்,

'கல்யாண சமையல் சாதம், காய் கறிகளும் பிரமாதம், அந்த கௌரவ பிரசாசம், இதுவே எனக்கு போதும்...' என்ற பாடலின் தொடக்கத்தில் காட்டப்படும் உணவு பதார்த்தங்களை நாவில் எச்சில் ஊற பார்த்துக்கொண்டு இருந்தான். அப்போது வீட்டிற்கு யாரோ வந்துவிட, "தம்பி அப்பா இருக்காரா?" என்றார்.

"ஆம் இருங்க" என்றவன் உள்ளே சென்று தன் தந்தையை அழைத்ததும் வெளியே வந்தவரைக் கண்டு எல்லோரும் பணிவோடு வணங்கினர்.

"தொந்தரவு செய்துவிட்டேனா?"

"ஐயோ அதெல்லாம் ஒன்னுமில்லை. சும்மா கொஞ்ச நேரம் உண்ட மயக்கம் தொண்டனுக்கும் உண்டில்லையா?"

"ஆமா ஆமா போங்க..."

"என்ன சாப்பிடுறீங்க?"

"அதெல்லாம் ஒன்னும் வேணாம்"

"இருங்க காபி தண்ணியாவது..."

"அதெல்லாம் இருக்கட்டும். இப்போ தான் கல்யாணம் பேசிட்டு நேராக உங்களைப் பார்க்க வந்தோம்..." என்றார் ஒருவர்,

"பின்ன கல்யாணம் முடிவாகுதோ இல்லையோ? மண்டபம் முடிவாகுதோ இல்லையோ? அண்ணாமலையோட கேட்டரிங்கை புக் பண்ணணுமில்ல? அது தானே முக்கியம்?" என்று கூறி வந்தவர் சிரிக்க,

"அதுக்கென்ன? தாராளமா செஞ்சிடலாம். தேதி என்ன?"

அவர்கள் சொல்ல,

"அதுக்கு இன்னும் ரெண்டு மாசம் இருக்கே?"

ஆமாங்க. அது தான் முதல் ஆளா வந்து உங்க சமையல் பேசிடலாம்னு முடிவு பண்ணிக் கையோட வந்துட்டோம்"

"ரொம்ப சந்தோசங்க"

"பின்ன கல்யாணம் முடிவு பண்ணதுமே மண்டபம் மத்ததெல்லாம் அடுத்து தானே, உங்க தேதி தானே முக்கியம். உங்க கை மணத்துக்கு இந்த ஜில்லாவுலே போட்டியிருக்கா என்ன?" என்றதும்,

சிரித்தவாறு, "எல்லாம் அவன் கொடுத்தது. நான் ஒன்னும் சொல்றதுக்கு இல்ல" என்றார் பெருந்தன்மையாக,

"இந்த தன்னடக்கம் தான் உங்களை எங்கேயோ கூட்டிட்டுப் போகப் போகுது..."

"சரிங்க மெனு சொல்லுங்க எழுதிடலாம். அப்படியே தோராயமா எத்தனை பேரு வருவாங்கனு எல்லாம் சொல்லிடீங்கன்னா பேசிடலாம்"

அங்கே பேசுவதையே 'ங்னே'வென வாயைப் பிளந்துப் பார்த்துக்கொண்டிருந்தான் கடலமுதன். பின்னே "சமையல் காரர் மவனா?" என்று சாதாரணமாய்க் கேட்பவர்களைத் தானே பார்த்திருக்கிறான். ஆனால் இப்படி விழுந்தடித்து மரியாதை செய்பவர்களை அவன் பார்த்ததேயில்லையே. அதும் இவ்வளவு நேரம் வாய் கூசாமல் தன் தந்தையை புகழ்ந்த நரசிம்மன் இவனை பலமுறை "சமையல் காரன் மவனே இங்க வா" என்றல்லவா பேசியிருக்கிறார். 'தன் தந்தைக்கு இத்துணை மரியாதையா?' அவன் மனதில் ஓடிக்கொண்டிருக்க அங்கே வந்தவர்கள் கொஞ்சம் பேசிவிட்டு உறுதி செய்யும் விதமாக சில முன் பணத்தையும் கொடுத்துச் சென்றனர்.

'அமுது கேட்டரிங் அண்ட் சர்விசஸ். அனைத்து விதமான சுபயோக சுப நிகழ்ச்சிகளுக்குமான சமையல் அண்ட் பரிமாற்றம்

செய்துத் தரப்படும். உரிமை அண்ணாமலை' என்று இருக்கும் அவர்களின் வீட்டின் முற்றத்தின் முன்பு உள்ள பலகையில்.

ஏனோ அதுவரை அமுதனுக்கு உணவின் மீது மட்டுமே இருந்த விருப்பம், பிடித்தம், ஆவல் முதலியவை முதன் முதலாய் சமையல் மீதும் துளிர் விட ஆரமித்தது.

சீதா வீட்டிற்குள் வந்தார். வந்தவர் உடம்பு சரியில்லை என்று சொல்லி ஸ்கூல் கட்டடித்து விட்டு இப்போது அமர்ந்து முறுக்கு சாப்பிட்டுக் கொண்டிருந்தவனைப் பார்த்து முறைத்து, "ஏன்டா வயத்து வலின்னு தானே இன்னைக்கு பள்ளிக்கூடம் மட்டை போட்ட? இப்போ உட்கார்ந்து முறுக்கு சாப்பிட்டு இருக்கியே? என்னடா இது?"

"அம்மா, இது அப்பா தான் தந்தார்" என்று அவன் அப்பாவைக் கோர்த்து விட, முறைத்தவர் உள்ளே சென்றார். மாலை ஆகியும் டிவி முன்பு அமர்ந்து கொண்டிருந்தவனைப் பார்த்து கடும் கோபம் கொண்டவர், "அமுதா கொஞ்சம் அந்த டிவி பெட்டிக்குத் தான் ஓய்வு கொடுக்கறது. பள்ளிக்கூடம் விட்டு இருக்கும் தானே நீ நம்ம சிலம்பைப் போய்ப் பார்த்து என்ன வீட்டுப்பாடம் கொடுத்தாங்கனு கேட்டு வந்து எழுதலாமில்ல?"

சலித்துக்கொண்டே, "அம்மா அதான் இன்னைக்கு நான் ஸ்கூல் போகல தானே?அப்புறோம் ஏன் எழுதணும்?"

"வந்தேனா பாரு. பிச்சிபுடுவேன். அப்புறோம் எப்படிடா நீ படிச்சு பெரிய டாக்டராவோ எஞ்சினீராவோ ஆவறது?"

"அம்மா நானும் பெருசாகி அப்பா மாதிரியே நல்ல சமையல் காரனாகப்போறேன்" என்றதும் தான் தாமதம் உள்ளேயிருந்து ஒரு பெரிய கரண்டி அவனை நோக்கி வந்து விழுந்தது.

"அடி பிச்சிபுடுவேன் பாரு. வருது பாரு ஜீன் அப்படியே உங்க அப்பாவாட்டம். இங்க பாரு அமுதா ஒழுங்கா படிச்சோமா ஒரு என்ஜினீரோ, டாக்டரோ, டீச்சரோ, வக்கீலோ இப்படி எதாவது தான் ஆகணும். அதை விட்டுப் புட்டு சமையல் கிமையல்னு

சொல்லிட்டுத் திரிஞ்ச அடிச்சு தோலை உறிச்சிடுவேன்" என்று மிரட்டினார் சீதா, அமுதனின் தாய்.

"ஏம்மா நான் சமையல் காரன் ஆகக்கூடாதா?"

"ஏன் இங்க ஒருத்தர் சமையல் சக்கிரவர்த்தி ஆகி கொடுக்கும் பெருமை போதாதா?" என்று சொல்ல அவர் தன் தந்தையைப் புகழ்கிறார் என்று தான் நினைத்திருந்தான் அமுதன். ஆனால் இது பரிகாசம் என்று உணரும் வயது அவனுக்கில்லை.

நம் வாழ்வில் நாம் என்னவாக நினைக்கிறோமோ அதாகவே தான் ஆவோம் என்பது பொன்மொழி. மேலும் நமக்கு சிறுவயதில் ஏற்படும் உந்துதலே பின்னாளில் நாம் என்னவாகிறோம் என்பதைத் தீர்மானிக்கிறது என்று பாவம் கடலமுதன் நினைத்திருக்கவில்லை. அந்த ஒரு புதன் கிழமை, டிவியில் பார்த்த மாயாபஜார், கல்யாண சமையல் சாதம் பாடலும் அன்று மாலை அவன் தந்தைக்குக் கிடைத்த மரியாதையும் அவனை பிற்காலத்தில் ஒரு சமையல் காரனாக்கும் விதையை போட்டுவிட்டதையும் அந்த விதை இனி வளர்ந்து விருட்சயம் ஆகப் போகிறது என்பதையும் அப்போது அவன் அறிந்திருக்க வில்லை.

சமையலுக்குப் பெயர்ப் போன காரைக்குடி தான் அவர்களின் ஊர். காரை வீடுகளால் நிரம்பிய ஊராகிய காராணத்தால் காரைக்குடி என்று சொல்லுவார்கள். இருக்கலாம். வரலாறு மிக முக்கியம் அமைச்சரே என்பது எனக்கும் தெரியும், சொல்லுகிறேன் எப்படி காரைக்குடி சமையலுக்குப் பெயர்ப் போன ஊராகியது என்று,

இலையும் முள்ளும் மாறிமாறி அமைந்திருக்கும் காரை என்னும் செடிகள் அதிகம் காணப்பட்டதால் காரைக்குடி என்று பின்னாளில் பெயர்ப் பெற்றதாய்ச் சொல்லுவார்கள்.

காரைகளால் (சுண்ணாம்பு) கட்டப்படும் வீடுகள் நிரம்பிய ஊரில் மக்கள் குடியிருப்பதால் காரைக்குடி என்று பெயர்ப்பெற்றது

என்றும் சொல்லுவார்கள். ராமநாதபுர சமஸ்தானத்தின் கீழ் இருந்தது.

நகரத்தார் என்றும் செட்டிகள் என்றும் சொல்லப்படும் வணிகர்கள்(பெரும்பாலும் பணம் வட்டிக்குக் கொடுப்பவர்கள்) அதிகம் இருக்கும் இடம் என்றும் அதுவே பின்னாளில் ஒரு சமுதாயமாக உருமாறியதென்பதும் வரலாறு.

எது எப்படியோ இன்று 'செட்டிநாடு' என்று தனக்கென ஒரு தனி அடையாளத்தை ஏற்படுத்திக்கொண்ட ஊர் தான் காரைக்குடி. செட்டிநாடு என்றாலே முதலில் நம் நாவில் எச்சில் ஊரும். அதுவே செட்டிநாட்டுச் சமையல். உப்பு மற்றும் மசாலா பொருட்கள் spices என்னும் நறுமணப் பொருட்களை (அன்னாசிபூ, பட்டை, லவங்கம், சோம்பு, ஜீரகம், வெந்தையம் முதலியவற்றை) வியாபாரம் செய்து வந்தவர்கள் அவற்றை தங்கள் உணவுகளிலும் அதிகம் பயன் படுத்தினார்கள். பயறு வகைகள், கத்திரித் தொக்கு, முருங்கை சாம்பார், நெய்ச்சோறு, பால் பாயசம், பால் பணியாரம், அடை, அப்பம், இடியாப்பம் என்று சைவத்திலும் செட்டிநாடு சிக்கன் மசாலா, மட்டன் மசாலா, இறால் தொக்கு முதலிய கடல் உணவுகளும், உப்புக்கண்டம் என்று சொல்லப்படும் வெயிலில் காயவைத்த மாமிசம் எல்லாம் அவர்களின் பெயர்ப் பெருமையைச் சொல்லும் 'டிஷ்'கள்.

அடுத்தது அவர்களின் கட்டிடக்கலை. செட்டிநாட்டு அரண்மனை என்று சொல்லப்படும் அவர்களின் பாரம்பரியக் கட்டிடக்கலை. வைரவன் கோவில், குன்றக்குடி முருகன் கோவில், பிள்ளையார்பட்டி முதலியவை அவர்களின் கட்டிடக்கலைக்கு எடுத்துக்காட்டு.

இது மட்டுமின்றி கண்டாங்கிச் சேலைகள் என்று சொல்லப்படும் வண்ண வேலைப்பாடுகள் நிறைந்த உடைகளும் ஏற்றுமதியில் சிறந்திருந்தது. மேலும் ஆத்தங்குடி டைல்ஸ் என்று சொல்லப்படும் வண்ண வேலைப்பாடுகள் நிரம்பிய தரைக்கற்கள் இன்றைக்கு அதன் பெருமையை இழந்திருந்தாலும் அது வரலாற்றில் முக்கியம் வாய்ந்தது.

இன்றைக்கு மற்றதெல்லாம் புகழில் குன்றியிருந்தாலும் 'செட்டிநாட்டுச் சமையல்' மட்டும் உலகளவில் பெயர்ப் பெற்று நிலைத்துக் கொண்டிருக்கிறது. அப்பேர்ப்பட்ட பாரம்பரியத்தைத் தொடர்ந்து அடுத்த தலைமுறைக்கும் கொண்டுச் செல்ல முயற்சிக்கும் ஒருவனின் கனவும் லட்சியமும் அதற்கு அவன் இழந்ததும் பெற்றதும் தான் இந்த 'ஆஹா என்ன ருசி.'

எட்டுவயதில் தன் மனதில் விழுந்த அந்த கனவு விதையை ஒரு அழகிய விருட்சயமாக அவன் மாற்ற முதலில் அவன் வீட்டைச் சமாதானப்படுத்தி ஊர்வாயை அடக்கி அவன் சாதிப்பானா?

விளையாடிக் கொண்டிருக்க அப்போது வீட்டிற்கு வந்தாள் ஹிருத்தியா. "அமுதா அமுதா எங்க இருக்கடா நீ?"

"ஹே ஹிருத்தியா குட்டி. என் செல்ல மருமகளே" என்று அவளைக் கொஞ்சினார் சீதா.

"அத்தை அமுதன் எங்க? அவன் ஏன் இன்னைக்கு ஸ்கூலுக்கு வரல?"

"அவனுக்கு உடம்பு சரியில்லைன்னு இன்னைக்கு வரலடா. அப்பா அம்மா எங்க?"

"அவங்க வீட்டுல இருக்காங்க அத்தை. அமுதனைக் காணோமே?"

"பின்னாடி இருப்பான் பாரு" என்று சொல்ல ஹிருத்தியா தன் அத்தை மகனைக் காண ஆவலாக ஓடினாள்.

"அமுதா அமுதா. ஏன் இன்னைக்கு ஸ்கூலுக்கு வரல நீ?"

"எனக்கு வயிறு வலி. அதுனால வரல"

"ஏன் அமுதா சோகமா இருக்க?"

"நான் சமையல்காரன் ஆகக் கூடாதா?"

"புரியல?"

"நான் பெரிய சமையல் காரன் ஆகணும்னு சொன்னேன்னா அதுக்கு அம்மா திட்டிட்டாங்க"

அமுதனின் முகம் சோகமானதைக் கண்ட ஹிருத்தியா, "மாமா அமுது மாமா நீ நல்லா தானே சமைப்ப?"

குழந்தைகளாக விளையாடும் போது அவன் அன்னை வீட்டில் இல்லையென்றால் ஹிருத்தியாவுக்குப் பிடித்த 'பிரட் ஆம்லெட்' அடிக்கடி செய்துத் தருவான்...அதை மனதில் நினைத்து தான் சொன்னாள் ஹிருத்தியா.

"நிஜமா?"

"ப்ரோமிசா. நீ சூப்பரா சமைக்கிற. நீ வேணுனா பாரு பெஸ்ட் சமையல் காரனா வருவ" என்றவள் அவனை விளையாட அழைத்துச் சென்றாள்.

அவனுக்குப் பிடித்த சமையலை அவனுக்குப் பிடித்த ஹிருத்தியாவுக்கும் பிடிக்கும் என்று தெரிந்ததால் இரட்டிப்பு மகிழ்ச்சிக்கு உள்ளானான் அமுதன். ஆனால் காலங்கள் இப்படியே இருந்திருக்கக் கூடாதா? 8 வயதில் அமுதனையும் அவனுக்குப் பிடித்த சமையலையும் பிடித்த ஹிருத்தியாவுக்கு 18 வயதிலும் இவ்விரண்டையும் பிடிக்குமா? பார்ப்போம். (சுவைக்கும்)

* * * * * *

அத்தியாயம் - 2

அன்றைய தினத்திற்குப் பிறகு கடலமுதன், கண்ணையன், கார்த்தி ரூபன், அத்திப்பூ ஆகியோருடன் ஆத்யாவும் மிகுந்த பரபரப்பானார்கள். பின்னே அன்றைய தினமே ஆத்யா தன் கல்லூரித் தோழியான சந்தியாவுடன் பேசி காலேஜ் கேட்டரிங்ற்கான இன்டெர்வீவ் நடக்கும் முறையும் அவர்களின் எதிர்பார்ப்பு எல்லாம் கேட்டுக்கொண்டு அவற்றை கடலமுதனிடம் சொன்னாள்.

ஏனோ அத்திப்பூ தான், "மச்சி எனக்கு ஒரு சந்தேகம் இருக்கு, கேட்கலாமா?" என்று சொல்லி இழுத்தாள்.

ஏனோ அத்திப்பூவின் இழுவையிலே அவள் நிச்சயம் எதையோ குதர்க்கமாகத் தான் கேட்கப் போகிறாள் என்று உணர்ந்த ரூபன் அவனுக்குள் வந்தச் சிரிப்பை அடக்கிக் கொண்டு கார்த்தியைப் பார்த்தான். பின்னே அவர்களின் கேங்கில் கார்த்தி தான் ரொம்ப சென்சிடிவ். கொஞ்சம் நெகட்டிவாக பேசினாலும் அவனுக்கு அவ்வளவு கோவம் வந்துவிடும். அன்று கண்ணையனைத் திட்டி அடித்ததிலிருந்தே தெரிந்திருக்குமே அவனைப் பற்றி, அதே நேரம் பயங்கர ஜாலி டைப்பும் கூட, பாசிட்டிவிட்டியை தான் எப்போதும் விரும்புவான். நெகட்டிவாக யாராவது எதாவது சொன்னால் கோவம் சுர்ரென்று வந்து விடும்.மற்றபடி பழகுவதற்கு ரொம்ப இலகுவானவன்.

"எவெரி காயின் ஹாஸ் டூ சைட்ஸ்(every coin has two sides -எல்லா நாணயத்திற்கும் இரண்டு பக்கங்கள் இருக்கு) வெறும் பாசிட்டிவை மட்டும் எப்பயும் கணக்கெடுக்கக் கூடாது என்னவெல்லாம் நெகட்டீவ்ஸ் இருக்குனு ஒரு அனலைசிஸ் பண்ணினால் தான் வி கேன் வின். swot அனலிசிஸ் (strength, weakness, opportunities, threats - எந்த ஒரு விஷயத்தைத் தொடங்கும் முன்பும் அதன் பலம் பலவீனம் வாய்ப்புகள் தடுப்புகள் எல்லாம் கணக்கிட வேண்டும், ஒரு பிசினெஸ் டெக்னீக்)

கேள்விப்பட்டதில்லையா நீங்க?" என்று கார்த்தியின் வாயை அடைக்குமாறு பதிலளித்தாள் அத்திப்பூ.

கண்ணையன் பேசத் தொடங்கும் முன்பே, "யூ ஆர் கரெக்ட் டார்லிங்" என்று குரல் வர கண்ணையன் திரும்ப ஆத்யா தான் சொன்னாள் என்றதும் கண்ணையன் அமைதியானான். கண்ணையனின் முகத்தை வைத்தே அவன் இன்னும் தன் மேல் கோவமாகத் தான் இருக்கிறான் என்று உணர்ந்த ஆத்யா, "ஓகே கைஸ், பீட்ஸா சாப்பிடலாமா?" என்று கேட்க ஏனோ பீட்ஸா என்ற வார்த்தை எல்லோரையும் காட்டிலும் கண்ணையனைக் கட்டியிழுக்க, ஓகே என்று எல்லோரும் சொல்ல ஆத்யா அதை ஆர்டர் செய்யப் போகும் போது, "நாமே ஏன் செய்யக் கூடாது?" என்று அமுதன் சொல்ல,

ஆத்யா நம்பாமல் அமுதனைப் பார்க்க, "ரொம்ப பெரிய மேட்டர் இல்ல. நாமளே செய்யலாம்" என்றவன், "பேஸ்ட்ரி செய்யறதுப் போல தான்" என்று சொன்னான். "நிஜமாவா?" என்று அத்திப்பூ எக்ஸைட் ஆக, "ஏன்டி அவன் பீட்ஸா செய்து நீ சாப்பிட்டதே இல்லையா?" என்று ரூபன் முறைக்க, "சாப்பிட்டு இருக்கேனே அதுனால் தான் இந்த எக்ஸைட் மென்ட்" என்றாள் அத்திப்பூ,

"அடப்பாவிகளா இது எப்போ நடந்தது?" என்று ஆச்சரியப்பட்டாள் ஆத்யா.

"நாங்கல்லாம் அப்போவே அப்படி. இப்போ சொல்லவா வேண்டும்?" என்று ரூபன், கார்த்தி, அத்திப்பூ மூவரும் ஒன்றாக குரல் கொடுக்க, "ஓ நீங்க எல்லாம் ஒரே காலேஜ் மேட்ஸ் தானே? நான் தான் வெளியாள் இங்க" என்று அவள் சாதாரணமாகச் சொல்ல, "ஹே சில் ஆத்யா அப்படிப் பார்த்தா கண்ணய்யனும் உன்ன மாதிரி தானே?"

ஏனோ நம்பாமல் இருந்த ஆத்யாவுக்கு பீட்ஸா செய்துக் கொடுக்க கடை பீட்ஸா மாதிரி இல்லையென்றாலும் நன்றாகத் தான் இருந்தது. ஏனோ அன்று மாலை வரை அவர்களுடனே ஆத்யா டைம் ஸ்பென்ட் பண்ண அவளுக்கோ

அவளின் அலுவலகத்தில் இருந்து அழைப்பு மேல் அழைப்பு வந்துகொண்டிருந்தது. அதை எடுத்து பார்த்தவளின் முகத்தில் தெரிந்தது. அமுதன் அவளை அழைத்து, "ஆத்யா, நீங்க உங்க வேலையைப் போய்ப் பார்க்கலாம், ஒன்னும் பிரச்சனை இல்ல. நாங்க பார்த்துப்போம், தோல்வி எங்களுக்குப் புதுசில்ல" என்று சிரித்துக்கொண்டு சொன்னவனைப் பார்த்ததும் ஆத்யாவுக்குத் தான் ஒரு மாதிரி ஆனது. "நாங்க அப்படியே எங்கேயாவது கொஞ்சம் காத்தாட நடந்தா சரியாகிடும்.கவலை வேண்டாம். அது தான் அடுத்த வாரம் திரும்ப போகப் போறோமே சில்" என்று சொன்னதும் ஆத்யா அங்கிருந்து கிளம்பினாள்.

அவள் அவளுடைய 'ராயல் என்பில்ட்டில்' கிளம்பும் வரை அவளைப் பார்த்தவர்கள் அவள் சென்றதும் ரூபன் சொன்னான், "பாவம் டா அந்தப் பொண்ணு முகமே சரியில்லை. ஒரு மாதிரி குற்றயுணர்ச்சி" என்று சொல்ல,

"தெரியும்டா அதுனால தான் அந்தப் பொண்ணை போகச் சொன்னேன். விடு அந்தப் பொண்ணு ஒன்னும் தெரிஞ்சு பண்ணலையே" என்று சொல்லிவிட்டு அமுதன் உள்ளே உடைமாற்ற சென்று, "மச்சி வரீங்களா? ஒரு வாக் போயிட்டு வரலாம்" என்று அழைக்க கண்ணையன் ரூபன் அத்திப்பூ மூவரும் ஓகே சொல்ல கார்த்தி தான், "டேய் நீங்க போங்க எனக்கு ஒரு வேலை இருக்கு" என்றதும்,

"ஆமா ஆமா" என்றவள் கையில் மணியைப் பார்த்து "நேரமாச்சு இல்ல, போய் காவல் காரன் வேலையைப் பார்க்கணும்" என்று கிண்டல் செய்ய அவளை முறைத்தவன் அவன் வண்டியை எடுத்துச் சென்றான்.

"இந்த காதல் இவ்வளவு செய்யுமா ரூபன்?" என்று கேட்டாள் அத்திப்பூ. அவள் கேள்வியின் பொருள் நன்கு அறிந்த ரூபன், "எனக்குத் தெரியாது அத்திப்பூ. காதலிச்ச இல்ல காதலிக்கும் யாரையாவதுக் கேட்டுப்பாரு" என்று சொல்ல, தான் வீசியப் பந்தை லாவகமாகத் தட்டிவிட்டவன் போல் இருந்தது அவன் பதில். ஏனோ இவர்களின் இந்த சம்பாஷணைகளைக் கண்டு

ஒன்றும் புரியாமல் இருந்தான் கண்ணையன். எல்லாம் புரிந்தும் புரியாததுப் போல் வந்தான் கடலமுதன்.

ஆனால் அத்திப்பூவின் அந்தப் பேச்சு மட்டும் அவன் காதில் ரீங்காரமிட்டுக் கொண்டே இருந்தது.'இந்த காதல் இது மட்டுமா செய்யும்? அதனால் முடியாதது என்று எதுவும் இருக்கிறதா?' என்று நினைத்தவனின் மனம் ஹிருத்தியாவை நோக்கிச் சென்றது.

அவர்கள் பேசிக் கொண்டே வர வழியில் வேர்க் கடலையை (நிலக்கடலை / கடலைக்கொட்டை ஒவ்வொரு ஊரில் ஒவ்வொரு பெயர்!) ஒரு பெரியவர் வறுத்துக் கொண்டு தள்ளு வண்டியில் தள்ளிக்கொண்டு போக, "ஐ கடலை!" என்று சொன்னாள் ஆத்திப்பூ.

"இப்போ தானே பீட்ஸா சாப்பிட்ட?" என்ற ரூபனை அவள் முறைக்க, அமுதன் தான் நால்வருக்கும் நான்கு பேக்கெட்டை வாங்கித் தந்தவன் அவளுக்கு மட்டும் கேட்டும் குரலில், "அவனுடன் கடலைத் தான் போட முடியில அட்லீஸ்ட் இந்த கடலையாவது போடு" என்று சொல்ல அவளோ அவனை முறைத்தாள். இப்போது அமுதனும் அத்திப்பூவும் பேசியது ரூபனுக்குத் தெளிவாக கேட்டும் கேட்காதவன் போல் கண்ணையனை அழைத்துக்கொண்டு கடலை சாப்பிட்டுக் கொண்டே அவர்கள் கோயம்புத்தூரைச் சுற்றினார்கள். நால்வருக்கும் அடுத்து என்ன என்ற பெரிய கேள்வி உள்ளுக்குள் இருந்தாலும் யாரும் அதை வெளியில் காட்டிக் கொள்ள வில்லை. பின்னே எனக்கு இவ்வளவு பிரச்சனை இருக்கிறது என்று புலம்பவா முடியும்? இல்லை அப்படிப் புலம்பினால் தான் அவை அனைத்தும் சரியாகி விடுமா என்ன? அவரவர் பிரச்னைகளைக் காட்டிலும் பசங்க மூவருக்கும் அத்திப்பூவின் நிலைமை தான் ரொம்ப மோசமாக இருப்பதாக ஒரு கவலை. அதில் அதிரூபனின் நிலை ரொம்ப மோசம் தான்.

அங்கே அவசர வேலை என்று சென்ற ஆத்யாவை அவளுக்காகக் காத்திருந்து காத்திருந்து கடுப்பான நித்திலா

அவளே அந்த வேலையைச் செய்துக் கொண்டிருக்க அப்போது வந்த ஆத்யாவைப் பார்த்து முறைத்து எதையும் பேசாமல் தன் வேலையில் மூழ்கினாள். தோழியின் முகத்தை வைத்தே அவள் எவ்வளவு கோவத்தில் இருக்கிறாள் என்று அறிந்துக் கொண்ட ஆத்யா எதையும் பேசாமல் அமைதியாக அந்த கான்வெர்சேஷனை கர்ம சிரத்தையாக கவனிக்க ஆயத்தமானாள்.

வந்த புதிய ஆர்டெரை எடுத்துக் கொண்டவர்கள் அதற்கான விவரிப்புகளிலும் எதிர்பார்ப்புகளையும் உரைத்தும் கேட்டும் கொண்டு இருந்தனர். ஒரு பர்த் டே பார்ட்டியின் ஆர்டர் அது. அதும் முதல் பர்த் டே. சுமார் ஐநூறு பேர் வருவார்கள் என்றும் அதற்காகத் தங்களின் ஈவென்ட் மேனேஜ்மேண்ட் கம்பெனியைத் தொடர்புக் கொண்டு டேட் ஃபிக்ஸ் செய்ய வந்திருக்கிறார்கள். ஆத்யா தான் அந்த ஈவென்ட் மேனேஜ்மென்ட் கம்பெனியின் நிர்வாக இயக்குநர். பகிரங்கமாக அப்படியொரு பதவி அங்கே இல்லையென்றாலும் எப்போதும் அவர்கள் அலுவலகத்தில் இருக்கும் அந்த மேனேஜர் இருக்கையில் அவள் தான் அமர்வாள். சோ அவளே எல்லா வேலையும் செய்வாள். மதியத்திலிருந்து அவளின் வருகையை எதிர் பார்த்து எதிர் பார்த்து கடுப்பானவர்கள் தான் அவர்களே ஆர்டரை எடுத்துக் கொண்டனர். நித்திலா அந்த வேலையைச் செய்துக்கொண்டு இருந்தாள். நித்திலா எழுவர் சேர்ந்து ஆரமித்த அந்த 'lets celebrate' (வாருங்கள் கொண்டாடுவோம்!) என்ற ஈவென்ட் மேனேஜ்மெண்ட் (நிகழ்ச்சி மேலாண்மை) நிறுவனத்தில் ஒருவர். அது என்ன ஈவென்ட் மேனேஜ்மெண்ட்? திருமணம், பிறந்த நாள், பொழுதுப் போக்கு, பெரு நிறுவன நிகழ்ச்சிகள், பிராண்டிங் அண்ட் ப்ரமோஷன் (ஒரு பொருளை பிரபலப் படுத்துவது முதலியவைகளை) தங்கள் பொறுப்புகளில் எடுத்து நடத்தி முடித்துக் கொடுக்கும் ஒரு நிறுவனம்.

இன்றைய சூழ்நிலையில் வளர்ந்து வரும் மாற்றங்களில் புதியாக வேரூன்றி இருக்கும் ஒரு தொழில் முறை தான் இது. எடுத்துக்காட்டாக ஒரு திருமணம் நடைபெறுகிறது

என்று வைத்துக் கொள்வோம், அதற்கு மண்டபம், மணமேடை அலங்காரம், போட்டோகிராபி, வீடியோகிராபி, கச்சேரி, கேட்டரிங், மேக் அப், மெஹெந்தி, தாம்பூலம் தருவது என்று அனைத்தும் அவர்கள் பொறுப்பு. உங்கள் வீட்டு நிகழ்ச்சியை அவர்கள் வீட்டு நிகழ்ச்சியைப் போல் உங்கள் தேவைகளை எல்லாம் அறிந்து அதற்கேற்றவாறு எல்லாம் செய்துக் கொடுத்து உங்களை அலைச்சல் செய்யாமல் எல்லாம் அவர்கள் எடுத்து நடத்திக் கொடுத்து விடுவார்கள். ஒருவேளை இது உங்களுக்கு அதிக பரிட்சையமாக இருக்கலாம் இல்லை 'என்னடா இது எல்லாம் ஒரு தொழிலா?' என்றும் நினைக்கலாம். எது எப்படியோ சென்னை, மும்பை, கோவை போன்ற பெரு நகரங்களில் இன்றைய சூழலில் இவர்கள் தான் ராஜாக்கள்.

அந்த நிறுவனத்தை அந்த எழுவர் ஒரு குழுவாகச் சேர்ந்து (எல்லாம் இன்றைய காலத்து நவயுக யுவன் யுவதிகள்) செய்துக் கொண்டு இருக்கிறார்கள். கடந்த இரண்டு வருடங்களில் ஐம்பதுக்கும் மேற்பட்ட நிகழ்ச்சிகளை வெற்றிகரமாக நடத்திக் கொடுத்து இருக்கிறார்கள். அதில் மேலாளர் மாதிரியான பதவியில் இருப்பவள் தான் ஆத்யா. மிஸ் ஆத்யா லக்ஷ்மிநாராயணன்.

ஆத்யா ஒரு இண்டிபெண்டெண்ட் ப்லோகெர்.(blogger - வலைப்பதிவர்) அதிலும் குறிப்பாக அழகு சார்ந்தப் பதிவுகள், பேஷன் சார்ந்தப் பதிவுகள், உணவு சார்ந்தப் பதிவுகள் (food review) மற்றும் அன்றாடம் நடக்கும் விஷயத்தை தன்னுடைய கண்ணோட்டத்தில் எழுதும் ஒரு வளரும் ப்லோகெர். அது மட்டுமின்றி ஒரு லீடிங் கன்டென்ட் ரைட்டரும் கூட (உள்ளடக்க எழுத்தாளர்). படித்தது ma in mass communication. கொஞ்ச நாட்கள் படித்ததற்காக ஒரு பிரபலமான நியூஸ் சேனலிலும் ஒரு ஆன்லைன் மேக்ஸைனிலும் பணிபுரிந்து விட்டு ஏனோ எதுவும் அவளுக்கு ஒரு திருப்தி தராததால் சுயமாகவே ஒரு ஆன்லைன் ப்லோக் ஆரமித்து அதில் கோலோச்சிக் கொண்டு இருக்கிறாள். பயங்கர போல்ட், அதை விட பயங்கர எனெர்ஜிடிக். அவளின் இந்த எல்லா புகழும் திரு லக்ஷ்மி நாராயணனையேச் சேரும்.

பிடித்ததைப் படித்து அதிலும் பிடித்ததை மட்டும் செய்வேன் என்று எல்லா வேலைகளிலும் கொஞ்சம் செய்து பார்த்து விட்டு ஏனோ சுயமாக எழுத ஆரமித்து விட்டாள். மகளின் ஆசையைப் புரிந்து கொண்டு அவளுக்காக அவள் விருப்பப் பட்டத்தைச் செய்ய ஊக்குவித்து அதேநேரம் அவளுக்கு ஒரு ஆலோசகராகவும் இருக்கிறார்.

அது சரி எழுதினாலே சம்பாதிக்கலாமா? இல்லை அதில் எவ்வளவு சம்பாதித்து விட முடியும்? என்று பொதுப்படையானக் கேள்விகளுக்கு பதில் மாதம் நாற்பது முதல் அறுபதாயிரம் வரை தற்போது சம்மதிக்கிறாள். ஆம் நிலையான சம்பாத்தியம் இல்லை. இது அவள் எழுதுவதைப் பொருத்தும் அவளுக்கு வரும் விளம்பரங்களைப் பொருத்தும் மாதாமாதம் மாறுபடும். அவளுடைய ப்லோகிற்கு நிறைய வாசகர்கள் உருவானதும் தன்னாலே அட்வெர்டைசிங் ஏஜென்சிகளின் (விளம்பர நிறுவனங்களின்) கண்களில் விழுந்து விட்டாள். இவளுக்கு நிறைய வாசகர்கள் இருக்கிறார்கள் அப்போ இவளுடைய தளத்தில் தங்கள் பொருட்களை விளம்பரம் செய்வதால் நல்ல லாபம் இருக்கிறது என்று உணர்ந்தவர்கள் அவளைத் தொடர்புக் கொள்ள அவர்களின் மூலமாக அவளின் வருமானம் நிர்ணயிக்கப் படுகிறது. (இன்னும் புரியவில்லை என்றால் ரொம்ப சிம்பிளாக சொல்கிறேன். நீங்க பேஸ்புக் இன்ஸ்டா உபயோகப் படுத்துகிறீர்கள். அவர்களுக்கு நீங்கள் போட்டோ போடுவதிலும் ஸ்டேட்டஸ் போடுவதிலும் என்ன லாபம்? அவர்களின் வருமானமே அதில் வரும் விளம்பரங்கள் தான். ஒவ்வொரு வீடியோ இல்லை ப்ரொடெக்ட்ஸ் சஜஷன் (பொருட்களின் பரிந்துரை) மூலமாகத் தான் அவர்களுக்கு வருமானம். அதை பார்க்கும் நீங்கள் அதை வாங்குவீர்கள் தானே? இது நிறைய நபர்களுக்குத் தெரிந்திருக்கலாம் சிலருக்கு ஆச்சரியமாகவும் இருக்கலாம். இருந்தும் இது தான் உண்மை. நீங்கள் போடும் லைக்ஸ், ஸ்டேடஸ், போட்டோ, கமெண்ட் மூலமாக மார்க் ஸுகேர்பெர்க் (பேஸ்புக், வாட்ஸ் ஆப், இன்ஸ்டாகிராம் உரிமையாளர்) ஒன்றும் அவர் சம்பாதிப்பதில்லை என்றாலும்

அங்கே வரும் விளம்பரங்கள் மூலமாகத் தான் அவர் சம்பாதிக்கிறார். அதிலும் இந்தியர்களின் பங்கு அதிகமாம். நாம் தான் பேஸ்புக்கில் அதிக எண்ணிக்கையில் அக்கௌன்ட் வைத்திருப்பவர்கள்!)

அப்படித் தனியாக ப்லோகித்துக் கொண்டிருந்த ஆத்யாவின் வாழ்வில் இணைந்தவர்கள் தான் மற்ற அறுவரும். தன்னோடே மாஸ் கம்யூனிகேஷன் படித்த இருவர் போட்டோ வீடியோ கிராபியில் நுழைய அப்படியே இன்னும் இரண்டு பேர் மாஸ்டர்ஸ் இன் ஈவென்ட் மேனேஜ் மென்ட் முடிக்க அவர்களோடு mba இன் ஈவென்ட் மேனேஜ்மேண்ட் முடித்த ஒருவர் ஒரு கேட்டரிங் படித்த நபர் என்று ஏழு நபர்களால் ஆரமிக்கப் பட்டது தான் இந்த 'lets celebrate' என்ற நிறுவனம். இவர்கள் ஒவ்வொருவரைப் பற்றியும் அடுத்துப் பார்க்கலாம்.

ஓரளவுக்கு இவர்களின் வேலையைப் பற்றி புரிந்திருக்கும் என்று நினைக்கிறேன். இருந்தும் புரியவில்லை என்றால் இனி வரும் கதையைப் படிக்கப் படிக்கப் புரியும்.

அந்த கஷ்டமரிடம் பேசிவிட்டு ஆர்டெரை பெற்றுக்கொண்டு தேதிகள் அவர்களின் எதிர்பார்ப்பு எல்லாம் கேட்டுக் கொண்டு உணவு பற்றி கலந்தாலோசித்து விட்டு அவர்களை மீண்டும் அழைப்பதாகச் சொல்லவும், வந்திருந்த அந்த நபரோ, "ஆக்சுவல்லி போன மாசம் எங்க பக்கத்துக்குத் தெருவில் இருக்கும் கரோலின்-ஜார்ஜ் அவங்க குழந்தையோட பேப்டிஸ்ம் (baptism - கிறிஸ்துவ முறைப்படி குழந்தைக்குப் பெயர் வைக்கும் நிகழ்ச்சி) நீங்க தானே செய்துக் கொடுத்தீங்க? எங்க வீட்டுல எல்லோருக்கும் அது ரொம்ப பிடிச்சிருந்தது. அதுதான் என் வீட்டோட அடுத்த தலைமுறையின் முதல் பிறந்த நாள் ரொம்ப சிறப்பா இருக்கணும்னு உங்களைத் தேடி வந்தேன்" என்று அவர் சொல்ல ஏனோ தங்களின் வேலைக்குக் கிடைத்த அங்கீகாரம் மதிப்பு அதனால் இப்போது கிடைத்திருக்கும் ஒரு ஆர்டர் என்று அவர்களை அந்த செய்தி மகிழ்வுறச் செய்தது. அவர் அட்வான்ஸ் கொடுத்துவிட்டு செல்ல எல்லோரும் எஸ்

என்று ஒருமித்த குரலில் ஆர்ப்பரித்தனர். பின்னே தங்களின் கூட்டு முயற்சிக்குக் கிடைத்த ஒரு பெரிய வெற்றி தானே? நல்ல சேவையைச் செய்தால் அதற்கான அங்கீகாரம் தன்னால் வரும் தானே!

எல்லோரும் களிப்படைந்தாலும் நித்திலா, ஜாய்சன், சந்தீப் மூவரும் ஒரு சேர ஆத்யாவை முறைக்க, லாவண்யா மிதிலா இருவர் மட்டும் ஆத்யாவை ஆதரவாக தட்டிக்கொடுக்க, "மேடம் இப்போல்லாம் அந்த 'அமுது கேட்ரீங்' கூடவே சுத்துற மாதிரி தெரியுதே? என்ன விஷயம்?" என்ற சந்தீப்புக்கு ஹை பை கொடுத்து தன் ஆதரவை நிலை நாட்டினாள் மிதிலா.

"லிசென், அது ஒரு பிராயச்சித்தம். அவ்வளவு தான். ஒரு 'மேன் டு மேன்' (சக மனிதனுக்குச் செய்யும் உதவி) ஹெல்ப்" என்று ஆத்யா முடிப்பதற்குள்,

"இல்லையே இது ஒரு 'வுமன் டு மேன்' ஹெல்ப்பா இல்ல இருக்கு?" என்று நித்திலா இழுக்க, "ஹே எங்க மணிகண்டனைக் காணோம்" என்று அவனைத் தேடியபடியே ஆத்யா பதிலளிக்க,

"நாங்க கேட்டக் கேள்விக்கு இது பதில்லையே? என்ன ஆத்யா, காரைக்குடி பக்கம் காத்து பயங்கரமா அடிக்குது போலயே?" என்றான் ஜாய்சன்.

"கைஸ் லிசென், நீங்க நினைக்கிற மாதிரி எல்லாம் ஒண்ணுமில்ல. நான் தெரியாம செஞ்ச ஒரு தப்பு அது அவங்க எதிர்காலத்தை ரொம்ப பாதிக்குதுனு தெரிஞ்ச அப்புறோம் எப்படிப்பா அதை கரெக்ட் பண்ணாம விடுறது?"

"கரெக்ட் பண்ணிட்டியா?" என்று இருபொருள் பட கேட்டாள் லாவண்யா,

நிமிர்ந்து அவளை முறைத்தாள் ஆத்யா. அதற்குள் லாவண்யாவுக்கு சந்தீப் ஹை பை கொடுக்க, "சும்மாவே வெறும் வாயை மெல்லுவீங்க இப்போ அந்த வாயிக்கு அவல் வேற கிடைச்சிடுச்சி சும்மாவா விடுவீங்க? போங்க டா"

என்று ஆத்யா கொஞ்சம் காலை நீட்டியபடியே கைகளைத் தன் பின்னந் தலைக்கு முட்டுக்கொடுத்து பின்னால் சாய்ந்து அமர்ந்தாள். ஏனோ அவள் முகத்தில் ஒரு மெல்லிய சோகம், கவலை தென்பட்டது.

"என்னாச்சு ஆது? ஏன் சோகமா இருக்க?" என்று கரிசனமாகக் கேட்ட மிதிலாவுக்கு, "இது தெரியில இதுக்குப் பேர் தான் பசலை நோய், **கண்ணாளனே எனது கண்ணை நேற்றோடு காணவில்லை, என் கண்களைப் பறித்துக் கொண்டும் ஏனின்னும் பேசவில்லை**" என்று பதில் தந்தான் சந்தீப்,

"மாமன் காரன் ராத்திரி வந்தா மடியில கட்டிக்க, மாமன் தந்த சங்கதி எல்லாம் மனசுல வெச்சுக்க" என்று லாவண்யா பாட, அதையே கொஞ்சம் இழுத்து இரண்டாவது முறையாக பாடினான் சந்தீப். ஜாய்சன் மிதிலா இருவரும் **குமுசுமு குமுசுமு கும் புச்சுப் குமுசுமு குமுசுமு கும் புச்சுப்** என்று கோரஸ் பாடினார்கள்,

"டேய் சும்மா இருங்கடா" என்று அதட்டிய நித்திலா, "என்ன ஆச்சு ஆது?"என்றதும்

"இந்த இன்டெர்வியூல காண்ட்ராக்ட் கிடைக்கில" என்று சோகமாய்ச் சொல்ல ஏனோ எல்லோரும் அவளுக்காக வருந்தினார்கள். "சரி வா சாப்பிடலாம் வா" என்று ஆத்யாவின் கையைப் பிடித்து மிதிலா இழுக்க,

"இல்ல மிது, நீங்க எல்லோரும் போங்க" என்று சலித்துக் கொண்டு ஆத்யா சொல்ல,

"ஒரு மின்சாரப் பார்வையின் வேகம் வேகம் உன்னோடு நான் கண்டுகொண்டேன்

ஒரு பெண்ணோடு தோன்றிடும் தாபம் தாபம் என்னோடு நான் கண்டுகொண்டேன்

என்னை மறந்து விட்டேன் இந்த உலகத்தில் நானில்லை நானில்லை

உன்னை இழந்து விட்டால் எந்த மலரிலும் தேனில்லை தேனில்லை

இது கனவா இல்லை நனவா

என்னைக் கிள்ளி உண்மை தெளிந்தேன்" என்று பாடிய சந்தீப் அங்கே அமர்த்திருந்த ஆத்யாவின் கையை நறுக்கென்று கிள்ளி விட்டு ஓட, "டேய் சந்தீப் நாயே நீ இன்னைக்குச் செத்தடா" என்று சொல்லி அவனை வெறிக் கொண்டு துரத்தினாள் ஆத்யா.

ஏனோ நீண்ட நாட்கள் கழித்து இப்படி வித்தியாசமாய்க் கொஞ்சம் கலகலவென்றும் காதலிலும் இருக்கும் தங்கள் தோழியைப் பார்க்க எல்லோருக்கும் சந்தோசம் தான். போன முறை மாதிரி எதுவும் தவறாகி விடக் கூடாது என்று மனதில் வேண்டிக் கொண்டனர் எல்லோரும். எல்லாம் அவ்வளவு சுலபத்தில் கிடைத்து விடுமா என்ன? (சுவைக்கும்!)

* * * * * *

அத்தியாயம் - 3

அண்ணாமலை என்ற பெயர் காரைக்குடியில் மிகவும் பிரபலம். அதிலும் அமுது கேட்டரிங் அண்ட் சர்வீஸ் முதலாளி அண்ணாமலை என்றால் சொல்லவே வேண்டாம். முன்னர் சொன்னதுப் போலே எந்த வித சுப நிகழ்ச்சிகள் என்றாலும் மண்டபம் பார்ப்பது எவ்வளவு முக்கியமோ அதை விட முக்கியம் அமுது கேட்டரிங் அண்ட் சர்வீசஸின் தேதியைப் பெறுவது. தங்கள் வீட்டு விழா சிறக்க வந்தவர்கள் மனதார வாழ்த்திவிட்டுச் செல்ல அவர்களின் வயிறு நிறைய வேண்டுமல்லவா? அப்படி அவர்கள் வயிறு நிறைய வேண்டுமென்றால் உணவு சுவையாகவும் தரமாகவும் இருக்க வேண்டும் தானே? தங்கள் ஸ்தாபனதிற்கென்று ஒரு நல்ல பெயரை இத்தனை ஆண்டுகளில் உருவாக்கிக் கொண்டார் என்பதைக் காட்டிலும் தன் மாமாவின் பெயரையும் அவரது கைமணத்தையும் கெட்டுப் போகாமல் காப்பாற்றிக் கொண்டு இருக்கிறார் என்பது தான் சரி.

முத்தையா தான் மேற் சொன்ன அண்ணாமலையின் மாமா. தன் அத்தையின் மகன். எங்கோ ஒரு ஊரில் பிறந்து பிழைப்பை நடத்திக் கொண்டிருந்த பொழுது ஆட்கொல்லி நோய் தாக்கி தன் அன்னை தவறி விட தந்தையுடன் பிழைப்பதற்காக காரைக்குடியில் வசித்த தன் தந்தையின் அக்காவும் தனக்கு அத்தையுமானவரின் ஊரான காரைக்குடிக்கு வந்து சேர்ந்தவர் தான் அண்ணாமலை. செட்டிநாட்டு அரண்மனையில் தலைமை சமையல் காரராக பணிபுரிந்தவர்கள் தான் தன் அத்தை மாமாவின் குடும்பம். இங்கே வந்தவர் அவர்களுடனே தன் வாழ்க்கையை ஐக்கியப் படுத்திக்கொண்டார். தன் அத்தையும் மாமாவும் அடுத்தடுத்து தவறி விட்டாலும் அண்ணாமலையின் எதிர்காலத்தை தங்கள் மகனான முத்தையாவின் கையில் ஒப்படைத்து விட்டுச் சென்றனர் அவர்கள். தன் தந்தைக்கும் தன் அத்தைக்கும் சுமார் 14 வருட வித்தியாசம் என்பதால்

தனக்கும் தன் அத்தை மகனுக்கும் பதினேழு வயது வித்தியாசம். (புரியவில்லை என்றால் சொல்லிவிடுகிறேன், 15 வயதில் திருமணம் செய்து காரைக்குடிக்கு அனுப்பப்பட்ட தன் அத்தைக்கு அடுத்த வருடத்திலே பிறந்தவர் தான் முத்தையா. முத்தையா பிறகும் போது அண்ணாமலையின் தந்தைக்கே இரண்டு வயது தான். இதெல்லாம் அந்த காலத்தில் ரொம்ப சாதாரணம்! அண்ணாமலையின் தந்தைக்கு 19 வயதில் திருமணம் நடக்கும் போது முத்தையாவுக்கு 17 வயது. அடுத்த இரண்டு வருடங்களில் முத்தையாவுக்கு திருமணம் நிகழ்ந்து முதலில் ஒரு மகன் அடுத்து ஒரு மகள் பிறகு மீண்டும் ஒரு மகன், மகள் மற்றும் ஒரு மகன் என்று பிறக்க அண்ணாமலையின் தந்தைக்கும் முதலில் ஒரு மகள் பிறகு அண்ணாமலை என்று பிறக்க அவரின் அக்கா சிறுவயதில் நோய் தாக்கி இறந்து விட்டார். முத்தையாவின் பெரிய மகள் தான் சீதா. முத்தையாவின் பெரிய மகனும் சிறுவயதிலே இறந்துவிட்டார்.) பின்னாளில் தன் மூத்த மகளான சீதாவைவே தன் மாமன் மகனான அண்ணாமலைக்கு திருமணம் செய்து கொடுத்தார் முத்தையா. அண்ணாமலை சீதா ஆகியோரின் தவப் புதல்வன் தான் கடலமுதன். அண்ணாமலைக்கும் சீதாவுக்கும் இரண்டு வருடங்களுக்குள் தான் வித்தியாசம்.

முத்தையாவின் காலத்தில் தான் செட்டிநாட்டு சமையலுக்கு ஒரு 'மவுசு' உண்டாக தங்கள் பரம்பரை தொழிலான சமையல் தொழிலையே மேற் கொண்டு வந்தார் முத்தையா. ஏனோ முத்தையாவின் மகன்களுக்கு அதில் நாட்டமில்லாமல் வேறு சில தொழில்களைச் செய்தனர். எங்கே தன்னோடு தங்கள் குலத்தின் சமையல் பாரம்பரியம் முடிந்து விடுமோ என்று முத்தையா வருந்தும் காலத்தில் தான் அவரின் தொழிலை எடுத்து நடத்திக் கொண்டு இருக்கிறார் அண்ணாமலை. அன்றைய காலத்தில் செய்யும் ஒவ்வொரு தொழிலுக்கும் அதற்கான மரியாதை இருந்தது. அன்றைக்கு நூற்றில் தொண்ணூற்றி எட்டு பேர் தங்கள் பரம்பரை தொழிலை தான் மேற்கொண்டனர். தப்பித் தவறி இருவர் படித்து எதாவது வேலைக்குச் சென்று

விடுவார்கள். ஆனால் இன்றோ நிலை அப்படியே தலைகீழாக மாறிவிட்டது. சொந்த தொழில் செய்வதும் பரம்பரை தொழில் செய்வதும் ஏளனமாக பார்க்கப் படுகிறது. தங்கள் மகனை ஒரு டாக்டராகவோ எஞ்சினீராகவோ வக்கீலாகவோ தான் பார்க்க எல்லோரும் விரும்புகிறார்கள். உழவு, உணவு, தானிய வியாபாரம் போன்ற மண் சார்ந்த தொழில் செய்பவர்களை ஒருவித ஏளனத்துடன் தான் பார்க்கிறோம்.

முத்தையா மற்றும் அண்ணாமலை வரை சமையலைப் பற்றிய எல்லாமும் கேள்வி ஞானம் தான். தங்கள் தந்தையோடு சென்று விழாக்களில் அவர்கள் சமையல் செய்வதைப் பார்த்து கற்றுக் கொண்டனர். அன்று முத்தையாவுக்கு வந்த அந்த கவலை இன்று அண்ணாமலைக்கு வர ஏனோ அதை நிவர்த்தி செய்பவனாக வந்தான் கடலமுதன். அண்ணாமலைக்கு இதில் சந்தோசம் தான் ஆனால் சீதாவுக்கு?

என்ன தான் சமையல் தங்கள் பாரம்பரிய தொழிலாக இருந்தாலும் இன்றைய காலத்திற்கேற்க தன்னையும் மாற்றிக் கொண்டு விட்டார் சீதா. மாற்றிக் கொண்டு விட்டார் என்பதைக் காட்டிலும் மாற்றப் பட்டார் என்பதே உண்மை. தன் தங்கையின் கணவர் ஒரு சாதரண ஸ்கூல் வாத்தியாராக (அன்றைக்கு அந்த நிலை தானே) சென்று பணியில் சேர்ந்தவர் இன்று ஏற்பட்ட 'டெக்னாலாஜிக்கல் பூம்'(தொழில்நுட்ப வளர்ச்சி) காரணமாக அவர்களின் வசதி வாய்ப்பு மற்றும் பொருளாதர நிலையில் மிகப்பெரிய மாற்றங்கள் நிகழ்ந்து விட்டது. அவர்களின் மகன் இன்று ஒரு மென் பொறியாளராக (software engineer) சென்னையில் பணிப்புகிறான். இத்தனைக்கும் அமுதனை விட இரண்டு வருடம் சிறியவன்.

சீதாவின் பெரிய தம்பி தமிழரசு இன்றைக்கு ஊரில் பெரிய டிபார்ட்மெண்ட் ஸ்டோர் கொஞ்சம் ரியல் எஸ்டேட் பிசினெஸ் என்று செய்து கொண்டிருக்க அவர்களின் வசதி வாய்ப்பும் அபரிதமான வளர்ச்சி அடைந்து இருந்தது. போதாக் குறைக்கு தன் தம்பி மனைவியின் குடும்பம் தற்போது தமிழ் நாட்டிலுள்ள

இரண்டு பெரிய கட்சிகளில் ஒன்றில் முக்கிய அங்கம் வகிக்கிறது. அவரின் அண்ணன் அந்தக் கட்சியின் மாவட்ட செயலாளராக இருக்கிறார்.

அதே போல் தன் கடைசி தம்பியின் குடும்பமும் மொத்த வியாபாரமாக செங்கல் ஜல்லி முதலியவைகளை உற்பத்தி செய்தும் அதை வியாபாரமும் செய்து கொண்டிருக்கிறது. தம்பியும் அண்ணனும் கூட்டாக சேர்ந்து கவர்ன்மெண்ட் காண்ட்ராக்ட் எடுத்து ஒன்றாக நடத்திக்கொண்டு இருக்கிறார்கள். காரைக்குடி உள்ளூரில் இருந்த அவர்களின் வீடுகள் காலியாக இருக்கிறது. ஆம் முத்தையா அவர் காலத்திலே இரண்டு மகன்களுக்கும் பக்கம் பக்கம் வீடு கட்டிக் கொடுத்து அதன் பக்கத்திலே அண்ணாமலைக்கும் வீடு ஒதுக்கிக் கொடுத்தார்.

இன்றைக்கு அந்த சுற்றத்தில் வசிப்பது என்றால் அண்ணாமலையின் குடும்பம் மட்டும் தான். சீதாவின் தம்பி அங்கிருந்து காலி செய்து கொஞ்ச தூரம் சென்று புதியாக வீடு கட்டி குடிபுகுந்துக் கொண்டார். சீதாவின் இன்னொரு தம்பியும் தங்கையும் தலா திருநெல்வேலி மற்றும் சென்னையில் வசிக்கிறார்கள்.அவர்களின் வீடும் காலியாக தான் இருக்கிறது. இதற்காக அண்ணாமலையின் குடும்பம் ஒன்றும் வறுமையில் எல்லாம் வாடவில்லை. இவர்களின் நிலை ஒன்றும் அவ்வளவு மோசமடைய வில்லை தான்.இன்றைக்கும் காரைக்குடியில் பெரிய திருமணம் விஷேசம் இல்லை சுப காரியங்கள் எது என்றாலும் அண்ணாமலையும் 'அமுது கேட்டரிங் சர்வீசும்' தான் அவ்வூர் மக்களின் மனதில் முன்னிலையில் இருக்கிறது.

அதற்காக அண்ணாமலை படிக்காத முட்டாள் என்று சொல்லிவிட முடியாது. பி.ஏ(ba) ஆங்கிலம் கரஸ்பாண்டென்சில் முடித்து இருக்கிறார். ஏனோ தன்னைக் காப்பாற்றி வளர்த்து ஆளாக்கி கூடவே தன் மகளையும் திருமணம் செய்து கொடுத்த அந்தப் பெரிய மனிதரின் (முத்தையாவின்) ஆசைக்காகவும் அவரின் கனவிற்காகவும் இந்த கேட்டரிங் தொழிலைத் தொடர்கிறார். மேலும் சிறுவயதிலிருந்து சமையலை அருகிலிருந்து

கவனித்ததாலோ என்னவோ சமையல் மீது அவருக்குத் தீரா மோகம்! வசதி வாய்ப்புக்கு ஒன்றும் பஞ்சம் இல்லை. பின்னே 'அமுது கேட்டரிங் அண்ட் சர்வீசஸ்' புக் செய்ய வேண்டுமென்றால் நிச்சயம் ஓரளவுக்குப் பெரிய இடமாக தான் இருக்க வேண்டும். சமையலின் தரம் அப்படி. யாருக்காகவும் எதற்காகவும் தரத்தில் அவர் சமாதானம் ஆகிக்கொள்ள மாட்டார். தரம் உயரும் போது அதற்கான செலவும் அதிகம் ஆகும் தானே? அப்போது வருமானமும் அதிகம் ஆகும் தானே? என்ன தான் வசதி இருந்தும் வாய்ப்பு இருந்தும் 'சமையல் கார குடும்பம்' என்ற அந்தப் பெயர் மட்டும் அவ்வூர் மக்களின் மனதில் நன்கு அழுந்த பதிந்து விட்டது. அதில் தவறென்ன இருக்கிறது என்றால் அந்த 'சமையல் கார குடும்பம்' என்னும் பதம் அநேக நேரங்களில் இழிவரலாகத் தான் பார்க்கப் படுகிறது. இதனால் தான் அமுதனை கேட்டரிங் படிக்கவும் இந்தத் தொழிலை எடுத்து செய்யாமல் இருக்க தன்னால் ஆனா மட்டும் பார்த்தார் அவன் அன்னை சீதா."நீ என்னவாக விரும்புகிறாயோ அதுவே ஆவாய்" என்ற பொன்மொழிக்கு ஏற்றாற்போல் பிளஸ் 2 முடித்ததும் இன்ஜினியரிங் சேர்க்கலாம் என்று சீதா நினைத்திருக்க யாருக்கும் சொல்லாமல் b.sc கேட்டரிங் சேர்த்து விட்டான். ஆனால் அவன் தந்தைக்கோ இதில் விருப்பம் தான். சொல்லப் போனால் மகிழ்ச்சியும் கூட! ஆனாலும் தன்னைப் போல் 'சமையல் காரன்' என்ற அடைமொழி இல்லாமல் கௌரவமாக ஒரு செ∴ப் (chef) என்னும் நிலையை தன் மகன் அடைய வேண்டும் என்று விரும்பினார். ஆனால் தன்னாலே பின்னாள் தன் மகனும் இந்த அமுது கேட்டரிங்கை எடுத்து நடத்தும் நிலை வருமென்றும், அதனால் அவனுக்கு ரொம்ப பிடித்தவளையும் இழக்க நேரிடும் என்றும் இன்று அவர் அறியவில்லையே? **காலம் செய்யும் மாயை இது தானோ?**

அதே ஊரில் இருந்தும் தன் சொந்த மாமாவாகவும் அக்காவாகவும் இருந்தும் கூட அவர்களைத் துளியும் கண்டுக் கொள்ளாமல் இவர்களால் தன் அந்தஸ்துக்கும் கௌரவத்திற்கு இழுக்கு என்றும் அவமானம் என்றும் கருதி, ஏன் இந்தக் காரணத்தினாலே

அவர்கள் அருகிலிருக்க பிடிக்காமல் தனியே குடி புகுந்துக் கொண்டார் தமிழரசு. தமிழரசுவின் மகள் தான் ஹிருத்தியா. ஏனோ தங்கள் குடும்ப வரலாறு தெரிந்திருந்தும் அதைப் பெருமையாக கருதாமல் இருந்திருந்தால் கூட பரவாயில்லை ஆனால் அதையே அவமானமாக எண்ணத் துவங்கி விட்டார் தமிழரசு. அதற்கு காரணமும் உண்டு, "ஏன்டா சமையல் காரன் மகனே" என்று சிறு வயதிலிருந்து எல்லோராலும் அழைக்கப் பட்டது தான் காரணம். கூடவே கொஞ்சம் இல்லை இல்லை நிறைய ஆணாதிக்க மனோபாவம் கொண்டவர். ஆண்கள் எப்படிச் சமைக்கலாம் என்று எண்ணியதால் இந்த துறை பிடிக்காமல் எப்படியாவது தன் தந்தையின் தொழிலில் 'மாட்டிக் கொள்ள கூடாது' என்று எண்ணி தொழில் செய்யத் தொடங்கியவர் தான் தமிழரசு. அதற்கேற்றாற் போல் முத்தையா ஒருபோதும் தன் மகன்களையும் மகள்களையும் "நீ இதைத்தான் செய்ய வேண்டும்" என்று சொல்லாமல் இருக்கும் போதே எங்கே இதைச் செய்யச் சொல்லிடுவார்களோ என்ற பயம் வந்தது அவர் வாரிசுகளுக்கு. அதற்கு துணை நிற்பதுப் போல தன் மனைவி பாக்கியலக்ஷ்மி கொஞ்சம் வசதி படைத்த இடத்தைச் சேர்ந்தவர் என்பதாலும் அவரின் அண்ணன் கட்சியில் இருப்பதாலும் தனியாகத் தொழில் செய்து வளர்ந்தார்.

இருந்தும் தனிப்பட்ட முறையில் தன் மாமா அண்ணாமலையுடனோ இல்லை தன் அக்கா சீதாவுடனோஅவருக்கு எவ்வித பிணக்கும் இல்லை. தன் தம்பி இளவரசுக்கும் தங்கை விஜயாவுக்கும் அதே எண்ணம் தான். தங்கள் ஸ்டேட்டஸுக்கு சீதாவின் குடும்பம் இல்லை என்ற எண்ணம் தான். எப்போது கடலமுதனும் கேட்டரிங் சேர்ந்தானோ அப்போதிருந்து அவர்களுக்குள்ளானப் பேச்சு வார்த்தை இன்னும் குறைந்தது. பின்னே ஹிருத்தியாவும் சித்தார்த்தும் அக்ஷராவும் எஞ்சினீரிங் சேர்ந்து படிக்க சிகப்பியும் சிபியும் மெடிசின் படிக்க ஏனோ கடலமுதன் மட்டும் அக்கூட்டத்தில் ஒட்டாமல் தனியாக கேட்டரிங் படிப்பது அவர்களுக்குப்

பிடிக்காமல் போனது. இப்போது கடலமுதனின் குடும்பத்தைப் பற்றிச் சுருக்கமாக ஒரு பார்வை,

தமிழரசு - பாக்கியலக்ஷ்மி ஆகியோரின் மூத்த மகள் தான் ஹிருத்தியா. அவர்களின் இளைய குமாரன் தான் சிபி. இது தான் முத்தையாவின் மூத்த மகனின் குடும்பம்.

இளவரசு - உமையாள் ஆகியோரின் ஒரே மகள் தான் சிகப்பி. முத்தையாவின் இளைய மகனின் குடும்பம்.

விஜயா - பாஸ்கரன் ஆகியோரின் மூத்த மகன் தான் சித்தார்த். இளைய மகள் தான் அக்ஷரா. இது முத்தையாவின் இளைய மகளின் குடும்பம்.

சீதா - அண்ணாமலையின் மூத்த மகன் தான் கடலமுதன். இளைய மகள் தான் நாட்சியம்மை. இந்த நாட்சியம்மை வேறு யாருமில்லை, அண்ணாமலையின் அத்தையின் பெயர். முத்தையாவின் அன்னையின் பெயர். சீதாவின் பாட்டியின் பெயர். ஆதரவு இல்லாமல் திரிந்த தனக்கு ஆதரவளித்த தன் அத்தைக்கு நன்றி சொல்லும் விதமாகத் தான் இந்தப் பெயரை தன் ஆசை மகளுக்குச் சூட்டினார் அண்ணாமலை. உலகில் தலை சிறந்த பானம் என்று தேவர்களும் அசுரர்களும் கடைந்த அமுதத்தைச் சொல்லுவார்கள் தானே? அது கடலில் இருப்பதாகச் சொல்லப் படுவதால் இரண்டையும் இணைத்து 'கடலமுதன்' என்று தங்கள் மகனுக்கு பெயர் வைத்தனர்.

அத்திப்பூ. அத்தி பூத்தாற் போல் என்று சொல்லும் வாக்கியத்திலே அதன் அருமை நன்கு புரியும். ரேரஸ்ட் ஸ்பீசிஸ் (அரிதிலும் அரிதான பிறவி) என்பது தான் இந்த பெயரின் அர்த்தம். இவளும் ரொம்ப அரிதானவள் தான். இவளுக்கும் இவள் அக்காவிற்கும் எட்டு வருடங்கள் வித்தியாசம். இந்த காலத்தில் இரு குழந்தைகளுக்கு இடையே இவ்வளவு பெரிய இடைவேளை என்பது உண்மையில் விந்தை தான். இவள் பிறக்கும் வரை ஒரே மகளாக தன் பெற்றோர்களின் அதிர்ஷ்ட தேவதையாக

வலம் வந்தவள் தான் இவள் அக்கா பிரபா என்னும் பிரபாவதி. ஏனோ நீண்ட நாட்கள் கழித்து பிறந்த அத்திப்பூவை அவள் பெற்றோர்கள் செல்லம் கொஞ்ச சிறு வயது முதலே தன் தங்கை மீது பிரபாவுக்கு ஒரு அதிருப்தி. அது குழந்தைகளுக்கே உரிய பொசஸிவ் என்று நினைத்து வீட்டில் கண்டுக் கொள்ளாமல் விட்டு விட அது நாளடைவில் ஒரு ப்ரளயமாகவே வந்தது. அத்திப்பூ ஒன்பதாவது படிக்கும் போதே அவள் அக்காவிற்கு திருமணம் செய்து கொடுத்தனர். அப்போது பிரபாவுக்கு 22 வயது. சிறு வயதில் இருந்து தன் அக்கா தன்னை வேறு விதமாய் நடத்துவது புரிந்தும் பெரியதாக எடுத்துக் கொள்ளாமல் விட்டு விட்டாள் அத்திப்பூ. ஆனால் பிரபாவுக்கு ஒரு வித பொறாமை. ஒரே மகள் செல்ல மகள் என்று தனக்கு விவரம் தெரிந்தும் சொல்லப்பட்டு வளர்ந்தவளுக்கு ஏனோ திடீரென ஒரு தங்கை வந்ததும் மேலும் அது வரை அவ்வீட்டில் செல்லமாக இருந்தவளுக்கு தன் 'ஹோல்டு' போனதாய் ஒரு உணர்வு. ஆனால் அதற்கேற்றாற் போல் அத்திப்பூ வளர்ந்த சூழல் அதில் எழுந்த விஞ்ஞானமாற்றம் அவர்கள் தந்தையின் பொருளாதார வளர்ச்சியின் காரணத்தால் அவளுக்கு கேட்டதெல்லாம் கிடைத்தது. (ஒன்றுமில்லை இவளுக்கு டிரஸ், திங்க்ஸ், ஜுவேல்ஸ் என்று எல்லாமும் கிடைப்பது வேறு தன் அக்காவிற்கு தன்னை பாகுபாடோடு வளர்த்தி விட்டார்கள் என்ற தவறான எண்ணம் குடிக்கொண்டது.) ஏற்கனவே தனக்கிருந்த அந்த காம்ப்ளெக்ஸ் எல்லாம் ஒன்று கூடி தன் தங்கையை எப்போதும் மட்டம் தட்டுவாள் பிரபா. அதில் அவளுக்கு ஒரு சந்தோசம்.

இந்த சூழலில் தன் பெற்றோர்கள் புதியதாக ஒரு இடம் வாங்க அதை அத்திப்பூவின் பெயரில் பதிவு செய்து வைத்தனர். ஏனோ அவர்களுக்கு ஒரு உந்துதல். நாளை இவள் யாருமில்லாமல் தனித்து விட பட்டுவிடுவாளோ என்ற பயமும் தோன்றியது. அதே போல் அன்று வேலைக்கு சென்ற அவர்கள் அன்னை அங்கே ஏற்பட்ட ஒரு விபத்தில் இறந்து விட தந்தையும் மகளுமாக தனித்து விடப் பட்டனர். இந்தச் சூழலில் தான்

பிரபாவின் எண்ணம் எல்லாம் அவர்கள் தந்தைக்கும் தெரிய வந்தது. ஒரு தந்தையாக பிரபாவை அழைத்துப் பேச அப்போது பிரபாவின் கணவர் புதியதாக சொந்த வீடு கட்ட முடிவெடுக்க, தன் தந்தையிடம் அத்திப்பூவின் பெயரில் இருக்கும் இடத்தைக் கேட்டார். ஏனோ அவருக்கு 'பக்'கென்று இருந்தது. அவர்களுக்கு என்று இருக்கும் வீட்டைத் தவிர்த்து ஒரே சொத்து என்றால் அந்த இடம் தான். அதை வைத்து தான் நாளை அத்திப்பூவிற்கு ஏதாவது நல்லது செய்ய வேண்டும் என்று இருந்தவருக்கு இப்படி திடீரென்று தன் பெரிய மகள் வந்து அந்த இடத்தைக் கேட்கவும், எந்த வித யோசனையும் இன்றி தீர்க்கமாக மறுத்து அது அத்திப்பூவிற்கு என்றும் அவர்களின் தற்போதைய வீட்டை வேண்டுமென்றால் அவளுக்குத் தருவதாகவும் அதும் தன் காலத்திற்குப் பிறகு தான் என்றும் திட்டவட்டமாகச் சொல்லிவிட அன்றே தன் தந்தையிடம் சண்டையிட்டு கிளம்பினார்பிரபா. அதும் எந்த பெற்றோரிடமும் சொல்லக் கூடாததை, அதாவது "நீங்கள் எங்க ரெண்டு பேரையும் ஒரே மாதிரி வளர்த்தவில்லை. ஒரு கண்ணுக்கு வெண்ணையும் மறு கண்ணுக்கு சுண்ணாப்பும் வைத்ததைப் போல் நடத்தியதாக" சொல்லிவிட்டு சென்று விட அந்த துக்கத்திலே அவரும் கொஞ்ச நாளில் (நல்லவேளையாக அத்திப்பூ தன் கேட்டரிங் படிப்பை முடித்ததும்) இறந்துவிட அப்போதும் அத்திப்பூவிற்கு ஒரு நல்லதைச் செய்துவிட்டு தான் சென்றார். அந்த இடம் அத்திப்பூவிற்கு என்றும், நாளை அவளுக்கு குடும்பம் குழந்தை என்று ஆனதும் தான் அவளால் அந்த இடத்தை விற்க முடியும் என்றும் மேலும் அதற்கும் தன் பெரிய பெண்ணிற்கும் எவ்வித தொடர்பும் இல்லை என்றும் தெளிவாக எழுதிவிட்டு தான் சென்றார். தந்தை இறந்த பிறகும் அவரின் உயிலைப் பற்றித் தெரிந்துக் கொண்டு இன்னும் கடுப்பான பிரபா தன் தங்கையைப் பற்றிக் கண்டுக் கொள்ளவே இல்லை. இந்த சூழலில் தான் அவளுக்கு கடலமுதன் ரூபனிடம் பழக்கம் ஏற்பட்டு அவளும் இந்தக் கூட்டத்தில் இணைந்துக் கொண்டாள். இப்போதும் தன் அக்காவிற்கு அந்த சொத்தை தந்து விடுவதில் அவளுக்கு எந்த வருத்தமோ கவலையோ இல்லை தான். ஆனால் அது அவளால்

முடியாதே. சோ சொந்தமென்றும் உடன் பிறந்த அக்காவும் மாமாவும் அவர்கள் பையன் இனியன் என்று இத்தனை நபர் இருந்தாலும் யாருமில்லாத ஒருவளாக இருக்கிறாள் அத்திப்பூ.

அத்திப்பூவிற்கு அதிரூபன் மேல் காதல். ஆனால் ரூபன் தான் இவளின் சம்பாஷணைகள் எல்லாம் புரிந்தும் புரியாதது போல் இருக்கிறான். ஏன்? அத்திப்பூவிற்கும் கடலமுதனிற்கும் ஒவ்வொரு காரணமும் முன்கதையும் இருக்கும் பொழுது ரூபனுக்கும் இருக்கும் தானே? பிறகு சொல்கிறேன் அந்தக் கதையை... (சுவைக்கும்!)

* * * * * *

அத்தியாயம் - 4

அன்றைய இரவு கோவையில் இருக்கும் கடலமுதனுக்கு காரைக்குடியில் இருந்து அழைப்பு வந்தது. மணியைப் பார்த்தவனுக்கு செல்போனைப் பார்க்காமலே அழைப்பது யாரென்று தெரிந்தது. பின்னே அழைப்பது அண்ணாமலை ஆச்சே? தினமும் இரவு எட்டு மணிக்கு தவறாமல் அழைப்பு வந்துவிடும். இது இன்று நேற்றல்ல எப்போது அமுதன் கேட்டரிங் படிக்க சொந்த ஊரை விட்டு ஹாஸ்டெல் சென்று சேர்ந்தானோ அன்றிலிருந்து தொடர்கிறது. சுமார் எட்டு வருடங்களாக நடக்கும் நிகழ்வு இது.

"சொல்லுப்பா"

"அமுதா (அவன் தந்தை அவனை எப்போதும் இப்படித் தான் அழைப்பார். அவன் தந்தை என்று இல்லை அமுதனுக்கு நெருங்கிய அனைவரும் அவனை அமுதா என்று தான் அழைப்பார்கள்) சாப்பிட்டியா?" என்று கேட்டவருக்கு என்ன பதில் சொல்வதென்று தெரியாமல் தவித்தான்.

"அப்பா அது..."

"என்னய்யா இது? மணி எட்டு ஆகுது. என்ன ஆனாலும் இரவு சாப்பாட்டை எட்டுக்குள்ள முடிக்கணும்னு எத்தனை முறை சொல்லியிருக்கேன்? அப்போ தான்யா செரிமானம் சரியா நடக்கும். எட்டு மணிக்கு சாப்பிட்டு கொஞ்சம் காத்தாட நடந்துட்டு வந்து ஒன்பது மணிக்கெல்லாம் படுத்திடனும். எட்டு மணி நேர தூக்கம். நாலரைக்கோ இல்லை ஐந்து மணிக்கோ எல்லாம் எழுந்திடமும். அது தான் அன்னைக்கின நாளை ரொம்ப சுறுசுறுப்பாவும் உற்சாகமாவும் வெச்சியிருக்கும். நான் சொன்னதில்லைப்பா முன்னோர்கள் சொன்னது. எனக்கு என் ஐத்தை சொல்லிக் கொடுத்தது. என்னோட பத்து வயசுல இருந்து இது தான் நான் கடைப்பிடிக்கிறேன். சரியாப்பா?" என்று அவர்

கேட்க இங்கே அமுதனுக்குத் தான் சொல்ல முடியாத நிலை. தடுமாறியவன், "அப்பா அது வந்து... இன்னைக்கு இன்டெர்வியூல செலெக்ட் ஆகலைப்பா" என்று திக்கித் திணறிச் சொல்ல,

"அவ்வளவு தானே? உன் எதிர்காலத்தை இந்த ஒரு இன்டெர்வியூ தீர்மானிக்கிறது இல்ல அமுதா. அதை நல்லா நினைவுல வெச்சிக்கோ. முடிஞ்சா பாரு. இல்லன்னா வந்து நம்ம கேட்டரிங்கை மேற் பார்வை பார்த்துக்கோ. நமக்கு வாழ வேறு வழியே இல்லைனா கவலைப் படலாம்" என்று எப்போதும் போல் அவனுக்கு சப்போர்ட் செய்தவருக்கு இன்றும் தன்னால் எதையும் செய்ய முடியவில்லையே என்ற குற்றயுணர்ச்சி அமுதனை வாட்டியது.

"அய்யா, உன்கிட்ட திறமை இருக்கு. கைப் பக்குவம் இருக்கு. சமையல்னா என்னனு தெரியாமலோ இல்ல வாழ வேற வழியில்லாமலோ சமையல் கரண்டியைக் கையில் பிடித்த அண்ணாமலை இல்ல நீ. அதுக்காகவே ஐந்து வருஷம் படிச்சியிருக்க. கவலை வேணாம். நீ ரூபன் இருந்தா போன கொடு" என்று சொல்ல,

"ரூபா அப்பா பேசுறாரு" என்று அவனிடம் அழைப்பேசியைக் கொடுத்தான்.

"சொல்லுங்கப்பா. எப்படி இருக்கீங்க?" என்று நலம் விசாரிக்க அவரோ நேராகக் கேள்விக்கு வந்தார். "என்ன ஆச்சு? சமையல்ல ஏதும் குறையா?" என்று கேட்க,

"அது வந்து..." என்றவன் அங்கிருந்தது நழுவி அப்படியே பின்னால் இருக்கும் தோட்டத்திற்குச் சென்று எல்லாமும் சொன்னான்."அந்த ஆத்யா அன்னைக்கு எழுதின ரிவீவ் தான் காரணம் அப்பா" என்று முடிக்க,

"விடு அந்தப் புள்ள தானே இந்த இன்டெர்வியூக்கு உடனிருந்து உதவுச்சுனு சொன்னீங்க?"

"ஆமாப்பா. ஆத்யாவுக்கும் இதுல ரொம்ப சங்கடமா போச்சு. அந்தப் பொண்ணுக்கு மூஞ்சியே சரியில்லை. ஏனோ அவளால தான் எங்க வாழ்க்கை தடம் புரண்டதா அவளுக்குள் ஒரு தவிப்பு, குற்றயுணர்ச்சி அப்பா..."

என்ன சொல்வதென்று புரியாமல் யோசித்தார் அண்ணாமலை."விடுப்பா எல்லாம் நன்மைக்கே. முயற்சியை மட்டும் கை விடக்கூடாது. குறிப்பா, சோர்ந்து போகக் கூடாது. வாழ்க்கை இப்படித் தான் சமயங்களில் நம்ம தலைகீழ புரட்டிப் போடும். எல்லா வாய்ப்புகளையும் கை நழுவச் செய்யும். ஆனால் அது தான் நாளைக்கு உங்களுக்கு ரொம்ப ஒத்தாசையா இருக்கும். இன்னைக்கு நம்ம கையை விட்டு எது போனாலும் அதை நெனச்சி வருந்தவோ இல்ல மனசு உடைந்து போகவோ கூடாது. அடுத்த வேளை சாப்பாட்டுக்கு வழியில்லாம பஞ்சம் பொழைக்க காரைக்குடி வந்தவன் நான். இன்னைக்கு நான் கெட்டுப் போயிடலை. சரி அதை விடு அப்புறோம் உன் வீட்டுல இருந்து ஏதாவது பேசுனாங்களா?"

"ஹ்ம்ம்..."

"என்ன சொன்னாங்க?"

"அது எதுக்குப்பா விடுங்க..."

"சொல்லுயா"

"என்னையைப் பெத்து வளர்த்தத்துக்கு ரெண்டு எருமை மாட்டை வாங்கி வளர்த்திருந்தா கூட அவங்களுக்கு நல்லது நடந்து இருக்குமாம்..."

"அதுக்கு நீ என்ன சொன்ன?"

"நான் என்னத்த சொல்றது? அமைதியா இருந்தேன்"

"அப்படிப் பண்ணியிருந்தா இந்நேரம் அந்த ரெண்டு எருமை மாடும் செத்து போயிருக்கும்னு சொன்னியா நீ? அதோட ஆயுட்காலம் 25 வருஷம் தான். ஆனா மனுஷனோட சராசரி

ஆயுட்காலம் அறுபத்தி ஒன்பது வயசாம்" என்று சொன்னவர் மெல்லச் சிரிக்க,

"கொஞ்சம் முன்னாடி நீங்க போன் பண்ணியிருந்தா நான் இதைச் சொல்லியிருப்பேன். பரவாயில்லை அப்பா அடுத்த முறை சொல்லிடுறேன்" என்றான் ரூபன் அதே சிரிப்பில்...

"சரி அடுத்த முறை உன்கிட்ட இந்த மாதிரி ஏதாவது பேசுனா நான் சொன்னதைச் சொல்லு. அதே மாதிரி எருமை மாடு என்ன தான் காசு கொடுத்தாலும் அது ஐந்தறிவு ஜீவன். என்னைக்கும் அதுனால் உன் பெற்றோர்களுக்கு நீ செய்யக் கூடிய கடமைகளில் ஒன்னைக் கூடச் செய்ய முடியாது. சரியா? அதனால அடுத்த முறை தைரியமாவே பேசு"

"ஏன்பா எல்லா அப்பாக்களும் உங்களை மாதிரி இருக்க மாட்டேங்குறாங்க?"

சிரித்தவாறு, "நான் என் நாலு வயசுல பொழைக்க வழியில்லாம ஊரு விட்டு ஊரு வந்தவன். எத்தனையோ கஷ்டப்பட்டு இன்னைக்கு இந்த நிலையில இருக்கேன். உங்க வீட்டு ஆளுங்க எல்லாம் படிச்சவங்க. அவங்க அப்படித்தான். கவலையை விடுங்க. மதியம் சாப்பிடீங்களா?"

"ஹாம்" என்று அவன் இழுத்ததிலே இவர்கள் யாரும் சாப்பிடவில்லை என்று அவருக்குத் தெரிந்தது."எத்தனை முறை சொல்றது? நீ பட்டினியா இருக்கறதுனால் இப்போ அந்த கம்பெனியில திரும்ப உங்களைக் கூப்பிட்டு செலெக்ட் செய்யப் போறாங்களா? இல்ல உங்க பிரச்சனை தான் தீர்ந்திடப் போகுதா? இல்லையில்லை? இப்போ சாப்பிட்டு சீக்கிரம் போய்த் தூங்குங்க. இன்றையப்பொழுது கழிந்தது. நாளைக்கு மீண்டும் விடியும்" என்றவர் அமுதனிடம் கொடுக்கச் சொல்ல அவனும் வாங்கி பேசியவன் தன் அன்னையிடம் தரப்பட்டதும் வழக்கம் போல் நிறைய திட்டுகளை வாங்குவதற்காகத் தயாரானான்.

"இதுக்குத் தான் அன்னைக்கே நான் தலைப்பாட அடிச்சிக்கிட்டேன். ஒழுங்கா என்ஜினீரிங்கோ வக்கீலுக்கோ படின்னு..." என்று

அவர் தன்னுடைய கஷ்டத்தைச் சொல்ல அமுதன் தான் அவர் சொல்லுவதைப் பொறுமையாகக் கேட்டான். ஏனோ இவர்களின் உரையாடலை நேரில் பார்த்த அண்ணாமலை தன் செல்ல மகளிடம் கண்களால் ஜாடை செய்ய புரிதவளாய் வேகமாக வந்து தன் அன்னையிடமிருந்த செல்போனை பிடுங்கி, "ஹை அண்ணா. எப்படி இருக்க?" என்று சொல்லி வெளியே வந்து விட, கடுப்பான சீதா திரும்பி அண்ணாமலையை முறைத்தார்.

நாச்சியம்மையிடம் வழக்கம் போல் கலகலப்பாகவும் ஒரு அண்ணனுக்கே உரிய உரிமையில் அவளைச் சீண்டிக் கொண்டும் பேசினான் அமுதன். அவளும் எப்போதும் போல் தன் அண்ணன் ஊரில் இல்லாத இந்த நாட்களில் இங்கு நடப்பதைத் தெரியப்படுத்தினாள். இறுதியாகப் பேச்சு ஹிருத்தியாவிடம் வந்து நின்றது. அமுதனுக்கு இப்போது என்ன பேசுவதென்றே தெரியவில்லை. அங்கே நாச்சியம்மையும் எதுவும் சொல்ல முடியாமல் பேச்சைக் கடத்தினாள்.

அமுதன் தன் வீட்டில் இருப்பவர்களிடம் பேசிவிட்டு உள்ளே வர ரூபன் தான் சமையல் செய்துகொண்டு இருந்தான். அப்போது அமுதனுக்கு மீண்டும் அழைப்பு வந்தது. ஆத்யா தான் அழைத்திருந்தாள். எடுத்தவன், "சொல்லுங்க ஆத்யா..."

"அமுதா காலையில ஷார்ப்பா பத்து மணிக்கெல்லாம் நீங்க நாலு பேரும் இங்க நம்ம வீட்டுக்கு வந்துடுங்க. ஒரு முக்கியமான இடத்துக்குப் போகணும். சரியா?"

"எங்க ஆத்யா? என்ன விஷயம்? ஏன் இப்படி திடுதிப்புனு சொல்றிங்க?" என்ற அமுதனுக்கு வேறு எதையும் தெரியப் படுத்தாமல் தனக்கே உரிய குறும்பில் எதையாவது சொன்னா ஊம் சொல்லணும். இப்படிக் கேள்வி மேல கேள்வியைக் கேட்கக் கூடாது. ஓகே வா? குட் நைட்" என்று சொல்லி அழைப்பைத் துண்டித்தாள். அமுதன் ரூபனிடம் எல்லாம் சொல்ல, "என்னவா இருக்கும்?" என்றவனுக்கு முறைப்பையே பதிலாகக் கொடுத்தவன், "எனக்கு மட்டும் என்னடா தெரியும்? என்கிட்டே ஆத்யா எதையுமே சொல்லல. போ காலையில

நாம ஆத்யாவை மீட் பண்ணி நமக்காக அந்தப் பொண்ணு இனி எதுவும் செய்ய வேண்டாம்னு சொல்லிடலாம். அவ எதுக்கு சிரமப்படனும்?" என்று சொன்ன அமுதனை அதிர்ச்சியாகப் பார்த்தான் ரூபன்.

"இல்லடா என்னனு தான் போய்ப் பார்ப்போமே..." என்ற ரூபனின் பேச்சைத் தடுத்தவன்,

"இல்ல மச்சி இது வேணாம். அந்தப் பொண்ணு எதுக்கு நமக்காக இவ்வளவு ரிஸ்க் எடுக்கணும்? யா அவ ஒரு தப்பு பண்ணிட்டா தான். பட் இனியும் நம்ம கூட அவ இருக்க வேண்டாம் ரூபா. என்ன சொல்ற? நான் நாளைக்கு லக்ஷ்மி அங்கிளிடம் பேசணும்"

"டேய் என்னடா பேசப் போற? ஒருவேளை அந்தப் பொண்ணு மூலமா தான் நமக்கு ஏதாவது நல்லது நடக்கும்னு தலையில எழுதியிருக்கோ என்னவோ?" என்றான் ரூபன். பின்னே தங்களால் ஆன மட்டும் முயன்று விட்டார்களே? இப்போது அவளால் ஏதாவது நல்லது நடக்கவிருந்தால் அதை ஏன் நாமாகவே கெடுத்துக்கொள்ள வேண்டும் என்பது ரூபனின் எண்ணம்.

"சரி காலையில நானும் அத்தியும் ஆத்யா வீடு வரை போய் என்னனு பார்த்து பேசிட்டு வரோம். நீயும் கார்த்தியும் முடிஞ்சா கண்ணையனையும்..." என்று அமுதன் சொல்லி முடிக்கும் முன்னே ரூபன் முறைக்க, "பாவம்டா, அவனுக்கும் நம்மள விட்டா யாரு இருக்காங்கச் சொல்லு?" என்றான் அமுதன்.

"சரி சொல்லு"

"நீங்க மூணு பேரும் இதோ இந்த அட்ரெஸ்ஸுக்கு போய் பூட்ஸ் (foods) இனிமேல் டைமுக்கு டெலிவெர் பண்றோம். ஓகேவானு கேட்டுப் பாருங்க. எப்படியும் இன்னேரம் வேற ஒருத்தர் கிட்ட ஆர்டர் சொல்லியிருப்பாங்க தான். எதுக்கும் கேட்டுப் பாருங்க. அண்ட் இதோ இந்த காலேஜ்ல கேன்டீன் கான்ட்ராக்ட் விடுறாங்களாம். அங்க போய் அதை அட்டென்ட்

பண்ண என்ன பார்மாலிட்டீஸ் அப்படினு எல்லாம் தெளிவா கேட்டுட்டு வாங்க. ஓகே?"

"டேய் அமுதா இதுக்கா நாம கேட்டரிங் படிச்சோம்?"

அவன் கேள்வியில் இருக்கும் அதிர்ச்சியை நன்கு உணர்த்தும், "எவ்வளவு நாள் தான்டா நம்ம வீட்டுலையே காசுக்கு எதிர்பார்க்கறது? ஒழுங்கா இதைப் போய் விசாரிச்சிட்டு வரீங்க. நீயே விசாரி. மந்த்லி வாடகையா இல்ல இயர்லி வாடகையா எல்லாம் தெளிவா கேளுங்க. ஓகே?"

"ஹ்ம்ம்..."

"டேய் ரூபா ப்ளீஸ். நமக்காக இல்லைனாலும் நம்மளை நம்பி இருக்கும் கண்ணையன் அத்திப்பூ இவர்களுக்காகவாது ஏதாவது செய்யணும் ரூபா. மேலும் வாய்ப்புகள் நம்மளைத் தேடி வரும்னு எப்போதும் எதிர்பார்க்கக் கூடாது. சமயங்களில் நாம தான் வாய்ப்புகளை உருவாக்கவும் செய்யணும். இப்போதைக்கு நமக்கு ரெண்டாவது ஆப்சன் தான். சோ ப்ளீஸ்... அண்ட் நாம ஒன்னும் யாரையும் ஏமாற்றியோ திருடியோ பொய்ச் சொல்லியோ வாழப் போறதில்லை. என்ன இன்னைக்கு இந்த கேன்டீன் நாளைக்கு இதுவே ஒரு ஹோட்டல் அப்புறோம் ஒரு ரெஸ்டாரெண்ட் இப்படி என்ன வேணுனாலும் ஆகலாம். சோ போறீங்க விசாரிக்கறீங்க. ஓகே?"

"சரிடா போறோம்"

"போயிட்டு வரோம்னு சொல்லுடா வெண்ண"

"போயிட்டு வரோம். போதுமா?"

"ஹ்ம்ம். அதைக் கொஞ்சம் சிரிச்சிட்டே சொன்னா தான் என்ன?"

"ஹி ஹி ஹி போயிட்டு வரோம்" என்றான் ரூபன். அவன் செய்கையில் உளமாரச் சிரித்தான் அமுதன்.

மறுநாள் காலையில் நேற்று போட்ட பிளானிங் படி ரூபன், கார்த்தி, கண்ணையன் மூவரும் அவர்கள் வந்த புதிதில் செய்த மெஸ் தொழிலில் தங்களது கான்டெக்ட்டில் இருந்தவர்களிடம் விசாரிக்கச் செல்ல இரவே அத்திப்பூவை அழைத்து காலையில் ஆத்யா வரச் சொன்னதைச் சொல்லியிருந்ததால் அவள் சரியாக வந்து விட இருவருமாய் ஆத்யாவின் வீட்டிற்குச் சென்றனர்.

பலமுறை அழைத்தும் அவளது அழைப்பு ஏற்கப்படாமல் இருக்க கொஞ்சம் உள்ளுக்குள் பதறினாலும் வெளிக்காட்டாமல் இருவரும் ஆத்யாவின் வீட்டிற்குச் சென்று காலிங் பெல் அடித்தனர். ஏனோ சாந்தி தான் வந்து விட்டாளோ என்று எண்ணி கதவைத் திறந்தார் லக்ஷ்மி நாராயணன். ஆத்யாவின் தந்தை. அங்கே அமுதனையும் அத்திபூவையும் பார்த்ததில் அத்தியை ஏற்கனவே பார்த்திருந்தால் தெரிந்தவராய் அவர்களை உள்ளே அழைத்தார்.

"எப்படி இருக்கீங்கப்பா? உடம்பு எல்லாம் எப்படி இருக்கு?" என்று நலம் விசாரித்தாள் அத்திப்பூ. ஏனோ அவளிடம் பேசிக் கொண்டு இருந்தாலும் அவரின் கண்கள் அமுதனையே மொய்த்தது."அப்பா இது தான் அமுதன். எங்க ஃப்ரண்ட்" என்று சொல்லவும் அதுவரை இருந்த குழப்பம் நீங்கி உற்சாகமாய்ப் பேசினார் அவர்.

"சாரி மிஸ்டர் அமுதன். நான் உங்களைப் பற்றிக் கேள்விப்பட்டிருக்கேன் ஆனா இப்போதான் பார்க்கறேன். அது தான்..." என்று தன்னிலை விளக்கம் தர அதை ஏற்றுக் கொண்டவனாகச் சிரித்தவன், "நோ ப்ரோப்லேம் அங்கிள். நானும் கூட உங்களைப் பற்றிக் கேள்விப் பட்டிருக்கேன். இப்போதான் மீட் பண்றோம்"

"அப்படியா? என்ன கேள்விப்பட்டீங்கனு சொல்லுங்க பார்ப்போம்" என்றார் உற்சாகம் ததும்ப. இதை எதிர்பார்க்காத அமுதன் சற்று யோசித்து, "மிஸ் ஆத்யாவுக்கு மிஸ்டர் லக்ஷ்மி நாராயணன்னு ஒரு யூத் அப்பாவா இருக்காராம்" என்று அவனும் அவரைப் போலவே உற்சகமாய்ப் பேச,

"வாவ்! யூ ஆர் கரெக்ட் மிஸ்டர் அமுதன். எனக்கு இப்போ தான் சிக்ஸ்ட்டின் ஆகுது" என்று சொல்லி, "என்ன நம்பிக்கை இல்லையா?" என்று தன் ஆர்ம்ஸை எடுத்து காட்டினார். அவர் சொன்ன பதிலில் அமுதன் அத்திப்பூ இருவரும் சிரித்தனர். "சூப்பர் அங்கிள் நீங்க. ஐ லைக் யூ" என்று சொன்னவன், "ஆமா அங்கிள் நாங்க வரும் போது நீங்க வேற யாரையோ எதிர்பார்த்த மாதிரி இருந்தது?" என்று அவர் கதவைத் திறக்கும் போது இருந்த எதிர்பார்ப்பைப் புரிந்தவனாகக் கேட்க, "கரெக்ட் தான் அமுதன். ஷாந்தியைத் தான் எதிர் பார்த்தேன்."

"ஷாந்தி?"

"அவளும் என் பொண்ணு மாதிரி. தினமும் வந்து எனக்கு சமையல் செய்து கொடுத்திட்டு வீட்டை கிளீன் பண்ணிட்டு போகும். இன்னைக்கு என்னனு தெரியில இவ்வளவு நேரம் ஆகியும் இன்னும் காணோம். எனக்கு வேற பசியெடுக்குது. சரி அதை விடுங்க, என்ன சாப்பிடுறீங்க?" என்றவர் அவர்கள் மறுத்தும் அவர்ளுக்கு கா∴பீ போட விரைந்தார்.

அங்கே ஹாலில் அமர்ந்திருந்தவர்கள் வீட்டைச் சுற்றி முற்றிப் பார்த்துவிட்டு, "அப்பா ஆத்யா எங்க காணோம்?" என்றாள் அத்தி.

"தெரியிலடா இந்நேரம் எழுந்து ரெடி ஆகி வந்திருக்கணும். சரி ஏதாவது வேலையா நைட் தூங்க லேட் ஆகியிருக்கும்னு நானும் எழுப்பல" என்று சொல்லும் போது தான் மேலே அறையின் கதவு திறக்கப்படுவதை உணர்ந்து இருவரும் பார்க்க ஒரு லாங் ∴புள் ஸ்லீவ் ஷர்டை ஸ்லீவ் மடித்தும் ஒரு குட்டை ஷார்ட்ஸ் போட்டுக்கொண்டு முடியைச் சீவப்படாமலும் கட்டப்படாமலும் லூஸ் ஹேராய் காற்றில் அலைபாய்ந்து இருந்ததை கையால் சும்மா ஒதுக்கப்பட்டு வேகமாய் ஸ்டெப்ஸில் கீழே இறங்கினாள் ஆத்யா. அவள் இன்னும் குளிக்கவில்லை என்பதையும் இப்போது தான் எழுந்து இருக்கிறாள் என்பதையும் அவள் உடை காட்டியது.

"டேடி! குட் மார்னிங். சாரி கொஞ்சம் லேட் ஆகிடுச்சு" என்று சொன்னபடியே வேகமாய் இறங்கியவள் இடதுபுறம் இருந்த கிட்சேனுள் காஃபீ போட்டுக் கொண்டிருந்த தன் தந்தையை அணைத்து அந்தச் சமையல் திட்டில் ஏறி அமர்ந்தவள், "நீ ஏன் அப்பா இதைப் பண்ற? ஷாந்தி அக்கா எங்க?" என்றவள் தன் தந்தை நான்கு கோப்பைகளில் பாலை ஊற்றுவதைக் கண்டு, "ரெண்டு பேருக்கு எதுக்கு நாலு கப்?" என்றாள்.

இப்போது தான் மகளை ஆச்சரியமாக நிமிர்ந்து பார்த்தார். அவரின் பார்வை புரியாமல் என்ன என்பதாக தன் புருவங்களை உயர்த்தினாள் ஆத்யா.

"டோன்ட் யூ சீ தெம்?" (நீ அவங்களை பார்க்கலையா?)

"ஹூ?"

"அத்திப்பூ அண்ட் அமுதன்" என்று சொல்ல, ஏனோ அந்த ஸ்லாபில் அமர்ந்தபடியே தன் தலையை மட்டும் நீட்டி ஹாலை எட்டிப் பார்த்தாள். அங்கே ஹாலில் இருக்கும் சோபாவில் அத்திப்பூ மற்றும் அமுதன் இருவரும் அவளையே பார்த்துக் கொண்டு இருந்தனர். ஏனோ இப்போது தான் அவர்களை வரச் சொல்லியிருந்ததே நினைவுக்கு வர தன் ஞாபக மறதியால் கண்களைச் சுருக்கி தன் வலது கையால் அவள் நெற்றியையே அடித்து கொண்டாள் ஆத்யா. "ஓ ஷிட்! மறந்துட்டேன்" என்று சொல்லி வேகமாய் கிட்சேன் விட்டு வெளியே வந்தவளுக்கு ஏனோ தன் உடை பற்றிய ஞாபகம் வர அங்கே அமுதன் முன் எப்படிச் சென்று நிற்பது என்று யோசித்தவள் மேலும் அவன் தன்னை இந்தக் கோலத்தில் பார்த்திருப்பானோ என்றும் யோசித்து எம்பெரஸ் ஆகி அங்கே இருக்கும் ஸ்க்ரீன் துணியால் தன்னை மறைத்து தலையை மட்டும் நீட்டி, "சாரி சாரி சாரி. நைட் லேட்டா தூங்கினேனா அது தான். ரொம்ப நேரம் ஆச்சோ?" என்று சொல்ல,

அவளின் நிலை உணர்ந்தவன், "நான் வெளிய இருக்கேன் அத்தி. சீக்கிரம் ரெடி ஆகி வரச் சொல்லு" என்று சொல்லி அமுதன்

அந்த வீட்டின் முன் இருக்கும் தோட்டத்தின் பக்கம் செல்ல அப்போது தான் ஸ்க்ரீனில் இருந்து தன் மறைத்த உடலை எடுத்தவள் வேகமாய் வந்து, "சாரி சாரி சாரி அத்தி. ஒரு டென் மினிட்ஸ் இருங்க. நான் குளிச்சிட்டு வந்திடுறேன். அப்புறோம் போலாம்" என்று சொல்லி அவள் மேலே ஏறி, "அத்தி அவரை உள்ள வந்து உட்காரச் சொல்லு. வந்திடுறேன்" என்றவள் தன்னைத் தானே மீண்டும் தலையில் அடித்து வேகமாய் தன் அறைக்குச் சென்று பூட்டிக்கொண்டாள்.

இன்னமும் அவளுக்கு ஒரு மாதிரி தான் இருந்தது. ஏற்கனவே தன் நட்புக்கள் எல்லோரும் தன்னை கடலமுதனோடு இணைத்து கிண்டல் செய்வதுமாக இருக்க அவர்கள் எல்லோரும் அப்படி அவளைச் சொல்லும் போது வழக்கமாக வரும் இல்லை வர வேண்டிய கோவம் வராமல் மாறாக ஒரு வித வெட்கமும் மனதில் ஒரு புது உணர்வும் தான் அவளைத் தாக்குகிறது. இப்படி இருக்கும் போது அவன் முன்னால் இப்படித் தொடை தெரியும் அளவுக்கு, "சீ!" என்றவள் அவளுக்கே ஒரு மாதிரி இருக்க குளித்து முடித்து வந்து என்ன உடை அணியலாம் என்று தீர யோசனையில் மூழ்கினாள்.

அவளுக்கு எப்போதும் ஜீன்ஸ் டாப்ஸ் இல்ல ஜீன்ஸ் டீ ஷர்ட் அணிவது தான் பிடிக்கும். எப்போதாவது சல்வாரும் அணிவாள். சமயங்களில் ஒரு ஃபுள் ஸ்லீவ் ஷர்டை கையை மடித்து ஒரு பேண்ட் அணிவதும் அவளுக்குப் பிடிக்கும். அண்ட் அவள் முடியை விரித்தால் சரியாக அவள் தோளிலோ இல்லை முதுகிலோ விழும் அளவுக்குத் தான் இருக்கும். அதும் எப்போதும் 'லூஸ் ஹேர்' தான். சின்னதாகவும் பெரியதாகவும் இரண்டு ஸ்பெக்ஸ் வைத்து இருக்கிறாள். எப்போதாவது அவள் சங்குக் கழுத்தைத் தழுவும் மணிகள். அதே தான் காதிற்கும். ஒன்று பெரிய வளையம் இல்லை காதோடு ஒன்றிய கம்மல். சேலை அணியும் போது மட்டும் தான் பொட்டு. ஆயினும் எப்போதும் அவளுடன் இருக்கும் ஒரு அங்கம் என்றால் அது அவளின் மூக்குத்தி மட்டும் தான். அதும் இடது மூக்கிற்கு மட்டும் தான் அந்த பாக்கியம்! பக்கா நவயுக மங்கை.

இன்று என்ன தோன்றியதோ அலமாரியில் இருக்கும் அவள் காட்டன் புடவையை அதும் மாடர்ன் புடவை தான் எடுத்து அணிந்தவள் புடவை அணியும் போது மட்டும் தன் இடையை மறைப்பதில் அதிக சிரத்தை எடுத்து கொள்வாள். அவள் சற்று பூசினாற் போல் இருப்பது தான் காரணம். தன்னையே ஒரு முறை கண்ணாடியில் பார்த்தவள் அறையிலிருந்து கீழே வந்தாள்.

அங்கே அவள் வீட்டின் தோட்டத்தைப் பார்த்தவன் அருகில் நிற்கும் அவளின் ராயல் என்பீல்டை பார்த்து சிரித்தான். பின்னே அவர்களுக்குள் இன்று ஓரளவுக்கு ஒரு சுமுகமான உறவு இருக்கிறது என்றால் அதற்கு இந்த வண்டி தானே காரணம்! கோவையின் வசதியான ஏரியாவில் அதும் பின்னால் வீடு முன்னால் தோட்டம் என்றும் வீட்டில் நிற்கும் இரண்டு கார்கள் தோட்டத்தில் ஒரு ஓரத்தில் இருக்கும் பறவைகள் என்று எல்லாமும் அவளின் 'எக்கனாமிக் ஸ்டேட்டஸை' சொல்லாமல் சொன்னது. அதையே வேடிக்கை பார்த்துக்கொண்டு இருந்தவனை அழைத்தாள் அத்திப்பூ. உள்ளே செல்ல, லக்ஷ்மி நாராயணனுடன் பேசிக்கொண்டு அவர் கொடுத்த கா∴பியைப் பருகினார்கள். ஒன்பதைக் கடந்ததும், "இன்னைக்கு ஷாந்தி வர மாட்டா போல! சரி டிபன் ஆர்டர் தான் செய்யணும்" என்று அவர் சொல்ல, ஏனோ அவரின் எதிர்ப்பார்ப்பு இப்போது இருவருக்கும் புரிந்தது.

"அப்பா நீங்க டேப்ளெட்ஸ் ஏதாவது போடணுமா?" என்றதற்கு ஆமோதித்தவரிடம் கா∴பி குடித்துக்கொண்டு இருந்த அமுதன் எழுந்து, "வந்ததுமே சொல்லியிருக்கலாம் இல்ல? ஒன்னும் பிரச்சனை இல்லை" என்றவன் ப்ரிட்ஜ் திறந்து மாவு இருக்கிறதா என்று பார்க்க, "அங்கிள் உங்க பேவோரைட் டிஷ் என்ன?"

"அவல் எனக்கு ரொம்ப பிடிக்கும். அதுல உப்புமா செஞ்சா சூப்பரா இருக்கும்" என்று சொன்னார். கிட்சன் சென்றவனின் கண்ணில் அவல் தென்பட, "ஒரு பிப்ட்டின் மினிட்ஸ்" என்று சொல்லி சமைக்க ஆரமித்தான். அவன் செய்வதைக் கண்டு

பதறியவர், "தம்பி அதெல்லாம் வேணாம். உங்களுக்கு எதுக்கு சிரமம்..." என்று சொல்ல,

"சமைக்கிறது எனக்கு என்னைக்குமே சிரமம் இல்ல அங்கிள். ஐ லவ் இட். கூல்" என்றவன் கேரட், வெங்காயம், தக்காளி எல்லாம் எடுத்து துரிதமாகச் செய்ய ஆயத்தமானான். கூடவே வேர்க்கடலை, கடலைப் பருப்பு, கறிவேப்பிலை, கடுகு எல்லாம் போட்டு தாளித்து தண்ணீரில் போட்டு எடுக்கப்பட்ட அவலை மிக்ஸ் செய்து கொஞ்சம் தேங்காய், பச்சை மிளகாய் எல்லாம் போட்டு வேகவைத்து சுடச்சுட பதினைந்து நிமிடங்களில் அவல் உப்மா தயார் செய்யப்பட்டது. அதை எடுத்து வந்து டைனிங் டேபிளில் வைக்கவும் ஆத்யா ரெடி ஆகி கீழே வரவும் சரியாக இருந்தது. ஏனோ புடவையில் தேவதையாகத் தெரிந்த தன் மகளைப் பார்த்தவருக்கு இதுவரை இருந்த சந்தேகமெல்லாம் விலகி மிகத் தெளிவாக ஊர்ஜிதமானது.

"என்ன இது பதினைந்து நிமிஷத்துல பிரேக் பாஸ்ட் ரெடியா?" என்றவள் அவளும் அமர்ந்து சாப்பிட்டு, "எனக்கு ரொம்ப பிடிச்சது. அதிலும் இந்த அவல் கூடத் தேங்காயும் வெல்லமும் போட்டா செம்ம ஸ்வீட் தெரியுமா?" சொல்லும் போதே அவளுக்கு நாவில் எச்சில் ஊறியது.

"நீங்க சாப்பிடலையா?" என்று அவள் கேட்க,

"நான் சாப்பிட்டேன். அத்தி நீ சாப்பிடு" என்று அவளையும் சாப்பிட வைத்தவன் அங்கிருந்த பேப்பரை படித்தான். அப்போது மூவரும் சாப்பிட்டு முடிக்கவும் லக்ஷ்மி நாராயணன் தான், "ஆத்யா என்னம்மா இது? இது ரொம்ப தப்பு" என்று சொல்ல அமுதனும் அத்திப்பூவும் புரியாமல் விழிக்க ஆத்யாவுக்கோ தன் தந்தை எதைச் சொல்ல வருகிறார் என்று நன்கு புரிந்தது.

"இல்லப்பா அது..."

"இங்கப் பாரு ஆத்யா, நாம செய்யுறது அடுத்தவங்களுக்கு நல்லது செய்யுதோ இல்லையோ ஆனா எந்த விதத்துலையும் அடுத்தவங்களை பாதிக்கக் கூடாது"

"தெரியாம..."

"நீ பண்ண ஒரு சின்ன தப்பு அது பார்த்தியா அவங்க வாழ்க்கையை எப்படிப் பாதிச்சதுனு? இப்போ அது உன்னையும் பாதிக்குது. இந்த உலகத்துலயே ரொம்பவும் மோசமானது குற்றயுணர்ச்சி தான். இப்போ நீ அதைத் தான் அனுபவிச்சிட்டு இருக்க. ஓகே, எல்லாம் நன்மைக்கே! இல்லைனா உனக்கும் உன் தப்பு என்னனு புரியாமலே போயிருக்கும்"

"இனிமேல் இப்படி நடக்காது டேட் ப்ராமிஸ்"

இதுவரை அமைதியாக இதை வேடிக்கை பார்த்த அமுதன், "அங்கிள் ஒன்னு சொல்லட்டா? அவங்க எதையும் மனசுல வெச்சி செய்யல. இப்படியெல்லாம் நடக்கும்னு அவங்களும் எதிர்பார்த்தாங்களா என்ன? விடுங்க எது நடந்ததோ அது நன்றாகவே நடந்தது. எது நடக்கிறதோ அதுவும் நன்றாவே நடக்கிறது. எது நடக்க இருக்கிறதோ அதுவும் நன்றாகவே நடக்கும். நான் சொல்லல கீதாசாரம். ஆத்யா யூ டோன்ட் ஒர்ரி. எப்போ நீங்க பண்ணத் தப்பை நீங்க உணர்த்தீங்களோ அப்போவே எல்லாம் சரியாகிடுச்சி. ஆனா நீங்க அதுக்கும் ஒரு படி மேல போய் யூ ஆர் ட்ரையிங் டு பேவர் மீ. உங்களுக்கு எந்த கில்டியும் வேண்டாம். போலாமா?" என்று மணியைப் பார்க்க அவர்கள் மூவரும் அங்கிருந்து வெளியே வந்தனர். அப்போது,

"அப்பா ஷாந்தி அக்காக்கு உடம்பு சரியில்லையாம். போன் பண்ணாங்க. மதியம் லன்ச் நான் ஆர்டர் பண்ணிடுறேன். ஓகே?"

"சரி" என்று அவர் சொல்ல அவர்கள் மூவரும் அவள் காரில் பயணித்தனர். ஆத்யா தான் காரை செலுத்தினாள். முன்னிருக்கையில் அமுதனும் பின்னிருக்கையில் அத்திப்பூவும் அமர்ந்திருந்தனர். இன்னமும் அவள் எதற்கு அழைத்தாள் என்ற காரணத்தைச் சொல்லவில்லை. ஏனோ அமுதன் மற்றும் அத்திப்பூவிற்கும் கூட அதைக் கேட்க மனமில்லை. நிசப்தமாக

வந்த பயணத்தில், "என்னப்பா ரெண்டு பேரும் மௌன விரதமா என்ன?" என்று கேட்டு ரோட்டை நோக்கி காரை செலுத்தினாள்.

அமுதன் எதையும் பேசாமல் இருக்க, அத்தி தான் பேசினாள், "இது உங்களுக்கே கொஞ்சம் ஓவரா தெரியில? எங்களை வரச் சொன்னது நீங்க..." என்று சொல்ல,

"ஹே அத்திப்பூ ப்ளீஸ் என்னை இப்படி மரியாதை எல்லாம் கொடுத்து அந்நிய படுத்தாத ப்ளீஸ். என்னையும் உங்க கேங்ல ஒருத்தியா நினைத்து பேசு" என்று அத்திப்பூவிற்கு பதில் சொன்னாலும் அவளின் பார்வை அடிக்கடி அமுதனைத் தான் தீண்டி வந்தது. ஏனோ இதை பின்னிருக்கையில் அமர்ந்திருந்த அத்திப்பூ கவனித்தாள்.

"ஓ நான் தானே உங்கள வரச் சொன்னேன்? ரைட் ரைட்" என்று பேசும் போது ஆத்யாவின் செல் போன் அடிக்க லாவண்யா தான் அழைக்கிறாள் என்றதும்,

"சொல்லு லவ்" (லாவண்யாவை எல்லோரும் செல்லமாக லவ் என்று தான் அழைப்பார்கள். லாவ் லவ்வாக மருவி இருந்தது)

"என்ன மேடம் இன்னைக்கு நீங்க கடையைத் திறக்கலையா? ஆளே காணோம்" என்று எப்போதும் போல் அவர்களின் லெட்ஸ் செலிபிரேட் ஈவென்ட் மேனேஞ்சமென்ட் நிறுவனத்தை கடை என்று சொல்ல,

"ஏன் ஆத்யா திறந்தால் தான் அந்தக் கடையுடைய பூட்டு திறக்குமா என்ன?" என்று எதிர் கேள்வி கேட்டாள் இவள்.

"அப்படி இல்லை தான்" என்று முடிப்பதற்குள் லவ்விடமிருந்து போன் பறிக்கப்பட்டிருந்தது. சந்தீப் தான் பிடுங்கியிருந்தான்.

"என்னடி லவ் புரியாம பேசுற? மேடம் இப்போ கேட்டரிங் சர்விஸ் பி.ஆர்.ஓ (செய்தித் தொடர்பாளர்) ஆகிட்டாங்க. அவங்களுக்கு எவ்வளவு வேலையிருக்கும்?" என்று லாவண்யாவுக்கு பதில் சொல்வது போல போனில் ஆத்யாவை கலாய்த்தான்.

எங்கே நேற்று மாதிரி இன்றும் ஏதாவது அமுதனையும் தன்னையும் இணைத்துப் பேசிவிடுவானோ என்று உள்ளுக்குள் பயந்தவள், "டேய் வாய்ஸ் பிரேக் ஆகுது. போன் ஸ்பீக்கர்ல இருக்கு அதுனால தெளிவா பேசு" என்று சிக்னல் மீது குறை சொல்வதைப் போலத் தெரிந்தாலும் அருகில் தான் அமுதன் இருக்கிறான் என்று சந்தீப்பிற்கு சிக்னல் கொடுத்தாள். இது அத்திப்பூ மற்றும் அமுதன் இருவருக்கும் புரிந்தாலும் புரியாதது போல் அமர்ந்திருந்தனர்.

உடனே போனை அவனிடமிருந்து நித்திலா கைப்பற்றி, "ஆத்யா எதுனாலும் மதியம் ரெண்டுக்குள்ள வந்திடு ஸ்வீட்டி. நாளைக்கு பெட்ரோதல் (நிச்சயதார்த்தம்) வேற இருக்கு. அதுக்கு ஸ்டேஜ் வேலை பார்க்க நாங்க எல்லாம் போகணும். நீ தான் ஆபிஸ்ல இருக்க வேண்டிவரும்" என்று சொல்ல,

மணியைப் பார்த்தவள், "நோ ப்ரோப்லேம் நாங்க" என்றவள் மீண்டும் தன் கைக் கடிகாரத்தைப் பார்த்து, "12.30 க்கெல்லாம் வந்திடுவோம். கவலை வேண்டாம். கூல்" என்றாள்.

"யாரெல்லாம் அந்த 'ஓம்'ல இருக்காங்க?" என்று நித்தி கேட்க, அமுதனுக்கும் அத்திப்பூவிற்கும் புரியாமல் போக புரிந்த ஆத்யா அமுதன் மற்றும் அத்திப்பூவின் பெயரைச் சொல்லிவிட்டு அழைப்பைத் துண்டித்தவள் பிளேயரை ஆன் செய்ய ஏற்கனவே பாடிக்கொண்டு பாதியில் இருந்த பாடல் தொடர்ந்தது,

எதுவோ என்னை உன்னிடம் ஈர்த்தது

அதுதான் உன்னை என்னிடம் சேர்த்தது

தொலைந்தது நானா? கிடைத்திடுவேனா?

கிடைத்திடும் போதும் தொலைந்திடுவேனா?

பெண்கள் மனம் ஒரு ஊஞ்சலில்லை

ஊஞ்சல் தன்னால் அசைவதில்லை

இழுப்பது நீயா? வருவது நானா?

திசையறியாது திரும்பிடுவேனா

காதலென்னும் பொன்னுஞ்சலில் அசைவது சுகம் சுகம், ,

ஆஹா காதல் கொஞ்சி கொஞ்சி பேசுதே, ,

ஆளை மிரட்டி கள்ளத் தனம் காட்டுதே

ஒரே பேரை உதடுகள் சொல்கின்றதே

அதே பேரில் என் பெயர் சேர்கின்றதே

வினாத்தாளில் வெற்றிடம் திண்டாடுதே

காதல் கேட்டும் கேள்வியால்...

ஏனோ காலையிலிருந்து தனக்கிருக்கும் அந்த உற்சாக மனநிலையா? இல்லை காலை அமுதனின் முன்னால் அப்படித் தோன்றியதை நினைத்து வரும் வெட்கமா? இல்லை அவனுக்காக இப்போது அவனுடன் பயணிப்பதா? எதுவென்றும் சொல்லத் தெரியவில்லை என்றாலும் ஆத்யாவுக்கு மனம் எங்கும் நிம்மதி பொங்கி வழிந்தது. இருந்தும் சற்று நேரத்தில் தான் சந்திக்கவிருக்கும் அதிர்ச்சிகளைப் பற்றித் தெரியாமல் உற்சாகமாக வலம் வந்தாள் ஆத்யா!!

* * * * * *

அத்தியாயம் - 5

ஆத்யா அமுதனையும் அத்திப்பூவையும் அழைத்துக்கொண்டு ஒரு அடுக்குமாடி காம்ப்ளெக்ஸின் (வளாகம்) பார்க்கிங்கில் நிறுத்தினாள். அது ஒரு பிசினஸ் ஏரியா. நிறைய நிறுவனங்கள் கடைகள் முதலியவையால் நிரம்பி இருந்தது. வெளியே இருந்த வாகனங்களின் எண்ணிக்கையே இந்த இடம் எவ்வளவு பிரபலமானது என்ற எண்ணத்தை அமுதனுக்குத் தந்தது. என்ன ஏது என்று எதையுமே புரியாமல் விழித்த அத்திப்பூவையும் சேர்த்து உள்ளே அழைத்துச் சென்றாள் ஆத்யா. லிப்டில் ஏறியவர்கள் அந்த பதினான்கு மாடி வளாகத்தில் எட்டாவது தளத்தில் இறங்கினர். அங்கிருந்து இடது பக்கம் திரும்பி 'சாய் மார்க்கெட்டிங் ஏஜென்ஸி' என்று இருந்த பதாகையை நோக்கிச் சென்றாள் ஆத்யா. பின்னாலே அவர்களும் வந்தனர். அங்கிருக்கும் ரிசெப்சனிஸ்ட் இடம் பேச்சு கொடுத்தவள் அங்கே போடப்பட்டிருந்த இருக்கையில் சென்று அமர்ந்தாள். அதற்கடுத்து ஒரு எக்ஸ்போர்ட் நிறுவனம் இருந்தது. அத்திப்பூ ஆத்யாவின் அருகில் சென்று அமர அவர்களுக்கு எதிரே இருந்த இருக்கையில் கடலமுதன் அமர்ந்தான்.

ஓரளவுக்கு அமுதனுக்கு தாங்கள் எதற்காக இங்கே வந்திருக்கிறோம் என்று புரிந்தது. அங்கே அத்திப்பூ ஆத்யாவின் காதை கடிக்க அவளுடன் பேசிக்கொண்டு இருந்தாள் ஆத்யா. அவர்களைப் பார்த்தவன் அருகே இருந்த 'தி இந்து'வை எடுத்து புரட்டினான். அப்போது தனக்கு வலப்பக்கத்தில் யாரோ நீண்ட நேரமாக தங்களையே பார்ப்பதாய் அவனுக்குத் தோன்ற திரும்பியவனுக்கு அந்த எக்ஸ்போர்ட் நிறுவனத்தின் ரிசெப்ஷனில் இருந்தவன் தான் தங்களைப் பார்க்கிறான் என்றதும் வெடுக்கென எழுந்து ஆத்யாவின் இடது புறத்தில் அமர்ந்தவன் திரும்பி அவனைப் பார்க்க இப்போதும் அவன் கண்கள் இங்கேயே இருக்கக்கண்டு அவன் பார்வையின் அர்த்தம் உணர்த்தவனாய்த் திரும்பி ஆத்யாவின் முந்தானையை

எடுத்து அவள் இடையை மறைக்க அதுவரை அத்திப்பூவிடம் பேசிக்கொண்டு இருந்தவள் திரும்ப அமுதனின் கை தன் புடவையில் இருப்பதைக் கண்டு விழிக்க, "கவர் பண்ணு ஆத்யா. பார்வையே சரியில்லை" என்று அவனை நோக்கி முணுமுணுத்தான். அப்போது தான் ஆத்யாவுக்கு அமுதன் செய்ததன் காரணம் புரிய, "தேங்க்ஸ் அமுதன்" என்று அவள் சொல்ல, "நீ ஏன் சேரீல வந்த?" என்று அவன் கேட்டான்.

"இதென்ன வம்பா இருக்கு அமுதா? நான் என்ன ஆபாசமாவா டிரஸ் பண்ணியிருக்கேன்? பிராப்பெரா அதும் புடவை தானே கட்டியிருக்கேன்? இதுக்கு நான் எப்படிப் பொறுப்பாவேன்?" என்று அவள் கேட்க ஏனோ அமுதனுக்கும் அவள் சொல்வது சரியாக இருந்தது. அத்திப்பூவிற்கும் அவர்கள் பேசுவது புரிந்தது. நீண்ட நேரம் மௌனம் காத்தவன், "நீ சொல்றது சரி தான் ஆத்யா. பார்க்கும் பார்வையில தான் தப்பு. அப்போ பார்கறவன் தான் திருந்தணும், ஆனா இங்க எல்லோரும் ஆப்பர்சூனிஷ்டா (வாய்ப்புக்காகக் காத்திருப்பவன்) தானே இருக்கான்? அப்போ நாம தானே பத்திரமா இருக்கனும்?"

தன்னை யாரேனும் பார்த்தால் இவனுக்குப் பிடிக்கவில்லை என்று நினைக்கையில் ஒருபக்கம் ஆத்யாவுக்கும் சந்தோசம். 'ஒருவேளை என்னை போல் இவனுக்கும் என் மேல ஒரு இன்டெரெஸ்ட் இருக்கும் போல?' என்று தனக்குத்தானே மனதில் சொன்னவள் அப்போது தான் அவளுக்கும் அவன் மேல் இருப்பது காதல் என்று நன்கு உரைத்தது. அவள் குழம்ப அதற்குள் அவர்கள் உள்ளே அழைக்கப் பட்டனர். அத்திப்பூவிற்கு இவர்களின் உரையாடல் நன்கு கேட்டாலும் ஏனோ தனக்கும் இவர்களுக்கும் எந்த சம்மந்தமும் இல்லாதவள் போல் அமர்ந்திருந்தாள். அப்போது அவர்கள் உள்ளே அழைக்கப்பட மூவரும் மூன்று வித மனோநிலையில் சென்றனர். ஆத்யாவுக்கு இப்போது எதற்காக இங்கே வந்திருக்கிறோம் என்பதே மறந்தது. அவள் எண்ணங்களை எல்லாம் தான் கடந்த சில நாட்களாய் அமுதன் குத்தகைக்கு எடுத்துக் கொண்டானே? 'ஆழி சூழ் உலகு' என்பது போல் ஆத்யாவுக்கோ இப்போது அனைத்தும்

'அமுதன் சூழ் உலகாகிப் 'போனதே! இப்போதெல்லாம் அவளுக்கு அதிகளவில் ஆக்சிடோசின் (oxytocin - இயக்குநீர், நரம்பியக் கடத்தி என்று சொல்லப்படும் ஹார்மோன்) சுரப்பதாக ஒரு பிரமை. பேதைக்குள் ப்ரேமம் பிரவேசித்து பரவியதால் பாரமிறங்கி பரவசத்தில் பறக்கிறாள் பெண்ணவள் (எல்லாமே 'ப'கர வரிசை வார்த்தைகள்!) இன்னமும் அவளுக்குள் அந்தச் சிலிர்ப்பு அடங்கிடவில்லை. காலையில் அவன் முன்னே தோன்றிய தன் கோலம் பிறகு அவனோடு நடந்த பயணம் இப்போது தனக்காக அவன் செய்த செயல் எல்லாம் அவளை இந்த உலகத்தை விட்டு விலகியிருக்கச் செய்தது.

உள்ளே சென்றதும் மூவரையும் அமரச் சொன்னார், "சொல்லுங்க ஆத்யா?" என்று அவர் சொல்லியும் ஏதோ யோசனையில் இருந்தவளைக் கிள்ளினாள் அத்திப்பூ. சுயம் பெற்றவள், "ஓ சாரி க்ரிஷ்..."

"என்ன பகல் கனவா?" என்று கேட்டவன் சிரிக்க, இவளும் சிரித்தாள்.

"க்ரிஷ் இது தான் மிஸ்டர் அமுதன். இவங்க மிஸ் அத்திப்பூ. கேட்டரிங் முடிச்சிட்டு இப்போ இவங்க ஒரு கேட்டரிங் சர்வீஸ் ஆரமித்து இருக்காங்க. இவங்களுக்காகத் தான் ஒரு விளம்பரம் பண்ணித் தரணும். எப்படினா? ஈஸியா மக்களை ரீச் ஆகுற மாதிரி" என்று சொல்ல அமுதனின் சந்தேகம் சரியாக அத்திப்பூவிற்கும் தாங்கள் இங்கே அழைத்துவரப்பட்ட நோக்கம் விளங்கியது. அவர்களைப் பற்றி எல்லாமும் கேட்டவர், "ஆத்யா ஏன் இவங்க எங்கேயாவது இன்டெர்வியூக்கு போகக் கூடாது? லைக் காலேஜ் ஸ்கூல் கம்பெனி காண்ட்ராக்ட் மாதிரி?"

ஏனோ இப்போது ஆத்யா அமுதனைப் பார்க்க அத்திப்பூவும் ஆத்யாவைப் பார்க்க, "என்ன கைஸ் நான் ஏதாவது தப்பா கேட்டுட்டேனா? ஏன் இப்படி ஒருத்தர் முகத்தை ஒருத்தர் பார்க்கறீங்க?" என்று க்ரிஷ் கேட்க,

ஆத்யா தான் நடந்ததை எல்லாம் தயங்கி தயங்கி சொல்லி முடித்தாள். அவளின் பேச்சிலும் அவள் குரல் மெலிதாக

ஒலித்ததிலுமே க்ரிஷுக்கு எல்லாம் புரிந்தது. பின்னே இது இல்லையே ஆத்யாவின் குணம்? அவள் பேச்சு எப்போதும் பயங்கர போல்டாகவும் கான்பிடென்ஸோடும் இருக்குமே. இன்று அவ்விரண்டும் அவளிடமிருந்து மிஸ்ஸிங். நேற்று அந்த இன்டெர்வியூவில் சொதப்பியது வரை எல்லாமும் சொன்னார்கள்.

"ஓ!" என்று யோசித்தான் க்ரிஷ். அவன் யோசனையில் குழம்பிய ஆத்யா, "ஏம்பா முடியாதா?" என்று கேட்க,

"ச்சே ச்சே அப்படியில்ல. இது எப்படித் தெரியுமா இருக்கு? ஒருத்தர் பற்றிய நல்லது தெரியறதுக்குள்ளையே அவரைப் பற்றியத் தவறான இமேஜ் வெளியே வந்தது போல இருக்கு..."

"ஏன் க்ரிஷ் மேக்கியை எடுத்துக்கோ? அவங்க ஃபூட்(உணவு) ப்ரொடெக்ட்ஸ்ல கெமிக்கல் கலந்திருக்குனு தெரிந்து தடை பண்ணியப் பிறகும் கூட தெய் ரிசரெக்டெட். (resurrected-மீண்டும் உயிர்பித்தல்) அப்போ நாம ஆக முடியாதா என்ன?"

"நீ கேட்கறது கரெக்ட் ஆத்யா. மேக்கி திரும்ப வந்தாங்க தான். ஆனா நீ ஒன்னை புரிந்துக்கணும். மேகிக்கு ஏற்கனவே நல்ல பாப்புலாரிட்டி இருந்தது. இன்பேக்ட் நூடில்ஸ் அப்படினு சொன்னதுமே நமக்கு நினைவு வரது மேக்கி தான். இதுல இன்னும் ஒரு சுவாரசியம் என்ன தெரியுமா? சில ப்ரொடெக்ட்ஸ் அதோட ஜெனிரிக் நேமை காட்டிலும் ஸ்பெசிபிக் நேம் மக்கள் கிட்ட நல்லா ரீச் ஆகிடும். சே jcb, xerox போல... ஜே.சி. பிங்கரத்து கம்பெனியின் பேரு. அந்த மெஷினுக்கு இல்ல. அந்த வெஹிகிலுக்கு எர்த் மூவேர்ஸ்னு தான் பேரு. அதே போல ஜெராக்ஸும் ஒரு மெஷின் பேரு. போட்டோகாபி தான் நகலெடுத்தல் அப்படிங்கறதோட ஜெனிரிக் பேரு. புரியுதா? அப்படித் தான் இங்க மேகிங்கறதும். ஆனா உங்க விஷயம் அப்படி இல்ல..."

இப்போது எல்லோரும் மீண்டும் ஒருவரை ஒருவர் பார்த்தனர்."இப்போ என்ன பண்ண முடியும் க்ரிஷ்?"

"ஆத்யா நீ உன் தப்பை சரி செய்வியா? அதாவது உன் தப்பை தப்புனு ஒத்துப்பையா?"

"நான் தான் ஒத்துக்கிட்டேனே க்ரிஷ். நான் தப்பு பண்ணிட்டேன். ஐ அக்ரீ"

"அப்படி இல்ல ஆத்யா. எப்படிச் சொல்றது? ஹ்ம்ம் நீ எந்த ப்லோக்ல இவங்க சாப்பாட்டை நல்லா இல்லைனு சொன்னியோ அதே ப்லோக்ல இதை நல்லா இருக்குனு சொல்லி, அன்னைக்கு தப்பு என்மேலேனு சொல்லுவியா?" என்று க்ரிஷ் முடிக்கும் முன்னே,

"அதெல்லாம் வேண்டாமே" என்று அமுதன் சொல்லவும் அதேநேரம், "கண்டிப்பா க்ரிஷ்" என்றாள் ஆத்யா. இருவரையும் மாறிமாறிப் பார்த்தான் க்ரிஷ்.

"ஆத்யா வேணாம்..." என்று அமுதன் சொல்லும் முன்னே அவனைத் தடுத்தவள், "நான் இப்போ என்ன பண்ணனும் க்ரிஷ்?"

"எக்ஸ்கூஸ் மீ" என்றவன், "ஆத்யா கொஞ்சம் வா" என்று அழைக்க, "ஒரு நிமிடம்" என்றவள் அமுதனுடன் சென்றாள்.

"சொல்லு அமுதா"

"ஹேய் இதெல்லாம் எதுக்கு ஆத்யா? விடு இவ்வளவு ரிஸ்க் எடுக்கணுமா?"

"என்ன அமுதன் பேசுறிங்க? எனக்கு ஒரே குற்றயுணர்ச்சியா இருக்கு. என்னால உங்க எதிர்காலம் பாதிக்குதுனு தெரிஞ்சு எப்படி விட முடியும்? உங்களுக்கு எதாவது பண்ணனும். அப்போ தான் என் கில்ட்டி பீலிங் குறையும். உண்மையிலே நான் இதை ஏற்கனவே யோசிச்சேன் ஆனா அப்படிப் பண்ணா ஒன்னு நான் ஏதோ உங்க மிரட்டலுக்கு அடிபணிந்த மாதிரி எல்லோரும் எடுத்துப்பாங்களோனு நெனச்சி தான் அவாய்ட் பண்ணேன்..."

"நல்லா யோசி ஆத்யா. ஒருவேளை நீ இப்படி யூ டர்ன் அடிக்கிறதினால் உனக்கே கூட ஏதாவது பேக்பையர் ஆகலாம்"

"நான் எல்லாத்துக்கும் ரெடி. அதைப் பற்றி நீங்க கவலை படவேணாம். வாங்க" என்று அவனை அழைத்து வந்தாள் ஆத்யா.

"ஓகே க்ரிஷ் இப்போ என்ன பண்ணலாம்னு சொல்லு?" என்று அமர்ந்தாள்.

"முதல நீ செஞ்ச தப்பை நீ ஒத்துக்கிட்டு அதை உன் பக்கத்துல ஷேர் பண்ணு. அண்ட் நீ பகிரங்கமான வருத்தமெல்லாம் தெரிவிக்க வேண்டாம். இப்போதைக்கு இதை ஓர் சேலஞ்சா தொடங்குவோம் என்ன சொல்ற?"

"சேலஞ்சானா? புரியில க்ரிஷ்"

"ஓகே இப்போ இதைப்பற்றி பேச வேண்டாம். உன் ப்லோக்ல ஒரு வீடியோ அப்லோட் பண்ணலாம். நான் என்னனு கொஞ்சம் என் டீம் கூட யோசிச்சிட்டு சொல்றேன். ஓகே?"

"க்ரிஷ், உண்மையிலே எனக்கு இதுல உடன்பாடில்லை. இட் வாஸ் எ மிஸ்டேக். அவங்க எதையும் இன்டென்சினலா செய்யல. ஆனா இப்போ நாம இதைத் திரும்பச் செய்யறதுனால் இது ஒரு ட்ராமா மாதிரி ஆகிடக்கூடாது. சோ..." என்று அமுதன் இழுத்தான். அவன் இழுவை க்ரிஷிற்கு ஆச்சரியம் தர மாறாக ஆத்யாவோ அவனை முறைத்து கோவமாகப் பார்த்தாள். (சுவைக்கும்!)

"இங்க பாருங்க மிஸ்டர்?" என்று க்ரிஷ் இழுக்க,

"அமுதன்" என்றாள் ஆத்யா.

"யா அமுதன். இங்க யாரு தான் தப்பு பண்ணல சொல்லுங்க? நீங்க, நான் இதோ இவங்க, அவங்கனு எல்லோரும் அவங்கவங்க வாழ்க்கையில தப்பு பண்ணியிருக்கோம் தான். ஸீ தப்பு பண்றது தப்பு இல்ல, ஆனா பண்ணது தப்புதான்னு தெரிஞ்சதும் அதை ஒத்துக்காமலும் அதைச் சரி பண்ண முயற்சிக்காம இருக்கறதும் தான் இங்க பெரிய தப்பு. when you make a mistake, there are only three things you should ever do about it: admit it, learn from it, and don't repeat it. (நீ ஒரு தவறு செய்திருந்தால் அதற்காக மூன்றே மூன்று விஷயங்களை மட்டும் தான் செய்ய வேண்டும். அந்தத் தவறை ஒற்றுக்கொள், அதிலிருந்து கற்றுக்கொள் அதை இனி எப்போதும் செய்யாதே!) நான் சொல்லல. இது ஒரு பொன்மொழி. சோ ஆத்யா செய்யப்போறதுல எந்தவித தப்பும் இல்ல. இன்பேக்ட் அது தான் சரி. அண்ட் இது உங்களுக்காக மட்டும் நான் சொல்லல, ஆத்யாவுக்காகவும் தான் சொல்றேன். அவ அவளுடைய தவறைத் திருத்திக்கணும். அவளோட ஃப்ரண்டா நான் இதைத்தான் அவளுக்குச் சொல்வேன்" என்று க்ரிஷ் சொல்ல அதற்கு மேல் அமுதன் எதையும் பேசவில்லை.

"ஓகே அப்போ மௌனம் சம்மதம்னு எடுத்துக்கலாமா?" என்று க்ரிஷ் அமுதனைப் பார்த்துக் கேட்க, அவனும் மெலிதாகச் சிரித்தான். சிரித்தவன் திரும்பி ஆத்யாவிடம், "உங்களுக்கு இதுல எந்த பிரச்சனையும் இல்ல தானே?" என்று கேட்க ஏனோ அவனின் இந்த வார்த்தையில் கருத்துளை (black hole) நோக்கி எல்லாமும் ஈர்க்கப்படுவதைப் போல் அவளும் அவன் பால் ஈர்க்கப்பட்டாள்.

"ஓகே க்ரிஷ். அப்போ உடனே அடுத்த வேலையை ஆரமிச்சிடலாம்ல? என்ன சொல்ற?" என்று ஆத்யா கேட்க, "நான் ஒரு டூ டேஸ்க்கு கொஞ்சம் பிசிஆது. நான் ஒரு மூணு நாள்ல என் டீம் கிட்ட இதைப்பற்றிப் பேசிட்டு உன்ன கான்டேக்ட் பண்றேன். ஓகே?"

"சூர்" என்றாள். பின்பு மூவருக்கும் குடிக்க ஜூஸ் வந்தது. குடித்ததும் ஆத்யா, "ஓகே க்ரிஷ் அப்போ ஃபீஸ் எவ்வளவு?" என்று கேட்கவும் அவளை க்ரிஷ் முறைத்தான்.

"ஏய் இது தானேப்பா உன் பிசினெஸ்? நான் பாட்டுக்கு ஓசியில மங்களம் பாட விரும்பல..." என்று அவள் சொல்ல,

எழுந்தவன் அவளின் ஒன்றரை ஜான் நீளக் கூந்தலில் அதும் சுருட்டை முடி நிறைத்த அவள் கேசத்தைப் பிடித்து

வாஞ்சையாய் இழுத்து, "ரொம்ப பேசுனா அப்புறோம் சும்மா விட மாட்டேன்" என்று விளையாட ஏனோ இப்போது தான் அமுதனுக்கும் அத்திப்பூவிற்கும் அவர்களின் உறவு புரிந்தது. நெடுநாள் நண்பர்களாக இருக்கக்கூடும் என்று அவர்கள் நினைக்க, ஆத்யாவே அவனை அறிமுகப் படுத்தினாள், "அமுதா இது க்ரிஷ். என் அப்பாவோட க்ளோஸ் ஃப்ரண்ட்டோட பையன். நாங்க சைல்ட்ஹூட் ஃப்ரண்ட்ஸ்" என்று சொல்ல,

"அப்படினா இப்போ நான் ஃப்ரண்ட் இல்லையாடி?"

"நீ தான் பெரிய பெரிய படிப்பெல்லாம் படிச்சிட்டியே?" என்று அவனை வாரினாள். கொஞ்சம் அவனோடு பேசிவிட்டு மூவரும் வெளியே வந்தனர். அத்திப்பூ ஆத்யாவிடம் பேசியப்படியே வர முன்னே சென்ற அமுதனோ ஆத்யா எடுத்த முடிவின் யோசனையில் இருக்க அப்போது எதிர்ப்பாரா விதமாய் எதிரே வந்த பெண் மீது மோத அவள் கையிலிருந்த வாட்டர் பாட்டில் கீழே விழுந்தது. இருவரும் குனிய அப்போது தான் ஒருவரை ஒருவர் பார்த்துக்கொண்டனர்.

"ஹே நீ நீலிமா தானே?"

"நீ அமுதன் தானே?" என்று அவள் கேட்க இருவரும் சிரித்து ஆமோதித்து கைக்குழுக்க அப்போது பின்னால் வந்த ஆத்யா மற்றும் அத்திப்பூ இருவரும் அவர்களைப் பார்த்து நின்றனர்.

"என்னடா அமுதா இப்படி ஆளே மாறிட்ட? கலக்குற ரொம்ப ஸ்மார்ட் ஆகிட்ட?" என்று அவள் சொல்லி சுற்றிமுற்றிப் பார்த்தாள்.

"ஏன் நீலிமா இப்படிப் பார்க்குற? நீ யாரைத் தேடுற?"

"இல்ல நான் உன்ன ஸ்மார்ட்னு சொன்னதைக் கேட்டு ஹிரு என்கிட்டே சண்டைக்கு வந்திடப் போறா?" என்று சிரித்தவள் அருகே பார்க்க ஆத்யாவுக்கு தான் இதயம் படபடவென அடித்துக்கொண்டது. அத்திப்பூ திரும்பி ஆத்யாவைப் பார்த்து என்ன பதில் சொல்வதென்று தெரியாமல் விழித்தாள்.

"கேள்விப்பட்டேனே சீக்கிரம் ஹிருத்தியாவுக்குக் கல்யாணமாம்? என்ன மாப்பிள்ளை சார் எங்களை எல்லாம் உங்க கல்யாணத்திற்குக் கூப்பிடுவீங்களா இல்லையா?" என்று வாரினாள். இந்த வார்த்தை ஆத்யாவுக்கு அவளுடைய கனவு, கற்பனை, ஆசைஆகியவற்றை எல்லாம் ஒரே நொடியில் தரைமட்டமாக்கியது. சொல்ல முடியாத ஒரு நிலையில் ஆத்யா தவித்தாள்.

"கண்டிப்பா" என்று பதிலளிக்க அதற்குள் நீலிமாவை யாரோ அழைக்கவும், "கொஞ்சம் அர்ஜெண்டா போயிட்டு இருக்கேன் அமுதா. உன்கிட்ட அப்புறோம் பேசுறேன்". உன் நம்பர் கொடு என்று பெற்றுக்கொண்டு அவள் விடைபெற்றாள். ஆத்யா அத்திப்பூவை அழைத்துக்கொண்டு வேகமாக காருக்கு போகும் போது, "ஆமா அவங்க யாரு?" என்றதும்,

"எனக்கும் அவங்க யாருனு தெரியாது ஆத்யா. அமுதனோட ஊர் காரங்களாவோ இல்ல ஸ்கூல்மேட்டாவோ இருக்கலாம்."

"ஓ! அப்போ அந்த ஹிருனு யாரையோ சொன்னாங்களே?" என்று கேட்க,

"அது..." என்று அத்தி எப்படிச் சொல்வதென்று புரியாமல் விழித்தவள், "அமுதனோட மாமா பொண்ணு" என்று முடித்தாள்.

"அமுதனும் அந்தப் பெண்ணும்...?" என்று ஆத்யா இழுக்க,

"யா அவங்க ரெண்டு பேரும் லவ் பண்றாங்கனு நினைக்கிறேன்" என்று சொல்லவும் அமுதன் வரவும் சரியாக இருந்தது. ஆத்யாவின் யூகம் அனைத்தும் சரியானது. அதற்குள் ஆத்யாவுக்கு நித்திலாவிடமிருந்து அழைப்பு வந்தது.

"ஹ்ம்ம் சொல்லு நித்தி..."

"எங்கடி போன? டைம் ஆச்சு சீக்கிரம் ஆபிஸ்க்கு வா. நாங்க போகணும்" என்று ஞாபகப்படுத்த,

"இன்னும் பிப்டீன் மினிட்ஸ்ல அங்க இருப்போம் நித்தி" என்று சொல்லிவிட்டு அழைப்பைத் துண்டித்தாள். இம்முறை

பிளேயர் கூட ஆன் செய்யப்படவில்லை. அமுதனோ நீலிமா சொன்னச் செய்தியில் மூழ்கியிருக்க, ஆத்யாவோ அத்திப்பூ சொன்னச் செய்தியில் திளைத்திருக்க, அத்திப்பூ தான் இன்று காலை மீண்டும் தன் அக்காவிடமிருந்து வந்த அழைப்பைப் பற்றி யோசித்துக்கொண்டு இருந்தாள். அவள் அந்த அழைப்பை அட்டென்ட் செய்யவில்லை தான். இருந்தும் அந்த அழைப்பிற்கானக் காரணம் தான் தெரியுமே? அந்த இடம் தான் காரணம். அத்திப்பூவின் பெயரில் இருக்கும் அந்த இடத்திற்குத் தான் இவ்வளவு களேபரம். முன்பெல்லாம் அந்த இடத்தைத் தந்து விட்டால் தான் என்னவென்று யோசித்தாள். ஆனால் அன்று ரூபனிடம் பேசியதிலிருந்து தான் தன் முடிவில் இருந்து பின் வாங்கி விட்டாள்.

"ஒரு வேளை இந்தச் சொத்தை நீ கொடுத்திட்டா உன்ன கொல்லவும் துணிஞ்சிடுவாங்க அத்திப்பூ. ரொம்ப கேர்புல்லா இரு" என்று ரூபன் சொன்னான். "என்ன மனிதர்கள் இவர்கள்?" என்று ஒரு வித வெறுப்பும் சலிப்பும் தான் அத்திப்பூவிற்கு வந்தது. நிசப்தமாகவே சென்ற அந்த கார் ஆத்யாவின் லெட்ஸ் செலிபிரேட் அலுவலகம் முன் நின்றது. வண்டி நின்றதும் தான் சுயநினைவுக்கு வந்தவர்கள் இடத்தைப் பார்த்து விட்டு, "சரி ஆத்யா நாங்க அப்படியே கிளம்பறோம்" என்று அமுதன் சொல்ல,

"உள்ள வாங்க. ஒரு சின்ன வேலை இருக்கு. முடிஞ்சதும் நானே உங்கள ட்ராப் பண்றேன்" என்று சொல்லிவிட்டு அவர்களின் பதிலைக் கூட எதிர்பார்க்காமல் ஆத்யா சென்றுவிட ஒருவரை ஒருவர் பார்த்துவிட்டு இருவரும் உள்ளே சென்றனர்.

"இது தான் ஸ்வீட்டி உன் டக்கா?" என்று மிதிலா கேட்க புரியாமல் பார்த்த ஆத்யாவிடம், "இது தான் நீ சொன்ன ஷார்ப்பா பனிரெண்டரையா?" என்று மிதிலா நக்கலாக உதிர்த்தாள்.

"போன இடத்துல கொஞ்சம் லேட் ஆகிடுச்சு. இப்போ என்ன பண்றது?" என்று ஆத்யா சொன்னதிலே அவள் மூட் அவுட்டில்

இருக்கிறாள் என்று அங்கிருந்த மிதிலா நித்திலா இருவருக்கும் தெரிந்தது.

"என்ன ஸ்வீட்டி ஏன் டல்லா இருக்க? என்ன ஆச்சுடா?" என்று கேட்க பின்னாலே அமுதனும் அத்திப்பூவும் உள்ளே வந்தனர்.

“அவனுங்க ரெண்டு பேரும் எங்க?” என்றாள் ஆத்யா. சந்தீப் மற்றும் ஜாய்சன் தான் அவனுங்க.

“லவ்வும் காணோம் எங்க போனாள்?”

"மேடம் எல்லோரும் அவங்கவங்க வேலையைப் பார்க்கப் போயிட்டாங்க. நாங்களும் போக வேண்டி இருந்தது. சரி நீ வந்தா இந்தக் 'கடையை' உன் பொறுப்பில் விட்டுட்டு போலாம்னு இருந்தோம்" என்றாள் மிதிலா. பொதுவாக தங்கள் கம்பெனியை கடை என்று விளையாட்டாகச் சொல்வது அவர்களின் வழக்கம். அப்படிச் சொல்லும் போதெல்லாம் ஆத்யாவின் கன்னம் குழி விழும். இம்முறை அதுவும் மிஸ்ஸிங்.

"வாங்க அமுதன். வாங்க அத்திப்பூ. உட்காருங்க" என்று நித்திலா அவர்களை அழைக்க, "வாங்க போங்க எல்லாம் வேணாம். வா போனே பேசலாம்" என்று அத்திப்பூ சொன்னாள். அந்த ஆபிஸ் அவ்வளவு அழகாய் டெகரேட் செய்யப்பட்டிருந்தது. அத்திப்பூ முதல் முறையாக இங்கு வருகிறாள். அமுதன் ஏற்கனவே வந்திருக்கிறான். அது தானே அவனுக்கும் ஆத்யாவுக்குமான முதல் சந்திப்பு. சந்திப்பு என்று சொல்வதைக் காட்டிலும் சண்டை என்று சொன்னால் மிகச் சரியாக இருக்கும்!

"என்ன சாப்பிடுறீங்க அமுதன்?" என்று அழைக்கப்பட ஏனோ இவர்களையும் அவனுக்குத் தெரிந்திருந்தாலும் நேரிடையாக இவர்களுடன் அவன் பேசியதில்லை. பார்த்து மட்டும் தான் இருக்கிறான். ஆனால் முதல் மீட்டிங்கிலே இப்படி சகஜமாகப் பேசியவர்களைக் கண்டு அதிசயத்தான்.

"ஹேய் என்னமோ மணி ஆச்சின்னு அந்த குதி குதிச்சீங்க? இப்போ சாவர்த்தனமாய் இருக்கீங்க?" என்றாள் ஆத்யா. அவள்

பொதுவாகத் தான் சொன்னாள். மிதிலாவோ, "பாரு நித்தி அவ ஆளுகூட நாம பேசக் கூடக் கூடாதாம்.பொசெசிவ்நெஸ் எப்படி வேலை செய்யுதுனு பாரு" என்று நித்தியின் காதை கடித்தாள். அது அருகிலிருந்த ஆத்யாவின் காதிலும் விழுந்தது தான். இருந்தும் அதை ரசிக்கும் மனநிலையில் அவள் இல்லை. அதற்குள் சந்தீப் அவர்களை அழைக்க நாளைய விழாவின் வேலை நிமித்தமாய் அவர்கள் விடைபெற்றனர்.

அவர்கள் இருவரும் சென்று விட கார்த்தியும் கண்ணய்யனும் அமுதனை அழைத்தும் ஆத்யா அவர்களைக் கண்டுக் கொள்ளவே இல்லை.

அமுதன், கார்த்தி மற்றும் ரூபன் இருவரிடமும் பேசிவிட்டு திரும்ப அங்கே அத்திப்பூ தான் ஆத்யாவையே ஒரு மாதிரி பார்த்துக் கொண்டு இருந்தாள். அமுதனுக்கு ஆத்யாவின் கண்கள் மட்டும் அந்தக் கணினியின் திரையில் இருந்தாலும் எண்ணம் எங்கோ இருப்பது போல் தெரிந்தது.

"ஆத்யா, ஆத்யா" என்று இருமுறை அழைத்தும் திரும்பாதவளை உலுக்கினாள் அத்திப்பூ. அதில் நினைவுக்கு வந்தவள், "ஆம். என்ன அத்திப்பூ?" என்றதும்,

"என்ன பலமான யோசனைப் போல? என்ன ஆச்சு ஆத்யா?" என்று கேட்க,

"ஒன்னுமில்லை கொஞ்சம் தலை வலிக்குது" என்றவள் அங்கே வேலை செய்யும் முருகனை அழைத்து, "எனக்கு ஒரு கா.ஃபீ ஸ்ட்ராங்கா வேணும்" என்று சொல்ல, முருகனோ, "இல்ல மேடம் அது மணி சார் இல்ல..." என்றான்.

"வேற யாருமே இல்லையா?" என்று சற்று கோவமாகவே கேட்க,

அவனோ தலையை சொரிந்த படியே, "இல்ல நான் வேணுனா கடையில வாங்கிட்டு வரட்டா?" என்றவனை ஆத்யா முறைத்தாள்.

இதையெல்லாம் கவனித்துக்கொண்டிருந்த அமுதன், "இங்க கிட்சேன் எங்க இருக்கு?" என்றான். அவர்களின் ஆபிஸ் கொஞ்சம் விஸ்தாரமானது. அதில் தங்களைத் தேடி வருபவர்களுக்கு எப்போதும் உபசரிக்க ஒரு கிட்சன் இருக்கும். நாளை பங்க்சனுக்காக எல்லோரும் வெளியே சென்றிருந்ததால் தற்போது அங்கு யாருமில்லை. அமுதன் உள்ளே செல்ல,

"இல்ல வேண்டாம் அமுதன்" என்று சொல்ல வந்தவளைத் தடுத்த அத்திப்பூ, "விடு ஆத்யா, அவன் போவான்" என்று சொன்னாள். உள்ளே சென்றவன் பால் இல்லாததால், "கொத்தமல்லி காஃபீ ஓகேவா? இல்ல ப்ளாக் காபி போடவா?" என்று கேட்க முன்னம் சொன்னத்திற்கே சம்மதம் சொன்னாள் ஆத்யா. முருகன் அங்கிருந்து சென்றுவிட இப்போது அத்திப்பூ ஆத்யாவின் எதிரிலிருந்து மாறி அவளின் அருகில் அமர்ந்தவள் எட்டி அந்த கிட்சனை பார்க்க அமுதன் தூரமாக இருப்பதை உறுதி செய்தவள், "ஆத்யா நான் ஒன்னு கேட்கட்டா?"

"என்ன அத்தி பெர்மிஷன் எல்லாம் கேட்கற? என்ன கேட்கணுமா கேளு..."

"நீங்க அமுதனை விரும்பறீங்களா?" என்று சிதறு தேங்காய்ப் போல விஷயத்தை உடைத்தாள் அத்திப்பூ. சட்டென இந்தக் கேள்வியை எதிர்பாராதவள் அதிர, அவளின் முக பாவங்களிலே பதிலை அறிந்துகொண்ட அத்திப்பூ, "உங்க கிட்ட நான் கொஞ்சம் பேசணும். பெர்சனலா... ப்ளீஸ்..." என்று சொல்ல அதற்குள் ஆத்யா எதிர்பார்த்த அந்த கஸ்டமர் வர பின்னாலே நம்பிராஜனும் வந்தான்.

"ஹேய் நம்பி வா வா... எப்படி இருக்க?" என்றாள் அத்திப்பூ.

"அக்கா நீங்க எப்படி இங்க? நான் நல்லா இருக்கேன் அக்கா. ஐ அம் பைன்" என்று சொல்ல அதற்குள் அந்த கஸ்டமர் ஆர்டர் பேச வந்துவிட புரிந்தவளாய், "அமுதா இன்னும் மூணு காபி" என்று குரல் கொடுத்தாள். ஆத்யாவுக்கு அமுதனிடம் இப்படி வேலை வாங்குவது கஷ்டமாகவும் குற்றயுணர்வாகவும்

இருந்தது. அந்த கஸ்டமர் திரும்பி நம்பிராஜனைப் பார்க்க, "ஐயோ நீங்க பேசுங்க. நான் இவங்க ஃப்ரண்ட் தான். சும்மா வந்தேன்" என்று சொல்லி விலக ஆத்யாவும் அவரிடம் டீடெய்ல்ஸ் வாங்கினாள்.

"இங்க பாருங்க எனக்கு பங்க்சன் ரொம்ப சிறப்பா வரணும். என் பொண்ணோட தலை பிரசவம். சோ எல்லாமும் அமர்க்களமாக இருக்கனும்" என்று அவர் பேச ஆத்யாவும் அவரைத் திருப்திப் படுத்தும் விதமாகவே பேசினாள். ஹால் டெகரேஷன், போட்டோகிராஃபி, வீடியோ எல்லாம் விசாரித்து இறுதியாகப் பேச்சு சமையலில் வந்து நின்றது. ஆத்யா என்ன மெனு எப்படி வேணும் என்று விசாரிக்க இதுவரை சாதரணமாகப் பேசிய அவரோ இப்போது சாப்பாடு என்றதும் ஆர்வ மிகுதியாகி என்ன என்ன ஐட்டம் எப்படி இருக்கவேண்டும் என்று ஒவ்வொன்றாகச் சொன்னவர், "எனக்கு புது புது சுவீட் எல்லாம் கூடாது. எல்லாம் பாரம்பரியமிக்க சத்தான இனிப்புகளா இருக்கனும்" என்று சொல்ல அப்படியென்றால் என்னவென்று புரியாமல் விழித்தாள் ஆத்யா.

"சீயம் (சுசியும்), பால் பாயசம், அதிரசம், சீப்புசீடை, கலகலா, பால் பணியாரம் இதெல்லாம் கண்டிப்பா இருக்கனும்" என்று சொல்ல ஏனோ அவர் சொன்ன லிஸ்டில் இரண்டைத் தவிர ஆத்யாவுக்கு எதுவும் தெரியவில்லை. அவள் விழிக்க,

"என்னமா செய்வீங்க தானே? ரொம்ப வருஷம் கழிச்சு என் வீட்டுல நடக்கும் நிகழ்ச்சி. ஊர்க்காரங்க எல்லோரும் கண்டிப்பா வருவாங்க. அவ்வளவு தான்" என்று அவர் இழுக்க அப்போது தான் காஃபியுடன் வெளியே வந்தஅமுதன், "அவ்வளவு தானே? எல்லாம் சிறப்பா செஞ்சிடலாம்" என்று குரல் கொடுக்க நால்வரும் திரும்பி அமுதனைப் பார்த்தனர்.

"பாரம்பரிய மிக்க செட்டிநாட்டு சமையல் வேணும்? அவ்வளவு தானே? இதுக்கு ஏன் இவ்வளவு யோசிக்கிறீங்க?" என்று அமுதன் கேட்டவனைப் பார்த்ததும், "தம்பி எல்லாம் உங்களுக்குத் தெரியும் தானே? இந்தப் புள்ளைங்க முழிக்கறதுலேயே

எதுவும் தெரியில போலனு..." என்று அவர் இழுக்க, "அட நமக்கும் காரைக்குடி தான்" என்று அமுதன் சொல்ல பேச்சு கொஞ்சம் வேற இடத்திற்குச் சென்று வந்தது. ஏனோ இதுவரை இருந்த குழப்பம் நீங்கி தெளிவாகப் பேசியவர் அட்வான்ஸ் கொடுத்துவிட்டு ஆர்டெரை புக் செய்துவிட்டும் சென்றார்.

அவர் சென்றதும், "அமுதன் எதுக்கு ஓகே சொன்னீங்க? அதெல்லாம் என்னனு கூட எங்களுக்குத் தெரியாது. மே பி மணிகண்டனுக்குத் தெரிஞ்சிருக்கலாம். ஆனால் இப்படி பாரம்பரிய ஸ்வீட்ஸ் எல்லாம் கஷ்டம் அமுதன்" என்று ஆத்யா சொல்ல,

"ஆத்யா, ஒன்னும் பிரச்சனை இல்ல. எனக்கு இந்த பங்க்சனுக்கு முன்னாடி நாள் சொல்லு எல்லாம் வந்து நானே இருந்து செஞ்சி தரேன். நோ ஒற்றீஸ்" என்று அமுதன் சொல்ல, நாளை இதனால் சிக்கல் வரும் என்பதை அறியாமல் ஆமோதித்தாள் ஆத்யா.

"அண்ணா நீங்க எப்படி இங்க?" என்றான் நம்பி.

"ஒரு வேலையாக வந்தேன்டா. சரி ஆத்யா நாங்க கிளம்பறோம்" என்ற அமுதனோடு அத்திப்பூவும் கிளம்ப, "இருங்க நானே வந்து ட்ராப் பண்றேன்" என்று ஆத்யா சொல்ல,

"அதெல்லாம் ஒன்னும் வேண்டாம் ஆத்யா. நாங்க போய்கிறோம்" என்று விடைபெற்றனர். ஏற்கனவே அமுதன் மீது தனக்கிருக்கும் எண்ணம், மேலும் இன்று அவன் வேறொருவரை விரும்புவதாகச் சொன்னது, இன்று அவன் தனக்கு உதவியது எல்லாம் ஆத்யாவுக்குள் ஒரு குழப்பத்தைத் தான் தந்தது. இதில் அத்திப்பூ வேறு படக்கென தன்னிடம், "அமுதனை விரும்பறீங்களா?" என்று கேட்டதும் அவளுக்கு ஒரு அதிர்ச்சி ஏற்பட்டதும் உண்மை. ஒரு வித கலவையான மனநிலையில் இருந்தவளை நம்பி அழைத்தான்.

"அக்கா அக்கா என்ன ஆச்சு உனக்கு? எவ்வளவு நேரம் கூப்பிடுறது?" என்று சொல்ல, "சொல்லுடா என்ன விஷயம்?"

"அது சித்தப்பா பொண்ணுக்கு என்கேஜ்மெண்ட் நடக்கப் போகுது. ரொம்ப கிராண்டா இல்ல சிம்பிளா தான் வெக்குறோம். சோ போட்டோஸ் விடீயோஸ் மட்டும் எடுக்கணும் அதுக்கு தான் உங்களைப் பார்க்கலாம்னு..." என்று இழுத்தான் நம்பிராஜன்.

"நான் எல்லோர் கிட்டயும் பேசிட்டு சொல்றேன்" என்றாள் ஆத்யா. இருந்தும் ஆத்யாவின் குழப்பம் கண்டவன், "அக்கா என்ன ஆச்சு? ஏன் ஒரு மாதிரியே இருக்கீங்க? அது தான் எல்லாம் சமாதானம் ஆகிடுச்சு இல்ல? யோசிச்சிப் பாருங்க எலியும் பூனையுமா அன்னைக்கு சண்டை போட்ட ஆத்யாவும் அமுதனுமாவா நீங்க இப்போ இருக்கீங்க? அதான் எல்லாம் அன்னைக்கே சமாதானம் ஆக்கிடீங்களே? உங்களுக்காக அவரு காபி போடறாரு, அவரு வேலைக்காக நீங்க நாயா அலையறீங்க?" என்று சொல்ல ஏனோ ஆத்யாவும் அமுதனுடனான அந்த முதல் சந்திப்பை நினைவு கூர்ந்தாள். 'ஒரு வேளை அன்று போலே இன்றும் இருந்திருந்தால் எவ்வித சலனமும் இல்லாமல் நிம்மதியாக இருந்திருப்பேனோ?' என்றும் நினைத்தாள் ஆத்யா.'எதுக்காக அவன் கூட ஒரு சுமுகமான ரிலேஷன் ஷிப் வரணும்? அது ஏன் எனக்குள்ள காதலா மாறனும்? இன்னைக்கு அவன் மனசுல வேற ஒரு பொண்ணு இருக்கானு தெரிஞ்சு ஏன் இப்படி வேதனைப் படனும்?' என்று யோசிக்க மனம் குழம்பியது. மணியைப் பார்த்தவள் லவ்வுக்கு அழைத்தாள்.

"என்ன ஸ்வீட்டி? ஆர்டர் புக் பண்ணிட்டியா? அட்வான்ஸ் பேசியாச்சா?" என்று அவள் பாட்டிற்குக் கேள்விகளை அடுக்கிக்கொண்டே போக அவற்றுக்கெல்லாம் ஒற்றை 'உம்'மை மட்டுமே பதிலாகத் தந்தாள்.

"ஏய் ஸ்வீட்டி என்ன ஆச்சு உனக்கு? ஏன் இப்படி உம் மட்டும் கொட்டுற? ஆர் யூ ஆல் ரைட்?"

"நோ" என்றாள் ஆத்யா.

"ஏய் என்ன ஆச்சு? நல்லா தானே இருந்த? என்ன பண்ணுது உடம்புக்கு?"

"நான் கொஞ்சம் ரெஸ்ட் எடுக்கணும் லவ். வீட்டுக்குப் போகணும்... யாராச்சும் இங்க வந்து என்னை மாத்தி விடறீங்களா?" என்று கிட்டதட்ட இறைஞ்சினாள் (இறைஞ்சு என்றால் நாணி தலை குனிதல் என்று பொருள். பொதுவாக காதல் கொண்டவர் வெட்கப் படுதல் என்ற அர்த்தத்தில் தான் வரும். நான் இதில் பேச துணிவின்றி கெஞ்சுகிறாள் என்ற அர்த்தத்தில் எழுதியுள்ளேன்!)

"சரி சரி கடையை மூடிட்டு நீ கிளம்பு. நானே இன்னும் அரை மணி நேரத்துல வந்திடுறேன்" என்றாள் லவ்.

"அப்போ நீ வா. அதுவரை வேணுனா..." என்று முடிக்கும் முன்னே,

"யாராவது வந்து அபேஸ் பண்ணிட்டுப் போறதுக்கு நம்ம கடையில ஒன்னும் தங்கமும் வைரமும் இல்ல. என்ன ஒரு செவென்ட்டி கேஜி தங்கச் சிலை தான் இருந்தது. அதுவும் இப்போ வீட்டுக்குப் போகுதாம். வழியில யாரும் அதை அபேஸ் பண்ணாம இருந்தா சரி" என்று சிரித்தபடியே லவ் சொல்ல, அவள் தன்னைத் தான் கிண்டல் செய்கிறாள் என்று தெரிந்தும் பதில் பேச விரும்பாமல், "உங்க தங்கத்தை நீங்க தான் மெச்சிக்கணும்" என்று சொல்லிட்டு வீட்டிற்குச் சென்றாள் ஆத்யா.

ஏற்கனவே ஏதோ தவறாக இருக்கிறது என்று அறிந்த லவ் (லாவண்யா தான் லவ் சோ குழப்பம் வேண்டாம்!) இப்போது அதை ஊர்ஜிதப் படுத்திக்கொண்டு, 'என்னவாக இருக்கும்? ரொம்ப நாளுக்கு அப்புறோம் நேத்து தான் அவ்வளவு சந்தோசமாவும் உற்சாகமாவும் இருந்தாளே? என்ன ஆச்சு? நேத்து எல்லோரும் ஓவரா கண்ணு வெச்சிட்டோமோ? முதல சுத்திப் போடணும்' என்று எண்ணிக் கொண்டு தன் வேலையில் மூழ்கினாள்.

பசியெடுத்தும் சாப்பிடத் தோன்றாமல் வீட்டிற்குச் சென்றவளைக் கண்ட லக்ஷ்மி நாராயணன் என்றைக்கும் இல்லாமல் இன்று இவ்வளவு சீக்கிரம் அதும் காலையில் இருந்த உற்சாகம், பூரிப்பு

எதுவும் இல்லாமல் வந்த மகளைக் கண்டு என்ன நடந்திருக்கும் என்று யோசிக்க,

"டேட் சாப்டாச்சா?"

"ஆச்சுடா ஸ்வீட்டி. என்டாமா டல்லா இருக்க?"

"ஒன்னுமில்ல வெயில்ல அலைஞ்சோமில்ல அது தான். நான் கொஞ்சம் ரெஸ்ட் எடுக்கறேன்" என்று நகரப் பார்க்க,

"போன காரியம் என்ன ஆச்சுடா?"

"அது ஒன்னும் பிரச்சனை இல்லையாம். க்ரிஷ் சால்வ் பண்ணிடலாம்னு சொன்னான். அவங்க பிரச்சனையை முதல சீக்கிரம் முடிச்சு அனுப்பனும்" என்றாள்.

"சாப்பிட்டியா ஆத்யா?"

"இல்லப்பா ஜூஸ் குடிச்சேன். வேணுனா சாப்பிடுறேன். ரெஸ்ட் எடுக்கணும் என்று சொல்லி அவள் தன்னையே தன் அறையில் பூட்டிக் கொண்டாள். தன் மகளுக்கு அமுதன் மேல் ஒரு அபிப்பிராயம் இருக்கிறது என்று அவள் ஏதும் சொல்லாவிட்டால் என்ன பெற்ற தந்தைக்குத் தெரியாதா? அன்றே இதைத் தெரிந்துகொண்டார். அது இன்று ஊர்ஜிதமும் ஆகிவிட்டது. இருந்தும் இப்போது இருக்கும் கவலை ஏன்? சரி பிறகு கேட்டுக் கொள்ளலாம் என்று நினைத்தவர் மகளுக்காக அவளுக்குப் பிடித்த லஸ்ஸியை செய்து அவள் அறையைத் தட்டினார்.

"என்னப்பா?"

"இந்த லஸ்ஸியாவது குடிச்சிட்டு தூங்குடா" என்றதும் கதவைத் திறந்து ஒரே மிடறில் அதைப் பருகிவிட்டு மீண்டும் தாழிட்டுக் கொண்டாள்.

என்ன நடந்திருக்கும் என்று அறிய விரும்பி நித்தியை அழைக்க அவளுக்கு லவ் ஆத்யா டல்லாக இருக்கிறாள் என்று மட்டும் சொல்லப்பட்டது. காரணம் அவளும் அறியாள்.

"என்னாச்சுப்பா? எனி ப்ரோப்லேம்?" என்ற நித்திக்கு,

"இல்லடா. நத்திங். ஷி இஸ் லுக்கிங் அப்செட்" (அவள் மனமுடைந்து இருக்கிறாள்)

"அப்படியா? இல்லையே அமுதன் கூடத் தானே போனா? என்ன நடந்திருக்கும்? நான் எல்லாம் விசாரிச்சிட்டு உங்ககிட்டச் சொல்றேன் அப்பா..."

"நித்தி..."

"என்னப்பா?"

"நான் அமுதனை மீட் பண்ணனும்"

"நான் கேட்டுச் சொல்றேன் அப்பா"

"இல்லடா எனக்கு அவர் நம்பர் மட்டும் வேணும். நானே பேசிக்கிறேன்..."

"ஹ்ம்ம் இருங்க வாட்ஸ் அப் பண்றேன்" என்று சொல்லி அவன் எண்ணை அனுப்பினாள்.(சுவைக்கும்!)

* * * * * *

அத்தியாயம் - 6

அங்கே அத்திப்பூவை அவள் தங்கியிருக்கும் லேடிஸ் ஹாஸ்டல் வரை கொண்டு விடச் சென்றவனின் முகம் ஒரு மாதிரி இருக்க அதைக் கண்டவள், "அமுதா ஏன் இப்படி இருக்க? என்ன ஆச்சு?"

"ஒன்னுமில்லை அத்தி..."

"இப்பயும் சான்ஸ் இருக்கு அமுதா. நீ வேணுனா எம்.பி.ஏ (mba)..." என்று முடிக்கும் முன்னே,

"இல்ல அத்தி எனக்கு என் ப்ரொபெஸன் தான் முக்கியம்" என்றான் அமுதன்.

"அப்புறோம் ஏன் ஃபீல் பண்ற? இன்னாருக்கு இன்னாருன்னு எழுதி வெச்சியிருக்கறதா என் அப்பா சொல்லுவாரு. கடவுள் உன்ன கேரளத்து மாப்பிள்ளையா கூட எழுதி வெச்சியிருக்கலாம் இல்ல? யாரு கண்டா?" என்று அவனை வார, நிமிர்ந்து முறைத்தான்.

"யோசிச்சுப் பாரு, நீ மட்டும் கேரளாவுக்கு மாப்பிள்ளை ஆகிட்டா அப்புறோம் தமிழ் நாட்டுக்கு ஈஸியா தண்ணீர் வரும். அவனுங்க பிரச்சனை பண்ண மாட்டானுங்க. என்ன ஓகேவா?" என்று கண்ணடித்தவள், "நீயும் ஹிப்ஹாப் ஆதி மாதிரி, 'எண்டே ஸ்டேட் கேரளம் ஆனோ, என்ட சி.எம் விஜயன் ஆனோ, எங்க டேன்ஸ் கதகளி ஆனோ எனக்கு நீ வேணும் கிளியேனு. பாட்டு பாடலாம்" என்று சொல்லி சிரிக்க,

அவள் சொல்வதன் பொருள் புரிந்து அவளை முறைத்தான் அமுதன். "அது நடக்காது அத்தி. இப்போதைக்கு என் முழு கவனமும் என் கேரீர்ல மட்டும் தான் இருக்கு. அதிலும் குறிப்பா, கண்ணையன், கார்த்தி, ரூபன், அண்ட் நீஆகிய நீங்க எல்லோரும் தான் என் பிரியாரிட்டி"

"சரிப்பா அதுக்கப்புறோம் எப்படியும் அம்மா உன்னை ஒருத்தி கையில பிடிச்சுக் கொடுக்கத் தானே போறாங்க? அப்போ என்ன பண்ணுவ? அப்போ என்ன பண்ணுவ?" என்று ராகமாய் இழுத்து புருவம் உயர்த்தினாள்.

"அது நடக்கும் போது பார்த்துக்கலாம்..."

"ஓகே அமுதன் நான் இறங்க வேண்டிய இடம் வரப்போகுது. ஒரே விஷயம், அந்தப் பொண்ணு ஆத்யா பாவம் அமுதா. காலையில எவ்வளவு உற்சாகமா நம்ம கூடக் கிளம்புனானு நீயும் தானே பார்த்த? ஆனா இப்போ எப்படி அப்செட் ஆகிட்டா பாரு? எல்லாம் நான் நோட் பண்ணிட்டு தான் இருந்தேன். உன் முன்னாடி அப்படி இருந்துட்டோமேன்னு அவளுக்குள்ளே எவ்வளவு குறுகுறுப்பு இருந்திருக்கும்னு எனக்குப் புரியும். அப்புறோம் அந்தப் பாட்டு, அந்த மேனேஜர் கிட்டப் பேசினது, கடைசியா அவ கனவெல்லாம் உடைஞ்சு முகம் சுருங்கின வரை..." என்று நிறுத்தினாள் அத்திப்பூ.

"அதுக்கு நான் என்ன பண்ண முடியும் அத்தி?"

"வை காண்ட் யூ ரெசிபிரோகேட்? (பரஸ்பரம் பரிமாறிக் கொள்தல்)" என்று சொல்லவும் அவள் இறங்கும் நிமித்தம் வரவும் சரியாக இருக்க, "நல்லா யோசி" என்று சொல்லி விட்டு அவள் இறங்கினாள். அமுதன் அவள் சொன்னதை நினைத்துக்கொண்டே அப்பேருந்தில் பயணித்தான். இப்போது அத்திப்பூ சொன்ன வார்த்தையைக் காட்டிலும் காலையில் கேட்ட விஷயம் தான் அவன் மனதில் ஓடிக்கொண்டே இருந்தது.

அந்த நாளின் ஞாபகம் வந்தது. 'அப்படிப் பேசியிருக்கக் கூடாதோ? ஒருவேளை நான் அவர் சொன்னதைச் செய்திருக்க வேண்டுமோ? அப்படிச் செய்திருந்தால் இன்று எனக்கு இந்த வருத்தம் வந்திருக்காதோ?' என்று தோன்ற உடனே எதிர் காலத்தை ஒரு முறை நினைத்துப் பார்த்தான். அந்தக் கேலிக் கூத்துகளுக்கு எல்லாம் இதுவே மேல் என்று எண்ணிக் கொண்டு

தங்கள் ரூமிற்கு வந்து சேர்ந்தான் அமுதன். போதும், இது ஒத்து வராது என்றும் அவனுக்குப் புரிந்தது. இனி ஆத்யாவுடனானத் தொடர்பை முழுவதும் துண்டித்துக் கொள்ள வேண்டும் அவன் முடிவெடுக்க அங்கே இவனுக்கு முன்னாலே ஆத்யா அந்த முடிவுக்கு வந்திருந்தாள்.

இனிமேல் தான் விதியின் ஆட்டம் இருக்கிறதென்று பாவம் இருவரும் அறிந்திருக்கவில்லை. வெளியே சென்றிருந்த கார்த்தி, கண்ணையன், ரூபன் மூவரும் வர அங்கே அமுதன் உறங்குவதைப் பார்த்து ஆச்சரியம் கொண்டனர். எப்போதும் இரவு எட்டு மணிநேரம் உறங்குவதால் பகலில் தூங்கவே மாட்டான் அமுதன். ஆனால் இன்று இவன் உறங்குவது எல்லோருக்கும் கலகத்தைத் தர அத்தியைத் தொடர்புக் கொண்டு நடந்தை எல்லாம் அறிந்துகொண்டனர்.

அன்று வழக்கம் போல விளையாடச் சென்ற அமுதன் மற்றும் ஹிருத்தியா இருவரும் களைத்து இளைப்பாற வீட்டிற்கு வந்தனர். தண்ணீர் தாகமாக இருக்க கிட்சன் சென்றவன் கண்களில் அன்று ஒரு விஷேஷம் முடிந்து மீதியிருந்தப் பொருட்களை எல்லாம் வீட்டில் நிறைப்பியிருந்தது கண்ணில் பட்டது. அதிலொரு ஐஸ் க்ரீம் பாக்ஸும் இருந்தது. திருமணத்தில் கொடுக்கப்படும் கப் ஐஸ் க்ரீம். அதைக் கண்டவன் அதை எடுத்து ஒரு கிண்ணத்தில் போட்டு கிச்சனில் இருந்த அந்தத் தேன் பாட்டிலை எடுத்து அதில் கொஞ்சம் தேனை ஊற்றி மீண்டும் அந்த சமையல் பொருட்கள் இருந்த இடத்திலிருந்த முந்திரி, திராச்சை எல்லாம் எடுத்து அதில் தூவி ஹிருத்தியாவுக்குக் கொடுக்கும் நேரத்தில் ஒரு பாத்திரத்தில் ஜாமூன் இருப்பதைக் கண்டவன் அதையும் அதில் போட்டு அவளுக்குக் கொடுத்தான். ஐஸ் க்ரீமுடன் ஜாமூன் தேன், முந்திரி, திராச்சை எல்லாம் கலந்து அதன் சுவை இன்னும் கூடியிருந்தது. அதைச் சப்புக்கொட்டி சாப்பிடும் ஹிருத்தியாவை ரசித்தபடியே பார்த்தான் அமுதன்.

"பிடிச்சிருக்கா ஹிருத்தியா?"

சாப்பிட்டுக்கொண்டே தலையை ஆட்டிய அவளின் அந்தச் செய்கையை நினைத்து உள்ளுக்குள் மகிழ்ந்தான் அமுதன். அப்போது வீட்டிற்கு வந்த சீதா தன் மருமகள் ரசித்து சாப்பிடுவதையும் அதை மகிழ்ந்து பார்க்கும் தன் மகனையும் கண்டு மகிழ்ந்தார்."அமுதா உள்ள வா" என்றவர், "எத்தனை முறை சொல்லியிருக்கேன் நீ கிட்சன் பக்கமே வரக்கூடாதுன்னு? ஒழுங்கா விளையாடு இல்ல படி. இதுவே கடைசியாக இருக்கனும்" என்று சொல்ல,

"சரிம்மா" என்று அவருக்காகத் தலையாட்டினான் அமுதன்."அத்த நான் வீட்டுக்குப் போறேன்" என்றாள் ஹிருத்தியா.

"ஏன்டா இங்கேயே இரு" என்றவருக்கு ரகசியமாக, "அது அம்மாக்குத் தெரிஞ்சா திட்டுவாங்க" என்று சொல்லிவிட்டு ஓடினாள். தன் தம்பியின் மனைவியை நினைக்கையில் சீதாவிற்கு ஒரு அச்சம் வந்து சென்றது உண்மை. அவருக்கு ஹிருத்தியா இங்கே வருவதும் அமுதனிடம் அவள் பழகுவதும் பிடிப்பதில்லை என்று சீதாவும் அறிவார். இருந்தும் தன் தம்பி மீது இருக்கும் பாசமும் நம்பிக்கையும் அவர் கண்ணை மறைத்தது. இதில் பாக்கியலக்ஷ்மியின்(ஹிருவின் அன்னை) அண்ணனுக்கு இவர்களின் குடும்பத்தைக் கண்டாலே ஒரு வித இளப்பம் தான். அது தெரிந்தும் கண்டும் காணாமல் சென்று விடுவார்கள் இவர்கள். இத்தனை தடைகள் இருந்தும், என்ன ஆனாலும் ஹிருத்தியாவுக்கும் அமுதனுக்கும் தான் திருமணம் நடைப்பெறும் என்று அவருக்குள் ஒரு அசைக்க முடியாத நம்பிக்கை இருந்தது.

இந்த உலகத்தில் இருக்கும் எல்லாவற்றையும் விட மிகப் பெரிய அதிசயம் நம் மனம் தான் என்று பட்டிமன்ற பேச்சாளர் ராஜா ஒரு முறை பேசியதாக நினைவு. உண்மை தான் போலும். எப்படி இந்த மனதால் நாம் ஆண்டாண்டுககளாக விரும்பி பழகிய ஒருவரைப் புரிந்துகொள்ள முடியாமல் சண்டையிட முடிகிறது? அதேபோல் இதே மனம் தான் இனி ஒத்தே வராது என்று ஒதுக்கிய நபர்களையும் மீண்டும் தன் வாழ்க்கையில்

இணைத்துக்கொள்ள முடிகிறது? அப்போ உண்மையிலே மனம் பெரிய விந்தை தான் போலும்! நமக்கெதற்கு அந்த ஆராய்ச்சி?

மனமெங்கும் மாய ஊஞ்சல்

உனதன்பில் ஆட ஆட

மழை பொங்கும் தூய மேகம்

உயிர் உள்ளே சாரல் போட

கோடையும் வாடையும்

பார்த்திடா தாவரம்

வரம் நீ தந்தாய்

வான் பூக்குதே

நான் உன் தோளில் கண் சாய

விண்மீன்கள் பொன் தூவ

காற்றிலே சிறகை நாம் விரித்தால்

துளி ஆகாதோ பூமி?

வெளியெல்லாம் காதலால் நிறைந்தால்

அதற்கீடேது சாமி?

(யுகபாரதியின் வரிகள்)

அதன் பின் ஒரு இரண்டு நாட்கள் கடந்திருக்கும். ஆத்யாவும் அமுதனைத் தொடர்புகொள்ளவில்லை அமுதனும் ஆத்யாவை அழைக்க வில்லை. அவர்கள் (அமுதன் அண்ட் கோ) அடுத்து நடக்க வேண்டியதைப் பற்றித் தீவிரமாக யோசித்தனர். அந்த காலேஜ் கேன்டீன் சம்மந்தமாக வேலையில் இறங்கினார்கள். ஆத்யாவும் தான் பழைய படி நார்மலாக இருப்பதாய்க் காட்டிக்கொண்டாள்.

ஏனோ லவ்வுக்கு மட்டும் எல்லாம் புரிந்திருந்தது. இருந்தும் அவளும் எதையும் வெளிப்படையாகக் கேட்டுக்கொள்ள வில்லை. அன்று லக்ஷ்மி அப்பா தன்னிடம் பேசியதை நித்தியும் தன்னுடைய சகாக்களிடம் சொல்லியிருந்தாள். அதற்குள் லவ்வும் தன்னுடைய அனுமானத்தைச் சொல்ல கூடவே ஆத்யா எதுவும் நடக்காதது போல் இருந்தது அவர்களை மீண்டும் வருந்தச் செய்தது. ஏனோ தங்கள் தோழியின் வாழ்வில் ஒரு வசந்தம் வீசுவதாகத் தெரிந்தது இப்போது திசை மாறிப் போனதாக எண்ணி வருந்தினார்கள்.

அடுத்த ஆர்டர் டிஸ்கஷன் எல்லாம் பேச அன்று ஆத்யா எடுத்த ஆர்டர் எல்லோரின் பார்வைக்கும் வந்தது. குறிப்பாக மணிகண்டன் அதைப் பார்த்து முறைத்தான்.

"என்ன மணி என்ன ஆச்சு?" என்றாள் மிதிலா,

"என்ன இது? யாரு இந்த ஆர்டெரை எடுத்தது? இப்படி எல்லாம் செஞ்சா எப்படி எனக்குக் கட்டுப்படி ஆகும்? அண்ட் இப்படி செட்டிநாட்டு பாரம்பரியமான எல்லாம் செய்ய முடியாது" என்று கோவமாகப் பேசினான்.

"என்ன மணி இது? கஸ்டமர் என்ன விரும்பறாங்களோ அது தானே நாம செய்யணும்?" என்ற சந்திப்பிற்கு,

"டேய் இது ஒன்னும் உன் வேலை மாதிரி ஸ்டேஜ் டெக்கரேஷனும் ஹால் டெக்கரேஷனும் இல்ல. சோ தெரியாம பேசாத..." என்று காட்டமாகவே பதிலளித்தான்.

"அவன் கேட்டது ஒன்னும் தப்பில்லையே மணி? இங்க கஷ்டமெர்ஸ் தான் கிங். அவங்க டிமெண்டை தான் நாம பூர்த்தி செய்யணும்..."

"கரெக்ட். ஆனா ரேட்டும் கட்டுப்படி ஆகணுமில்ல?" என்று அவன் விஷயத்திற்கு வந்தான்.

"ஏன் எல்லாம் கரெக்ட்டா தானே பேசியிருக்கா ஆத்யா?" என்று அந்த பில்லை பார்த்துவிட்டுப் பேசினாள் நித்தி.

"ஓகே. நான் நேராவே விஷயத்திற்கு வரேன். இது நாம ஏழு பேரும் சேர்ந்து ஆரமிச்ச பிசினெஸ் தான். ஆனா நாம எல்லோரும் ஒரே மாதிரி வேலை செய்யுறதில்லை தானே...?"

அவன் பேச வருவதைப் புரிந்த சந்தீப், "மச்சி உனக்கே தெரியும் நம்ம பேசுற அமௌண்ட்ல அதிக பெர்செண்டேஜ் உனக்கு தான் வருது. மீதியை தான் நாங்க எல்லோரும் சமமா ஷேர் செய்யுறோம். உனக்கு கீழ வேலை செய்யுறவங்க அதிகம் உனக்கு வேலையும் அதிகம். எனக்கு இல்ல எங்க எல்லோருக்கும் இது தெரியும். இப்போ என்ன பிரச்சனை?"

ஏனோ மணிகண்டனுக்கு நீண்ட நாட்களாகவே தன்னுடைய வேலைக்கேத்த ஊதியம் கிடைப்பதில்லை என்ற எண்ணம் இருக்கிறது. ஆனால் உண்மை அதில்லை என்று பாவம் அவன் அறியவில்லை. அவனுக்காக ஆத்யா மிக குறைந்த ஊதியத்தையே பெறுகிறாள். ஆக்சுவல்லி அவளுக்கும் இந்த நிறுவனத்திற்கும் நேரிடையாக எந்தத் தொடர்பும் இல்லை தான். ஏனெனில் சந்தீப் மிதிலா இருவரும் போட்டோ கிராபி வீடியோ கிராபி மேடையலங்காரம் ஆகியவற்றை பார்த்துக்கொள்ள லவ், ஜாய்சன் இருவரும் 'மாஸ்டர்ஸ் இன் ஈவென்ட் மேனேஜ்மேண்ட்' முடித்திருந்ததால் மற்ற வேலைகளை எல்லாம் பார்த்துக்கொள்ள நித்தி தான் எம். பி.ஏ முடித்த காரணத்தால் அனைத்தையும் ஒருங்கிணைத்து நடத்தும் பொறுப்பை எடுத்துக்கொண்டாள். மணிகண்டன் கேட்டரிங் முடித்து சமையல் சார்ந்ததைப் பார்த்துக்கொண்டான். அனைத்து விதமான கணக்கு வழக்கு கிடைக்கும் லாபத்தை பங்கீட்டு கொடுத்து ஆர்டர் எடுப்பது போன்றவற்றை எல்லாம் ஆத்யா செய்வாள். ஆறு நபர்களை ஒருங்கிணைத்ததில் இருந்து இதைப் பிரபலமைடய செய்தது வரை எல்லாமும் ஆத்யாவின் வேலை தான்.

இருந்தும் தான் மற்றவர்களை போல் அதிக உடலுழைப்பைப் போடுவதில்லை என்ற எண்ணம் அவளுக்கே இருக்கிறது. ஆதலால் எப்போதும் மற்றவர்களைக் காட்டிலும் குறைத்த

சம்பளத்தையே பெறுவாள். காரணம், எப்போதும் அவள் இங்கே இருந்தாலும் இத்துடன் அவள் தன்னுடைய பிலாக் வேலைகளையும் செய்வதால் அதில் தனக்கு கிடைக்கும் ஊதியமே போதும் என்று எண்ணி இந்த முறையை பின்பற்றுகிறாள்.

இது மணிகண்டனுக்கே கூடத் தெரியும். மேலும் ஆத்யா எப்போதும் அந்தக் கூட்டத்தின் லக்கி சார்மாக (அதிர்ஷ்டசாலியாக) பார்க்கப் படுவதால் அவளையே எல்லா வேலையையும் முன்னின்று செய்யச் சொல்வார்கள்.

"இப்போ என்ன சொல்ல வர?" என்று நேராக விஷயத்திற்கு வந்தாள் ஆத்யா.

மணிகண்டன் என்ன பேசுவது என்று புரியாமல் இருக்க, "ஓகே எனக்கு இந்த ஆர்டர்ல எந்த பிராப்பிட்டும் வேண்டாம். ஆனா ஆர்டர் ப்ராப்பரா வரணும். யூ கேன் டேக் மை ஷேர். போதுமா?" என்று சொல்லிவிட்டு எழுந்து சென்றாள்.

அதைக் கேட்டவன் சந்தோசமாக அங்கிருந்து சென்றான். ஏனோ மற்றவர்கள் இருவிதமான மனநிலை இருந்தனர். ஒன்று, 'மணி ஏன் இப்படி மாறிவிட்டான்? பின்னே தங்களுடன் படித்து வேலையில்லாமல் இருந்தவனை அழைத்து வேலை கொடுத்து இன்று இந்த நிலையில் அவன் இருக்க காரணமானவளே ஆத்யா தானே? இவன் ஏன் இப்படி பணத்தின் மீது குறியாக இருக்கிறான்?' என்று வருந்தினார்கள்.

இரண்டு, 'ஆத்யா ஏன் இப்படி அப்னார்மலாய் இருக்கிறாள்? இது அவளின் சுபாவம் இல்லையே? எதையும் கூலாக ஹேண்டில் செய்பவளாச்சே?' என்று எண்ணினார்கள். அதனால் அவளுக்கு கோவம் வராது என்று நினைக்க வேண்டாம். 'இதுபோல் சில்லி விஷயத்திற்கு எல்லாம் இப்படி ரியாக்ட் செய்பவள் இல்லையே? அமுதனுடன் அன்று சென்று வந்த பிறகு தான் இப்படி இருக்கிறாள். அது ஏன் என்று முதலில் கண்டுபிடிக்க வேண்டும்?' என்று யோசித்தனர்.

ஏனோ சின்ன வயதிலிருந்து தன்னுடைய தந்தையிடம் எதையும் மறைக்காமல் எப்போதும் ப்ரியாக பேசுபவளால் கடந்த இரண்டு நாட்களாய் அவரோடும் ஒழுங்காகப் பேச முடியாமல் தவிக்கிறாள். அவளுக்கு ஏற்கனவே நிறைய குற்றயுணர்ச்சி இருக்கிறது. இதில் மேலும் மேலும் அவரை கஷ்டப்படுத்த ஆத்யாவுக்கு மனம் வரவில்லை.

எத்தனையோ பிரச்சனையை கடந்து வந்தவளால் 'அதையும் இதையும்' கடக்க முடியாமல் தவிக்கிறாள். கண்களை மூடி யோசனையில் இருக்க,

"ஸ்வீட்டி குட்டி" என்ற அழைப்பில் நினைவுக்கு வந்தவள் தன்னுடைய தோளில் விழுந்த சந்தீப்பின் கரத்தைப் பற்றி அவனையே பார்த்தாள்.

அவள் பார்வையே ஒரு மாதிரி இருக்கவும், "என்ன ஆச்..." என்று அவன் முடிப்பதற்குள் அவன் தோளில் சாய்ந்து அழுதாள். ஏனோ சந்தீப்பிற்கு மனமெல்லாம் பயத்தில் உழன்றது. அன்றும் இப்படித் தானே அழுதாள்? அது இவனுக்கு மட்டுமே தெரிந்த ரகசியம். எப்போதும் போல் அவள் முகத்தில் விழுந்த முடி கற்றைகளை எல்லாம் தன்னுடைய விரலில் ஒதுக்கிவிட்டு ஆதுரமாய் அவள் கழுத்தை வருடிக் கொடுத்தான்.

எதையும் பேசாமல் அப்படியே இருந்தவள் சற்று நேரத்தில் ஆசுவாசம் பெற்று அந்த மொட்டைமாடி சுவற்றில் ஏறி அமர்ந்தாள். அவளுடன் அவள் அருகிலே சந்தீப்பும் அமர ஏதும் பேசாது அவன் தோளில் சாய்ந்து கொண்டாள். பின்னாலே லவ் மற்றும் மிதிலா இருவரும் வந்தனர்.

அங்கே அமுதனுக்கு அந்தச் செய்தி வந்து சேர்ந்தது. அடுத்த வாரம் ஹிருத்தியாவைப் பெண் பார்க்க வருகிறார்கள் என்பது தான் அந்தச் செய்தி. தகவலைச் சொன்னது வேறு யாருமில்லை அவனுக்கும் ஹிருத்தியாவிற்கும் ஒரு பாலமாக இருந்த சிகப்பி தான். ஆமாம் அவனுடைய இரண்டாவது மாமாவின் மகள்.

ஆனால் என்றும் இவனுக்கு ஒரு பெஸ்ட் ஃப்ரண்ட் மற்றும் குட்டித்தங்கை போன்றவள். சிறுவயதிலிருந்து ஹிருத்தியாவை வெறுப்பேற்ற தன்னோடு கொஞ்சி குழாவுவதைப் போல் பாவனை செய்பவள் தான் இவள். அமுதன் அவளை எப்போதும் நாட்சியம்மை போல் தான் பாவிப்பான். அதற்கு ஒரு காரணம் உண்டு. சிகப்பிக்கும் சித்தார்த்துக்கும் ஒரு ட்ராக் ஓடுகிறது என்று அறிந்தவன் தானே அமுதன்.

பாவம் அவளுக்கு அவர்கள் இருவரும் காதலித்து வரை மட்டும் தான் தெரியும். அந்த கான்வெர்சேஷனை இவள் அறியமாட்டாள். வாழ்க்கை இவனின் ஆசைகளையும் விருப்பங்களையும் இரண்டு வேறு வேறு பக்கத்தில் நிறுத்தி அதற்கு மத்தியில் இவனை நிற்கவைத்து, இரண்டில் ஒன்றை மட்டும் தேர்ந்தெடு என்பது போல் ஒரு நிர்பந்தத்தைக் கொடுத்தது. சில நேரங்களில் வாழ்க்கையில் மிகக் கடினமான முடிவுகளை எடுக்க வேண்டி வரும். நமக்கு பிடிக்காத ஒன்றைச் செய்யச் சொல்லியோ இல்லை பிடித்த ஒன்றை விட்டுத் தரச் சொல்லியோ நிர்பந்திக்கும். இதுபோலொரு நிலை அமுதனின் வாழ்விலும் நடந்தது.

உலகில் எந்த காதல்

உடனே ஜெயித்தது

வலிகள் தாங்கும் காதல்

மிகவும் வலியது,

காதல் தோற்றதாய்க் கதைகள் ஏது?

தோற்றால் தோற்றது காதல் ஆகாது

எல்லாமே சந்தர்ப்பம்

கற்பிக்கும் தப்பர்த்தம் (பாடல் வரிகள்)

எவ்வளவு நேரம் என்று தெரியவில்லை அமுதன் அன்று நடந்ததையே மீண்டும் மீண்டும் நினைத்துக் கொண்டு இருந்தான்.

சிகப்பி அனைத்தையும் ஒரு பயத்தோடும் பரபரப்போடும் பேசி முடிக்க அந்தப் பரபரப்பு துளியும் இல்லாமல் யோசனையில் இருந்தான் அமுதன். அலைபேசியை எடுத்தவன் 'ஹிரு குட்டி' என்று இருந்த அவள் எண் கண்ணில் பட அதை அழைக்கலாமா? அழிக்கலாமா? என்று ஒரு பட்டிமன்றம் நடத்திக்கொண்டு இருந்தான். அவன் அழைக்கலாம் என்று தொடும் சமயத்தில் அவனுக்கு அவன் தந்தையிடமிருந்து அழைப்பு வந்தது. எதற்காக அவர் அழைக்கிறார் என்று வரை அமுதனுக்குத் தெரியும்.

"சொல்லுங்கப்பா..."

"அமுதா, அது..." என்று நிறுத்தியவர் அவருக்கும் அடுத்து எப்படித் தொடர்வது என்று புரியாமல் நிற்க,

"என்ன விஷயம் எதாவது அவசரமா?" என்றான்

"நான் வேணுனா ஒரு வாட்டி நேர்ல போய்ப் பேசிப் பார்கவா அமுதா?"

"அம்மா எதாவது சொன்னாங்களா?"

"ஏன் உன் அம்மா சொல்லித் தான் நான் பேசணுமா?"

"என் அப்பா யாருகிட்டயும் தலை குனிந்து நிற்கக் கூடாது. எனக்கு அது சுத்தமா பிடிக்காது" என்றான்.

"என் பையன் ஆசைப்பட்டதை நிறைவேற்ற நான் எந்த எல்லைக்கும் போவேன்" என்றார் அவர் பதிலுக்கு,

"சில விஷயம் ஸ்டேட்டஸ் குவோல (status quo - ஒரு செயல் இதுவரை எந்த நிலையில் இருக்கிறதோ மாற்றமேதுமின்றி அதே நிலையில் இனியும் தொடருவது என்று பொருள்) இருக்கறது தான் நமக்கும் நம்மை சுற்றியுள்ள எல்லோருக்கும் நல்லதுப்பா. நாமாவே சென்று எதையும் மாற்றக் கூடாது. விட்டுடுங்க..."

"இல்ல அமுதா..."

"இது மட்டும் என் வாழ்க்கை இல்லை. நான் பார்க்க வேண்டியது இன்னும் நிறைய இருக்கு. நான் பார்ப்பேன். நீங்க வீணா வருத்தமோ குற்றயுணர்ச்சியோ இல்லை என்னை நினைத்து பயமோ எல்லாம் பட வேண்டாம். அண்ட் உங்களுக்கு யாராவது தகவல் கொடுத்தா போங்க. எப்படியும் கொடுக்க மாட்டாங்க அது வேற? கொடுத்தா மட்டும் போங்க. அம்மாவை எதையும் பேசவேண்டாம்னு சொல்லிடுங்க" என்றவன் அழைப்பைத் துண்டித்தான்.

"உயிரில் பூக்கும் காதல்

உணர்வின் வானிலை

உணர்வைப் பார்ப்பதேது

உறவின் சூழ்நிலை

மனமென்னும் குளத்தில்

விழியென்னும் கல்லை

முதன்முதல் எறிந்தாலே

அலையலையாக ஆசைகள் எழும்ப

அவள் வசம் விழுந்தானே..." (பாடல் வரிகள்)

கண்களில் கண்ணீர் முட்டிக் கொண்டு வர சரியாக அத்திப்பூ வீட்டிற்குள் வந்தாள். உடனே எழுந்து ரெஸ்ட் ரூம் சென்றான் அமுதன்.

அவளுக்குத் தெரியக்கூடாது என்று கண்களைத் துடைத்ததைப் பார்த்தும் விட்டாள் அத்திப்பூ. அவளுக்கு எதுவோ தவறாகப் பட உடனே அண்ணாமலையை அழைத்து விசாரித்தாள். அவளுக்கு எல்லாம் விளங்கியது. ஏனோ அப்போது தான் அவளைப் பார்பதைப் போல் வெளியே வந்தான் அமுதன். அதில் எப்போதும் இருக்கும் அமைதியைக் கடந்து ஒரு வரவழைக்கப் பட்ட சிரிப்பு இருந்தது.

"அமுதா கொஞ்சம் வெளிய நடந்துட்டு வரலாமா?" என்று வினவினாள் அத்தி.

ஏனோ அமுதனுக்கும் கொஞ்சம் நடந்தால் நன்றாக இருக்கும் என்று தோன்ற அவர்கள் இருவரும் காற்றாட நடந்தனர். கார்த்தி, கண்ணையன், ரூபன் மூவரும் அந்த காலேஜ் கேன்டீன் வேலையாக வெளியே சென்று இருந்தனர். என்ன தோன்றியதோ ரூபன் உடனே அத்தியை அழைத்து அமுதனோடு இருக்கச் சொல்லிவிட்டுச் சென்றான். அதனாலே அவள் இங்கே வந்தாள்.

அன்றே அமுதனின் எண்ணைப் பெற்ற லக்ஷ்மி அவர்கள் அமுதனை அழைக்க முயன்றார். எதற்கும் ஆத்யாவிடம் ஒருமுறை இதைப் பற்றிப் பேசிவிட்டு அழைக்கலாம் என்று நினைக்க ஆத்யாவோ இந்த இரண்டு மூன்று நாட்களாய் அவரைப் பார்ப்பதோடு சரி. தன்னையே ரொம்ப பிசி போல காட்டிக் கொள்கிறாள் என்று அவருக்கும் புரிந்தது. பின்னே ஆத்யாவின் பலம் மற்றும் பலவீனம் இரண்டுமே அவள் தந்தையாகிய லக்ஷ்மி நாராயணன் தானே?

ஒரு வேளை தன்னை நேரில் சந்தித்தால் அழுது விடுவாளோ என்று தான் தன்னை அவாய்ட் செய்கிறாள் என்று அறிந்துகொண்டார் அவர். அதன் பின் இன்று நாளை என்று மூன்று நாட்கள் சென்றுவிட இன்றுஎப்படியேனும் அமுதனிடம் பேச வேண்டும் என்று எண்ணியவர் எப்போதும் போல் மாலை கொஞ்சம் காற்றாட நடந்தார்.

"என்னடா நடக்குது இங்க?" என்று வடிவேலு பாணியில் சொல்லிக்கொண்டு வந்தாள் மிதிலா.

அவர்கள் இருவரும் அமர்ந்திருந்த பொசிசனை பார்த்து நிச்சயம் எதுவோ சரியில்லை என்று உணர்ந்தாலும் அதை வெளிக்காட்டாமல் லவ், ஆத்யா அருகிலும் மிதிலா, சந்தீப்பின்

அருகிலும் அமர்ந்தனர். அந்த மொட்டை மாடி பின் பக்கம் சுவர் எதுவுமில்லாமல் கீழே கட்டாந்தரையாய் இருக்கும் இடம். எப்படியும் அதன் உயரம் ஐம்பது முதல் ஐம்பத்தி ஐந்து அடி வரை இருக்கும். இன்று விழுந்தால் நிச்சயம் நாளைக்கு பால் தான். இருந்தும் அதில் அமரும் போதெல்லாம் எல்லோருக்கும் ஒரு ரோலர் கோஸ்டர் பயணம் போல் திகிலான ஒரு உணர்வு ஆட்கொள்ளும். இன்றும் அப்படித் தான் இருந்தது.ஏனோ நித்தி இங்கு இல்லை. பின்னே அவளுக்கு ஹய்ட்டுனா பயம். அதும் இந்த சுவற்றில் எப்போதும் அமரவே மாட்டாள்.

லவ் ஆத்யாவை வம்பிழுக்க எண்ணி அவளின் இடையைக் கிள்ளினாள். 'ஹ்ம்' என்று உச் கொட்டிய ஆத்யா, அவளை முறைத்தாள்.

"அவனைப் பற்றித் தான் தெரியுமே! இதுக்கா இந்த ஃபீல்?" என்றாள் மிதிலா.

சந்தீப் எதையும் பேசாமல் ஆத்யாவின் கைவிரலைக் கோர்த்தபடி இருந்தான்.

"ஆமாம் ஆர்டர் அமுதன் எடுத்ததோ?" என்றாள் மிதிலா. அதைச் சொன்னதும் ஏனோ அவளின் தொடையைக் கிள்ளினான் சந்தீப். அவள் கப்சிப் என்று ஆக நிமிர்ந்த ஆத்யா,

"இனிமேல் அமுதன் கூட என்னைச் சேர்த்துப் பேசாதீங்கப்பா" என்று சொல்லிவிட்டு அங்கிருந்து விடைபெற்றாள் ஆத்யா. மூவரும் ஒருவர் முகத்தை ஒருவர் பார்த்துக் கொண்டனர்.

"இவளுக்கு மட்டும் ஏன்டா இப்படி நடக்குது?" என்றாள் லவ்.

"என்ன ஆனாலும் சரி நான் அமுதன் கிட்டப் பேசப் போறேன்" என்றான் சந்தீப். மிதிலாவும் ஆமோதிக்க அவர்கள் அங்கிருந்து கலைந்தனர்.

தன் மகளின் எதிர்காலம் பற்றி யோசித்த படியே நடத்தவர் நீண்ட நேரம் நடந்துவிட்டார். வழக்கமாக செல்லும் வழியில்

இருந்து மாறிச் சென்றவர் கால் போன போக்கில் போனார். நீண்ட நேரம் நடந்ததால் சோர்வாகி அப்படியே அங்கே அமர்ந்தார். அப்போது தான் வழி மாறி வந்தது தெரிய மயக்கம் வருவதைப் போல் தோன்ற நொடியில் அங்கேயே விழுந்தார். அவ்வழியே வரும் போது அத்தி தான் அங்கே ஏதோ கூட்டம் கூடியிருப்பதைக் கண்டு என்னவென்று விலக்கிப் பார்க்க லக்ஷ்மி அப்பாவைப் பார்த்ததும் துடிக்க அமுதன் அவரை அருகே இருக்கும் தங்கள் வீட்டிற்கு அழைத்துச் சென்றான். டாக்டரை வரவழைக்க அப்போது அவர் விழித்துக் கொண்டார். என்ன ஏது என்று புரியாமல் பார்த்தவர் அத்தியைக் கண்டு நிம்மதி அடைய டாக்டர் வந்து பரிசோதித்து விட்டு நார்மல் தான் என்றார்.

"என்னாச்சி அப்பா? ஏன் இப்படி தனியா இவ்வளவு தூரம் வந்தீங்க?" என்று அக்கறையாகக் கேட்ட அத்திப்பூவைப் பார்த்தவர், "ஏதோ யோசனை அப்படியே வந்துட்டேன்டா" என்றதும்,

"இவ்வளவு தூரமா தனியா வருவீங்க?" என்றான் அமுதன்.

பிறகு அவருக்கு வேண்டியதைச் செய்தவன் சிறிது நேரம் அவருடன் உரையாடினான். அவர் முகம் ஒரு வித குழப்பத்தில் தான் இருக்கிறது என்று அறிந்தவன், "அங்கிள் எதுனாலும் என்கிட்டச் சொல்லுங்க..." என்றதும் 'சொல்லலாமா வேண்டாமா?' என்ற யோசனையில் இருந்தார்.

அவரின் குழப்பதைக் கண்டவன், "சரி வாங்க வீட்டில் விடுறேன்" என்றதும் அவர் அவனுடன் பைக்கில் பயணித்தார். (சுவைக்கும்!)

இன்னமும் ஒரு வித கலக்கத்துடனே இருந்த லக்ஷ்மி அங்கிளை பைக்கின் கண்ணாடி ஊடே பார்த்தவன் எதையும் பேசாமல் வீடு நோக்கி வண்டியைச் செலுத்தினான்.

ஒரே முறைதான் அவரிடம் நேரில் பேசியிருந்தாலும் அவரைப் பற்றி நன்கு அறிந்திருந்தான். அவனுக்குத் தெரிந்து அவர் பழகுவதற்கு மிகவும் இலகுவானவர். ஜோவியல் ஜாலி டைப்.

இன்றைய காலத்து பசங்களின் எண்ணங்களைப் பிரதிபலிக்கும் வண்ணம் நடந்து கொள்பவர்.

இவரைப் பற்றித் தெரிந்துகொள்ள ஆத்யா ஒருத்தியே போதும். ஒரு மகளை எப்படி வளர்த்தியிருக்கிறார்? தைரியமாகவும் போல்டாகவும் இன்டிபென்டெண்டாகவும் அல்லவா ஆத்யா இருக்கிறாள்? என்ன தான் அண்ணாமலையும் ஜாலி டைப் அப்பா என்றாலும் அவரும் நாட்சியம்மைக்கு அதிக செல்லம் கொடுத்தாலும் நாச்சியால் என்றைக்கும் ஆத்யாவைப் போல் மாற முடியாது. ஆத்யாவுக்கு கிடைக்கும் ப்ரீடம் அவளுக்கு கிடைப்பதில்லை. அது கடினமும் கூட. ஏன் அமுதனே அதை உணர்ந்துள்ளான். அப்படிப்பட்டவர் இன்று குழம்பத்தில் தடுமாறி மயங்கியும் இருக்கிறார் என்றால் நிச்சயம் ஏதோ தவறு இருக்கிறது என்று அவனுக்கு நன்றாகவே புரிந்தது. வண்டி அவரின் வீட்டினுள் சென்றதைக் கூட உணராமல் இருந்தார் அவர்.

"அங்கிள், வீடு வந்துடுச்சி" என்றதும் தான் இறங்கினார். அவரை அழைத்துக்கொண்டு வீட்டிற்குள் சென்றவன் அவரை ஓய்வெடுக்க சொல்லிவிட்டு ஆத்யாவை அழைத்தான்.

அவளோ ரொம்பவும் பிசியாக தன்னுடைய பிலாக் ரைடிங்கிற்கான கன்டென்ட் தேடுவதில் முன்முறமாக இருந்தவள் அழைப்பது யாரென்றும் கூடப் பார்க்காமல் அட்டென்ட் செய்தாள். அமுதனின் குரல் கேட்டு ஒரு கணம் தடுமாறினாலும் சுதாரித்து விசாரித்தாள்.

"கொஞ்சம் வீட்டுக்கு வர முடியுமா ஆத்யா?"

"ஐயோ எனக்கு கொஞ்சம் வேலை இருக்கே... உங்க வீட்டுக்கு இப்போ..." என்று இழுக்க,

"என் வீட்டுக்கு இல்ல, உங்க வீட்டுக்கு தான் கூப்பிட்டேன். நான் இங்க தான் இருக்கேன்"

திடுக்கிட்டவள், "ஏன்? என்ன ஆச்சு?" என்று பதற,

"ஏன் இவ்வளவு டென்ஷன்? ஒன்னுமில்லை... சும்மா பேச தான் வாங்க" என்றான்.

"அப்பா? அப்பாக்கு?" என்றாள்

"ஹி ஈஸ் பெர்பெக்ட். வாங்க பேசலாம்"

அடுத்த இருவது நிமிடத்தில் அங்கே இருந்தாள் ஆத்யா. பதட்டத்துடன் வந்தவளை அமைதியாக இருக்கச் சொன்னவன் உள்ளே செல்ல களைப்பில் லஷ்மி உறங்கியிருந்தார். தூங்கும் தந்தையை ஒரு குழந்தையாக நினைத்து அவரின் தலை கோதினாள். அவளை தனியே அழைத்த அமுதனிடம்,

"என்ன ஆச்சு அமுதன்? நீங்க எப்படி இங்க? அப்பாக்கு என்ன?" என்று கேள்விகளை அடுக்க,

"ரிலேக்ஸ் ஆத்யா. ஒன்னுமில்லை. ரோட்டல வாக்கிங் வந்திருப்பாரு போல திடீர்னு மயங்கிக்கிட்டாரு. டாக்டரை கூப்பிட்டுப் பேசினோம். ஹி இஸ் ஆல்ரைட் தான்னு டாக்டர் சொன்னாரு. இருந்தும் அவரு ரொம்ப குழப்பத்துல இருக்காரு..." என்று ஆத்யாவின் முகத்தைப் பார்த்தான்.

அதிலே ஆத்யாவின் பலம் மற்றும் பலவீனம் இரண்டும் அவள் தந்தை மட்டும் தான் என்று அவனுக்கு நன்கு விளங்கியது. பின்னே இது அவன் பார்க்கும் ஆத்யாவின் மூன்றாவது பரிணாமம். இந்த ஆத்யா அவனுக்கு ஆச்சரியத்தைத் தவிர்த்து அதிர்ச்சியைத் தான் தந்தாள். ஆத்யா என்றாலே ஆளுமை என்று தான் அவன் மனதில் அனிச்சையாகத் தோன்றும். அந்த ஆளுமையில் ஒரு கம்பீரம், ஒரு தைரியம், ஒரு தெளிவு மற்றும் ஒரு நேர்மை இருக்கும். இன்று அவள் கலங்கி நிற்பது அவனுக்கு அதிக வருத்தத்தைத் தந்தது.

"கம் ஆன் ஆத்யா, சின்ன பொண்ணு மாதிரி ஃபீல் பண்ணாதிங்க... அவர் ஏஜ் என்ன? இது ரொம்ப காமன். நாம வேணுனா ஒரு முழு உடல் மெடிக்கல் செக் அப் பண்ணிடலாம். ப்ரப்ளேம் சால்வ்ட்" என்றான்.

உடனே அவள் முகத்தில் ஒளி மின்னியது."ஆமாயில்ல? அப்போ நாளைக்கே போயிடலாம். நான் எங்க பேமிலி டாக்டரை கன்சல்ட் பண்ணிடுறேன். லஷ்மிக்கு ஒன்னும் இருகாதில்ல அமுதா?" என திடீரென்று ஆயாசமாகக் (களைப்பு, சோர்வு மனவருத்தம், நம்பிக்கையின்மை) கேட்டாள் ஆத்யா.

அவளின் திடீர் 'லஷ்மி' என்ற விளிப்பில் ஆச்சர்யம் அடைந்தவன், "ஒன்னுமிருக்காது ஆத்யா. ஜஸ்ட் நம்ம சேடிஸ்பிகேஷனுக்காகத் தான் இந்த செக் அப். ஓகே?"

"ஓகே நான் அப்பா கூட இருக்கேன்..." என்று அவள் செல்ல அவளின் பதட்டம் அறிந்தவனாக அவளுக்கும் தனக்குமாய் இரண்டு காஃபீ போட்டு எடுத்துச் சென்றான்.

"தேங்க்ஸ் அமுதன். நிறைய தேங்க்ஸ் சொல்லணும். ஒருவேளை அப்போ நீங்க அங்க இல்லைனா?" என்றதும் அவள் இன்னும் அந்த அதிர்ச்சியில் தான் இருக்கிறாள் என்று அறிந்தவன் அவள் கரத்தை ஆதரவாகப் பற்றினான்.

"நத்திங் ஆத்யா. நாளைக்கு அப்பாய்ண்ட் மென்ட் போடுங்க. நானும் கூட வரேன். போலாம் ஓகே?" என்று வெளியே வந்தவன் ஹாலில் இருந்த அந்தப் புகைப்படங்களைப் பார்த்தான். ஒரு தவழும் குழந்தையில் இருந்து இளங்கன்னி வரை வயது கூடியதாய்த் தெரியும் ஒரு பெண்ணின் புகை படத் தொகுப்பு தான் அவை. தன் இடதுகை ஆட்காட்டி விரலை சூப்புவதிலிருந்து ஸ்பைடர் மேன் உடை அணிந்தும் புல்லாங்குழல் உடன் கிருஷ்ணனாகவும் போலீஸ் உடையிலும் முண்டாசு கட்டி கவிஞனாகவும் கராத்தே உடையில் சண்டையிடுவதைப் போலவும் பட்டமளிப்பு விழாவில் கருப்பு கௌன் அணிந்தும் இறுதியாக தன் தந்தையுடன் இணைத்து ஸ்வட்டர் குல்லா உடன் ஏதோ ஓர் பனி பிரதேஷத்தில் அநேகமாக இமையமலையாக இருக்கலாம் என்று எண்ணினான், இருப்பது வரை இருந்த புகைப்படங்களை எல்லாம் பார்த்ததும் அவன் உதடு அவனையும் அறியாமல் ஒரு குறு நகை தழுவியது. மீண்டும் அவள் படங்களை எல்லாம் பார்க்க, அந்த கைசூப்பும்

குழந்தையின் முகம் அதிலும் குறிப்பாக அக்கூரிய விழிகள் பெரிய மாற்றம் ஏதும் அடையாமல் அப்படியே அந்த இறுதி பனி பிரதேச புகைப்படம் வரை ஒன்று போலவே இருந்தது.

சிரித்தபடியே மறுபுறம் திரும்பியவன் ஒரு பச்சை வண்ணப் பட்டில் ஆபரணங்கள் பூட்டி கிட்டத்தட்ட சந்திரமுகி (டேன்ஸ் போஸர்) மாதிரி ஜொலித்தாள். உண்மையில் இந்த ஒரு படத்தில் தான் அவள் பெண் போலவே இருந்தாள். அதாவது அந்த நளினம் வெட்கம், கூச்சம் ஆகியவை தென்பட்டது. ஆக்சுவல்லி இந்த உடையை அணிய அவள் நிர்பந்திக்கப் பட்டிருக்க வேண்டும். ஏனெனில் அப்புகைப்படத்தில் மட்டும் அவளிடமிருந்து ஒரு அசௌகரியம் தென்பட்டது.

"அமுதன்..." என்றபடி வெளியே வந்தவள் அவன் பார்ப்பதைக் கண்டதும் ஒரு பரவசம் கலந்த வெட்கம் அவளைத் தீண்ட அவன் இவ்வளவு நேரம் இதைத் தான் பார்த்திருக்கிறான் என்றே அப்போது தான் அவளுக்குத் தெரிந்தது.

திரும்பியவன் அவளைக் கண்டதும் சிரிக்க, "எல்லாம் அப்பாவோட வேலை. வீடு முழுக்க என் போட்டோஸ் நிரம்பி இருக்கணுமாம். காக்கைக்கு தன் குஞ்சு பொன் குஞ்சு தானே?"

"நீங்க அழகில்லைனு யார் சொன்னா ஆத்யா?"

அவன் இப்படிச் சொல்வான் என்று அவள் எதிர்பார்க்கவே இல்லை. என்ன பேசுவது என்று தெரியாமல் விழித்தாள்.

"கூப்டீங்களே என்ன விஷயம்?"

"அது அப்பாக்கு நாளைக்கே அப்பாய்ண்ட் மென்ட் கிடைச்சிடுச்சி. மார்னிங்க்கே எம்ப்டி ஸ்டோமேக்ல வரச் சொல்லிட்டார். அது தான் சொன்னேன்..."

"அப்போ நான் காலையில வரேன். சேர்ந்தே போலாம் ஓகே?"

"தேங்க்ஸ் அமுதன். ஆனா நான் சந்தீப்பை வரச் சொல்லிட்டேன். நோ ப்ரப்ளேம். நாங்களே மேனேஜ் பண்ணிக்கறோம்" என்றாள்.

அவள் பட்டென இப்படி பதில் உரைத்தது அவனுக்கு கொஞ்சம் வருத்தமாக இருந்தாலும் தன்னைக் காட்டிலும் சந்தீப் அவளுக்கு க்ளோஸ் என்று அறிந்ததால், "ஓகே தென் கேரி ஆன். நாளைக்கு ஈவினிங் வரேன்" என்று சொல்லி விடைபெற்றான்.

ஆத்யாவுக்கு அவன் தன்னைப் பற்றிச் சொன்னது மகிழ்ச்சியைத் தந்தாலும் ஏனோ நெஞ்சின் ஓர் ஓரத்தில் சொல்ல முடியாத வலி அவளைத் தைத்தது மட்டும் நிஜம்.

கார்த்தி அந்த கேன்டீன் வேலை பற்றி விசாரித்து விட்டு தன்னுடைய வீட்டிற்குச் சென்றான். வெளியில் நிற்கும் காரே அவன் வீட்டின் சூழலைச் சொன்னது. பின்னே வெளியே ஜட்ஜ் பரந்தாமன் அவர்களுடைய வாகனம் நிற்கிறதே? அவர் கோவை டிஸ்ட்ரிக்ட் கோர்ட்டில் ஜட்ஜாக இருக்கிறார். விரைவில் 'மெட்ராஸ் ஹை கோர்ட்டில்' ஜட்ஜ் பொறுப்பேற்பார் என்று நம்புகிறார். இரண்டு மகன் ஒரு மகள். கார்த்தி தான் கடைக்குட்டி. அண்ணா மற்றும் அக்கா இருவரும் லா ப்ராக்டிஸ் செய்கிறார்கள். அக்கா சென்னையிலும் அண்ணா மதுரையிலும் ஹை கோர்ட் அட்வகேட்ஸ் ஆக இருக்க கார்த்தியோ தனக்கும் 'லா'க்கும் ஏணி வைத்தாலும் எட்டாது என்று எப்போதோ அறிந்துகொண்டான். அவன் பனிரெண்டாவது மார்க்கை பார்த்தபோது தான் பரந்தாமனுக்கு அதை நம்பினார்.

சரி ஏதாவது பிசினெஸ் அட்மினிஸ்ட்ரேஷன் படிக்க வைக்கலாம் என்றால் அவனோ கேட்டரிங் மீது இருந்த ஆர்வத்தில் அதைப் படிக்க விரும்ப ஜட்ஜ் ஐயாவுக்கு செம கோவம். இருந்தும் தன்னால் முயன்றதைப் பார்த்தவர் இப்போது அவனை 'தண்ணி தெளித்து' விட்டார். அவன் அன்னைக்குத் தான் அவன் என்றால் அதிக இஷ்டம்.

சரி இதைத் தான் படித்தான் அட்லீஸ்ட் எம்.பி.ஏ முடித்தாலாவது ஏதேனும் ஸ்டார் ஹோட்டலில் வேலைக்குச் சேரட்டும்

முடியாத பட்சத்தில் தன்னுடைய இன்ப்ளுன்ஸ் வைத்து வேலை வாங்கித் தரலாம் என்று நினைக்க அதற்கும் ஒத்து வராமல் இப்படி அமுதனோடே சுற்றிக் கொண்டிருக்கிறான். ஐந்து நபர்களைக் கொண்ட அந்தக் குடும்பம் இப்போது அக்காவுக்கும் கல்யாணம் ஆகி விரிவடைந்து பிறகு அண்ணனுக்கும் கல்யாணம் ஆகி விரிவடைந்தாலும் அவனால் மட்டும் அதில் உரிமையாக சேர முடியவில்லை.

வீட்டிற்குள்ளே சென்றவன் அவன் அப்பா ஹாலில் காத்திருப்பதைத் தெரிந்து ஏதும் பேசாமல் மாடி ஏறினான்.

"டேய் நில்லு" என்றதும் அவன் நின்றான்.

"என்னைக்கு என் பேச்சைக் கேட்க மாட்டேன் சொல்லி கேட்டரிங் சேர்ந்தையோ அன்னைக்கே இப்படி எதற்கும் பிரயோஜனம் இல்லாம தான் இருப்பேன்னு உன்னோட எதிர் காலம் எனக்குத் தெரிஞ்சிடுச்சி. உன்னை அப்படியே தண்ணி தெளிச்சு விட்டுடலாம்னு நெனச்சாலும் முடியல. பெத்த கடமைனு ஒன்னு இருக்கே? உனக்கு இப்பயும் ரெண்டு சாய்ஸ் தரேன். முதல என் ஃப்ரண்ட்ஸ் சிலர் சேர்ந்து ஒரு பிசினெஸ் ஆரமிக்கலாம்னு இருக்கோம். நானும் அதுல ஒரு பார்ட்னரா சேரனும்னு அவங்க விருப்பறாங்க. பேசாம நீ அதுல சேர்ந்து பிசினெஸ் ஆச்சும் பார்க்கிறாயா?"

அவன் அவனது அன்னையைப் பார்த்தான். மகன் இதற்காவது ஓகே சொல்ல மாட்டானா என்ற எண்ணம் தான் அவருக்கு தழைத்தோங்கி இருந்தது.

அவன் எதையும் பேசாமல் அப்படியே இருக்க, "ரெண்டாவது என் ஃப்ரண்ட் காலேஜ்ல எம்.பி.ஏ சீட் இருக்காம். அதையாவது படிச்சு வேலைக்குப் போறியா?" என்றார்.

"எனக்கு ஒரு ஆறு மாசம் டைம் கொடுங்க. நான்..."

"ஏன் இத்தனை வருஷம் தண்டமா அழிச்சது போதாதா? வயசு என்ன பதினாறுனு நெனைக்கறயா? டுவென்டி சிக்ஸ் ஆகுதுடா... ஞாபகமிருக்கா?"

"இன்னும் ஆறு மாசம் போனாலும் அதே டுவென்டி சிக்ஸ் தான் அப்பா ஆகும்" என்றதும் அவன் அன்னை சிரிக்க,

"ஓ என்னையவே மடக்குறியா?"

"ஜட்ஜோட பிள்ளை ஆச்சே?"

ஏனோ அவருக்கு சண்டை இடவும் வாக்குவாதம் செய்யவும் மனமில்லாமல், "சரி. ஆறு மாசம் தான் டைம். நாட் எ செகண்ட் மோர். அப்புறோம் நான் சொல்றதை மறுபேச்சு பேசாம செய்யணும். ஓகேவா?"

"ஆறு மாசத்துக்குள்ள எனக்கு நல்ல வேலை கிடைச்சா என்ன பண்ணுவீங்க?" என்று கேட்க வந்தவன் கேட்காமல் அமைதியாக நின்றான்.

"எஸ் ஆர் நோ?"

"ஓகேப்பா" என்றவன் மேலே சென்றான். அவன் தந்தையோ ஆறு மாசம் கழித்து என்ன செய்யணுமோ அதை இப்போதே செய்ய ஆயத்தமானார்.

அந்த கேன்டீன் காண்ட்ராக்ட் கண்டிப்பாகாக் கிடைக்க வேண்டும் என்பது அவன் பிராத்தனையாகிப் போனது.

அங்கே ஹிருத்தியாவை பெண் பார்க்க வருவது ஊரெல்லாம் தெரிந்திருந்தது. விஜயா இளவரசு ஆகியோருக்குத் தெரிவிக்கப்பட்ட தகவல் ஏனோ உள்ளூரில் இருக்கும் சீதாவுக்குத் தெரியப்படுத்தவில்லை. இதில் வேடிக்கை என்னவென்றால் அந்த நிகழ்ச்சிக்கு வருபவர்களுக்கு சமையல் செய்ய அவ்வூரில் இருக்கும் இன்னொரு கேட்டரிங் சர்வீஸ் பேசப் பட்டிருந்தது. அவர்கள் எவ்வளவு பிரபலமாக இருந்தாலும் 'அமுது கேட்டரிங் சர்வீஸ்' முன்னாடி மண்ணைத் தான் கவ்வ வேண்டும் என்பது வேறு கதை.

என்ன நினைத்தார்களோ அன்று அண்ணாமலையின் வீட்டுக்கு வந்த தமிழரசு பட்டும்படாமல் செய்தியைச் சொல்லிவிட்டுச் சென்றார். கூப்பிடாமல் இருந்திருந்தால் கூடப் போக வேண்டிய அவசியம் வந்திருக்காது. இப்போது அவர்கள் கண்டிப்பாகச் சென்றாக வேண்டும். சீதாவின் மனம் நிம்மதி இல்லாமல் திரிந்தது.

அந்தச் செய்தி நாட்சியம்மையின் வாயிலாக கோவை சென்று சேர்ந்தது.

சிகப்பி தான் மீண்டும் அமுதனை அழைத்தாள்.

"நீங்க இங்க வாங்க மாமா. அக்காகிட்டப் பேசுங்க. நாம எல்லோரும் சேர்ந்து பேசலாம். அத்தை கிட்டச் சொல்லி பெரியம்மாவை சமாதானம் செய்யலாம். பெரிப்பா கிட்ட நான் பேசுறேன்" என்று தன்னால் முடிந்ததை எல்லாம் சொன்னாள்.

இதுவரை ஹிருத்தியைவிடமிருந்து எந்த அழைப்பும் தகவலும் அவனை வந்து சேராததால் அவன் மௌனம் சாதிக்கிறான். ஒருவேளை அவள் பேசினால் கூடச் செல்ல முடியுமா என்பது அடுத்த கேள்வி...

"ப்ளீஸ்டா லட்டு நீ இதைப் பத்தி இனிமேல் என்கிட்டப் பேசாத லட்டு. நாளைக்கு பங்சன் நடக்கட்டும். நீ எந்த குழப்பத்தையும் ஏற்படுத்தக் கூடாது. ஓகேவா?"

"ஏன் இப்படிப் பேசறீங்க? ஹிரு அக்காவும் நீங்களும் லவ் பண்ணீங்க தானே? என்ன ஆச்சு?"

"ஒன்னும் ஆகல. அப்படியே விடு..."

"இல்ல நான் அக்கா கிட்ட போன் பண்ணச் சொல்றேன். இன்னைக்கே நான் ஊருக்குப் போறேன். அத்தை கிட்ட நான் சொல்றேன்..."

"ஒரு முறை சொன்னா உனக்குப் புரியாதா லட்டு? இது நடக்காது. என் கிட்ட உனக்கு எல்லா உரிமையும் இருக்கு.

எதை வேண்டுனாலும் கேட்கலாம்... பேசலாம். ஆனா இதைப் பற்றி மட்டும் வேணாம். ப்ளீஸ்..."

"ஒரே ஒரு கேள்வி மாமா"

"கேளு"

"நீங்க லவ் பண்ணீங்க தானே?"

"உன் கேள்வியிலே பதில் இருக்கு. பண்ணோம். பண்றோம் இல்ல. பாஸ்ட் டென்ஸ். ப்ரெசென்ட் இல்லை. ஃபூசரும் இல்லை. ஓகே?"

"என்ன சொல்றீங்க?"

"நான் வெக்கறேன் லட்டு. பை" என்றவன் அழைப்பைத் துண்டித்தான்.

அங்கே ஹிருத்தியாவும் அதே எண்ணவோட்டத்தில் தான் இருந்தாள். அமுதன் எப்படியும் தன்னை அழைப்பான் என்றும் தன்னை கன்வீன்ஸ் செய்வான் என்றும் நினைத்திருந்த காலம் எல்லாம் கானலாய்க் கரைந்து போனது தான் மிச்சம். ஆனால் ஒன்று மட்டும் அவளுக்கு நன்கு விளங்கியது. அவனுக்கே அவன் காதலில் அக்கறை இல்லை என்று ஆனப் போது அவனைக் கட்டாயப்படுத்தக் கூடாது என்பது தான் அது. அந்த அறையில் தனியே அமர்ந்து யோசனையில் இருக்க அதே சிகப்பி தான் அவளையும் அழைத்தாள்.

"சொல்லு டி"

"நீ அமுது மாமாக்கு போன் பண்ணு. இப்போவே கான்பரென்ஸ்ல பண்ணு. பேசுக்கா ப்ளீஸ்"

"அமுதன் கிட்டப் பேசனையா?"

"அது வந்து..."

"சொல்லு லட்டு பேசுனியா இல்லையா?"

"ஆமாம் பேசுனேன்"

"என்ன சொன்னான்?"

"........... உங்களுக்கு போன் பண்ணச் சொன்னேன்... இது நடக்காதுனு..."

"அப்போ நான் மட்டும் எதுக்கு போன் பண்ணனும்?"

"அக்கா ஈகோ வேண்டாம். ப்ளீஸ்..."

"யார் எனக்கா அவனுக்கா? உனக்கு எதுவும் தெரியாது லட்டு..."

"சொன்னாத்தானே தெரியும்?"

"உனக்கு எதுவும் தெரிய வேண்டாம்..."

"அக்கா நீங்க ரெண்டு பேரும் எனக்கு ரொம்ப பிடிச்ச ஜோடிக்கா... ப்ளீஸ்..."

இதைக் கேட்டதும் ஹிருத்தியாவின் கண்கள் கலங்கியது. "உனக்குப் பிடிச்சா மட்டும் போதாது லட்டு. எல்லோருக்கும் பிடிக்கணும்..."

"யாரைச் சொல்ற?"

அங்கே தியா அழைக்கப்பட, "நான் அப்புறோம் கூப்பிடுறேன்" என்று அவள் அழைப்பை கட் செய்தாள்.

ஆத்யா பல கலவையான மனோநிலையில் வியாபித்திருந்தாள். தந்தையைப் பற்றி நினைக்கையில் பயம் மற்றும் கலக்கம் அவளை ஆட்கொண்டது. அதுவே அமுதனைப் பற்றி நினைக்கும் போது வருத்தமும் ஆற்றாமையும் குடிகொண்டது. இருவருக்கும் அதிக அநீதியை இழைத்துவிட்டதாக அவளுள் ஒரு எண்ணம். ஒரு வகையில் அதுவும் சரிதான்.

கோவையில் மழைக்காலம் தொடங்கியிருந்தது. சும்மாவே அங்கே மழை அப்படிப் பெய்யும். இப்போது மான்சூன் சீசன் வேறு!

சொல்லவா வேண்டும்? என்ன செய்ய என்று யோசனையில் இருக்க அவளுக்கு க்ரிஷிடமிருந்து அழைப்பு வந்தது.

"சொல்லுடா என்ன ஆச்சு?"

"ஆது ஒரு ஐடியா. அவங்க கேட்டரிங் ஸ்டுடென்ட்ஸ் தானே? அவங்களை பேசாம ஒரு யூ டியூப் சேனல் ஆரமிக்க வெச்சா என்ன? அவங்க பிராண்டை ஈஸியா மக்களிடம் கொண்டு போலாம். எப்படி ஐடியா ஓகேவா?"

யோசித்தவள், "ஆம் நைஸ் தான். ஆனா இது எவ்வளவு சீக்கிரம் மக்களை ரீச் ஆகும்? அண்ட் இதனால் அவங்களுக்கு என்ன லாபம் அதாவது பணரீதியா வரும்?"

"பேசாம எஸ் எ ராஜ்குமார் கிட்டச் சொல்லி 'நட்சத்திர ஜன்னலில் வானம் எட்டிப் பார்க்குது சிறகை விரித்து பறப்போம் நம் உறவில் உலகை அளப்போம்னு' ரீமிக்ஸ் சாங் போடச் சொல்லிடலாமா? அமுதன் விமான நிலையம், அமுதன் ரயில் நிலையம் அமுதன் விண்வெளி ஆராய்ச்சி நிலையம், அமுதன் அணுமின் நிலையம்னு வரிசையா ஆரமிச்சிடலாம் என்ன சொல்ற?"

"வெரி பேட் ஜோக். பொட்டுக்கடலை வேர்க்கடலை நிலக்கடலை நீ சொன்ன ஜோக்குக்கு எனக்குச் சிரிப்பே வரல..." என்றாள் ஆத்யா.

"ஓகே ஓகே சில். என் ஐடியா எப்படி?"

"நாட் பேட்... ஆனாலும்..."

"குட். இதை விட வேற பெட்டெர் ஐடியா என்ன இருக்க முடியும் சொல்லு?"

"ஆனா நெட்ல தான் எக்கச்சக்கமான குக்கரி சேனல் இருக்கே? இதுல நாம மட்டும் எப்படி க்ரிஷ் தனியா தெரியறது?"

"கண்டிப்பா ஏதாவது வெரைட்டி காட்டணும் தான். இல்லைனா மக்கள் கிட்ட ரீச் ஆக முடியாது. பேசுவோம் என்ன சொல்ற?"

"ஓகே"

"அப்போ நாளைக்கு..."

"நாளைக்கு முடியாது க்ரிஷ். நாளை மறுநாள் ஓகேவா?"

"எஸ்"

அவனிடம் பேசிய பின் அத்தியை அழைத்து விஷயத்தைத் தெரியப்படுத்தி விட்டாள் ஆத்யா.

ஏனோ அத்திக்கு இது ஒர்க் அவுட் ஆகும் என்று தோன்றியது."நானே இதை அமுதனிடம் சொல்லிடுறேன்" என்றவள், "ஆத்யா..." என்று பீடிகையிட,

"என்ன அத்தி?"

"அமுதனுடன் பேசறதில்லையா?"

"ச்சே அப்படியெல்லாம் இல்லை அத்தி. சரி சொல்லிடு" என்று அவள் அழைப்பை வைத்ததும் அத்திப்பூவிற்கு இது ஊர்ஜிதமானது.

"காதல் ஒரு இலையுதிர் காலமாய் மாறும்

என் நினைவுகள் சருகுகள் ஆகும்

அந்த நேரத்தில் மழையென வாராயோ

ஏதோ ஒரு பறவையின் வடிவினில் கூட

ஒரு சாலையில் எதிர்படுவாயா

உன் காதலை சிறகென தாராயா

காதல் தர நெஞ்சம் காத்து இருக்கு

காதலிக்க அங்கு நேரமில்லையா?

நினைக்கும் போது என் நிழலும் ஏனோ சுடுதே?"

(சுவைக்கும்...)

* * * * * *

அத்தியாயம் - 7

நாளை தன் மகளைப் பெண் பார்க்க வரும் செய்தியை தமிழரசு அண்ணாமலையிடம் தெரிவித்துச் சென்றார். அவர் ஒன்றும் மனதார அழைக்கவில்லை என்பதும் ஒரே ஊரில் இருந்துகொண்டு சீதாவை அழைக்காமல் போனால் ஊர் தப்பாகப் பேசும் என்ற காரணத்தால் தான் இப்படி இறுதி நேரத்தில் வந்து தகவல் சொல்லி விட்டுச் செல்கிறார் என்று சீதாவும் அறிவார். அது அண்ணாமலைக்கும் புரியாமல் இல்லை: சீதா தன் தம்பியிடம் ஓர் கர்டெசிக்கும் கூட சிரித்துப் பேசவில்லை. ஏனோ இது அண்ணாமலைக்கே பிடிக்கவில்லை. இருந்தும் நடந்தவை ஏதும் அவருக்கு முழுமையாகத் தெரியாதே? ஏன் சீதாவிற்கும் எதுவும் தெரியாதே. அதைத் தெரிந்தவர்கள் இருவரே. ஒன்று அமுதன் மற்றொன்று ஹிருத்தியா.

ஹிருத்தியா அன்று நிறைய யோசனையில் இருந்தாள். ஒரு பக்கம் அவளோடும் மெல்லிய வலி இருக்கிறது தான். "அமுது மாமா அமுது மாமா" என்றே சுற்றித் திரிந்தவள் ஆயிற்றே? எட்டு வயதில் ஹிருத்தியாவுக்குப் பிடித்த அமுதனையும் அவன் சமையலையும் பனிரெண்டு வயது வரை பிடித்தது தான். அந்தச் சமயத்தில் தான் ஹிருத்தியாவின் தாய் மாமா கட்சியில் மாவட்டச் செயலாளர் ஆனார். வசதிகள் பெருகியது. ஒரு புள்ளிக்கு மேல் அவர்கள் குடும்ப நிலை அபரிதமான வளர்ச்சியைக் கண்டது. கார், பங்களா, தோட்டம் என்று எல்லாம் சேர்ந்தது. கூடவே தன்னுடைய அப்பாவும் சித்தப்பாவும் இணைந்து கவெர்மென்ட் காண்ட்ராக்ட்டை எடுத்து நடத்த தன் சின்ன அத்தையின் குடும்பமும் வசதியில் மேலோங்கியது.

ஹிருத்தியா எப்போதும் போல் அமுதனின் வீட்டிற்குச் செல்ல முடியாமல் போனது. அமுதன் அங்கே சென்று விளையாட ஆரமித்தான் தான். ஆனால் ஒருமுறை அவர்கள் வீட்டில் விளையாடும் போது நாட்சியம்மை தெரியாமல்

ஒரு பீங்கான் சிலையைத் தட்டி விட்டுவிட அதற்கு ஒரு பஞ்சாயத்தே நடத்தினார்கள் ஹிருத்தியாவின் அம்மாவும் அத்தையும் (ஹிருத்தியா அம்மாவின் அண்ணி). அமுதனும் நாட்சியம்மையும் அவர்கள் வீட்டிற்குச் சென்று விளையாடியது அன்றோடு கடைசி. இது சிபி, சிகப்பி சித்தார்த், அக்ஷரா ஆகியோருக்கும் நன்கு புரிந்தது.

அந்தக் கூட்டத்தில் சிகப்பி மற்றும் அக்ஷரா ஆகியோரே யாரிடமும் எந்த பாகுபாடும் காட்டாமல் இருப்பவர்கள். அவர்களுக்கு சீதா மற்றும் அண்ணாமலை என்றால் உயிர். பின்னே அவர்கள் எப்போதும் பிள்ளைகளிடம் அன்பாகவே பேசுவதும் சிரிப்பதுமாகவே தான் இருப்பார்கள். அதிலும் குறிப்பாக அண்ணாமலை அமுதனிடம் காட்டும் அன்பு நாட்சியம்மையிடம் காட்டும் செல்லம் ஆகியவற்றை சிறிதும் மாற்றாமல் மற்றவர்களிடத்திலும் காட்டுவார். அவர்கள் யாரையும் அவர் பாகுபாடோடு பார்க்க மாட்டார். சீதாவும் அப்படித் தான். என்ன பாசம் மட்டும் இல்லாமல் அவருக்கே உரிய கண்டிப்பும் அவரிடம் இருக்கும். இவர்கள் ஊருக்கு வந்து விட்டார்கள் என்றால் போதும் இவர்களுக்குப் பிடித்த பதார்த்தங்களை எல்லாம் செய்து விடுவார்கள் அவர்கள். சித்தார்த் அக்ஷரா அவர்களின் பெற்றோர்கள் இருவரும் வேலைக்குச் செல்வதால் (ஆம் விஜயாவும் டீச்சர் ட்ரைனிங் முடித்து பிறகு படித்து ஆசிரியர் ஆகிவிட்டார்) இது போல் எதையும் அவர்கள் வீட்டில் செய்து கொடுக்க மாட்டார்கள். எது வேண்டுமானாலும் கடையில் தான் வாங்குவார்கள். அது மட்டுமில்லாமல் விளையாடச் செல்கிறேன் என்ற சாக்கில் உணவைக் கூட இங்கேயே சாப்பிட்டு விடுவார்கள். இருந்தும் அவர்களுக்கு இடையிலான அந்த கிளாஸ் (வர்க்க பாகுபாடு) டிஃப் ரென்ஸ் நன்றாக வளர்ந்துகொண்டே தான் சென்றது.

ஹிருத்தியாவை ஏனோ அவள் அத்தையும் அன்னையும் நன்றாக மூளைச் சலவை செய்திருந்தனர். ஆயினும் அவர்கள் சொல்லும் போதெல்லாம் 'உம்' கொட்டி விட்டு இங்கே வந்து விடுவாள் ஹிரு. அது மட்டுமின்றி அவர்கள் சொன்னதையெல்லாமும்

கூட சமயங்களில் சொல்லி விடுவாள். சீதாவிற்கு தான் மனம் மிகவும் வலிக்கும். அவருடைய வருத்தமெல்லாம் தமிழரசு மீது தான். பின்னே பாக்யலக்ஷ்மி பற்றியும் அவள் அண்ணியைப் பற்றியும் இவர் நன்கு அறிவார். ஆனால் தமிழாவது இதை எல்லாம் தப்பு என்று சொல்ல வேண்டும் தானே? அவன் மௌனம் அவர்களுக்குச் சாதகமாகவே செயல்படுகிறது என்று எண்ணி வருந்துவார்.

இந்தச் சூழலில் ஹிருத்தியா பெரிய பெண் ஆகிவிட அதைக் காரணம் காட்டி அவள் இங்கே வருவதற்கு தடா போட்டு விட்டனர். அன்று நாட்சியம்மையை அவள் அத்தையும் பெரியம்மாவும் (ஹிருத்தியாவின் அன்னை மற்றும் அத்தை) திட்டியதிலிருந்து அமுதனும் நாச்சியும் அவர்கள் வீட்டிற்கே செல்வதில்லை. கார் வாங்க, பெரிய கடை திறப்பு விழா, ரியல் எஸ்டேட் தொடக்க விழா என்று அனைத்திற்கும் தெரிந்தே தாங்கள் தவிர்க்கப்பட்டது (படுவது) அமுதனுக்கும் புரியாமல் இல்லை. பின்னே சென்னையில் இருக்கும் சித்திக்கு தகவல் சென்று பிறகு அக்ஷரா மூலமாகத் தான் அமுதனுக்கும் சீதாக்கும் அந்தத் தகவல் வரும். இறுதி நேரத்தில் தமிழரசு அண்ணாமலையிடம் தெரிவிப்பார் இல்லையேல் விழா முடிந்ததும் இங்கு வந்து யாரையும் அழைக்க வில்லை தவறாக எடுத்துக் கொள்ள வேண்டாம் என்று சொல்லிச் செல்வார். அண்ணாமலை இதை எதையும் பெரியதாக எடுத்துக் கொள்ளும் ஆள் இல்லை. எங்கே இதனால் அக்கா-தம்பி உறவு பிரிந்து விடுமோ என்ற பயத்தில் சமயங்களில் தமிழரசுவிற்காக சீதாவிடம் பரிந்தும் பேசுவார்.

இவ்வளவு நடந்தும் சீதா தமிழ் மீது ஒரு விஷயத்தில் அதிக நம்பிக்கையை வைத்திருந்தார். அது அமுதன்-ஹிருத்தியாவின் கல்யாணம் தான். ஆனால் என்று அதுவும் நடக்காது என்று தெரிந்ததோ அதுவும் அமுதனின் வாயாலே அதைத் தெரிந்துகொண்டாரோ அன்றிலிருந்து அதிக கவலைக்கு ஆளானார்.

அண்ணாமலை அமுதனிடம் இதைப் பற்றி போனில் தெரிவித்தப் போது சீதாவும் அருகில் தான் இருந்தார். அவர் இப்போதெல்லாம் அமுதனிடம் சரியாகப் பேசுவதில்லை. கேட்டரிங் முடித்தவனை எம்.பி.ஏ படிக்கச் சொல்லி நிறைய வற்புறுத்தினார். அவன் மாட்டேன் என்று சென்றதால் அந்தக் கோவம். சின்ன சின்ன ஹோட்டல்களில் கிடைத்த வேலை ஏன் இறுதியாகக் கிடைத்த ஒரு பெரிய வேலை (எல்லாம் செ..ப் தான்) வரை அனைத்தையும் பாதியில் உதறித் தள்ளிவிட்டு இன்று எந்த வேலையும் செய்யாமல் ஏன் வேலையும் இல்லாமல் இருப்பவனை நினைத்து கோவம். ஏன் என்று கேட்டதிற்கு சுயமாக ஒரு ரெஸ்டாரெண்ட் ஆரமிக்க வேண்டும் என்று அவன் ஆசையைத் தெரிவித்தான். சொன்ன பேச்சை கேட்காமல் இன்று கஷ்டப்படும் மகனை நினைத்தும் அதற்கும் மேல் அவன் என்ன சொன்னாலும் தலையாட்டும் கணவரை நினைத்தும் அவருக்கு பயங்கரக் கோவம். இடையில் தன்னை மட்டும் மாற்று ஆளாய் நினைக்கும் தன் சகோதர சகோதரிகள் வேறு! இதில் ஹிருத்தியாவையும் இழந்து தவிக்கும் நிலை என்று அவர் கோவம் மற்றும் வருத்தத்தை அடுக்கிக்கொண்டே போகலாம்...

காலம் யாருக்காகவும் நிற்காது என்பது போல் இதோ இன்று ஹிருத்தியாவின் பெண் பார்க்கும் படலம் வரை வந்து விட்டது. சித்தார்த் ஒரு சாப்ட்வேர் நிறுவனத்தில் வேலையில் இருக்கிறான். சிகப்பியும் சிபியும் டாக்டர்களாக இருக்கிறார்கள். அக்ஷராவும் ஒரு சாப்ட்வேர் நிறுவனத்தில் பணியில் இருக்கிறாள். இதற்காகத் தான் அன்று அமுதனை கேட்டரிங் தவிர்த்து வேறேதாவது படிக்கச் சொல்லி தலைபாட அடித்துக் கொண்டார் சீதா. ஹ்ம்ம் நாம் சொல்வதால் மட்டும் ஏதும் மாறிவிடுமா என்ன? சரி யார் யார் தலையில் என்ன எழுதியிருக்கோ அது படிதானே நடக்கும்? கோவை சென்ற இந்த நான்கு மாத காலத்தில் அவன் பெரியதாக எதையும் செய்யவில்லை. எங்கே அவன் தலையெழுத்தும் இந்த அமுது கேட்டரிங்கிலே முடிந்துவிடுமோ என்ற எண்ணமம் பயமும்

தான் அவருக்கு. பயம்? ஆம் இன்று எப்படி தன் கணவரை எல்லோரும் 'சமையல் காரன்' என்று அழைக்கிறார்களோ அதுவே நாளை அமுதனின் அடையாளமாகி விடுமோ என்பது தான் அவர் பயம்.

தாய்க்குத் தெரியாதா பிள்ளையைப் பற்றி? அமுதனுக்கு சமையலை எவ்வளவு பிடிக்குமோ ஹிருத்தியாவையும் அவ்வளவு பிடிக்கும் என்று அவர் அறிவார். ஏற்கனவே சீதாவுடனான உறவு எப்போது உடையும் என்று காத்திருக்கிறார் பாக்யலஷ்மியின் அண்ணன். பின்னே முத்தையா இருந்த காலத்திலே அவர் மகன்களான தமிழரசு மற்றும் இளவரசு ஆகியோரைக் காட்டிலும் அண்ணாமலையே அதிக முக்கியத்துவம் பெறுவார். அது அவருக்குப் பிடிக்காது. மேலும் எதையும் மூடி வைத்தோ இல்லை பூசி முழுவியோ பேசப் பிடிக்காது என்பதைக் காட்டிலும் பேசத் தெரியாத சீதாவின் குணம் அவருக்கு எரிச்சல் மூட்டும். என்றோ ஒருமுறை சீதா அவரை எதையோ கேட்டு அசிங்கப் படுத்திவிட்டாராம். அது அவர் எண்ணம். இந்தக் காரணத்தால் தான் சீதா ஆரம்பத்திலிருந்தே அமுதன் ஹிருத்தியா திருமணத்தைப் பற்றி அதிக கவலைக் கொண்டார். அரசியல்வாதி ஆச்சே அவருக்கு மாற்றி பேசவோ குத்தங்கம் விளைவிக்கவோ தெரியாதா என்ன? அதே போல் தமிழரசு ஒவ்வொரு முறை புதிய தொழில், இடம், வீடு என்று வாங்கும் போதெல்லாம் சீதாவிற்கு மனம் பக்கென்று அடித்துக் கொள்ளும். பின்னே இத்தனை குறுகிய காலத்தில் இப்படி ஒரு வளர்ச்சி என்பது நியாயமான முறையில் நடைபெறுவதற்கான வாய்ப்புகள் மிக மிக குறைவு. ஆனால் தமிழரசு ஒன்றும் தவறான வழியில் செல்பவர் அல்ல தான். இருந்தும் தமிழரசு - இளவரசு - விஜயா-நாகப்பன்(ஹிருவின் மாமா) என்று தன் குடும்பம் மொத்தமும் இதில் கூட்டாக இருப்பதும் அதில் பாக்யலஷ்மியின் அண்ணனும் இருப்பது தான் சீதாவிற்கு பொறாமையைக் காட்டிலும் ஒரு வித அச்சத்தைத் தந்தது.

இதைப் பற்றிப் பேசப் போய்த் தான் பாக்யலஷ்மி உடனான உறவு இன்று டீயில் ஊறிய பிஸ்கட்டாய் எப்போது உடைந்து

விழுவேன் என்று விரிசலில் இருக்கிறது. ஏனோ நீண்ட நாட்களாக மகனிடம் மனம் விட்டுப் பேசாமல் இருந்தவர் அன்று என்ன தோன்றியதோ அமுதனை அழைத்தார். இந்த நேரத்தில் அன்னையிடமிருந்து அழைப்பு வந்ததால் சற்று கலகத்துடனே எடுத்தவன், "சொல்லுங்கம்மா"

"எப்படி இருக்க அமுதா?"

"நல்லா இருக்கேம்மா..."

"சாப்பிட்டியா?"

"இல்லம்மா இனி தான்..." என்று கொஞ்சம் அளவளாவி விட்டு அங்கிருந்த அத்திப்பூவிடம் வாங்கிப் பேசினார். அமுதனுக்கு தன் அன்னை இப்படிப் பேசியதில் கொஞ்சம் நிம்மதி. பின்னே அவன் கேட்டரின் எடுத்ததும் பிடிக்கவில்லை வேலையை விட்டதும் பிடிக்கவில்லை என்று அவனுக்கும் தெரியும். இப்போது எங்கே ஹிருவை எண்ணி வருந்துவேனோ என்று அறிந்ததால் தான் அழைத்திருக்கிறார் என்றும் அறிவான் அவரின் தவப் புதல்வன்.

சற்று நேரம் கழித்து கண்விழித்தவர் அருகில் கவலை தோய்ந்த முகத்தில் இருக்கும் மகளைப் பார்த்ததும் ஏனோ பொறுக்காமல் அவளை சமம் செய்ய உடனே ஒரு புன்னகை பூத்தார் லஷ்மி. மணியைப் பார்த்தவர் அது எட்டைக் கடந்திருக்க, "எப்போடா மா வந்த?" என்றார்

துரிதமாக எழுந்தவள், "என்ன ஆச்சுப்பா? இப்ப எப்படி இருக்கு? இல்ல ஹாஸ்பிடல் போலாமா?" என்று அடுக்கடுக்காகக் கேள்வியைத் தொடுத்ததிலே மகளின் பதற்றத்தை அறிந்தவர், "ஆத்யா எனக்கு ஒன்னுமில்லை டா. நீ ஏன் இப்படி ஸ்ட்ரெஸ் ஆகுற? ஐ அம் பெர்பெக்ட்ல்லி ஆல்ரைட். உங்க அப்பாக்கு இவ்வளவு ஸீன் எல்லாம் தேவையில்லை..." என்று சிரிக்க,

ஆத்யாவோ இன்னும் நார்மல் ஆகாமல் இருக்கவும், "இங்க வா" என்று அவளை தன்னருகில் அழைத்தவர் அவள் முகத்தில் விழுந்த முடிக்கற்றைகளை எல்லாம் ஒதுக்கியவர், "சாரி டா இனிமேல் இப்படிப் பண்ண மாட்டேன். உன்னை ரொம்ப பயமுறுத்திட்டேனில்ல? சாரி" என்று மகளின் எண்ணத்தை அறிந்தவராகப் பேச,

"நானும் உன் கிட்ட மூணு நாளா சரியா பேசல. ஐ அம் சாரி டூ..."

"அதெல்லாம் ஒன்னுமில்லை... ஆமா அமுதன் எங்க?"

"அவர் கிளம்பிட்டார்" என்றவள், "உன்ன யார் மார்க்கெட் ஏரியா எல்லாம் வாக்கிங் போகச் சொன்னா? என்ன மனசுல இளமை ஊஞ்சலாடுதுனு நெனப்பா?" என்றாள் தன் வழக்கமான குறும்பில்...

"நான் யூத் தான். சந்தேகம் இருந்தா என்கூட வாக்கிங் வா. எல்லோரும் உன்னைக் காட்டி, 'யாருங்க உங்க தங்கச்சியானு?' கேட்பாங்க" என்றார் அதே குறும்புடன்...

"ஏன் உன் பாட்டினு கேட்பாங்கனு சொல்லேன்..."

"சைட்ல நாலு வெள்ள முடி எட்டிப் பார்க்குதேடா... அதை டை அடிச்சிட்டா நீ சொன்ன மாதிரியே, 'யாருங்க உங்க பாட்டியானு?' கேட்டாலும் ஆச்சரியப் படுறதுக்கில்ல பார்த்துக்கோ" என்று அவளுக்கு சளைக்காமல் பதிலுரைத்தார்.

எப்போதும் போல் அவரின் மீசையைப் பிடித்து ஆத்யா இழுக்க,

"வலிக்குது ஸ்வீட்டி..." என்றதும்,

"சரி வாங்க சாப்பிடலாம். காலையில பிரேக் பாஸ்ட் கிடையாது..."

"அப்பா மேல வை திஸ் கொலவெறிடா?"

முறைத்தவள், "காலையில ஹாஸ்பிடல் போறோம். புள் பாடி செக் அப் பண்றோம். அப்பொய்ண்ட் மென்ட் எல்லாம் வாங்கியாச்சு..."

"எனக்கு ஒன்னுமில்லைடா..."

"எனக்குனு இருக்குறது நீ மட்டும் தான் லஷ்மி. பயமா இருக்கு..." என்றாள்.

"உன் குழந்தைகளையெல்லாம் பார்க்காம நான் டிக்கெட் எடுக்க மாட்டேன் ஸ்வீட்டி..."

எதையும் பேசாமல் அவருக்கான உணவை எடுத்து வைத்தவள் இருவருமாகச் சாப்பிட்டனர்."சரி வா கொஞ்சம் பேசலாம்" என்று பேசிவிட்டு தூங்கச் செல்ல, ஆத்யாவும் அவருடனே வந்தாள்.

"இங்க ஏன் வர? குட் நைட்"

"நான் இன்னைக்கு இங்க தான் படுக்கறேன்..."

"ஸ்வீட்டி உனக்கு புது இடத்துல படுத்தா தூக்கம் வராது இல்ல? போ மேலயே போய்த் தூங்கு போ..."

"சரி நீ தூங்கு நான் போறேன்..."

"நான் இப்போதான் தூங்கி முழித்திருக்கேன். நான் தூங்க லேட் ஆகும். நான் அப்படியே எப்.எம்ல பழைய பாட்டைக் கேட்டுட்டே தூங்குறேன் பை. சுப ராத்திரி (குட் நைட் இன் மலையாளம்)..."

"நன்னல் நாளே புறப்பெடும் (நாளை நாம் போறோம்). ரிமெம்பெர்..."

"ஓகே" என்றார் அவர்.

அமுதனைப் பற்றியும் தந்தையைப் பற்றியும் மாறி மாறி யோசனையில் இருந்தாள் ஆத்யா. சந்தீப்பை மீண்டும் அழைத்து காலையே வீட்டிற்கு வரச் சொல்லிவிட்டு அழைப்பைத் துண்டித்தாள். ஏனோ கண்களை மூடியதும் அமுதன் சொன்ன வார்த்தைகள் தான் ரீங்காரமிட்டு கொண்டிருந்தது.

"நீங்க அழகில்லைனு யார் சொன்னா?" என்ற வாக்கியம் அவளைத் தூங்க விடாமல் செய்தது மட்டும் நிச்சயம். அமுதனுடனான முதல் சந்திப்பு அவளுக்கு நினைவு வந்தது.

"இங்க யார் ஆத்யா லஷ்மிநாராயணன்?"

அவர்கள் அலுவலக செக்கூரிட்டி அவர்களை(ரூபனும் அமுதனும் வந்திருந்தனர்)உள்ளே அனுமதிக்கவில்லை.

"நாங்க உள்ள போகணும்" என்றான் ரூபன்.

அப்போது அங்கே வந்த சந்தீப் அவர்களைப் பார்த்து உள்ளே அழைத்தான். ரூபனை வெளியே இருக்கச் சொல்லிவிட்டு அமுதன் மட்டும் உள்ளே விரைந்தான்.

"என்ன வேணும் உங்களுக்கு?" என்றான் சந்தீப்.

"ஆத்யாவைப் பார்க்கணும்"

"என்ன விஷயம்னு தெரிஞ்சிக்கலாமா?"

"அதை நான் அவங்களிடமே சொல்லிக்கறேன்" என்றான். அப்போது அங்கே எட்டிப் பார்த்த ஆத்யா, "டேய் அங்க என்னடா கதை பேசிட்டு இருக்க? மிதிலா உன்னை மண்டபத்துக்கு வரச் சொன்னாடா " என்றாள். ஒரு ப்ளூ ஜீன் ஸ்கை ப்ளூ சுடிதார் டாப் போட்டுக்கொண்டு கழுத்தைச் சுற்றி ஷாலை மடித்து எப்போதும் போல் காற்றில் ஆடும் அந்த லூஸ் ஹேர் முன்னால் வர அதை ஒதுக்கியபடியே வந்தாள்.

"ஸ்வீட்டி, இவர் உன்னைத் தான் பார்க்கணுமாம்" என்றவன் அமுதனுடனே செல்ல,

"நீ ஏன் வர? நீ மண்டபத்துக்குப் போடா. இல்லாட்டி மிதி உன்னை மிதிச்சிடுவாடா. நீ போ" என்றாள் ஆத்யா.

பழைய நினைவுகளில் அப்படியே உறக்கத்தைத் தழுவியிருந்தாள் ஆத்யா.

அங்கே அமுதனோடு கொஞ்சம் பேசி விட்டு ஹாஸ்டெல் சென்றாள் அத்திப்பூ. அவளுக்கு பிரபாவிடமிருந்து அழைப்பு வந்தது. எரிச்சல் ஆனவள்,

"ஹலோ..."

"என்னடி நான் பாட்டுக்கு போன் பண்ணிட்டே இருக்கேன். நீ எடுக்கவே மாட்டேங்குற?" என்றதும்

"நீ யாரு எனக்கு? நான் ஏன் உன் போனை எடுக்கணும்?" என்று காட்டமாகவே கேட்டாள் அத்திப்பூ.

"என்னையவா யாருனு கேட்கற? உன்னை..." என்றதும்

"நல்லா கேட்டுக்கோ நான் அந்தச் சொத்தை உனக்கு தரமாட்டேன். அதுல இருந்து ஒரு பைசா கூட உனக்குக் கிடைக்காது. அண்ட் ஒருவேளை என்னைக் கொன்னுட்டு அந்தச் சொத்தை நீ அபகரிக்கலாம்னு நெனச்சா இப்போவே சொல்லிட்டேன், அதை நான் அனுபவிக்க முடியாத பட்சத்தில் அந்த லேண்ட் ஒரு ட்ரஸ்டுக்கு போயிடும். நிச்சயமா அது என் ஏற்பாடு இல்லை. அப்பாவே உயில் அப்படித் தான் எழுதி வெச்சியிருக்காரு. அண்ட் நீ தினமும் அந்த இடத்தைக் கேட்டு என்னை மிரட்டறேன்னு என் ப்ரெண்ட்ஸுக்கும் தெரியும். என் போன் கால் ஹிஸ்டரி அதுக்கு சாட்சி. வேணுனா நான் என் கைப்பட ஒரு லெட்டர் எழுதி நானே அமுதன் கிட்டக் கொடுத்திடுவேன். அப்புறோம் காலம் பூரா ஜெயில் தான். என்ன ஓகே வா?"

"ஏய் என்ன என்னை மிரட்டுறையா?" என்றாள் பிரபா சற்று பயந்த தொனியில்,

"இல்ல இல்ல பின் விளைவுகளைச் சொல்றேன். ஒருவேளை நானே என்னைக் கொலை பண்ணிக்கிட்டால் கூட பழி எல்லாம் உன்மேல தான் விழும். இல்ல வேற யார் என்னை எது செஞ்சாலும் முதல் சஸ்பெக்ட் நீ தான். எப்படி வசதி?"

"ஏய் ஏய் நான் உன் அக்காடி..."

"பார்ரா அதெல்லாம் கூட உனக்கு ஞாபகம் இருக்கா? சொல்லவேயில்லை! இன்னொரு ரகசியம் சொல்லட்டா?"

"என்ன என்ன?" என்று பதறினார் பிரபா,

"இதுவரை நாம பேசுனா எல்லா போன் காலும் இது உட்பட ஆட்டோ ரெக்கார்டிங் போட்டு வெச்சியிருக்கேன். இந்த போன் மாட்டுனாலே நீ காலி. எப்படி வசதி?" என்று முடிப்பதற்குள் அழைப்பு துண்டிக்கப் பட்டிருந்தது. இரண்டு விதமான மன நிலையில் இருந்தாள் அத்திப்பூ. முதலில், 'இனி கொஞ்ச காலத்துக்கு இவ தொல்லை இருக்காது. ஆம் கொஞ்ச காலம் தான். எப்படியம் திரும்ப போன் செய்வாள். அப்போ பார்த்துக்கலாம்' என்ற அந்த நிம்மதி ஒருபுறம். இரண்டாவது வருத்தம். 'என் மேல அவளுக்கு துளி கூடவா பாசம் இருக்காது? உண்மையிலே இவ என் கூடப் பிறந்தவ தானா? ச்செய்...' என்று வருந்தினாள்.

ஏற்கனவே ஆத்யா தன்னை அழைத்து க்ரிஷ் சொன்னதை எல்லாம் அமுதனிடம் தெரிவிக்கச் சொன்னதை நினைத்து யோசனையில் இருந்தவளின் மைண்ட் இப்போது டோடலி அப்செட். சின்ன வயசுல இருந்து பிரபாவிடம் நிறைய அனுபவித்ததால் தனியே அழுது இருக்கிறாள். ஆனால் அப்போதெல்லாம் அப்பாவும் அம்மாவும் அவளோடு இருந்தனர். இன்று தனக்கு அம்மா அப்பா ஸ்தானத்தில் இருக்க வேண்டியவள் இப்படி இருப்பதை எண்ணி அழுதாள்.

இந்தக்காரணத்திற்காகவே வாழ்வில் திருமணம் செய்துகொள்ளவே கூடாது என்று அவள் இருக்க அவளையும் அறியாமல் அவள் மனதில் பட்டா போட்டவன் தான் ரூபன். ஆனால் அவனோ இவளைக் கண்டாலே பத்தடி தள்ளிப் போகிறான்.

இன்று ரூபனை தேடி தேடி செல்லும் இதே அத்திப்பூ தான் நாளை அவன் இவளைத் தேடி வரும் போது ஒதுங்கி ஒதுங்கி போகக் போகிறாள் என்று பாவம் இப்போது இவள் அறியவில்லை. ஏன் அப்படி? அடுத்த நிமிடம் என்ன இருக்குனு தெரியாத சுவாரசியம் தான் வாழ்க்கை. அது ஒரு நொடியில் மொத்தமாக வாழ்க்கையையே தடம் புரட்டிப் போடும். அது

நமக்கு புதிய நெருக்கடிகளைத் தரும். புதிய கடமைகளை வழங்கும். இன்று அத்தியாவிஷயமாகத் தெரியும் உறவே நாளை அநாவிஷயமாகத் தெரியலாம்.

'இட்ஸ் ஆல் பிரியாரிட்டி'(எல்லாம் முன்னுரிமைகளே!) சில விஷயங்கள் முன்னுரிமை பெரும் போது மற்றது தானாக பின்னால் செல்ல வேண்டும் தானே?

அடக் காதல் என்பது மாயவலை

சிக்காமல் போனவன் யாருமில்லை

சிதையாமல் வாழும் வாழ்க்கையே

தேவையில்லை தேவையில்லை தேவையில்லை

அடக் காதல் என்பது மாயவலை

கண்ணீரும் கூட சொந்தமில்லை

அது இல்லா வாழும் வாழ்க்கையே

தேவையில்லை தேவையில்லை தேவையில்லை

எனை மாற்றும் காதலே

எனை மாற்றும் காதலே

எதையும் மாற்றும் காதலே

காதலே!

(சுவைக்கும்...)

* * * * *

அத்தியாயம் - 8

Large hotel kitchen hierarchy

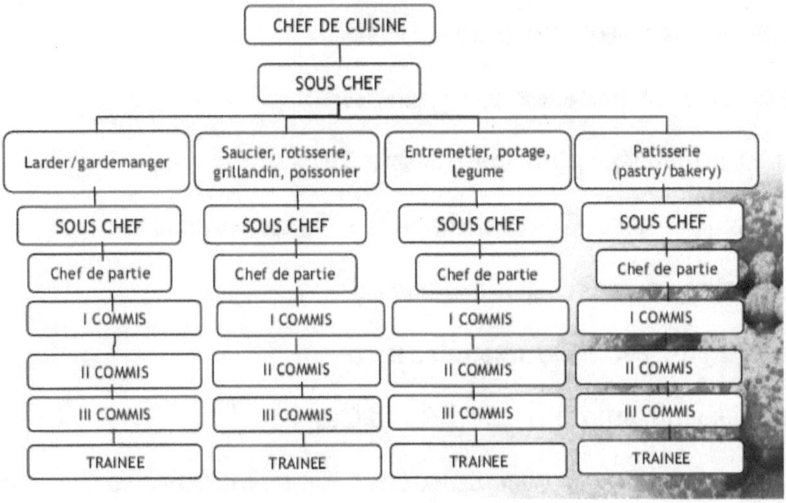

மறுநாள் காலையில் சந்தீப்புடன் லஷ்மியை அழைத்துக்கொண்டு ஆத்யா ஹாஸ்பிடல் சென்று விட்டாள். முழு உடல் பரிசோதனை என்பதால் பாஸ்டிங்கில் சில டெஸ்ட்களை செய்தும் மீதியைச் சாப்பிட்டப் பிறகும் செய்தனர். இதில் முழு உடன்பாடு இல்லாத லஷ்மியை கட்டாயப்படுத்தி தான் அழைத்து வந்தாள் ஆத்யா. அனைத்து விதமான பரிசோதனைகளையும் செய்த பின் அவர்களை சற்று காத்திருக்கச் சொன்னார்கள். ஆத்யா தான் அதிகம் பயந்தாள். பின்னே அந்தந்த டெஸ்ட் முடிந்து ரிசல்ட் வந்ததுமே அங்கிருக்கும் லேப் அசிஸ்டெண்ட்ஸ் எல்லோரிடமும், "ஒன்னும் பிரச்சனை இல்லையே? நார்மல் தானே?" என்று கேட்டுக்கொண்டே இருந்தாள். சிலர் சிரித்தபடி இல்லை என்றும் சிலர் முறைத்தபடி "டாக்டரை பாருங்க அவர்

சொல்லுவார்" என்றும் சொல்ல அவளின் தவிப்புகளை சந்தீப்பும் லஷ்மியும் கண்டு அவளை ஆறுதல் செய்தனர்.

சில இடங்களில் பரிசோதனை மாதிரிக்காக இன்ஜெக்சன் செலுத்தும் போதெல்லாம் லஷ்மியைக் காட்டிலும் அதிகம் துடித்தவளை வெளியே காத்திருக்கச் சொன்னார்கள். ஏனெனில் அவரின் உடல் நலத்திலும் ஆரோக்கியத்திலும் அவரை விட அதிக அக்கறை கொண்டவள் அவள் தானே?

ஏற்கனவே ஒருமுறை அவருக்கு லோ பிபி வந்து மருத்துவமனையில் அனுமதிக்கப் பட்டிருந்தாரே? ஒரு வகையில் அவரின் அந்த நிலைக்கும் அவள் தான் காரணம் என்று அவளுடைய மனசாட்சி தினமும் அவளைக் கேள்விக் கேட்குதே? ஒரு முறை அறியாமல் மறுமுறை அறிந்து என்று இரண்டு முறை அவரைக் காயப்படுத்தியதாக அவளுக்கு எண்ணம். சோதனைகள் அனைத்தும் முடிந்த பிறகு அவரைச் சற்று ஓய்வெடுக்குமாறு சொல்லிவிட்டு ஆத்யாவை நோக்கி வந்தான் சந்தீப்.

"என்ன ஆச்சு சந்தீப்? ஓகே தானே?"

"உனக்கென்ன ஆச்சு ஆது? ஏன் இப்படி ஸ்ட்ரேஞ்சா நடந்துக்கற? நீ பயந்தா அங்கிள் பயப்பட மாட்டாரா? நீதானே அவருக்கு சப்போர்ட்டா இருக்கணும்? இது என் ஸ்வீட்டி இல்ல அவ இப்படியெல்லாம் குழம்பி பயப்பட மாட்டா. என்ன பிரச்சனை?"

"நீ சொல்றது எல்லாம் சரி தான். நான் என் முன்னாடி நிக்கறவங்க கிட்ட தைரியமா போல்டா பேசுவேன் தான். எதையும் கான்பிடெண்டா டீல் பண்ணுவேன் தான். ஆனா அப்போல்லாம் என் கூட என் அப்பா இருப்பாரு. ஆனா இன்னைக்கு இப்போ என் முன்னால நிக்கறதே என் அப்பா தான். என்னால அவரை பேஸ் பண்ண முடியல. அவர் விஷயத்துல நான் ரெண்டு முறை தப்பு பண்ணியிருக்கேன். எங்க மூணாவது முறையும் ஏதாவது தப்பா ஆகிடுமோனு..." என்று நிறுத்த,

"அதெல்லாம் ஒன்னுமில்லை பிளட், ஹார்ட், தைராய்டு எல்லாம் ஓகே. கொஞ்ச நேரத்துல டாக்டரே பார்த்து எல்லாம் ஓகேனு சொல்லப் போறாரு வா என்று அவளை சமாதானம் செய்தான். அவளும் சற்று தெளிந்தவளாக அங்கிருந்து சென்றாள்.

காலையில் தமிழரசுவின் வீடே விழாக் கோலம் கொண்டிருந்தது. பின்னே பெண் பார்க்க வரும் மாப்பிள்ளையின் தந்தை அந்தக் கட்சியின் மாநிலச் செயலாளராக இருக்கிறார். மாப்பிள்ளை அவர்களுடைய கல்வி நிறுவனங்கள் மற்றும் இதர தொழிற்சாலைகளை நிர்வகித்துக் கொண்டிருக்கிறார். வரும் சட்டமன்றத் தேர்தலில் அக்கட்சியின் சார்பில் முதல் தேர்தலையும் சந்திக்கப் போகிறாராம். இந்த கேல்குலேஷன்ஸ் எல்லாம் செய்து தான் இந்தச் சம்மந்தத்தைப் பேசியிருக்கிறார் தமிழரசுவின் மச்சான்.

பாக்கியலஷ்மியின் அண்ணனுக்கு குழந்தை இல்லை. அதனால் ஹிருத்தியா, சிபி இருவரும் அவருக்கு அதிகம் பிரியமானவர்கள். தனக்குப் பின் அரசியல் வாரிசாக சிபியைக் கொண்டு வர நிறைய முயற்சிகளில் இருக்கிறார் அவர். 'பின்னே இன்றைய காலகட்டத்தில் அரசியல்வாதிகளுக்குத் தேவையான அஸ்திரம், தகுதி அனைத்தும் வாரிசு அரசியல் தானே? பதவியும் பணமும் தன்னைத் தவிர வேறு யாருக்கும் சேரக் கூடாது என்ற 'உயர்ந்த உள்ளம்' படைத்தவர்கள் ஆச்சே? வாரிசு அரசியல் எல்லா துறைகளிலும் ஊடுருவி விட்டதே? அரசியல்வாதி மகன் அரசியல்வாதி, டாக்டர் மகன் டாக்டர், அப்போது வாக்களித்து ஏமாறும் வாக்காளர்களின் மகன் நிச்சயம் அதே ஏமாளி வாக்காளனாகத் தானே இருக்க வேண்டும்? அவன் எப்படி ஏமாளி வாக்காளனில் இருந்து மாறுபட்டு சுயமாகச் சிந்திக்கும் குடிமகனாக வரலாம்? அவன் எவ்வாறு தங்களைக் கேள்விக் கேட்கலாம்? அவன் எப்படி சுயமாக சிந்தித்து செயல்படலாம்? அவன் எப்படி இவர்களின் ஏமாற்று வேலைகளை எல்லாம் தோலுரித்துக் காட்டலாம்?

அவனுக்கு யார் அந்த உரிமையைக் கொடுத்தது? அதிகாரம் எங்கள் கையில் இருக்கும் போது நீ எப்படிடா சட்டம் பேசலாம்? அது தான் வருடத்திற்கு ஐம்பது ரூபாயிலிருந்து இருநூறு ரூபாய் வீதம் ஐந்து வருடத்திற்கு மொத்தமாக இருநூறு முதல் ஆயிரம் ரூபாய்க்கு உன்னை சாரி உங்கள் மதிற்பிற்குரிய வாக்குரிமையையும் உங்கள் அதிகாரத்தையும் உங்களை யார் எப்படி ஆள வேண்டும் என்பதை எல்லாம் குறிப்பாக, பதவியில் இருப்பவர்கள் செய்யும் குற்றங்களைத் தட்டிக் கேட்கும் உரிமையை அருகதை ஆகிய அனைத்தையும் நீ நொடியில் விற்று விடுகிறாயே?' என்பது நாகப்பனின் வாதம். நாகப்பன் தான் பாக்யலஷ்மியின் அண்ணன்.

பெண் பார்க்க வரும் படலமே கோலாகலமாக இருந்தது. அக்கூட்டத்தில் ஒன்றாத இரு ஜீவன்கள் என்றால் சிகப்பியும் அக்ஷராவும் தான். சித்தார்த், சிபி ஆகியோருக்கு வருத்தமும் இல்லை சந்தோஷமும் இல்லை. எப்படியும் அமுதன் ஹிருவிடம் பேசிவிடுவான் என்று இறுதி நொடி வரை ஏனோ சிகப்பி மிக அறுதியாக இருக்கிறாள். இவர்கள் மீண்டும் இணையவே போவதில்லை என்று பாவம் அவளுக்குத் தெரியவில்லை!

அன்றைய தினத்தின் நிகழ்வைப் பற்றி ஏற்கனவே சீதாவின் மூலமாகத் தெரிந்துகொண்டதால் ஏனோ கார்த்தி, ரூபன், கண்ணையன், அத்தி ஆகியோர் அன்று அமுதனுடனே சுற்றித் திரிந்தனர்.

வேறெதாவதாக இருந்தால் ஆறுதல் செய்யலாம். இப்போது என்ன சொல்வது என்று யோசிக்க அப்போது தான் நேற்று ஆத்யா தன்னிடம் சொன்னதே அத்திக்கு நினைவுவர அவள் சொன்ன ஐடியாவை அவர்களிடம் சொன்னாள்.

ஏனோ கார்த்தி, கண்ணையன் இருவருக்கும் அதில் பெரிய உடன்பாடில்லாமல் போனது. ரூபன் தான், "யூ டியூப் நல்ல

பிளாட்பார்ம். நம்ம மேல சீக்கிரம் போகஸ் விழும். நாம புதுமையா ஏதாவது செஞ்சா உடனே ரீச் ஆகலாம். ஆனா வி மஸ்ட் பி அட்ராக்ட்டிங்(நாம் எல்லோரையும் கவரும் படி இருக்கவேண்டும்). என்ன நான் சொல்றது?" என்றான்.

"கரெக்ட் ரூபா. நிறைய பேர் அவங்க யுனிக் ஐடியாஸ்(தனித்துவ யோசனைகள்) மூலமா நல்லா பேமஸ் ஆகியிருக்காங்க. ஏன் சமீபமா 'டேடி ஆறுமுகம்' வரை உதாரணம் சொல்லலாம்..." என்றான் கார்த்தி.

"ஆமாம் நீ ஏன் சோகமா இருக்க?" என்ற கண்ணையனுக்கு, கார்த்தி நேற்று தன் தந்தை போட்ட கட்டளையைச் சொன்னவன், "அது தான் என்ன பண்றதுனே புரியல?" என்று வருந்த,

"உனக்காச்சு எய்த்தேர் ஆர் சாய்ஸ் இருக்கு. என்னை எடுத்துக்கோ..." என்றான் ரூபன்.

கார்த்தி அவனை முறைக்க, "டேய் அப்படி அப்பா பிசினெஸ் பண்ண தான் அவன் இத்தனை வருஷம் கஷ்டப் படுறானா? சும்மா இருங்க டா..." என்றாள் அத்தி.

"எங்க அப்பா என் கிட்ட என்ன சொன்னார் தெரியுமா? எங்க ஊர் ஹோட்டல் கடையில பரோட்டா மாஸ்டர் கிட்ட வேலைக்கு சேர்த்து விடுறேன் அங்கேயாவது வந்து வேலை செய் ஒழுங்கா ஊருக்கு வானு" ஒரே திட்டு என்றான் கண்ணையன்.

கண்ணன் அத்தி ஆகியோரும் அதைப் பற்றிப் பேச ஏனோ தனக்கும் அந்தக் கூட்டத்திற்கும் எவ்வித சம்மந்தமும் இல்லாதவன் போல் இருந்த அமுதன் அப்போது பேசத் தொடங்கினான்,

"டேய் அதுக்காடா நாம கேட்டரிங் அண்ட் ஹோட்டல் மேனேஜ்மேண்ட் படிச்சோம்? டேய் நாம ப்ரொபெஷனல்ஸ்டா. ஆமாம் நாம இப்போ எதுக்கு கோவை வந்து இப்படி கஷ்டப் படுறோம்? இந்நேரம் ஏதாவது ஹோட்டல்ல இல்ல ரெஸ்டாரெண்ட்ல நம்ம திறமையைக் காட்டியிருந்தோம்னா

நாம ஆளாளுக்கு ஒரு வேலையில இருந்திருக்கலாம். அப்படி வேலையில இருந்தவங்க தானே நாம?" என்ற அமுதன்,

"டேய் ரூபா உன்னோட ஸ்பெஷலைசேஷன் என்ன?"

"அது..."

"சொல்லு..."

"சாட்டே(saute). ஒரு த்ரீ ஸ்டார் ஹோட்டல்ல மூணு வருஷம் அப்புறோம் அந்த ஒர்க் எக்ஸ்பீரியன்ஸ் வெச்சி வெளிய வந்தேன்..."

(saute - ஒரு கிட்சேனுள் ஓர் குறிப்பிட்ட வேலை செய்யும் நபரின் பட்டம் அல்லது பதவி. அவர் சமையல் செய்வார் அவருக்கு கீழ் நிறைய அஸிஸ்டண்ட்ஸ் இருப்பார்கள்.இது chef de partie கீழ் வரும். மேலே இருக்கும் படத்தைப் பார்க்கவும்!)

"அத்தி உன்னது?"

"ஒரு கேப்பட்டேரியால அஸ்ஸின்ஸ்டன்ட் கிட்சேன் எக்சிகியூடிவா ஒர்க் பண்ணேன்."

(cafeteria என்பது சிறிய திறந்தவெளி கேன்டீன் போன்றது. சாப்பிடும் ஐட்டங்களை எல்லாம் ஒரு இடத்தில் வைத்திருப்பார்கள் நீங்கலாக சென்று வாங்க வேண்டும். எடுத்துக்காட்டாக சரவணா ஸ்டோர்ஸ் ஃபூட் கோர்ட் போன்றது. அதுவே ரெஸ்டாரெண்ட் என்பது ப்ராப்பர் சர்விங் செய்யப்படும் இடம். அடையார் ஆனந்த பவன் போன்றது...)

"கண்ணையா நீ?"

"நானும் ஒரு ஹோட்டல்ல கிட்சன் சூப்பர்வைசரா ஒர்க் பண்ணேன்..."

"கார்த்தி நாம ஒரு பெரிய ரெஸ்டாரன்ட் கம் பேக்கரி நிறுவனத்துல ஒர்க் பண்ணோம். நான் பேஸ்ட்ரிளையும் (patissier) நீ செ:ப்பாவும் இருந்தோம்.(சாட்டே - ரூபன் செய்த அதே பணி).

நாம எதுக்கு அந்த வேலையெல்லாம் விட்டுட்டு இப்போ இங்க வந்து தனியா கஷ்டப் படுறோம் சொல்லு? ஏன்னா வெளிய இருந்து பார்க்க அது ஒரு லக்ஸூரி (ஆடம்ப) வேலை மாதிரி தெரியலாம் ஆனா நாம பத்துல இருந்து பனிரெண்டு மணிநேரம் அந்த கிச்சன்ல இருக்கனும். யா நாம வாங்கிட்டு இருந்த அந்த முப்பதாயிரம் அதாவது நீயும் நானும் மட்டும் முப்பது அத்தி இருபத்தி ஏழு ரூபன் முப்பத்தி ஐந்து கண்ணையன் இருவது எல்லாம் ஓரளவுக்கு இல்ல இல்ல நல்ல டீசென்ட் சேலரியா தெரிஞ்சாலும் நம்ம உழைப்புக்கேத்த ஊதியமானு கேட்டா இல்லனு தான் சொல்லணும். ரெண்டரையில இருந்து மூன்றரை வருஷம்னு போதுமான வரை அங்க வொர்க் பண்ணிட்டோம். நாம எல்லோரும் கீழ் மட்டத்துல இருந்து மேல வரைனு எல்லா ஏரியாவுளையும் ஒர்க் பண்ணியிருக்கோம். நாம அங்க உழைச்ச உழைப்பையும் அனுபவத்தையும் வெச்சி இங்க ஒர்க் பண்ணா நிச்சயம் நாம நல்ல இடத்துல இருக்கலாம். நாம யாரும் கையில கரண்டியை மட்டும் பிடிச்சு சமைக்கத் தெரிஞ்சவங்க இல்ல... நம்மகிட்ட டிக்ரீ இருக்கு. என்ன சொன்ன ஊர்ல பரோட்டா மாஸ்டர் ஆகப் போறியா? டேய் நாம குக் இல்லடா, செ.ஃப். ப்ரொபெஷனல்ஸ். நாம ரெசிபியை செய்யறவங்க இல்ல புதுசா உருவாக்கறவங்க..."

"நமக்குனு ஒரு கிட்சன். அதுல நாம தான் ராஜாங்க. நமக்குனு ஒரு டேஸ்ட் நமக்குனு ஒரு அடையாளம். நமக்குனு ஒரு ப்ராண்ட். ஏன் நாம கத்துக்கிட்டதை வெச்சி நம்மால ஒரு ஹோட்டல் ஆரமிக்க முடியாதா என்ன? இட்லி, தோசை, பூரி, பொங்கல், வடை மீல்ஸ், சப்பாத்தி, பரோட்டா, ஆம்லெட், கலக்கி, ஆப்பம் இதுவா நம்ம லட்சியம்? ஒரு ரெஸ்டாரெண்ட். மல்டி குசைன் (பல வகை சமையற் கலை) ரெஸ்டாரண்ட். எங்கேயோ யார்கிட்டயோ வேலை செய்யுறதை விட்டுட்டு நாமளே ஒரு ரெஸ்டாரெண்ட் ஆரமிக்கணும். யா இப்போதைக்கு நாம மெஸ் மாதிரி பூட் டிஸ்ட்ரிபூட் பண்றோம் தான். ஆனா அது நம்ம சர்வைவலுக்கு. நாமளும் வாழணுமில்லை? அப்போதானே சாதிக்க முடியும்? இந்த காலேஜ் கேன்டீன் அதுக்கு தான். ரூபா நீ அன்னைக்கு

'இதுக்கா நாம கேட்டரிங் படிச்சோம்னு?' ஒரு கேள்விக் கேட்ட தானே? உங்களுக்கு எப்படியோ எனக்கு அந்த கேன்டீன் கூட நம்ம எதிர்காலத்துக்கு நிச்சயம் கைக்கொடுக்கும்னு நம்புறேன். பேஸ்டரிஸ் எல்லாம் நான் புதுசா ட்ரை பண்ணப் போறேன். யா நமக்கு அந்த காண்ட்ராக்ட் கிடைத்தால், நாளைக்கு நமக்குன்னு ஒரு ரெஸ்டாரெண்ட் உருவானதும் நமக்குன்னு ஒரு கன்பெக்சனரிஸ் உருவாக்க (confectionery - இனிப்பு பேக்கரி மட்டும் மிட்டாய் வகைகள்) நிச்சயம் இந்த காலேஜ் கேன்டீன் கைக்கொடுக்கும் டா. இன்னைக்குப் போனாலும் நம்மால் நாம செஞ்ச அதே வேலையைத் திரும்பச் செய்ய முடியும். நமக்கு எக்ஸ்பிரியன்ஸும் இருக்கு கைப்பக்குவமும் இருக்கு..." என்று நிறுத்திய அமுதனுக்கு ஏனோ அதற்கு மேல் பேச முடியவில்லை.

"சாரிடா அமுதா. நான் ஏதோ பயத்துலயும் குழப்பத்துலயும் என்ன பேசுறதுனு புரியாம பேசிட்டேன்..." என்றான் கண்ணையன்.

"என் வாழ்க்கையில இனிமேல் நான் இழக்க எதுவும் இல்ல. கூடுமான வரை எல்லாம் இழந்தாச்சு. இனி எதையாவது நான் இழக்கனும்னா நான் எதையாவது சம்பாதிச்சா தான் உண்டு. அந்த யூ டியூப் சேனல் ஐடியா கூட ஓகே தான். நம்ம டேஸ்ட்டை முதல மக்கள் மனசுல பதிய வெக்கணும். அதுக்கு அதுவும் நல்ல ஐடியா தான்... நமக்கு ஆறு மாசம் இருக்கு. பயப்படாத. பார்ப்போம். ஒரு மாதிரி இருக்கு நாம எங்கேயாவது கொஞ்சம் காற்றாட நடந்து போலாமா?" என்றதும் அவர்கள் எல்லோரும் நடந்தனர்.

இவர்கள் ஒவ்வொருவருக்கும் ஒவ்வொரு பிரச்சனைகள் இருக்கிறது. ஆனால் இவர்களின் இந்த முயற்சி வெற்றியடையுமாயின் இவர்கள் எல்லோருடைய வாழ்க்கையும் நிச்சயம் மாற்றமடையும். வாழ்க்கையில எதுமே இல்லாமல் இருந்து நாம் தோற்றால் ஒன்றும் பிரச்சனை இல்லை. கண்டிப்பாக மீண்டுவிடலாம் இல்லையென்றாலும் நமக்கு பெரிய இழப்பு ஏதுமில்லை. அதே போல் எல்லாம் இருந்தும்

தோற்றால் கூட மீண்டு விடலாம். ஆனால் இருந்ததை எல்லாம் விட்டுவிட்டு ஒரு முயற்சி செய்து அதில் தோற்றால் அதன்பிறகு வாழ்க்கையில் மீள்வது என்பது நிச்சயம் சுலபமில்லை. அது கிட்டத்தட்ட ஒரு சூதாட்டத்திற்கு சமம். அதற்கு ஒரு அசட்டுத்தனமான தைரியமும் முரட்டுத்தனமான தன்னம்பிக்கையும் வேண்டும். இருந்தும் அப்படி ஒரு முயற்சியைச் செய்தவர்கள் தானே இங்கு மிக பிரகாசமாக ஜொலிக்கின்றனர். காந்தி அன்று இந்தியா விடுதலை பெற சொன்ன அந்த தாரகை மந்திரம் எல்லாவற்றுக்கும் பொருந்தும். 'டூ ஆர் டை'(செய் அல்லது செத்து மடி!)

அன்றைய பெண் பார்க்கும் படலம் இனிதே நிறைவடைந்தது. பெண் மாப்பிள்ளை உட்பட இரு குடும்பத்துக்கும் இதில் உடன்பாடு ஏற்பட்டதால் பெரியவர்கள் கூடிப் பேசி நிச்சயதார்த்தம் தேதி வரை முடிவு செய்து விட்டனர். அழைத்த கார்டர்ஸிக்கு அண்ணாமலையும் சீதாவும் சென்று தலை காட்டிவிட்டு வந்தனர். ஏனோ வீட்டிற்கு வந்ததும் அண்ணாமலை யாரிடமும் பேசாமல் தனியே சென்று அமர்ந்தார். எவ்வளவு நேரம் என்று தெரியாது அண்ணாமலை சீதா இருவரும் தனித்தனியே அமர்ந்துகொண்டிருக்க நாட்சியம்மை தான் அவர்களை அழைத்து சாப்பிடச் சொல்லிவிட்டுச் சென்றாள்.

பெற்றவர்களை மதிக்காமல் ஊதாரியாகத் திரிந்து சொல் பேச்சு கேட்காமல் அவர்களை மதிக்காமல் திரியும் மகனாக இருந்தால் கூட அந்தப் பெண் நன்றாக இருக்கட்டும் பரவாயில்லை என்று விட்டுவிடலாம். ஆனால் அமுதனோ, 'இவன்தந்தை என்நோற்றான் கொல்எனும் சொல்' என்று குறளுக்கு ஏற்றபடி தானே இருக்கிறான்? பிடித்ததைப் படித்தான். படித்ததும் வேலைக்குச் சென்றான். கடந்த ஆறு மாத காலம் முன்பு வரை அவன் சம்பள பணம் உட்பட அனைத்தும் சீதாவிடம் வந்துவிடும். ஆடம்பரம் இல்லை வீண் செலவு செய்வதில்லை. ஏன் இப்போது கூட அவன் எதையும் சொல்லாமலும்

வெளிக்காட்டாமலும் தானே இருக்கிறான். நேற்று கூட, "என் அப்பா யாருகிட்டயும் தலை குனிஞ்சு நிற்கக் கூடாது" என்று தானே சொன்னான்? சீதாவிற்கு அதிக வருத்தமாக இருந்தது. 'நான் தானே அவளை மருமகள் மருமகள்னு என்று சொல்லி சொல்லி அவன் மனதில் ஆசையை விதைத்தேன்?' என்ற கவலையில் உழன்றார் சீதா.

மணி எட்டைக் கடந்தும் இன்னும் அழைப்பு வராததால் அமுதனே நாட்சியம்மையை அழைத்தான்.அங்கு நடந்த எல்லாவற்றையம் தெரிந்துகொண்டான். அண்ணாமலையிடம் பேசியவன் எப்படியும் அந்த காலேஜ் காண்ட்ராக்ட் கிடைத்துவிடும் என்று நம்பிக்கை தந்து அன்னையிடமும் வாங்கி பேசிவிட்டு, "இன்னும் பத்து நாட்களில் ஒரு நல்ல செய்தியைச் சொல்கிறேன்" என்று பேசி அழைப்பைத் துண்டித்தான்.

"அமுது மாமா அமுது மாமா நீ சூப்பரா சமைக்கிற எப்படி? நான் பெரிய பொண்ணு ஆனாலும் எனக்கு இப்படியே சமைச்சுக் கொடுப்பையா?"

"அந்த நீலிமாவுக்கு எவ்வளவு கொழுப்பிருந்தா என்கிட்டயே உன்னைப் பற்றி ரசிச்சு சொல்வா? நீயும் பல்லை பல்லை காட்டிட்டு நிக்கற? உனக்கு கொஞ்சம் கூட அறிவே இல்லையா மாமா?"

"அமுதா எனக்கு சைக்கிள் ஓட்ட கத்துத்தரய்யா? அந்த சிகப்பி எல்லாம் என்னை கிண்டல் பண்றா! என்ன பண்ணுவியோ எனக்குத் தெரியாது ஹாப் இயர்லி லீவ்ல அவ இங்க வரும்போது நான் அவ முன்னாடி கெத்தா சைக்கிள் ஓட்டணும்... அது உன் பொறுப்பு. ஓகே?"

கசின்ஸ் எல்லோரும் சேர்ந்து ஒன்னா கார்ர்ட்ஸ் விளையாடும் போதெல்லாம் அவள் கார்ர்ட்ஸ் சரியாக இல்லையென்றால் உடனே அமுதனிடம் கார்ர்ட்ஸை எக்ஸ்சேஞ் பண்ணிக்கொள்வாள். இவனும் அவளுக்கென்றால் உடனே விட்டுக்கொடுத்து விடுவான்.

அமுதன் கேட்டரிங் சேர்ந்ததும், "எதுக்கு இப்போ கேட்டரிங் சேர்ந்த? நீ இன்ஜினியரிங் சேரலாம் இல்ல? சரி விடு நான் பிளஸ் டூ முடிச்சதும் இன்ஜினியரிங் சேர்ந்திடுறேன்" என்றாள்.

"சீக்கிரம் எதாவது வேலைக்குப் போய் எங்க அப்பா கிட்ட வந்து பேசு அமுதா..." என்ற அதே ஹிருத்தியா தான் அன்று கையில் எம்.பி.ஏ அப்பிளிக்கேஷன் பார்முடன் வந்தாள்.

பழைய நிகழ்வுகள் அனைத்தும் அவன் மனத்திரையில் காட்சிப்படமாக ஓடியது.

அழகான நேரம் அதை நீ தான் கொடுத்தாய்

அழியாத சோகம் அதையும் நீதான் கொடுத்தாய் (நா. முத்துக்குமாரின் பாடல் வரிகள்)

ஏதேதோ எண்ணங்களில் உழன்றவன் அப்படியே அமர்ந்திருக்க திடீரென தோன்றியவனாய், 'ஐயோ இன்னைக்கு லக்ஷ்மி அங்கிளை ஹாஸ்பிடல் கூட்டிட்டு போகணும்னு ஆத்யா சொன்னாங்களே?' என்று யோசித்தவன் அவனுக்கிருந்த வேறு சில எண்ணவோட்டத்தின் காரணங்களால் அதைப் பற்றி சுத்தமாக மறந்து போனதை நினைத்து தன்னையே கடிந்துகொண்டான். மணியைப் பார்க்க அது ஒன்பதை நெருங்கியிருந்தது. சரி எதற்கு ஒரு எட்டு சென்று விசாரித்து வரலாம் என்று அவன் விரைந்தான்.

"அமுதா எங்க போற?" என்று ரூபன் அவனைத் தடுக்க,

"ஆத்யா வீடு வரை" என்றதும் ஏனோ நம்பிக்கை இல்லாமல் ரூபனும் அவனோடு வருவதாகச் சொல்லி உடன் சென்றான். பின்னே அமுதன் அவ்வளவு வீக் இல்லை தான் என்றாலும் தனிமை, அதும் மனம் சரியில்லாத நிலையில் அந்த தனிமை ஒரு கொடிய சாத்தானிற்கு சமம் ஆயிற்றே? விபரீத யோசனைகளை முன்வைக்கும். நம்மை அதனால் முடிந்த அளவுக்கு தூண்டிப் பார்க்கும். ஏனெனில் கணப்பொழுதில் நாம் எடுக்கும் அந்த முடிவு தான் இங்கே பலரின் வாழ்க்கையை

உருத் தெரியாமல் சிதைத்து விடுகிறதே? மேலும் நேற்றே அண்ணாமலை, "அவனை ரெண்டு மூணு நாளுக்கு தனியா விடாதே" என்று இதைப்பற்றி ரூபனிடம் தனியே பேசிவிட்டாரே? ஆனால் அமுதன் அத்தனை கோழையில்லை என்று அவர்கள் யாரும் அறியவில்லை! (சுவைக்கும்!)

அமுதன் மட்டும் 'patisserie' எனப்படும் பேக்கரி சம்மந்தப்பட்டத்தில் கைத்தேர்ந்தவன். ரூபன், கார்த்தி, அத்தி, கண்ணையன் ஆகியோர் saucier, entremetier எனப்படும் கிரேவி, சூப் முதலியவற்றை செய்பவர்கள். அதாவது மற்றவர்கள் பிரதான உணவுகளைச் சமைக்க அமுதன் டெஸெர்ட்ஸ் எனப்படும் இனிப்புகளைச் செய்வான்.

* * * * * *

அத்தியாயம் - 9

வழக்கத்திற்கும் மாறாக அன்று இரவு ஆத்யாவும் லஷ்மியும் அவர்கள் வீட்டின் லானில் இருக்கும் சேரில் அமர்ந்திருக்க ஆத்யாவிடம் லஷ்மி எதையோ சொல்லி சமாதானம் செய்துகொண்டிருந்தார். அவளோ சோகமாகவும் அதே நேரம் கோபத்துடனும் ஒருவித கலவையான மனநிலையில் இருந்தாள். அப்போது தான் அமுதன் மற்றும் ரூபன் இருவரும் அவர்கள் வீட்டின் உள்ளே நுழைந்தனர். இந்நேரத்தில் அவர்களை எதிர்பார்காதவர்கள் அந்த லானிலிருந்து எழுந்து வர அதற்குள் இவர்களே அங்கே சென்றனர்.

"வாங்க அமுதன். வாங்க..." என்று ரூபனை பார்க்க, "அதிரூபன்" என்று அவனை அவனே இன்றோ கொடுத்துக்கொண்டான்.

"வாங்க உள்ள போய் உட்கார்ந்து பேசலாம்..." என்று லஷ்மி அழைக்க,

"நோ பார்மாலிட்டீஸ் அங்கிள், இங்கேயே பேசலாம்..." என்று அவரை அமரச்சொல்லி அவர்களும் அமர்ந்தனர். ஆத்யா முகத்தில் பெயருக்குக் கூட சிரிப்பு இல்லாமல் இருக்க அதை அமுதன் கவனிப்பதை உணர்த்த லஷ்மி எங்கே இவன் தவறாக எடுத்துகொள்வானோ என்று நினைத்து, "பாருப்பா சாயுங்காலத்துல இருந்து இப்படி தான் மூஞ்சியைத் தூக்கிவெச்சிட்டே இருக்கா. என்ன சொன்னாலும் சமாதானம் ஆக மாட்டேங்குறா..." என்றார்.

"என்ன ஆச்சு ஆத்யா?" என்று அமுதன் வினவ அவளோ ஹாஸ்பிடலில் நடந்ததைச் சொன்னாள்.

அனைத்து பரிசோதனைகளும் முடிய உள்ளே அழைக்கப்பட்டவர்களை அமரச் சொல்லிய அவர்களது பேமிலி டாக்டர், "ஹார்ட் லிவர் எல்லாம் நார்மலா தான் இருக்கு ஆனா..." என்று இழுத்தார். ஆத்யாவுக்கு மனமெல்லாம் திக்

திக் என்று இருக்க, "இங்க பாரு ஆத்யா நான் பயமுறுத்தல்ல ஆனா அப்பாவுக்கு கிட்னி பங்க்சன் சரியா இல்ல. மெடிக்கல்லி இதை 'கிரோனிக் கிட்னி டிசீஸ்'னு சொல்லுவோம். அதாவது அவர் ரத்தத்துல இருக்குற கெட்டதை பில்டர் செய்யும் கிட்னி அதோட செயல்பாட்டைக் குறைச்சிடுச்சினு அர்த்தம்..."

இதைக் கேட்கும் போதே ஆத்யாவின் முகம் மாறுவதை உணர்ந்தவர், "கம் ஆன் ஆத்யா நத்திங் சீரியஸ். ஏஜ், பரம்பரை காரணம், பிளட் ப்ரெஸ்ஸர் இப்படி என்னவா வேணுனாலும் காரணமா இருக்கலாம். இது மொத்தம் ஐந்து ஸ்டேஜ்ஸ் இருக்கு இப்போ இவருக்கு தேர்ட் ஸ்டேஜ். ஆக்சுவல்லி இந்த ஸ்டேஜ்ல தான் நமக்கு இப்படி ஒரு ப்ராப்ளம் இருக்குனே நமக்குச் சொல்லும். இதுக்கு முன்னாடி மைனர் சிம்ப்டம்ஸ் எல்லாம் காட்டியிருக்கும். சே, டையர்ட்நெஸ், மூச்சு வாங்கி பிரீதிங் டிபிகல்ட்டிஸ், கை கால் வீக்கம், பசியில்லாமை ஏதாவது..." என்று சொல்லும் போதே ஆத்யா திரும்பி அவள் தந்தையை முறைத்தாள். ஆம் கடந்த ஒன்றிரண்டு மாதங்களாகவே அவர் சரியாகச் சாப்பிடுவதில்லை. உடலில் அடிக்கடி வீக்கம் (நீர் கோர்த்துக்கொள்ளுதல்) முதலியவை ஏற்படுகிறது. இவள் கேட்கும் போதெல்லாம், "எனக்கென்ன பதினாறு வயசா ஸ்வீட்டி? ஐ அம் கெட்டிங் ஓல்டேர், டோன்ட் யூ நோ?" என்பார் (எனக்கு வயசாகுதில்ல). அப்பப்போ அவருக்கும் யூரின் போவதிலும் சற்று சிரமும் இருக்கும். ஆனால் அதையெதையும் ஆத்யாவிடம் அவர் சொல்லாமல் விட்டுவிட்டார்.

"இதுக்கு என்ன ட்ரீட்மெண்ட் டாக்டர்?" என்றான் சந்தீப்.

"முதல ஃபூட் கண்ட்ரோல் தான். ஆக்சுவல்லி உடம்புல இருக்கும் உப்புக்களை கிட்னி சுத்தப்படுத்துது. இப்போ கிட்னி சரியா பன்சன் ஆகலைனா அந்த சால்ட்ஸ் எல்லாம் உடம்புலேயே தங்கிக்கும். அதனால் பிளட் ப்ளோவ் சரியா இல்லாம மூச்சு விட முடியாம போலாம். சோ பொட்டாசியம், பாஸ்பரஸ், சோடியம் போன்ற சால்ட் வகைகளைக் குறைச்சிக்கணும். அண்ட் ப்ளுய்டு ஐட்டம்ஸ்(திரவ உணவுகள்) கூட குறைச்சிக்கணும். அதுவே

ப்ரோடீன் ஐட்டம்ஸ் எல்லாம் அதிகம் சேர்த்தனும். ஒரு டென் டேஸ்கு டேப்ளெட்ஸ் எடுங்க, திரும்ப ஒரு டெஸ்ட் எடுப்போம். அதன் பிறகு முடிவு செய்யலாம். நெபிரோலொஜிஸ்ட் (கிட்னி சம்மந்தப்பட்ட டாக்டர்) டாக்டர் கிட்ட ரிப்போர்ட் அனுப்பினேன். அவரிடமும் பேசிட்டேன். அவரை போய் மீட் பண்ணுங்க. நீங்க என் ஃப்ரண்ட் என்பதனால் நீங்க பயப்படாம இருக்க நான் எல்லாம் சொல்லிட்டேன். இப்போ போய் அவரைப் பாருங்க..." என்று அனுப்பினார்.

அவரும் இதையே கொஞ்சம் டீடெயிலாக, "இந்த டேப்ளெட்ஸ் டயட் எல்லாம் பாலோ பண்ணுங்க. பிளட்ல இருக்கும் க்ரியேட்டினின்(உடலில் உள்ள கெட்டது) அளவு குறையுதான்னு பார்ப்போம். அதற்கப்புறோம் என்னனு பேசிக்கொள்ளலாம்" என்று சொல்லி அனுப்பினார். வீட்டிற்கு வந்ததிலிருந்து கோவமாக மூஞ்சைத் தூக்கி வைத்துக்கொண்டவள், "ஏதாவதுனா என்கிட்டச் சொல்லக்கூட மாட்டிங்களாப்பா?" என்று சண்டையிட்டவளைத் தான் இப்போது சமாதானம் செய்துகொண்டு இருக்கிறார்.

சந்தீப்பும் கொஞ்சம் ஆறுதலாகப் பேசிவிட்டு செல்ல அதன் பின் தந்தையுடன் பேசாமல் இருந்தவளை தான் ஒருவாறு சமாதானம் செய்யும் வேளையில் தான் அமுதன் வந்தான்.

"சரி சாப்டீங்களா?" என்றான் ரூபன். அவர்கள் இல்லை என்றதும், "ரூபா நீ அங்கிளை கூட்டிட்டுப் போ. நான் வரேன்" என்றவன் ஆத்யாவிடம் பேச ஆயத்தமானான்.

"என்ன ஆத்யா நான் உங்களை எவ்வளவு மெட்சூர்ட் ஆனா பொண்ணுன்னு நெனச்சேன்? நீங்க இப்படி சைல்டிஸா இருக்கீங்க? அவருக்கே உடம்பு சரியில்ல நீங்க தானே தைரியமா இருக்கனும்? அப்போ தானே அவருக்கும் கொஞ்சம் ஆறுதலா இருக்கும்?" என்றதும் தான் அவளுக்கு தன்னுடைய தவறு புரிந்தது.

"நீங்க இப்படிக் கோவிச்சுகிட்டா அது தான் அவரை இன்னும் கஷ்டப்படுத்தும்?" என்றவன் அவளைச் சமாதானம் செய்து

அழைத்துச் சென்றான். இப்போது அமுதனோடு நார்மலாய் வந்த மகளையும் அவர்கள் ஜோடி பொருத்தத்தையும் பார்த்தவாறு சாப்பிட்டுக் கொண்டிருந்தார் லஷ்மி. வந்தவள், "சாரி லஷ்மி. ஐ அம் ரியல்லி சாரி. இனிமேல் எதையும் என்கிட்ட மறைக்கக் கூடாது. ஓகே?" என்றவளை அதிசயமாகப் பார்த்தார் லஷ்மி. பின்னே அவர் மீது எவ்வளவு பாசம் இருக்கோ அதே அளவு பிடிவாதமும் கொண்டவள் ஆச்சே ஆத்யா? இதுபோல் அவர் தவறு செய்தால் ஒன்றிரண்டு நாட்களலேனும் அவரிடம் பேசாமல் இருந்து பின்பு தானே பேசுவாள்? எப்படி இன்று சாத்தியமானது? என்ற ஆச்சரியம் தான் அது.

பிறகு அவர்களுடன் கொஞ்சம் பேசிவிட்டு ரூபனும் அமுதனும் விடைபெற்றனர். அமுதனைத் தனியே அழைத்தவர், "அமுதன் நான் உங்க கூடக் கொஞ்சம் ப்ரீயா பேசணும். வர சனிக்கிழமை ஈவினிங் வாரீங்களா பேசலாம்?" என்றார். அவனும் ஆமோதித்து விட்டுச் சென்றான்.

கார்த்தி வழக்கம் போல் அன்று அமுதன் ரூபன் அத்தி கண்ணையன் ஆகியோரிடம் கதையளந்து விட்டு வீட்டிற்குப் போனான். அவன் எப்போதும் போல் அவன் அன்னையிடம் பேசிபடியே சாப்பிட்டவன் அங்கிருந்து அவன் அறைக்குச் சென்றான். வழக்கம் போல் பரந்தாமன் ஹாலில் அமர்ந்து டிவி பார்ப்பதைப் போல் அம்மா மகனின் பேச்சை காதுகொடுத்து கவனித்து விட்டு தான் அங்கிருந்து கிளம்பினார்.

கார்த்திக்கு ஸ்ருஷ்டியிடம் இருந்து அழைப்பு வந்தது. மாடிப்படியில் எறியவன் எதற்கும் பின்னால் திரும்பி ஓர் பார்வையைச் செலுத்திவிட்டு அட்டென்ட் செய்து அவன் அறைக்குள் சென்று தாழிட்டான். பின்னே தந்தை இங்கே தான் பார்க்கிறாரா என்று கவனிக்கவே அதைச் செய்தான். தினமும் அவன் தந்தை அவனுக்கும் அவன் அன்னைக்குமான பேச்சைக் கேட்கத் தான் அவன் வந்து சாப்பிடும் வரை ஹாலில் இருக்கிறார் என்று அவனுக்குத் தெரியாதா என்ன?

"ஹே கார்த்தி லைன்ல இருக்கியா?" என்று ஹஸ்கி வாய்ஸில் குரல் வர அவனையும் அறியாமல் அவன் உதடு புன்னகை சிந்தி, "நான் லைன்ல தான் இருக்கேன்..." என்று அதே போல் ஹஸ்கி வாய்ஸில் பதிலுரைத்தான். அவன் பேசியதில் குறும்பு தான் அதிகம் இழையோடியது என்று அவள் அறியாமல் இல்லை.

"டேய் என்ன கிண்டல் பண்றியா?" என்று அதே ஹஸ்கியில் அவள் கேட்க,

"ஏன் நான் உன்ன கிண்டல் பண்ணக் கூடாதா என்ன?" என்று மீண்டும் ஹஸ்கியில் கேட்டான் கார்த்தி.

"டேய் நீ ஒழுங்கா பேசு டா..." என்று அதட்டினாள் ஸ்ருஷ்டி. ஸ்ருஷ்டி வேறு யாருமில்லை நம்பிராஜனின் தங்கை தான். நம்பிராஜன் யார் என்றால் அன்று அமுதன் 'லெட்ஸ் செலிபிரேட்டில்' ஆத்யாவுக்கு செட்டிநாடு சமையல் ஆர்டர் எடுக்க உதவிய வேளையில் தன் வீட்டு விஷேஷத்திற்கு புக் செய்ய ஒருவன் வந்தானே? அவனே தான் நம்பி ராஜன். மற்றதைப் பிறகு சொல்கிறேன்.

"அப்போ நீயும் ஒழுங்கா பேசணும் ஓகே வா?" என்றான் கார்த்தி.

"என் கசின் பக்கத்துல தான் தூங்குறா. நான் சத்தமா பேசுனா அவ முழிச்சிப்பா..." என்றதும் அவளைப் போலவே ஹஸ்கியில், "ஓகே அப்போ நாம இப்படியே பேசலாம்..." என்றான்.

நம்பிராஜனின் தாத்தா பிழைக்க ராஜஸ்தானில் இருந்து தமிழ்நாட்டுக்கு குஜராத்தி துணிகளை விற்க வந்தவர். அவர் கோவையில் செட்டில் ஆகிவிட ஆரம்ப காலத்தில் அவர் வீட்டின் பக்கத்து வீட்டில் தான் கார்த்தியின் தாத்தா வீடும் இருந்தது. இரு குடும்பத்துக்கும் அப்படி உண்டான நட்பு தான் இது. பெரும்பாலான ராஜஸ்தானி குடும்பத்தைப் போலே அவர்கள் 'ஜெயின்' வகுப்பைப் பின்பற்றி கூட்டுக்குடும்பமாக வாழ்ந்து வருகிறார்கள். இன்றும் கோவையில் ஆர்.எஸ் புரம், ஒப்பனக்கார வீதி, ரங்காய் கௌடர் ஸ்ட்ரீட், முதலிய

இடங்களில் அவர்கள் தான் மெஜாரிட்டி ஆட்கள். நம்பிராஜனின் குடும்பம் கோவையின் பிரபலமானத் தெருக்களில் பெரிய பெரிய கடைகளை நடத்திக்கொண்டு இருக்கிறார்கள். கூட்டுக்குடும்பமாகவே வாழ்கிறார்கள்.

ஜெயின்கள் (சமணர்கள்) பெரும்பாலும் வணிகத்தையே தொழிலாகச் செய்பவர்கள்(ட்ரேடர்ஸ்). மஹாவீரரின் கோட்பாட்டின் படி வணிகத்தில் தான் எந்த உயிருக்கும் தீங்கு செய்யாமல் வாழ முடியும் என்று நம்புகிறார்கள். அக்காலத்தில் மக்கள் உழவு, வாணிகம்(வணிகம்) மற்றும் கலைத் தொழில்களைத் தான் பிரதானமாகச் செய்துவந்தனர். அதில் விவாசாயம் செய்யும் போதும் கலை சார்ந்த தொழில்கள் (பொற்கொல்லன், குயவன் முதலியவை) செய்யும் போதும் நிச்சயம் எறும்பு, பூச்சிகள் போன்றவற்றை கொல்ல நேரும் என்பதால் உயிர்சேதம் ஏதுமில்லாத வணிகத்தையே அவர்கள் தங்கள் தொழிலாகத் தேர்ந்தெடுத்து செய்தனர். அதையே இன்றளவும் பின்பற்றுகிறார்கள். வர்த்தகம் வணிகம் தான் அவர்கள் பிரதானத் தொழில். 'அஹிம்சை' அவர்களின் முக்கியமான மதக் கோட்பாடு. மேலும் இவ்வுலகில் படைக்கப்பட்ட எல்லாவற்றுக்கும் ஒரு 'ஜீவன்'(உயிர்) இருக்கிறது என்பதும் அவர்கள் கருத்து. அவர்களின் உணவுமுறைக்கூட மிகவும் கண்டிப்பானது. வெங்காயம், உருளை, பூண்டு முதலியவற்றைக் கூடச் சேர்க்க மாட்டார்கள். ஏனெனில் அவை மண்ணில் ஆழத்தில் விளைபவை. அதை உண்ணும் போது கூட நுண்ணுயிர்கள் பூச்சிகள் போன்ற உயிர்களைக் கொல்ல நேரிடும் என்று கருதுவதால் அதைத் தவிர்ப்பார்கள். தாவரங்களில் கிடைக்கும் உணவை மட்டுமே உண்ணவேண்டும். அதிலும் பால், தேன் முதலியவற்றிகூடக் சாப்பிடக் கூடாது என்று அவர்கள் மத நூல் சொல்கிறது. இன்னும் கடுமையாக அதைப் பின்பற்றுபவர்கள் இரவு சமைத்த உணவை மறுநாள் சாப்பிட மாட்டார்களாம். ஏனெனில் அதிலும் நுண்ணுயிர்கள் இருக்குமாம்! வெகு சிலரே பால் பொருட்களை உண்ணுகிறார்கள். வெண்ணை பாலாடைக்கட்டி போன்றவைகளும் அவர்கள்

சேர்க்கக் கூடாது. அப்போ என்ன தான் சாப்பிடுவாங்க என்றால் அரிசி, கோதுமை, பயறு சில காய்கறிகள் போன்றவை தான் அவர்களின் உணவு முறை. இன்றைய காலத்திற்கு ஏற்ப சில மாற்றங்களையும் செய்கிறார்கள். சிலர் மாமிசத்தைத் தவிர்த்து மற்ற காய்கறிகள் சிலவற்றை உண்கிறார்கள்.

இன்றளவும் அவ்விரு குடும்பத்துக்கும் நல்ல நட்புறவு தொடர்கிறது தான். இதில் புதிய உறவு உருவாகத் தான் கார்த்தி-ஸ்ருஸ்டியின் காதல் முளைத்திருக்கிறது போலும்?இன்னும் வாழ்க்கையிலே செட்டில் ஆகல இதுல காதல் ஒன்னு தான் குறைச்சல் என்று நீங்கள் நினைத்தால் அதற்கு நான் பொறுப்பில்லை. ஆனால் ஒன்று மூன்று தலைமுறைகளாகத் தொடர்ந்துகொண்டிருக்கும் இந்த நட்பு எவ்வித சிக்கலும் இல்லாமல் உறவாக மாற வேண்டும் என்பது தான் கார்த்தி மற்றும் ஸ்ருஷ்டியின் விருப்பம்.

எப்போதும் போல் இன்றைய தினம் எப்படிப் போனது என்று பேச, "கார்த்தி, என் சித்தப்பா பொண்ணு ஆருஷிக்கு அலைன்ஸ் செட் ஆகிடுச்சு. இன்னும் ஒரு வருஷத்துல எனக்கும் பார்க்க ஆரமிச்சிடுவாங்க..." என்றாள். ஆம் கார்த்திக்கும் அவளுக்கும் மூன்று வயது வித்தியாசம்.

"டோன்ட் ஒர்ரி ஸ்ரு. ஆருஷிக்கு பின்னாடி உன் பெரியப்பா பொண்ணு ஸுபாலி இருக்கா. அதுக்குள்ள வீட்ல பேசிடலாம்..." என்றான்.

"அங்கிள் ஆண்ட்டி சம்மதிப்பாங்களா?"

"பேசிக்கலாம் டோன்ட் ஒர்ரி. நீ படிக்கத் தானே செய்யுற? உன் டிக்ரீ முடிய இன்னும் ஒன் இயர் இருக்கு. பார்த்துக்கலாம்..." என்று பேசி அழைப்பைத் துண்டித்தான்.

ஏனோ அமுதனுடைய நிலையைப் போல் தன்னுடைய வாழ்க்கையும் ஆகிவிடுமோ என்ற பயம் அவனுக்கு வந்து போனது மட்டும் நிச்சயம். இப்போதும் இவர்கள் இருவரின் குடும்பமும் அவ்வளவு அந்யோனியமாகத் தான் இருக்கிறது.

நம்பிராஜன் கார்த்தியின் நெருங்கிய நண்பர்களுள் ஒருவன். இப்போது இது தான் சிக்கலே...

கஷ்டம் காதலுக்கு இஷ்டம்

வெற்றிபெற வேண்டுமென்றால்

காதல் எதையும் தாங்கிடுமே... (பாடல் வரிகள்)

இரவு அமுதனும் ரூபனும் ஆத்யாவின் வீட்டிலிருந்து தங்கள் வீட்டிற்குச் சென்றனர். அங்கே கண்ணையன் மட்டும் தான் தனியாக அமர்ந்து எப்.எம் கேட்டுக்கொண்டு இருந்தான். இவர்கள் வந்ததும் சற்று அளவளாவி விட்டு தூங்கச் சென்றனர். கண்ணையன் தன்னுடைய வீட்டில் பேசிவிட்டு வழக்கம் போல் அவர்கள் பேசியதை நினைத்து தன்னுடைய வாழ்க்கையில் மாற்றம் என்று ஒன்று நிகழாதா? என்ற ஆழ்ந்த யோசனையில் இருந்தான்.

ரூபனோ தான் இவ்வளவு அவாய்ட் செய்தும் தன்னையே விடாமல் துரத்திவரும் அத்தியை நினைத்து கவலையில் இருந்தான். அமுதனுக்கு மீண்டும் அழைப்பு வந்தது. ஆம் அவன் ஆத்யாவுடன் பேசிக்கொண்டிருந்த போதே லட்டு தான் அவனை விடாமல் அழைத்துக்கொண்டு இருந்தாள். அவள் எதற்கு அழைக்கிறாள் என்பதிலிருந்து என்ன கேட்கப் போகிறாள் வரை அமுதனுக்குத் தெரிந்ததால் அதை அட்டென்ட் செய்யாமல் இருந்தான். மேலும் அவன் ஆத்யாவை சமாதானம் அல்லவா செய்துகொண்டிருந்தான்? அவளுடன் நடந்த உரையாடல்களை யோசித்தான்...

"எனக்குன்னு இருக்கறது என் அப்பா மட்டும் தான் அமுதன். அவர் ஏன் அதைப் புரிஞ்சிக்கல?" என்று அவள் ஆற்றாமையுடன் பேச ஏனோ, "நானிருக்கிறேன்" என்று அவனுக்கு சொல்லத் தான் தோன்றியது. ஆனால் என்ன உரிமையிலும் என்ன அர்த்தத்திலும் அதைச் சொல்ல முடியும்? என்று யோசித்து

அதைத் தவிர்த்தான். ஏற்கனவே அவளுக்கு தன் மீது ஒரு அபிப்ராயம் இருக்கிறது என்று அவன் அறிவான் தான். அவன் மனமோ இன்னும் ஹிருத்தியாவிலிருந்து வெளியே வரவே இல்லை. எப்படி வரும்? அவ்வளவு சுலபமா அது? மோரேவேர் அமுதனைப் பொறுத்தவரை ஆத்யா அவனுக்கொரு ஃப்ரண்ட் மட்டுமே. இன்னும் அந்த ப்ரெண்ட்ஷிப்பே முழுமையடையவில்லையே? ஆம் அவளோ அவள் செய்த தவறுக்கு பிராயச்சித்தம் தானே செய்துகொண்டு இருக்கிறாள்? அமுதனுக்கு தலைக்கு மேல், அவன் வாழ்க்கை ஒரு கேரீர், தங்கை வாழ்க்கை, பெற்றோர்கள் மகிழ்ச்சி, நண்பர்கள் வாழ்க்கை என்று பெரிய பாரம் இருக்கிறது. இதற்கு இடையில் மறுபடியும், ஆம் மறுபடியும் ஒரு காதல் செய்ய அவனுக்கு உண்மையாகவே நேரமில்லை தான். தன் தங்கையையும் தன்னுடைய பெற்றோர்களையும் ஏன் தன்னையும் எப்போதும் ஒரு எள்ளலுடன் பார்க்கும் உற்றார் உறவினர்கள் மத்தியில் தாங்களும் நல்ல நிலையில் இருக்க வேண்டும் என்பது அவன் லட்சியம். இதையெல்லாம் நிறைவேற்றியப் பிறகு தான் அவன் வாழ்க்கையைப் பற்றி யோசிக்க வேண்டும். எப்படியும் தனக்கும் திருமணம் நடக்கத்தான் போகிறது. அவன் வேண்டாம் என்றாலும் அவன் பெற்றோர் விடமாட்டார்கள். ஆனால் அதற்கெல்லாம் இன்னும் நிறைய காலம் இருக்கிறது என்றும் இந்த இடைப்பட்ட காலத்தில் ஹிருத்தியாவை முழுமையாக மறக்க வேண்டும் என்றும் எண்ணிக்கொண்டான். ஆனால் அது அத்துனை எளிதில்லை தான். இருந்தும் இன்னொருவரின் மனைவியை நேசிப்பது குற்றம். அது முறையுமல்ல தானே?

'நாம் தவறு செய்துவிட்டோமோ? வேலையை விட்டிருக்கக் கூடாதோ?' என்று சமயங்களில் அவனுக்குத் தோன்றும். அது அவன் ஆழ் மனதில் உறைந்திருக்கும் பயத்தின் வெளிப்பாடு. இந்த நொடி நிரந்தரமல்ல தானே?

செல்லில் நிறைய மெசேஜும் மிஸ்ஸெட் கால்ஸ்ஸும் இருக்க, சிகப்பியை அழைத்தவன், "சொல்லு லட்டு"என்றான்.

"ஏன் மாமா இப்படிப் பண்ண?"

"நான் நேத்தே எல்லாம் சொல்லிட்டேன். போனது போகட்டும். பங்க்சன் நல்ல படியா முடிஞ்சது தானே?"

"எப்படி மாமா உன்னால இப்படிக் கேட்க முடியுது?"

"ஒரு நல்ல ரிலேஷன்ஷிப்கு அழகென்ன தெரியுமா? நீ பழகும் போது எப்படி டீசென்ட்டா ஸ்மூத்தா அதை ஹேண்டில் பண்ணியோ விலகும் போதும் அதே டீசென்ட்டோட ஸ்மூத்தா விலகிடனும்.அண்ட் எப்பயும் எந்தச் சூழலிலும் அவங்களைத் தொந்தரவு செய்யக் கூடாது. அது ரொம்ப முக்கியம். என்னை எப்படி நீ கைவிடலாம்னு கோவமாவும் கிறுத்தனமாவும் எதுவும் செய்யக் கூடாதோ அதேமாதிரி என்னை ஏத்துக்கோனு போய் கெஞ்சவும் கூடாது. இட்ஸ் ஆல் அபௌட் மியூச்சுவல் ரெஸ்பெக்ட் அண்ட் லவ் (ஒருவர் மற்றவர் மீது காட்டும் மரியாதை மற்றும் அன்பு). இப்போ எங்களுக்குள்ள நடந்தது இது தான். புரியுதா?"

"ஆனா நீங்க லவ் பண்ணீங்க தானே?"

"இப்பயும் எங்களுக்குள்ள இருக்க அதே லவ் தான் இப்படி ஒரு முடிவெடுக்க வெச்சது..."

"ஏன் மாமா நான் ஒன்னு கேட்கட்டா?"

"கேளு"

"இவ்வளவு லவ் இருக்கவங்க ஏன் பிரியனும்?"

"உங்க வீட்டுல சாக்லேட் இருக்கில்ல? (சாக்லேட் அவர்களின் டாபர்மேன் பெட்) அத சங்கிலில இருந்து கழட்டிவிட்டுட்டு நீ அங்க இருந்தா அது விடாம உன் காலையே நக்கிட்டு இருக்கும். யா இட்ஸ் ஆல் லவ். உனக்கும் அது பிடிக்கலாம். ஈவினிங் ஒருமணிநேரமோ ரெண்டு மணிநேரமோ நீ சாக்லெட்டோட இருக்கலாம். அதுவே 24*7 இருக்க முடியுமா? அது எப்போவும் உன் காலையே நக்கிட்டு உன்னை நகரவே விடாம உன் வேலையைச் செய்யவே விடாம தொந்தரவு பண்ணா எப்படியிருக்கும்னு யோசிச்சுப் பாரு? அப்போ உனக்கு என்ன

தோணும்? ஏன்டா இதை வளர்த்தனோம்னு தானே தோணும். நீ விரும்பின அதே சாக்லேட்டை நீ வெறுப்ப... நீ ரொம்ப விரும்பின ஒரு விஷயம் அளவுக்கதிகமா கிடைக்கும் போது அதுவே உனக்கு வெறுப்பாகிடுதில்லை? அதே தான். நாங்க ரெண்டு பேரும் சேர்ந்திருந்து யார் அதிகமா லவ் பண்றோம்னு கேள்வி வந்து அதை ப்ரூவ் பண்ண நிறைய கிறுக்குத்தனம் செய்யறதுக்கு இட்ஸ் பெட்டெர் டு மெயின்டெய்ன் தி கேப் (இடைவெளியை கடைப்பிடிப்பது மேல்) போதுமா?"

"ஆனா இதுல வலி இருக்கும் தானே?"

"ஒருத்தரை ஒருத்தர் வெறுத்து ஒதுக்கறதுக்கு இந்த வலியோட விலகியிருக்கறது எவ்வளவோ மேல் தானே?"

"ஆனா மாமா..."

"போதும் லட்டு. சில சமயம் நம்ம வாழ்க்கையில என்ன நடக்குதோ அதுல நாம தலையிட்டு எதையுமே மாத்தாம அதை அப்படியே ஏத்துகிட்டு வாழப் பழகணும். நான் பழக்கறேன். ப்ளீஸ் லட்டு இனிமேல் இதைப்பற்றி எல்லாம் நீ யோசிக்காம உன் வேலையை ஒழுங்கா பாரு. **எது நடந்ததோ அது நன்றாகவே நடந்தது. எது நடக்கிறதோ அது நன்றாகவே நடக்கிறது. எது நடக்க இருக்கிறதோ அதுவும் நன்றாகவே நடக்கும்.** எதையும் போட்டு குழப்பிக்காம தூங்கு. நான் வெக்கறேன் பை" என்று அழைப்பைத் துண்டித்தான்.

எப்போது உறங்கினான் என்றே அவனுக்குத் தெரியவில்லை. ஆனால் அப்படியே உறங்கிப்போனான்.

நாளை அவர்கள் எல்லோரும் க்ரிஷை சென்று சந்திக்கத் திட்டமிட்டிருந்தனர். க்ரிஷ் அவர்களை நாளை மதியம் பன்னிரண்டு மணிக்கு அங்கே வரச் சொல்லியிருந்தான்.

அங்கே அமுதன் மற்றும் ரூபன் சென்றதும் தந்தையைப் படுக்கவைத்து விட்டு அவளும் மேலே சென்றாள். என்ன

தான் தந்தையை குற்றம் சாட்டினாலும் ஆத்யாவுக்கே தவறு மொத்தமும் அவள் மீது தான் இருப்பதாய்த் தோன்றியது. பின்னே, 'எனக்கொன்றுமில்லை' என்று தான் அவர் சொல்லுவார். நான் தானே டாக்டரிடம் கூட்டிச் சென்றிருக்க வேண்டும்? என்று யோசித்தவள் அவள் அறையில் இருக்கும் அவள் அன்னையின் புகைப்படத்தைப் பார்த்து, "என்னை மன்னிச்சுடும்மா. தப்பு என்மேல தான். நீ தான் என்கூட இல்லாம போயிட்ட அட்லீஸ்ட் அப்பாவையாவது என் கூடவே இருக்க வைம்மா..." என்று வேண்டியவளின் மனம் அமுதனிடம் சென்று வர உடனே க்ரிஷை அழைத்து நாளை வரவிருப்பதைப் பற்றி ஞாபகம் படுத்திவிட்டு தூங்கினாள்.

காலையிலே ஆத்யாவை அழைத்தான் நம்பிராஜன்.

"சொல்லு டா"

"அக்கா நான் அன்னைக்கு ஒன்னு கேட்டேனே? அது என்ன ஆச்சு?"

"ஆம் பேசியாச்சு டா. நான் மிதிலா கிட்டப் பேசிட்டேன் டா. சந்தீப்பும் ஓகே சொல்லிட்டான். சோ கவலை படாதா ஆருஷியோட என்கேஜ்மென்ட் சிறப்பா செய்யுறோம்..." என்றாள்.

"அக்கா எனக்கு அப்படியே சாப்பாடும் வேண்டும். வெஜிடேரியன் ஐட்டம்ஸ் எல்லாம் சூப்பரா செய்யணும். ஆள் இருக்கா?" என்றான்.

மணிகண்டனின் முகம் தான் முதலில் வந்தது. பின்பு என்ன நினைத்தாளோ அமுதனிடம் இந்த ஆர்டெரை கொடுத்தால் என்ன என்று தான் தோன்றியது. எதற்கும் க்ரிஷிடம் பேசிவிட்டுச் சொல்லலாம் என்று நினைத்தவள் அவன் கேட்டதிற்கு எல்லாம் ஓகே சொன்னாள்.

அதன் பின் ப்ரெஷ் அப் ஆகி தன்னுடைய 'கடை'க்குச் சென்றாள். (சுவைக்கும்!)

* * * * * *

அத்தியாயம் - 10

ஏனோ இரவெல்லாம் யோசனையில் மூழ்கியபடியே இருந்ததால் காலை வழக்கத்திற்கும் மாறாக பொழுது விடிந்தும் தூங்கிக்கொண்டிருந்தான் அமுதன். அமுதன் மட்டுமில்லை ரூபன் மற்றும் கண்ணையன் கூட எழாமல் இருக்க அங்கே காலையிலே எழுந்த அத்திப்பூ மற்றும் கார்த்தி இருவரும் ரெடி ஆகிவிட்டு ரூபனை அழைக்கும் வரை தூங்கியவர்கள் அவர்களின் அழைப்பில் தான் விழித்து ரெடி ஆனார்கள். கண்ணையன் அமுதனை எழுப்பப் போக, "டேய் அவனை எழுப்பாத. நாம ரெடி ஆனதுக்கு அப்றோம் எழுப்பலாம். அவன் பன்னிரண்டு ஆகியும் நைட் தூங்காம இருந்தான். தூங்கட்டும்..." என்று சொல்லி தூங்கும் அமுதனையே சற்று நேரம் பார்த்தவன் அங்கிருந்து கிளம்பினான்.

மணி எட்டரையைக் கடக்க அமுதனை எழுப்பியவர்கள் அவனை ரெடி ஆகச் சொல்லி அனுப்பிவைக்கவும் கார்த்தி மற்றும் அத்திப்பூ அங்கே வரவும் சரியாக இருந்தது. இரவு நடந்ததை ரூபன் அவர்களிடம் சொன்னான். பின்பு அவனும் வந்துவிட எல்லோரும் அங்கிருந்து கிளம்பி ஆத்யாவின் 'லெட்ஸ் செலிபிரேட்க்கு' சென்றனர்.

அங்கே ஆத்யா நம்பிராஜனிடம் பேசிவிட்டு தயாராகி கீழே வர லஷ்மியோ சந்தீப்புடன் பேசிக்கொண்டு இருந்தார். அவர்களைப் பார்த்தவள் அதற்குள் ஷாந்தி அக்கா இன்று சமைக்க வந்துவிட்டார் என்றறிந்து அவரின் உடல்நிலையைப் பற்றி சற்று விசாரித்து கதையளந்து விட்டு சந்தீப்பை நோக்கி வந்தாள். அவளின் முகத்தை வைத்தே அவள் ஓரளவுக்குத் தெளிந்து விட்டாள் என்று அறிந்துகொண்டவன்,

"இப்போதான் ஸ்வீட்டிக்கு பொழுது விடிஞ்சதா?" என்று நக்கலாய்க் கேட்டான் சந்தீப்.

"நல்லா கேளு சந்தீப். நானும் சீக்கிரம் எழுந்து பழகுனு பலமுறை சொல்லிட்டேன். கேட்கவே மாட்டேங்குறா..." என்று வருந்தினார் லஷ்மி.

"அப்பா நைட் கொஞ்சம் தூங்க லேட் ஆகிடுச்சு. அதான்..."

"இங்க ஓகே பிரச்சனை இல்ல. நாளைக்கு மாமியார் வீட்டுக்குப் போனாலும் இதே பழக்கம் தானே வரும்?" என்று பொதுவாகச் சொன்னார்.

"அது மாமியார் வீட்டுக்குப் போற அப்போ பார்த்துக்கலாம்..." என்றவள் சாப்பிடச் சென்று விட

"ஐயோ அங்கிள் அந்தக் கவலை எல்லாம் உங்களுக்கு வேண்டாம். ஸ்வீட்டி அப்போ எல்லாம் திருந்தியச் செல்வி ஆகிடுவா. என்ன ஸ்வீட்டி அப்படித்தானே?" என்றான் சந்தீப்.

அவளோ அவனை முறைக்க,

"அப்படியே இல்லைனாலும் பிரச்சனை இல்லை அங்கிள். காலையில எழுந்து சமையல் செய்து புருஷனை ரெடி பண்ண வேண்டிய அவசியம் எல்லாம் ஸ்வீட்டிக்கு வராது..." என்று பொத்தாம் பொதுவாகச் சொன்னான்.

"ஏன் அப்படிச் சொல்ற?"

"ஏன்னா உங்க பொண்ணுக்கு சமைக்கிற வேலையே வெக்காம எல்லாம் மாப்பிள்ளையே பார்த்திடுவார்... என்ன ஆத்யா கரெக்ட் தானே?" என்றவனை விட்டால் எரித்துவிடுவதைப் போல் அவள் முறைக்க அவன் தலை கவிழ்த்தான்.

"ஸ்ஸ் ஸ்ஸ்... நீ யாரைச் சொல்ற?" என்று ரகசியமாக அவனைக் கேட்டார் லஷ்மி.

"ஹ்ம்ம் எல்லாம் உங்க பொண்ணு யாரை டாவடிக்கிறாளோ அவரைத் தான்" என்றவன் அங்கிருந்து நழுவினான்.

"யாருடா அது?"

"என்னா லஷ்மி என்கிட்டயே கேள்வி கேட்கற? அதான் உன் மருமகன் பையன் கையாலே சாப்பிட்ட ஆள் தானே நீ?" என்றதும்

"அமுதனையா சொல்ற?"

ஹ்ம்ம் என்றதும் அவர் முகத்தில் ஒரு ஒளி வந்து சென்றது மட்டும் நிச்சயம். அவர் யோசனையில் இருக்க,

"என்ன அங்கிள் யோசனை எல்லாம் பலமா இருக்கு? உங்களுக்கு இதுல..." என்று இழுக்க,

"டேய் நானே இது சம்மந்தமா அந்தத் தம்பிய கூப்பிட்டுப் பேசணும்னு நெனச்சேன்டா..."

"அப்றோம் என்ன வெயிட்டிங்? ஏன் பூனை குறுக்கப் போயிடுச்சா என்ன?"

அவர் முறைக்க,

"ஏக்சுவல்லி முந்தா நேத்து இதைப்பற்றிப் பேசப் போய்த் தான் மயங்கிட்டேன். நீ ஒன்னு பண்ணு எனக்கு அமுதனைப் பற்றி எல்லாமும் தெரியணும்" என்றார்.

"சொல்ல மறந்துட்டேன் அவங்க பாரம்பரிய செட்டிநாட்டு சமையல் செய்யுற குடும்பம். நீங்களோ தயிர் சாதம் சாப்பிடுறவங்க அவங்களோ லெக் ஃபீஸ் சாப்பிடுறவங்க... ரெண்டும் ஓகே ஆகுமானு யோசிங்க..." என்று விளையாட்டு வாக்கில் தீவிரமான சந்தேகத்தை முன்வைத்தான்.

"டேய் இரு நீ யார் கட்சி? இந்தக் கல்யாணத்துக்கு நீ சப்போர்ட்டா அப்போசா?"

"பாபா... எந்தப் பக்கமும் சாயாத பாபா. அதாவது மய்யம். மக்களுக்காக மையத்துல இருக்கிறவன். போதுமா?" என்று சிரிக்க,

"டேய் நீ பாலிடிக்ஸ் ஒன்னும் பேசலையே?"

"ச்சே சே நெவர்" என்னும் போது ஆத்யா வந்துவிட்டாள். தந்தையைச் சாப்பிடச் சொல்லி மாத்திரையை எடுத்து டைனிங் டேபிளில் வைத்துவிட்டு ஷாந்தி அக்காவிடம் சொல்லிவிட்டு கிளம்பியவள்,

"என்னடா ரகசியம் பேசுனீங்க நீங்க?"

"கல்யாணத்தைப் பற்றித் தான்..." என்றதும் அதிர்ந்து,

"என்னது கல்யாணமா?" என்று முறைக்க,

"ஆமாம் வரவர நீ அங்கிள் சொல்ற பேச்சேதுவும் கேட்கறதில்லையாம்... ஒரே கம்ப்லைன்டா வருது. அதனால அவர் கல்யாணம்..." என்று முடிக்கும் முன்னே,

"டேய் நிறுத்து. என் கல்யாணத்தைப் பற்றி நீங்க எப்படிப் பேசலாம்? அது என் இஷ்டம். சோ வீணா அவர் மனசுல ஆசையை ஏத்தி விட்டுடாத சொல்லிட்டேன்" என்று படபடவென பொறிந்துத் தள்ளினாள் ஆத்யா.

அவளது சரவெடி பேச்சில் சற்று ஸ்தம்பித்தவன், "நிறுத்து கல்யாணம்னு தானே சொன்னேன்? உனக்கு கல்யாணம்னு எப்போ சொன்னேன்?"

"அப்போ?" என்று புரியாமல் பார்த்த ஆத்யாவிடம்,

"அதான் சொன்னேனே? அவர் சொல்ற பேச்சே நீ கேட்கறதில்லையாம் அதனால் 'பேசாம நீங்க கல்யாணம் பண்ணிக்கோங்க. உங்களுக்கென்ன இப்பயும் பதினாறு வயசு பையன் போல தானே இருக்கீங்க? அடுத்த வருஷமே ஒரு பெண் குழந்தையைப் பெத்துக்கோங்க. அதை நீங்க சொல்றப் பேச்சைக் கேட்குற மாதிரியே வளர்த்துவீங்களாம்னு' அங்கிளுக்கு நான் ஒரு ஐடியா கொடுத்தேன். எப்படி என் யோசனை?" என்று சிரிக்க,

அவள் முறைத்தாள்.

"பேரு கூட ரெடி. ஆத்யாவுக்கு ரைமிங்கா நித்யா, சத்யா, சாகித்யானு இப்படி நிறைய இருக்கு. எப்படி ஓகே வா?" என்று கண்ணடிக்க,

அவளோ அவனை அடிக்க கீழே இருந்து கல்லை எடுக்கவும்,

"பின்ன என்னடி? யாருக்கு கல்யாணம் பண்ணுவாங்க? நீ தானே அவருக்குனு இருக்க ஒரே சொந்தம்? உன்னைப் பற்றி தானே அவர் யோசிப்பாரு? அவருக்கும் ஆசை இருக்கும் தானே?" என்று சந்தீப் நிறுத்த,

வண்டியில் எறியமர்ந்தவள், "வா" என்றாள்.

"ஹே நான் கேட்டதுக்கு இன்னும் பதில் இல்லையே?"

"நான் கல்யாணம் பத்தியெல்லாம் யோசிக்கவே இல்லை..."

"ஏன் அவ்வையாருக்கு ரெஸ்ட் கொடுத்திட்டு அந்த இடத்துல நீ போகப் போறியா என்ன?" என்று சந்தீப் மீண்டும் வார,

"நான் போறேன்..." என்று அவள் ராயல் என்பீல்டை செலுத்த,

"எங்க அவ்வையாராவா? போயிட்டு வரேன்னு சொல்லுடி..." என்றவன் அவன் வண்டியை எடுத்து அவளைப் பின் தொடர்ந்தான்.

வழக்கமாக லெட்ஸ் செலிபிரேட்டை திறக்கும் ஆத்யாவோ அன்று லேட்டாக எழுந்ததால் எப்போதும் இரண்டாவதாக வரும் ஜாய்சன் வழக்கம் போல் வந்து கடையைத் திறந்தான். அதன் பின் ஒவ்வொருவராக வந்து சேர இறுதியாக ஆத்யாவும் சந்தீப்பும் வந்தடைந்தனர். இன்னும் ரெண்டு நாளில் ஒரு பிரபல மருத்துவரின் வீட்டுத் திருமண நிச்சயதார்த்தம் நடைபெற இருந்தது. ஆத்யாவின் நல்ல நேரமாக அன்றே தான் நம்பிராஜனின் தங்கை ஆருஷியின் நிச்சயதார்த்தம் இருந்தது. எல்லோரிடமும் விஷயத்தைத் தெரியப்படுத்தினாள் ஆத்யா. அந்த கான்ட்ராக்டை பற்றி தெரிந்ததும் அதிலிருந்து எஸ் ஆகவே நினைத்தான் மணிகண்டன். அவர்கள் விழா மிகவும் க்ராண்டாக இருக்கும் என்பதாலும் நிறைய கட்டுப்பாடுகளுடன் சமைக்க வேண்டும் என்ற காரணங்களால் அவன் ஜெகா

வாங்கிவிடஆத்யா, "அமுதனிடம் செய்யச் சொல்லலாமா?" என்றதும் யாரும் அதற்கு ஆட்சேபனை செய்ய வில்லை.

இருந்தும் மிதிலா லவ் சந்தீப் மூவரும் ஒருவரை ஒருவர் பார்த்து கண் ஜாடை செய்துகொண்டனர். என்ன தான் அன்று மொட்டைமாடியில் அமுதனுடன் இனிமேல் தன்னை இணைத்துப் பேச வேண்டாம் என்று ஆத்யா கேட்டுக்கொண்டாலும் உண்மையில் அவள் மனம் திருவிழாவில் சுற்றும் குழந்தைப் போல் அங்குமிங்கும் தாவிக்கொண்டு தான் இருக்கிறது என்பதை அவர்களும் அறிந்துகொண்டனர்.

அதன் பின்னர் அவர்கள் அனைவரும் அவரவர் வேலையில் தீவிரமாக மூழ்கினார்கள். பிறகு ஸ்டேஜ் டெக்கரேஷன், போட்டோ, வீடியோ, ஹால் டெக்கரேஷன், கேட்டரிங் பற்றி ஆலோசித்தனர். பெரும்பாலும் அவர்கள் ஒவ்வொரு நிகழ்ச்சிக்கும் ஏதேனும் ஒரு புதிய முயற்சியைத் தான் செய்வார்கள். அப்போது தானே அவர்களின் திறமை வெளியில் பரவும்? அண்ட் கோவையில் பல நிகழ்ச்சிகளை அவர்கள் எடுத்து நடத்தினாலும் நிச்சயம் ஒரு நிகழ்ச்சிக்குச் சென்றவர்களில் யாரேனும் இன்னொரு நிகழ்ச்சிக்கும் செல்ல நேரிடும் தானே? அப்போது அந்த மேடை அலங்காரங்களைப் பார்த்தவுடன் வடிவேலு போல, "இது அதில்ல?" என்று சுலபமாக ஐடென்டிபை செய்துவிடக் கூடாது அல்லவோ? மேலும் இந்தத் துறையில் எவ்வளவுக்கு எவ்வளவு வெரைட்டி காட்டுகிறார்களோ அவ்வளவுக்கு அவ்வளவு தான் அவர்களால் நிலைத்திருக்க முடியும்!

எப்போதும் போல் அவர்கள் செய்த டிசைன், டெக்கரேஷன் ஆகியவற்றை இறுதியாக ஆத்யாவிடம் காட்டினார்கள். அவர்கள் கொடுக்கும் நான்கைந்து சாய்சில் ஆத்யா செலெக்ட் செய்வது தான் பெரும்பாலும் வடிவமைக்கப் படும். உண்மையில் இந்த மாதிரி ஒரு சமயத்தில் தான் மணிகண்டனுக்கு ஆத்யாவுக்கும் முதன்முதலில் முட்டிக்கொண்டது. ஒருமுறை இதே போல் நான்கு டிசைன் காட்டப்பட ஆத்யா ஒன்றைத்

தேர்வு செய்திருக்க மணி மற்றொன்றை நன்றாக இருக்கும் என்றான். அப்போது கான்வெர்சேஷன் ஆர்க்குமெண்ட்டாக (பேச்சுவார்த்தை விவாதமாக மாற) பேச்சு வாக்கில் சந்தீப் சும்மா இல்லாமல், "டேய் மணி உனக்கு இதைப்பற்றி எல்லாம் தெரியாதுடா. நீயோ டீ போடுறவன் உனக்கெப்படி டிசைன் பற்றித் தெரியும்?" என்று அவனுக்கே உரிய நகைச்சுவையில் கேட்டுவிட உடனே அவமானப் பட்டவனாக உணர்ந்த மணி, "அப்போ ஆத்யா மட்டும் என்ன? அவளும் ஒரு மாஸ் கம்யூனிகேஷன் ஸ்டுடென்ட் தான். அவளுக்கு மட்டும் எப்படி இதைப் பற்றித் தெரியும்?" என்று கேட்டவுடன் ஏனோ அந்த இலகுவான சூழ்நிலை அப்படியே மாறியதைப்போல் ஒரு உணர்வு எல்லோருக்கும் வந்து சென்றது. ஆனால் ஆத்யாவோ துளியும் அலட்டிக்கொள்ளாமல், "கரெக்ட் மணி. நீ சொல்றது சரிதான். ஆனா பாரு நான் கொஞ்சம் பேஷன் டிசைனிங்ஸ் பற்றி பிளாக் எழுதுவேன். சோ இதைப்பற்றி ஓரளவுக்கு எனக்குத் தெரியும். அதாவது, இது மக்கள் கிட்ட ரீச் ஆகுமா ஆகாதுன்னு என்னால ஓரளவுக்கு கெஸ் பண்ண முடியும். ஒருவேளை இது மக்களிடம் எப்படி ரீச் ஆகும்னு உனக்கேதும் தெரிஞ்சா வா வந்து சொல்லு..." என்றதும் அவள் கேட்ட தொனியில் அவன் வாயை மூடிக்கொண்டு சென்றுவிட்டான்.

ஏற்கனவே சொன்னது போல் இந்த லெட்ஸ் செலிபிரேட்டை ஒருங்கிணைத்ததே ஆத்யா தான். சரி ஏன் மணிகண்டனுக்கு ஆத்யா மீது இப்படி ஒரு பொறாமை மற்றும் வெறுப்பு ஏற்படுகிறது? பதிலோ வெரி சிம்பிள். இவர்கள் எல்லோரும் ஓடியாடி கஷ்டப்பட்டு சம்பாதிப்பதைக் காட்டிலும் அவள் பெரிதும் உடலுழைப்பைப் போடாமலே சம்பாதிக்கிறாள் என்ற ஆதங்கத்துடன் அவர்கள் எல்லோரைக்காட்டிலும் கூடுதலாகச் சம்பாதிக்கிறாளே என்ற பொறாமையும் சேர்ந்துகொண்டது. ஆத்யா ஒரு பிலாக் ரைட்டர். கூடவே கன்டென்ட் ரைட்டராகவும் இருக்கிறாள். மற்றும் எல்லோரைக்காட்டிலும் அதிக வசதிப்படைத்த குடும்பத்தில் பிறந்தவள். ஏற்கனவே அவளின் 'ஃபினான்சியல் ஸ்டேட்டஸ்' பற்றிச் சொல்லியிருக்கிறேன்.

இதெல்லாவற்றுக்கும் மேல் அவள் அவளாக இருப்பது தான் பெரிய பிரச்சனை. ஆம் 'அவளே' தான் பிரச்சனை. ஒருவேளை அவள் 'அவனாக' இருந்தால் மணிகண்டனுக்கு இவ்வளவு ஈகோ இருக்காதோ என்னவோ? யார் கண்டார்கள்! என்ன தான் அறுவரும் இந்த நிறுவனத்தின் பங்குதாரர்கள் என்றாலும் இதன் நிர்வாக இயக்குனராக இருப்பது என்னவோ ஆத்யா தான்.

டிஸ்கஷனில் இருந்ததால் நேரம் போனதே அவர்களுக்குத் தெரியவில்லை. சந்தீப் ஒரு இசை விரும்பி. வேலை செய்யும் போதும் அவனுக்கு இசை இருக்க வேண்டும். சோ எப்போதும் அவனிருந்தால் அந்த 'let's celebrate' அலுவலகமே ஒரு இசைக்கூடம் போலவே தான் காட்சியளிக்கும். அதில் அனைவரும் உண்மையிலே 'let's celebrate' தான் செய்வார்கள். அன்றும் அப்படியே பாடல் ஒலித்துக்கொண்டிருக்க அவர்களோ பணியில் இருந்தனர்.

"காதல் பண்ணா கலங்கி நின்னா

மனசுல நீதாண்டி

சிரிச்சிப் பார்த்தேன் மொறச்சிப்போனா

பொலம்புறேன் நான் தாண்டி...

காதலொரு சூதாட்டம்

ஆடி ஜெயிச்சா கொண்டாட்டம்

போடுறேன் நான் தான் குத்தாட்டம்

தனிமையிலே போகுது என் வாழ்க்கை திண்டாட்டம்..."என்று பாடல் ஓடிக்கொண்டிருக்க ஏனோ ஆத்யா அந்தப் பாடலில் மூழ்கிப்போனாள்.

"என்ன பாட்டுடா இது? இதுவரை நான் கேட்ட மாதிரியே நினைவில்லையே?" என்றதும்

"ஹவ் டேர் யூ? உனக்கெவ்வளவு தைரியம் இருந்தா இந்தக் கேள்வியைக் கேட்ப?" என்று அநியாயத்துக்குப் பொங்கினான் சந்தீப்.

"டேய் ஏன் இப்படிக் கோவப் படுற? நான் கேட்டதில்லைடா அதுதான்..."

"வாட் என் தலைவன் பாட்டையே கேவலப்படுத்துறயா? இது மட்டும் எங்க தலைவர் ஃபேன்ஸ் கிளப்புக்கு தெரிஞ்சது உனக்கெதுரா கண்டன ஆர்ப்பாட்டம் நடக்கும். கோவை இல்ல இந்த அண்டமே பற்றி எரியும் பார்த்துக்கோ..." என்றான்.

"பார்ரா அப்படியா? அப்பேர்பட்ட உங்க தலைவர் யாருடா?"

"ஸ்டார். ஸ்டாருக்கெல்லாம் ஸ்டார்" என்றான்.

"சூப்பர் ஸ்டார்? அல்டிமேட் ஸ்டார்? சுப்ரீம் ஸ்டார்?"

"நீ சொல்ற ஸ்டாருங்களுக்கு எல்லாம் பெரிய ஸ்டார்..."

"யாருடா அது?"

"ஒன் அண்ட் ஒன்லி பவர் ஸ்டார் டாக்டர் சீனிவாசன்" என்றதும் அந்த இடமே கலகலப்பானது.

"வாட்? உண்மையாவா?"

"இரு அந்தப் பாட்டையே எடுத்துக்காட்டுறேன்" என்று காட்டினான். எல்லோரும் சிரிக்க ஆத்யாவோ அதை நினைத்து நினைத்து சிரித்தாள்.

"சாரிபா தெரியாம பேசிட்டேன்..." என்றாள் ஆத்யா

"இப்படி எல்லாம் நீ ஐஸ் வெச்சா உடனே எங்க ஸ்டார்க்கூட ஜோடியா நீ டேன்ஸ் ஆடலாம்னு கனவுகூடக் கண்டுடாதா..." என்றதும் எல்லோரும் ஆத்யாவைப் பார்த்து சிரிக்க, மிதிலா சற்று அதிகமாகச் சிரித்தாள்.

மிதிலைவைப் பார்த்து, "ஏன் வாங்குன காசுக்கும் ஓவரா கூவுற?" என்றான் ஜாய்சன்.

அவனை முறைத்தபடியே, "இல்ல இந்த சாங்குக்கு பவர் ஸ்டார் கூட ஆத்யா டேன்ஸ் ஆடுனா எப்படி இருக்கும்னு நெனச்சேன், அதான் சிரிச்சேன்" என்றதும் எல்லோரும் அதையே எண்ணிச் சிரிக்க, "அடி குட்டச்சி! உன் குசும்பைக் காட்டிட்ட இல்ல?" என்ற ஆத்யா மிதிலாவைத் துரத்த அவளோ ஆத்யாவிடமிருந்து தப்பிக்க வேகமாக ஓடினாள். ஏனோ எல்லோரும் இதை வேடிக்கை பார்த்து ஆர்ப்பரித்தனர்.

விடாமல் துரத்தும் ஆத்யாவிடமிருந்து தப்பிக்க வாசல் வரை சென்று வெளியேறினாள் மிதிலா. அவளைப் பின் தொடர்ந்து வந்த ஆத்யா அந்தக் கதவில் நுழைய அப்போது அவ்விடம் உள்ளே நுழைந்த அமுதன் மீது மோதப் போனவள் சடனாக பிரேக் போடவும் நிலைத்தவறி பின்னால் விழப் போனவள் கண்களை மூடி முதுகை யூ வடிவில் வளைத்து பின்னால் விழப் போக ஒரு வலிய கரம் அவள் மெல்...(ஆத்யா தான் செவென்ட்டி கிலோ தங்கமாச்சே?) சாரி, இடையைச் சுற்றிப்பிடிக்க அவனோ அவளுக்காக அவளைப் போலவே அவள் மேல் வளைந்து நின்றான். காற்று வெளியிடை கண்ணம்மா போல இதுவோ காற்று வெளியிடை ஆத்யா! என்றாகிப் போனது.

'இன்னுமா கீழ விழவில்லை?' என்று மெல்ல கண்களைத் திறந்தவள் அமுதனின் கைவளைவில் அத்தனை நெருக்கத்தில் இருப்பதைக் கண்டு, 'இது கனவா நிஜமா?' என்று யோசிக்க, "அட அட அட! என்ன மாதிரியான போஸ் தெரியுமா? ஸச் எ கேண்டிட் போஸ்"(ஒத்திகை இல்லாமல் கொடுக்கும் தோற்ற நிலை) என்றவன் உடனே தன் கேனானை (canon நிறுவனத்தின் கேமெரா) எடுத்து அதை க்ளிக்கித்தான் சந்தீப். அந்த மோன நிலையில் இருவரும் லயித்திருக்க அப்போது சரியாக நித்திலாவின் செல் போன் ஒலிக்கவும் அதில் நிலைபெற்றவன் அவளை விட்டுப் பிரிந்தான். ஆத்யாவும் சுற்றம் கருதி விலக்கியவள் அவன் கண்களைப் பார்க்காமலே "சாரி" என்றாள்.

"நோ ப்ராப்ளேம்" என்றபடி அமுதன் உள்ளே வர பின்னாலே அவன் சகாக்கள் வந்தனர்.

ஏனோ இந்தக் குறிப்பிட்ட நொடிகளில் ஆத்யாவின் முகத்தில் ஆயிரமாயிரம் உணர்வுகள் வந்துசென்றது. அதை உள்ளே இருந்த அனைவரும் கவனித்தனர். ஆத்யா உடனே ரெஸ்ட் ரூம் சென்று விட எல்லோரும் ஒருவரை ஒருவர் பார்த்து புன்னைகைத்தனர். ஏனோ மணிகண்டனின் பார்வை மட்டும் அமுதனைக் கோவமாகத் தீண்டிச் சென்றது. கோபத்தைக் கடந்தும் ஒரு வன்மம் அதில் தென்பட்டது. 'இதனால் தான் நம்பியின் காண்ட்ராக்ட் அமுதனுக்குக் கிடைத்ததா?' என்று பொருமினான்.

இந்த களேபரத்துக்கு எல்லாம் காரணமான மிதிலாவோ, 'எங்க யாரையும் காணோம்?' என்று உள்ளே நுழைந்தாள். சந்தீப் அனிச்சையாக அவளுக்கு தம்ப்ஸ் அப் காட்டினான். ரெஸ்ட் ரூமிலிருந்து வெளியேறிய ஆத்யா கிரிஷை சந்திக்கத் தயாராக, "என்ன ஸ்வீட்டி வந்தவங்களுக்கு ஏதும் கொடுக்காம இப்படிக் கூப்பிட்டுப் போற?" என்றான் ஜாய்சன்.

"சாரி என்ன சாப்பிடுறீங்க?" என்று கேட்டு காஃபீ பருகிவிட்டு க்ரிஷை தேடிச் சென்றனர்.

அவர்கள் சென்றதும், "வாவ் என்ன கெமிஸ்ட்ரி? என்ன லவ்லி தெரியுமா? ஸ்வீட்டி தொபுக்கடீர்னு காதல்ல விழுந்துட்டா இல்ல? அண்ட் தெய் போத் ஆர் சோ கியூட் (அவங்க ரெண்டு பேரும் அழகான ஜோடி) ஆமாயில்ல?" என்றாள் லவ்.

"ஆமாம். யூ நோ வாட்? ஆத்யா வெட்கப் பட்டா. அப்போ நீங்க பார்த்தீங்க தானே? இப்போ அதைப் பற்றி வாயே திறக்கல?" என்றான் ஜாய்சன்.

"இங்க பாருங்க" என்று அவனெடுத்த போட்டோவை காட்டினான் சந்தீப்.

"டேய் பரவாயில்லையே உனக்குள்ளும் ஒரு பாலு மஹேந்திரா இருக்கார் போலயே?" என்று சந்தடி சாக்கில் சந்தீப்பை வாரினாள் நித்திலா.

இதுவரை சாதரணமாக இருந்த மணிகண்டன் இப்போது ஆத்யாவின் நடவடிக்கையை குதர்க்கமாக யோசிக்கத் தயாரானான்.'ஓ இதனால தான் ஆர்டர் அமுதன் பக்கம் போகுதா?' என்று கருவினான்.

அங்கே, மறுநாள் எப்போதும் போல் அண்ணாமலை தன்னுடைய வேலையை கவனித்தார். அக்கம் பக்கம் எல்லாம் ஹிருத்தியாவிற்கு வெளியிலிருந்து மாப்பிள்ளை பார்த்ததைப் பற்றியே பேசினார்கள்.

ஹிருத்தியாவோ வேறொரு மனநிலையில் இருந்தாள். சொல்லப்போனால் அமுதனை எவ்வளவு வெறுக்க முடியுமோ அவ்வளவு வெறுத்தாள்.'அப்போ நான் தான் லூசு மாதிரி அமுது மாமா அமுது மாமானு அவன் பின்னால சுத்தியிருக்கேன்? அவன் என்னை உண்மையாவே லவ் பண்ணல?' என்று யோசனையில் இருந்தாள். அவளுடைய எண்ணம் என்னவென்றால் தன்னைப் பெண்பார்க்க வருகிறார்கள் என்று தெரிந்ததும் அமுதனோ இல்லை சீதாவோ சந்தித்துப் பேசுவார்கள் என்று எதிர்பார்த்தாள். ஒரு வேளை அவர்கள் பேசியிருந்தால் மனம் மாறியிருப்பாளா என்று தெரியாது. இருந்தும் தன்னைத் தொடர்புக்கொள்வார்கள் என்று தான் நினைத்தாள். 'ஏனோ தன்னைக் காட்டிலும் அவனுக்கு அவன் சமையல் மீது தான் அதிக இஷ்டமோ? இதுவும் நல்லது தான். அன்னைக்கு மாமா (நாகப்பன்) சொன்ன மாதிரி அமுதனைக் கல்யாணம் பண்ணா நாளைக்கு நானும் சீதா அத்தை மாதிரி தான் இருந்திருக்கணும். நல்ல வேளை நான் தப்பிச்சிட்டேன்' என்று தவறாகவே கணக்கிட்டாள் ஹிருத்தியா.

சிலரின் காதலோ, 'தனக்காக அவங்க இதைக்கூடச் செய்ய மாட்டாங்களா?' என்று கோவம் கொள்ளும். சிலரின் காதலோ, 'அவர்களுக்காக நான் இதைக்கூடச் செய்யலைன்னா எப்படி?' என்று எண்ணி ஆறுதல் கொள்ளும். அமுதனின் வாழ்வில்

முன்னவளாக ஹிரு இருக்கிறாள். பின்னவளாக ஆத்யா இருக்கப் போகிறாள்.

ஆனால் பின்னொரு நாளில், 'நான் ஏன் அப்படி இருந்தேன்?' என்று நிச்சயம் ஹிருத்தியா வருந்தப்போவதை இன்றவள் எண்ணவில்லையே? (சுவைக்கும்)

* * * * * *

அத்தியாயம் - 11

ஆத்யாவுடன் கிளம்பிய அமுதன் அண்ட் கோ க்ரிஷின் அலுவலகத்துக்குச் சென்றனர். கொஞ்சம் காத்திருக்கச் சொன்னதால் அவர்கள் அந்த அலுவலகத்தின் வெளியே அமைக்கப் பட்டிருந்த இருக்கையில் அமர்ந்து வேடிக்கை பார்த்தனர். ஆத்யாவுக்கு ஏனோ ஒரே 'தேஜாவு' பீலிங்காவே இருந்தது.ஆனால் அது தேஜாவு இல்லை என்று அவள் அறியவில்லை போலும்! ஆம் இதுவரை நம் வாழ்வில் நடக்காதது ஏற்கனவே நம் வாழ்வில் நடந்ததைப்போல் தோன்றும் உணர்வு தான் தேஜாவு. ஆனால் இங்கே ஆத்யாவுக்கு தான் ஏற்கனவே நடந்து விட்டதே? அன்று தன்னை ஷாட்ஸ் டி ஷர்ட்டில் வீட்டில் பார்த்த போதிருந்த உணர்வைக் காட்டிலும் இன்று அவளுக்கு அதிகபடியான குறுகுறுப்பு தோன்றியது. கண்களை மூடியவளுக்கு இன்று ஆபிசில் நடந்ததை நினைக்கையில் ஒரு பரவசம் எழுந்தது. கண்களை மூடியவள் அமுதனின் கைவளைவில் இருந்த நொடிகளை ஒரு முறை நினைக்க அவள் மேனியெங்கும் புது ரத்தம் பாய்ந்ததைப்போல் ஒரு உணர்வு. இது தான் இந்த உணர்வு தான் அமுதனை அவளுக்கு ஸ்பெஷலாக காட்டுகிறது. எத்தனை ஆடவர்களை அவள் கடந்து வந்திருக்கிறாள். ஸ்கூல் கல்லூரி வேலை செய்யும் இடம் என்று எத்தனை நபர்கள் அவளை இம்ப்ரெஸ் செய்ய முயன்றும் அவர்கள் யாவரும் சாதிக்க முடியாததை இன்றோ எவ்வித முயற்சியும் இன்றி அமுதன் சாதித்துக் கொண்டிருக்கிறான். பொதுவாக ஆத்யா எதையும் ரொம்ப சீரியஸாக எடுத்துக்கொள்ளும் ஆளில்லை தான். ரொம்ப ஜாலி, ஜோவியல் சுபாவம் உடையவள். அவள் தந்தையைத் தவிர யாரிடமும் அவள் சாப்ட் ஃபீலிங்ஸ் கொண்டதில்லை. ஆம் அவனுடன் கூட அவளுக்கு அந்த ஃபீல் எதுவும் ஏற்பட்டதாகத் தெரியவில்லை. அதும் இன்று அமுதனைப் பார்க்கும் போதும்

அவனுடன் பயணிக்கும் போதும் அவளுக்குள் ஏற்படும் இந்த மாற்றங்கள் யாவும் புதியது தான்.

ஆம் அவள் வாழ்விலும் ஒருவன் இருந்தான். காதல் என்று ஒன்று அப்போது இருந்தாக இப்போது அவளுக்கு நினைவில்லை. ஏனெனில் காதல் என்று ஒன்று எப்படி இருக்கும் என்பதே இப்போது அமுதனைப் பார்க்கும் போது தான் அவளுக்குத் தெரிகிறது. அப்போ அவனுடன் ஏற்பட்ட அவ்வுணர்வுக்குப் பெயர் தான் என்ன? அவளால் சரியாக வரையறுக்க முடியவில்லை. ஆனால் ஒன்று எதெல்லாம் காதலில்லை என்பதை அவன் நன்கு புரியவைத்து விட்டான். இவனும் அவளுக்கு எதையோ புரியவைக்க முயல்கிறான் ஆனா அவள் மனம் அதைப் புரிந்துகொள்ள மறுக்கிறது.

அமுதனும் வேறொரு யோசனையில் இருந்தான். அது ஒரு புதிய தொடக்கத்தைத் தேடியதாகத் தான் இருந்தது. அவன் மனம் காலை எழுந்ததிலிருந்து அமைதி கொண்டது. ஆம் ஆத்யாவை தன்னுடைய கரங்களில் தாங்கியது வரையில் தான். அதன் பின் நீரில் போட்ட கல்லாகவே குழப்பத்தில் தத்தளிக்கிறது. அது என்னவென்று தான் அவனுக்குப் புரியவில்லை. ஆத்யாவுடனான முதல் சந்திப்பு வேண்டுமானால் நல்ல சூழ்நிலையாக இல்லாமல் இருந்திருக்கலாம், ஆனால் இரண்டாவது மூன்றாவது சந்திப்புகள் அவ்வளவு ரம்மியமானது. அதன் பின் இன்று வரை அவர்களுக்குள்ளான அந்த ரேப்போ (புரிதல்) ஏறுமுகமாகத் தான் இருக்கிறது. அவளுக்கு தன் மீது ஒரு இன்ட்ரெஸ்ட் இருக்கு என்று அவனும் அறிவான் தான். அதனால் தான் அவளை அவாய்ட் செய்வதைப் பற்றி முடிவெடுத்தவன் அதைப் பற்றி அன்று ரூபனிடம் பேச அவனோ தன் எண்ணத்திற்கு மாறாகப் பேசியது அவனை யோசிக்க வைத்தது. ஒருவேளை ஆத்யாவால் தன் குழுவுக்கு ஏதேனும் நன்மை நிகழுமேயானால் நான் ஏன் அவற்றை தடுக்க வேண்டும்? என்று அமைதியானவன் அதன் பின் தான் ஒரு முடிவுக்கு வந்தான். இருந்தும் தங்களுக்குள் ஒரு மேஜிக்

இருக்கு என்று அவன் மனமும் சொல்லிக்கொன்டே தான் இருக்கிறது.

இப்போது அவர்கள் எல்லோரும் அழைக்கப்பட அவர்கள் உள்ளே சென்றனர்.

ஆத்யாவை எதிர்பார்த்திருந்தவன் போல் க்ரிஷ் அவளிடம் சாரி கேட்டுவிட்டு அவர்களை அமரச் செய்தான்.

"க்ரிஷ் இது தான் அமுதனோட டீம்" என்றவள் அவர்களை அறிமுகப் படுத்தினாள். பிறகு அனைவரின் குவாலிபிகேஷன் மற்றும் எக்ஸ்பீரியன்ஸ் பற்றியும் சொல்ல க்ரிஷ் சற்று ஆச்சரியப்பட்டான்.

"எல்லோரும் நல்ல வேலையில தானே ஒர்க் பண்ணியிருக்கீங்க? தென் வை? சாரி இந்தக் கேள்வி தப்பா இருந்தா..." என்றான்.

"அதெல்லாம் ஒன்னுமில்லை க்ரிஷ், நாங்க யாரும் வேற வழியில்லாம இந்த ப்ரொபெஸன் எடுத்தவங்க இல்ல. வீ ஆல் லவ் திஸ் ஜாப். அதுமில்லாம எங்களுக்குனு ஒரு கிட்சன் அது எங்க கனவு. அவ்வளவுதான்" என்றான் ரூபன்.

"ஓகே ஓகே. இப்போ எனக்கு ஒரு ஐடியா ஏன் நீங்க ரெஸ்டாரெண்ட் ஆரமிக்காம இருக்கீங்க?" என்றான் நேரடியாக,

"உண்மையிலே அவ்வளவு பணம் இப்போ இல்ல. யா ரெஸ்டாரெண்ட் லிட்டில் பிட் காஸ்ட்லீ எங்களுக்கு. அண்ட் ரெஸ்டாரெண்டுக்கு முன்னாடி எங்களுக்குனு ஒரு ப்ராண்ட் உருவாக்க ஆசைப்படுறோம். லைக் எங்க கேட்டரிங் சர்விஸ் மாதிரி. அது தான் காரணம்." என்றான் அமுதன்.

அவன் யோசிக்க,

"என்னடா இவங்க முட்டாள் மாதிரி செய்த வேலையை விட்டுட்டு வந்து கஷ்டபடறாங்கனு நினைக்கறீங்க ரைட்?"

க்ரிஷுக்கு ஆமாம் என்று தலையாட்டுவதா இல்லை என்று மறுப்பதா என்று தெரியாமல் விழித்தான்.

"ஓகே என்ன விஷயம்?" என்று அவனின் அசௌகரியத்தைப் போக்க கேள்வி கேட்டான் அமுதன்.

"ஏற்கனவே சொன்னது தான் அமுதன். ஒரு யூடியூப் சேனல். அது ரொம்ப அற்றக்ட்டிவா இருக்கனும். நீங்க ஸ்டார் ஹோட்டேல்ல ஒர்க் பண்ணதால சம்திங் கேட்சியா அண்ட் யூ நோ வாட் இன்னும் நாலு மாசத்துல கோவையில் ஒரு பிரபல பிராண்டின் புட் பெஸ்டிவல் நடக்கப் போகுது. இன்னும் அவங்க ப்ரோமோஷன்ஸ் எல்லாம் ஆரமிக்கல பட் சூனேர் ஆரமிச்சிடுவாங்க. உங்களுக்கு அதைப் பற்றி இனிமேல் தெரியவரும். உங்களை மாதிரி ஒரு அஸ்பயரிங் ரெஸ்டாரெண்டர்ஸ் (உணவகம் நடத்த விரும்புபவர்கள்) எல்லோருக்கும் இது நல்ல சான்ஸ். என்ன ரெடியா?"

ரூபன், அத்தி, கார்த்தி, அமுதன், கண்ணையன் எல்லோரும் மகிழ்ந்து ஒருவரை ஒருவர் பார்த்தனர். ஆத்யாவுக்கும் கொஞ்சம் மன நிறைவாக இருந்தது."இஸ் இட்? கண்டிப்பா நாங்க ரெடி ஆகிடுறோம்" என்றாள் அத்திப்பூ.

பிறகு யோசித்த க்ரிஷ் அந்த அட்வெர்டைஸ்மெண்ட் பார்த்து, "நெக்ஸ்ட் வீக் இந்த காலேஜ் கேட்டரிங் காண்ட்ராக்ட் வரப் போகுது என்ன ரெடியா?" என்றான்.

ஆத்யா சொன்ன அதே காண்ட்ராக்ட் தான். இதற்கிடையில் இன்னொரு கேன்டீன் காண்ட்ராக்ட் பற்றி இவர்கள் சொல்ல அவர்களின் முயற்சியை எண்ணி வியந்தான் க்ரிஷ்.

"ஓகே கைஸ் நீங்க புதுசு புதுசா உங்க ரெசிப்பீஸ் எல்லாம் தயார் செய்யுங்க. அதை எல்லாம் நாம ஷூட் பண்ணலாம். வி வில் அசீவ் பிக்" என்றான் அவன்.

"தேங்க் யூ க்ரிஷ்" என்றனர் எல்லோரும். பிறகு வந்தவர்கள் எல்லோருக்கும் ஜூஸ் ஆர்டர் செய்தவன் கொஞ்சம் பேசிவிட்டு அவர்களை அனுப்பினான்.

ஆத்யாவுக்கு இப்போது தான் மனதில் ஒரு நிம்மதி பூத்தது. "ரொம்ப தேங்க்ஸ் ஆத்யா" என்று உணர்ச்சிவசப்பட்டான் கார்த்தி

"ஹே அதெல்லாம் வேணாம். அண்ட் நான் எதுவும் பண்ணல எல்லாம் அவன் வேலை தான்" என்றாள்.

"சாரி ஆத்யா. அன்னைக்கு ஏதோ கோவத்துல..." என்றான் கண்ணையன்.

"பரவாயில்லை நான் எதையும் ஞாபகம் வெச்சியில்ல. ஓகே கைஸ் இனிமேல் எதுவும் என் கையில இல்லை எல்லாம் உங்க கையில தான் இருக்கு" என்று சிரித்தாள். "இனிமே நாம மீட் பண்ண வேண்டிய அவசியம் இருக்காது. ஆல் தி வெரி பெஸ்ட்" என்று மூன்றாம் நபரைப்போல் அவள் பேச அமுதனைத் தவிர எல்லோருக்கும் கஷ்டமாகயிருந்தது.

அங்கிருந்து அவர்கள் கிளம்பினார்கள். கார்த்தி தவிர்த்து எல்லோரும் ஒன்றாகச் செல்ல கார்த்தியோ எப்போதும் போல் மதியம் சாப்பிட வீட்டிற்குச் சென்றான். ஆத்யா லெட்ஸ் செலிபிரேட் விரைந்தாள்.

அவளும் அமுதனிடம் பேசிக்கொள்ள வில்லை அவனும் அவளிடம் எதையும் சொல்லவில்லை. ஆனால் இருவர் மனதிலும் மற்றவர்களைப் பற்றிய எண்ணம் இருக்கத்தான் செய்தது.

மணியைப் பார்த்தவன் விரைவாக பைக்கை செலுத்த கும்பிடப் போன தெய்வம் குறுக்கே வந்தது போல் ஸ்ருஷ்டி மற்றும் அவள் தோழிகள் அனைவரும் பழுதடைந்த அவர்கள் கல்லூரி பேருந்தின் அருகில் காத்துக்கொண்டிருந்தனர். இப்போதைக்கு பேருந்து சரியாகாது என்று அறிந்த அவள் தோழிகள் ஆட்டோவில் செல்ல முடிவெடுக்க ஸ்ருஷ்டி விழி பிதுங்கி நின்றாள். அவள் இருக்கும் ஏரியாவில் அவள் ஒருத்தியே போகவேண்டும் என்பதால் என்ன செய்வதென்று முழிக்க சரியாக அவளை மோதுவதைப்போல் தன் பைக்கை நிறுத்தினான் கார்த்தி. அதில் சற்று அதிர்ந்தவள் மிரள

ஹெல்மெட்டை கழட்டி, "என்ன குல்ஃபி ரோட்டுல நிக்கற?" என்றான் நக்கலாக.

இப்போது பயம் நீங்கியவளாக, "ஹ்ம்ம் என்னைக் கடத்திட்டுப் போக ராஜகுமாரன் வரேன்னு சொன்னான். அவனுக்காக வெயிட்டிங்" என்றாள் அதே நக்கலில்.

மேலே அண்ணார்ந்துப் பார்த்தவன், "வெளியில் மண்டையை பொழகுதே? இதுல நின்னா என் குல்ஃபி கரைஞ்சிடுமே?" என்று அவளைப் பார்க்க,

"நான் உன்கூட வரது பிரச்சனை இல்ல கார்த்தி ஆனா யாராச்சும் பார்த்துட்டா வீணா பிரச்சனை..." என்றாள். அவள் கண்களிலே அவளுக்கும் தன்னோடு வர விருப்பம் இருக்கு என்று அறிந்தவன் உடனே நம்பிக்கு அழைத்தான்.

"சொல்லுங்க கார்த்தி அண்ணா" என்றான் நம்பிராஜன்.

"அடப்பாவி அண்ணான்னு கூப்பிடாத டா எத்தனை முறை சொல்றது?" என்று வெளிப்படையாகப் பேசியவன், 'முறையவே மாத்திடுவான் போல?' என்று முணுமுணுத்தான்,

"சரி என்ன விஷயம்?"

"அது ஒன்னுமில்லை வீட்டுக்குப் போயிட்டு இருந்தேன் பார்த்தா நம்ம ஸ்ரு பஸ் பிரேக் டவுன் போல. ரோட்டல நின்னுட்டு இருக்கா. சரி வா வீட்ல விடுறேனு சொன்னதுக்கு தயங்கறா அதான் உனக்குக் கூப்பிட்டேன்..."

"ஐயோ நான் வேல விஷயமா திருப்பூர் வந்திருக்கேனே? நீங்க அவ கிட்ட போன் தாங்க" என்றதும் ஸ்ருஷ்டியிடம் போனை தந்தான்.

"என்ன ஸ்ருஷ்டி இது? கார்த்தி யாரோவா என்ன? நம்ம கார்த்தி தானே அவர் கூடப் போக உனக்கென்ன ப்ராப்ளேம்?"

"இல்லண்ணா யாராச்சும் பார்த்துட்டா அதுதான்..."

"சரி நீ கார்த்திக் கூடவே வீட்டுக்குப் போயிடு. நான் அப்பாகிட்டச் சொல்லிடுறேன்" என்றவன் அழைப்பைத் துண்டிக்க இப்போது அவளைப் பார்த்து கண்ணடித்த கார்த்தி, "என்ன மேடமுக்கு உத்தரவு கிடைச்சிடுச்சா?"

"உலக மகா நடிகன் டா நீ" என்றவள் இப்போது தைரியமாக அவன் பைக்கில் அமர்ந்தாள். "போலாமா குல்ஃபி?"

"ஹ்ம்ம் போலாம் போலாம்" என்றாள்.

நேராக வண்டியைச் செலுத்தியவனைப் பார்த்து, "என்ன ஐயாவுக்கு கோவை மேப் தெரியாதோ?" என்றாள் கிண்டலாய்,

"ஏன்டி லெப்ட் எடுத்தா இருவது நிமிஷத்துல உன் வீட்டுக்குப் போயிடலாம் அதுமில்லாம அது கடைத்தெரு வேற? அதுவே ஸ்ட்ரெய்ட்டா போனா ஒரு ஈ காக்கா இருக்காது. அதுமில்லாம வழியில என் குல்ஃபிக்கு பிடித்த குல்ஃபி கடை இருக்கு. போய் ஆளுக்கொரு குல்ஃபி சாப்பிட்டு கூடவே, 'ஒரு குல்ஃபியே குல்ஃபி சாப்பிடுகிறதேனு!' பார்த்திபன் ஸ்டைல்ல ஹைக்கூ சொல்லிட்டு அந்த அழகை கொஞ்சம் ரசிக்கலாம்னு நெனச்சேன்" என்றபடி வண்டியைச் செலுத்தினான்.

சுற்றிமுற்றிப் பார்த்தவள் யாருமில்லை என்றதும் அவன் வயிற்றைத் தன்னுடைய கரங்களால் சுற்றிப்பிடித்து அவன் தோளில் சாய்ந்துகொண்டாள்.

"என்ன ஆச்சு ஸ்ரு? ஸப்தத்தையே காணோம்?" என்றவனுக்கு, "ஐ லவ் யூ" என்றாள். அவள் சொன்னது நன்கு கேட்டாலும், "கேட்கல திரும்பச் சொல்லு" என்றவனுக்கு

"முடியாது போடா" என்னும் போது வண்டி அந்த பார்லர் முன்பு நின்றது. இறங்கியவர்கள் கைக் கோர்த்தபடியே உள்ளே சென்றவர்கள் சொன்னது போலவே குல்ஃபி ஆர்டர் செய்து கதைத்தனர்.

"என்ன சார் வழக்கத்துக்கு மாறா குஷியா இருக்குறாப்புல தெரியுது?" என்றவளுக்கு, "எஸ் இன்னைக்கு ஒரு நல்லது நடந்தது" என்றவன் க்ரிஷுடனான மீட்டிங்கை சொன்னான்.

"ஹே சூப்பர். அப்போ சீக்கிரமே ரெஸ்டாரெண்ட் ஆரமிச்சிடுலாம் இல்ல?" என்றாள்

"ஹே இப்போ தான் ப்ரப்போசலே இருக்கு... கொஞ்சம் லேட் ஆகும். பார்க்கலாம் " என்றான்.

"ஹே கார்த்தி நான் ஒன்னு சொல்லட்டா? நீயென் மாமா கிட்டயே பணம் கேட்க கூடாது?"

"புரியாம பேசாத ஸ்ரு அவர் நான் பிசினெஸ் பன்றேன்னு கேட்டா உடனே பணம் தருவார் தான் ஆனா அதில்லை என் லட்சியம். உனக்குத் தெரியாதா என்ன?"

"அப்போ நான் என் அப்பா கிட்டச் சொல்லி..." என்றவளை முறைத்தான்.

"ஸ்ரு யாரு தயவும் இல்லாம நான் நிற்க நெனைக்கிறேன். ப்ளீஸ்..."

"எனக்கும் புரியுது கார்த்தி. ஆனா நீ இப்படி கஷ்டப் படுறதைப் பார்க்க மனசு வலிக்குது டா" என்றாள் அவள்.

"நீ ஒன்னும் பீல் பண்ணாத... சீக்கிரம் ரெஸ்டாரெண்ட் ஆரமிக்குறோம் இந்த கையில உன் அப்பாக்கு இன்விடேஷனை கொடுத்துட்டு இந்த கையில உன்னை இழுத்துட்டு வந்திடுறேன் ஓகே?"

அவன் சொன்ன ஸ்லாங்கில் குதூகலித்து, "டபிள் ஓகே" என்று சொல்லி தலையாட்டினாள் ஸ்ருஷ்டி.

"சரி சரி சாப்பிடு கிளம்பலாம்" என்றவர்கள் சாப்பிட்டுவிட்டு அங்கிருந்து ஸ்ருஷ்டியின் வீட்டிற்குச் சென்றனர்.

பைக்கின் சப்தம் கேட்டு அவளுடைய அன்னை வெளியே வர கார்த்தியைப் பார்த்தவர், " என்ன கார்த்தி இந்தப் பக்கம் வரதே இல்லை? எங்களையெல்லாம் மறந்தாச்சு இல்ல?" என்றார்.

"ஐயோ அத்தை உங்களைப் போய் மறப்பேனா? கொஞ்சம் வேலை. ஸ்ரு பஸ் பிரேக் டவுன் ஆகி ரோட்டல நின்னுட்டு

இருந்தா அது தான்..." என்றவனுக்கு "ஹ்ம்ம் நம்பி சொல்லிட்டான்" என்றார் அவர்.

"சரி அத்தை நான் கிளம்பறேன்..." என்றவனின் கையைப் பிடித்தவர், "அதெப்படி வராதவன் வந்திருக்க அதெல்லாம் முடியாது உள்ள வா" என்று வலுக்கட்டாயமாக இழுத்துச் சென்றார்.

"ஏண்டி என்ன இப்படி நிக்கற? அவனை உள்ளே கூப்பிடு" என்று ராஜஸ்தானியில் ஸ்ருஸ்திக்கு ரெண்டு திட்டை வேறு சேர்த்து கொடுக்க அவளும் அவனை அழைத்தாள். இதற்கு மேல் உள்ளே செல்லாமல் வீட்டிற்குப் போக முடியாது என்று உணர்ந்தவன் உள்ளே சென்றான். அவனைக் கண்ட ஸ்ருஷ்டியின் பெரியம்மா, சித்தி, பாட்டி எல்லோரும் கார்த்தியை உண்மையான வாஞ்சையோடு உள்ளே அழைத்துச் செல்ல அவன் தான் சற்று தர்ம சங்கடமாக உணர்ந்தான். காரணம் சிறுவயதிலிருந்து இங்கே வந்திருக்கிறான் தான். ஆயினும் இன்று எந்த வேலையும் இல்லாமல் இப்படி உரிமையாக அவர்கள் வீட்டிற்குச் செல்ல அவன் மனம் வருந்தியது ஏனோ உண்மை. ஆனால் அவர்கள் எப்போதும் அதைப் பற்றி நினைக்கவே மாட்டார்கள். மூன்றாவது தலைமுறையைத் தொடும் நட்பு என்பதால் கார்த்தி என்றும் அவர்களுக்கு அவர்கள் வீட்டுப் பிள்ளை தான். அவன் சென்று அமர்ந்ததும் அவனுக்கு தட்டு நிறைய ஸ்வீட்ஸ் ஸ்னேக்ஸ் ஜூஸ் எல்லாம் அவன் முன் வைக்கப்பட்டது.

அவனோ திருதிருவென ஸ்ருஷ்டியைப் பார்க்க, "சாப்பிடு சாப்பிடு எல்லாம் இந்த வீட்டு மருமகனுக்கான கவனிப்பு தான்" என்று அவனுக்கு மட்டும் கேட்கும் குரலில் முணுமுணுத்தாள். அதில் சற்று அதிர்ந்து அவளைப் பார்த்தவன் பின்பு தன் அண்ணனைப் பற்றியும் அக்காவைப் பற்றியும் பெற்றோர்கள் பற்றியும் விசாரிக்க அவன் அவர்களுக்குப் பதிலளித்தான்.

"ஒரே ஊர்ல தான் இருக்கோம்னு பேரு ஆனா முந்தி மாதிரி உங்க அம்மாவைப் பார்க்க முடியுதா என்ன?" என்று வருத்தப்பட்டார்

ஸ்ருஷ்டியின் அன்னை. வசதி வாய்ப்புகள் கூட நம்பிராஜனின் குடும்பம் ராஜஸ்தானியர்கள் வாழும் தெருவிற்கு வந்துவிட கார்த்தியின் குடும்பமும் வேறொரு இடத்தில் வீடு கட்டி குடிபுகுந்தனர். ஒரே ஊர் என்றாலும் இருவர் குடும்பமும் வேறுவேறு திசையில் இருக்கிறது தான் காரணம்.

சாப்பிடும் நேரம் நெருங்கியதால் உடனே அவனை மதியவுணவு உன்ன அழைத்துச் சென்றனர். மறுக்க முடியாமல் சென்று சாப்பிடும் வேளையில் நேரமாகியும் இன்னும் அவனைக் காணாததால் அவன் அன்னை அவனுக்கு அழைக்க போனை ஸ்ருஷ்டியின் அன்னையிடம் கொடுத்துவிட்டான். அவ்வளவு தான் பேச ஆரமித்தவர்கள் பேசிக்கொண்டே இருந்தார்கள். இது இப்போதைக்கு முடியாது என்று சுற்றிப் பார்க்க அவனை ஆருஷி மற்றும் ஸ்ருஷ்டி ஆகியோர் அழைத்துச்சென்று அவர்கள் ஒருபக்கம் கதையளந்தனர். ஆருஷியின் என்கேஜ்மெண்டு பற்றிப் பேசியவர்கள் அவர்களை இன்வைட் பண்ண வருவதாக ஸ்ருஷ்டியின் அன்னை தெரிவிக்க அந்த மாலை அப்படியே சென்றது. ஒருவழியாக எல்லோரும் பேசி முடித்ததும் ஈவினிங் ஸ்னேக்ஸ் கா.்.பீ வரை பருகிவிட்டு வீட்டிற்குக் கிளம்பினான் கார்த்தி.

உண்மையில் இதுபோலொரு குடும்ப நட்பு நம்மில் அநேக பேருக்கு நிச்சயம் இருக்கும். அவர்கள் நம் இனத்தவராகவோ மதத்தவராகவோ இருக்க மாட்டார்கள். ஆனால் அவர்களோடு நமக்கிருக்கும் அந்த உறவானது மிகவும் அற்புதமானதாக இருக்கும். நம் வளர்ச்சியைக் கண்டு பொறாமை கொள்ளாமல் அதே நேரம் நமக்கேதும் என்றால் உடனே முன் நிற்பார்கள். விஷேஷம் நல்லது கெட்டது ஆகியவற்றுக்கு அவர்கள் தான் முதலில் நிற்பார்கள். இறுதிவரை இருந்துவிட்டு தான் அவர்கள் செல்வார்கள். இது கார்த்தி மற்றும் ஸ்ருஷ்டி ஆகியோரின் குடும்பத்திற்கு கச்சிதமாகப் பொருந்தும்.

மாலை நேரத்தில் வீட்டிற்குச் சென்றதும், "டேய் நீ மனிஷா ஆன்ட்டி (ஸ்ருஷ்டியின் அன்னை) வீட்டுக்குப் போறேன்னு

சொல்லியிருந்தா நானும் வந்திருப்பேனில்ல?" என்றவரை முறைத்தவன், "அம்மா நானே ஸ்ரு பஸ் பிரேக் டவுன் ஆகி ரோட்டுல நின்னுட்டு இருந்தானு கூட்டிட்டுப் போனேன் (டேய் கார்த்தி உண்மையிலே நீ அதுக்கா கூட்டிட்டுப் போன?) விடு விடு எப்படியும் கூடிய சீக்கிரம் எல்லாம் ஒன்னுக்குள்ள ஒன்னு ஆக தானே போறீங்க? அப்போ பார்த்துக்கலாம்" என்றபடியே அவன் அறைக்குச் சென்றான்.

அங்கே லெட்ஸ் செலிபிரேட் சென்றவளை எல்லோரும் ரவுண்டு கட்ட அவர்களின் நோக்கம் என்னவென்று தெளிவாகப் புரிந்தாலும் எதுவும் புரியாதவளாக அவள் வேலையில் பிசி ஆனது போல் நடித்தாள் ஆத்யா.

"என்ன ஸ்வீட்டி போன காரியம் சக்சஸா?" என்றாள் நித்திலா.

"க்ரிஷ் பார்த்துக்கறேன்னு சொன்னான் டி. இனிமேல் அந்த அமுது கேட்டரிங் கூடச் சேர்ந்து சுத்த வேண்டியதில்லை நித்தி" என்றாள். அதில் ஒலித்தது சந்தோசமா வருத்தமா என்று நித்தியால் சரியாக வரையறுக்க முடியவில்லை. ஆனால் நிச்சயம் சந்தோசமாக இருக்காது என்று மட்டும் அவள் மனம் சொன்னது.

"ஸ்வீட்டி இன்னைக்கு ஒரு அருமையான ரொமான்ஸ் காட்சி நடந்தது. யூ நோ வாட் மணி சார் கூட கஷ்டப்பட்டு தான் ரொமான்ஸ் ஸீன் எழுதுவார். ஆனா இங்க எந்த வித கஷ்டமும் இல்லாம ஆக்ட்டும் (நடிப்பும்) இல்லாம தத்ரூபமா ஒரு காட்சி பாரு" என்று அந்த போட்டோவை அவள் மேஜையில் வைத்தான் சந்தீப்.

ஒரு சைடாக இருந்து எடுக்கப்பட்ட அந்த போட்டோவில் அத்தனை எதார்த்தம். மேலும் அது நடந்த பொழுது அமுதனின் முகபாவத்தை ஆத்யா சரியாக நோட் செய்யவில்லை. ஆனால் இப்போது அவன் கண்களில் தெரிந்த அந்த 'சம்திங்' அவளுக்குள் ஒரு சிலிர்ப்பைத் தந்தாலும் உடனே சுயம் பெற்றவள், "எப்படி நீ

இதை போட்டோ எடுக்கலாம்? யாரைக் கேட்டு இதை எடுத்த?" என்று உண்மையில் வாராத கோவத்தை வரவழைத்தபடியே கேட்டவளுக்கு என்ன பதில் சொல்வதென்று புரியாமல் அவன் விழித்தான்.

"சாரி ஸ்வீட்டி. உனக்குப் பிடிக்கலைன்னா இதைக் கிழிச்சிப் போட்டுடு" என்றவன் அங்கிருந்து சென்றுவிட எல்லோரும் கலைந்தனர். என்ன நினைத்தாளோ அந்தப் புகைப்படத்தையே நீண்ட நேரம் பார்த்துவிட்டு அதை அவள் டிராவில் பத்திரப்படுத்தினாள்.(சுவைக்கும்!)

* * * * * *

அத்தியாயம் - 12

அமுதன், ரூபன், அத்தி, கண்ணையன் நால்வரும் அவர்கள் வீட்டிற்குச் சென்றதும் இப்போ அடுத்து என்ன செய்ய வேண்டும் என்று தீவிரமாக யோசித்தனர். இன்னும் இரண்டு நாட்களில் அந்தக் கல்லூரி கேன்டீன் காண்ட்ராக்ட்டிற்கான இன்டெர்வியூ நடக்க இருக்க அதற்காக சில ஏற்பாடுகளைச் செய்தனர். பொதுவாக காலேஜ் கேன்டீன் ஏலம் மூலமாகத் தான் நடக்கும். யாராவது தெரிந்தவர்கள் இருந்தால் அவர்களுக்கு கொஞ்சம் சௌகரியமாக இருக்கும். இருந்தும் அவர்களுக்கு அப்படி யாரையும் தெரியாதே? கூடவே க்ரிஷ் சொன்ன எல்லாமும் அவர்கள் மண்டையில் ஓடிக்கொண்டிருந்தது. ஃபூட் பெஸ்டிவல் (food festival) என்பது ரொம்ப பெரிய ஈவென்ட். அதும் ஒரு ஏலம் போல் தான்.பெரும்பாலும் அதில் பங்குபெறுபவர்களுக்கு பணம் சார்ந்த லாபம் கிட்டுமா என்றால் இல்லை. உண்மையை சொன்னால் நமக்கு நஷ்டம் தான். ஆம் ஃபூட் பெஸ்டிவல் மூலம் திரட்டப்படும் பணம் அனைத்தும் ஏதாவது ஒரு தொண்டு நிறுவனத்துக்காகத் தான் செலவழிக்கப் படும். ஆனால் நமக்குக் கிடைக்கும் மிகக் பெரிய லாபம் என்றால் விளம்பரம் தான். 'இந்த மாதிரி நாங்களும் ஒரு ரெஸ்டாரெண்ட் வெச்சியிருக்கோம். எங்ககிட்ட இந்த மாதிரி புதிய ஐட்டம்ஸ் எல்லாம் கிடைக்கும்னு' தெரியப்படுத்துவதைப் போன்றது தான் வருமானம். ஆனால் உண்மையில் ஒரு ரெஸ்டாரெண்ட் துவங்க இருப்பவர்களுக்கோ இல்லை புதியதாகத் தொடங்கியிருப்பவர்களுக்கோ பணமா முக்கியம்? இல்லை. இல்லவே இல்லை.வாடிக்கையாளர்களைக் கவரவேண்டும். தங்கள் ப்ராண்டை வெளியுலகத்துக்கு அறிமுகப் படுத்தவேண்டும். அப்படிச் செய்து விட்டாலே போதும் நமக்கு ஆட்டோமேடிக்கா கஷ்டமெர்ஸ் கிடைத்திடுவார்கள். இது தானே வியாபாரத் தந்திரம்? வெறும் மூன்று ரூபாய் ஹெட் அண்ட் ஷோல்டர்ஸ்கு (ஷாம்பு வகை) எதுக்கு விராட்

கோலியும் அனுஷ்கா ஷர்மாவும் வர வேண்டும்? கோடிகளை அவர்களுக்குச் சம்பளமாகத் தந்து எதற்கு சில்லறை விலை பொருட்களை நமக்கு அறிமுகம் செய்யவேண்டும்? இது தான் வியாபாரத் தந்திரம். முப்பது ருபாய் மங்கள்தீப் ஊதுபத்திக்கு எதுக்கு அமிதாப் பச்சன் வரவேண்டும்? எல்லாம் சின்ன மீனைப் போட்டு பெரிய மீனைப் பிடிக்கும் தந்திரம் தான்.

"ஓகே மச்சி க்ரிஷ் சொல்றதைப் பார்த்தா நமக்கு ரொம்ப பெரிய வேலை இருக்கும் போல. சோ இப்போதைக்கு ரெஸ்ட் எடுக்கற வரை நல்லா எடுத்துடலாம். அப்புறோம் நமக்கு ரெஸ்ட் எடுக்கக் கூட நேரம் கிடைக்காமல் போகலாம்" என்றான் ரூபன். இதைக் கேட்டதுமே ஏனோ கண்ணனையனுக்குச் சிரிப்பு வர கார்த்தி இல்லாத தைரியத்தில் சிரித்தும் வைத்தான். அவனைப் பார்த்த அமுதன், "நம்ப முடியல இல்ல? கண்டிப்பா நம்பித்தான் ஆகணும். நம்ம லைஃப் எப்படி வேண்டுனாலும் மாறலாம் கண்ணா. சோ கான்பிடெண்டா இரு" என்று பேசிவிட்டு கலைந்தனர்.

அத்தி ரூபனைப் பார்க்க ரூபனோ கண்டும் காணாமல் சென்றான். அவன் தந்தை அவனை அழைக்க வீட்டிற்கு இந்த வாரம் வர முடியாது என்று சொல்லிவிட்டான். அவன் தந்தை ரயில்வேயில் ஒரு பணியில் இருப்பவர். அவனுக்கு வீட்டிற்குப் போவதென்பது உவப்பானக் காரியம். ஒரு தம்பி, தங்கை என்று இருந்தும் அவனுக்கு எப்போதும் குடும்பம் என்ற ஒன்று இல்லாததைப் போலொரு உணர்வு. காரணம் இருக்கிறது. அவன் தந்தையின் மனைவி அவனுக்கு சித்தி. அவர்கள் பிள்ளைகள் தான் அவன் தம்பியும் தங்கையும். சித்தி என்றால் தந்தையின் இரண்டாவது மனைவி சித்தி என்று மட்டும் அர்த்தம் இல்லை. உண்மையிலே சித்தி. அவன் அன்னையின் தங்கை தான் அவர். திருமணம் குடும்பம் குழந்தை போன்ற கட்டமைப்பில் வாழ அவன் அன்னைக்கு என்றுமே விருப்பமில்லை. ஆனால் இந்தச் சமுதாயமும் நாம் செய்திருக்கும் கட்டமைப்பும் எப்படி ஒரு பெண்ணுக்கு திருமணம், கணவன், குழந்தை போன்றவை இல்லாமல் இருக்கலாம்? என்று முடிவுசெய்து அவருக்கு

வலுக்கட்டாயமாக திருமணம் செய்து வைத்தனர். திருமணம் என்பது ஒரு மனிதனின் தனிப்பட்ட சுதந்திரம். இன்னும் சொல்லப்போனால் திருமணம் செய்துகொள்வதும் செய்யாமல் இருப்பதும் அவரவர் அடிப்படை உரிமை. ஆனால் இந்த உரிமை ஒரு ஆணுக்கே மறுக்க பட்டுக்கொண்டிருக்கும் போது எப்படி ஒரு பெண்ணுக்குக் கொடுத்துவிடுவார்கள்? (அதென்ன ஆணுக்கே? என்றால் நாம் எவ்வளவு மறுத்தாலும் நாம் ஒரு ஆணாதிக்க சமுதாயதில் (patriarchal society) ஆண் வழி சமூகம் (patrilineal society) தான் இன்னும் வாழ்ந்துகொண்டிருக்கிறோம். மேகாலயாவில் வாழும் காசி இன மக்கள் சில கேரள பழங்குடியினர்களைத் தவிர்த்து பெரும்பாலும் இது தான் இந்தியச் சமூகத்தின் நிலை)

ரூபன் பிறந்ததும் கொஞ்ச காலம் வாழ்தவரால் அதற்கு மேல் அந்த வாழ்க்கையை வாழவே பிடிக்கவில்லை. இனி யார் தயவும் இல்லாமல் தனியாக வாழவேண்டும் என்று அவர் முடிவெடுக்க நிறைய பஞ்சாயத்துகள் கவுன்செல்லிங் அது இது என்று நடந்தும் தன் முடிவில் மாற்றமின்றி திருமண வாழ்க்கையில் இருந்து ஓய்வுபெற்றார். ஆனால் சின்ன வயது முதலே ரூபனை வளர்த்தது அவன் சித்தி தான். அவன் அன்னையின் இரண்டாவது தங்கை. தங்கள் மகளால் ரூபனின் தந்தையும் ரூபனும் கஷ்டப்படுவது பிடிக்காமல் அவன் சித்திக்கும் அவன் தந்தைக்கும் திருமணம் செய்து வைத்தனர். இந்த முடிவுக்கு அவன் அன்னையும் எந்த எதிர்ப்பும் தெரிவிக்க வில்லை.அவன் சித்தியும் சம்மதிக்க திருமணம் நடந்தது. கொஞ்ச காலம் தனியே வாழ்ந்தவர் கோவில் குளம் என்று செல்வதாகச் சொல்லிச் சென்றவர் தான். இன்று வரை அவர் திரும்பவில்லை. இவர்கள் விசாரித்ததில் எந்தத் தகவலும் கிடைக்காததால் அப்படியே விட்டுவிட்டனர். ஆனால் ரூபன் மீது இன்றும் அதே அன்பைச் செலுத்துகிறார் அவர் சித்தி. இவனும் பெரும்பாலும் நன்றாகத் தான் பேசுவான் பழகுவான். இருந்தும் ஏன் தன் அன்னை தன்னை ஒதுக்கினார்? இவர்கள் எல்லோரும் சேர்ந்து ஏன் அவருக்கு எல்லாம் புரியவைத்திருக்கக் கூடாது

என்று நினைப்பான். அவர்கள் எல்லோரும் ஒரு குடும்பமாய் இருந்தாலும் இவனால் அதில் முழுதாக ஒட்ட முடியவில்லை. அவனுக்குள் இருக்கும் பயம் இது தான். என்னாலும் எந்த உறவுகளுடனும் மனதார ஒட்ட முடியவில்லையே ஒரு வேளை நாளை நானும் என் அன்னையைப் போல் முடிவெடுக்க நேர்ந்தால் என்ன செய்வதென்றே குழப்பம் தான் அவனுக்கு அத்திப்பூவின் மீது இருக்கும் கொஞ்ச நஞ்ச அன்பையும் தன்மீது அத்திப்பூவிற்கு இருக்கும் அலாதி அன்பையும் ஏற்றுக்கொள்ள முடியாமல் அதே நேரம் ஒத்துக்கொள்ளவும் முடியாமல் வாழ்கிறான். ஆனால் தான் தன்னுடைய அன்னையைப் போல் இல்லாமல் தனக்கு அத்திப்பூவின் மீதிருக்கும் காதலை முழுமையாக உணர்ந்து அவளுடன் சேர்ந்து வாழப்போகும் நாட்களை எண்ணி அவளைத் தேடிச் செல்லும் போது அவள் தன்னை நிராகரிக்கப் போகிறாள் என்று இப்போது ரூபனுக்குத் தெரியவில்லை. இப்படியெல்லாம் ஆகும்னு தெரிந்திருந்தால் இன்றே அத்திப்பூவிற்கு தன்னுடைய சம்மதத்தைத் தெரிவித்திருப்பான். ரஜினி ஸ்டைலில் சொல்லனும்னா எச்சச்ச எச்சச்ச கச்சச்ச கச்சச்ச...

மாலை வேலையெல்லாம் முடித்துவிட்டு ஆத்யா வீட்டிற்குச் செல்ல அங்கே லானில் லஷ்மி தனியாக அமர்ந்து யோசனையில் இருந்தார். ஆத்யா வந்ததைக் கூட உணராமல் இருந்தவரைப் பார்த்து சற்று பயந்தவள், "அப்பா என்ன ஆச்சு? ஏன் இங்க உட்கார்ந்து இருக்கீங்க?"என்று கேட்க மகளின் எண்ணம் உணர்ந்தவராக, "ஏன்டா இதென்ன வம்பா போச்சு? நான் லான்ல கூட உட்காரக் கூடாதா? ஸ்வீட்டி நீ ரொம்ப தைரியசாலின்னு நான் நெனச்சிட்டு இருக்கேன் ஆனா நீ என்ன தொட்டதுக்கெல்லாம் இப்படிப் பதற? என்ன ஆச்சுடா?" என்றதும் பயம் தெளிந்தவளாக அவரை நெருங்கி அமர்ந்தவள், "அப்பா உங்களுக்கு ஏதாவது தோணுனா உடனே என்கிட்டச் சொல்லுங்க. நீங்க இப்படி யோசிச்சு பயந்து மறைக்குறது தான் எனக்கு ரொம்ப பயமா இருக்கு" என்று சொன்னவளைக்

கண்டு, "ஸ்வீட்டி ஓகே இனிமேல் அப்பா எல்லாத்தையும் உன்கிட்டச் சொல்லிடுறேன். இப்போ என்ன யோசிச்சேன் தெரியுமா? அப்படியே முறுகலா ஒரு நெய் பொடிதோசையை ஊத்தி அதுக்குத் தொட்டுக்க நல்ல காரமா தக்காளி சட்னியைச் செஞ்சு அந்த தோசையை மடிச்சு பிடும் போது இந்த நோட்ல இருந்து பேப்பரை கிழிச்சா ஒரு சப்தம் வருமே அந்த மாதிரி சப்தத்துல பிட்ட தோசையை அந்த தக்காளி சட்னிக்குள்ள முத்துகுளிக்க வெச்சி எடுத்து வாய்க்குள்ள நுழைச்சு மெல்லும் போது சட்னி உரைப்பா இருக்க நெய் வாசம் சேர்ந்து கமழ மென்னு முழுங்குனா எப்படி இருக்கும்?"என்று சொல்ல ஆத்யாவோ அவர் சொன்னதை நினைத்து நாக்கு சொட்டாம் போட எப்படி என்று புருவம் உயர்த்தினார் லஷ்மி.

"என்ன டெம்ப்ட் பண்ணிட்ட லஷ்மி டெம்ப்ட் பண்ணிட்ட. எனக்கு உடனே நெய் பொடிதோசை கார சட்னி சாப்பிடணும் டாட்" என்றாள்.

"அப்போ ரெடி ஆகு சீக்கிரம் டின்னருக்கு வெளியப் போலாம்?" என்றார். "போலாம் அப்பா கண்டிப்பா போலாம் ஆனா நான் கொஞ்சம் உன் மடியில படுத்துக்கிட்டா?" என்றவளை முறைத்து நோ என்றவர் சிறிது கேப் விட்டு சிரித்தார். "இதுக்கெல்லாமா பெர்மிஷன் கேட்பாங்க?" என்றதும் அந்த ஸ்டோன் பெஞ்சில் காலை நீட்டி தன் தந்தையின் மடியில் படுத்துகொண்டாள் ஆத்யா. தென்றல் போல காற்று வீச அப்படியே கண்களை மூடியவள் அமுதன் மீதான சிந்தனைக்குச் சென்றாள்.

அந்த போட்டோவை கிளம்பும் போது பத்திரமாக எடுத்து தன் ஹேண்ட் பேகில் வைத்தவள் மீண்டும் அந்த மோன நிலையின் நினைவிற்குச் சென்றாள்.

"ஹே ஸ்வீட்டி கேட்க மறந்துட்டேன், என்னாச்சு அந்த தம்பியோட விஷயம்?"என்றார்.

"க்ரிஷை பார்த்து அவனிடம் பேசிட்டோம்பா. மீதியெல்லாம் அவன் பார்த்துக்கறேன்னு சொல்லிட்டான்.ஒரு வேலை

முடிஞ்சது" என்று சொல்லி உச் கொட்டினாள். மகளின் எண்ணத்தை அப்படியே கிரகித்தார் லஷ்மி. கொஞ்ச நேரம் போக தன் மடிமீதே தூங்கிப்போன மகளின் தலையைத் தடவிக்கொடுத்தவர், 'எனக்கு பயமா இருக்கு ஸ்வீட்டி, எனக்கேதாவது ஆகுறதுக்குள்ள உனக்கு ஒரு நல்லதைச் செஞ்சிடனும். எங்க நீ கல்யாணமே பண்ணிக்க மாட்டியோன்னு நெனச்சு பயந்தேன். நல்லவேளை சரியான நேரத்துல அமுதன் வந்தார் உன் வாழ்க்கையில. நான் சீக்கிரம் அமுதன் கிட்டப் பேசுறேன்' என்று நினைத்துக்கொண்டவர் சற்று நேரம் அப்படியே இருந்துவிட்டு மணி ஏழேகால் ஆக ஆத்யாவை எழுந்து ரெப்ரெஷ் ஆகிவரச் சொன்னார். அப்பாவும் மகளும் நீண்ட நாள் கழித்து ஒரு டின்னர் சாப்பிட வெளியே சென்று வந்தனர்.

அமுதன் ஒருவித யோசனையில் இருந்தான்.

"என்னாச்சு அமுதா?" என்ற ரூபனிற்கு, "ஒன்னுமில்லை சும்மா சம் வைல்ட் தாட்ஸ் (ஏதேதோ எண்ணங்கள்). என்ன விஷயம் ரூபா?"

"அந்த காலேஜ் கேன்டீன் சம்மந்தமா பேச வந்தேன்" என்று கொஞ்சம் பேசினார்கள். வழக்கமாக அண்ணாமலையிடமிருந்து வரும் அழைப்பு வர கொஞ்சம் கதைத்துவிட்டு உறங்கினார்கள். பொதுவாக ரூபனின் தந்தை அவனைக் கடிந்துகொள்ள மாட்டார் தான். அவன் எடுக்கும் எந்த முடிவுக்கும் சம்மதம் சொல்பவர் தான். இருந்தும் 'யாராச்சும் பார்த்துட்டு இருக்குற வேலையை விட்டுட்டு இப்படி நாலு மாசமா வெட்டியா இருப்பாங்களா?' என்ற கோவம் தான் அன்று அப்படிக் கடிந்துகொண்டார். அவன் தம்பி தங்கை இருவரும் கல்லூரியில் படிக்கிறார்கள். இதுவரை இந்த நான்கு மாதங்களில் ரூபன் வீட்டிலிருந்து எந்த பணமும் பெறவில்லை என்றாலும் இப்படி வேலையில்லாமல் எத்தனை நாட்களுக்கு இருக்க முடியும் என்று ஒரு தந்தையாக அவர் வருந்தினார். மேலும் அவர் ஒன்றும்

பெரிய வேலையில் எல்லாம் இல்லை. நிரந்தர வருமானம் என்றாலும் வரவுக்கும் செலவுக்கும் சரியாகப் போகும். ரூபன் வேலைக்குச் செல்வது அவருக்கு ரொம்ப அவசியம். ஏனெனில் அவருடைய பணிக்காலம் இன்னும் இரண்டரை வருடங்கள் தான் இருக்கிறது. பேசியவர் அவன் சித்தியிடம் தர அவரும் எப்போதும் போல் தான் பேசினார். உண்மையில் அவன் தந்தை ஏதாவது கடிந்து பேசினால் கூட இவர் சாந்தமாகத் தான் பேசுவார். அவனுக்கு இருக்கும் பிரச்சனைகளில் காதல் என்பது ஆடம்பரமாகவே தோன்றியது.

"பணம் ஏதாவது வேண்டுமா ரூபா?" என்று அவர் வினவ, "இல்லை சித்தி. இருக்கு" என்று வைத்துவிட்டான்.

இவர்கள் ஒவ்வொருவருக்கும் ஒரு பிரச்சனை. அமுதனும் கார்த்தியும் bsc ஒன்றாகப் படித்தவர்கள். அதே போல் அத்தியும் ரூபனும் bsc ஒன்றாகப் படித்தவர்கள். இவர்கள் நால்வரும் ஒன்றாக msc படித்தவர்கள். கண்ணையன் ரூபனின் ஸ்கூல் ஃப்ரண்ட். அதன் பின் எல்லோரும் வேலைக்குச் செல்ல ஒரு சமயத்தில் எல்லோரின் விருப்பங்களும் ஒரே புள்ளியில் இணைய அதன் நீட்சியாகத் தான் இங்கே இருக்கிறார்கள்.

அத்திக்கு ரூபன் என்றால் கொள்ளைப்பிரியம். ஒருவரின் நிலை மற்ற எல்லோருக்கும் தெரியும். நாம் இணைந்து ஒரு டேஸ்ட் உருவாக்குவோம் என்று முடிவு செய்து தான் இங்கு இருக்கிறார்கள்.

அமுதனின் எண்ணங்கள் எங்கெங்கோ சென்று வந்தது. அந்த முதல் சந்திப்பை மனதில் நினைத்தான்.

அன்று ஆத்யாவைப் பார்க்க வந்து சந்தீப்பிடம் உரையாடும் போது ஸ்கை ப்ளூ டாப் ப்ளூ ஜீன் அணிந்து காற்றில் ஆடும் லூஸ் ஹேரை ஒதுக்கிய படியே வந்தாள்.

அந்த கணம் அமுதன் காதில் ஒலித்தது என்னவோ சந்தீப் அவளை 'ஸ்வீட்டி' என்று அழைத்தது தான். கோவமாக வந்தவனின் முகம் அனிச்சையா ஒரு குறுநகை தழுவிக்கொண்டது

மட்டும் நிச்சயம். அதோடு நில்லாமல் சந்தீப்பிடம், "நீ ஏன் டா இங்க வர மண்டபத்துக்குப் போ. இல்லாட்டி மிதி உன்னை மிதிச்சுடுவா டா" என்றதும் அவனுக்கு மேலும் சிரிப்பைத் தர வரும் போதிருந்த ஆவேசம் அவனிடம் இப்போது இல்லை.

"எஸ் மிஸ்டர். நான் தான் ஆத்யா. என்ன வேணும்?" என்றாள் அமர்த்தலாக. தன்னுடைய போனை எடுத்தவன் அதில் தங்கள் கேட்டரிங் உணவை (அமுதன் அண்ட் கோ கோவையில் தற்சமயம் செய்த டோர் டு டோர் பூட் டெலிவரி சர்விஸ்) குறைந்து மதிப்பிட்டு, 'எட் அநதர் டேஸ்ட்லெஸ் சோ கால்ட் ட்ரெடிஷனல் மீல்ஸ். சம் கைண்ட் ஆப் மிஸ் அட்வென்சர். அமுது கேட்டரிங் ஹஸ் அமுது (சுவை) ஒன்லி இன் தேர் நேம் நாட் இன் தி பூட். பெட்டெர் லக் நெக்ஸ்ட் டைம்' என்று இருந்தது. (இன்னுமோர் பாரம்பரிய உணவு என்று சொல்லிக்கொள்ளும் சுவையற்ற உணவு. ஒரு தவறான விபத்து. அமுது கேட்டரிங்கில் அமுது எனப்படும் சுவை பெயரில் மட்டும் தான் இருக்கு. சாப்பாட்டில் இல்லை. மீண்டும் முயற்சிக்கவும் என்று இருந்தது) இவர்களின் உணவை ஜோமேடோ ஸ்விக்கி என்பது போல் இருக்கும் ஒரு பிரபல உணவு விநியோகம் செய்யும் செயலியில் தான் ஆத்யா இந்த கமெண்டை பதிவிட்டு இருந்தாள். அதை அமுதன் அண்ட் கோவால் சாதரணமாக எடுத்துக்கொள்ள முடியவில்லை. ஏனெனில் ஆத்யாவின் ப்ரோபைலை எடுத்துப்பார்க்க அவளொரு பிரபல உணவு விமர்சகர் (food critic) என்று தெரிய மேலும் அவளுடைய ப்லோக் பற்றியும் தெரிய அந்த விமர்சனத்தால் அந்த உணவு விநியோகம் செய்யும் நிறுவனம் இனிமேல் அவர்கள் உணவை தங்கள் தளத்தில் விநியோகிக்க மாட்டோம் என்று லெட்டர் அனுப்பி அந்த ஒப்பந்தத்தை ரத்து செய்திருந்தனர். இது மட்டுமின்றி அன்றே அவளுடைய ப்லோகிலும் அதைப் பதிவேற்றி இருந்தாள்.

அவன் காட்டியதைப் பார்த்தவள், "எஸ் நான் தான் அந்த ரிவீவ் எழுதினேன். அதுக்கு என்ன இப்போ?" என்றாள் ரொம்ப கூலாக. அமுதனுக்கு அது மேலும் கோவத்தைக் கூட்டியது.

"என்ன இப்போவா? உங்களால எங்க காண்ட்ராக்ட் கேன்சல் ஆகிடுச்சு"

"ஸீ என்ன கேட்டா அது அந்த நிறுவனத்தோட வைஸ் டிசிசேன்னு தான் சொல்லுவேன்" என்றாள். (wise - சாமர்த்தியமான முடிவு)

அதில் இன்னும் கோவம் கொண்டவன், "கையில பேனா பிடிச்சா என்ன வேணுனாலும் எழுதலாம்னு நெனப்பா?" என்றான். அக்கம் பக்கம் எல்லோரும் அவர்களை ஒரு மாதிரி பார்க்க அதில் சற்று எம்பரஸ் ஆனவள் வேறு வழியின்றி அமுதனை உள்ளே அழைத்தாள்.

"ஸீ மிஸ்டர். இப்படியா பிஹேவ் பண்ணுவீங்க? சென்ஸ் இல்லையா?" என்றாள். அப்போது அவள் மேஜையின் மேல் உணவு சாப்பிடுவதற்குத் தயாராக இருக்க அருகே கணினியும் இருக்க மணியைப் பார்த்தவன் அது மூன்றேகால் என்றதும், "நைஸ். வெரி நைஸ். ஒரு லன்சை மூணே கால் மணிக்கு சாப்பிட்டா கண்டிப்பா டேஸ்ட்லெஸ் ஃபூட்டா தான் இருக்கும். அப்போ இப்படி தான் என் சாப்பாட்டையும் சாப்பிட்டு ரிவீவ் பண்ணீங்களா?" என்றான்.

அதுவரை சட்டென பதில் சொல்லிக்கொண்டிருந்த ஆத்யாவால் இப்பொது பேச முடியவில்லை. ஏனெனில் அன்றும் இதே நேரத்திற்குத் தான் சாப்பிட்டு கருத்து தெரிவித்திருந்தாள்.

"அது… அது… உங்க பூட் நல்லா இல்லை" என்று தடுமாறினாள். பொதுவாக இந்த மாதிரி லேட்டாக சாப்பிடுவது ஆத்யாவின் வழக்கமில்லை. 'ஒரு மணி அடித்தால் கண்ணே உன் ஞாபகம் போல்' ஒன்று அடித்தால் போதும் உடனே லன்ச் முடித்துவிடுவாள். ஆத்யா ஒரு ஃபூஃடி (foodie- உணவுப்ரியை). எப்போதாவது சமயங்களில் இந்த மாதிரி காலம் தாழ்த்தி உண்பதுண்டு. ஆத்யாவின் தடு மாற்றத்தைக் கண்டவன் இப்போது மெல்லிய குரலில், "மிஸ் ஆத்யா ரைட்? நாங்க ஒன்னும் ஹோட்டல் நடத்தல. நாலு வரை சர்வ் பண்ண. நாங்க இப்போ தான் ஒரு ஸ்டார்ட் அப் மாதிரி இதைச் செய்யுறோம். ஜஸ்ட்

த்ரீ மந்த்ஸ். ஒருநாளைக்கே இப்போ தான் இருநூறுல இருந்து நானூறு லன்ச் வரை டெலிவரி பண்றோம். பதினொன்னே முக்காலுக்கு ஓபன் பண்ணா மேக்சிமம் ஒன்னேகாலுக்கு எங்க சர்விங் முடிஞ்சிடுது. பதினொன்னே முக்காலுக்கு டெலிவெரி பண்ணனும்னா பதினொன்றரைக்குள்ள எல்லாம் பேக் பண்ணிடுறோம். அதாவது பதினொண்ணுக்கு முன்னாடியே குக்கிங் முடிஞ்சிடுது. எந்த ஒரு புட்டையுமே ஹாட்டா செர்வ் பண்ணி சாப்பிட்டா தான் அதோட உண்மையான சுவை யே தெரியும். யூ நோ வாட் உங்களை மாதிரி சிலர் செய்யுற அலட்சியத்துல எங்களை மாதிரி எத்தனை பேர் பாதிக்குறோம் தெரியுமா? இனிமேலாச்சும் இந்த மாதிரி செய்யாதீங்க..." என்றான். ஏனோ இதற்கு மேல் அமுதனுக்கும் கோவமாக பேச முடியவில்லை. அங்கிருந்து அவன் சென்றுவிட்டான்.

ஆத்யாவுக்கு இப்போது ஒரு மாதிரி இருந்தது. வந்தவன் அவளைத் திட்டிவிட்டுச் சென்றிருந்தால் கூடப் பரவாயில்லை அவனோ தவறு அவள் மீது என்று தெரிந்ததும் அமைதியாகவே சொல்லிவிட்டுச் சென்றான். 'பொதுவாக ஒரு விவாதத்தில் எதிர்வாதம் செய்பவர் சற்று சொதப்பினால் கூட அதைத் தனக்கு சாதகமாக வைத்து நம்மை மேலும் வலுவிழக்கத் தானே செய்வார்கள்? அது தானே வழக்கம்? அப்போது இன்று நான் தானே பேசமுடியாத நிலையில் இருக்கனும். இவன் ஏன் பேசாமல் சென்றான்?' என்று யோசித்தாள். அன்றைக்கும் இதே நேரத்தில் தான் அவர்கள் உணவை உண்டு அந்த ரிவீவ் எழுதினாள். எதையும் பேச முடியாமல் சோகமாகச் சென்று அவள் இருக்கையில் அமர்ந்தாள். அமுதனைப் பார்த்ததும் இரண்டு விஷயம் அவளைக் கவர்ந்தது. முதலில் அவன் குணம்.அது அவன் பேச்சிலே புரிந்தது. இரண்டாவது அவன் வசீகரம். ஏனோ சந்தீப்பிடம் பேச வந்தவள் அமுதனைப் பார்த்த மாத்திரமே ஒரு ஸ்பார்க் அவளுள் எழுந்தது நிஜம்.ஆனால் அவனோ அவளிடம் சண்டை போட இவளும் அவனுடன் பதிலுக்குச் சண்டையிட்டாள். (சுவைக்கும்!)

* * * * * *

அத்தியாயம் - 13

கோவையில் மழைக் காலம் தொடங்கி இருந்தது. பெருமழை இல்லையென்றாலும் நாள் முழுவதும் தூறலாகவே பெய்துகொண்டிருந்தது. கேரளத்தை ஒட்டி இருப்பதால் அங்கே மழைக்கும் ஊட்டியின் அருகில் இருப்பதால் அந்த இதமாக வானிலைக்கும் கோவையில் ஒன்றும் பஞ்சமில்லை. அன்றைய இரவில் பிடித்த மழை மூன்று நாட்களாகத் தொடர்ந்து விட்டு விட்டு பெய்துகொண்டிருக்கிறது. இதோ இன்றைய பொழுது கேன்டீன் காண்ட்ராக்ட் சம்மந்தமாக அமுதன் அண்ட் கோ வெளியே செல்ல வேண்டும். என்ன செய்யலாம் என்று நினைக்கையில் அவர்கள் வீட்டின் முன்பு நின்ற காரிலிருந்து ஆத்யா இறங்கினாள்.

"ஹை கைஸ் எல்லோரும் ரெடியா?" என்றாள்.

"ரெடி தான் ஆனா மழை... " என்று கண்ணையன் இழுக்க, "அப்போ போலாமா?" என்றவள் காரை நோக்கி சென்றாள். கார்த்தி, அத்தி, ரூபன் மூவரும் அவளை பின்தொடர அமுதன் மட்டும் யோசனையில் இருந்தான். ஆம் அவர்கள் பேசியே மூன்று நாட்கள் ஆனது. இன்னும் தெளிவாகச் சொல்ல வேண்டுமென்றால் அன்றைக்கு க்ரிஷை முதன்முதல் சந்திக்கச் சென்றதிற்குப் பிறகு ஆத்யா அமுதனை அவாய்ட் செய்கிறாள் என்று அமுதனும் அறிவான். நேரமானதால் அமுதனும் தாமதப் படுத்தாமல் அவர்களுடன் சென்றான். வேலையின் சம்மந்தமாகப் பேசிக்கொண்டு இருந்தார்கள். அமுதன் மட்டும் அந்தப் பேச்சுக்களில் ஒட்டாமல் இருந்தான்.

"என்ன அத்தி நெர்வஸா இருக்கா?" என்றாள் ஆத்யா.

"லைட்டா. காலேஜ் படிக்கும் போது கேம்பஸ் இண்டெர்விவுக்கு போன போதிருந்த பயம். அதான்..." என்று புன்னகைக்க,

"அதெல்லாம் நீ ஒன்னும் பயப்படவே வேண்டாம். இன்னைக்கு நம்ம டே. எல்லாம் சந்தோசமா தான் நடக்கும்" என்று பேசிக்கொண்டிருந்தனர். அப்பப்போ ஆத்யாவின் கண்கள் சென்ட்ரல் மிர்ரரின் வாயிலாக அமுதனைத் தீண்டிச் சென்றது. அவர்கள் அந்தக் கல்லூரிக்குள் நுழைந்தனர்.

"சரி நீங்க போயிட்டு வாங்க. ஆல் தி பெஸ்ட். நான் கிளம்பறேன்..." என்ற ஆத்யாவின் கரத்தைப் பிடித்தாள் அத்திப்பூ. "ஏதாச்சும் முக்கியமான வேலையிருக்காஆத்யா?" என்றவளுக்கு இல்லை என்று பதில் தந்தாள்.

"அப்போ எங்க கூடவே வர முடியுமா? ப்ளீஸ்..." என்று ஆத்யாவையும் சேர்த்து அழைத்துச் சென்றாள் அத்திப்பூ. உள்ளே சென்றவர்கள் சிறிது நேரத்தில் அழைக்கப்பட பெரிய போட்டி ஏதுமின்றி 'அமுது கேட்டரிங் அண்ட் சர்வீஸ்' இந்த கான்ட்ராக்டை பெற்றிருந்தது. பின்னே மற்றவர்கள் எல்லோரைக்காட்டிலும் அதிகம் படித்திருந்ததாலும் தங்களின் குவாலிபிகேனாலும் கூடவே அவர்களின் அனுபவத்தாலும் வெகு சுலபமாகவே வந்த காரியம் வெற்றியடைந்தது. இது பெயருக்குத் தான் இன்டெர்வியூ என்றாலும் இதும் ஏலம் போல் தான். அவர்கள் நிர்ணயித்த விலையைக்காட்டிலும் சற்று அதிகத் தொகைக்கு ஏலம் எடுத்திருந்தனர். அன்றே அக்ரீமெண்ட் உட்பட அனைத்தும் கையெழுதிடப்பட்டது. தற்போது கல்லூரி செமஸ்டர் விடுமுறையில் இருப்பதால் கல்லூரி துவங்கும் போது தங்கள் தொழிலைத் தொடங்குவதாகச் சொல்லிவிட்டு அதற்கான முன்னேற்பாடு வேலைகளைப் பார்க்கத் தீவிரமானார்கள். எல்லோரின் முகத்திலும் சிரிப்பு இழையோடியது. இதை ஏலம் எடுக்க இதுவரை அவர்கள் அனைவரின் சேவிங்ஸ்சில் இருந்து ஒரு பெரும் தொகையை ஒதுக்கியிருந்தனர். மேலும் இதைப்பற்றிப் பேசும் போதே அமுதன் அவன் தந்தையிடம் சொல்லி இங்கே வேலை செய்வதற்காக சிலரை ஏற்பாடு செய்யச் சொல்லியிருக்க இப்போது ஆர்டர் கன்பார்ம் என்றதும் தந்தையை அழைத்து அவர்களை அனுப்பிவைக்குமாறு சொன்னான்.

சொல்லப்போனால் இது அமுதன் அண்ட் கோவின் லிஸ்டில் இல்லாத ஒன்று தான். இதில் புதியதாகச் செய்யவும் முயற்சிக்கவும் ஒன்றும் அவசியமில்லை தான் என்றாலும் அமுதன் சொன்ன பேஸ்டரிஸ்காக தான் ஓகே சொன்னார்கள்.

"ஆல் தி வெரி பெஸ்ட் கைஸ். இதுவரை உங்களுக்குனு ஒரு அடையாளம் இல்லாமல் இருந்தது. இப்போ @#$% இன்ஜினியரிங் கல்லூரியில் கேன்டீன் ஓனர்ஸ். இனி நீங்க பேசக் கூடாது உங்க சமையல் தான் பேசணும் ஓகே?" என்றாள் ஆத்யா.

எல்லோரின் முகத்திலும் ஏதோ சாதித்ததைப் போலொரு உணர்வு. ரூபன் கண்ணையன் அவரவர் பெற்றோர்களிடம் விஷயத்தை சந்தோசமாகத் தெரியப்படுத்தினார்கள். கார்த்தியால் தான் அவன் தந்தையிடம் சொல்ல முடியவில்லை. பின்னே சொன்னால், "இதுக்கா நீ கேட்டரிங் படிச்ச?" என்று கேட்பார். இருந்தும் அவன் அன்னையிடம் அதைத் தெரியடுத்திவிட்டு ஸ்ருஷ்டிக்கும் அழைத்து தெரியப்படுத்தினான்.

"சூப்பர் போ! காலேஜ் கேன்டீன் எடுத்ததும் எடுத்தீங்க எங்க காலேஜ் கேன்டீன் எடுத்திருக்கக் கூடாதா? தினமும் உன் பேரைச் சொல்லி ஓசியில சாப்பிட்டிருப்பேன்" என்று அவனை சீண்டினாள் ஸ்ருஷ்டி.

"அவ்வளவு தானே குல்ஃபி? சீக்கிரம் இன்னொரு பிரான்ச் ஆரமிச்சிடலாம் ஓகே வா?" என்றான்.

"சரி சரி எனக்கு க்ளாஸ்கு டைம் ஆச்சு" என்றாள் அவள்.

"அப்போ என்னைவிட உனக்கு க்ளாஸ் தான் முக்கியமில்லை?" என்று பொய்யாகக் கோவித்தான் கார்த்தி.

"ஏ ஏ ஏ அப்படி இல்லப்பா. ஆனா இந்த ப்ரொபெஸர் ரொம்ப ஸ்ட்ரிக்ட் ப்ளீஸ்..." என்று கெஞ்ச,

"அப்போ ஐ லவ் யூ சொல்லு..."

உச் கொட்டியவள், "இப்போவா?"

"பின்ன எப்போ? நீ சொல்லுறது அப்படியே இன்பத் தேன் வந்து பாயுது காதினிலேனு நான் ஃபீல் பண்ணனும். எங்க சொல்லு..."

"ஏன்டா இப்படிப் படுத்துற?" என்றவள், " ஐ லவ் யூ போதுமா?"

"என்னாதிது? ஒரு ஃபீல் இல்ல ஒன்னும் இல்ல. இன்பத் தேன் வரணும்னு சொல்றேன் நீ என்னடானா?"

"ஹே ஸ்ருஷ்டி டைம் ஆச்சு..." என்று அவள் தோழி அழைக்க, "நான் அப்பறோம் கூப்பிடுறேன்" என்று சொல்லி அழைப்பைத் துண்டித்தாள். சிரித்தபடி நின்றவனின் முதுகில் ஒன்றை வைத்த அத்தி, "என்ன டா சைட் கேப்புல நீ ஒரு ட்ராக் ஓட்டிட்டு இருக்க? அவளை கொஞ்சம் படிக்கவும் விடுடா..." என்றதும் எல்லோரும் சிரிக்க கார்த்தி வெட்கப்பட்டான். ஆத்யாவுக்கு அவசர அழைப்பு வர அவளை அனுப்பி வைத்தனர்.

அங்கிருந்து கிளம்பிய ஆத்யாவுக்கு மனம் ஓரளவு நிம்மதியாக இருக்க அப்போது அவளை அழைத்த நம்பி, "அக்கா நான் கேட்டது என்னாச்சு? இன்னும் ஐந்து நாளில் பங்க்சன்..." என்றதும் உடனே ரூபனை அழைத்து அவர்களது அலுவலகம் வரச் சொன்னாள். வழக்கமாக எதுவென்றாலும் அமுதனைத் தொடர்புகொள்பவள் இப்போதெல்லாம் அத்தியையோ இல்லை ரூபனையோ தான் அழைக்கிறாள். அவர்கள் எல்லோரும் உடனே lets celebrate விரைய நேராக விஷயத்தைக் கூறி முடித்தாள்.

எல்லோரும் அமைதியாக இருக்க, "என்னப்பா முடியாதா?" என்ற ஆத்யாவுக்கு, "ஐயோ கரும்பு தின்ன யாராச்சும் கூலி கேட்பாங்களா? ஆனா இதனால ஏதாவது..." என்று இழுக்க, "மணிக்கு அன்னைக்கு வேறொரு பங்க்சன் இருக்கு..." என்றதும் ஒருவர் மற்றொருவரைப் பார்த்து, "ஓகே டன்" என்றனர். கார்த்திக்கு இரண்டு வித சந்தோசம். எப்படியாவது தன்னுடைய திறமையை ஸ்ருஷ்டியின் வீட்டினருக்குக் காட்டிவிட வேண்டும் என்று முனைந்தான். இதை யாரும் எதிர்பார்க்கவே இல்லை.

"நான் இது சம்மந்தமா நாலஞ்சு நாளா உங்ககிட்டப் பேசணும்னு நெனச்சேன். அண்ட் சமைக்கத் தேவையான திங்ஸ் எல்லாம்

நம்ம கிட்டயே இருக்கு. சோ அந்தக் கவலை எதுவும் வேண்டாம். ஆனா ஒரே சிக்கல்..." என்றவள் ஜெயின் உணவு முறை மற்றும் பழக்கவழக்கங்களைச் சொல்ல ஆரமிக்க, "எனக்குத் தெரியும் ஆத்யா. டோன்ட் ஒர்ரி" என்ற கார்த்தியை விந்தையாகப் பார்த்தாள்.

நம்பி குடும்பத்துக்கும் தங்கள் குடும்பத்துக்கும் இருக்கும் உறவை மேலோட்டமாகச் சொன்னான் கார்த்தி. "அவங்க எங்க பேமிலி ப்ரெண்ட்ஸ். நீங்க கவலை படவேண்டாம் சிறப்பா செஞ்சிடலாம்" என்றது இதைப் பற்றி ஆத்யாவுக்கு ஏற்கனவே நம்பி சொன்னதாய் ஞாபகம் வந்தது. இருந்தும் மறந்திருந்தாள்.

"டேய் என்ன மாமனார் வீட்டுக்குனு சொன்னதும் ரொம்ப பொங்குற? ஆதிவாசி கொஞ்சம் அடக்கிவாசி" என்ற அத்தியின் குரல் எல்லோருக்கும் கேட்டது. ஆத்யா சிரித்து அவனைப் பார்க்க ரூபன், கண்ணையன், அத்தி மூவரும் அவனை கலாய்த்தனர். அப்போது சந்தீப் மற்றும் லவ் இருவரும் அங்கே வர, "என்ன மிஸ்டர் அமுதன் ட்ரீட் எல்லாம் இல்லையா? உங்களுக்காக எங்க ஸ்வீட்டி நாயா பேயா அலைந்திருக்கா..." என்றதும் ஆத்யா சந்தீப்பை முறைக்க, "அவ்வளவு தானே சந்தீப்? வெச்சிட்டா போச்சு..." என்றான்.

"நீங்க தான் ஸ்டார் ஹோட்டல்ல ஒர்க் பண்ணியிருக்கீங்களே? எங்களுக்கும் கொஞ்சம் அதெல்லாம் டெமோ காட்டுறது" என்றதும் யோசித்தவன் "இந்த பங்க்சன் ஆர்டர் முடியட்டும் நாம எல்லோரும் ட்ரீட்டுக்கு போலாம் ஓகே?" என்று லவ்வைக் கேட்டதும் யா ட்ரீட் என்று அனைவரும் ஆமோதித்தனர். வழக்கமாய் ட்ரீட் என்றால் ஆர்ப்பரிக்கும் ஆத்யாவோ முகத்தில் எந்த உணர்வையும் காட்டாமல் இருந்தாள்.

"நான் மெனு எல்லாம் நம்பி கிட்டக் கேட்டு ஈவினிங்கோ இல்லை நாளைக்கோ கன்பார்ம் பண்ணிட்டு உங்களுக்கு இன்டிமேட் செய்யுறேன்" என்று ரூபனையும் அத்தியையும் பார்த்தபடியே சொன்னவள் அவளுடைய வேலையில் மூழ்கினாள். உண்மையில் அமுதனை அவாய்ட் செய்ய

வேண்டும் என்பது அவள் எண்ணமில்லை. அவனை ஒரு நண்பனாகவோ இல்லை அவனுடன் வெறும் தொழில் நிமித்தமாகவோ மட்டும் பேசி உறவு கொண்டாட ஆத்யாவால் முடியவில்லை. காந்தத்தைச் சுற்றியுள்ள காந்த விசை போல் ஆத்யாவைச் சுற்றி காதல் விசை இருப்பதாக அவளைப் பற்றி அவளுக்குள்ளே ஒரு எண்ணம். அமுதன் என்னும் இரும்பை அவளின் காதலென்னும் காந்த விசைக்கு அப்பால் நிறுத்தினால் தான் அவளால் நிம்மதியாக இருக்க முடியும் என்று நம்புகிறாள். கொஞ்சம் நெருங்கினாலும் மீண்டும் அவன் அவளுள் ஒட்டிக் கொள்வானோ என்றும் அஞ்சுகிறாள். இதன் காரணமாகவே அமுதனை ஒதுக்குகிறாள். ஆனால் அமுதன் வெறும் இரும்பல்ல என்றும் அவனுள்ளும் அதே காந்தம் இருக்கிறதென்றும் ஆனால் காந்தத்தின் ஒத்த முனைவுகள் ஒன்றையொன்று தள்ளும் என்றும் எப்போது அவை ஒவ்வா முனைகள் ஆகிறதோ அப்போது தான் ஒன்றையொன்று கவரும் என்பதைப் போல் இந்தப் பிரிவு தான் அவர்களை விரைவில் இணைக்கப் போகும் சக்தி என்றும் பாவம் இருவரும் அறியவில்லை. (like poles repel, unlike poles attract என்பது தான் மேற்சொன்ன விளக்கம்)

எல்லோரும் இன்றைய இரட்டிப்பு சந்தோசத்துடன் கிளம்பினாலும் அமுதனால் உண்மையில் இவையெதிலும் மகிழ்வு கொள்ள முடியவில்லை. ஒரு புறம் ஹிரு பிரிந்ததன் வலி. மறுபுறம் ஆத்யா ஒதுக்குவதன் வலி என்று சொல்ல முடியாத ஒரு உணர்வு. அவன் மனம் ஒரு நிலையில் இல்லை. நாணல் போல் வளைந்துக்கொண்டே இருக்கிறது.இவர்களின் இந்தக் கண்ணாமூச்சி ஆட்டம் இப்போது தான் துவங்கி உள்ளது. இதைச் சுற்றியிருந்தவர்களால் ஓரளவுக்கு யூகிக்க முடிந்தது.

அடுத்த ஒருவாரம் லெட்ஸ் செலிபிரேட்டுக்கு மிக முக்கியமான நாட்கள். திருமணம் நிச்சயதார்த்தம் என்று வரிசைக் கட்டியுள்ளது. மனதை ஒருநிலை படுத்த முடியாமல் ஆத்யா குழம்பினாள். அமுதனுடனான அன்றைய முதல் சந்திப்பிற்குப் பிறகு நடந்ததை யோசித்தாள்.

அன்று அமுதன் தன்னிடம் பேசிவிட்டுச் சென்றதும் ஒரு வித குழப்பத்திலே இருந்தவள் மேஜையின் மீதிருந்த அந்த உணவை திறந்து நுகர்ந்து பார்க்க அது ஏனோ அவளுக்குக் குமட்டியது.

"உங்களை மாதிரி சிலர் செய்யுற அலட்சியத்துல எங்களை மாதிரி எத்தனை பேர் பாதிக்குறோம் தெரியுமா?" என்று அவன் கேட்டது அவள் காதில் ரீங்கமிட்டுக்கொண்டிருந்தது.

"உங்களால் எங்களுடைய கான்ட்ராக்ர்ட் கேன்சல் ஆகிடுச்சு" என்று அமுதன் சொன்னது அவளை அதிக குற்றயுணர்ச்சிக்குத் தள்ளியது. எவ்வளவு நேரமென்றெல்லாம் தெரியவில்லை அப்படியே அமர்ந்திருக்க வெளியே சென்ற லவ் வந்ததைக் கூட உணராமல் இருந்தவளை உலுக்கி ய லவ், "என்ன ஆச்சு ஸ்வீட்டி? ஏன் இப்படி இருக்க? நீ இன்னும் சாப்பிடலையா?" என்றவள் உணவைப் பார்த்து, "ஐ திங்க் தி பூட் ஹஸ் ஸ்பாயில்டு (உணவு கெட்டுவிட்டது என்று நினைக்கிறேன்). சரி வா நாம வெளிய போய் ஏதாவது சாப்பிட்டு வரலாம்" என்று அழைத்துச் சென்றாள்.

அன்றைய தினம் எப்போதும் இருக்கும் உற்சாகமின்றி வீடு திரும்பிய மகளைக் கண்டவர், "ஸ்வீட்டி என்ன ஆச்சுடா? ஏன் இப்படி டல்லா இருக்க?"என்று வினவினார் லஷ்மி.

அதை அவரிடம் காட்டிக்கொள்ளாமல் பேசிவிட்டு அங்கிருந்து நகர்ந்தாள்.அமுதன் என்றான். மற்றபடி அவர்களைப் பற்றி எதுவும் தெரியவில்லை அவளுக்கு. மறுநாள் அதே ஃபூட் டெலிவரி ஆப்பில் அமுது கேட்ரிங்கை தேட அது அந்த சாய்ஸ் லிஸ்டில் அவர்களைக் காட்டவில்லை. லவ்வின் அலைபேசியை வாங்கி அந்த நிறுவனத்திற்கு யாரோபோல் அழைத்து, "ஏன் அமுது கேட்டரிங் உங்க சஜெஷன்ல காட்டவில்லை?"என்றதற்கு அமுது கேட்ரிங்குடனான ஒப்பந்தம் ரத்து செய்யப்பட்டதாகச் சொன்னார்கள். ஆத்யாவுக்குத் தான் மனமே சரியில்லை. அவர்களை எப்படியாவது கண்டு

பிடிக்கவேண்டும் என்று தேடியும் அவர்களைப் பற்றியத் தகவல் எதுவும் அவளுக்குக் கிடைக்கவில்லை.

இரண்டு நாட்கள் அந்தக் கவலையில் உழன்றவள் அதன் பின் தெளிந்திருந்தாள். ஆனால் அதன் பின்னர் எந்த உணவையும் ஹாட்டாக மட்டுமே சாப்பிட்டு ரிவீவ் செய்யத் தொடங்கினாள்.

அமுதன், ரூபன், அத்தி, கண்ணையன் மற்றும் கார்த்தி ஆகியோர் தங்கள் வேலையை விட்டு அடுத்த கட்ட முயற்சிக்காக சில மாதங்கள் அலைய எந்த முன்னேற்றமும் இல்லாததால் இந்த ஃபூட் டெலிவெரியை செய்தனர். இந்த இரண்டு மூன்று மாதத்தில் ஓரளவுக்கு நல்ல வாடிக்கையாளர்களையும் பெற்றிருந்தனர். ஏனோ ஆத்யாவை கண்ணன், கார்த்தி, ரூபன் மூவரும் வார்த்தையால் வறுத்தெடுத்துக் கொண்டிருந்தார்கள். அவர்களின் வீட்டிலிருந்து இரண்டு தெரு தள்ளி கார்த்தியின் பள்ளி கால நண்பனான கபிலனின் பெயிண்ட் மற்றும் ஹார்டுவேர் கடை இருக்கிறது. வேலையில்லாத நாட்களில் அது தான் அமுதன் அண்ட் கோவின் புகலிடம். அந்த கபிலனின் ஆபிசுக்கு எதிரில் தான் ஜோசிய சிகாமணி ஜோசிய சக்கிரவர்த்தி திரு உண்மை விளம்பி அவர்களுடைய அலுவலகம் இருக்கிறது.

"ஏற்கனவே செஞ்சிட்டு இருந்த வேலையை விட்டுட்டு இங்க வந்து புதுசா ஆரமிச்சோம். இப்போ பார்த்துட்டு இருந்த இந்த வேலைக்கும் அந்த மகராசி வேட்டு வெச்சிட்டா. இப்போ அடுத்து என்ன?" என்று ஆலோசனையில் இருந்தனர். அப்போது கபிலனின் கடைக்கு ஒரு மங்கை வந்தாள். வந்தவளிடம் ரொம்ப பவ்வியமாக எழுந்து, "சொல்லுங்க மேடம் என்ன வேணும்?" என்று கேட்ட கபிலனைப் பார்த்து அவள் ஒரு வாடிக்கையாளர் என்று நினைத்து இவர்கள்சற்று அமைதி காக்க, "உங்க பெயிண்ட் எல்லாம் எப்படி? லைஃப் வருமா?" என்றவளுக்கு, "என்ன மேடம் இப்படிக் கேட்டுடீங்க? பத்து வருஷத்துக்கு எந்த காத்து மழை வந்தாலும் சும்மா அசையாம நிற்கும்" என்றான் கபிலன்.

"ஓ பத்து வருஷம் வருமா? என் கசின் ஒருத்தனுக்குக் கொஞ்சம் பட்டி டிங்கரிங் எல்லாம் பார்க்கணும் அப்படியே கொஞ்சம் கலரும் அடிக்கலாம்னு நினைக்கிறோம். என்ன நினைக்கறீங்க?"என்றதும் அமுதன் அண்ட் கோ அவளை விந்தையாகப் பார்க்க அதற்குள் கபிலன் அந்த பச்சை வண்ண பெயிண்டை எடுத்து அவள் கையில் கோடு போட்டு, "ஒரு பத்து நிமிஷம் பொறுங்க இதோட பவர் என்னனு தெரியும்" என்றதும் அவளோ கோவத்தில் கபிலன் மீதே திரும்ப பெயிண்டை எடுத்து தெளிக்க, "ஏய் எருமை மாடே இப்படி யா பண்ணுவ?"என்றான் கபிலன்.

"எப்படி எப்படி உனக்கு வந்தா ரத்தம் அதுவே எங்களுக்கு வந்தா தக்காளி சட்னியா? ஏன்டா இப்படிப் பண்ண?" என்று சண்டையிட அப்போது தான் அமுதன் அண்ட் கோவுக்கு சற்று நிம்மதி வந்தது. இவர்களை ஒரு மாதிரி யே பார்த்த கண்ணையனுக்கு அவளை அறிமுகப்படுத்தினான் கபிலன். கார்த்திக்கு அவளை ஏற்கனவே தெரியும்.

"ஜி இது தான் அஞ்சலி. என்னோட கசின். அதைவிட என் பெஸ்டி" என்று அறிமுகப் படுத்தினான். எல்லோரும் ஒருவருக்கு ஒருவர் அறிமுகம் ஆகிக்கொள்ள அப்போது தான் அந்தக் கடைக்கு நம்பிராஜன் வந்தான். நம்பிராஜன், கபிலன், கார்த்தி ஆகியோர் சிறுவயதில் ஒரே தெருவில் வசித்தவர்கள். ஒன்றாக விளையாடி ஊர்ச் சுற்றித் திரிந்தவர்கள். ஒரே வயது இல்லையென்றாலும் நல்ல நண்பர்கள். நம்பியையும் சேர்த்து எல்லோரையும் ட்ரீட்டுக்கு அழைத்தாள் அஞ்சலி. அவளுக்குப் போன வாரம் தான் பிறந்தநாள் முடிந்தது. அப்போது ட்ரீட் கொடுக்க முடியாதவள் இப்போது அவர்களை அழைக்கத் தான் வந்தாள். கார்த்தியை அழைத்தவள் கூடவே எல்லோரையும் ட்ரீட்டுக்கு அழைத்தாள். அமுதன், ரூபன் ஆகியோர் பொலைட்டாக மறுக்க, "என்ன பாஸ்? இவளே என்னைக்காவது ஒருநாள் தான் பணத்தை வெளிய எடுப்பா அப்போவே கப்புனு பிடிச்சிடனும். அதைவிட்டுட்டு நோ சொல்றிங்களே?" என்ற நம்பி திரும்பி அஞ்சலியிடம், "அதெல்லாம் வருவாங்க" என்று அனுப்பினான். கார்த்தி மூலமாக அமுதன் அண்ட் கோவை

நம்பிக்கும் ஏற்கனவே தெரியும் என்பதால் உரிமையாக அவர்களையும் ட்ரீட்டுக்கு அழைத்தான்.

மறுநாள் எல்லோரும் பிரபலமான அந்த உணவகத்திற்குள் நுழைந்தனர். கோவையில் பிரபலமான ஒரு ரெஸ்டாரெண்ட் அது. இவர்களை அஞ்சலி வரவேற்க எல்லோரும் சென்று அமர்ந்தனர். அமுதன் எழுந்து ரெஸ்ட் ரூமிற்கு செல்ல முனைய அந்த ஒரு நபர் மட்டும் செல்ல க் கூடிய குறுகிய வழியில் அமுதன் நுழையவும் அதே வழியிலிருந்து ஆத்யா வெளியேறவும் சரியாக இருந்தது. அவர்களின் முதல் சந்திப்பு நிகழ்ந்து சுமார் பதினைந்து நாட்கள் கடந்திருக்கையில் அவர்களின் இரண்டாவது சந்திப்பு இது. எதேற்சையாக ஒருவர் மற்றொருவரை எதிர் பார்க்காத வேளையில் திடீரென்று அவர்கள் சந்தித்துக்கொள்ள இருவரின் பார்வையும் மற்றவரை ஆராய்ந்தது. அன்றைக்கு போல் ஒரு அசாதாரண சூழலாக இல்லாமல் இது மிகவும் ரம்மியமானதாக அமைந்தது. சினிமாக்களில் காட்டுவதைப்போல் அமுதனுக்காக அவள் ஒதுங்கவும் ஆத்யாவுக்காக அவன் ஒதுங்கியும் நிற்க கண்டிப்பாக இப்போது ஒருவர் மற்றவரை உரசியபடியே தான் கடக்கவேண்டும் என்றதும் அமுதன் பின்வாங்கி வெளியே வந்தான்.

"தேங்க்ஸ்" என்று ஒற்றை வார்த்தையில் அவனுக்கு நன்றியுரைத்தவள் சென்று விட அமுதனுக்கும் பெரிய எம்பேரேசிங் மொமெண்ட்டாக அமைந்தது. அங்கிருந்த நிலைக்கண்ணாடியில் அவனையே பார்த்தவன், "ச்சே நான் இப்போ சாரி சொல்லியிருக்கணுமோ?" என்று புலம்பினான். பின்னே அன்று அவன் நடந்துகொண்டதைப் பற்றி மீண்டுமொருமுறை சுய ப் பரிசோதனை செய்ததில் மீண்டும் அவளை எப்போதாவது பார்க்க நேர்ந்தால் ஒரு மன்னிப்பு ஒரு புன்னகை ஆகிய இரண்டையும் செய்யவேண்டும் என்று எண்ணியிருந்தான். முகத்தைக் கழுவிக்கொண்டு அமுதன் வெளியேற அந்த பதினாறு நபர்கள் அமரும் வகையில் இருந்த இருக்கையின் மறுபுறத்தில் அதிலும் ஆத்யாவுக்கு எதிராக

இருந்த இருக்கை மட்டும் காலியாக இருந்தது. அமுதன் அண்ட் கோ கபிலன், நம்பி, ஸ்ருஷ்டி, ஆருஷி அஞ்சலி, மயில், சந்தீப், மிதிலா, நித்திலா, ஜாய்சன் மற்றும் ஆத்யா ஆகியோர் அமர்ந்திருக்க அமுதன் சென்று ஆத்யாவின் எதிரில் அமர்ந்தான்.

ஆத்யா அமுதன் இருவரும் ஒரு வித நெர்வஸில் இருந்தனர். அமுதனைத் தவிர்த்து அவன் சகாக்கள் யாரும் ஆத்யாவைக் கண்டிடாததால் அவர்கள் அனைவரும் அமைதியாக அமர்ந்திருந்தனர். சரியாக அப்போது தான் லேட் என்ட்ரி கொடுத்தாள் லவ். "சாரி கைஸ்" என்றபடியே வந்தவள் இடமில்லாமல் தவிக்க ஒரு எக்ஸ்ட்ரா இருக்கையை அமுதனுக்கும் ஆத்யாவுக்கும் நடுவில் போட்டனர். "ஏ ஸ்வீட்டி நீ என்ன நான் வெஜ்ஜா சாப்பிடப் போற? அதே டேஸ்ட் இல்லாத பனீர் தானே? ஒழுங்கா அங்க போய் உட்காரு" என்று சொல்லி ஆத்யாவை அமுதனுக்கு மிக அருகில் ஷிப்ட் செய்தாள் லவ்.

"என்ன வேணுமோ ஆர்டர் பண்ணுங்க..." என்னும் போதே நம்பி, ஸ்ரு, ஆரு, ஆத்யா நால்வரும் வெஜ் என்று சொல்ல, "ஹேய் அஞ்சு இதுக்குத் தான் நம்பி குடும்பத்தை இன்வைட் பண்ணாதனு சொன்னேன். பாரு நாம அவங்களைப் பார்க்க வெச்சிட்டு சாப்பிடணும். நமக்குத் தான் இப்போ வயிறு வலிக்கும்..." என்று கிண்டல் தொனியில் சொன்ன கபிலனை நம்பி முறைத்தான்.

என்ன ஆர்டர் பண்ணலாம் என்று கேள்வி வர, "கார்த்தி நீயும் உன் ஃப்ரெண்ட்ஸும் தான் ஸ்டார் ஹோட்டல்ல ஒர்க் பண்ணவங்க ஆச்சே? கூடவே செஃப்பாவும் இருந்திருக்கீங்க தானே? ஏதாவது புதுசா ஆர்டர் பண்ணுங்க..." என்றாள் மயில். இவர்களை யாரென்று லவ் அஞ்சலியின் காதைக் கடிக்க அமுதன் அண்ட் கோவை பற்றி எல்லாமும் சொன்னார்கள். இதைக் கேட்ட ஆத்யாவுக்கோ இப்போது பேரதிர்ச்சி. "செஃப்பா ஒர்க் பண்ணவங்களா?" என்று தயக்கத்துடன் அமுதனைப் பார்த்தாள்... (சுவைக்கும்!)

* * * * * *

அத்தியாயம் - 14

ஆத்யாவின் அந்த மிரட்சியானப் பார்வையைப் பார்த்தவனுக்கோ அனிச்சையாக புன்னகை படர்ந்தது. அதற்கொரு காரணம் உண்டு, ஒரு குழந்தையிடம் ஏதேனும் சுவாரசியமாகச் சொன்னால் அது உடனே வாயைப் பிளந்து கண்களை விரித்து ஒரு அதிர்ச்சி கலந்த முக பாவனையைத் தருமே? கிட்டத்தட்ட ஆத்யாவின் தற்போதைய முகமும் அதைத் தான் பிரதிபலித்தது. இன்னும் நம்பாத பார்வை ஒன்றை அமுதன் மீது செலுத்தினாள் ஆத்யா.

சந்தீப்பிற்கோ அதுவரை அமுதனை எங்கேயோ பார்த்தது போல் தோன்றினாலும் எங்கே எப்போது என்று நினைவு வராதவனாக இருக்க அவர்கள் செ∴ப் என்றதும் அன்றைய சந்திப்பு சந்தீப்பிற்கு நினைவு வந்தது. 'அப்போ அன்னைக்கு இவர் ஆத்யாவைப் பார்க்க வந்ததன் காரணம்?' என்று யோசிக்கவும் அவனுக்கு எல்லாம் விளங்கியது. ஆம் ஆத்யாவைத் திட்ட சிலர் அவர்களின் அலுவலகம் வருவது ஒன்றும் புதியதில்லை தான். அவள் எப்போதும் பின் விளைவுகளைப் பற்றி யோசிக்காமல் தைரியமாக அவள் மனம் சொல்வதைச் செய்பவள். ஆனால் இதுவரை ஒரு போதும் தவறு அவள் மேல் வந்ததில்லை. அவள் முதன்முதலில் சொதப்பியதே அமுதன் விஷயத்தில் தான். சந்தீப் இப்போது திரும்பி ஆத்யாவைப் பார்த்து, 'அது தானா?' என்பது போல் சமிக்ஞை செய்ய அவளும் அவனுக்குத் தலை ஆட்டினாள். இதையெல்லாம் அமுதனும் கவனித்துக்கொண்டு தான் இருந்தான்.

அதற்குள் ஆர்டர் எடுக்க பேரர் வந்துவிட எந்தெந்த உணவு எந்தெந்த பதத்தில் இருக்க வேண்டும் என்று ரூபனும் கார்த்தியும் சொல்ல அவர்களை விழி பிதுங்கியபடியே பார்த்தாள் ஆத்யா.

"ஜி அப்புறோம் ஏன் ஜி அந்த வேலையை விட்டிங்க?" என்றான் ஜாய்சன்.

"எவ்வளவு நாள் தான் ப்ரோ அடுத்தவங்க கிட்டயே வேலை செய்ய? நாமளும் புதுசா தொழில் தொடங்கலாம்னு தான்..." என்ற ரூபன், அவர்களின் தற்போதைய முயற்சிகளைப் பற்றியும் சொன்னான்.

"சூப்பர் ப்ரோ. நீங்க ஏன் இப்படிக் கஷ்டப் படனும்? எங்க ஸ்வீட்டி கிட்ட ஒரு வார்த்தை சொன்னா உங்களை ஒரே ரிவீவ்ல ஓஹோன்னு கொண்டு போயிடுவாளே?டோன்ட் ஒர்ரி..." என்ற ஜாய் ஆத்யாவின் புறம் திரும்பி, "என்ன ஸ்வீட்டி நான் சொல்றது கரெக்ட் தானே?" என்றான். ஆத்யாவோ நிலைமை தீவிரமடைவதாகவே உணர்ந்தாள். அவளிடம் ஒருவித படபடப்பு தொற்றிக்கொண்டது.

ஜாய்சனைப் பார்த்து, "என்ன சொல்றீங்கனு புரியல?" என்றாள் அத்தி,

"எங்க ஸ்வீட்டியும் ஒரு ஃபூட் ரிவீவர் (உணவு விமர்சகர்) தான். அவ கிட்டச் சொன்னா அவ ஈஸியா..." என்று முடிக்கும் முன்னே ஜாய்சனின் காலை மிதித்து அவனுக்கு சமிக்ஞை செய்தான் சந்தீப்.

"டேய் காலை தள்ளி வைடா, மேல படுது பாரு..." என்று அவனுக்குப் பதிலளித்த ஜாய்சன் மீண்டும் அத்தியைப் பார்த்தபடியே பேச ஆத்யாவுக்கோ அந்த குளிரூட்டப் பட்ட அறையிலும் முகமெல்லாம் வேர்த்துவிட்டது. அவள் உடலெல்லாம் நடுங்க அதைக் கண்ட அமுதன் பேசத் தொடங்கும் முன்னே கண்ணையன் பேச ஆரமித்திருந்தான்,

"அதை ஏன் பாஸ் கேட்கறீங்க?அதுக்கும் ஒருத்தி வேட்டு வெச்சிட்டா. எங்க ஃபூட்ஸ் எல்லாம் சரியில்லையாம். எங்க சாப்பாட்டுல சுவையே இல்லையாம்னு..." என்று அவன் சொல்ல, 'பெட்டெர் இந்த இடத்தை உடனே காலி செய்துவிடலாம்' என்றெண்ணிய ஆத்யா எழ முயற்சிக்க, "கண்ணா வந்த வேலையை மட்டும் பார்ப்போம். இன்னைக்கு அஞ்சலி அவங்க பர்த் டேக்கு ட்ரீட் தர தான் நம்மளை இன்வைட் பண்ணியிருக்காங்க. நம்மளோட சொந்தக்கதையையும்

சோகக்கதையையும் கேட்க இல்ல... அண்ட் அந்த விஷயம் முடிஞ்சு போயிடுச்சி. பாஸ்ட் இஸ் பாஸ்ட் (அதாங்க கதம் கதம்.முடிந்தது முடிந்ததாகவே இருக்கட்டும்) ஒருத்தவங்க ஊம் கொட்ட ஆரமிச்சிட்டா போதுமே நம்மோட நதிமூலம் ரிஷி மூலம் எல்லாம் சொல்ல ஆரமிச்சிடுவியே? கீப் குய்ட்" என்றான் அமுதன். ஆத்யா திரும்பி அவனைப் பார்க்க, கண்களை மூடித் திறந்தவன், "நீங்க எங்கேயும் போக வேண்டாம். தைரியமா சாப்பிடுங்க..." என்று அவளுக்கு மட்டும் கேட்கும் குரலில் சொன்னான். இப்போதும் அவன் சொன்னதில் ஏளனமோ இல்லை கிண்டலோ துளியும் இல்லை. சொல்லப்போனால் ஒரு உரிமை இருந்ததாகவே உணர்ந்தாள் ஆத்யா. வெளியே மழை உள்ளே குளிரூட்டப்பட்ட அறையில் மெல்லியதாய்ப் பாடல் ஒலித்துக்கொண்டிருந்தது,

மழை நனைய வைத்தது ஒருநாள்

அதில் மயங்கினேன்...

அலை கரையைத் தீண்டிய திருநாள்

மனம் கிறங்கினேன்...

உன்னை நான் பார்த்த முதல்நாள்

வீழ்ந்தேனே எதனால்?

உன் கண் என்னும் சிறகினால்

அள்ளி அணைத்ததால், நெஞ்சோடு

அன்றோடு ஆசை கோபம்

அனைத்திலும் நீ தான்

ஆவேசம் வந்தால் கூட

அடங்கும் தீ தான்

அன்பே நீ யாரோடா?

அலாதி தேரோடா... (பாடல் வரிகள் தாமரை)

என்று அவள் எண்ணங்களை பிரதிபலிக்கும் வண்ணமாகவே பாடல் ஒலித்தது. அதற்குள் அவர்கள் ஆர்டர் செய்த உணவுகள் வந்துவிட எப்போதும் போல் முதலில் வெஜ் ஐட்டம்ஸ் வர அந்த சில்லி கார்னை ஆத்யாவுக்கு முன்னால் சந்தீப் தன்வசப் படுத்தியிருந்தான். நீண்ட நேரமாய் தன்னையே அவள் பார்த்துக்கொண்டிருப்பதை உணர்ந்த அமுதன் யாரும் பார்க்கா வண்ணம் அவள் கரங்களை அழுத்தி அவளுக்கு சமிக்ஞை செய்தான். அவன் தொட்டதும் நிகழ்வுக்கு வந்தவளிடம் அவள் முன்னிருந்த உணவை கண்களால் காட்டினான். அதைப் புரிந்தவளாய் அவள் அதை எடுத்து சர்வ் செய்துகொள்ள யாரும் பார்க்கா வண்ணம் ஒரு புன்னகை சிந்தினாள். தங்களின் இந்த ரகசிய சம்பாஷணைகளை யாரும் பார்க்கவில்லை என்று அவர்கள் நினைத்துக்கொண்டிருக்க அதைப் பார்த்தும் பார்க்காதது போல் சந்தீப், லவ், அத்தி மற்றும் ரூபன் ஆகியோர் இருந்தனர். ஆக்சுவல்லி ஆத்யா தான் அந்த ரிவீவ் எழுதினாள் என்று அன்று அவள் பெயரைச் சொன்னதுமே நம்பிக்கும் தெரிந்துவிட்டது. இருந்தும் அதைத் தெரியாதது போல் சமாளித்து விட்டு ஆத்யாவை அழைத்து அவன் தெரியப் படுத்தும் முன்பே அமுதன் அன்று வந்து அவளைச் சந்தித்து சென்றிருந்தான். அன்றைக்கு ஆத்யா இருந்த மனநிலையை உணர்த்த நம்பியும் அவர்களைப் பற்றிச் சொல்லி மேலும் அவளை வருத்தமடைய செய்ய வேண்டாம் என்று அமைதி காத்துவிட்டான். இப்போது ஜாய்ச்சனும் கண்ணய்யனும் பேசும் போது அவனும் தான் பயந்தான். நல்ல வேளையாக அமுதன் சமாளித்துவிட்டான். அதன் பின் அவர்களை நோட்டமிட்டவனின் கண்களில் தான் அவர்களின் சமிக்ஞை பாஷைகள் அனைத்தும் தென்பட்டது.

அமுதன் முன் க்ரில்ட் சிக்கன் வைக்கப்பட எங்கே ஆத்யாவுக்கும் ஏதாவது ப்ராப்ளேம் இருக்குமோ (அவள் சைவம்) என்று பேச,

"நோ ப்ரோப்லேம், யூ கேரி ஆன்" என்றாள். ஆனால் சந்தீப்போ, "பட் ஐ ஹேவ் எ ப்ரோப்லேம்..." என்று சொல்லி அவள் பிளேட்டில் இருந்த மஷ்ரூமை எடுத்து விழுங்கினான். ஆத்யா

அவனை முறைக்க அதைத் துளியும் சட்டை செய்யாமல் வந்த காரியத்தை செவ்வனே செய்துகொண்டிருந்தான் சந்தீப். லவ்வும் இவற்றையெல்லாம் பார்த்தாலும் அவளுக்கு எதுவும் புரியவில்லை. ஆனால் தோழியின் முகம் கணநேரத்தில் பல மாற்றங்கள் அடைந்ததை அவள் கவனிக்கத் தவறவில்லை. இப்போது அமுதனைப் பற்றி அறிய அவளே நம்பியிடம் அமுதனைப் பற்றி விசாரித்தாள். பிறகு அமுதனிடமும் பேச்சு கொடுத்தாள்.

"ஹாய் ஐ அம் லாவண்யா அலைஸ் லவ்..."என்றாள்.

"கடலமுதன்" என்று தன்னை அறிமுகப்படுத்திக்கொண்டான். நமக்கு சிலரைப் பார்த்ததும் பிடிச்சு போயிடும். அவர்களின் பேரைக் கேட்டதும் அதுவும் நமக்கு பிடிச்ச பேராக இருந்தால் நம்முள் ஒரு பரவசம் பரவும் தானே? அந்தப் பரவசத்தை ஆத்யா முழுவதும் அனுபவித்தாள். வெளியே சொல்லாவிட்டாலும் மனத்தில் பலமுறை, 'கடலமுதனை' ஜெபித்தாள். இப்போது அவர்கள் எல்லோரும் பரஸ்பரம் தங்கள் பெயர் தொழில் ஆகியற்றை பரிமாறிக்கொள்ள அவர்கள் எல்லோரும் சேர்ந்து நடத்தும் ஈவெண்ட் மேனேஜ்மேண்ட் பற்றி சற்று விரிவாகத் தெரிந்துகொண்டனர்.

இதைப் பற்றி ஏற்கனவே அறிமுகம் இருந்தாலும் இதில் அப்படி என்ன இருக்கிறது என்ற ஆவல் அமுதன் அண்ட் கோவிடம் இருந்தது உண்மை. அதை இன்று நிவர்த்தி செய்துகொள்ள.

"பாஸ் ஒரு சந்தேகம், தப்பா எடுத்துக்கக் கூடாது..." என்ற கண்ணையன், "நம்ம ஊர்ல ஆடி மார்கழி மாசங்கள்ல எந்த விசேஷமும் செய்ய மாட்டாங்களே அப்போ என்ன பண்ணுவீங்க?" என்றான். ஏனோ இந்தக் கேள்வி சற்று அதிகபிரசங்கி தனமாகவே ரூபனுக்கும் அத்திக்கும் பட, "டேய்..." என்று அவனை அதட்டினார்கள்.

"குட் குவஸ்டின். முதல் வருஷம் நாங்க உண்மையிலே இந்த மாசங்கள்ல ரொம்ப கஷ்டப் பட்டுட்டோம் கண்ணையன். பட்

அடுத்த வருஷம் ரெண்டு மூணு கோவில்களைப் பிடிச்சோம். பின்ன ஆடி மார்கழில கோவில் தானே கொண்டாட்டம்? கோவில் திருவிழாவையே நடத்திக்கொடுத்தோம். இப்போவும் அப்படித் தான் போகுது. ஆனாலும் அந்த மாசங்கள்ல எங்களுக்கு செம அடி தான். உண்மையிலே அந்த காலத்துல ஆடியில் கல்யாணம் நடந்தா சித்திரையில் குழந்தை பிறக்கும். சித்திரை முழுக்க வெக்கை. அம்மை அந்தக் காலத்துல பெரிய நோய். அதனால் ஆடியைத் தவிர்த்தாங்க. அந்தக் காலத்துல முக்கியத் தொழிலே உழவு தான். ஆடியில பயங்கரமா காத்தடிக்கும் அதனால விவசாயம் பண்ண விதை விதைக்க முடியாது. விதைச்சா எல்லாம் காத்துல பறந்திடும். அதையும் மீறி விதைச்சா அதை மார்கழில அறுவடை பண்ணனும். இந்த மாதிரி நிறைய காரணங்கள் இருக்கு ப்ரோ. சில சமயங்களில் ஆடியில் நல்ல மழை பேஞ்சு வெள்ளம் வரும். அதனால் விவாசாயம் பாதிக்கும். விவசாயிங்க கையில காசு இருக்காது. அப்போ அவங்களால எந்த விழாவும் நடத்த முடியாது. போதாக்குறைக்கு தைல அறுவடை செஞ்சா தான் அவங்களுக்கு காசே வரும். அப்போ மார்கழில விஷேஷம் செய்ய காசு இருக்காது. இந்த மாதிரி அந்தக் காலத்துக்கு தகுந்த நிறைய நிறைய காரணங்கள் இருந்துச்சு ப்ரோ. நம்ம மக்கள் கிட்ட என்ன பிரச்சனை தெரியுமா? முன்னோர்கள் எதுக்கு சொன்னாங்கனு தெரிஞ்சிருக்காம மொட்டையா கடைப்பிடிக்கறாங்க. அதனால் எத்தனை குடும்பம் பாதிக்குது தெரியுமா? ஒரு கல்யாணத்தை நம்பி எத்தனை குடும்பம் இருக்கு? ஜவுளி, மண்டபம், நகை, சமையல் இப்படி பலது இருக்கு. எல்லாம் க்ளோஸ். ஆடியில நல்ல காரியம் செய்யக் கூடாதாம் ஆனா நம்மாளுங்க ஆடி தள்ளுபடியில் மட்டும் வீட்டுக்குத் தேவையான எல்லாமும் வாங்குவாங்கலாம். எந்த ஊர் நியாயம்? இதெல்லாம் சொன்னா என்னை பைத்தியக்காரனு சொல்லுவாங்க. எங்களை எடுத்துக்கோங்க, எல்லோருக்கும் வருஷம் பனிரெண்டு மாசம்னா எங்களுக்கு அது பத்து மாசம் தான். ஆடி, மார்கழி முழுக்க க்ளோஸ்..." என்றான் சந்தீப். அவன் எதை மனதில் வைத்து சொன்னான் என்று தெரியாது ஆனால்

அவன் பேச்சு முழுக்க முழுக்க அவர்கள் தொழில் பாதிப்பை தான் எல்லோருக்கும் உணர்த்தியது.

கண்ணையனுக்கு அவனுடைய அறிவாற்றல் பிடித்திருந்தது. ஜாய்சனைப் பார்த்து, "ப்ரோ அடுத்தக் கேள்வி ஆனா தப்பா எடுத்துக்கக் கூடாது..." என்று முன்னெச்சரிக்கையாகவே சொல்லிவிட்டு, "ஒரு வருஷம் எத்தனை பங்க்சன் பண்ணுவீங்க ப்ரோ?" என்றான்.

"ப்ரோ இந்த வருஷம் அதாவது 2020ல மொத்தம் 73 முகூர்த்த நாட்கள் இருக்கு. இதுல 36 தேய்பிறை முகூர்த்தங்கள். இப்போலாம் நிறைய பேர் வளர்பிறை தேய்பிறை எல்லாம் பார்க்கறதில்லை தான். ஆனாலும் மேஜரா வளர்பிறை நாட்கள்ல தான் கல்யாணம் நடக்கும். யோசிச்சு பாருங்க வருஷம் 365 நாட்களுக்கு மேரேஜ், நிச்சயதார்த்தம் வளைகாப்பு இந்த மாதிரி பங்க்சன்ஸ் எல்லாம் இந்த 70 நாட்கள்ல முடிஞ்சிடும். அடுத்த வருஷம் 67 முகூர்த்த நாட்கள் தான் இருக்கு. சோ கல்யாணம் சார்ந்தது மட்டும் எங்க மெயின் ப்ரொபெஸன் இல்ல பாஸ். பர்த் டே பார்ட்டிஸ், காலேஜ் பங்க்சன்ஸ், கார்ப்பரேட் ஈவென்ட்ஸ் இப்படி எல்லாமும் பண்ணுறோம். உண்மையைச் சொல்லனும்னா எங்களுக்கு கல்யாணத்தைக் காட்டிலும் இதர விழாக்கள் தான் பிரதானமே. ஏன்னா மேரேஜ்னா நிறைய வேலை. யா மற்றதுலையும் அதிக வேலை இருக்கு தான். ஆனா மேரேஜ் மாதிரி இல்ல. வீட்டைக் கட்டிப்பார் கல்யாணத்தைச் செஞ்சு பாருன்னு சும்மாவா சொன்னாங்க?எங்களுதுல மேரேஜ் அதைச் சார்ந்தது எல்லாம் வெறும் 40 % தான். எங்களோட மெய்ன் கஷ்டமெர்ஸ் எல்லாம் எக்ஷிபிஷன் (கண்காட்சி) செமினார் காண்பெரென்ஸ் (கருத்தரங்கம்), டெகரேஷன் (அலங்காரம் சம்மந்தப்பட்டது), கார்ப்பரேட் ஈவென்ட்ஸ் (பெரு நிறுவனங்களின் நிகழ்ச்சிகள்), அட்வெர்டைஸ்மென்ட்ஸ் ப்ராண்டிங்ஸ் (விளம்பரம் செய்வது), ஸ்போர்ட்ஸ் ஈவென்ட்ஸ் (விளையாட்டு), சேரிட்டி (தொண்டு நிறுவனங்கள் நடத்தும் விழாக்கள்), ரோட் ஷோ, கான்செர்ட்ஸ் (இசை நிகழ்ச்சிகள்) இந்த மாதிரி எல்லாம் பண்றோம் ப்ரோ. நிறைய டைவெர்ஸ்

பீல்டுல (பலவிதமான துறைகள்) எல்லாம் கால் பதிக்கிறோம் ப்ரோ. இதோ இப்போகூட அடுத்த மாசம் கோவைல இன்டெர் காலேஜ் கல்சுரல்ஸ் அண்ட் ஸ்போர்ட்ஸ் மீட் நடக்க போகுது. நாங்க தான் அதைச் செய்யப் போறோம். இன்னும் ஒரு மூணு மாசத்துல கொடீசியால எஸ். பி. பி யோட இசை கச்சேரி நடக்கப் போகுது (சீக்கிரம் எழுந்து வாங்க சார்! உங்க இழப்பு பெருசு!) அதை நாங்க தான் செய்யப் போறோம். தமிழக அரசு சார்புல ஒரு பொருட்காட்சி நடக்கப் போகுதாம். அதுக்கு டெண்டர் அனுப்பியிருக்கோம். கிடைக்கவும் செய்யலாம்.சோ கல்யாணம் மட்டும் எங்க வேலை இல்ல ப்ரோ. நீங்க பார்க்குற ஒவ்வொரு நிகழ்ச்சிக்குப் பின்னாடியும் எங்களைப்போல ஒருத்தர் இருக்கோம். பிளட் கேம்ப், ஐ கேம்ப் போறதுக்கு ப்ரீ ஆப் காஸ்ட்ல (செலவில்லாமல்) நாங்க தான் ரெண்டு வருஷமா நடத்துறோம். சோ வேலைக்கு பஞ்சமில்லை ப்ரோ..." என்று தன்னுடைய நீண்ட உரையை முடித்தான் ஜாய்சன்.

உண்மையில் அங்கிருந்த அனைவருக்கும் ஜாய்சனின் இந்தப் பேச்சு பிரமிப்பை ஏற்படுத்தியது. "எவ்வளவு பெரிய பெரிய வேலையெல்லாம் செஞ்சிட்டு இப்படி சாதரணமா இருக்கீங்களே?" என்றான் ரூபன்.

"நாங்க எந்த பெரிய வேலையும் செய்யறதில்லை ப்ரோ. இன் பேக்ட் நாங்க இப்போதான் இந்த பீல்டுல வளர்ந்து வரோம். எங்களைத் தூக்கிச் சாப்பிடுற அளவுக்கு நிறைய நிறுவனங்கள் எல்லாம் இருக்கு. நீங்க மட்டும் என்ன சும்மாவா ப்ரோ? நீங்களும் பெரிய பெரிய ஸ்டார் ஹோட்டல்ல எல்லாம் ஒர்க் பண்ணியிருக்கீங்க. நாங்கயெல்லாம் சும்மா தான்" என்றான் ஜாய்சன்.

"எல்லோரும் கொஞ்சம் பேச்சை நிறுத்தறீங்களா? அப்போ இந்தக் கூட்டத்துலையே சும்மா இருக்கறது நாங்க மட்டும் தான் போல?" என்ற ஸ்ரு தன்னோடு அஞ்சலி மற்றும் ஆருஷியை இணைத்துகொண்டாள். "நீங்க பேசுறதை எல்லாம் கேட்டா எங்களுக்கு ரொம்ப பயமா இருக்கு. அமைதியா

சாப்பிடுற வேலையை மட்டும் பாருங்க..." என்றாள் ஸ்ருஷ்டி. கொஞ்சம் சிரித்துவிட்டு சாப்பிட்டனர். இப்போது பேச்சு வேறு திசையில் சென்றது. அமுதன், ரூபன் இருவரும் வேறு வேறு யோசனையில் இருந்தாலும் அவர்கள் யோசனையின் சாராம்சம் ஒன்றாகவே தான் இருந்தது.'ஏன் இவர்களிடம் நாம் டை அப் வைத்துக்கொள்ளக் கூடாது?' என்று தான் எண்ணினார்கள். இருந்தும் தாங்கள் உள்ளே சென்றால் தற்போது அவர்களுடன் இருப்பவர்களின் நிலை என்ன வாகும் என்று எண்ணி அந்த யோசனையை கைவிட்டனர். ஆனால் ஜாய்சனுக்கும் அதே எண்ணம் தான் இருந்தது. மணி என்னதான் நன்றாகவே சமைத்தாலும் அவன் சின்ன சின்ன விஷயங்களில் கஞ்சத்தனம் பார்த்துவிடுகிறான். உண்மையில் இவர்கள் ஒவ்வொருவரின் தனிப்பட்ட உழைப்புக்கு அதாவது மிதிலா லவ், சந்தீப், ஜாய்சன், நித்திலா, ஆத்யா ஆகியோரின் உழைப்பை கம்பேர் செய்தால் மணிகண்டன் அவர்களோடு ஒட்டாமல் இருக்கிறான். அவன் ஒரு விஷயத்தைச் சரியாகப் புரிந்துகொள்ள மாட்டேங்குறான். இவ்வளவு செலவு செய்து தாங்கள் செய்யும் விழாவிற்கு அதே தரத்தில் உணவும் இருக்க வேண்டும் தானே? ஆனால் அதில் மிச்சம் பிடிக்கிறேன் என்று ஏதேனும் கஞ்சத்தனத்தைக் காட்டிவிடுகிறான். ஆனால் அவனின் சமையலின் சுவையில் எந்த குறையும் இருக்காது. அதுவே அவனை இன்னும் அவர்கள் கூட்டணியில் வைத்திருப்பதற்கான காரணம். இருந்தும் சில கிராண்ட் (ஆடம்பர) ஈவென்ட்ஸ்சுக்கு இவர்களின் உழைப்புக்கு ஒரு திருஷ்டிப் பொட்டாகவே தான் இருக்கிறது அவனின் சமையல். இதற்காகவே பலமுறை இன்னொரு சமையல் குழுவை (கேட்டரிங் சர்வீஸ்) வைத்துக்கொள்ளலாம் என்றும் நினைத்திருக்கிறான். இந்த விஷயத்தில் ஜாய்சனின் எண்ணம் இதுதான். ஆனால் இது சரிவராது என்று முதலிலே ஆத்யா முட்டுக்கட்டை போட்டுவிட்டாள்.

ஒருவழியாக அனைவரும் சாப்பிட்டு விட்டு மீண்டும் கதைக்கத் தொடங்கினார்கள். ஆத்யா இப்போது ரொம்ப நார்மலாக உணர்ந்தாள். பணம் செலுத்திவிட்டு எல்லோரும் அங்கிருந்து

புறப்பட அமுதன் அத்தியிடம் சைகை செய்ய, புரிந்தவளாக அஞ்சலியைத் தனியே அழைத்து அவர்கள் சார்பில் அவர்கள் வாங்கியிருந்த ஒரு பரிசைக் கொடுத்தனர். அதை மறுத்த அஞ்சலியை சமாதானம் செய்து கொடுத்துவிட்டு அமுதன் அண்ட் கோ விடைபெற அப்போது தான் தாங்கள் யாரும் அவளுக்கு எந்தப் பரிசும் தரவில்லை என்று தோன்றியது. நாளை அவளுக்கு ஏதாவது கொடுத்துவிட வேண்டும் என்று நினைத்தவர்கள் அங்கிருந்து விடைபெற்றனர்.

ஆத்யாவின் பார்வை அடிக்கடி அமுதனையே தீண்டி வந்ததை அவளின் சகாக்கள் அனைவரும் பார்த்தனர். அமுதன் அண்ட் கோ அங்கிருந்து செல்ல, "அமுதா உனக்கு அவங்களை ஏற்கனவே தெரியுமா?" என்றாள் அத்தி.

"யாரைக் கேட்கறீங்க?"

"உன் பக்கத்துல ஒருத்தங்க உட்கார்ந்து இருந்தார்களே? அதாவது ஸ்வீட்டினு எல்லோரும் அவங்களைக் கூப்பிட்டாங்களே? அவர்களைத் தான்..." என்று கேட்ட அத்தியைப் பார்த்து விழித்தான் அமுதன். எல்லோரும் தன்னுடைய பதிலுக்காகக் காத்திருப்பதை உணர்ந்தவன், "அவங்க பேர் ஆத்யா. மிஸ் ஆத்யா லஷ்மிநாராயணன்" என்றான். கார்த்தி, ரூபன், கண்ணையன் மூவரும் அதிர, இதை எதிர்பார்த்த அத்திப்பூ அமைதிகாத்தாள்.

"சரியான அமுக்குணி மாதிரி உட்கார்ந்திருந்தா பாரேன்?" என்றான் கண்ணையன்.

"விடு டா" என்ற அமுதனை முறைத்து, "ஓ இதுக்கு தான் என் பேச்சை நிறுத்த சொன்னியா? இதுல அந்த ஜாய்சன் என்ன சொன்னான்? 'எங்க ஸ்வீட்டி கிட்டச் சொன்னா ஒரே ரிவீவ்ல நம்மளை ஓஹோன்னு கொண்டு போயிடுவாளாம்...' அதான் கொண்டு வந்துட்டாளே? இப்படி நடுரோட்டுல நடந்து போறோமே... இதுக்கும் மேலயா ஓஹோன்னு கொண்டு போகணும்?" என்றான்.

வழக்கமாக அவன் ஏதாவது பேசினால் அவன் வாயை அடைக்கும் கார்த்தி மற்றும் ரூபன் கூட இம்முறை அமைதியாகவே வந்தனர். அமுதனுக்குடி தான் இப்போது தர்ம சங்கடமாக இருந்தது.

"டேய் ஏதாவது பேசுங்க டா? ஏன் இப்படி இருக்கீங்க?" என்றான்.

"என்ன பேசணும் அமுதா? நீ ஏன் சொல்லல?" என்றான் கார்த்தி.

"டேய் என்ன பேசற கார்த்தி? அது ஒரு ரெஸ்டாரெண்ட். அதுமில்லாம நாம எப்படி அஞ்சலியோட இன்விடேஷனுக்கு போனோமோ அந்தப் பொண்ணும் அப்படித் தான் வந்திருக்காங்க. அந்த இடத்துல சண்டை போடச் சொல்றியா? நீ (கண்ணன்) பேசும் போது அந்தப் பொண்ணோட முகத்தைப் பார்த்திருக்கணுமே? அங்க இருந்து கிளம்பப் பார்த்தா... நான் தான் அங்கேயே இருக்க வெச்சேன். விடு..."

"அதெல்லாம் விட முடியாது. அதான் அந்தப் பொண்ணு பெரிய ஃபூட் ரிவீவேராமே? அந்தப் பொண்ணு செஞ்ச தப்பை அதாலயே இப்போ சரி செய்ய முடியும் தானே? செய்ய வேண்டியது தானே? அதைப்பற்றியாவது ஒரு வார்த்தை பேசுச்சா பாரு... பேர் வெச்சியிருக்காங்க பாரு ஸ்வீட்டியாம் ஸ்வீட்டி..." என்று கண்ணையன் சொன்ன தினுசில் அமுதனுக்கும் சிரிப்பும் வந்தது அதேநேரம் அவள் கண்களில் தெரிந்த அந்தக் குற்றயுணர்வும் அவனுக்குப் புரிந்தது. அதனால் தான் அங்கே அமுதன் அவளுக்கு ஆறுதலே சொன்னான்.

இவர்கள் இவ்வாறிருக்க அங்கே ஆத்யாவோ ஏற்கனவே தன் வாழ்வில் ஒரு பெரும் குற்றம் செய்து அதிலிருந்து மீளாமல் இருக்கும் நிலையில் இப்போது மீண்டுமொரு குற்றம் புரிந்துவிட்டதாகவே உணர்ந்தாள்.'அன்றைக்கும் என்னை எதுவும் சொல்லாம போனான்? இன்னைக்கும் என்னை அவன் ஃப்ரண்ட்ஸ் கிட்ட இருந்து காப்பாத்தினான். ஏன் அவன் இப்படி நடந்துக்கிட்டான்? அவன் நியாயமா என்னைத் திட்டியிருக்கணும் இல்லை ஹர்ட் தானே செய்யணும்? எதுக்கு என் கையைப்

பிடிச்சு ஆறுதல் செஞ்சான்? அதும் அன்று போலில்லாமல் இன்று மிகவும் அழகாக ஆடையுடுத்தி அவன் அழகை பெருக்கியிருந்தான். அன்றைக்குக் கூட கொஞ்சம் அதிகமாக தாடி வைத்திருந்தாக ஞாபகம். இன்றோ, அவற்றை ஷேவ் செய்ததால் அவன் முகம் முழு வசீகரமும் கொண்டிருந்தது' என்று எண்ணினாள். ரெஸ்ட் ரூம் சென்று ரொம்ப கேசுவலாக வெளியே வந்தவள் திடுமென அவனை எதிர்கொண்டதில் அவள் ஹார்ட் பீட் தாறுமாறாக ஓடியது நிஜம். அவனைப் பார்க்க வேண்டும் என்று துடித்த எண்ணமும் அவனை எதிர்கொள்ள துணிவில்லாமல் ஒதுங்கியதும் நினைக்கையில் ஒரு சிலிர்ப்பு அவளுக்குள் எழுந்து அடங்கியது. லவ் தன்னை அவனருகில் அமரச் சொன்னதும் அவள் மேனியெங்கும் ஒரு வெட்கம் பரவியது.'கடலமுதன்...' என்று அவன் பெயரை உச்சரித்துப் பார்த்தாள்...

"அன்றோடு ஆசை கோபம்

அனைத்திலும் நீ தான்...

ஆவேசம் வந்தால் கூட

அடங்கும் தீ தான்...

அன்பே நீ யாரோடா?

அலாதி தேரோடா...

எழில் முகம் காணாமல்

என்னவென்று கேளாமல்

ஏதிலியாய் ஆனதென்ன?

முறுவல்கள் தாராமல்

முத்தமிட வாராமல்

ஏங்க வைத்துப் போனதென்ன?

வழிகள் எனது...

விழிகள் எனது...

வரவு உனதல்லவா?

மனது உனது...

மறதி உனது...

மரணம் எனதல்லவா?

மேகம் நீங்க

வானம் தாங்க

நிலா உலா வாராதோ... (தாமரையின் வரிகள்...)

(சுவைக்கும்!...)

* * * * * *

அத்தியாயம் - 15

அன்றைய தினம் அனைவரும் அவரவர் வீட்டுக்குச் சென்றனர். ஆத்யாவோ ஒரு இனம் புரியாத நிலையில் இருந்தாள். அவளின் அந்த நிலையை யார் உணர்ந்தார்களோ இல்லையோ சந்தீப் முழுவதும் உணர்ந்தான். கடந்த சில நாட்களாகவே ஆத்யா சரியில்லை என்று அறிந்துகொண்டவனால் அதற்கான விடையும் தெரிந்தது. சரி எதையும் சற்று விட்டுப் பிடிப்போம் என்று அமைதி காத்தான். வழக்கத்தை விட அன்று சற்று உற்சாகமாக வீடு திரும்பிய மகளை அதிசயமாகப் பார்த்தார் லஷ்மி. அவரும் எதையும் கேட்டுக்கொள்ளாமல் இருந்தார்.

அவனுடைய(அமுதன்)பார்வையில் கள்ளம் இல்லை என்று ஆத்யாவுக்குப் புரிந்தது. கடந்த சில நாட்களாகவே, 'யாரவன்?' 'எங்கு இருக்கிறான்?' என்று அவள் மனதை உருத்திக்கொண்டிருந்த ஒன்று சற்று குறைந்தது போல் உணர்ந்தாள்.அதே நேரம் தன்னால் தான் அவர்கள் வாழ்க்கை இன்று சிக்கலில் இருக்கிறது என்ற மற்றொரு உணர்வு இப்போது மேலோங்கியது.தொண்டையில் சிக்கிக்கொண்ட மீன் முள்ளைப் போல் உள்ளேயும் போகாமல் வெளியேயும் வாராமல் மத்தியில் மாட்டிக்கொண்டதாய் ஒரு உணர்வு. 'ஓகே நம்பியிடம் அவர்களைப் பற்றி விசாரித்தால் அனைத்தும் தெரிந்துவிடும்' என்று நினைத்தவள் உடனே கேட்டு அவனுக்கு தன் மேல் சந்தேகம் ஏதும் வந்துவிடக்கூடாது என்றும் எச்சரிக்கையாக இருந்தாள். நம்பியும் இவள் மனதை அறிவான் என்று பாவம் அவள் அறியாள்.

அங்கே நண்பர்களைச் சமாதானம் செய்ய அமுதன் சற்று போராடினான் என்று தான் சொல்ல வேண்டும். அவர்கள் எல்லோரும் இந்த விஷயத்தில் ஒருமித்த கருத்தோடு இருந்தனர்.அவளால் பாதிக்கப்பட்ட தங்கள் எதிர்காலம் அவளாலே சரிசெய்யப்பட வேண்டும் என்று எண்ணுகிறார்கள்.

அதன் பின் ஒரு நான்கு நாட்கள் கடந்திருக்க வழக்கம் போல் அருகேயுள்ள கோவிலுக்குச் செல்ல ரூபனின் ஸ்கூட்டியை எடுத்துக்கொண்டு சென்றான் அமுதன்.சாமி கும்பிட்டவன் அந்த பிரதான சாலையில் சில பொருட்களை வாங்குவதற்காகச் செல்ல தூரத்தில் யாரோ சாலை ஓரத்தில் நிற்பதைக் கண்டவன் அருகே நெருங்க நெருங்க அது ஆத்யா தான் என்று ஊர்ஜிதப்படுத்திக்கொண்டான். தலையில் ஹெல்மெட்டுடன் ராயல் என்பீல்டு அருகில் நின்றதால் அவனுக்கு அந்தக் குழப்பம் ஏற்பட்டது.அவளோ சற்று டென்ஷனாக இருப்பதாய் அவனுக்குத் தோன்ற அமுதன் அவளை ஒட்டி அந்த ஸ்கூட்டியை நிறுத்தினான். அந்த நேரத்தில் அமுதனை முற்றிலும் எதிர்பார்காதவள் திருதிருவென்று விழித்தாள்.

"என்ன ஆச்சு ஆத்யா?" என்று வெகு சாதாரணமாய் அவளிடம் உரையாடியவனைக் கண்டு அதிர்ச்சி அடைந்தாள். பின்னே இதுபோல் சகஜமாக உரையாடுவது அவளின் வழக்கமாச்சே?அப்படிப்பட்டவளுக்கு அமுதனின் அந்த விளிப்பு ஆச்சரியப்பட தான் வைத்தது.

"இல்லை அமு... கடலமுதன் அது வண்டி ஸ்டார்ட் ஆகல. அர்ஜெண்டா போகணும்... அதான்..." என்று நிறுத்தி நிறுத்தி பேசினாள். பேசும் போது அனிச்சையாக அவள் கண்கள் அடிக்கடி அவளின் கைக்கடிகாரத்தையே பார்க்க, "ஓ லேட் ஆகிடுச்சோ? அப்போ இந்தாங்க இந்த வண்டியை எடுத்துட்டுப் போங்க. நான் என்னனு பார்த்து வைக்கிறேன்..." என்றான்.

ஆத்யாவுக்கு மேலும் மேலும் அமுதன் தனக்கு தர்மசங்கடத்தையே கொடுப்பதாக ஒரு எண்ணம்."இல்லை அமுதன் அது..." என்று அவள் வாய் மறுத்தாலும் கண்கள் இன்னும் அவள் கைக்கடிகாரத்திலே தான் இருந்தது.

அதை உணர்ந்தவனாக, "ஏன் ஆத்யா என்மேல உங்களுக்கு இன்னும் நம்பிக்கை இல்லையா?இந்த ஸ்கூட்டியைக் கொடுத்துட்டு உங்க புல்லட்டை எடுத்துப்பேன்னு பயப்படுறீங்களா?" என்றான் சிரித்தபடி. அவன் புன்னகைத்து

இப்போது தான் பார்க்கிறாள். 'இந்தச் சூழ்நிலையிலா இப்படிச் சிரிப்ப? எனக்கு என்னமோ பண்ணுதே' என்று மனதில் நினைத்தவள், "அப்படி இல்ல அமுதன், உங்களுக்கு எதுக்கு சிரமம்?ஏற்கனவே என்னால நிறைய கஷ்டம் உங்களுக்கு..." என்று இழுத்தாள்.

"அப்போ நான் பைக் திருடன் இல்லைனு நம்புறீங்க ரைட்?" என்றான் அமுதன். அதில் உண்மையில் வருந்தியவள் அவன் கூற்றை நிராகரிக்கும் விதமாய் முகம் சுளித்தாள்.

"ஓகே டேக் மை நம்பர்" என்று அவன் அலைபேசி எண்ணைத் தெரிவித்து, "இங்க பக்கம் தான் மெக்கானிக் ஷாப் இருக்கு. நான் என்னன்னு பார்த்து வெக்கறேன். நீங்க அர்ஜெண்டா போகணும் போல, என் வண்டியை எடுத்திட்டுப் போங்க, எனக்கு எந்த வேலையும் இல்லை" என்று சொல்ல அவனின் 'எனக்கு எந்த வேலையும் இல்லை' என்ற வார்த்தைகள் அவளைக் குத்திக்காட்டுவதாகவே தோன்ற எப்படிக் கேட்பது என்று முன்பே யோசித்தவள் எவ்வித முன்னேற்பாடும் இன்றி, "என்னை மன்னிச்சிடுங்க அமுதன். அன்னைக்கு நான் ரொம்ப பெரிய தப்பு பண்ணிட்டேன். நான் அதை எந்த வகையிலும் நியாயப்படுத்த விரும்பல. அதைத் தெரியாம பண்ணிட்டேன்னு சொல்லவும் என் மனசு இடம் தரல. என்னுடைய அஜாக்கிரதையான செயல்பாடு உங்க வாழ்க்கையை இப்படி மாற்றி போடும்னு நான் கனவிலும் நினைக்கல. அதோட இல்லாம இப்படிக் கெடுதல் பண்ண என்னை நீங்க எந்த விதத்துலையும் தண்டிக்காம மேலும் மேலும் நல்லதையே செஞ்சு என்னை ரொம்ப டௌன் ஆகுறீங்க. ஐ அம் எக்ஸ்ட்ரீம்லி சாரி அமுதன். இப்போ எனக்கு ரொம்ப லேட் ஆச்சு. நான் உங்ககிட்ட நிறைய பேசணும். எனக்கொரு மிஸ்ஸெட் கால் கொடுங்க..." என்று அவள் நம்பரை கொடுத்துவிட்டு, "அண்ட் உங்களோட இந்த ஹெல்ப் எனக்கு இப்போ ரொம்ப அவசியம். தப்பா எடுத்துக்காதீங்க" என்றவள் அவளின் வண்டி சாவியை அமுதனிடம் கொடுத்துவிட்டு அந்த ஸ்கூட்டியில் சாவியைப்

பெற்றுக்கொண்டு கிளம்பினாள்.அவளின் சகாக்கள் அனைவரும் ஒரு திருமண ஏற்பாட்டில் இருக்க இவளோ ஒரு முக்கியமான க்ளின்ட்டை சந்திக்கச் சென்றுகொண்டிருக்கிறாள். அது ஒரு பெரு நிறுவனத்தின் கான்டராக்ட் சம்மந்தப்பட்டது என்பதால் தான் இந்த அவசரம்.

அமுதன் அவளுடைய ராயல் என்பீல்டை மெக்கானிக் ஷாப் தள்ளிச் சென்றான். சிறிய கோளாறு தான் என்பதால் உடனே சரிசெய்யப்பட்டு விட அவளுக்கு, 'வண்டி ரெடி ஆகிவிட்டது' என்ற குறுந்செய்தியைத் தட்டிவிட்டு தங்கள் வீட்டின் முகவரியை வாட்ஸ்அப் செய்தவன் அவள் வண்டியை எடுத்துக்கொண்டு வீடு வந்தான்.புல்லட்டில் வந்தவனை ஆச்சரியமாகப் பார்த்த ரூபன் மற்றும் கண்ணையனை சற்று தயக்கமாகப் பார்த்துவிட்டு நடந்ததைத் தெரியப்படுத்தினான். அதைக் கேட்டதும் கண்ணையன், "அப்போ அந்தப் பொண்ணு கிட்ட நானே பேசிக்கிறேன்..." என்றான்.

"டேய்..." என்று சொல்ல வந்த அமுதனைத் தடுத்து, "பாரு நாம ஒன்னும் ஹெல்ப் கேட்டு போகல... அந்தப் பொண்ணு பண்ண தப்பை சரி செய்து கொடுக்க சொல்லப்போறேன். சோ நீ இதுல தலையிடாத" என்றான்.

அடுத்த ரெண்டு மணிநேரத்தில் அமுதன் அனுப்பியிருந்த அட்ரெஸை வைத்து அவன் வீட்டுக்கு வந்துவிட்டாள் ஆத்யா. அமுதன் தங்கியிருக்கும் வீட்டிற்கு முன் பெரிய காலியிடம் இருக்கும்.எப்போதாவது போர் அடித்தால் அனைவரும் அங்கே கிரிக்கெட் விளையாடுவார்கள்.அத்திப்பூவும் அவர்களுடன் இணைந்துக் கொள்வாள். அன்று வானம் மேக மூட்டத்துடனே இருக்க உச்சி வெயில் அடிக்கும் பனிரெண்டு மணிக்கூட அந்தி மாலை பொழுதாகவே காட்சியளித்தது.அமுதன் விக்கெட் கீப்பராக நிற்க அத்தி வீசிய பந்தை கார்த்தி பௌண்டரியாக அடிக்க அப்போது தான் உள்ளே நுழைந்தாள் ஆத்யா. இவர்கள் எல்லோரையும் இந்தக் கோலத்தில் பார்த்ததும் அவளையும் அறியாமல் அவள் மனம் குதூகலித்தது.

"ஹே ஆத்யா வாங்க" என்று அவளை நோக்கிச் சென்ற அத்தியைத் தடுத்த கார்த்தி, "ஒழுங்கா இன்னும் ரெண்டு பால் போட்டுட்டுப் போடி..." என்றான். ரூபன் கண்ணையன் இருவரும் அதற்குள் ஃபீல்டிங்கிலிருந்து விலகி அவளை வரவேற்றனர்.

"என்னப்பா எல்லோரும் விளையாடிட்டு இருக்கீங்க?" என்றவளுக்கு, "எங்களுக்குத் தான் எந்த வேலையும் இல்லையே..." என்றான் கண்ணையன். அதுவரை உற்சாகமாக இருந்த ஆத்யாவின் முகம் வாடிவிட அத்தி அவனை முறைத்தாள். பிறகு அவளை உபசரித்துப் பேச, எப்படி ஆரமிப்பது என்று குழம்பியவள், "உங்களுக்கு எல்லாம் தெரிஞ்சியிருக்கும்... இல்லைனாலும் நானே சொல்றேன், என் பேர் ஆத்யா. உங்க ஃபூட்ஸ் எல்லாம் அன்னைக்கு ரிவீவ் பண்ண அதே ஆத்யா லக்ஷ்மிநாராயணன் தான். ஆனா நான் சாதரணமா செஞ்ச ஒரு விஷயம் உங்களை இந்தளவுக்கு பாதிக்கும்னு நான் எதிர்பாக்கவில்லை. கண்டிப்பா நான் கேட்குற ஒரு சாரில எதுவும் மாறப்போறதில்லை தான். இருந்தும் என்னை மன்னிச்சிடுங்க..." என்றாள். எல்லோரும் அமைதியாக நிற்க, "ஓகே நான் ப்ரோமிஸ் பண்றேன், செஞ்சத் தப்பை நானே சரி பண்ணித் தரேன். ஆனா அதுக்கு முன்னாடி உங்க எல்லோருடைய பரிபூரண மன்னிப்பும் கூடவே உங்க ஃப்ரண்ட்ஷிப்பும் எனக்கு வேண்டும்" என்றாள் ஆத்யா. அத்தி அவளைச் சமாதானம் செய்து சிரிக்க அங்கு தொடங்கியது ஆத்யாவின் கைமாறு. அதன் பின் அந்தப் பிரபலமான கல்லூரியில் அந்த காலேஜ் கேட்டரிங்கிற்காக செல்ல அங்கே ஆத்யாவின் ரிவீவால் அதும் கிடைக்காமல் போக அதன் பின் க்ரிஷின் உதவியில் வந்து நிற்கிறது.

இந்த மூன்று மாதங்களுக்கும் மேலாக அவர்கள் செய்யாத முயற்சியில்லை ஆனால் எதுவும் அவர்களுக்குக் கைகொடுக்கவில்லை.இந்தக் காலகட்டத்தில் உண்மையிலே ஆத்யாவை மனப்பூர்வமாக அமுதன் அண்ட் கோ தங்கள் தோழியாக ஏற்றுக்கொண்டனர்.அதே நேரம் ஆத்யாவுக்கோ அவள் காதல், 'சிறுகோட்டு பெரும்பலம் தூங்கியாங்கு, இவள்

உயிர்தவச்சிறிது காமமோ பெரிது' என்னும் குறுந்தொகை பாடலுக்கு உவமையாகிப் போனது. (சிறிய கொம்பில் பெரிய பலாப்பழம் தொங்குவது போல் அவளின் உயிர் என்னும் சிறிய கொம்பில் அமுதன் மீதான விருப்பமோ பெரியதாகத் தொங்குகிறது.விரைவில் பழத்தைப் பறிக்காவிட்டால் அந்தக் கொம்பு உடைந்துவிடும்.அதாவது உயிர் பிரிந்துவிடும்) அதேநேரம் ஆத்யாவின் எண்ணத்தை அமுதனும் அறியாமல் இல்லை.இதுவே அன்றைய அமுதன் அத்தியின் உரையாடல் ஆனது.

ஆத்யாவின் மனதும் அவளுடைய சகாக்கள் அனைவருக்கும் நன்கு விளங்கியது. அதனால் தான் ஆத்யாவை அவளின் தோழிகள் ரவுண்டு கட்டி கலாய்த்தனர். எபிசோட் ஒன்று மற்றும் இரண்டைப் பார்க்கவும்...

ஆரம்பத்திலிருந்து வெகு சகஜமாக தன்னுடன் பழகியவள் இன்றோ தன்னை அவாய்ட் செய்வது ஏன்? என்று புரியாமல் குழம்பினான் அமுதன். நம்பியின் வீட்டு விஷேஷம் பற்றி ஆத்யாவுடன் பேசியவர்கள் தங்கள் இல்லத்திற்குத் திரும்பினர்.

"டேய் இதுபோலொரு பெரிய சான்ஸ் திரும்பவும் கிடைக்காது மச்சான்..." என்றான் கார்த்தி.

"எதுக்கு? உன் காதலுக்கு நல்லா நச்சுனு ஒரு நங்கூரம் போடவா?" என்று கிண்டல் செய்தாள் அத்தி. ரூபன் மற்றும் கண்ணையன் இருவரும் சிரித்தாலும் அமுதன் அமைதியாகவே இருந்தான்.

"டேய் அமுதா என்னாச்சு? ஏன் இப்படி இருக்க? உனக்கு இதுல விருப்பம் இல்லையா?" என்று ரூபனுக்கு மறுப்பாகவே தலையாட்டியவன், "இல்ல இவ்வளவு நாள் வேலையே இல்லாமல் இருந்தோம் இப்போ ஒரே நேரத்துல ரெண்டு வேலை வந்திருக்கே..." என்று சமாளித்தான் அமுதன்.

"மச்சி நம்பி வீட்டு விழா ரெண்டு வேளை தான் டா? கேன்டீன் தான் நமக்கு பெருசு" என்ற ரூபன் எல்லோரிடமும் சற்று பேசிவிட்டு அங்கிருந்து கலைந்தனர். அமுதனின் எண்ணம் எல்லோருக்கும் புரிந்தாலும் அத்திக்குத் தான் அதிக நெருடலாகவே இருந்தது. பின்னே ஆத்யாவை அமுதன் பிடிக்காதது போல் காட்டிக்கொண்டாலும் உண்மையில் அவர்கள் இருவருக்கும் இடையில் ஒரு நல்ல வேதியல் இருக்கிறது என்று அவளும் அறிவாளே!(வேதியல், அதாங்க கெமிஸ்ட்ரி!) அமுதனைத் தனியே அழைத்த அத்தி, "என்ன அமுதா? ஆத்யா உன்னை அவாய்ட் பண்றது கஷ்டமாயிருக்கா?" என்று கேட்டதும் சற்று வெடவெடத்துப்போனான் அமுதன். "இல்லை அத்தி... அது..." என்று தடுமாற,

"மச்சி உன் மனசு ரெண்டு பக்கமும் தத்தளிக்குது. நீ ஹிருவைத் தான் இன்னும் விரும்பறதா நினைக்கிற, ஆனா ஹிருத்தியா உன் மனசுல இருந்து எப்பவோ போயிட்டா. அதுக்காக அவளை நீ மறந்துட்டேனு நான் சொல்லல... எப்படிச் சொல்ல? சில விஷயம் நமக்கு ரொம்ப பிடிக்கும். ஆனா அது நமக்கு கிடைக்கலைனு தெரிஞ்சதும் நாம நம்ம மனசை சமாதானம் செஞ்சிப்போம் இல்ல? அப்படித்தான். அதுக்காக அதே விஷயம் திரும்ப நமக்கு கிடைச்சா நாம வேண்டாம்னு எல்லாம் சொல்ல மாட்டோம். ஆனா அப்படி ஈஸியா ஏன் கஷ்டமாவும் எல்லாம் கிடைக்காது. அதுபோல தான் ஹிருத்தியா உனக்கு. புரியுதா? நீ அவள் இல்லாம வாழ பழகிட்ட. ஆனா உன் மனசு இன்னும் முழுசா வெளிய வரல. இப்போ உனக்கு அந்த இம்பேக்ட் அந்த ஃபீல் எல்லாம் அப்படியே ஆத்யா மேல் திரும்பி இருக்கு. எப்படிச் சொல்ல நீ ரொம்ப குழம்பிய மனநிலையில் இருக்க. இப்போ அவ உன்னை அவாய்ட் பண்றதும் உன்னால பொறுத்துக்க முடியல. அதுவே அவ உன்னை நெருங்கி வந்தா நீ விலகிப் போயிடுவ.கரெக்ட்டா?" என்று அவள் அமுதனைப் பார்க்க, அவனோ ஆச்சரியம் கொண்டான். "எப்படி அத்தி?"

"இதுக்கு ஒரே வழி, தீர்வு எல்லாம் காலம் மட்டும் தான். எஸ் டைம் ஹீல்ஸ் எவெரிதிங். (காலம் அனைத்தையும்

மாற்றும்).நீ இப்படிக் குழப்பத்துல இருந்தா நிச்சயம் நம்மால் வேலையில கவனம் செலுத்த முடியாது..." என்றதும் தெளிந்தவனாக, "தேங்க்ஸ் அத்தி. தேங் யூ. இன்னும் ஒரு விஷயம் தெளிவா சொல்லனும்னா எங்க நான் ஆத்யாவை லவ் பண்ணிடுவேனோனு எனக்கு பயமா இருக்கு அத்தி, எனக்குப் புரியல அத்தி. ஆத்யாவை நான் லவ் பண்ணா அப்போ ஹிரு மேல எனக்கிருந்தது என்ன? ஹிருத்தியா இல்லைங்கறதும் வலிக்குது. அதேநேரம் ஆத்யா என்னை அவாய்ட் பண்றதும் ஒரு மாதிரி இருக்கு..." என்றான்.

"கொஞ்சம் ரெஸ்ட் எடுக்கறதுனா எடு. நாளையிலிருந்து நமக்கு நிறைய வேலையிருக்கு சோ..." என்றவள், "காலம் நிச்சயம் எல்லாத்துக்கும் ஒரு விடை கொடுக்கும்" என்று சொல்லிவிட்டு அங்கிருந்து கிளம்பினாள்.

கார்த்தி ஸ்ருஷ்டியின் வீட்டிற்கே சென்று அவள் அன்னையிடமும் அவள் வீட்டுப் பெண்களிடமும் மெனுவை கேட்டு எதெது எப்படிச் செய்யவேண்டும் என்றும் அறிந்துகொண்டான். கார்த்தி தான் தங்கள் விழாவிற்கு சமைக்கப் போகிறான் என்றதும் அவர்களும் ஆச்சரியம் கொண்டனர். கார்த்தி ஸ்டார் ஹோட்டலில் வேலை செய்தான் என்பது வரை எல்லோரும் அறிந்தது தான். இருந்தும் நம்ம வீட்டுப்பையன் எப்படிச் சமைப்பானோ என்று அறிய அவர்கள் ஆவலாக இருந்தனர்.

அன்று ஆருஷியின் எங்கேஜிமென்ட் தினம். விழா வெகு விமர்சையாக நடந்துகொண்டிருந்தது. அமுதன், கார்த்தி, கண்ணையன், ரூபன், அத்தி மற்றும் அவர்கள் கேன்டீனுக்கு சேர்ந்திருந்த ஆட்கள் ஆகியோரைக்கொண்டு உணவைத் தயார் செய்தனர். அவ்விழாவிற்கு கார்த்தியின் பெற்றோரும் வந்தார்கள். அதுவரை கார்த்தி தான் சமைக்கிறான் என்று அவர்களுக்குத் தெரியாது. காலை உணவை உட்கொண்டவர்களுக்கே உணவின் சுவை பிடித்திருக்க மதியம் விருந்து தடபுடலாகத் தயாரானது. ஸ்டார்ட்டர்ஸாக தக்காளி சூப் மற்றும் பாசிப்பருப்பு

சூப் ஆகியவற்றை சமைத்தனர். ஸ்னேக்ஸ் ஐட்டமாக கார்ன் பக்கோடா மற்றும் கேப்ஸிகம் ரிங்க்ஸ் ஆகியவற்றை செய்தனர். (சோளபக்கோடா மற்றும் குடைமிளகாய் சீவி சிப்ஸ் போல) கோதுமை, பருப்பு, காய்கறிகள் ஆகியவற்றை இணைத்து ஒரு கிச்சடி போல் (அவர்களின் பாரம்பரிய உணவு) ஆகியவற்றையும் செய்தனர். இதோடு அவர்களின் மற்றொரு உணவான baked layered coconut rice செய்து அதற்குத் தொட்டுக்கொள்ள மசாலா கறியைச் செய்தனர். கூடவே அவர்களின் ட்ரேட்மார்க் பருப்பு வகைகளைக் கொண்டு செய்த க்ரேவியும் இருந்தது.(ஜெயின் வழக்க உணவுமுறை!)

உண்மையிலே அமுதன் அண்ட் கோவிற்கு இது பெரும் சவாலாகத் தான் இருந்தது. என்ன செய்ய? பெரும்பாலும் நான்-வெஜ் ஐட்டங்களும் குறைந்தபட்சம் இஞ்சி, பூண்டு உருளை போன்ற காய்கறிகளை வைத்து சமைத்து பழகியவர்களுக்கு இவையேதுமில்லாமல் புதியதாகச் செய்வது அதிக சிரமத்தையே கொடுத்தது. ஆனாலும் கார்த்தி ஏற்கனவே ஸ்ருஷ்டியின் அன்னையிடம் கேட்டுப்பெற்ற ஆலோசனையில் அனைத்தையும் சிறப்பாகவே செய்திருந்தனர். அவர்கள் குடும்பத்தைத் தாண்டி வெளியாட்கள் என்று சிலரே இருந்தனர்.அவர்களுக்கும் அந்த உணவு வகைகள் அவ்வளவு பிடித்திருந்தது.

பரந்தாமனோ சாப்பிடும் வரை தன் மகன் தான் இதைச் சமைத்தான் என்று அறியவில்லை. அப்போது தான் வெளியே தென்பட்ட மகனைக் கண்டவர் ஆச்சரியப் படும் முன்னே நம்பியின் தந்தையும் சித்தப்பாவும் கார்த்தியின் சமையலைப் பாராட்டினார்கள். எல்லோருக்கும் அவர்களின் அந்த நேர்த்தி பிடித்திருந்தது. சொன்ன நேரத்திற்கு சொன்ன உணவுகள் அனைத்தும் சுவையாகவே செய்துகொடுத்தனர்.

"கார்த்தி அண்ணா சமையல் எல்லாம் சூப்பர் போங்க..." என்றான் நம்பி.

"டேய் அண்ணானு கூப்பிட்ட அவ்வளவு தான்..." என்று கடுகடுத்தவன், தூரம் நின்ற ஸ்ருஷ்டியின் முக பாவங்களிலான

கிண்டல் மற்றும் கண்ணடிப்பு ஆகியவை அவனை சாந்தப்படுத்தியது. உண்மையில் அவ்வளவு சுவையான உணவுகளை பரந்தாமன் ஸ்டார் ஹோட்டலில் சாப்பிட்டு இருக்கிறார் தான். ஆனால் தன் மகனும் அவன் சகாக்களும் தான் இவற்றை செய்தனர் என்பதை இன்னும் அவர் மனம் நம்பவில்லை. அன்றைய தினம் வேறொரு விழா இருக்க, லெட்ஸ் செலிபிரேட்டை சேர்ந்த யாரும் இங்கு வரவில்லை. ஆயினும் விடாமல் நம்பி அவர்களை அழைக்க வேறுவழியின்றி சந்தீப்பும் ஆத்யாவும் வந்து தலையைக் காட்டினார்கள். அவர்களுக்கும் உணவு பிடித்து விட, " ஸ்வீட்டி உங்காளு கைப்பக்குவோம் சும்மா லைக்ஸ் அள்ளுது..." என்று அவள் காதில் கிசுகிசுத்தான். ஆத்யா அவனை முறைக்க ஏதும் அறியாதவனாய்ச் சாப்பிட்டு விட்டு அந்த 'கார்ன் பக்கோடா' மற்றும் 'கேப்ஸிகம் ரிங்க்ஸ்' ஆகியவற்றை மிதி, லவ், ஜாய்சன் ஆகியோருக்கு எடுத்தும் சென்றான்.

"டேய் ஏன்டா இப்படி மானத்தை வாங்குற?" என்று ஆத்யாவுக்கு,

"சோத்தைப் பார்க்கும் வரை தான் மானம் ரோஷம் எல்லாம். எவ்வளவு சூப்பரா இருக்கு. அதுமில்லாம நம்ம நம்பி தானே? எப்படியும் ஈவினிங் மீதியானாலும் அவங்க சாப்பிட மாட்டாங்க (ஜெயின் வழக்கம் அது!) சோ எதுக்கு வேஸ்ட்டா போகணும் சொல்லு? அண்ட் எல்லாத்துக்கும் மேல இந்த கேட்டரிங்கே நீ ஏற்பாடு செஞ்சது. 'என் தங்கம் என் உரிமை' மாதிரி இது என் சிப்ஸ் என் உரிமை" என்று சொல்லிச் சென்றான். அங்கிருந்து கிளம்பும் போது அத்தியைப் பார்த்து அவளது கட்டை விரலை தூக்கிக் காட்டிவிட்டுச் சென்றாள் ஆத்யா. பிறகு விழா நிறைவடைய அங்கிருந்த சாமான்களை எல்லாம் எடுத்துக்கொண்டு அமுதன் அண்ட் கோ விடைபெற்றனர். மறுநாள் திருமணம் இருந்ததால் ஆத்யா அண்ட் கோவால் அவர்கள் உணவைப் பற்றியக் கருத்தேதும் சொல்ல முடியவில்லை. ஆனாலும் மறுநாள் ஆபிஸ் வந்த அமுதன் அத்தியை அவ்வளவு புகழ்ந்து விட்டனர்.

நம்பியின் வீட்டைக் காட்டிலும் ஆருஷியின் கணவர் வீட்டினர் அனைவருக்கும் அவர்களின் உணவு பிடித்துவிட அட்வான்சாகவே அவர்களின் திருமணத்திற்கும் இவர்கள் தான் சமைக்க வேண்டும் என்று சொல்லிவிட்டனர். கூடவே கடந்த ஆறுமாதத்தில் அமுதன் அண்ட் கோ ஈட்டிய முதல் பெரிய பாராட்டாகவும் இது அமைந்தது. பாராட்டு மட்டுமின்றி அவர்களின் சமையலுக்கு ஒரு தொகையை சம்பளமாகவும் பெற்றனர்.இதைப்பற்றியச் செய்தி மணிக்கும் வந்து சேர்ந்தது. இப்போது அவனுக்கு அமுதன் அண்ட் கோவின் மீது ஒரு சொல்லமுடியாத போட்டியும் பொறாமையும் உண்டானது. போதாக்குறைக்கு let's celebrate முழுவதும் அவர்களின் சமையல் புகழ் பரவ மணியால் அதைப் பொறுத்துக்கொள்ள முடியவில்லை.இனி அமுது கேட்டரிங்கை லெட்ஸ் செலிப்ரேட்டுடன் சேர்க்கக் கூடாது என்று தீர்மானித்தான்.

அதன் பின் வந்த நாட்கள் அனைத்தும் விரைவாகவே கடந்தது. அங்கே தங்களின் கடையை எவ்வாறு மாற்றம் செய்யவேண்டும் என்று விரும்பினார்களோ அவ்வாறே மாற்றம் செய்திருந்தனர். பெரும்பாலும் காலேஜ் கேன்டீனில் உணவுகளைக் காட்டிலும் நொறுக்குத் தீனிகள் தான் அதிகம் வியாபாரமாகும். அது சற்று பெரிய இடமாகவும் இருந்தது. ஒரே நேரத்தில் பெரிய இன்வெஸ்ட்மென்ட்டாகவே அதில் இறங்கினார்கள்.அதாவது பேக்கரி ஐட்டம்ஸ் (பப்ஸ், கேக் கூல்ட்ரின்க்ஸ், ஸ்டேஷனரிஸ் உட்பட) அனைத்தும் அதில் இருந்தது. அந்த ஞாயிறும் வந்தது. விடிந்தால் கேன்டீன் திறப்பு விழா என்றதால் ஆத்யாவை அழைத்து அனைத்தையும் காட்டினார்கள்.

இதற்கிடையில் ஆத்யாவின் சமீபத்திய மாற்றங்கள் மீண்டும் லஷ்மிக்கு கவலையைக் கொடுக்க அன்று எப்படியேனும் அமுதனிடம் பேசி விட வேண்டும் என்று எண்ணியவராய் அமுதனை அழைத்தார். அதற்குள் சந்தீப்பும் அமுதனைப் பற்றி அனைத்தையும் தெரிந்திருந்தான்.அவன் காதலித்த ஹிருதியாவிற்கு இன்னும் இரண்டு மாதத்தில் திருமணம் என்றும் இந்த விஷயத்தைத் தான் ஆத்யா தவறாகத்

தெரிந்துகொண்டுள்ளாள் என்றும் சந்தீப்பிற்குப் புரிந்தது. ஆனால் அமுதனின் தற்போதைய நிலையை அறிய அமுதனிடமே பேசி தெரிந்துகொள்ள முனைந்தான்.

அன்றைய சமையலுக்குப் பிறகு ஸ்ருஷ்டியின் வீட்டில் கார்த்தியைப் பற்றிப் பெருமையாகப் பேசியதெல்லாம் அவளுக்கு அதிக நம்பிக்கையைத் தந்தது.அதை கார்த்தியிடமும் அவள் தெரியப்படுத்திவிட்டாள். அத்திக்கும் பிரபாவிடமிருந்து அடிக்கடி வரும் அந்த அழைப்பு கடந்த சில தினங்களாக வராமல் இருக்க அது அவளுக்கு மேலும் உத்வேகம் தந்தது. ஆனால் பிரபாவிடமிருந்து வரும் அடுத்த அழைப்பு அவள் வாழ்வையே புரட்டிப் போடும் என்று இப்போது அவள் அறியவில்லை. இதற்கிடையில் க்ரிஷின் ஆலோசனைகள் படி ஃபூட் பெஸ்டிவலுக்காகவும் அமுதன் அண்ட் கோ தங்களைத் தயார் செய்துகொண்டிருந்தனர். (சுவைக்கும்!)

* * * * * *

அத்தியாயம் - 16

மறுநாள் காலை கல்லூரி திறக்கப்பட புதிய அலங்காரங்களுடன் அமுது கேன்டீன் திறக்கப்பட்டது. அத்தி கல்லாவில் அமர அமுதன், ரூபன், கார்த்தி, கண்ணையன் ஆகியோர் கேன்டீன் வேலைகளைச் செய்துகொண்டிருந்தனர். முதல் நாள் என்பதால் அதிகளவில் எதையும் செய்யாமல் குறைவாகவே செய்திருந்தனர். காலை ஏழு மணிக்கே கேன்டீன் திறக்கப்பட நீண்ட நேரம் கழித்து ஒரு பெண் வந்து அங்கே சில ஸ்டேஷனரிஸ் வாங்கினாள். அவளிடம் பணம் வாங்கும் போதே அத்தி தாங்கள் முதன்முதலில் தொடங்கியிருக்கும் தொழில் என்றும் அதனால் வாழ்த்தியபடி பணம் தரச்சொல்லி வேண்ட அந்தப் பெண் சற்று சங்கூஜப்பட்டாலும் தன் மனதில் இவர்கள் வளரவேண்டும் என்று வாழ்த்தி முதல் போனியைச் செய்தாள். எல்லாக் கல்லூரி வளாகம் போல பத்தேகாலுக்கு வந்த பிரேக்கில் மொத்த மாணவர்களும் அவர்களின் கேன்டீனை படையெடுத்தனர். பஃஸ், கூல்ட்ரிங்க்ஸ் என்று வாங்கினார்கள். சிலர் அவற்றின் சுவைகளைப் பாராட்டவும் செய்தனர். ஏனோ அமுதனுடன் பேசாவிடினும் ஆத்யா அவனுக்கு ஒரு வாழ்த்துச் செய்தியை வாட்சப்பில் அனுப்பியிருந்தாள். காலையிலே அவன் தந்தை, தங்கை ஏன் அன்னை உட்பட எல்லோரும் வாழ்த்தியிருந்தும் ஏதோ ஒன்று குறைவதாகவே நினைத்தவன், இப்போது அந்தக் குறை நீங்கியதாக உணர்ந்தான். இதே விஷயம் கார்த்திக்கும் நடந்தது. காலையிலே அவன் அன்னையிடம் இன்றைய தினத்தைப் பற்றித் தெரியப்படுத்த அவனை ஆசிர்வதித்து அனுப்பினார் அவர். ஆனால் ஜட்ஜ் ஐயா அவனை வாழ்ந்தாவிட்டாலும் மனதில் அவன் நலனுக்காகக் கடவுளை வேண்டினார். உண்மையிலே இவ்வளவு திறமை தன் மகனிடம் இருக்கிறதா என்று யோசித்தவர் பிறகு ஏன் பார்த்துகொண்டிருந்த அந்த வேலையை விட்டான் என்று

கோவமும் கொண்டார். மேலும் இன்று ஒரு கேன்டீனை தானே நடத்தப்போகிறான் அதும் நண்பர்களோடு சேர்ந்து! இதில் என்ன பெரிய லாபம் பார்த்துவிட முடியும் என்ற கேள்விகள் அவருக்கு இருந்தாலும் இதுவரை தன்னுடைய மகனைப் பற்றி இருந்த கவலை சற்று குறைந்ததாகவே உணர்ந்தார். திறமை இருப்பவன் எங்கு சென்றாலும் பிழைத்துக்கொள்வான் என்று தீர்க்கமாக நம்பும் மனிதர் அவர். அவர் ஐயமெல்லாம் கார்த்தியின் திறன் மீது தான் இருந்தது. இப்போது அது விலகியிருந்தது. மேலும் அமுதன், கண்ணையன், ரூபன், அத்தி ஆகியோரைப் பற்றித் தெரிந்திருந்தாலும் அவர்களின் திறமையையும் இப்போது தான் இனம் கண்டுகொண்டார்.

எல்லோருக்கும் ஒரு புதிய வாழ்வு கிடைத்ததாக எண்ணம். என்ன செய்துகொண்டிருக்கிறாய் என்ற கேள்விக்கு தங்களிடம் பதிலில்லாமல் திரிந்தவர்களுக்கு இன்றொரு விடை கிடைத்துவிட்டது. மாலையில் சந்தீப்பை அழைத்த அமுதன் ஃப்ரீயாக இருந்தால் அவனை தங்கள் கேன்டீனுக்கு வரச்சொன்னான். அவனுக்கு ஆத்யாவை அழைக்க வேண்டும் என்று எண்ணம். ஆனால் ஆத்யாவை எப்படி அழைப்பதென்று தெரியாமல் சந்தீப்பை அழைத்தான். அவனின் அழைப்பை ஏற்றவன் தற்போது முடியாதென்றும் மாலையில் வருவதாகவும் உறுதியளிக்க அதன் பின் அவர்கள் வேலைகளைக் கவனித்தனர்.

இன்றைய தினம் ஒரு நிறைந்த முகூர்த்த தினம் என்பதால் லெட்ஸ் செலிபிரேட் (let's celebrate) முழுவதும் இன்று காலில் சக்கரங்களைக் கட்டிக்கொண்டுத் திரிந்தது. மேலும் நாளை ஒரு கார்ப்பரேட் ஈவென்ட் இருப்பதாலும் அதிகமாக அலைந்தனர். இவ்வளவு வேலைகளின் காரணமாக தான் சந்தீப் அமுதனிடம் அவ்வாறு சொன்னான்.

கல்லூரி மாணவர்கள் மட்டுமில்லாமல் ஃபேகல்ட்டிஸ் (ஆசிரியர்கள்) கூட அங்கே விஜயம் செய்தனர். அவர்களில் ஒருவர் இவர்களின் இளமைத் தோற்றத்தைக் கண்டு இவர்களிடம்

விசாரிக்க தங்களின் தகுதிகளைச் சொன்னார்கள். அவருக்கோ ஆச்சரியமாக இருந்தது. அவர்களை வாழ்த்திவிட்டுச் சென்றார்.

"ஸ்வீட்டி ஃப்ரீயா?" என்றான் சந்தீப்.

"இல்லடா கொஞ்சம் வேலையிருக்கு. ஒரு வெப்சைட்டுக்கு கொஞ்சம் கன்டென்ட் எழுதித் தரணும். அதான் சர்ப் (surf - இணையத்தில் தேடுதல்) பண்ணிட்டு இருக்கேன். என்ன விஷயம்? எனிதிங் அர்ஜென்ட்? (ஏதாவது அவசரமா?)"

"இல்ல ஃப்ரீயா இருந்தா ஒரு டீயும் பஃஸும் சாப்பிட்டு வரலாம்னு கேட்டேன்..." என்றான்.

"அதுக்கெதுடா நாம போகணும்? ஆர்டர் பண்ணா உடனே வரப்போகுது" என்று சொன்னவள் தன்னுடைய செல்போனை எடுக்க,

"ஆது நீ ஏன் இப்படி அப்பட்டமா நடிக்கிற? உனக்கென்ன ஆஸ்கர் அவார்ட் தரப் போறாங்களோ?" என்றான் சந்தீப்.

"நான் என்ன பண்ணேன்? வேலை செஞ்சிட்டு இருந்தவளை நீதான் கூப்பிட்ட..." என்றவளை கையமர்த்தித் தடுத்தவன், "இப்போ என்கூட வர முடியுமா முடியாதா?" என்றதும் அவனோடு செல்ல ஆயத்தமானாள் ஆத்யா.

வண்டியை எடுத்தவன் அமுதனின் கேன்டீன் இருக்கும் கல்லூரி நோக்கிச் செல்ல ஆத்யாவுக்கு அனைத்தும் புரிந்தாலும் எதையும் வெளிக்காட்டாமல் அமர்ந்திருக்க அதைக் கண்ணாடியின் வழியில் கவனித்துக்கொண்டு தான் இருந்தான் சந்தீப்.

வண்டியை கல்லூரிக்குள் விட்டவன் அமுதனின் கேன்டீன் முன் நிறுத்தி இறங்கினான். அவர்களைக் கண்ட ரூபன் புன்னகைத்து வரவேற்க, அவர்கள் இருவரும் உள்ளே சென்றனர்.

"என்ன எல்லாம் முடிஞ்சதா?" என்ற சந்தீப்பிற்கு மறுப்பாகத் தலையசைத்து, "இருங்க வரேன்" என்றவன் உள்ளே நாளை

செய்யப்போகும் சமோசாவையும் கட்லெட்டையும் இன்று செய்து ட்ரையல் பார்த்துகொண்டிருந்த அமுதன் மற்றும் கார்த்தியிடம் சென்று ஆத்யா வந்திருப்பதாய்ச் சொல்லி அவற்றை எடுத்து வந்தான்.

"என்ன ப்ரோ? கட்லெட் எல்லாம் போடுறீங்க? இப்போவே எதுக்கு?" என்றவனுக்கு காரணத்தைத் தெரியப்படுத்தினான். அதற்குள் சூடாக இஞ்சி டீ வந்துவிட ஆத்யாவுக்குத் தலையசைத்தபடியே அதைப் பருகினான்.

இவர்களின் இந்த சைகைகளை கவனித்த அத்திக்கு, "இல்ல ஸ்வீட்டி தலைவலின்னு சொன்னா அதான் அவளை ஒரு ஸ்பெஷலான இடத்திற்குக் கூட்டிட்டுப் போறேன் வானு" சொல்லிக் கூட்டிவந்ததாக விளக்கமளித்தான்.

"நல்லா இருக்கா?" என்றவளுக்கு

"ரியலி அமேஜிங். எனக்கு இந்த கட்லெட் அவ்வளவு பிடிச்சு போயிடுச்சி. சோ யம்மி. பொதுவா கட்லெட்ல வெறும் உருளைக்கிழங்கைப் போட்டுத் தருவாங்க. நீங்க என்ன பச்சை பட்டாணி, பீன்ஸ் முட்டைகோஸ் காளி:.பிளவர் கேப்ஸிகம் எல்லாம் போட்டிருக்கீங்க? செம்மயா இருக்குத் தெரியுமா?" என்றவன் அடுத்தடுத்து இரண்டு கட்லெட்களை உள்ளே தள்ளினான்.

ஆத்யாவும் அவற்றை விரும்பி உண்டாள்.

"இப்படி பண்ணா கட்டுப்படி ஆகுமா?" என்றான் சந்தீப்.

"ஆக்சுவல்லி இப்போ செஞ்சு பார்க்குறோம். நாளைக்கு இந்த சைஸ் இருக்காது. இன்னும் சின்னதா இருக்கும். சோ பிரச்சனை இல்லை. செட் முப்பது ரூபாய்க்கு விற்கலாம்" என்றாள் அத்தி.

அவன் ரூபனோடும் அத்தியோடும் பேசிக்கொண்டிருக்க அப்போது அமுதன் மற்றும் கார்த்தி இருவரும் வெளியே வந்தனர். சந்தீப்பைப் பார்த்து புன்னகைத்தவன் அருகே இருந்த ஆத்யாவைப் பார்த்தான். அவளும் பெயருக்கு அமுதனைப் பார்த்துச் சிரித்தாள்.

பிறகு அனைவருமாக அமர்ந்து பேசியபடியே சாப்பிட சந்தீப்பிற்கு அழைப்பு வந்தது. அது லவ்விடமிருந்து தான். பின்ன மண்டபம் டெகரேஷனில் அவர்கள் அனைவரும் இருக்க இவன் மட்டும் இங்கே ஓபி அடிப்பதால் இந்த அழைப்பு அவனுக்கு வந்தது. பின்பு துரிதமாக எழுந்தவன், "ஓகே அமுதன் நான் கிளம்பனும் சும்மா பார்க்கலாம்னு வந்தேன். அண்ட் தேங்க்ஸ் பார் திஸ். இந்தாங்க" என்று பணம் எடுக்க அமுதன் அவனைத் தடுத்தான்.

"இல்ல அமுதன், நாங்க உண்மையிலே உங்க கேன்டீன் சாப்பிடத் தான் வந்தோம். சாப்பிட்டோம். இப்போ அதுக்கான பில் ப்ளீஸ்" என்று வற்புறுத்தியும் ரூபன் அத்தியும் சேர்ந்து மறுக்க, ஆத்யா சந்தீப்பை முறைத்தாள். "ஏய் அவங்க வாங்க மாட்டேங்குறாங்கடி நான் என்ன பண்ண?" என்று ஆத்யாவின் முறைப்பை உணர்ந்தவனாகத் தெரிவிக்க மீண்டும் லவ்விடமிருந்து அழைப்பு வர அவன் மண்டபத்திற்கு விரைந்தான். ஆத்யாவோ இப்படி தன்னை வம்படியாக இழுத்துவந்து இவ்வாறு தனியாக விட்டுச் சென்று விட்டானே என்று முறைக்க, அத்தி அமுதனை அழைத்து ஆத்யாவை டிராப் செய்ய சொல்லி எல்லோரையும் அழைத்துக்கொண்டு உள்ளே சென்றுவிட்டாள். பின்னே தாங்கள் இருந்தால் தானே அமுதன் மறுப்பான்? இப்போது அழைத்துச்சென்று தானே தீரவேண்டும் என்று எண்ணினாள்.

இருவரும் அமைதியாக நிற்க, அமுதன் கார்த்தியின் வண்டியை எடுக்க ஆத்யா எதுவும் பேசாமல் வந்து அமர்ந்தாள்.

உண்மையில் ஆத்யா தன்னை ஏன் இப்படி அவாய்ட் செய்கிறாள் என்று அமுதனுக்குப் புரியவேயில்லை. பின்னே நன்றாகப் பேசிக்கொண்டிருந்தவள், இன்னும் சொல்லப்போனால் அவளுக்கு தன்மீது ஒரு விருப்பம் இருக்கிறதென்றும் உணர்ந்தவனால் அவளின் இந்தப் பாராமுகத்தைச் சகித்துகொள்ள முடியவில்லை. எதுவும் பேசாமல் வண்டியில் பயணித்தவளின் வதனத்தை கண்ணாடியில் பார்த்தவன், "ஆத்யா உங்ககிட்ட நான் கொஞ்சம் பேசணும்... ஏன் என்னை

அவாய்ட் செய்றீங்க?" என்றதும் அவள் முகம் பல பாவங்களைத் தத்தெடுத்து இறுதியாக, "அப்படியெல்லாம் ஒன்னுமில்லை அமுதன். முன்னாடி எனக்கொரு குற்றயுணர்ச்சி இருந்தது. இப்போ அதில்லை. நான் ரொம்ப நார்மலா தான் இருக்கேன்" என்றாள்.

"வீட்டுக்குத் தானே?" என்றபடி வண்டியைத் திருப்ப முயல, "இல்லை அமுதன் என் வண்டி ஆபிஸ்ல இருக்கு. ஆபிஸ் போங்க" என்றாள். அப்போது தான் சரியாக அமுதனுக்கு லஷ்மியிடமிருந்து அழைப்பு வந்தது. எடுத்தவன் சற்று அதிர்ந்து, பிறகு பேசினான். அவர் அமுதனை வீட்டிற்கு அழைத்திருந்தார். "ஓகே அங்கிள்" என்றபடி ஆத்யாவின் அலுவலகத்தில் வண்டியை நிறுத்தியவன், "ஆத்யா அங்கிள் இப்போ எப்படி இருக்கார்? ஓகே தானே?" என்றான்.

அவள் உண்மையில் கடந்த இரண்டு நாட்களாக தந்தையைச் சரியாகவே கவனிக்கவில்லை. வேலைகளில் கொஞ்சம் மூழ்கிவிட்டாள். "நல்லா தான் இருக்காரு" அமுதன் என்று அவள் வாய் பதில் சொன்னாலும் கண்களில் அந்தப் படபடப்பு தெரிய, அதைப் புரிந்துகொண்டவன், " சரி வாங்க வீட்டுக்குப் போலாம். அங்கிள் என்னைக் கூப்பிட்டாரு" என்றதும் ஆத்யா குழம்பியபடியே சென்றாள்.

அமுதனை லஷ்மியிடம் பேசச்சொல்லிவிட்டு ஆத்யா ரெஃப்ரெஷ் ஆகவேண்டிச் சென்றுவிட, லஷ்மி அமுதனிடம் பேசினார்.

"சாரி அமுதன், ஆக்சுவல்லி நீங்க என்னை காலையில கேன்டீன் துவங்கியதிற்கு இன்வைட் பண்ணியிருந்தீங்க. நானும் ரெடி ஆக தான் நினைத்தேன் என்னமோ உடம்பெல்லாம் ஒரே சோர்வாக இருந்ததா அப்படியே ரெஸ்ட் எடுத்துட்டேன். ஆமாம் ஆத்யா வந்தா தானே?" என்றதும் சற்றுமுன் நடந்ததை எல்லாம் தெரியப்படுத்தினான் அமுதன். உண்மையில் லஷ்மிக்கு அதைக் கேட்டதும் கோவம் தான் வந்தது. பின்னே காலையில் தன்னால் முடியவில்லை என்றதும் ஆத்யாவை

அங்கே சென்றுவருமாறு கட்டளையிட்டிருந்தார் அவர். ஆனால் ஆத்யா அங்கே சொல்லாததை நினைத்து கோவம் கொண்டவர் யோசனையில் இருக்க அதை உணர்ந்தவனாக, "விடுங்க அங்கிள் ஏதாவது வேலையிருந்திருக்கும்..." என்றான்.

ஆத்யாவின் குணமிது தான். அவளுக்கு ஒரு செயலோ இல்லை நபர் மீதோ கோவமிருந்தால் இப்படி ஒதுங்கிக் கொள்வாள். பின்னே கடந்த சில நாட்களாக மகள் ஏன் இப்படி நடந்துகொள்கிறாள் என்று அறியாமல் இருந்தவருக்கு சந்தீப்பின் மூலமாக எல்லாம் தெரியவந்தது. மெதுவாக அமுதனின் குடும்பம் மீது பேச்சைத் திருப்பினார். அவனும் அவன் குடும்பத்தைப் பற்றித் தெரியப்படுத்த அடுத்த என்ன பேசுவது என்று யோசித்தவர்,

"ஓகே அமுதன். நான் உங்க கிட்ட கொஞ்ச நாளாவே சில விஷயங்களைப் பேசணும்னு நெனச்சிட்டு இருந்தேன். சந்தர்ப்பமே கிடைக்கல. இப்போ என் மனசுல இருப்பதைச் சொல்லிடுறேன். தப்பா இருந்தா மன்னிச்சிக்கோங்க" என்றவர், "ஆத்யா உங்களை விரும்புறா அமுதன். உங்களுக்கு அது தெரியுமோ தெரியாதோ ஆனா எனக்கு நல்லா தெரியுது. அவ உங்களின்பால் ஈர்க்கப்பட்டிருக்கிறாள். இன்னைக்கு நேற்றில்லை உங்களைப் பார்த்த நாளிலிருந்து இது நடக்குது. ஆனா அவளே இப்போ ஒரு அனுமானதுக்கு வந்து உங்களை அவாய்டும் செய்கிறாள். உங்களுக்கு இதெல்லாம் தெரியுமா? " என்றாவர் எப்படியும் அமுதனுக்கு இதெல்லாம் தெரிந்திருக்காது என்ற நம்பிக்கையில் சொல்ல,

மாறாக அவனோ, " தெரியும்" என்னும் ஒற்றை வார்த்தையில் அவருக்குப் பெரிய அதிர்ச்சியைத் தந்தான்.

"ஆத்யா என்னைப் பார்க்கும் போதெல்லாம் ஏன் எங்களுடைய முதல் மீட்டிங்கில் இருந்தே, அவங்க கண்ல என்மேல அவங்களுக்கு இருக்கும் காதலையும் விருப்பத்தையும் நான் உணர்த்துக்கிட்டேன். இப்போல்லாம் எங்கே என் கண்ணைச் சந்திக்க நேர்ந்தால் எங்க அவங்க எனக்காகப் போட்டிருக்கும்

இந்தப் போலியான கோவம் இல்லை ஒதுக்கம் இல்லை அதைத்தாண்டிய அவங்க வலி இதெல்லாம் எனக்குத் தெரிஞ்சிடுமோனு என் கண்ணைப் பார்த்து ஏன் என் கிட்டப் பேசுறதையே அவாய்ட் பண்ணிகிட்டாங்க. ஐ நோ. ஐ கேன் ஃபீல் இட். ஆனா ஏன்னு தான் எனக்குத் தெரியல" என்று நிறுத்தினான்.

"ரொம்ப நல்லது அமுதன். இவ்வளவு தெரிஞ்ச நீங்களாவது ஏன் இதுக்கொரு முடிவு சொல்லக் கூடாது? சொல்லுங்க என்ன பண்ணலாம்?" என்றார் அவர்.

"ஆனா என்னை அவாய்ட் பண்றதுக்கான காரணம் என்ன?" என்றான் அமுதன்.

"என்ன அமுதன்? நீங்களே எல்லாம் சொல்லிட்டு இப்போ திரும்பவும் என்கிட்டயே கேள்வி கேட்கறீங்க? நீங்க உங்க மாமா பொண்ணு ஹிருத்தியாவைத் தான் விரும்பறீங்கன்னு தெரிஞ்ச பிறகும் எப்படி அமுதன் ஆத்யா உங்க கிட்ட நெருங்கி பழகுவா? அவ கொஞ்சம் அழுத்தக்காரி. அவளோட அம்மா மாதிரி. மனசுல இருப்பதை யார்கிட்டயும் சொல்ல மாட்டா. கூடவே எப்போதும் அவளை பலவீனமா காட்டிக்க அவளுக்குப் பிடிக்காது. சின்ன வயசுலையே யார் முன்னாடியும் அழமாட்டா. அதிக வைராக்கியம் கொண்டவ. அவளைத் தப்பு சொல்லக் கூடாது. நான் தான் அவளை அப்படி வளர்த்தேன். வீட்ல இருக்கும் போட்டோஸ் பார்த்தாவே உங்களுக்குத் தெரியுமே? நான் என்னைக்குமே அவளை ஒரு பெண்ணா வளர்த்தவில்லை. ஐ மீன் ஒரு பெண் இப்படித் தான் இருக்கணும்னு இங்க நிறைய கற்பிதங்கள் இருக்கு இல்ல? அது எதிலும் அவ இருக்க மாட்டா. அவளால் நாட்டியமும் ஆட முடியும் கராத்தேவும் செய்ய முடியும். ஏன் அவ ராயல் என்பீல்ட் ஓட்டும் போதே உங்களுக்குத் தெரிஞ்சிருக்குமே?"

"என் பூர்வீகம் கேரளாவுல பாலக்காடு பக்கம். ஆனா காலேஜ் படிச்சதெல்லாமே கோவைல தான். அப்றோம் இங்கேயே வேலைக்கும் சேர்ந்தேன். பேங்க்ல க்ளெர்கா சேர்ந்தவன்

படிப்படியா முன்னேறி மேனேஜரா ரிட்டையர் ஆனேன். ஆத்யாவோட அம்மாவை என்னோட காலேஜ்ல பார்த்தேன். லவ் மேரேஜ் தான். வீட்ல ஒத்துக்கல. வீட்டை விட்டு வெளிய வந்துட்டோம். ரெண்டு வருஷம் கழித்து ஆத்யா பிறந்தா. அப்போவே அவ அம்மாவை இழந்தேன். வீட்டை விட்டு வந்ததால ரெண்டு வீட்டு சைடும் சப்போர்ட் இல்ல. தனியாவே ஆத்யாவை வளர்த்தேன்..."

"அப்றோம் எங்க உலகமே இவ்வளவு தான். சோ எனக்கு அப்போயிருந்தே ஒரு பயம். நாளைக்கு எனக்கேதாவது ஆச்சுன்னா ஆத்யா மட்டும் தான் தனியா இருக்கவேண்டிய சூழ்நிலை வரலாம். அதுக்கு ஆத்யா தயாரா இருக்கணும்னு தான் அவளை இப்படி வளர்த்தேன். ரொம்ப வருஷம் என் பிறந்த வீட்டோட தொடர்பே இல்லாம இருந்தேன். கொஞ்ச வருஷத்துக்கு முன்னாடி என் அக்கா குடும்பம் என் கூடத் திரும்பவும் பேச ஆரமிச்சாங்க. அவங்க பையனுக்கு ஆத்யாவைக் கேட்டாங்க. நான் எந்த விதத்துலையும் ஆத்யாவை நிர்பந்திக்கல. அவளை மீட் பண்ணச் சொன்னேன். பார்த்தாங்க பேசுனாங்க. பிடிச்சது. எங்கேஜ்மென்ட் வரை எல்லாம் நல்லா நடந்தது. அப்போ தான் மாப்பிள்ளைக்கு டெல்லில ட்ரான்ஸ்பெர் ஆச்சு. அதெல்லாம் வேண்டாம் இங்கேயே கோவைல செட்டில் ஆகுறதுனா இல்லை பாலகாட்லனா ஓகேனு சொன்னா. அப்படியே பேச்சு வளர்ந்தது. கல்யாணம் ஆனா பொண்ணு பையன் கூடத்தானே இருக்கணும்னு என் அக்கா சொல்ல, என் அப்பாக்கு யாருமில்லை அவர் கூடவே தான் நான் இருப்பேன்னு இவ பதில் பேச, பேச்சு எங்கெங்கோ போய் இறுதியா ஒரு பெண்ணை நான் சரியா வளர்க்கவில்லைனு என் அக்கா சொன்னதும் எங்கேஜ்மென்ட்ட கால் ஆப் (நிறுத்துவது) பண்ணிட்டா. எஸ், சில விரும்ப தகாத வார்த்தைகளை என் அக்கா வீட்டுக்காரர் பேசிட்டார். பதிலுக்கு ஆத்யாவும் அவங்களைக் கண்டபடிப் பேசிட்டா. பட் இதெல்லாம் மீறி ஆத்யாவுக்கு அவனைப் பிடிச்சிருந்தது. அது எனக்குத் தெரியும். ஆனா எனக்காக அதை உதறித்தள்ளிட்டா.

இது நடந்து மூணு வருஷம் ஆகுது. இப்போ அவளுக்கு இருபத்தி ஐஞ்சாவுது. இந்த மூணு வருஷத்துல அவளோட கோவம் பிடிவாதம் எல்லாத்தையும் அவளோட வேலையில காட்டினாள். அதுக்கப்றோம் அவளோட தலைமையில் உருவானது தான் இந்த lets celebrate. இவ குழுவாக சேர்ந்தே இருபத்தி அஞ்சுக்கும் மேற்பட்ட கல்யாணத்தை நடத்திட்டா, ஆனா இவளோட மேரேஜ் பத்தி மட்டும் பேசவேயில்லை. எங்க கடைசி வரை இதே வீம்போடவும் பிடிவாதத்தோடவும் இருந்திடுவாளோனு நெனச்சு நான் கவலப்பட்டப் போது தான் அவ வாழ்க்கையில நீங்க வந்தீங்க அமுதன்."

"அந்தப் பையனைக்கூட என்னோட அக்கா பையனும்னு நான் ஆசைப்பட்டேனும் தான் சம்மதம் சொல்லியிருப்பா. அதை என்னால உறுதியா சொல்ல முடியும். யா அவளுக்கு அவனைப் பிடிச்சும் இருந்திருக்கலாம். ஆனா அவளா மனசார ஒருத்தரை தேடி விரும்புனதெல்லாம் நீங்க மட்டும் தான் அமுதன். உங்களைப் பற்றி நான் உங்களைப் பார்ப்பதற்கு முன்பே தெரிஞ்சிகிட்டேன்.சந்தீப் சொன்னான். எனக்கு உங்களை மீட் பண்ணனும்னு ஆசை. டூ மை சர்ப்ரைஸ் (என்னோட ஆச்சரியத்துக்கு) அன்னைக்கு நீங்களே வீடு தேடி வந்தீங்க. நான் கேட்காமலே எந்த ஈகோவும் இல்லாம எனக்கு உணவு சமைச்சு கொடுத்தீங்க.எனக்கும் உங்களை ரொம்ப பிடிச்சது. பார்த்துட்டு இருந்த வேலையை விட்டுட்டு துணிஞ்சு ஒரு முடிவெடுத்திருக்கீங்க. உங்க குணம் எல்லாமே எனக்குப் பிடிச்சது. அன்னைக்கு உங்க கிட்ட இதைப்பற்றிப் பேசலாம்னு தான் உங்களைப் பற்றியே யோசிச்சிட்டு வந்தேன். வழியில மயங்கிட்டேன். அப்புறோம் தான் உங்க பாஸ்டை பற்றியும் உங்க லவ்வை பற்றியும் எனக்குத் தெரியவந்தது. எனக்குள்ள ஒரு நெருடல். சரி நானும் என் பொண்ணு மாதிரியே சம்மந்தப்பட்டவங்க கிட்ட கேட்டு தெரிஞ்சுக்காம நானா யூகம் செஞ்சிக்கக் கூடாதில்லை? அதான் உங்களை நேரா கூப்பிட்டுப் பேசிட்டேன்."

"இனி நீங்க தான் உங்க முடிவைச் சொல்லணும் அமுதன். நீங்க சொல்றதை வெச்சு தான் நான் ஒரு முடிவுக்கு வர முடியும். அண்ட் உங்களுக்கும் ஆத்யாவைப் பிடிச்சிருக்கானு?..." என்று நிறுத்தினார். (சுவைக்கும்!)

* * * * * *

அத்தியாயம் - 17

சிறிது நேரம் அமைதி காத்தான் அமுதன். பின்னே அவன் இதை எதிர்பார்க்கவில்லையே! அதும் லஷ்மி அவர்களிடமிருந்து இவ்வளவு வெளிப்படையானப் பேச்சு அவனுக்கு சற்று அசௌகரியத்தைத் தான் கொடுத்தது. ஆனால் அவனுக்கு எதிரில் அவன் பதிலை எதிர்பார்த்தபடியே அமர்ந்திருந்தார் லஷ்மி. உண்மையில் அவனால் ஒரு தெளிவான முடிவை எடுக்கமுடியவில்லை. ஆத்யாவை வேண்டாம் என்றும் சொல்லமுடியாமல் வேண்டும் என்றும் கேட்க முடியாமல் தவிக்கிறான்.

"ஓகே அங்கிள். நீங்க எல்லாத்தையும் வெளிப்படையாகவே பேசிட்டீங்க. இப்போ நானும் கொஞ்சம் பேசணும். எங்க குடும்பம் கொஞ்சம் பாரம்பரிய மிக்க ஒரு குடும்பம். காலங்காலமா செட்டிநாட்டு அரண்மனையில் சமையல் செஞ்ச குடும்பம். சமையல் தான் எங்க குடும்பத்தோட அடையாளம்..."

"எனக்குத் தெரியும் அமுதன்..." என்று தொடர வந்தவரைச் சற்று அமைதிக்காக்கச் சொன்னவன், "நான் பேசிடுறேன் அங்கிள் ப்ளீஸ். நாங்க மிடில் க்ளாஸ் குடும்பம் தான். என் அப்பா பிழைக்க வழித் தேடி என் தாத்தா வீட்டுக்கு வந்தவர். சமையல் எங்க பாரமப்பரியம் என்பதாலோ என்னவோ சின்னவயசுலே இருந்தே எனக்கும் சமையல்னா தான் விருப்பம். நான் எனக்கு நினைவு தெரிஞ்சதில் இருந்து ஆசைப்பட்டது எல்லாம் ரெண்டே விஷயம் தான். ஒன்னு சமையல் இன்னொன்னு ஹிருத்தியா. என் வாழ்க்கையில ஒரு இக்கட்டான சூழ்நிலை வந்தது. நான் மேல சொன்ன என் ரெண்டு ஆசைகளில் ஒன்னுக்காக இன்னொன்ன தியாகம் செய்யவேண்டிய சூழ்நிலை. எப்படியாவது ரெண்டையும் என் வசப்படுத்த முடியுமான்னு என்னால முடிஞ்ச அளவுக்கு முயற்சி செஞ்சேன். இன்னைக்கு நான் சமையலுக்காக

ஹிருத்தியாவை மிஸ் பண்ணிட்டேன். வெளியில் சிரிக்கிறேன் இல்ல ரொம்ப நார்மலா இருப்பதாய் என்னைக் காட்டிக்கிறேன். ஆனா உள்ளுக்குள் நான் படும் கஷ்டம் நான் தான் அறிவேன். உங்களுக்கு இன்னொன்னு தெரியுமா? இதனால என் அம்மா என்கிட்ட இந்த ஆறுமாசமா சரியா பேசுறதும் கூட இல்லை. அவங்களுக்கு அவங்க தம்பி பெண்ணை நான் வேண்டாம்னு சொல்லிட்டேனு கோவம். எல்லோரையும் போல நான் ஏன் என்ஜினீயரோ, டாக்டரோ இல்ல லாயரோ ஆகலைனு கோவம். எல்லாவற்றுக்கும் மேல நான் mba படிச்சிருந்தா அவங்களோட ரெண்டு ஆசையும் நிறைவேறியிருக்கும்னு நினைக்கிறாங்க. இப்போ பார்த்துட்டு இருந்த வேலையையும் விட்டுட்டு இப்படி சும்மா இருக்கேனு கோவம். இப்போ எதுக்கு இதெல்லாம் சொல்றேன்னா, எனக்கு தற்சமயம் நிறைய கடமைகள் இருக்கு அங்கிள். நான் சம்பாதிக்கணும். என் அம்மாவைச் சமாதானம் செய்யணும். என்னை நம்பி என் கூட இருக்கும் எல்லோரும் நல்ல நிலைக்குப் போகணும். அங்கிள் நீங்க வேலை செஞ்சு முடிச்சு இப்போ ரிட்டையர் ஆகி ரெஸ்ட் எடுக்கறீங்க. ஆனா என் அப்பா எனக்குத் தெரிஞ்சு அவரோட பதினாறு பதினேழு வயசுல இருந்து உழைக்கிறார். இப்போவும் அதே தான் செய்யுறார். அவருக்கு ஒரே ஒரு ஆசை தான் அங்கிள், அவருக்கு அப்புறோம் இந்தச் சமையலை நான் அடுத்த தலைமுறைக்கும் கொண்டு போகணும்னு எண்ணம். அது அவரோட ஆசை மட்டுமில்லை அவரோட மாமா அதாவது என் தாத்தாவோட ஆசையும் கூட. எனக்கொரு தங்கை இருக்கா. அவளுக்கு நான் ஒரு அண்ணனா நிறைய செய்யணும். இப்படி என்னைச் சுற்றி நிறைய பொறுப்புகள் கடமைகள் ஏன் நிர்பந்தங்கள் கூட இருக்கு..." என்றவன் இடைவெளி விட்டுத் தொடர்ந்தான்,

"இப்போ தான் நாங்க ஒரு கேன்டீன் தொடங்கியிருக்கோம். நாங்க போக இன்னும் நிறைய தூரம் இருக்கு. உண்மையிலே எனக்கு என்ன பதில் சொல்றதுன்னு தெரியில அங்கிள்..." என்று நிறுத்தினான்.

அமுதனின் இந்தச் சுற்றி வளைத்த பதிலின் அர்த்தம் அவருக்கு விளங்கவில்லை. "ஓகே அமுதன், ஆத்யாவை உங்களுக்குப் பிடிக்கவில்லைங்கறதை நீங்க இப்படிச் சுற்றி வளைத்து சொல்றீங்கனு எடுத்துக்கலாமா?" என்றார்.

"நான் அப்படிச் சொல்லவேயில்லையே அங்கிள்? அண்ட் ஆத்யா மாதிரி ஒரு பெண்ணை யாராச்சும் பிடிக்கவில்லைனு சொல்லுவாங்களா என்ன? இங்க எல்லோரும் எதோ ஒரு தப்பு செய்யுறோம். நான் நீங்க உட்பட எல்லோரும்… ஆனா நாம செஞ்சது தப்புனு இங்க எத்தனை பேர் உணருறோம் சொல்லுங்க? அப்படியே நாம செஞ்சது தப்புனு உணர்ந்தாலும் நம்மில் எத்தனை பேர் அதைத் துணித்து சரிசெய்ய முயல்கிறோம்? உண்மையிலே சொல்றேன் அங்கிள், ஆத்யா இடத்துல நான் இருந்திருந்தா கூட இவ்வளவு முயற்சி எடுப்பேனானு எனக்குத் தெரியல. அதான் இருக்கவே இருக்கு சாரி. ஒரு சாரில நாம செஞ்ச தப்பு எல்லாம் சரியான மாதிரி நாம கடந்திடுவோம். ஆனா ஆத்யா அப்படிப் பண்ணல. உண்மையிலே அவங்களால் என்னவெல்லாம் முடியுமோ அதெல்லாம் செய்யுறாங்க. அவங்க செஞ்ச தப்பை எப்படியாவது சரி செய்யணும்னு நினைக்கிறாங்க. வாட்டவேர் மே பி தி ரீசன், ஒருவேளை என்னை அவங்க விரும்புகிறது கூட இதுக்குக் காரணமா இருக்கலாம். ஆனா அவங்க இதெதையும் சும்மா கடனுக்குச் செய்யல. இன்னைக்கு நம்மில் அநேக பேருக்கு இல்லாத குணமிது. ரொம்ப நல்லா வளர்த்திருக்கீங்க அங்கிள். இதுக்காகவே எனக்கு ஆத்யாவை ரொம்ப பிடிச்சிருக்கு. அண்ட் அவங்க தைரியம் அந்த போல்ட்நெஸ்… என்ன சொல்ல? அவங்க நேர்மை, ஃப்ரெண்ட்ஷிப்புக்கு அவங்க தர முக்கியம்துவம், ஒரு மகளா உங்க மேல அவங்களோட அன்புனு இப்படி அவங்களைப் பிடிக்க ஏன் அவங்களைப் பார்த்து வியக்கவும் எனக்குக் காரணம் பல இருக்கு. ஆனா இதைத் தாண்டி நீங்க எதிர்பார்க்கும் அந்தக் கேள்விக்கான விடை என்கிட்ட இப்போதைக்கு இல்ல அங்கிள். இப்பயும் நான் ஆத்யாவுக்கு நோ சொல்லல. என்கிட்டத் தான் அதற்கான பதில் இல்லை அங்கிள். இப்போதைக்கு எனக்கு

என் கேரீர் தான் முக்கியம். ஹோப் யூ அண்டர்ஸ்டாண்ட்..." என்று கமல் போல் சுற்றிவளைத்து பதிலளித்தான்.

"சாரி அமுதன் உங்களை எதாவது கஷ்டப்படுத்தும் மாதிரி..." என்றவருக்கு ஒரு புன்னகையை பதிலளித்தவன், " நான் தான் அங்கிள் உங்ககிட்ட சாரி சொல்லணும். என்னுடைய இந்தப் பதில் நிச்சயம் உங்களுக்கு ஒரு நிறைவைத் தந்திருக்காதுனு எனக்குத் தெரியும். இருந்தும் என்னோட சூழ்நிலை அப்படி..."

"ஒருவேளை ஆத்யா உங்களுக்காகக் காத்திருந்தா ஏதேனும் வாய்ப்பிருக்கா அமுதன்?"

"என் சுயநலத்துக்காக ஆத்யாவைக் காத்திருக்கச் சொல்றது எந்த விதத்திலும் சரியில்லை அங்கிள்..."

"ஆனா உங்களோட பாதிப்புல இருந்து அவ்வளவு சீக்கிரம் ஆத்யாவால் வெளியே வரமுடியும்னு நினைக்கறீங்களா அமுதன்? உங்க ரெண்டு பேருக்கும் நிறைய டைம் இருக்கு அமுதன். அன்பார்சூனட்லீ என்கிட்டத் தான் அவ்வளவு டைம் இருக்குமான்னு தெரியில அமுதன்..."

"அங்கிள்?..."

"இல்ல அமுதன் உங்களை மிரட்டவோ இல்ல பிளாக் மெயில் பண்ணவோ நான் இதைச் சொல்லல. என் ஹெல்த் முன்ன மாதிரி இல்லை அமுதன். என்னாலே அதை உணர முடியுது. ஓகே நான் உங்களை டிஸ்டர்ப் பண்ணதுக்கு சாரி அமுதன். நீங்க உங்க வேலையைப் பாருங்க. தேங்க்ஸ் ஃபார் கம்மிங்..." என்று சொல்லும் போது ஆத்யா ரெஃப்ரெஷ் ஆகி அவர்கள் இருவருக்கும் காஃபீ மற்றும் ஸ்னேக்ஸ் கொண்டு வந்தாள்.

"சாரி அமுதன், கொஞ்சம் லேட் ஆகிடுச்சு..." என்றவள் அந்த ட்ரெவை அங்கே வைத்துவிட்டு அவளும் அமர்ந்தாள்.

வழக்கமாக இருக்கும் உற்சாகம் வடிந்து சற்று களையிழந்து காணப்படும் மகளின் வதனம் அவருக்கும் கவலையைத் தான் தந்தது. அவர்கள் இருவரையும் பார்க்கும் போது அமுதனுக்கும்

ஒரு வித குற்றவுணர்ச்சி தோன்றி மறைந்தது. பிறகு அங்கிருந்து வேகமாய் விடைபெற்றான் அமுதன்.

"என்ன பேசுனீங்க?" என்ற ஆத்யாவுக்கு சின்ன சிரிப்பைத் தந்தவர், "சும்மா டா பிசினெஸ் எல்லாம் எப்படிப் போகுதுனு பேசினோம்..." என்று சொல்லி அங்கிருந்து நகர்ந்தார் லஷ்மி. அவளுக்குத் தான் மாலை அமுதனை அவர் அழைக்கும் போதே எல்லாம் புரிந்ததே? எப்படியும் இன்னேரம் தந்தைக்கும் தன்னுடைய விருப்பம் புரிந்திருக்கும் என்றும் அதைப் பற்றிப் பேசவே அமுதனை இங்கே வரச்சொல்லியிருக்கிறார் என்றும் அவள் அறிந்தாள். ஒருவேளை அவர்கள் இருவர் முகமும் உற்சாகம் கொண்டிருந்தால் நன்றாக இருந்திருக்குமே என்று எண்ணி கலங்கினாள் ஆத்யா.

அமுதன் தற்போதும் இருவேறு மனநிலையில் இருக்கிறான். அன்று அத்தியிடம் அவன் என்னதான் மனம்விட்டுப் பேசினாலும் அவனுள் குழப்ப ரேகைகள் இன்னும் தொடர்கிறது. அவனது குழப்பங்களை மற்றவர்கள் கண்டாலும் எதையும் காணாதது போல் தங்கள் வேலையில் மும்முரமாக இருந்தனர். கேன்டீன் தொடங்கி இன்றோடு ஒருவாரம் கடந்திருந்தது. இந்தக் குறுகிய நாட்களிலே தங்கள் கேன்டீனுக்கு சில ரெகுலர் கஷ்டமெர்ஸை சம்பாதித்து இருந்தனர். கேன்டீனில் முன் பெரிய பழச்சாறு ஒன்றையும் நிறுவியிருந்தனர். மேலும் நான்கைந்து நாட்களுக்குப் பிறகு இரவு டிபன் ஐட்டங்களையும் தொடங்கியிருந்தனர். அதுவும் அந்தக் கல்லூரி மாணவர்களின் வேண்டுகோளுக்காகத் தான் செய்தனர். ஹாஸ்டெல் உணவு சரியில்லை என்றும் அதனால் இரவும் கேன்டீன் திறந்திருக்க வேண்டுமென்றும் அவர்கள் கேட்கவே அதையும் செய்தனர்.

முதல் நான்கு நாட்களைக் காட்டிலும் அடுத்த இரண்டு நாட்கள் நல்ல வருமானம் வந்திருந்தது. ஞாயிறு அன்றும் பாதி நேரம் திறந்தனர். இருந்தும் ஞாயிற்றுக் கிழமைகளில் கேன்டீனை நடத்துவதில் அமுதனுக்கே விருப்பமில்லை. பின்னே

எல்லோருக்கும் வாரம் ஒரு நாளேனும் விடுமுறை வேண்டும் அல்லவா? மொத்தமாக ஒரு மாதத்திற்கான வருமானத்தைக் கணக்கிட அவர்கள் இதுவரை அந்த கேன்டீனில் ஈட்டியதை எல்லாம் செலவு செய்யாமலே இருந்தனர். மறுவாரமும் இனிதே தொடங்கியது. இன்றோடு ஆத்யாவைப் பார்த்து ஒரு வாரம் ஆகிறது. அமுதனுக்கு என்னவோ போல் தான் இருந்தது. அத்தியிடம் மட்டும் தினமும் ஒருமுறை அழைத்து கேன்டீன் எப்படிப் போகிறது என்று விசாரிப்பதை தன்னுடைய புது வழக்கமாகக் கொண்டாள் ஆத்யா.

இவர்கள் இருவரின் கண்ணாமூச்சி ஆட்டத்தில் அத்தி தான் இடையில் சிக்கிக்கொண்டாள். முதல் மாதம் முடியும் வரை யாரும் வீட்டிற்குப் போவதில்லை என்று சூளுரைத்திருந்தனர். அதனால் எல்லோரும் அவரவர் வீட்டில் பேசுவதோடு சரி. ரூபனின் வீட்டிலிருந்தும் தினமும் தவறாமல் அழைப்பு வந்துவிடும். அவனும் வழக்கம் போலவே பேசிவிடுவான். அமுதன் கண்ணையனுக்கும் அதுவே நிகழ்ந்தது. அத்திக்குத் தான் ஆச்சரியம் பிடிப்படவில்லை, பின்னே பிரபா தன்னை அழைத்து இன்றோடு ஒரு மாதத்திற்கும் மேல் ஆகிறது. அவள் திருந்திவிட்டாளா என்றும் கூட சந்தேகம் கொண்டாள் அத்திப்பூ. நாமாக எதற்கு வீணாக தலையைக் கொடுக்கவேண்டும் என்று பிரபாவை அழைக்கும் எண்ணத்தை அடியோடு கைவிட்டாள். பிரபாவின் மகனுக்கு ஆறு வயதாகிறது. அவனுக்கு சித்தி என்றால் ஞாபகம் இருக்கிறதா என்றே அத்திக்கு சந்தேகம். ஏனெனில் தன் தந்தை இருக்கும் போது அவனுடைய ஒரு வயதில் பார்த்தது. அதன் பிறகு அத்திப்பூவின் வாழ்க்கை முழுவதும் லேடிஸ் ஹாஸ்டெல் என்றானதால் அவனைக் கண்டதேயில்லை. ஓரிரு முறை அவனைப் பார்க்க முயற்சி செய்திருக்கிறாள் ஆனால் பிரபாவின் டார்ச்சரால் அவை எல்லாம் வீணாகிவிட்டது. பிரபா இவ்வளவு நெருக்கடிகளைத் தந்தும் அத்தி அமைதிக்காப்பது இந்த ஒரு காரணத்திற்காகத் தான். தனக்கென இருக்கும் ஒரே உறவு பிரபாவும் அவள் குடும்பமும் தான். அதனால் தான் இதையெல்லாம்

பொறுத்துகொள்கிறாள். பிரபா அழைக்கும்போதெல்லாம் அந்த அழைப்பை ஏற்பதற்கான காரணமே தனக்கென இருக்கும் ஒரே உறவை தக்கவைப்பதற்காகவே. அவள் வெறுப்பதற்காக தானும் வெறுக்க முடியுமா என்ன? என்ற எண்ணம் தான் அத்தியிடம் இருக்கிறது. ஒருவேளை நாளை அவள் காதலை ரூபன் ஏற்க நேர்ந்தால் அவளுக்காக பேசக் கூடியவள் பிரபாவும் அவள் கணவரும் தானே?

இத்தனை வருடங்களில் ரூபனின் எண்ணவோட்டதைக் கூட அத்தியால் விளங்கிக்கொள்ள முடியவில்லை. ஆனால் அவனுக்கும் தன்னைப் பிடிக்கும் என்று தீர்க்கமாக நம்புகிறாள். ஏனெனில் அவன் தன்னை விட்டு விலகும் போதெல்லாம் அவன் மனம் ஒன்றும் மூளை ஒன்றும் சொல்ல இரண்டிற்குமான குழப்பத்தில் சிக்கித் தவிப்பவன் போலே தான் இருப்பதாக அவள் நம்புகிறாள். சிறுவயதில் பிரபா உதாசீனப் படுத்தும் போதெல்லாம் அத்திக்குள் ஒரு எண்ணம் தோன்றி மறையும். ஒருவேளை என்னை என் பெற்றோர்கள் எங்கேனும் குப்பைத்தொட்டியில் இருந்து எடுத்து வளர்த்துகிறார்களோ? அதனால் தான் பிரபாவிற்குத் தன்னைப் பிடிப்பதில்லையோ என்றும் கிறுக்குத்தனமாக யோசித்தும் உண்டு. பின்ன எல்லாம் தமிழ் சினிமாவின் தாக்கம்!

மூச்சை இழுத்துவிட்டுக்கொண்டாள். இதுவரை வாழ்க்கை அவள் ஆசைப்பட்டபடி நகரவில்லை. இனிமேலும் அவ்வாறு நடக்காது என்றும் அவள் அறிவாள். அதனால் எதிர்பார்ப்புகளை முற்றிலும் தவிர்த்துகொண்டாள். எதிர்பார்பதால் தானே ஏமாற்றம் நிகழ்கிறது? எதிர்பார்க்காமலே இருந்துவிட்டால் ஏமாற்றமடையாமலும் இருக்கலாம் தானே? ஆசையே அனைத்து துன்பத்திற்கும் காரணம் என்ற புத்தரின் அனுபவ மொழிகளை அவளும் அனுபவித்து உணர்த்துகொண்டாள். காலம் தான் அனைத்திற்கும் ஒரு பதிலைச் சொல்ல வேண்டும்!

அந்த வாரம் முழுக்க let's celebrate பயங்கர பரபரப்பாக இருந்தது. நிறைய புது ஆர்டர்கள் வந்து சேர்ந்தவண்ணம் இருந்தது. ஆத்யாவிடம் சிறிது மனம் விட்டுப் பேச நினைத்த மிதிலா, லவ், ஜாய்சன் ஆகியோருக்கும் அதற்கான நேரம் தான் அமையவில்லை. இதில் சந்தீப் மட்டும் அடிக்கடி அமுதனிடம் டச்சில் இருந்தான். லஷ்மியும் அன்று அமுதனிடம் பேசியதையெல்லாம் சந்தீப்பிற்குத் தெரியப்படுத்தி இருந்தார். இதற்கிடையில் அமுதன் மற்றும் ஆத்யாவிற்கு இடையில் பெரிய கேப் விழுந்ததாக சந்தீப் எண்ணினான். இந்த கேப்பை சரிசெய்ய ஏதாவது வழிக்கிடைக்காதா என்று காத்திருக்க அப்போது தான் அடுத்த வாரம் let's celebrateன் மூன்றாவது ஆண்டு துவக்க விழா வரவிருப்பதை எண்ணி மகிழ்ந்தவன் இதில் எப்படியேனும் அவர்களை 'பேட்ச் அப்' செய்யவேண்டும் என்ற யோசனையில் ஆழ்ந்தான். பின்னே சந்தீப் தான் ஆத்யாவின் கடந்த காலங்களை நன்கு அறிந்தவன் ஆயிற்றே? அவளை இப்படி டல்லாக பார்க்க அவன் மனம் விரும்பவில்லை. கூடவே அவனுடைய பெற்றோரின் இருபத்தி ஆறாவது திருமண நாள் வரவிருப்பதால் அதை விமர்சியாகக் கொண்டாட எண்ணினான். அன்றைய தினமும் அவர்களின் நிறுவனத்தின் துவக்க தினமும் ஒன்று தான். இருபத்தி ஐந்தாவது திருமண நாளைத் தான் சிறப்பாகக் கொண்டாட எண்ணியிருக்க எதிர்பாராமல் அவன் அம்மாச்சி போன வருடம் தவறியிருந்ததால் அதும் அவர்கள் அன்னிவெர்சரி நாளுக்கு சில நாட்கள் முன் நிகழ்ந்த அந்த அசம்பாவிதத்தால் அந்த நாளை கொண்டாட முடியாமல் போனது. எனவே அதற்கும் சேர்த்து அடுத்த வருடம் கொண்டாட வேண்டும் என்று அப்போதே முடிவெடுத்திருந்தான் சந்தீப். இதுதான் சரியான சந்தர்ப்பம் என்று அதற்கானத் திட்டம் தீட்டினான்.

அங்கே காரைக்குடியில் ஹிருத்தியாவின் திருமண ஏற்பாடுகள் எல்லாம் களைகட்டியிருந்தது. கேட்டரிங்கிற்கு அண்ணாமலையிடம் தான் பேசியிருந்தார் தமிழரசு. சீதாவிற்கு

அண்ணாமலை அந்த ஆர்டெரை பெற்றுகொண்டதில் ஒரு வருத்தம். அதை உணர்ந்துகொண்ட அண்ணாமலை, சீதாவை தனியே அழைத்துப் பேசினார்.

"இங்க பாரு சீதா, உங்க குடும்பத்துக்கு நான் நிறைய கடன்பட்டிருக்கேன். உங்க ஐயா முத்தையாவுக்கு நான் என் ஆயுசுக்கும் விசுவாசமா இருக்கனும். நடக்கப்போறது அவரோட பேத்தி கல்யாணம். அதை எந்த குறையும் இல்லாம அதேநேரம் எந்த சம்பளமும் இல்லாம செஞ்சு கொடுக்கணும். அது என் கடமை. அதனால் இந்த விஷயத்துல என்னைத் தடுக்காத" என்று முன்கூட்டியே முட்டுக்கட்டை போட்டிருந்தார் அண்ணாமலை. சீதாவால் தான் அதை ஏற்றுக்கொள்ள முடியவில்லை. உரிமையாக பத்திரிகை கூட வைக்கவில்லை என்ற ஆதங்கம் அவருக்கு. ஒரு அக்கா குடும்பம் என்றில்லாமல் தன்னுடைய பெண்ணின் திருமணத்திற்கு சமையல் செய்யும் நபருக்கு அழைப்பிதழ் கொடுப்பதைப்போல் தான் கொடுத்துவிட்டுச் சென்றார் தமிழரசு. அந்தப் பத்திரிக்கையை அமுதனிடம் காட்டிவிடக்கூடாது என்பதிலும் அந்தத் திருமணத்திற்கு அமுதனை வரச்சொல்லக் கூடாது என்பதிலும் உறுதியாக இருந்தார் சீதா. பாவம் அவர் ஒன்றை அறியார். பின்னாளில் இந்தத் திருமணத்திற்கே அமுதன் தான் சமைக்க நேரிடும் என்றும் அந்நாள் அவன் வாழ்வில் ஒரு மறக்க முடியாத நாளாக இருக்கப் போகிறதென்றும் இப்போது அவர் அறியவில்லை.

அந்தப் பத்திரிக்கையை வாட்ஸ் அப்பில் பார்த்துகொண்டிருந்தவனின் மனம் ஏனோ நிம்மதியாக இல்லை. ஹிருத்தியாவின் பெயருக்கு அருகில் அவன் பெயர் இருக்க வேண்டும் என்று எத்தனை கனவுகள் கண்டிருப்பான்? இறுதியாக அந்த அழைப்பிதழை ஒருமுறை நன்கு வாசித்தவன் அதை டெலீட் கொடுத்தான். கண்களை மூடியவன் அப்படியே கண்ணயர்ந்தான்.

அன்று அமுதனிடம் பேசியதிலிருந்து லஷ்மிக்கு மனம் சரியில்லை. அதனால் அவரின் உடலும் சரியில்லை. அன்று லெட்ஸ் செலிபிரேட் ஊட்டியில் ஒரு நிச்சயதார்த்த நிகழ்ச்சியை நடத்திக்கொடுக்க வேண்டியிருந்ததால் ஆத்யாவைத் தவிர்த்து அனைவரும் ஊட்டி சென்றிருந்தனர். அவர்கள் சில பொருட்களை இங்கேயே தவறவிட்டுச் சென்றதால் அவற்றை இங்கிருந்து மீண்டும் அனுப்பிவைத்துவிட்டு தங்கள் கடையைச் சாற்றி வீடு திரும்ப ஆத்யாவிற்கு இரவாகியிருந்தது. வந்தவள் ரெஃப்ரெஷ் ஆகி கீழே வர லஷ்மி உறங்கியிருப்பதைக் கண்டு அவரைத் தொந்தரவு செய்யாமல் உண்டு மேலே சென்று விட்டாள். இன்றைய இரவு மிக நீண்ட இரவாகப் போகிறது என்று ஆத்யா அறிந்திருக்கவில்லை.

அங்கே அமுதன் அண்ட் கோவும் வழக்கம் போல் இரவு கேன்டீனை சரிபார்த்து வீடு திரும்ப ஒன்பதாகி இருந்தது. இப்போதெல்லாம் இதுவே இவர்களின் வாடிக்கையாகவும் மாறியிருந்தது. இரவு வந்தவர்கள் வீட்டினரிடம் சற்று பேசிவிட்டு உறங்கிப் போனார்கள். கடந்த இரண்டு நாட்களாகவே கோவையில் விட்டுவிட்டு மழை பெய்துகொண்டிருந்தது. அதும் இரவு வேளையில் மழை வெளுத்து வாங்கியது என்றே சொல்லலாம். நேரம் செல்ல செல்ல மழையின் தாக்கம் கூடிக்கொண்டே போனது. இப்போதெல்லாம் ஹிருத்தியாவை எண்ணி வருந்த அமுதனுக்கு நேரமில்லை என்றே சொல்லலாம். அன்றும் வழமை போல் சென்று உறங்க பதினோரு மணியைக் கடந்ததும் அமுதனுக்கு ஒரு அழைப்பு வந்தது. இரவு நேர அழைப்புகள் பெரும்பாலும் துர்சம்பவங்களாகத் தானே இருக்கும்? ஆழ்ந்த உறக்கத்தில் இருந்தவன் அலைபேசியின் ஒலியில் விழித்தான். (சுவைக்கும்!)

* * * * * *

அத்தியாயம் - 18

தூக்கத்தில் இருந்தவன் அலைபேசியின் அழைப்பு ஒலியைக் கேட்டு விழித்துப் பார்க்க அது லஷ்மி அவர்களுடைய எண்ணைக் காட்டியது. மணியோ பனிரெண்டை நெருங்க ஒரு வித பயத்தில் நடுக்கத்தில் அட்டெண்ட் செய்தான் அமுதன்.

"அமு... அமுத... அமுதன்" என்று இழுத்து இழுத்து ஒலித்தது லஷ்மியின் குரல்.

"அங்கிள்... அங்கிள்... என்ன ஆச்சு உங்களுக்கு? ஏன் இப்படிப் பேச்சுக் குழறுது?" என்று அவன் வினவினான். ஆனாலும் அவனுக்குள் இருந்த படபடப்பு, தயக்கம், பயம் எதையும் வெளிக்காட்டவில்லை. பின்னே அவன் பயந்து அவன் பதறி வீணாக அந்தப் பதட்டம் அவரையும் தொற்றி அவரை மேலும் பயமுறுத்த அவன் விரும்பவில்லை.

"அமுதன்... என்னால முடியல. என்னால முடியல..." என்றவர் பேச்சில் அவரின் அவஸ்தைகளை அமுதனால் உணர முடிந்தது.

"ஒன்னும் இல்லை அங்கிள். இன்னும் பத்து நிமிஷத்துல அங்க இருக்கேன் நீங்க லைன்லேயே இருங்க" என்றவன் அப்படியே எழுந்து ரூபனை எழுப்பி அவனிடம் வண்டி சாவியைத் திணித்து அவனை வண்டி எடுக்கச் சொன்னான். திடீரென விழித்த ரூபனுக்கு தலையும் புரியவில்லை வாலும் புரியவில்லை. இருந்தும் அமுதனின் முக பாவங்களிலும் உடல் மொழிகளிலும் எதுவோ சரியில்லை என்று யூகித்தவன் துரிதமாகச் செயல்பட்டு இருவரும் ஆத்யாவின் வீடு வரை பயணித்தனர்.

"ஒன்னும் இல்லை அங்கிள். வந்துட்டே இருக்கேன். கிட்ட வந்துட்டேன்..." என்று ஆறுதல் அளித்தவன் உடனே ரூபனின் அலைபேசியை வாங்கி எமெர்ஜென்சி எண்ணான

நூற்றியெட்டை அழைத்து ஆத்யாவின் வீட்டு முகவரியைச் சொல்லிவிட்டு அவரின் அழைப்பைத் துண்டிக்காமலே ஆத்யாவின் வீட்டிற்கு வந்தான். அவன் அங்கே வரவும் அதற்குள் ஆம்புலன்ஸ் ஆத்யாவின் வீட்டிற்கு வரவும் சரியாக இருக்க இப்போது தான் அமுதனுக்கு ஆத்யாவின் நினைப்பே வந்தது. வீடு பூட்டியிருக்க ஆத்யாவை அழைத்தவன் அது எடுக்கப்படாததால் ரூபனுடன் சேர்ந்து கதவை உடைக்க முயல அப்போது ஆத்யாவே அமுதனை அழைக்க வந்து கதவைத் திறந்தாள். அமுதன், ரூபன் அம்புலன்ஸ் என்று வரிசையாக இந்நேரம் அவள் வீட்டில் பார்த்தவள் அப்போது தான் செல்போனை பார்க்க அவள் தந்தையிடமிருந்து சற்று முன்னர் ரெண்டு அழைப்புகள் வந்திருந்ததைப் பார்த்து அதிர்ந்து உள்ளே செல்ல அங்கே லஷ்மியின் கால்கள் வீங்கி மூச்சு விடவே சிரமப்பட்டுக்கொண்டிருந்தார். உடனே அவரை ஆம்புலன்சில் ஏற்றி முதலுதவி கொடுக்க ஆக்சிஜென் மாஸ்க்கை அவருக்குக் கொடுக்க நடக்கும் அனைத்தயும் பார்த்து உறைந்து நின்றாள் ஆத்யா. சிலைபோல் நின்றவளை உலுக்கியவன் அவள் கரம் பற்றி ஆம்புலன்சில் ஏற்றிக்கொண்டான் அமுதன்.

வீட்டைப் பூட்டிவிட்டு பின்னாலே ரூபனை வரச்சொன்னவன் ஆம்புலன்சில் பயணித்தான். அப்போது தான் தன் தந்தையை நன்றாக கவனித்தாள் ஆத்யா. நேற்றும் இன்றும் அந்த ஊட்டி விழாவின் ஏற்பாட்டில் பிசியாக இருந்ததால் தன் தந்தையை ஒழுங்காக பார்க்காமல் கூட விட்டுவிட்டாள். நேற்றிலிருந்து அவருக்கு சரியாக யூரின் இறங்காமல் தொந்தரவு செய்ய இன்று மதியத்திலிருந்து உடல் சற்று வீங்கிப்போனது. அவரும் மகளைத் தொந்தரவு செய்ய விரும்பாமல் நாளை வரை பார்க்கலாம் என்று மறைத்துவிட்டார். அதன் விளைவு இன்று சாவின் விளிம்பு வரை செல்லவேண்டியாகி விட்டது. விஷயம் என்னவென்றால் கிட்னி தன் செயல் திறனை இழந்து உடல் கழிவுகளைச் சுத்திகரிக்க இயலாமல் அவை ரத்தத்தில் கலந்து அதன் காரணமாக உடல் வீங்கிப்போனது. உடலில் நீர்கோர்த்துக்கொண்டதால் சுவாசம் சரியில்லாமல்

மூச்சடைத்துபோனது.நேற்றிலிருந்து மிகச் சிறிய அளவே அவரால் சிறுநீர் கழிக்க முடிந்தது. ஆம்புலன்சில் ஆக்சிஜென் மாஸ்கின் உதவியுடன் சிரமப்பட்டு சுவாசிக்கும் தந்தையைக் கண்டதும் அவள் கண்களில் கண்ணீர் தாரைதாரையாகக் கொட்டியது. அவளது அலட்சியத்தை எண்ணி அவள் மீதே அவளுக்குக் கோவம் பீறிட்டு வந்தது. ஏற்கனவே அவளை வாட்டும் அந்தக் குற்றயுணர்ச்சி தற்போது விஸ்வரூபம் எடுத்து அவள் முன் நின்றது. அங்கே அமுதனுக்கோ அவருடைய சிரமமும் ஆத்யாவின் அழுகையும் என்னவோ செய்தது. பார்த்துப் பழகியது என்னவோ குறுகிய காலமென்றாலும் லஷ்மியின் மீது அமுதனுக்கு ஒரு அழகிய வேவ்லென்த் இருப்பதாய்த் தான் தோன்றியது. அவரின் பணிவு, சகஜமான உரையாடல், இடையிடைய வரும் கேலிச் சிரிப்புகள் என்று எல்லாமும் அவன் முன் வந்து சென்றது. திரும்பி ஆத்யாவைப் பார்த்தவன் அவளின் திக்ப்ரமை பிடித்தத் தோற்றத்தில் பயந்து ஆதரவாய் அவள் கரம் பற்றினான். உடனே அவன் தோளில் அவள் மொத்த பாரத்தையும் அழுகையாக இறக்கினாள் ஆத்யா.

"ஒன்னுமில்லை ஆத்யா. அங்கிள் நல்லபடியா திரும்ப வருவார். நீ அழாத ப்ளீஸ். தைரியமா இரு..." என்று அவன் சொல்ல வண்டி மருத்துவமனை வந்தது. அவருடைய முந்தைய மெடிக்கல் டாகுமெண்ட்ஸ் எல்லாம் அவர் அறையிலிருந்து அமுதன் எடுத்துக்கொண்டு தான் வந்தான். அவசரச் சிகிச்சை பிரிவில் அனுமதிக்க பட்டவருக்கு சில பரிசோதனைகள் செய்யப்பட இங்கே அமுதன் தான் ஆத்யாவைச் சமாதானம் செய்ய முடியாமல் தவித்தான்.

"நான் செல் ஃபீஷ் அமுதன்.பயங்கர செல் ஃபீஷ். யாரைப்பற்றியும் எனக்குக் கவலை இல்ல. நான் சேடிஸ்ட்..." என்று அவளுக்கு அவளே வசைச்சொற்களைச் சொல்லிக்கொண்டிருக்க அவளுக்கு தண்ணீர் கொடுத்து அமைதி படுத்தினான் அமுதன். பின்னாலே ரூபனும் வந்துவிட்டான்.

சற்று நேரத்தில் வெளியே வந்த டாக்டர், "அவருக்கு கிட்னில க்ரியேட்டினின் என்னும் வேதிப்பொருள் அளவு அதிகமா இருக்கு. அதாவது அவர் கிட்னி முழுசா செயல் படமுடியல. அவருக்கு உடனே டயாலிசிஸ் செய்யணும். அநேகமா இனிமேல் அவருக்கு இது தொடரவும் வாய்ப்பிருக்கு..." என்றார். ஆத்யா உடல் நடுங்குவதை உணர்ந்தவன் அவள் கரத்தை ஆதரவாகப் பிடித்துகொண்டான். ஒரு மூன்று மணிநேரங்களுக்கு மேல் கடந்திருக்க உள்ளே அவருக்கு டயாலிசிஸ் நடைபெறுவதை வெளியே இருந்து பார்த்தனர். டயாலிசிஸ் என்பது ரத்தத்தில் இருக்கும் கெட்டதைச் செயற்கையாகச் சுத்தம் செய்யும் கருவி. நரம்பில் ஒரு டியூப் போட்டு ரத்தத்தை வெளியே எடுத்து அதைச் சுத்திகரித்து மீண்டும் அதை மற்றொரு டியூப் வழியாக உடலில் செலுத்துவார்கள். உடலிலுள்ள மொத்த ரத்தத்தையும் சுத்தப்படுத்த மூன்று மணிநேரங்கள் கூட ஆகலாம். இதில் பலவகைகள் உண்டு. உடலில் ஆப்ரேசன் செய்து சில கருவிகளை உள்ளே வைத்து அதன் மூலம் சுலபமாகவும் செய்யலாம். அதுவரை நரம்பின் வழியே தான் செய்யவேண்டும்.

லஷ்மியின் கோலத்தைக்கண்டு ஆத்யாவுக்கு மீண்டும் கண்ணீர் வர, ரூபனை அங்கே இருக்கச் சொல்லிவிட்டு அவளை இங்கிருந்து வெளியே அழைத்துச்சென்றான் அமுதன். அருகே இருந்த கேன்டீனுக்கு கூட்டிச்சென்றவன் அவளுக்கும் அவனுக்கும் கா∴பீ வாங்கிக்கொண்டு அவளைப் பருகச் சொன்னான். ஆத்யாவின் அழகே அவள் கண்கள் தான். அவள் அகத்தில் நினைப்பதை எல்லாம் உடனே புறத்தில் காட்டும் திரை அது. அதில் இதுவரை ஆத்யாவின் ஆளுமை நிரம்பியப் பேச்சு, அவளின் சிரிப்பு, கோவம், உற்சாகம், மன்னிப்பு போன்ற பலவற்றைக் கண்டிருக்கிறான். ஏன் அவள் தந்தை மீது அவளுக்கு இருக்கும் பாசத்தைக் கூடக் கண்டிருக்கிறான். ஆனால் அவளின் பயம், தவிப்பு, இயலாமை போன்றவற்றை இப்போது தான் பார்க்கிறான். அவள் விழிகள் அவள் மனதை அப்படியே படம்பிடித்து காட்டியது.

"ஸ்வீட்டி" என்றதும் திடுக்கென விழித்தாள் ஆத்யா.

"ஸ்வீட்டி. அப்படித் தானே உன் ஃப்ரண்ட்ஸ் எல்லோரும் உன்னைக் கூப்பிடுவாங்க? ஸ்வீட்ஸ்க்கு இருக்கும் ஒரு பெரிய ஸ்பெஷாலிட்டி என்ன தெரியுமா?" என்றவனை அந்தத் திகைப்பு குறையாமல் பார்த்தாள் ஆத்யா.

"நாம எந்த மாதிரியான சூழ்நிலையில் இருந்தாலும் எவ்வளவு கஷ்டத்தில் இருந்தாலும் எவ்வளவு மனம் உடைந்து இருந்தாலும் ஒரு ஸ்வீட்டை எடுத்து சாப்பிட்டா அது நம்ம மனநிலையை மொத்தமா மாத்திடும். அதாவது அதோட அந்த இனிப்பு சுவையை தித்திப்பைத் தான் நாம உணரமுடியும். நாம சோகமா இருக்கோங்கறதுனால் அது கசப்பாக்கிடாது. அதுபோல தான் நீயும் இருக்க ஆத்யா. உன் கிட்ட நான் நிறைய பாசிட்டிவ் வைப்ரேஷன்ஸ் தான் ஃபீல் பண்ணியிருக்கேன். என்னால உன்னோட மனநிலையை நல்லா புரிஞ்சுக்க முடியுது. இந்தக் கதைகள்ல எல்லாம் வருமே? அரசனோட உயிர் ஏழு கடல் மலை தாண்டி எங்கேயோ இருக்குனு... அதுபோல உன் அப்பாவோட உயிர் உன்கிட்டத் தான் இருக்கு ஆத்யா. கண்டிப்பா இன்னைக்கு இருக்கும் மெடிக்கல் அட்வான்ஸ்மென்டுக்கு அங்கிளுக்கு ஒன்னும் ஆகாது. ஆனா நீ தைரியமா இருக்கனும். ஏன்னா அவர் திரும்ப கண் முழிக்கும் போது உன்னை இப்படிச் சோர்வா டல்லா பார்த்தா அவர் இன்னும் தான் வருத்தப்படுவார். உன் சிரிப்பு சந்தோஷத்துல தான் அவரோட உயிர் இருக்கு. அவர் என்கிட்ட ஒன்னு கேட்டார். துரதிஷ்டவசமா என்னால இப்போ அதுக்கு பதில் சொல்ல முடியல. ஆனா கண்டிப்பா நான் அதுக்கு அவரிடம் பதில் சொல்லணும். சொல்லுவேன்..." என்றான் அமுதன்.

"அமுதன் அப்பாக்கு ஒன்னும் ஆகாதில்லை?" என்று தயங்கியபடியே கேட்டாள் ஆத்யா. அவளின் கரத்தைப் பற்றியவன் அவன் இரு கரங்களுக்குள் அதை வைத்து அவளுக்கு ஆறுதல் சொன்னான். பிறகு அவளுக்கு காஃபியைத் தந்து பருகச் சொல்லிவிட்டு அவளை முகம் கழுவி ஃப்ரெஷாக்கி அழைத்துச்

சென்றான். இருவரும் அங்கே செல்ல ரூபன் அவர்களை எதிர்பார்த்தவனாய், "அமுதா அவரை இப்போதான் அங்க டயாலிசிஸ் ரூமுக்குள்ள கூட்டிட்டுப் போனாங்க. ஓரளவுக்கு மயக்கம் தெளிஞ்சியிருக்கு..." என்றதும் தான் ஆத்யாவுக்கு நிம்மதியே வந்தது. அது ஒரு நீண்ட நெடிய ப்ராசஸ். மூன்று மணிநேரங்களுக்கு மேல் ஆகும். அவர்கள் மூவரும் அங்கே வெளியே அமர்ந்திருக்க மணி மூன்றைக் கடந்தது. ஆத்யாவே அமுதனை நெருங்கி அமர்ந்தவள் ஆதரவாய் அவன் தோளில் சாய்ந்துகொண்டாள்.

"அமுதன் கொஞ்சம் என் கையை அப்போ செஞ்ச மாதிரி பிடிச்சிக்கறீங்களா? அது எனக்குக் கொஞ்சம் தைரியமா இருக்கு... அப்பாவும் அடிக்கடி அப்படிச் செய்வார்..." என்று கேட்டவளின் கரத்தை அவன் கரத்தோடு கோர்த்துக்கொண்டான். சற்று நேரத்தில் லஷ்மியை அந்த அறையிலிருந்து நார்மல் வார்டுக்கு மாற்றிவிட்டு அவர்களை உள்ளே அழைத்த டாக்டர், "அவருக்கு கிட்னி சரியா வேலை செய்யல. க்ரியேட்டினின் கன்டென்ட் அதிகமா இருக்கு. இனிமேல் டயாலிசிஸ் செஞ்சுட்டே இருக்கனும். வாரம் ரெண்டு அல்லது மூணு நாள். இல்லைனா அவர் உடம்புல இப்படி நீர் கோர்த்து அவரால் சுவாசிக்க முடியாம போயிடும். அண்ட் ரொம்ப முக்கியம் அவரோட டயட். தண்ணீர் உப்பு இதெல்லாம் அவர் அளந்து அளந்து தான் சேர்த்துக்கணும். ஏன்னா இதெல்லாம் அதிகம் சேர்த்துக்கிட்டா சீக்கிரம் சீக்கிரம் உடம்புல நீர் கோர்த்துக்கும்..." என்று மிக சுருக்கமாக அதே நேரம் அவரின் பிரச்சனையையும் அதற்கானத் தீர்வு முதலியவற்றையும் சொன்னார். மேலும் இனி டயாலிசிஸ் செய்ய அவர் கையில் ஒரு கருவியைப் பொருத்தவேண்டும் என்றும் அதை சில நாட்களில் செய்யலாம் என்றும் சொன்னார்.

"அப்போ அவரால் இயற்கையா இனி செயல்பட முடியாதா?" என்ற அமுதனுக்கு, "அப்படி இல்ல மிஸ்டர். அவரோட கிட்னி முப்பது சதவீதம் தான் வேலை செய்யுது. ஒரு மனுஷனுக்கு ஒரு கிட்னி இருந்தாலே போதும் தான். ஆனா இவருக்கு

ரெண்டும் சேர்த்தே முப்பது சதவீதம் தான் வேலை செய்யுது. அவரால் நார்மலா யூரின் போக முடியும் தான். ஆனா அதனால் மட்டுமே அவர் உடம்பில் இருக்கும் கெட்டது வெளியேறாது. அண்ட் நாளடைவில் இது இன்னும் குறைய வாய்ப்பிருக்கு. இப்போதைக்கு வீக்லி டுவைஸ் செய்யலாம். அவரோட பாடி கண்டிஷனை பார்த்து மற்றவற்றை முடிவு செய்யலாம். ரிமெம்பெர் ப்ரோடீன்ஸ் அதிகம் சேர்த்துக்கணும். சால்ட்ஸ் ரொம்பவே குறைச்சிக்கணும்..ஃப்ரூட்ஸ், ஜூஸ், மில்க் இதெல்லாம் அவாய்ட் பண்ணனும். சில ப்ரூட்ஸ் மட்டும் எடுத்துக்கலாம். ஏன்னா அதில் எல்லாம் பொட்டாசியம், சோடியம் போன்ற சால்ட்ஸ் நிறைய இருக்கு. உங்களுக்கு நான் மேனுவல் தரேன். அதில் என்னென்ன சாப்பிடலாம்னு இருக்கும். இனிமேல் சாப்பாடு கண்ட்ரோல் தான் அவருக்கு பெஸ்ட்..." என்றவர் ஆத்யா மற்றும் அமுதன் இருவரின் சந்தேகங்களுக்கும் விடையளித்துவிட்டு சிறிது நேரத்தில் அவரை டிஸ்சார்ஜ் செய்யலாம் என்றார். இருவரும் வெளியே வரவும் அன்றைய பொழுது புலரவும் சரியாக இருந்தது. ரூபன், கார்த்தி மற்றும் அத்தியை அழைத்து அவனும் அமுதனும் வர தாமதம் ஆகலாம் என்பதால் அவர்களையே சென்று கேன்டீனை பார்த்துக்கொள்ளும்படிச் சொன்னான்.

ஆறுமணிவாக்கில் கண்விழித்த லஷ்மியை எல்லோரும் சென்று பார்த்துவிட்டு அவரை டிஸ்சார்ஜ் செய்ய முடிவெடுக்க அவசரத்தில் ஆத்யா பணமேதும் எடுத்துவராததால் வீட்டிற்குச் செல்ல நினைத்தாள். அமுதன் அவனுடைய கார்டை ரூபனிடம் கொடுத்து டிஸ்சார்ஜ் பார்மாலிடிக்ஸை பார்க்கச் சொன்னவன் ஆத்யாவை இங்கே இருக்கச் சொல்லிவிட்டு ஆத்யாவின் வீட்டிற்குச் சென்று அவர்கள் காரை எடுத்து வரச் சென்றான்.

ஆத்யா தன்னுடைய தந்தையைப் பார்த்து வருந்த, அவளுக்கு முன் அவளின் மனதை உணர்த்த அவள் தந்தையோ அவளை அருகே அழைத்து, " சாரிடாமா... உன்னை ரொம்ப பயமுறுத்திட்டேன் இல்ல? ரொம்ப சாரி..." என்று சொல்லி வருந்த தந்தையைத் தேற்ற எண்ணியவள், "இப்பயும் தப்பு

என்மேல தான்ப்பா. நான் உங்களை ரெண்டு நாளா சரியா கவனிக்கல. என்னை மன்னிச்சிடுங்க..." என்று வருந்த அவளை திசைதிருப்ப எண்ணிய லஷ்மி, "வீட்டுக்குப் போலாம் டா. இந்த ஹாஸ்பிடல் ஸ்மெல் எனக்கு ஒரு மாதிரி இருக்கு..." என்றார். ஏனோ இனிமேல் அடிக்கடி அவர் இங்கே வர வேண்டியதை எண்ணி ஆத்யாவின் கண்கள் கலங்கின. பொறுமையாக டாக்டர் தன்னிடம் தெரிவித்ததையெல்லாம் அவருக்குத் தெரியப்படுத்தினாள் ஆத்யா. இறுதி காலத்தில் யாருக்கும் பாரமாக இருக்கக் கூடாதென்பது தான் பெரும்பாலானோரின் விருப்பமாக இருக்கும். அதில் லஷ்மி மட்டும் விதிவிலக்கா என்ன? ஆனால் இன்று தன்னுடைய நிலையை எண்ணி அவர் வருந்தினார். அப்போது தான் ரூபன் பில் கட்டிவிட்டு டிஸ்சார்ஜ் பார்மோடு அவர்கள் அறைக்கு வர அவனை இதுவரை கண்டிடாத லஷ்மி வித்தியாசமாய்ப் பார்க்க அவனை அறிமுகம் செய்தாள் ஆத்யா.

"சாரி யங் மேன். உங்களை ரொம்ப சிரமப்படுத்திடேனில்ல?" என்றார் லஷ்மி.

"ஐயோ அங்கிள் அதெல்லாம் ஒன்னும் இல்லை. ஆத்யா தான் ரொம்ப பயந்துட்டாங்க. இப்போதான் தெளிவா இருக்காங்க. அதும் அமுதன் தான் அவங்களை நார்மல் படுத்தினான்..." என்று அனைத்தையும் சொன்னான் ரூபன். அமுதன் என்ற பெயரைக் கேட்டதும் லஷ்மிக்கு ரொம்ப மகிழ்ச்சியாக இருந்தது. தான் போன் செய்த வேளையில் சரியாக எடுத்து தன்னைக் காப்பற்றியவன் ஆச்சே? அமுதனும் அழைப்பதற்கு முன்பு ஆத்யாவையும் அழைத்தார் தான். அவளோ நேற்றைய வேலை பளுவின் காரணத்தால் அசந்து தூங்கிவிட்டாள். பிறகு தான் அமுதனை அழைத்தார். அப்போது அமுதனும் காரோடு வந்துவிட நால்வரும் வீட்டிற்குச் சென்றனர்.

ஆத்யா இயல்பிலே பொறுப்பானவள் தான். ஆனால் பிடிவாதம் மற்றும் முன் கோபம் இரண்டும் அவளின் மைனஸ் பாயிண்டுகள். அன்றும் சரி இன்றும் சரி அமுதனின்

அறிவுரையின் பேரில் தான் தன் மகள் இவ்வளவு பொறுப்பாக இருக்கிறாள் என்றும் லஷ்மி அறிந்துகொண்டார். எப்படியாவது அமுதன் தன்னுடைய வேண்டுதலுக்குச் செவிசாய்க்க வேண்டும் என்று மனதில் வேண்டிக்கொள்கிறார். வீட்டிற்கு வந்ததும் அவரை ஓய்வெடுக்கச் சொல்ல ரூபனும் ஓய்வெடுக்கச் செல்ல அப்போது சந்தீப் ஆத்யாவை அழைத்தான். மேடை அலங்காரத்திற்கு சில பொருட்களை காலையிலே அனுப்பச் சொல்லியிருந்தான் அவன். இந்தப் பரபரப்பில் அவள் எல்லாம் மறந்திருக்க ஒருவாறு சமாளித்தாள் ஆத்யா. பின்னே ஆத்யாவின் குரலை வைத்தே அவள் மனதை உணர்த்துகொள்ள கூடியவர்கள் இருவரே. ஒன்று லஷ்மி. மற்றொன்று சந்தீப். சரியாக தூக்கமில்லை அது இது என்று சமாளித்து அலுவலகம் செல்ல ஆயத்தமானாள் ஆத்யா. சந்தீப்புக்கு விஷயத்தைத் தெரியப்படுத்தினால் அவன் உடனே இங்கே வந்துவிடுவானே? அதனால் மீண்டும் தங்கள் வேலை பாதிக்கவும் தங்களுக்குள் மனவருத்தம் ஏற்படவும் ஆத்யா விரும்பவில்லை. இருந்தும் அவள் தந்தையை தனியே விட்டுச் செல்ல அவள் மனம் விரும்பவில்லை. அமுதனை அழைத்தவள் தன் நிலையை எடுத்துரைக்க தான் லஷ்மி அங்கிள் உடன் இருப்பதாகவும் அவளை பயப்படாமல் சென்றுவரவும் சொன்னான்.

ஆத்யாவிடம் அவனுக்குப் பிடித்ததில் இதுவும் ஒன்று. தான் எடுத்துகொண்ட வேலையில் இறுதிவரை கடமை தவறாது இருப்பது அவள் குணம். பின்னே தங்களுக்காக அவள் படும் சிரமங்களை கண்கூடப் பார்க்கிறானே? அவளை அனுப்பியவன் லஷ்மியுடன் தங்கிக்கொண்டான். இரவு முழுக்க அவளும் தூங்கவில்லை தான். அதும் அந்த டென்ஷன் அழுகை என்று இருந்தவள், இப்போது மீண்டும் அவள் பணி செய்யச் சென்றதைப் பார்க்க அவனுக்கும் சற்று வருத்தமாக இருந்தது. ரூபனிடம் தன்னுடைய உடைகளை எடுத்துவரச் சொன்னவன் அங்கேயே குளித்து தயாரானான். சமைக்க வரும் ஷாந்தி அக்கா வந்துவிட அவரும் நேற்று நடந்ததையெல்லாம் கேட்டு வருந்தினார். சற்று நேரத்தில் அவரும் சென்று விட அமுதன் மற்றும் லஷ்மி மட்டும் தனித்து விடப்பட்டனர்.

யோசனையில் இருந்தவரை நிகழ்வுக்குக் கொண்டு வந்தவன் அவரிடம் பேச்சுக் கொடுத்தான். அவர் உறங்கிவிட அவன் அந்த வீட்டை இப்போது மீண்டும் பொறுமையாகச் சுற்றிப்பார்த்தான். அவர் அறை வெளியே ஹால் பூஜையறை என்று ஒவ்வொன்றாகப் பார்த்தவனின் கண்களில் அந்த ஷீல்டு தென்பட்டது. அதில் எல். ஆத்யலஷ்மி என்று பொறிக்கப்பட்டிருந்ததைப் பார்த்து குழம்பியவன் அருகிலிருந்ததைப் பார்க்க சில ஷீல்டு கப் ஆகியவற்றிலும் அதே பெயரிருக்க அவளது ஒன்பதாவது வகுப்புக்குப் பிறகாக மெடலில் இருந்து தான் ஆத்யா லஷ்மிநாராணயன் என்று இருந்தது.இதைப்பற்றி லஷ்மியிடம் கேட்க எண்ணிய சமயம் சரியாக அவரே வெளியே வந்தார்.

"அங்கிள் என்ன இது? ஆத்யாவோட பேரு ஆத்யலஷ்மினு இருக்கு?" என்றான்.

சிரித்தவர், "அவளுக்கு நாங்க வெச்ச பேரு ஆத்யலஷ்மி தான். எயித்து படிக்கும் வரை அதான் அவளோட பேர். ஸ்கூல்ல எல்லோரும் பழையப் பேருனு கிண்டல் பண்றாங்கனும் எனக்கேன் இப்படிப் பழையப் பேரை வெச்சீங்கன்னும் ஒரே அடம். என் பேரை நீங்க மாத்தியே தீரணும்னு பிடிவாதம். அதுக்கப்றோம் அவளோட பெர்மிஷனோட அவளுக்கு வெச்ச பேர் தான் ஆத்யா. கெசட் ஆபிஸ் போய் எல்லா ரெகார்டஸ்ளையும் எல்.ஆத்யலஷ்மி அப்படிங்கறதை ஆத்யா லஷ்மிநாராயணன்னு மாற்றியாச்சு. இது தான் உங்க கேள்விக்கான பதில். என்ன ஓகேவா?" என்றார் லஷ்மி.

"அங்கிள் சீரியசுலி யூ ஆர் சோ கூல். என்னால நெனைச்சிக்கூடப் பார்க்க முடியல..." என்றவன் அதை எண்ணி எண்ணிச் சிரித்தான். "இப்படி ஒரு அப்பா கண்டிப்பா யாருக்கும் கிடைக்காது அங்கிள். நேத்து ஆத்யா அழுததுல தப்பே இல்லை. ஷி லவ்ஸ் யூ எ லாட்..." என்றான் அமுதன்.

"அதான் அமுதன் எனக்கு ரொம்ப பயமா இருக்கு. சின்ன வயசுல இருந்து எங்களுக்குச் சொந்தம்னு பெருசா யாரும் இல்ல. இன் பேக்ட் அவளுக்கு அம்மாவைத் தவிர எல்லோரும் இருக்காங்க.

ஆனா யாரு கூடவும் நாங்க ஒட்டல. காலம் அப்படியே ஓடிடுச்சி. அதான் அன்னைக்குச் சொன்னேனே? இப்போ பயமா இருக்கு அமுதன். எனக்கப்றோம் அவ எப்படி இருப்பான்னு நினைச்சா பயமா இருக்கு. அவ ரொம்ப தைரியசாலி தான். இன்டிபென்டென்ட் தான். ஆனாலும் அவளோட பலம் பலவீனம் ரெண்டுமே நான் தான். எனக்கப்றோமும் ஐ வாண்ட் ஹெர் இன் சேஃபர் ஹேண்ட்ஸ்(பாதுகாப்பான கரங்களில் அவள் இருக்க வேண்டும்). அமுதன் நான் உங்க அப்பா அம்மாவை மீட் பண்ணுமே? எப்போ காரைக்குடிக்குப் போலாம் சொல்லுங்க?" என்றார் லஷ்மி.

"அங்கிள் இப்போ தான் நீங்க ஹாஸ்பிடல்ல இருந்து வந்திருக்கீங்க..."

"ப்ளீஸ் அமுதன். எனக்கு அவங்களைப் பார்க்கணும்..."

"ஓகே இந்த மாசம் லாஸ்ட் வீக் எண்டுல நான் காரைக்குடிக்குப் போறேன். அப்போ போலாம். ஓகேவா அங்கிள்?" என்றான் அமுதன்.

"அமுதன் ஒன்னு கேட்கட்டா?"

"கேளுங்க அங்கிள்..."

"நீங்க அன்னைக்குச் சொன்னீங்களே, உங்க கடமை, பொறுப்பு, நிர்பந்தம் எல்லாம் தூக்கி ஒரு ஓரம் போடுங்க. ஒரே கேள்வி. அதுக்கு பளிச்சுனு ஒரு பதில். ஆத்யாவை நீங்க கல்யாணம் பண்ணிக்கச் சம்மதமா? உங்க வீட்ல ஒற்றுக்கொண்டால்? ஏன்னா எனக்கு என்னமோ என் டைம் நெருங்கிடுச்சோன்னு தோணுது..." என்றார்.

"அங்கிள்! இப்படிப் பேசாதீங்க... இன்பேக்ட் எனக்கும் ஆத்யாவைப் பிடிக்கும். ஒரு வேளை என் லைஃப்ல இதுவரை காதலே இல்லாமல் இருந்திருந்தா ஆத்யாவை என்னைக்கோ நான் லவ் பண்ணியிருப்பேன். ஹிருத்தியா என் லைஃப்ல இருந்து முழுசா போகணும். அண்ட் எஸ் இந்த விஷயத்துல

நான் முடிவெடுப்பதைக் காட்டிலும் என் அப்பா அம்மா தான் முடிவெடுக்கனும். அவங்க இதுக்கு என்ன சொல்வாங்கன்னு எனக்குத் தெரியல... ஆத்யா மாதிரி ஒரு பொண்ணுக்கு நோ சொல்ல நான் முட்டாள் இல்ல. ஆனா இப்போ எஸ் சொல்ல முடியாத சூழலில் நான் இருக்கேன். இதைப்பற்றி இப்போ யோசிக்க வேண்டாம். ப்ளீஸ் வந்து ரெஸ்ட் எடுங்க. வீணா கவலை எல்லாம் வேண்டாம். ஆத்யாவோட நிறைய சந்தோசமான மொமெண்ட்ஸ்ல எல்லாம் நீங்க கூடவே இருக்கப் போறீங்க. போங்க..."என்று அவரை ஓய்வெடுக்கச் சொன்னான் அமுதன். இருந்தும் அவர் கேட்டது அவன் காதிலே ரீங்காரமிட்டுக்கொண்டிருந்தது. (சுவைக்கும்!)

* * * * * *

அத்தியாயம் - 19

அங்கே அலுவலகம் சென்ற ஆத்யாவுக்கோ இனி தந்தைக்கு வாழ்நாள் முழுவதும் மருத்துவ உதவி தேவை என்று டாக்டர் சொன்னது தான் மனதில் ஓடிக்கொண்டு இருந்தது. சிறுவயதிலிருந்து அவளோடு ஓடியாடி அவள் இழுத்த இழுப்புக்கெல்லாம் வருவார். தினமும் அவளுக்காக பேட்மிட்டன் விளையாடுவார். அவள் கராத்தே பயிற்சி செய்யும் போதும் அவளுக்கு உதவியாய் இருப்பார். ஸ்கூலில் இருந்து காலேஜ் வரை பாடங்களில் சந்தேகம் என்றாலும் அவர் தான் வேண்டும். அவளுக்கு சிறுவயதில் அடிக்கடி சளி பிடித்து அவளைத் தொந்தரவு செய்யும். சிறுவயதில் மழைக்காலமும் குளிர் காலமும் அவளுக்கு எப்போதும் ஒவ்வாமை. அந்தக் காலகட்டத்திலெல்லாம் அவர் தான் அவளுக்கு எல்லாமுமாய் இருப்பார். அதை அவள் செய்திருக்கக் கூடாதோ? என்று அடிக்கடி அதைப்பற்றியே யோசிப்பவளுக்கு இன்றது விஸ்வரூம் எடுத்து கண் முன்னே தெரிந்தது.

சந்தீப் கேட்டதையெல்லாம் அனுப்பி வைத்தவள் ஏனோ வீட்டுக்குச் செல்ல தோன்றாமல் இருக்க, எங்கே செல்லலாம் என்று யோசித்தும் எதுவும் பிடிக்காததால் தங்களின் அலுவலகத்திற்கு வந்து அங்கே அமர்ந்துகொண்டாள். தங்களின் குடும்ப மருத்துவரை அழைத்து அவரிடம் இன்று நடந்ததையெல்லாம் தெரிவித்து சில சந்தேகங்கள் கேட்டாள். ஏதாவது ஒரு வழி கிடைக்காதா? என்று விசாரிக்க இந்த டயாலிசிஸ் வேண்டாம் என்றால் கிட்னி மாற்று அறுவை சிகிச்சை தான் ஒரே வழி என்றும் அதில் இதைவிட நிறைய சிக்கல் இருக்கிறதென்றும் ஒருவேளை மாற்றப்பட்ட கிட்னியை உடல் ஏற்றுக்கொள்ளாவிட்டால் இன்னும் விபரீதம் ஆகும் என்றும் அவர் தெரிவிக்க அப்படியே அமர்ந்துவிட்டாள்.

ஏதோ தோன்றியவளாய் வண்டியை எடுத்துக்கொண்டு நேராக அமுதனின் கேன்டீனுக்கு சென்றாள். அவள் எதிர்பார்த்தபடியே

அத்திப்பூ அங்கே இருக்க சிறிதுநேரம் அவளிடம் மனம் விட்டுப் பேசினாள். அத்திப்பூ மற்றும் கார்த்தி அவளுக்கு ஆறுதல் தெரிவித்து அவளைச் சாப்பிடவைத்து வீட்டிற்கு அனுப்பினார்கள்.

வரும்வழியில் ஆதுவை அழைத்த சந்தீப் விழா சிறப்பாக முடிந்ததாகவும் எல்லோரும் பாராட்டினார்கள் என்றும் தெரிவிக்க ஆத்யாவோ பொறுக்கமாட்டாமல் சந்தீப்பிடம் நேற்றைய இரவு நடந்ததை விளக்கினாள். அதைக் கேட்ட சந்தீப்பிற்கு அப்போதிருந்த உற்சாகம் முற்றிலும் வடிந்து தோழியின் நேற்றைய நிலையை எண்ணி வருந்தியவனுக்கு அந்த நிலையிலும் இவள் தன்னுடைய வேலையில் குறைவைக்கவில்லை என்பது சொல்லமுடியாத ஒரு உணர்வைத் தந்தது. மாலை தான் வருவதாகவும் அங்கே வந்து பேசிக்கொள்ளலாம் என்றும் அவன் தெரிவிக்க வீட்டிற்கு வந்தாள் ஆத்யா. அங்கே சந்தீபோ மனதில் அமுதனின் சமயோஜிதத்தையும் துரிதத்தையும் எண்ணி வியக்கவும் தவறவில்லை. 'சீக்கிரம் நீங்க ஹிருத்தியாவுல இருந்து வெளிய வாங்க அமுதன்...' என்று சொல்லிக்கொண்டான்.

லஷ்மிக்கு மதிய உணவைக் கொடுத்துவிட்டு அவனும் அங்கே ஓய்வெடுத்தான். அப்போது வந்தவள் இருவரையும் தொந்தரவு செய்யாமல் அவள் அறைக்குச் சென்று முடங்கிக்கொண்டாள்.

அன்று மாடல் எக்ஸாம்ஸ் தொடங்கியிருந்ததால் ஸ்ருஷ்டிக்கு கொஞ்சம் சீக்கிரமே கல்லூரி முடிந்திருந்தது. நேராக வீட்டிற்குச் செல்ல விரும்பாமல் கார்த்தியைச் சந்தித்து அவனுக்கொரு ஸ்வீட் சர்ப்ரைஸ் கொடுக்கலாம் என்று எண்ணி அவர்களின் கேன்டீனை நோக்கிப் புறப்பட்டாள்.

எதார்த்தமாகத் திரும்பிய அத்தியின் கண்களின் அவள் தென்பட, அத்தி அவளைப் பெயர்ச் சொல்லி அழைக்கும் முன் வாயில் விரல் வைத்து அவளைப் பேசவேண்டாம் என்பது போல் செய்து கார்த்தி எங்கே என்று சமிக்ஞை செய்ய அத்தியோ சிரித்தபடி உள்ளே கைக்காட்டினாள். மெல்ல பூனைப் போல்

உள்ளே சென்றவள் அடுமனையில் முதுகு காட்டி நின்றவனின் தோளில் தட்டி அவன் திரும்பும் முன் மீண்டும் அவனுக்குப் பின்னால் சென்று நின்றுகொள்ள யாரையும் காணாமல் முன்னே திரும்பியவனுக்கு அவள் 'ப்பே' காட்டவும் சற்று அதிர்ந்து தான் நார்மலானான் கார்த்தி.

"ஹே குல்ஃபி! எப்படி வந்த?" என்று அவன் ஆர்வமிகுதியில் கத்திவிட அங்கே வேலை செய்துகொண்டிருந்தவர்கள் எல்லோரும் அவர்களைத் திரும்பிப் பார்த்ததும் நாக்கைக் கடித்துக்கொண்டான்.

"எதா இருந்தாலும் வெளிய போய் ரொமான்ஸ் பண்ணுங்க. என்னை வெறுப்பேத்தாதீங்க..." என்ற கண்ணையனுக்குச் சிரிப்பை உதிர்த்து அவர்கள் வெளியே வந்தனர்.

ஜோடியாக வரும் இருவரைப் பார்த்த அத்திப்பூ உண்மையில் அவர்களுக்காக மகிழ்ந்தாள். ஸ்ருஷ்டி ஒரு இன்னொசென்ட் பொண்ணு. அதாங்க வெள்ளேந்தி மனம் கொண்டவள். எல்லோரிடமும் சகஜமாக ஒட்டிக்கொள்வாள். எப்போதும் அவளுடன் நிறைய குறும்புத்தனம் இழையோடும். நிறைய முறை அவளைப் போல் தானும் இருக்கவேண்டும் என்று அத்திப்பூ நினைத்ததுண்டு. அதாவது பிரச்சனைகளைப் பற்றிக் கவலைப்படாமல் 'லிவ் திஸ் மொமெண்ட்' கேட்டகரியை சேர்ந்தவள்.

அவளுக்கு சூடாகப் போடப்பட்ட வாழைக்காய் பஜ்ஜியும் டீயும் கொடுத்து சாப்பிடச்சொல்லிஅமரவைத்து பிறகு அவளிடம் கொஞ்சம் கதைத்துவிட்டு ஸ்ருவை பத்திரமாக அனுப்பிவைத்தான் கார்த்தி.

அப்போது கேன்டீனுக்கு வந்த ரூபனிடம் பொறுப்பை ஒப்படைத்துவிட்டு அத்திப்பூ மற்றும் கார்த்தி இருவரும் லஷ்மியைப் பார்க்க பழங்கள் வாங்கிக்கொண்டு சென்றனர்.

கார்த்தி மற்றும் அத்தி இருவரும் வழியில் ரூபன் சொன்னதைப் பற்றி யோசித்துவிட்டு, 'ஒருவேளை நேற்று

மட்டும் அமுதன் அந்த காலை எடுக்காமல் இருந்திருந்தால்?' என்று யோசித்தவர்களுக்கு அவரின் இன்றைய நிலையை நினைத்துப்பார்க்கவே முடியவில்லை.

தூங்கி எழுந்த லஷ்மி அமுதன் உறங்குகிறான் என்றறிந்து அவனைத் தொந்தரவு செய்யாமல் வெளியே வந்து மேலே சென்று மகளைப் பார்க்கப் போக அவளும் ஆழ்ந்த உறக்கத்தில் இருந்தாள்.

"சாரிடாமா. உன்னை ரொம்ப கஷ்டப்படுத்திட்டேன் இல்ல?" என்றபடி உறங்கும் மகளை வாஞ்சையுடன் பார்க்க, பிறகு திடீரென்று தூங்கும் குழந்தையைக் கொஞ்சினால் குழந்தைக்கு ஆயுள் குறையும் என்று பெரியவர்கள் சொன்னதாய் நினைவுக்கு வர அங்கிருந்து விலகினார். எத்தனை வயதானாலும் பெற்றவர்களுக்கு பிள்ளைகள் என்றும் குழந்தை தானே?

கீழே வந்தவர் அப்போது வந்த அத்தி மற்றும் கார்த்தியுடன் உரையாடிக்கொண்டிருந்தார். இருவரும் அவருடன் பேசிக்கொண்டிருக்க அப்போது லெட்ஸ் செலிபிரேட் குழுவினரும் அங்கே வந்தனர். அதிலும் சந்தீப், லவ் இருவரும் ஒருவிதப் பதட்டத்துடனே வர கார்த்தியுடன் சிரித்துப்பேசிக்கொண்டிருந்த லஷ்மியைக் கண்டதும் தான் கொஞ்சம் நிம்மதி கொண்டனர்.

எல்லோரும் அவரை நலம் விசாரிக்க அந்தச் சப்தத்தில் விழித்த அமுதன் வெளியே வந்தான். எல்லோருடனும் கொஞ்ச நேரம் பேசிக்கொண்டிருக்க, ஆத்யாவின் வீட்டிலிருந்து எழுந்து வந்தவனையே சந்தேகமாய்ப் பார்த்தான் மணிகண்டன். அவனுக்கு இது பிடிக்கவில்லை. ஆத்யாவின் குடும்பத்தோடு அமுதன் நெருங்கிப் பழகுவது நாளை அவன் தொழிலுக்கு குந்தகம் விளைவிக்குமோ என்று யோசித்தான்.

சற்று நேரத்தில் எல்லோரும் அங்கிருந்து புறப்பட்டு இருந்தனர். எந்த விஷயத்தையும் தவறாக எண்ணி எடைப்போட்டால் எல்லாம் தவறாகவே தெரியும் என்ற உண்மை மணிகண்டனுக்குத் தெரியவில்லை போலும்.

இந்தத் தவறான எண்ணமே இன்னும் சில நாட்களில் அவன் பின்னிய வலையில் அவனே மாட்டிக்கொண்டு அதுவே அவன் எதிர்காலத்தையும் மாற்றியமைக்கப் போகிறது என்று இப்போது அவன் அறிந்திருக்கவில்லை.

"எண்ணமும் செயலும் நன்றாக இருந்தால் கன்னம் இரண்டும் பண்ணு மாதிரி வீங்கி அழகாய் இருக்கும்" என்று ஏற்கனவே தத்துவ ஞானி வடிவேலு ஒரு படத்தில் கூறியதாய் ஞாபகம். அது உண்மைதானே?

மறுநாள் ஆத்யா ஆபிசுக்கு செல்ல அங்கே எல்லோரும் பரபரப்பாக இருந்தனர். தங்கள் நிறுவனத்தின் மூன்றாம் ஆண்டு விழாவை எப்படி எல்லாம் கொண்டாட வேண்டும் என்று திட்டமிட்டுக்கொண்டிருந்தனர். பின்னே மற்றவர்கள் விழாவையே தங்கள் விழா போல் கொண்டாடுபவர்களுக்கு தங்களின் விழாவைக் கொண்டாட சொல்லித்தரவா வேண்டும்? நிறைய பிளான் செய்து எல்லோரும் கோரஸாக, 'லெட்ஸ் செலிபிரேட் பண்ணுவோமா?' என்று ஒருமித்த குரலில் சொல்லி ஆர்ப்பரித்தனர்.

இதற்கிடையில் அன்று ஆத்யாவிடம் தன் மகளின் வளைகாப்புக்கு பாரம்பரியமிக்க செட்டிநாட்டு சமையலை வேண்டி வந்திருந்தாரே? அவரின் வீட்டு விசேஷம் இன்னும் ஒருவாரத்தில் நடைபெற இருந்தது. அவர் மீண்டும் மீண்டும் தான் வேண்டியதையே கேட்டுக்கொண்டிருக்க ஆத்யாவுக்கோ முதல் முறை சிறு பயம் எட்டிப்பார்த்தது. இருந்தும் அந்த விழாவை எதிர்பார்த்து காத்திருந்தாள்.

அன்று ஆத்யாவை தன் வீட்டிற்கு அழைத்துச் சென்றான் சந்தீப். இருவரும் நீண்ட நேரம் லஷ்மியின் உடல்நிலையைப் பற்றி ஆலோசித்தனர். ஒரே ஒரு முறை தான் ஆத்யா தன் வாழ்வில் அதிகம் பலகீனமடைந்ததுள்ளாள். அந்த நாள் தான் சந்தீப்பிற்கும் ஆத்யாவின் மனவலி புரிந்தது. அன்றிலிருந்து பல முறை ஆத்யா டௌன் ஆகும் போதெல்லாம் சந்தீப் தான் அவளைச் சமாதானம் செய்வான். கிட்டத்தட்ட அதேபோலொரு

நிலையில் தான் இன்றும் இருந்தாள். சந்தீப்பின் தோள்கள் தான் ஆத்யாவின் ஒட்டுமொத்த உணர்வுகளின் வடிகால். இன்றும் அதே போல் ஆத்யா ஃபீல் செய்ய அவளைச் சமாதானம் செய்துகொண்டிந்தான் சந்தீப்.

"ஸ்வீட்டிக்குட்டி என்ன இது சின்ன பொண்ணு மாதிரி? அதெல்லாம் அங்கிளுக்கு ஒன்னும் ஆகாது. அண்ட் அங்கிளோட இந்த நிலைக்கு நீயெப்படி காரணம் ஆவ? ஒருவேளை எல்லாமே நீ நினைத்த மாதிரி நடந்திருந்தா அங்கிள் சந்தோசமா இருந்திருப்பாருனு நீ நினைக்கிறாயா? அவர் வாழ்க்கை அப்போ தான் ரொம்ப சிக்கல் ஆகியிருக்கும். எந்தப் பக்கமும் பேச முடியாம... என்னால நினைக்கவே முடியல ஆது. அந்த மாதிரியான ஒரு சூழ்நிலைக்கு இன்றைய நிலை எவ்வளவளோ தேவல... அண்ட் இதெதுக்கும் நீ காரணமில்லை டா?" என்று பக்குவமாய் எடுத்துரைத்தான்.

"இல்ல சந்தீப். நான் ஒரு செல்ஃபிஷ்..." என்று தேம்பினாள். அப்போது அவர்களின் மாடிப்படிக்கட்டில் யாரோ வரும் ஓசை கேட்க ஆத்யா கண்களைத் துடைத்து முடிக்க சந்தீப்பின் அன்னை அங்கே வந்தார்.

"அம்மா ஸ்வீட்டியை என்னானு கேளுமா. பாரு ஃபீல் பண்றா..." என்றதும் அவளைச் சமாதானம் செய்தார் சந்தீப்பின் அன்னை.

கொஞ்ச நேரம் அவர்களோடு கதைத்துவிட்டு வீட்டுக்குச் சென்றாள் ஆத்யா. இதனால் அவளின் குற்றயுணச்சி தீர்ந்ததா என்றால் நிச்சயம் இல்லை தான். ஆனால் ஓரளவுக்கு மட்டுப்பட்டிருந்தது.

வழக்கம் போல் வீட்டிலிருந்து அழைப்பு வர அதைப் பட்டும்படாமல் பேசினான் அமுதன். வீட்டிலும் முன்பு போல் அவனிடம் அதிகநேரம் பேசுவதைக் குறைந்திருந்தனர். காரணம் ஹிருத்தியாவின் திருமணம் தான். இவனும் அதைப் பற்றிக் கேட்க மாட்டான் அவர்களும் ஏதும் பேசமாட்டார்கள். அன்று தான் லஷ்மி நாராயணனைப் பற்றி அண்ணாமலையிடம்

தெரிவித்தான் அமுதன். அதுவரை அவருக்கு ஆத்யாவைப் பற்றி மட்டும் தான் தெரிந்திருந்தது. இந்த சில நாட்களாய் சீதா அமுதனிடம் முழுமனதோடு பேசினார். அமுதன் மீதிருந்த கோவம் விலகி இன்று அமுதனின் இந்த நிலைக்கு தான் தான் மூலக்காரணமோ என்றும் அவருக்குத் தோன்றியது. சும்மா இல்லாமல் மருமகள் மருமகள் என்று அமுதனின் மனதில் ஆசையை வளர்ந்துவிட்டதால் தான் அமுதன் இன்று இந்நிலையில் இருக்கிறானோ என்ற குற்றயுணர்ச்சி அவருக்கு. பேசி முடித்தவன் ஏதேதோ யோசிக்க இறுதியில் ஆத்யலஷ்மி எப்படி ஆத்யா ஆனாள் என்ற கதை நினைவுக்கு வர அவனையும் அறியாமல் ஒரு குறுநகை அவன் உதட்டோரத்தில் தோன்றி மறைந்தது. சென்னையின் போக்குவரத்து இரைச்சலுக்கு இடையில் அதிகாலையில் ஒலிக்கும் ஒரு மெல்லிய குயிலின் கூவலாகவும், ரணமான மனதிற்கு பீலியைக் (பீலி -மயிலிறகு) கொண்டு வருடும் போது கிடைக்கும் கூச்சமாகவும் அவனின் தற்போதைய வலிகளுக்கெல்லாம் ஒரு இதமாய் இருந்தாள் ஆத்யா. இன்றைக்கு இருக்கும் ஆத்யாவை அந்த பதினைந்து வயசு சிறுமியாக எண்ணி அவள் சொன்னதையெல்லாம் நினைத்துப்பார்த்தவன் தனக்குள்ளே சிரித்தான்.

லெட்ஸ் செலிபிரேட்டின் பிறந்த நாளுக்காக அமுதன் ஸ்பெஷல் கேக் ஒன்றை தயாரிக்க ஆயத்தமானான். ஆக்சுவல்லி இது அத்திப்பூவின் ஐடியா. கண்டிப்பாக ஏதாவது ஸ்பெஷலாக கொடுக்க வேண்டும் தான். ஏன் அதைக் கேக்காக தரக்கூடாது என்று சொல்ல அனைவருக்கும் அதுவே சரியென்று பட்டது. அதற்காகவே ஸ்பெஷலாக ரெயின்போ கேக் (ஏழு அடுக்கில் ஏழு பிளேவரில் இருக்கும் ஸ்பெஷல் கேக்) ஒன்றைச் செய்ய ஆயத்தமானான். அமுதன் பேஸ்டரியில் வேலை செய்திருந்தாலும் அவன் வேலை செய்வதை யாரும் கண்கூடப் பார்த்ததில்லை தான். இன்றோ அதை ரசித்துப் பார்த்தனர்.

நாளை லெட்ஸ் செலிபிரேட்டில் விழா ஏற்பாடு செய்திருக்க அவர்களின் ஆரம்பகாலம் முதல் தற்போதுவரை அவர்களுக்கு உறுதுணையாக இருக்கும் அனைவரையும் அழைத்திருந்தனர். தங்களின் கஷ்டமெர்ஸ், ஸ்பான்சர்ஸ், நண்பர்கள் என்று ஒரு பெரும் கூட்டமே திரண்டிருந்தது. கேக் ஆர்டர் செய்ய மிதிலா சந்தீப்பிடம் சொல்ல சந்தீப்பை அழைத்திருந்த ரூபன் அவனை தங்கள் கேன்டீனுக்கு வரச்சொல்லி அமுதன் செய்த கேக்கை காட்டினார்கள். அதன் வடிவத்திலும் சுவையிலும் மகிழ்ந்தவன் அமுதனை அணைத்து தன் நன்றியைத் தெரிவித்தான்.

அதே நேரம் அந்த கேக்கையே தங்களின் பிராண்ட் ப்ரமோஷனுக்காக உபயோகப் படுத்தவும் திட்டமிட்டவர்கள் அதில், 'வித் லவ் அமுது கேட்டரிங்' என்று எழுதிக் கொண்டுப்போனார்கள்.

அவர்கள் எழுவரின் பெற்றோர்களும் அங்கே கூடியிருக்க விழா தொடங்கியது. தங்களுடைய சாதனைகளையும் தான் இதுவரை வெற்றிகரமாக நடத்திய விழாக்களையும் பற்றி குறிப்பிட்டு எல்லோரையும் வாழ்த்தியப் பிறகு அந்த கேக்கை வெட்ட முற்பட அதைப் பார்த்த மிதிலா, ஜாய்சன், லவ் என்று எல்லோரும் ஆச்சரியம் கொண்டனர். இதை எதிர்பார்க்காத மணியும் முதலில் கோவம் கொண்டாலும் அதன் தோற்றத்தைப் பார்த்து இது அவசரமாகச் செய்யப்பட்டதில்லை என்றும் கடுமையான முயற்சிக்கு பிறகே இது உருவாகியிருக்கக் கூடும் என்ற உண்மை புரிந்தாலும் அவர்களை மனமார பாராட்ட மட்டும் அவனுக்குத் தோன்றவில்லை. ஆடல், பாடல் ஃபங்க்சன்ஸ் என்று விழா நடைப்பெற்றது. அவர்களைக் காட்டிலும் அவர்களின் பெற்றோர்களுக்குத் தான் கர்வம் பிடிபடவில்லை. விளையாட்டு பசங்க என்று நினைத்திருந்தவர்களுக்கு அவர்களின் உழைப்பும் அதன் மூலம் ஈட்டிய வெற்றியும் ஆச்சரியம் தந்தது.

இன்று தங்கள் ஊழியர்கள் அனைவருக்கும் விடுமுறை அளிக்க எண்ணி எல்லோருக்கும் வெளியிலிருந்து உணவை

ஆர்டர் செய்து மதிய உணவைப் பரிமாறினார்கள். எல்லோரும் பாரம்பரிய மிக்க உடைகளில் காட்சியளிக்க ஆத்யாவின் வசீகரம் அமுதனைச் சற்று திணறடித்தது என்று தான் சொல்ல வேண்டும். பிறகு எழுவருமாக சேர்ந்து அந்த கேக்கை வெட்டி வந்திருந்தவர்கள் அனைவருக்கும் பரிமாறினார்கள். அன்றே தான் சந்தீப்பின் பெற்றோர்களுக்கும் திருமண நாள் என்பதால் இரவு டின்னரை அமுதன் அண்ட் கோவிடம் ஆர்டர் செய்திருந்தான் சந்தீப்.

விழா நிறைவடைந்ததும் எல்லோரையும் இரவு தன் வீட்டிற்கு அழைத்துவிட்டு அங்கிருந்து சென்றான் சந்தீப். லெட்ஸ் செலிபிரேடில் மணி மற்றும் மிதிலாவைத் தவிர்த்து எல்லோரும் ஓரளவுக்கு வசதி படைத்த குடும்பத்தைச் சேர்ந்தவர்கள். இந்த இரண்டாண்டுகளில் மணி மற்றும் மிதிலாவின் பொருளாதார நிலையும் உயர்ந்து தான் காணப்பட்டது. உழைப்பில் அங்கே யாரும் சளைத்தவர்கள் இல்லை. நித்திலாவின் மேற்பார்வையில் ஆத்யாவின் உதவியுடன் தான் இந்த லெட்ஸ் செலிபிரேட் இயங்குகிறது.

அன்றிரவு அனைவரும் சந்தீப்பின் வீட்டில் ஒன்றுகூடி சந்தீப் பெற்றோரின் திருமண நாளைக் கொண்டாடினர். இதுவரை அவர்கள் வாழ்வில் நிகழ்ந்த நிறைய முக்கியமான சம்பவங்களின் தொகுப்புகளை எல்லாம் போட்டோவாக செய்து அங்கொன்றும் இங்கொன்றுமாக வைத்திருந்தனர். வருகை தந்தவர்கள் எல்லோரும் அந்தப் படங்களை எல்லாம் பார்த்து புன்னகைத்தனர். அவர்களின் திருமணப் புகைப்படங்களைப் பார்த்து பசங்க எல்லோரும் பெற்றோர்களை வாரிக்கொண்டு இருந்தனர். அதில் இணைந்துகொண்ட சந்தீப்பின் தந்தை, "பாருங்க கண்ணுங்களா கல்யாணத்து அப்போ நான் எவ்வளவு ஒல்லியா தலைநிறைய முடியோடு எவ்வளவு ஸ்மார்ட்டா இருந்திருக்கேன்னு... இன்னைக்கு பாருங்க முடியெல்லாம் கொட்டி வயிறு முன்னாடி வந்து எப்படி இருந்த நான் இப்படி ஆகுறதுக்கு உங்க ஆண்ட்டி தான் காரணம்..." என்று சொல்லி

தன்னுடைய மனையாளைக் கிண்டல் செய்துகொண்டிருந்தார் சத்தியமூர்த்தி(சந்தீப்பின் தந்தை).

"ஆமா அப்படிப் பார்த்தா, எங்க ஆண்ட்டியும் தான் எவ்வளவு ஒல்லியா பார்க்கவே சினிமா ஸ்டார் மாதிரி இருந்திருக்காங்க. அப்போ அவங்களோட இப்போதைய நிலைக்கு நீங்க தான் காரணமா அங்கிள்?" என்று அவரை வாரினாள் ஆத்யா. ஆத்யாவுக்கு எப்போதும் சுகந்தி (சந்தீப்பின் அன்னை) ஒரு அன்னையைப் போன்றோர் தான்.

"சூப்பரா சொன்னடா என் ஸ்வீட்டி" என்று ஆத்யாவை ஆதரித்து தன் கணவரைப் பார்த்தார் அவர். இப்படியாக ஒவ்வொருவராய் இருவரையும் கலாய்த்து கொண்டிருந்தனர். சந்தீப்பின் அந்த ஜாலி குணம் அவன் பெற்றோரிடமிருந்து தான் வந்திருக்கிறது என்று அமுதன் அண்ட் கோவும் தெரிந்துகொண்டனர். அவர்களோ இரவு உணவிற்கு நிறைய சைனீஸ், நூடுல்ஸ், தந்தூரி என்று நான் வெஜ்ஜாகவும் பனீர் காளான் என்று வெஜ்ஜிலும் விதவிதமாகச் சமைத்தனர்.

மொத்தமே ஐம்பது முதல் எழுபது நபர்களைத் தான் அழைத்திருந்தான் சந்தீப். மாலையிலிருந்து சமைக்க ஆரமித்தவர்கள் ஏழரை வாக்கில் சமைத்த முடித்து அந்த விழாவைக் கண்டுகளித்தனர்.

எல்லோரும் கேள்வி கேட்க இறுதியா ஒரு கேள்வியை சந்தீப் கேட்க எண்ணி, "அதெல்லாம் இருக்கட்டும். என்னை மட்டும் எதுக்கு இப்படி ஒரே பையனா தவிக்க விட்டுடீங்க?" என்று சந்தீப் கேட்டதும் பசங்க எல்லோரும் 'ஹோ' என்று சொல்லி ஆர்ப்பரித்தனர்.

"சோ சேட் மை சன். ஒரு ரெண்டு மூணு வருசத்துக்கு முன்னாடி சொல்லியிருந்தாச்சும் ஏதாவது செஞ்சியிருக்கலாமே. இப்போ காலம் கடந்துவிட்டதே மகனே..." என்று அவன் தந்தையும் அதே குதூகலத்துடன் பதிலளிக்க பாவம் அவர் மனைவிக்குத் தான் உச்சகட்ட எம்பேரஸ் ஆகி தலைகவிழ்க அவரின் இந்த

ஜாலியான பதிலில் பசங்க எல்லோரும் பெரிய 'ஓ' போட்டு அந்த மாலைப் பொழுதை ஒரு பொன் மாலைப்பொழுதாக மாற்றியிருந்தனர்.

பிறகு எல்லோருமாக சேர்ந்து அந்த டின்னரை உண்டு களிக்க ஆயத்தமாகினர். உணவுகள் ஒவ்வொன்றும் ஏ க்ளாஸாக இருந்தது. பிரைட் ரைஸ், நான், சைட்டிஷஸ் என்று அதொரு தேர்ந்த விருந்தாகவே இருந்தது. எல்லோரும் அமுதன், ரூபன், அத்தி கார்த்தி, கண்ணையனை மனதாரப் பாராட்டினார்கள். நம்பியும் அந்த விழாவுக்கு வந்திருந்தான். அமுதன் அண்ட் கோவும் அவர்களோடு ஜாயின் செய்துகொண்டனர்.

"சந்தீப் நீ அன்னைக்குச் சொன்னது பொய்யில்லைடா. உண்மையிலே சமையல் வேற லெவல் தான் போ..." என்று மிதிலா சொல்ல அதையே அனைவரும் ஆமோதித்தனர்.

"டேய் அந்த கேக் இன்னும் இருக்கு தானே?" என்றான் ஜாய்சன்.

அந்த அழகான நிகழ்வுகளையெல்லாம் சந்தீப் தன்னுடைய கேனானில் தன் ஆஸிஸ்டண்ட்டை க்ளிக்கிக்குமாறு சொல்லியிருந்தால் அவையாவும் டிஜிட்டலுலகத்திலும் 'புகை'ப்படமாகிக்கொண்டிருந்தது. அந்த விழா இனிதே நிறைவேற லெட்ஸ் செலிபிரேட் சார்பில் ஒரு அன்பளிப்பை வழங்கினர். அதைப் பெற்றுகொண்டவர்கள் அவர்களுக்கும் ஒரு பரிசை வழங்கி மகிழ்ந்தனர்.

சந்தீப்பின் பெற்றோர்களுடைய ஒற்றுமையையும் மகிழ்ச்சியையும் பார்த்த அத்தி ரூபன், ஆத்யா ஆகியோர் ஒருவித இயலாமையில் அதைப் பார்க்க மற்றவர்கள் எல்லோரும் இதுபோல் தங்கள் பெற்றோருக்கும் ஏதாவது செய்ய வேண்டும் என்று எண்ணிக்கொண்டனர்.

அன்றைய தினம் ஒவ்வொருவருக்கும் பல வித்தியாசமான உணர்வுகளைக் கொடுத்தது மட்டும் நிச்சயம். அவர்களில் மணிகண்டன் ஒருவன் மட்டும் தான் ஒருவித பொறாமையில் தவித்தான். காரணம் இன்றைய சமையலின் சுவை தான்.

உண்மையில் இன்றைய சமையலில் எவ்வித குறையையும் அவனால் கண்டுபிடிக்க முடியவில்லை. அதைவிட இன்று காலையில் அவர்கள் செய்திருந்த கேக் வேறு அவனுக்குப் பொறாமை என்பதைக் காட்டிலும் ஒரு வித இன் செக்குரிட்டியை தந்தது. எங்கே இவர்களின் வளர்ச்சி தன் தொழிலுக்கு ஆபத்தாகிவிடுமோ என்று வருந்தினான். இதுவே நாளை அவன் வாழ்க்கையையே புரட்டிப்போடும் என்று இப்போது அவன் அறியவில்லை.

ஆத்யாவுக்கு இன்றைய மகிழ்ச்சிகளைக் காட்டிலும் இறுதியாக தன்னுடைய தந்தை சந்தீப்பின் பெற்றோர்களை ஏக்கமாகப் பார்த்தாய் அவளுக்குள் ஒரு எண்ணம். உண்மையில் அவர் சாதரணமாகத் தான் பார்த்தார். ஆனால் அது ஆத்யாவுக்கு வேறுவிதமாக கன்வே ஆகியிருந்தது. ஆறு வயது சிறுமியாக அவளின் பிம்பமே அவள் முன்பு தோன்ற ஆத்யாவுக்கு ஆத்திரம் தான் வந்தது. எப்போது தூங்கினாள் என்பதை உணராமலே உறங்கிப்போனாள் ஆத்யா.

அங்கே ரூபனுக்கு இது வேறு சில உண்மைகளை நினைவுப்படுத்தியது. அவனும் கிட்டத்தட்ட ஆத்யாவின் மனோநிலையில் தான் இருந்தான். அத்தியோ இறந்துப்போன தன்னுடைய பெற்றோர்களின் படத்தைப் பார்த்துக்கொண்டிந்தாள். அமுதன் செய்திருந்த கேக்கை வீட்டிற்குக் கொண்டு சென்ற கார்த்தி தன்னுடைய அன்னைக்குத் தர கூடவே இன்று சமைத்ததையும் கொண்டு சென்றான். அவற்றையெல்லாம் உண்ட பரந்தாமன், 'இந்தப் பசங்களுக்குள்ளையும் ஏதோ இருக்கு' என்று புரிந்துகொண்டவர் மறுநாள் அவர்களை அழைத்து அவர்களுடன் கொஞ்சம் பேசவேண்டும் என்றும் முடிவு செய்தார்.

ஆத்யாவின் முகபாவத்தையெல்லாம் அமுதனும் கவனித்துக்கொண்டே தான் இருந்தான். உண்மையில் அமுதன் ஒரு சைலன்ட் அப்செர்வர். தன்னைச் சுற்றி என்ன நடக்கிறது என்பதை எப்போதும் உன்னிப்பாக கவனிக்கும்

குணமுடையவன். என்ன அவன் கவனித்ததாக எப்போதும் காட்டிக்கொள்ள மாட்டான். அவனுக்கு ரூபன் மற்றும் அத்தியின் கவலைக்குக் காரணம் விளங்கிய போதும் ஆத்யாவின் மாற்றத்திற்குக் காரணம் என்னவாக இருக்கும் என்ற சிந்தனையில் மூழ்கினான். முன்பெல்லாம் இரவு படுத்தாலே ஹிருத்தியாவும் அவள் திருமணமும் தான் அமுதனுக்கு நினைவு வரும். ஆனால் சமீப காலங்களாக அவ்விடத்தை ஆத்யாவும் லஷ்மியும் ஆக்கிரமித்துக்கொண்டிருந்தனர். அதும் இன்று ஆத்யா அவ்வளவு அழகாக இருந்ததாய் அமுதனுக்கு ஒரு எண்ணம். பாடல் கேட்டுக்கொண்டிருந்தவன் அப்படியே கண்ணயர்ந்தான். ஜேசுதாஸ் பாடிக்கொண்டிருந்தார்.

"காதல் கொண்டேன் கனவினை வளர்த்தேன்...

கண்மணி உனைநான் கருத்தினில் நிறைத்தேன்...

உனக்கே உயிரானேன் எந்நாளும் எனை நீ மறவாதே...

நீ இல்லாமல் எது நிம்மதி நீ தானே என் சன்னிதி..."

(சுவைக்கும்!...)

* * * * * *

அத்தியாயம் - 20

அடுத்த இரண்டு நாட்கள் அப்படியே நகர மூன்றாம் நாள் காலை ஆத்யா அவசர வேலையால் காலையிலே கிளம்பிவிட அன்று லஷ்மி டயாலிசிஸ் செல்ல வேண்டிய நாள் என்பதால் சற்று அசௌகரியதுடன் காணப்பட்டார். மதியம் வந்துவிடுவதாகச் சொன்ன ஆத்யாவிடமிருந்து எவ்வித அழைப்பும் வராததால் அவளின் அழைப்புக்காகக் காத்திருந்தார் லஷ்மி நாராயணன். அன்று காலேஜ் கேன்டீனில் இருந்த அமுதனுக்கு எதேர்ச்சையாக லஷ்மியின் நினைவு வர அவரை அழைத்தான்,

"அங்கிள், எங்க இருக்கீங்க? ஹாஸ்பிடல் போயாச்சா?"

"இல்ல அமுதன். ஆது வரேன்னு சொல்லிட்டுப் போனா இன்னும் வரல. அதான்..."

"என்னைக் கூப்பிட்டு இருக்கலாமில்ல? சரி டோக்கன் போட்டாச்சு தானே?"

"ஆம் போட்டாச்சு அமுதன்"

அமுதன் அங்கிருந்து விரைவாக லஷ்மியின் வீட்டிற்குச் சென்று அவரை அழைத்துக்கொண்டு வண்டியில் புறப்படும் சமயம் ஆத்யாவின் வண்டி வீட்டிற்குள் நுழைந்தது. அங்கே அவர்களைப் பார்த்ததும் அவள் முகம் குற்றயுணர்ச்சியில் தவிக்க, அமுதன் ஆத்யாவைப் பார்த்து அமைதியாக இருக்க அவளும் அவனுடன் பேசவில்லை. என்னதான் அன்று ஹாஸ்பிடலில் இருவரும் ஃப்ரீயாக பேசினாலும் இருவருக்குள்ளும் இன்னும் அந்தச் சொல்லப்படாத மௌனம் தொடர்ந்துகொண்டு தான் இருக்கிறது. அதை நன்றாக உணர்ந்த லஷ்மி தன்னுடைய தொண்டையைச் செரும இருவரும் நிகழ்வுக்கு வந்தனர்.

"சாரிப்பா கொஞ்சம் லேட் ஆகிடுச்சு. வந்துட்டு இருந்தேன் அதான் போன் எடுக்கல..."

"ஓகே டா. அதுக்குள்ள அமுதன் தம்பி வந்துட்டார். போலாம்" என்றதும் மூவரும் ஒன்றாகவே சென்றனர். இவருடைய மௌனமும் அந்தத் தயக்கமும் லஷ்மிக்குப் புரியாமல் இல்லை. இருவரும் மனம் விட்டு பேசினாலே எல்லாம் சரியாகிவிடும் தான். ஆனால் யார் பேசுவது என்று இருவரும் தயங்குகிறார்கள். ஆத்யாவிற்கு இன்னும் அமுதனின் நிலை அவனின் மனம் என்று எதுவும் தெரியவில்லை.

அங்கிருந்து ஹாஸ்பிடல் சென்றவர்கள் லஷ்மியை டயாலிசிஸ் அறைக்குள் அனுப்பிவிட்டு இருவரும் காத்திருக்க,

"தேங்க்ஸ்" என்றாள் ஆத்யா பட்டும்படாமல்.

'ஏன் ஆது என்கிட்டே இப்போல்லாம் சரியாவே பேசுறதில்லை?' என்று கேட்க எண்ணி வாய் வரை வார்த்தை வந்துவிட அப்போது பார்த்து ஒரு நர்ஸ் அவர்களை அழைத்தார்.

"லஷ்மி நாராயணன் கூட வந்தவங்க யாரு?" என்றதும் இருவரும் அவரை நோக்கிச் சென்றனர்.

"அவருக்கு பெட்பேன் வைக்கணும். சோ யாராச்சும் உள்ளே போங்க" என்றவர் அங்கிருந்து நகர்ந்துவிட ஆத்யா தந்தையை நோக்கிச் சென்றாள். அங்கே லஷ்மியோ மகளிடம் எப்படி இதைக் கேட்பது என்று தயங்க அதைப் புரிந்துகொண்ட ஆத்யாவோ அமுதனை இதை எப்படிச் செய்யச் சொல்வது என்று தவித்தாள். இருவரையும் மாறிமாறிப் பார்த்த லஷ்மியோ தவிக்க அமுதன் ஆத்யாவை வெளியேயிருக்குமாறு சொல்லிவிட்டு அவருக்கு வேண்டியதைச் செய்தான். லஷ்மிக்கு நிறைய அசௌகரியமாக இருந்தாலும் வேறுவழியின்றி அமைதி காத்தார்.

"அங்கிள், என்னை வெளியாளாகப் பார்க்காமல் உங்க மகனா நெனச்சுக்கோங்க. ஃபீல் ஃப்ரீ" என்றான் அமுதன்.

வேறுவழியின்றி லஷ்மியும் அமுதன் சொன்னபடியே செய்தார்.

"யாருக்கும் பாரமா மாறுவதற்கு முன்னாடியே செத்துப்போயிடணும்னு தான் நெனச்சேன் அமுதன். ஆனா இப்படி உங்களை..." என்று அவர் நிறுத்த,

"அங்கிள். உங்களுக்கு ஒரு பையன் இருந்திருந்தா நீங்க இப்படி தான் ஃபீல் பண்ணுவீங்களா? என்னை உங்க மகனா நெனச்சுக்கோங்க அங்கிள். அண்ட் என்ன சொன்னீங்க செத்திடணும்னா? அங்கிள் உங்களையே நம்பி ஒருத்தி இருக்கா. அவளைப் பற்றி நீங்க மறந்துடீங்களா? இதை மட்டும் ஆத்யா கேட்டிருந்தா ரொம்ப ஃபீல் பண்ணுவா அங்கிள். ப்ளீஸ் அங்கிள் உங்களுக்கு இன்னும் நிறைய கடமைகள் இருக்கு. நீங்க பார்க்கவேண்டியதும் இன்னும் நிறைய இருக்கு. இந்த மாதிரி எல்லாம் ஃபீல் பண்ணாதீங்க. எனக்கு இந்த உலகத்துலயே ரொம்ப பிடிச்ச நபர்னா என் அப்பா தான் அங்கிள். உங்களையும் நான் அதே மாதிரி தான் நினைக்கிறேன். சோ வீணா எதையும் போட்டுக் குழப்பிக்காம ரிலேக்ஷ்டா இருங்க. அண்ட் ஐ யம் ஹேப்பி டு சர்வ் யூ" என்று புன்னகைத்தான் அமுதன்.

பிறகு அங்கிருந்து அமுதன் வெளியே வர அங்கே ஆத்யா அமுதன் செய்ததையும் சொன்னதையும் பற்றியே யோசித்துக்கொண்டிருந்தாள். ஒருவேளை சந்தீப் இங்கே இருந்திருந்தால் கூட இப்படித் துரிதமாகச் செயல்பட்டிருப்பானா என்பதும் சந்தேகமே. அமுதன் மீதான நன்மதிப்பு காதல் என்று எல்லாமும் பெருக்கெடுத்தது அம்மங்கைக்கு. வெளியே வந்த அமுதனிடம், "ரொம்ப தேங்க்ஸ் அமுதன்" என்று உணர்ச்சி வசப்பட்டாள் ஆத்யா.

ஒரு புன்னகையை அவளுக்கு வீசியவன், "ஒன்னும் வேண்டாம் ஸ்வீட்டி. எனக்கு லஷ்மி அங்கிளை ரொம்ப பிடிக்கும். அவர் மேல எனக்கு நல்ல மரியாதை இருக்கு. தேங்க்ஸ் சொல்லி என்னைத் தனிமைப்படுத்திடாத ஆது. வா அவருக்கு இப்போ சாப்பாடு கொடுக்கணும். நீ வந்து ஊட்டிவிடு" என்று சொன்னான் அமுதன். டயாலிசிஸ் செய்யும் செயல் மிக நீண்டது. அவ்வளவு நேரம் செய்யும் போது உடலில் உள்ள சத்துக்கள் எல்லாம் குறைந்துவிடும். ஆதலால் அப்போது சாப்பிட எதையாவது கொடுக்கவேண்டும். அமுதன் அவருக்கான உணவை வீட்டிலிருந்து எடுத்து வர ஆத்யா அவருக்கு உணவை

ஊட்டிக்கொண்டிருந்தாள். டயாலிசிஸ் முடிந்ததும் மூவரும் வீட்டிற்குத் திரும்ப லஷ்மி உடல் சோர்வினால் உறங்கிவிட்டார்.

அமுதன் அங்கிருந்து புறப்பட ஆத்யா தான் முகத்தில் களையிழந்தாள். அவளின் முகத்தைக் கண்டவன், "ஆது அவருடைய மூச்சியே உன்னுடைய சந்தோஷத்துல தான் இருக்கு. சோ அவர் முன்னாடி இப்படி டல்லா இருக்காம அட்லீஸ்ட் நார்மலா இரு ஆத்யா. என்னைக்கேட்டா நீ இனிமேல் அவரோட நிறைய சிரிச்சுப் பேசணும். அவரை உற்சாகமா வெச்சியிருக்கணும். நோ சேட் ஃபீலிங்ஸ். அண்ட் இனிமேல் எல்லா நாளும் நானே வந்திடுறேன். நான் மனசார தான் எல்லாம் செய்யுறேன். சோ உனக்கு எந்த எம்பேரேசும் வேண்டாம். ஓகே?"

தலையை ஆட்டினாள் ஆத்யா.

"ஸ்மையில் ப்ளீஸ்" என்று அமுதன் சொன்னதும் அவள் அமைதியாக இருக்க,

"சே சீஸ் ஆது" என்றதும் ஆத்யா உதடு விரித்தாள்.

"ஓகே. நான் கிளம்பறேன். பை" என்றவன் அங்கிருந்து சென்றான்.

அவன் சென்றபின் வந்து அமர்ந்தவள் அப்போது தான் அமுதன் இன்று முழுவதும் தன்னை 'ஆது' என்று அழைத்து நினைவுக்கு வர அவள் மேனி சிலிர்த்தது. வாழ்க்கையில் முதன்முதலில் காதலிக்கிறாள். கண்டிப்பாக இது முதல் இல்லை தான். இருந்தும் இப்போது ஆத்யாவுக்கு இருக்கும் இந்த உணர்வெதும் முன்பு அவளிடம் தோன்றவேயில்லை என்பது மட்டும் நிச்சயம். அப்போ இதுதானே முதல் காதல்?

இப்போது தான் தன்னுடைய தந்தையின் மனதை நன்கு உணர்ந்துகொண்டாள். கூடவே ஒரு பயமும் அவளிடம் எட்டிப்பார்த்தது. ஒரு தந்தையாய் அவரின் நிலை அவளுக்கு நன்றாகப் புரிந்தது.

"என்னை மன்னிச்சுடுப்பா நான் எதையும் யோசித்து செய்யல..." என்றவள் கடந்தகால நினைவுகளுக்குச் சென்றாள்.

நாளை தன்னுடைய பிலாகில் என்னென்ன எழுத வேண்டும் என்பதை எல்லாம் ஒரு குறிப்பெடுத்துக்கொண்டவள் சற்றுநேரம் ஓய்வெடுக்க விரைந்தாள்.

அங்கே அமுதனும் வேறொரு நினைவில் வியாபித்திருந்தான். "எப்படி அவளை நான் உரிமையாக ஆதுனு அழைத்தேன்?" என்று அவனின் செயலை எண்ணி ஆச்சரியம் கொண்டான்.

நாளை நடக்கவிருக்கும் அந்த வளைகாப்பு நிகழ்வுக்குத் தேவையானதை எல்லாம் ஆத்யா சரிபார்க்க மணிகண்டன் செய்த அதிரசத்தை சேம்பிள் பார்த்தாள் ஆத்யா. அது கடைகளில் இருப்பதைப்போல் உப்பி சுவை குறைவாக இருக்க ஆத்யாவைப் போல் நித்திலாவும் விழி பிதுக்கினாள்.

"என்ன மணி இதெல்லாம்?" என்ற நித்திக்கு,

"அதிரசம் நித்திலா. ஏன் பார்த்தா தெரியலையா?" என்றான் மணிகண்டன்.

"இதென்ன இப்படி இருக்கு? அவரு வீட்ல செய்யுற மாதிரி தானே இருக்கணும்னு சொன்னாரு. அண்ட் மோரேவர் ஸ்வீட் கூட ரொம்ப கம்மியா இருக்கு..." என்றாள் ஆத்யா.

"எனக்கு இவ்வளவு தான் சமைக்கத் தெரியும். அண்ட் நீ சொல்ற மாதிரி செஞ்சா எனக்குக் கட்டுபடியாகாது..." என்று அலட்சியமாகவே பதிலுரைத்தான் மணிகண்டன்.

அதற்குள் அவர் கேட்ட மற்ற பலகாரங்களும் அதே போல் இருக்க சொல்லமுடியாத ஒரு ஆத்திரத்தில் இருந்தாள் ஆத்யா.

அப்போது தான் ஜாய்சன் மற்றும் லாவண்யா இருவரும் உள்ளே வர யோசனையில் இருந்த ஆத்யா அங்கே வேலை செய்துகொண்டிருந்தவர்களைப் பார்த்து, "எல்லோரும் அப்படியே அவங்கவங்க செய்யுற வேலையை நிறுத்துங்க. யாரும் எதுவும் செய்ய வேண்டாம்." என்றாள்.

"ஏன் என்ன ஆச்சு?" என்றான் மணி.

"நான் என்ன சொன்னேன் மணி? சும்மா கடனைக் கழிக்க உங்களைச் சமைக்கச் சொல்லல. நாம கைநீட்டி காசு வாங்கியிருக்கோம். நாம அதுக்கு ஏத்த சுவையைத் தரணும். இதெதுவும் எனக்கே பிடிக்கல அப்புறோம் இதை எப்படி நாளைக்கு அவங்களுக்குக் கொடுக்க முடியும்?" என்றாள் ஆத்யா. ஏனோ ஆத்யா சொன்னது அனைத்தும் சரியாக இருந்ததால் நித்தி, லவ், ஜாய்சன் மூவரும் அமைதியாக இருந்தனர்.

ஆத்யாவின் பிடிக்கவில்லை என்ற சொல் மணியைக் கூர்மையாகத் தாக்கியிருந்தது. தாக்கியிருந்தது என்பதைக் காட்டிலும் அவனை அவமானமுறச் செய்தது என்பது நிஜம்.

"இந்த ரிவீவ் செய்யுற வேலையெல்லாம் வெளிய வேணுனா வெச்சிக்கோ. என்கிட்ட வேண்டாம் ஆத்யா..." என்று சற்று காட்டமாகவே பதிலுரைத்தான் மணிகண்டன்.

"ஸீ எனக்கு உள்ள வெளியனு எல்லாம் பாகுபாடு செய்யத் தெரியாது. என்கிட்ட டேஸ்ட் ஒன்னுதான் பேசும். நல்லா இருந்தா நல்லா இருக்குனு சொல்லுவேன். இல்லைனா நல்லா இல்லைனு சொல்லுவேன். நான் யாருக்காகவும் பொய்ச் சொல்ல வேண்டிய அவசியம் இல்லை..." என்று அதே காட்டதோடு பதிலளித்தாள் ஆத்யா.

இவர்களின் இந்த உரையாடல் ஒரு உரையாடல் போலில்லாமல் விவாதம் போலவே மற்றவர்களுக்குத் தெரிய ஜாய்சன் தான் எல்லோரும் அருகிலிருப்பதைக் கண்டு, "எதுக்கு இப்போ தேவையில்லாதப் பேச்சு எல்லாம்? நேரா விஷயத்துக்கு வாங்க..." என்றதும்,

"அதைத் தான் ஜாய்சன் நானும் சொல்றேன். இதுல எதுலயும் டேஸ்டே இல்லை. இதை எப்படி நாளைக்கு நாம சர்வ் செய்யுறது சொல்லு? நம்ம இத்தனை நாள் சேர்த்த நல்ல பேர் எல்லாம் இது ஒன்னுலயே காலியாகிடும் போல?" என்றாள் ஆத்யா.

"ஆத்யா யூ ஆர் க்ராஸிங் யுவர் லிமிட்ஸ். அதெப்படி என் சமையல நீ குறை சொல்லலாம்? இவ்வளவு நாள் சம்பாதிச்சப் பேருனு சொன்னியே அதுக்கும் நான் தான் காரணம். ஞாபகமிருக்கட்டும்..." என்றான் மணிகண்டன்.

"கரெக்ட் மணி. நான் மறுக்கல. ஒரு பிராண்டை(brand) உருவாக்குறது ரொம்ப சிரமம். ஆனா அதை நொடியிலே தரைமட்டம் ஆகிடலாம். இவ்வளவு நாள் நீ செஞ்ச அந்தச் சமையல் எல்லாத்தையும் அழிக்க இந்த அதிரசம் ஒன்னே போதும். இல்ல கேட்குறேன் இதுக்குப் பேர் என்ன அதிரசமா? இங்க பாரு உள்ள மாவு வேகவேயில்லை. இல்ல நான் கேட்குறேன் இதுக்கு முன்னால நான் அதிரசத்தையே கண்ல பார்த்ததில்லையா என்ன? செய்வனத் திருந்தச் செய். சும்மா சவடால் மட்டும் விடக் கூடாது மணி. வேலையும் கரெக்ட்டா இருக்கனும். நீ அன்னைக்கே ரேட் கட்டுப்படி ஆகாது முடியாதுனு சொன்ன. இருந்தும் என் ஷேரையும் எடுத்துக்கோனு சொன்னதும் அப்புறோம் நான் செய்யுறேன்னு சொல்லி ஒத்துக்கிட்ட. இன்னைக்கு வந்து செய்யுற வேலையை ஒன்னு பாதியா செய்யலாமா சொல்லு?" என்றாள் ஆத்யா.

இவ்வளவு உரையாடலும் அந்த லெட்ஸ் செலிபிரெட்டின் கிட்சனில் நடைபெற மணிகண்டனுக்குக் கீழே பணிபுரியும் அனைவரும் இதை வேடிக்கை பார்த்துக்கொண்டிருந்தனர். மணி அவமானமாக எல்லோரையும் பார்க்க ஜாய்சன் அதை உணர்ந்து அங்கிருந்தவர்களை எல்லாம் வெளியேறச் செய்தான்.

இதைத் தனக்கு நேர்ந்த பெருத்த அவமானமாகத் தான் பார்த்தான் மணிகண்டன். அவர்கள் சென்றதும், "என்னை எல்லோர் முன்னாடியும் அசிங்கப்படுத்தத் தான் திட்டம் போட்டியா ஆத்யா?" என்றான்.

"லுக் யாரையும் அவமானப் படுத்தணும்னு எனக்கு அவசியமில்லை மணி. அண்ட் ஒரு உண்மையான கலைஞன் விமர்சனங்களைக் கண்டிப்பா பாஸிட்டிவா எடுத்துக்கணும். சமையல் ஒரு வேலை இல்ல கடனைக் கழிச்சிட்டுப் போக.

அதொரு கலை. யூ ஹேவ் டூ செரிஸ் இட்.(அது நேசித்து செய்யவேண்டிய செயல்) அண்ட் உன்னை இன்சல்ட் செய்யணும்னு எனக்கு என்ன இன்டென்சன் சொல்லு? நான் உன்கிட்ட என்ன சொன்னேன்? ஏன் இப்படி ஸ்வீட் கம்மியா உப்பி இருக்குனு தானே கேட்டேன்? நீ என்ன சொன்ன? எனக்கு இவ்வளவு தான் சமைக்கத் தெரியும்னா என்ன அர்த்தம்? நீ என்ன சொல்ல வர? சொல்லு?" என்றாள் ஆத்யா.

"எல்லாம் அந்த அமுதனால வந்தது. எங்கேயிருந்து தான் வந்து சேர்ந்தாங்களோ? என் பொழப்புல மண்ணை அள்ளிப்போட" என்றான் மணி.

அதில் ஆத்யாவுக்கு அதிகப்படியானக் கோவம் வர அதற்குள் ஜாய்சன் முந்திக்கொண்டு, "என்ன பேசுற மணி? இதுல அமுதன் எங்க இருந்து வந்தார்? உனக்கு என்ன ஆச்சு மணி? ஏன் அவங்க மேல உனக்கு இவ்வளவு வன்மம்? வெயிட் வெயிட் நீ இந்த ஆர்டெரை உண்மையான விருப்பத்தோடு தான் எடுத்துக்கிட்டயா இல்ல அமுதன் மேல உள்ள பொறாமையில எடுத்துகிட்டயா?" என்றான் ஜாய்சன்.

"நானும் பார்க்கறேன் எப்போப்பாரு அந்த அமுதன் அண்ட் கோக்கே சப்போர்ட் செய்யுறீங்க? ஏன் சந்தீப் அப்பாவோட ஏனிவெர்சரிக்கு எதுக்கு அவன்கிட்ட சமையல் செய்யச் சொன்னீங்க?" என்று பேச,

"என்னடா முட்டாள் மாதிரி பேசுற? அன்னைக்கு நம்ம ஆபிஸ் லீவ். அதுமில்லாம அது சந்தீபோட ஃபேமிலி ஃபங்க்சன். அதுக்கு யார் சமைக்கணும்னு சந்தீப் தான் முடிவெடுக்கனும். எதுக்கு இப்போ அதெல்லாம் இங்க இழுக்கற?"

"அன்னைக்கு என்னடானா மிதிலா அந்த அமுதன் சமையலை ஆஹா ஓஹோன்னு புகழறா. என்னைக்காவது ஒரு நாள் நான் செஞ்சதை நீங்க பாராட்டியிருக்கீங்களா?"

"டேய் இதென்ன வம்பா இருக்கு? நீ சொல்றதைப் பார்த்தா நாங்க வேற யாருடைய சமையலையுமே சாப்பிடக்கூடாதா இல்ல பாராட்டவும் தான் கூடாதா என்ன?"

அப்போது தான் சந்தீப் உள்ளே நுழைந்தான். வெளியே வேலையாட்கள் அனைவரும் நிற்பதைக் கண்டு உள்ளே வந்தவன் தன்னைப்பற்றித் தான் பேச்சு ஓடுகிறது என்று அறிந்து அங்கே வந்து, "டேய் என்ன ஆச்சு? ஏன் அவங்க எல்லோரும் வெளிய இருக்காங்க? என்ன ஆச்சு?" என்றான்.

"ஓகே எனக்கு அந்த அமுதன் அண்ட் கோவை பிடிக்கல. குறிப்பா என் சமையலை அவங்க கூட ஒப்பிட்டுப் பேசுறது சுத்தமா பிடிக்கல. அண்ட் எனக்குத் தெரிஞ்ச அளவுக்கு தான் நான் சமைப்பேன். என்னால இவ்வளவு தான் முடியும்..." என்றான் மணி.

"இங்க பாரு மணி, இன்னைக்கு காலகட்டத்துல நாம நம்மளை அப்டேட் செஞ்சிகிட்டே இருக்கனும். அப்போ தான் நம்மளால இங்க நீடிக்க முடியும். இல்லைனா வேற ஒருத்தன் நம்மைத் தூக்கிசாப்பிட்டுப் போயிடுவான். ஒரு போனுக்கே வருஷசத்துக்கு நாலு அப்டேட் ஆச்சும் வருது. காலம் மாறிட்டே இருக்கு. நீ என்ன இப்படிப் பேசுற?" என்றாள் நித்தி.

தனக்கெதிராக எல்லோரும் ஒன்றிணைந்ததுப் போலே மணிக்கு விளங்க அவனோ என்ன செய்வதென்று புரியாமல் விழித்தான்.

"ஹேய் இந்தப் பேச்செல்லாம் விடுங்கப்பா. இப்போ நாளைக்கு ஆர்டெரை எப்படி முடிக்கிறதுனு பேசுங்க..." என்றான் ஜாய்சன்.

"டேய் மணி ஒழுங்கா கொடுத்த மெனுவை செய்..." என்று சந்தீப் முடிக்கும் முன்னே,

"இல்ல. வேண்டாம். மணி இதைச் செய்ய வேண்டாம். எந்த ஒரு வேலையையும் மனசார சந்தோசமா முழு ஈடுபாடுடன் செஞ்சா தான் அது நல்லபடியா இருக்கும். அதும் இது ஒரு பெண்ணோட வளைகாப்பு வேற. நான் அமுதனை இங்க வரச் சொல்லுறேன். அவங்களே இதைச் செய்யட்டும். மணி நீ போலாம்..." என்று ஆத்யா தீர்மானிக்க ஏனோ ஜாய்சன், சந்தீப் இருவருக்கும் இது சரியாகப் படவில்லை. ஏனெனில் இது எரிகிற நெருப்பில் எண்ணெய் ஊற்றுவதைப் போல்

ஆகிவிடுமோ என்று எண்ணினார்கள். ஆனால் நித்திலாவுக்கு இதுவே சரியென்று பட்டதால் அவர்கள் அமைதியாக இருக்க தனக்காக யாரும் பேசாத கடுப்பிலும் தன்னை எல்லோரும் அவமதித்துவிட்டார்கள் என்ற எண்ணத்திலும் மணிகண்டன் அவ்விடத்தை காலிசெய்தான்.

"ஸ்வீட்டி நீ அவசர..." என்ற சந்தீப்பைத் தடுத்து,

"இல்ல சந்தீப். எனக்கு இந்த ஆர்டர் மட்டும் ரெண்டு மூணு நாளாவே மனசுல ஓடிட்டு இருக்கு. நான் பயந்த மாதிரியே இதுல சிக்கலும் வந்திருக்கு. இதுக்கும் மேல இதை நான் சொதப்ப விரும்பவில்லை. எனக்கு நம்ம எல்லோரைக்காட்டிலும் இந்த நிறுவனத்தோடு பேர் தான் ரொம்ப முக்கியம். பணம் போனாலோ ஆள் போனாலோ அதை ஈஸியா சம்பாதிக்கலாம் சந்தீப். பேர் கெட்டுப்போனா சம்பாதிக்கிறது ரொம்ப கஷ்டம். நான் ரிஸ்க் எடுக்க விரும்பல..." என்றவள் அங்கிருந்து நகர்ந்தாள்.

"எனக்கும் ஸ்வீட்டி சொல்றது தான் கரெக்ட்டா படுது சந்தீப். இது நம்மோட மூணு வருஷ உழைப்பு. அதை ஜஸ்ட் லைக் தட் தூக்கிப்போட நான் விரும்பல. அவன் வீம்புக்குனு தான் சமைக்கிறேன்னு சொல்லியிருக்கான். யாருடைய தனிப்பட்ட விருப்பு, வெறுப்பு, போட்டி, பொறாமைகளுக்கு நம்ம கம்பெனி இரையாக்கிடக்கூடாது ஜாய்சன். அமுதனையே கூப்பிட்டுங்க..." என்றவள் சென்றுவிட அங்கே ஜாய்சன் மற்றும் சந்தீப் இருவரும் ஒருவர் மற்றொருவரைப் பார்த்துக்கொண்டனர்.

சந்தீப் அமுதனை அழைத்து நடந்ததை எல்லாம் சுருக்கமாகச் சொல்ல உண்மையில் இதில் சமைக்க அமுதனுக்கும் விருப்பமேயில்லை. ஒருவர் இடத்தை அபகரித்து அங்கே நாம் சென்று வசிக்கக் கூடாது என்பது அமுதனின் எண்ணம். இருந்தும் இப்போது சந்தீப்பின் கோரிக்கையை மறுக்க முடியாமல் அமுதன், ரூபன், கார்த்தி மூவரும் லெட்ஸ் செலிபிரேட் வந்தனர். மணிகண்டனின் கேட்டரிங்கில் இருப்பவர்களைக் கொண்டே அந்தச் சமையலை முடிந்தனர்.

இப்போது அங்கே வந்த நித்தி அவர்கள் செய்த அந்த அதிரசத்தைச் சுவைத்து உண்மையில் இரண்டிற்குமான வித்தியாசங்களை உணர்ந்துகொண்டாள். மறுநாள் அந்த விழாவிற்கு அவர்கள் கேட்ட அனைத்து ஐட்டங்களையும் செய்துகொடுத்து ஆத்யா அண்ட் கோ நற்பெயரை வாங்கினார்கள்.

ஒரு செ.்.பாக மணியின் மனநிலை அமுதனுக்கும் ரூபனுக்கும் நன்றாகவே புரிந்தது. தன்னுடைய கிட்சனில் வேறொருவரை அவ்வளவு சுலபத்தில் யாரும் அனுமதிக்க மாட்டார்களே? காரணம் இங்கே கிட்சன் என்பது வெறும் உடமை சார்ந்தது மட்டுமில்லை உணர்வைச் சார்ந்ததும் உரிமை சார்ந்ததும் கூட என்று அவர்களும் நன்கு அறிவார்களே! (சுவைக்கும்!...)

* * * * * *

அத்தியாயம் - 21

அத்திப்பூ மற்றும் கார்த்திக்கு நடந்த அனைத்தையும் தெரியப்படுத்தப்பட அவர்கள் மகிழ்ந்தாலும் ஏதோ ஒரு நெருடல் அவர்களிடம் இருந்ததும் உண்மை. அந்த விழா முடிந்ததும் அந்த ஆர்டெரை கொடுத்தப் பெரியவர் ஆத்யாவிடம் வந்து தன்னுடைய மகிழ்ச்சியை வெளிப்படுத்தினார். உண்மையிலே கடந்த சில நாட்களாக அதிக பதட்டத்தில் இருந்த ஆத்யாவின் முகம் இன்று தான் சாந்தமடைந்தது. அதேநேரம் அமுதனைப் பற்றிய மணியின் அபிப்ராயங்களைக் கேட்டதிலிருந்து அவள் மனம் கவலை கொண்டது. அவள் நினைத்தால் இப்போதே மணியை 'லெட்ஸ் செலிபிரெட்டில்' இருந்து நீக்கிவிட்டு அவ்விடத்திற்கு அமுதன் அண்ட் கோவை கொண்டு வர முடியும். இங்கே மணியைத் தவிர்த்து ஆத்யாவை எவரும் எதிர்த்துப் பேசமாட்டார்கள் தான். ஆனால் மணியை இப்படிப் பாதியில் கழட்டிவிட ஆத்யாவின் மனம் இடமளிக்கவில்லை. அவள் நட்பிற்கு அதிக முக்கியத்துவம் கொடுப்பவள் என்பதாலும் ஆரம்ப காலகட்டத்தில் இந்த லெட்ஸ் செலிபிரேட்டின் வெற்றியில் மணியின் பங்கும் பிரதானமாக இருந்த காரணத்தால் தான் இப்போதும் மணியைத் திருத்தவே முயற்சிக்கிறாள். கூடவே மணியின் குடும்பச் சூழ்நிலையையும் ஆத்யா அறிவாள். இங்கே சில விஷயங்களை நாம் கண்டும் காணாமல் செல்வதால் நாம் பயந்துவிட்டோம் என்றும் நமக்கு தைரியமில்லை என்றும் பலர் நினைத்துக்கொள்கிறார்கள். உண்மையில் அது கோழைத்தனம் இல்லையென்றும் ஒருவருடன் நாம் பழகியப் பழக்கத்திற்கு நாம் கொடுக்கும் மரியாதையே அது என்னும் நிதர்சனத்தை அவர்கள் புரிந்துகொள்ள மறுக்கிறார்கள்!

மணியுடைய நண்பன் (மதன்) ஒருவன் இதே ஈவென்ட் மேனேஜ்மேண்ட் துறையில் கோலோச்சிக்கொண்டிருக்கும் மற்றொரு நிறுவனமான 'ஃபன் ஜோன்' (fun zone) என்னும்

நிறுவனத்தில் பணிபுரிகிறான். அந்நிறுவனம் கடந்த ஐந்து ஆண்டுகளாகச் செயல்பட்டுக்கொண்டிருக்கிறது. ஆனால் அவர்களுக்குப் பிறகு உருவான 'லெட்ஸ் செலிபிரேட்டின்' வளர்ச்சி அவர்கள் மனதில் நஞ்சை விதைத்தது. அடிக்கடி மணி மற்றும் மதன் இருவரும் சந்தித்துக்கொள்வார்கள். அன்றும் கோவமாக அங்கிருந்து வெளியேறிய மணியை மதன் தனியாக அழைத்துச் சென்றான். வழக்கம் போலே மணியிடம் பேச்சுக்கொடுத்து விஷயங்களைக் கறந்து கொண்டிருந்தான் மதன். மதனின் வேலையே இது தான். மணியின் மூலமாக லெட்ஸ் செலிபிரேட்டில் நடப்பவைகளைத் தெரிந்துகொண்டு அதை ஃபன் ஜோனுக்கு சாதகமாக்க முடியுமா என்று யோசிப்பான். இதுபோல் சிலமுறை புதிய வாடிக்கையாளர்களைப் பற்றியச் செய்தியைச் சேகரித்து லெட்ஸ் செலிபிரேட்டைக் காட்டிலும் குறைந்த விலையில் செய்து தருவதாகச் சொல்லி சில ஆர்டர்களை இவ்வாறு கவர்ந்தும் இருக்கிறார்கள். ஆத்யாவுக்கும் இது ஆச்சரியமாகத் தான் இருக்கும். முதலில் தங்களை அணுகி பேசிவிட்டுப் பிறகு ஏன் மற்றொரு நிறுவனத்தைத் தேடுகிறார்கள் என்று யோசித்தும் இருக்கிறாள். ஆனால் ஒன்று போனால் நான்கைந்து புதிய ஆர்டர்கள் வந்துவிடுவதால் அவற்றை எல்லாம் பெரிதுபடுத்த மாட்டாள்.

இதுவரை மணியிடமிருந்து விஷயங்களை மட்டும் சேகரித்துக் கொண்டிருந்தவன் தற்போது மணியை வைத்து ஒரு கேம் விளையாட எண்ணினான். இது மட்டும் வெற்றி பெற்றால் லெட்ஸ் செலிபிரேட் இதுவரை சம்பாதித்த அனைத்து நற்பெயரும் காற்றோடு காற்றாகக் கரைந்துவிடும். இதனால் மணியுடைய எதிர்காலம் கூடக் கேள்விக்குறியாகலாம் என்று அறிந்தும் மதன் அந்தத் திட்டத்தைச் செயல்படுத்த எண்ணினான்.

அந்த வாரம் லெட்ஸ் செலிபிரேட்டுக்கு இரண்டு நிகழ்ச்சிகள் இருந்தது. முதலாவதாக உக்கடத்தில் ஒரு கார்ப்பரேட் ஈவென்ட். அது முடிந்ததும் பொள்ளாச்சியில் ஒரு திருமணம்.

அன்றைய தினத்திற்குப் பிறகு ஜாய்சன், மிதிலா, சந்தீப் மூவரும் தங்களின் அலுவலகத்திற்கு அருகே இருக்கும் அந்த கஃபேவில் அமர்த்து உரையாடிக்கொண்டிருந்தனர்.

"ஸ்வீட்டி கொஞ்சம் ஓவரா ரியாக்ட் செஞ்சிட்டாளோனு எனக்குப் படுது மச்சி" என்றான் சந்தீப்.

"எனக்கும் அதே ஃபீல் தான். அதும் அவனுக்கு கீழ வேலைசெய்யும் அவங்க எல்லோருக்கும் முன்னாடி அப்படிப் பேசியிருக்கக் கூடாது டா..." என்றான் ஜாய்சன்.

"இல்லடா எனக்கு அப்படி எல்லாம் படல. நான் அன்னைக்கு அந்த சீன்ல இல்லைனாலும் எனக்கு ஆதுவைப் பற்றி நல்லா தெரியும். அவ ஒரு பங்க்சுவல் பார்வதி" என்றதும் சந்தீப் மற்றும் ஜாய்சன் இருவரும் நகைத்தனர்.

"யா. அவளுக்கு அவளோட ப்ரொபெஸன் முக்கியம். அதுல யாரும் அவளைக் குறை சொல்லிடக்கூடாதுங்கிறதில் அவள் ஸ்ட்ராங்கா இருப்பா. சோ அந்த இடத்தில மணின்னு இல்லை நானா இருந்திருந்தாலும் ஏன் சந்தீபா இருந்தாலும் அவ அப்படித் தான் ரியாக்ட் செஞ்சியிருப்பா. அது தான் ஆத்யா!" என்றாள் மிதிலா.

"யா யூ ஆர் ரைட்..." என்றான் ஜாய்சன்.

பிறகு சற்றுநேரம் அவர்கள் எல்லோரும் கதைத்துவிட்டு அவர்கள் கடைக்குச் சென்றனர்.

அன்று அமுதன் சொன்னதிலிருந்து தினமும் மாலை சீக்கிரமாகவே கிளம்பி தன்னுடைய தந்தையிடம் நேரம் செலவழிக்க ஆரமித்தாள் ஆத்யா. அவருக்கும் அது தேவை என்பதால் தந்தையும் மகளும் நீண்ட நாட்களுக்குப் பிறகு சொல்லப்போனால் நீண்ட வருடத்திற்குப் பிறகு இப்படி சகஜமாக உரையாடத் துவங்கினர்.

அன்றே அமுதன் அண்ட் கோவை நேரில் அழைத்து பேச எண்ணியிருந்த பரந்தாமன் தன்னுடைய வேலை பளுவின் காரணத்தால் அதைச் செயல்படுத்த முடியாமல் இருந்தார்.

அன்று மாலை வீட்டிற்கு வந்த பரந்தாமன் தன்னுடைய மனைவியை அழைத்து நாளை கார்த்தி மற்றும் அவன் தோழர்களை வீட்டிற்கு வரச் சொல்லியிருந்தார். காரணம் எதுவும் சொல்லாமல் இப்படி மொட்டையாகச் சொன்னதும் அவரும் சற்று பயந்து அதை கார்த்திக்கும் கடத்தியிருந்தார்.

அமுதனை கார்த்தியின் தந்தைக்கு நன்கு தெரியும். இருவரும் யுஜியில் இருந்து நண்பர்கள். ரூபன் மற்றும் அத்திப்பூவையும் கூட அவருக்கு நன்கு பரிசயம் என்றாலும் அவர்களுடன் அவ்வளவு பழக்கமில்லை.

அன்று ஞாயிறு என்பதால் எல்லோரும் மாலையில் கார்த்தியின் வீட்டில் ஆஜராகியிருக்க பரந்தாமன் கீழே இறங்கி வந்தார். மரியாதை நிமித்தமாக எல்லோரும் நிற்க அனைவரையும் அமரச் சொல்லியும் அவர்கள் நிற்க, "டேய் உட்காருங்கப்பா எல்லோரும்..." என்றார் அவர். அவரின் குரலை வைத்தே அவர் நல்ல மூடில் தான் இருக்கிறார் என்று அனைவரும் புரிந்துகொண்டனர்.

"பிசினெஸ் எல்லாம் எப்படிப் போகுது?" என்றார்.

நால்வரும் ஒருவரை ஒருவர் திரும்பிப் பார்த்துக்கொள்ள, "என்னடா இப்படி முழிக்கறீங்க? அக்கவுண்ட்ஸ் எல்லாம் மெயின்டெய்ன் செய்யுறீங்களா இல்ல சும்மா ஏனோதானோனு இருக்கீங்களா?" என்றார்.

அத்திப்பூ தான் கொண்டுவந்திருந்த அக்கவுண்ட்ஸ் நோட்டை அவரிடம் நீட்டினாள். எப்படியும் இதைப்பற்றிக் கேட்பார் என்று அவர்கள் யூகித்திருந்தனர். அதற்காகவே இதை முன்னெச்சரிக்கையாக எடுத்தும் வந்தனர்.

அதை வாங்கிப் புரட்டியவர் நீண்ட நேரம் எல்லா கணக்கு வழக்குகளையும் பார்வையிட்டார்.

"ரெண்ட் கொஞ்சம் ஓவரா இல்ல?" என்றதும்,

"இல்லங்கப்பா அது பிட்டிங்(ஏலம்) ரேட் தான். காலேஜ் கேன்டீன் இப்படித் தான் இருக்கும்." என்றான் ரூபன்.

பொறுமையாக மற்ற விஷயங்களை எல்லாம் கேட்டுத் தெரிந்துகொண்டார்.

"அடுத்து என்ன பண்ணறதா பிளான்?"

"இது சும்மா டெம்பரவரி தாங்கப்பா. நாங்க எல்லோரும் ஒரு ரெஸ்டாரெண்ட் ஆரமிக்கணும்னு பிளான் பண்ணியிருக்கோம். ஆனா அதுக்கும் முன்னாடி எங்களுக்குனு ஒரு ப்ராண்ட் உருவாக்க ஆசைப்படுறோம்..." என்றான் அமுதன்.

"அன்னைக்கு நல்லா சமைத்து இருந்தீங்க. சேத்தன் (நம்பியின் தந்தை) வீட்டு விழாக்கு சமைத்திருந்தீங்களே? நைஸ்..." என்றார்.

நால்வரும் சிரித்தனர்.

"சரி ஆறு மாசம் இதுலையே வேலை செய்யுங்க. அப்புறோம் என்ன பண்றதுனு நான் சொல்றேன். புரியுதா?" என்றார் அவர்.

அவர் எதைப் பற்றிச் சொல்ல வருகிறார் என்று புரியாவிடினும் நால்வரும் மண்டையை மட்டும் ஆட்டினார்கள்.

பிறகு அங்கிருந்து எல்லோரும் சென்றனர். அதில் எல்லோரைக்காட்டிலும் கார்த்திக்குத் தான் அதிக மகிழ்ச்சியாக இருந்தது. அவர் தங்களை நம்ப ஆரமித்துவிட்டார் என்று அவனுக்கும் புரிந்தது. கூடவே அவர் ஏதோ பொடிவைத்ததுப் போல் தெரிந்தாலும் நிச்சயம் ஏதேனும் நல்ல ஆலோசனையை வழங்குவார் என்று அவன் நம்பினான்.

அடுத்த வாரம் நான்காம் சனிக்கிழமை என்பதால் எல்லோரும் அவரவர் வீட்டிற்குச் செல்ல முடிவெடுத்திருந்தனர். அமுதனுக்குத் தான் ஊருக்குப் போகவே மனமில்லை. எப்படிப் போவான்? உறவினர்கள் எல்லோரும் ஹிருத்தியாவின்

திருமணத்திற்கு வருவார்களே? அவ்விடத்தில் அவனுக்கு என்ன வேலை? ஹிருத்தியாவின் நினைவுகள் அப்பப்போ அவனுக்கு வரத்தான் செய்தது. நாம் என்ன ப்ரோக்ராம் செய்யப்பட்ட மெஷினா? வேண்டாம் என்பதையெல்லாம் நொடியில் அழித்துவிட்டு கடந்துசெல்ல... அமுதன் அவனை முடிந்தவரை பிசியாக வைத்துக்கொள்ளவே விரும்பினான். கேன்டீனில் இருக்கும் சின்ன சின்ன வேலைகளைக் கூட அவனே இழுத்துப்போட்டுச் செய்தான். லஷ்மியை ஹாஸ்பிடல் அழைத்துச்செல்வதில் உண்மையான அக்கறை இருந்தாலும் அவன் மனதை டைவர்ட் செய்யும் வழியாகவே தான் நினைத்தான்.

அங்கே ரூபனும் ஒரு முடிவுக்கு வந்திருந்தான். இம்முறை ஊருக்குச் சென்றதும் தன் சித்தியிடம் மனம் விட்டு பேசவேண்டும் என்றும் குறிப்பாக அத்தியைப் பற்றியும் அவனுக்குள் இருக்கும் பயத்தைப் பற்றியும் பேசி ஒரு முடிவெடுக்க எண்ணினான்.

இங்கேயே இருக்கிறேன் என்று சொன்ன அத்தியை அமுதன் தான் வலுக்கட்டாயமாக ஊருக்கு அழைத்துச்செல்ல முடிவெடுத்தான். அவளும் வேறு வழியின்றி அதற்கு ஒற்றுக்கொண்டாள். எல்லோருடைய வாழ்விலும் நீடித்த அந்தத் தேக்க நிலையானது கொஞ்சம் கொஞ்சமாக விலகுவதைப்போல் தான் எல்லோருக்கும் தோன்றியது.

அன்று மாலை லஷ்மியைப் பார்க்க அமுதன் வீட்டிற்கு வர அவரோ லானில் அமர்ந்து பேப்பர் படித்துக்கொண்டிருந்தார்.

"ஹாய் அங்கிள். எப்படி இருக்கீங்க?"

"என்ன அமுதன் இது? நேத்து ஈவினிங் தானே நாம மீட் பண்ணோம்? அதுக்குள்ள எப்படி இருக்கீங்கன்னு கேட்கறீங்களே?" என்று சிரித்துக்கொண்டே வினவினார் அவர்.

"அப்படி இல்லை அங்கிள். நேத்தை விட இன்னைக்கு பெட்டரா இருக்கலாம் இல்ல? அதுக்குத் தான் கேட்டேன்"

"சொல்ல மறந்துட்டேன் அமுதன். இப்போலாம் ஸ்வீட்டி சீக்கிரம் வீட்டிற்கு வந்திடுறா. ரெண்டு பேரும் ஈவினிங் ஆனா நிறைய பேசுறோம். பாருங்க அமுதன் ஒரே வீட்டில் தான் இருக்கோம். தினமும் பார்த்துக்கறோம். ஆனாலும் இவ்வளவு நாள் இல்லாத ஒரு மாறுதல் மாதிரி நல்லா இருக்கு..." என்றார்.

"நேற்று இல்லாத மாற்றம் என்னது?

காற்று என்காதில் ஏதோ சொன்னது!

இதுதான் காதல் என்பதா? இளமை பொங்கிவிட்டதா?

இதயம் சிந்திவிட்டதா? சொல் மனமே...வா அங்கிள்?" என்று அமுதன் பாடிச் சிரிக்க,

"முதல் ரெண்டு வரி வேணுனா எனக்கு செட் ஆகும் அமுதன். எனக்கு என்ன காதல்? ஒருவேளை..." என்று அவர் நிறுத்த,

அவர் கோடிட்ட இடங்களை அமுதனின் மனம் நிரப்பியது. இருந்தும் அதை ஏற்க முடியாமல் அவன் மனம் ஊஞ்சலாடியது.

அவனின் மௌனத்தை உணர்ந்தவர், "சொல்லுங்க அமுதன் என்ன விஷயம்?"

"பெருசா ஒன்னுமில்லை அங்கிள். நெக்ஸ்ட் வீக்எண்ட் நாங்க எல்லோரும் ஊருக்குப் போலாம்னு முடிவெடுத்திருக்கோம். நீங்களும் அப்பாவை மீட் பண்ணனும்னு சொன்னீங்க தானே? அதுதான் வரிங்களானு கேட்க வந்தேன்..." என்றான் அமுதன்.

"அப்படியா சங்கதி? கண்டிப்பா வரேன் அமுதன். சாரி வரோம் அமுதன்" என்றார்.

"அப்போ டிக்கெட் போடலாமா?" என்றதற்கு,

"ஏன் அமுதன்? அதுதான் கார் இருக்கே. இதுலையே போயிடலாம்" என்று சொல்ல வந்து "போயிடலாமா?" என்ற கேள்வியில் நிறுத்தினார்.

"ஓகே அங்கிள். உங்க கம்போர்ட் எதுவோ அதுவே ஓகே." என்றவன் சிறிதுநேரம் பேசிக்கொண்டிருக்க அப்போது ஆத்யா வீட்டிற்குள் வந்தாள்.

இதுவரை சகஜமாகப் பேசிக்கொண்டிருந்த அமுதன் சற்று தயங்க ஆத்யாவும் அமுதனை அங்கே எதிர்பார்க்காததால் தயங்கினாள். இதையெல்லாம் கவனித்துக்கொண்டு இருந்த லஷ்மி இவர்களின் இந்தக் கண்ணாமூச்சி ஆட்டத்திற்கு விரைவில் ஒரு முற்றுப்புள்ளி வைக்க வேண்டும் என்று உறுதிபூண்டார்.

செல் போன் அடிக்க அதை எடுத்தவள் பேசும் முன்னே,

"ஹூய் குல்ஃபி எங்க இருக்க?" என்றான் கார்த்தி.

"ஹூம் உன் மாமனார் வீட்ல தான்" என்றாள் ஸ்ரு அதே குறும்பில்,

"அப்படியா? அப்போ நேரா, 'மாமா உன் பொண்ணக் கொடு அட ஆமாம் சொல்லி பொடுனு...' பாட்டு பாடிகிட்டே பொண்ணு கேட்டு வரட்டா குல்ஃபி?" என்றான்.

"ஐ அம் வெயிட்டிங்..." என்றாள் ஸ்ருஷ்டி.

"டோன்ட் ஒர்ரி சீக்கிரம் வந்திடுறேன். இப்போ இன்னொரு ஹேப்பி நியூஸ் சொல்ல தான் கூப்பிட்டேன்" என்றான் கார்த்தி.

"என்ன நியூஸ்? சார் ரொம்ப குஜாலா இருக்கீங்க போல?"

"எஸ் அப் கோர்ஸ். இன்னைக்கு உன் மாமனார் பெரிய ஷாக்கா கொடுத்திட்டார் தெரியுமா?"

"மாமா என்ன பண்ணாங்க?" என்று ஆர்வமிகுதியில் வினவிய ஸ்ருவின் அந்தக் குதூகலம் கார்த்தியையும் தொற்றிக்கொண்டது.

இன்று நடந்ததையெல்லாம் கார்த்தி ஸ்ருவிடம் ஒப்பிக்க அவளும் குதூகலித்து ஆர்வமிகுதியால் கத்திவிட அங்கே மனிஷா தான் மகளின் இந்த மகிழ்ச்சியைக் கண்டு, "கியா பேட்டி?" என்றதும்,

"குச் நகி. ஃப்ரெண்ட்ஸ் கூடப் பேசிட்டு இருக்கேன்" என்றாள் ஸ்ருஷ்டி.

"ஏ கார்த்தி அம்மா பக்கத்துல இருக்கறதை நான் கவனிக்கவேயில்லை" என்று தன்னுடைய வழக்கமான ஹஸ்கியில் பதில்பேச,

"அப்படியா ஓகே ஓகே" என்று அவனும் வழக்கமாய் அவளைப் போலே ஹஸ்கியில் பேசி வம்பிழுத்துக்கொண்டிருந்தான்.

"ஆமாம் உன்னோட முதல் மாச சேலரில எனக்கு என்ன கிஃட் வாங்கித்தரப் போற?" என்றதும்,

"ஏ குல்ஃபி நான் தான் என் முதல் மாச சேலரில ஏற்கனவே உனக்கு ட்ரெஸ் போன் டெட்டினு நிறைய வாங்கித்தந்திருக்கேனே?" என்றதும்,

"அது எம்பிளாய் கார்த்தி. இது எம்பிளாயர் கார்த்தி. ரெண்டுக்கும் வித்தியாசம் இருக்கு. நீ இப்போ ஓனர். அதுக்கு ஸ்பெஷலா ஒன்னுமில்லையா?"

முத்த சத்தங்கள் கேட்டதும்,

"டேய் பிராடு நான் இதைக் கேட்கல..." என்றதும்

"அப்போ நான் கொடுத்ததைத் திருப்பிக் கொடுடி" என்று குரல் உயர்த்த,

"ஹ்ம்ம் அஸ்குபுஸ்கு போடா பிராடு"

"ஏ ஏ ஏ குல்ஃபி..." என்பதற்குள் அவள் அழைப்பைத் துண்டிக்க ஆனாலும் ஒரு இச் சப்தம் அவன் காதுகளில் விழுந்தது. அதை எண்ணிச் சிரித்தவன் தன்னுடைய வேலையைப் பார்க்க அத்தி

தான், "ரொம்ப வழியுது தொடைச்சிக்கோ..." என்றதும் அசடு வழிந்தான் கார்த்தி.

"பல்லு இருக்கறவன் பக்கோடா சாப்பிடுறான். ஹ்ம்ம் நடத்துடா..." என்று கண்ணையன் சலித்துக்கொள்ள,

"வேணுனா நீயும் பல்லு கட்டிக்கோ யாரு வேணாம்னு சொன்னா?" என்றான்.

கோவமாய் முறைத்துவிட்டு கண்ணையன் அங்கிருந்து நகர்ந்தான்.

அத்தியின் கண்கள் அனிச்சையாக ரூபனைத் தீண்டி வந்தது.

அங்கே வழக்கமாக வரும் மாணவர்கள் நிறைய நபர்கள் அவர்களோடு சிநேகம் கொண்டனர். வழக்கமான கேன்டீன் ஆட்களாய் இல்லாமல் தங்களோடு வெகு சகஜமாய்ப் பேசிச் சிரிக்கும் இவர்களை அந்த மாணவர்களுக்கு மிகவும் பிடித்திருந்தது.

"என்னக்கா அந்த அண்ணன் ஓகே சொல்லவே மாட்டேங்குறாரா? சொல்லுங்க தூக்கிடட்டுமா?" என்றான் ஒரு மாணவன்.

"டேய் வயசுக்குத் தகுந்த பேச்சைப் பேசுங்கடா..." என்று கார்த்தி அவர்களிடம் சொல்ல,

"எங்களுக்கும் பதினெட்டு வயசு தாண்டிடுச்சு. நாங்க ஓட்டே போடலாம் தெரியுமில்ல?" என்றான் மற்றொரு மாணவன்.

"உங்களையெல்லாம் எப்படித் தான் மேய்கிறாங்களோ? பாவம் டா இந்த ப்ரொபெஸர்ஸ் எல்லோரும்..." என்றாள் அத்தி.

இவற்றையெல்லாம் கண்டும் காணாமல் இருந்தான் அமுதன்.

நாளை உக்கடத்தில் அந்த கார்ப்பரேட் ஈவென்ட் நடைபெற இருந்தது. மணி கடந்த சில நாட்களாய் யாரிடமும் பேசிக்கொள்ளாமல் தானுண்டு தன் வேலையுண்டு என்று மட்டும் இருந்தான்.

மிதிலா மட்டும் தான் மணிகண்டனுடன் பேசினாள். கிட்டத்தட்ட மற்றவர்களுக்கும் மணிக்கும் இடையில் ஒரு மீடியேட்டர் வேலையைப் பார்த்துகொண்டிருந்தாள்.

ஆத்யாவுக்கு அவனின் முகத்தில் விழிக்கவே விருப்பமில்லாமல் போக நாளைய ஈவென்ட் எவ்வித சிக்கலும் இல்லாமல் நல்லபடியாக முடிய எண்ணி வேண்டிக்கொண்டிருந்தனர். பின்னே அது நித்திலாவின் குடும்ப நண்பர் நடத்தும் நிறுவனம். இதில் ஏதேனும் சிக்கல் வந்தால் அவளுக்கு பெரிய அவமானம் ஆகிவிடும் என்று அவர்கள் ஜாக்கிரதையாகவே இருந்தனர்.

மறுநாள் அவர்கள் பயந்தபடி எவ்வித சிக்கலும் இல்லாமல் இனிதே அந்த விழா நிறைவடைந்தது. அந்தச் சமையலில் மணி ஸ்பெஷல் கவனம் எடுத்து செய்ததால் வழக்கத்தைக் காட்டிலும் அன்று உணவுகள் சுவையாகவும் தரமாகவும் இருந்தது. ஓகே ப்ராப்ளேம் சால்வ்ட் என்று எண்ணி அனைவரும் பெருமூச்சு விட்டுக்கொண்டனர்.

அதற்கடுத்த நாளே பொள்ளாச்சியில் ஒரு திருமணத்தை நடத்தவேண்டியிருந்ததால் ஓய்வெடுக்க கூட நேரமில்லாமல் அடுத்த வேலையில் மூழ்கினார்கள்.

அன்று மாலை ரிசப்ஷன் என்றும் மறுநாள் காலை திருமணம் என்றும் இருக்க கோவையிலிருந்து திருமணத்திற்கு வேண்டியதையெல்லாம் எடுத்துக்கொண்டு அன்று மதியம் பொள்ளாச்சி வந்து இறங்கினர்.

வழக்கமாய் வெளியூரில் நடக்கும் ஈவென்ட்டுகளுக்கு ஆத்யா செல்ல மாட்டாள். சில நாட்களாவே சற்று சோர்வாகக் காணப்படும் ஆத்யாவுக்கு சற்று மீளுட்டவும் (refresh) மாறுதல்களைக் கொடுக்கவும் எண்ணி மிதி மற்றும் சந்தீப் இருவரும் அவளை அழைக்க தந்தையை எண்ணி மறுத்தவளையும் லஷ்மியிடம் பேசி அழைத்துச் சென்றனர். ஆனாலும் இரவு கோவைக்குத் திரும்பி விடுவதாகச் சொல்லித் தான் ஆத்யாவும் சம்மதித்தாள்.

அங்கே அமுதன் அண்ட் கோ வழக்கம் போல் தங்களின் கேன்டீனில் வேலை பார்த்துக்கொண்டிருந்தனர். ரூபன் அமுதனிடம் தனியாகப் பேச எண்ணி அதற்காகக் காத்திருந்தான். அருகே அத்தி, கார்த்தி, கண்ணையன் என்று எல்லோரும் இருந்தனர். கார்த்தியின் தந்தையுடன் பேசியதிலிருந்து அவர்கள் எல்லோரும் ஒரு புது நம்பிக்கையும் ஒரு யானை பலமும் கிடைத்ததைப்போல் தான் இருந்தனர். அது மட்டுமில்லை கடந்த இரண்டு வாரங்களைக் காட்டிலும் இப்போது வியாபாரம் சற்று சூடு பிடிக்கத் துவங்கியிருந்தது. அனைவரிடமும் ஒரு நம்பிக்கையும் உத்வேகமும் பிறந்திருந்தது. உணவு சுவையின் காரணமாக நிறைய வாடிக்கையாளர்கள் அங்கே வரத் துவங்கினர். அதிலும் அமுதனின் ஸ்பெஷல் பேஸ்டரி ஐட்டங்களுக்கு ஒரு விசிறிகள் கூட்டமே உருவாகியிருந்தது. இடையில் க்ரிஷ் சொல்லியிருந்த அந்த ஃபூட் பெஸ்டிவலுக்காகவும் தயாராகிக்கொண்டிருந்தனர். இந்த வேலை கிடைத்ததால் அவர்களின் ஓய்வு நேரம் வெகுவாகவே குறைந்திருந்தது. அதனால் முன்பு போல் புதியதாக எதையும் முயற்சிக்க முடியாமல் போனது.

"ஆமா அமுதா லெட்ஸ் செலிபிரேட்ல இருந்து நல்ல பாராட்டு கிடைத்ததுபோல?"

"அங்க விட அந்த ஃபங்க்சன் நடத்தியவர்கள் நம்ம ஃபூட்ஸ் எல்லாம் ரசித்து சாப்பிட்டாங்க அத்தி..." என்றான் கார்த்தி.

"குட். இப்படித் தான் நாம கிடைச்ச வாய்ப்பு எதையும் தவறவிடவே கூடாது. எனக்கு என்னமோ நமக்கு கூடியச் சீக்கிரம் அதிர்ஷ்டம் கூரையைப் பிச்சிகிட்டுக் கொட்டப்போகுதுனு நெனைக்கிறேன்..." என்றாள் அத்தி.

"அச்சச்சோ அப்போ உடனே பிளம்பரைக் கூட்டிட்டு வந்து நம்ம வீட்லயும் இந்த கேன்டீனையும் அத்தி உன் ஹாஸ்டல் ரூம்லயும் உடனே ஓட்டைப் போட வேண்டும்" என்றான் கார்த்தி.

"டேய் மெதுவா பேசு. யாராச்சும் கேட்டு எப்படி எங்க காலேஜை நீங்க இடிக்கலாம்னு நம்மளை வெளியப் போங்கடா அயோக்கிய ராஸ்கள்களானு துரத்திடப் போறாங்க" என்று முகப்பைப் பார்த்தபடியே அமுதன் சொல்ல ஐவரும் நகைத்து கொண்டிருந்தனர்.

(சுவைக்கும்!)

* * * * * *

அத்தியாயம் - 22

அங்கே பொள்ளாச்சிக்குச் சென்றவர்கள் திருமணத்திற்கான அனைத்து வேலைகளிலும் இறங்கினர். பசுமை நிறைந்து காணப்பட்ட அவ்வூரை எல்லோருக்கும் அதிகம் பிடித்தது. ஆங்காங்கே பெரிய பெரிய விண்ட்மில்(காற்றாலை) சுற்றிக்கொண்டிருக்க அதை எல்லாம் வேடிக்கை பார்த்தபடியே சென்றனர். மண்டபம் மற்றும் இதர ஏற்பாடுகளை இதுவரை ஜாய்சன் மற்றும் சந்தீப் மட்டுமே செய்ததால் பெண்கள் எல்லோரும் இப்போது தான் அந்த ஊரை ரசித்துகொண்டிருந்தனர்.

"என்னா இடம்? எவ்வளவு பசுமை? அப்பப்பா சொர்க்கத்தோட ஷார்ட்கட்டே இதுதான் போல..." என்றாள் நித்திலா.

"ஏய் முன்ன பின்ன நீ கிராமத்தையே பார்த்ததில்லையா?" என்று அவளை வாரினான் ஜாய்சன்.

"அப்படி இல்ல ஜாய். இது ரொம்ப ரம்மியமா இருக்கு. முடிவு பண்ணிட்டேன் இந்த மாதிரி ஒரு செட் அப்ல தான் என் கல்யாணம் நடக்கணும்..." என்றாள் நித்தி.

"ஓ பாப்பாக்கு கல்யாணம் ஆசை வந்திடுச்சுப் போல? சந்தீப் போட்றா போனை. அடுத்த முகூர்த்ததுலையே நித்தியோட கல்யாணத்தை முடிக்கிறோம். என்ன டன்னா?" என்றாள் மிதிலா.

"எனக்கு இப்போ கல்யாண வயசு தான் வந்திடுச்சிடி.டேட் பண்ணவா? இல்லை சேட் பண்ணவா?" என்று பாட்டாகவே சந்தீப் பாட ஏனோ அவனை யாரும் பார்க்கா வண்ணம் முறைத்தாள் மிதிலா. எஸ் மிதிலாவுக்கு சந்தீப்பின் மீது ஒரு விருப்பம் இருக்கிறது. ஆனால் இது யாருக்குமே தெரியாது. மேலும் மிதிலாவின் குடும்பம் பொருளாதார நிலையில் மிகவும் பின்தங்கிய குடும்பம். முன்பு சொன்னதைப் போலவே அவளின் உழைப்பால் தான் இன்று ஓரளவுக்கு அக்குடும்பம்

வசதியாக இருக்கிறது. அதுவே சந்தீப்போ அப்பர் மிடில் க்ளாஸ் குடும்பத்தைச் சேர்ந்தவன். வீட்டிற்கு ஒரே மகன். மிதிலாவுக்கு ஒரு தங்கை ஒரு தம்பி வேறு இருக்கிறார்கள். அவர்களின் படிப்பே மிதிலாவின் சம்பாத்தியத்தில் தான் நடக்கிறது. இதற்கெல்லாம் மேல் இதுவரை சந்தீப் தன்னை ஒரு முறைகூட காதாலாகவோ இல்லை வேறு கண்ணோட்டத்திலோ பார்த்ததேயில்லை என்ற வருத்தமும் அவளுக்கு உண்டு.

"டேய் நீயா? கோடிரூபாய் கொடுத்தாலும் உன்னையெல்லாம் நான் கல்யாணம் பண்ண மாட்டேன். போடா பிராடு" என்று சந்தீப்பைச் செல்லமாக வாரினாள் நித்தி. அது மிதிலாவுக்கு சின்ன ஆறுதலைக் கொடுத்தது.

'கூடவே இருப்பதினால் என்னோட அருமை உனக்குத் தெரியலையில்ல?' என்று மனதில் அவனை வறுத்தெடுத்தாள் மிதிலா.

"அச்சச்சோ பாவம் சந்தீப். விடு சந்தீப் உனக்கு ஒரு நல்ல பொண்ணா கிடைப்பா..." என்றாள் லவ்.

"பேர்லையே லவ் வெச்சியிருக்க நீயே என்னை வேண்டாம்னு சொன்னா யாருதான் எனக்கு ஓகே சொல்லுவா?" என்று பொய்யாக வருந்த,

அதற்கு மேல் அங்கே இருக்க பிடிக்காமல் மிதிலா அங்கிருந்து நகர, "ஹேய் மிதி. ஏன் டல்லா இருக்க?" என்ற லவ்வுக்கு,

"ஒன்னுமில்லை தலைவலிக்குது" என்று சொல்லி அவள் முன்னே நடக்க,

"என்னாச்சு இவளுக்கு?" என்று எல்லோரும் பேசிக்கொண்டனர்.

ஆத்யாவுக்கு மட்டும் மிதியின் மாறுதல்களுக்கானக் காரணங்கள் புரிந்தது. இங்கே இருக்கும் எல்லோருடைய குடும்பச் சூழலும் ஆத்யா அறிவாள். மிதிலாவுக்கு வீட்டில் அலைன்ஸ் பார்க்கவேண்டி முயற்சிக்க அவள் தான் சிறிது

காலம் போகட்டும் என்று தள்ளிப்போட்டுக் கொண்டிருக்கிறாள். சமயங்களில் ஆத்யாவிடம் சொல்லி அவளிடம் பேசவும் சொல்லுவார்கள். அவளே இன்னும் திருமணம் செய்யாமல் இருக்க அவள் எப்படி மிதிலாவுக்கு அட்வைஸ் செய்வது என்று தயங்குவாள். ஆனால் அவள் மனதில் என்னவோ இருக்கிறது என்று மட்டும் ஆத்யாவுக்குப் புரிந்தது. இப்போது தான் அது சந்தீப்பாக இருக்குமோ என்ற சந்தேகம் துளிர்த்தது.

நேராக மண்டபத்திற்குச் சென்று அவரவர் வேலைகளில் மூழ்கினர். ஆத்யா மட்டும் எந்த வேலையும் செய்யாமல் எல்லாவற்றையும் சரிபார்த்துக்கொண்டிருந்தாள்.

காலையிலே டெகரேசனிற்காக ஆட்களையெல்லாம் ஜாய்சன் அனுப்பியிருந்ததால் செய்யப்பட்டிருந்த வேலைகளை எல்லாம் நோட்டமிட்டுக்கொண்டிருந்தான்.

அங்கே மணிகண்டன் மட்டும் ஒரு வித குழப்பத்தில் இருந்தான். எல்லாவற்றுக்கும் அந்த மதன் தான் காரணம். தன்னை யாரும் மதிப்பதில்லை என்று புலம்பியவனுக்கு ஒரு 'அறிவுரையை' வழங்கியிருந்தான். ஏனோ அதைக் கேட்ட மாத்திரமே அது பெரிய துரோகமாகவே தெரிந்தது. இருந்தும் அவனை நன்றாக மூளைச்சலவையும் செய்திருந்தான். அதை மேற்கொள்ளலாமா வேண்டாமா என்று யோசனையில் இருந்தவனை உலுக்கினாள் மிதிலா.

"என்ன மணி? வேலையை ஆரமிக்கவில்லையா? டைம் ஆச்சுப் பாரு" என்றவளைக் கண்டு விழித்தான் மணி.

அப்போது தான் அங்கே நுழைந்தான் ஜாய்சன். பின்னாலே லாவண்யாவும் வர இருவருக்கும் கேட்கும் படி,

"என்னைய மட்டும் நீங்க எப்போவுமே ரெண்டாம் பட்சமாகத் தானே நடத்துறீங்க?" என்றான் மணி.

"என்ன மணி பேசுற? நாங்க எப்போ உன்னை ரெண்டாம் பட்சமா நடத்தினோம்?" என்று அதிர்ச்சியில் வினவினாள் மிதிலா.

"என்னடா பேசுற? இன்னும் வேலையை ஆரமிக்கலையா?" என்றபடி அங்கே வந்தான் ஜாய்சன்.

"எனக்கு நீங்க ஒரே ஒரு விஷயத்தை மட்டும் க்ளாரிப்பை பண்ணுங்க. ஒருவேளை அன்னைக்கு என் இடத்துல நீங்க யாராவது இருந்திருந்தா ஆத்யா அப்படித்தான் பேசியிருப்பாளா? சாரி அவமானப்படுத்தியிருப்பாளா?" என்று கேட்டான் மணி.

"டேய் அதான் அன்னைக்கு பிரச்சனை அன்னைக்கே முடிஞ்சதே? இப்போ எதுக்குடா இதெல்லாம்?" என்றான் சந்தீப்.

"எதுடா முடிஞ்சது? சரி இன்னைக்கு ஒருநாள் உனக்கு பதிலா வேறொரு போட்டோகிராபரைக் கொண்டு இந்த மேரேஜ் நடத்தினா நீ ஒத்துக்குவியா?" என்றான் மணி.

இப்போது மணியுடைய பிரச்சனை அங்கிருக்கும் அனைவருக்கும் நன்றாக விளங்கியது. அன்று ஆத்யா அவனைத் திட்டியதைக் காட்டிலும் அவனிடத்தில் அமுதனைக் கொண்டு வந்தது தான் பெரிய பிரச்சனை என்று உணர்ந்தனர். இதைப்பற்றி மிதிலா, ஜாய்சன், சந்தீப் மூவரும் பேசியும் இருக்கிறார்களே?

"சரிடா அவ செஞ்சது தப்பு தான். அதான் எல்லாம் அன்னைக்கே சால்வ் ஆகிடுச்சே..." என்று சொல்ல வந்த மிதிலாவைத் தடுத்தவன்,

"எதுவும் சால்வ் ஆகல. அவமானப் பட்டது நான். அதும் எனக்கு கீழ வேலை செய்யும் எல்லோருக்கும் முன்னாடி என்னை இன்சல்ட் செஞ்சிட்டா அவ..." என்றான் மணி.

"இப்போ அதுக்கு என்ன செய்யுறது? அதுதான் நடுவுல இன்னொரு பங்க்சனே செஞ்சிட்டோம்ல? சரி ஆத்யாவுக்காக நான் சாரி கேட்குறேன். இப்போ எதுவும் பேச வேண்டாம். எல்லாம் கோவைல பேசிக்கலாம். வேலையை ஆரமி" என்றான் சந்தீப் அடக்கப்பட்ட கோபத்துடன். உண்மையில் அவன் அதிக எரிச்சலில் இருக்கிறான். ஆனாலும் இப்போது அவர்கள் வேலை நடக்கவேண்டும் என்பதால் இவ்வாறு பேசினான்.

"நல்ல கதையா இருக்கே? உப்பு திங்கறவங்க ஒருத்தர் தண்ணி குடிக்கிறவங்க ஒருத்தரா?" என்றான் மணி. மணியுடைய எண்ணம் இப்போது தான் எல்லோருக்கும் விளங்கியது. அவன் ஆத்யாவைப் பழிவாங்க தான் காத்திருந்திருக்கிறான் என்றும் புரிந்தது.

"மணி என் பொறுமைக்கும் ஒரு அளவிருக்கு..." என்ற சந்தீப்பைத் தடுத்த ஜாய்சன்,

"டேய் நமக்குள்ள எதுனாலும் நாம கண்டிப்பா பேசித்தீர்த்துக்கலாம். ஆனா அதுக்கான இடமும் நேரமும் இதில்லை. மணிவேற நாலாகப்போகுது. ஏழரைக்கெல்லாம் நாம பந்தி பரிமாறனும். சோ ப்ளீஸ் வேலையைத் தொடங்கு..." என்றான்.

"கண்டிப்பா ஆரமிக்குறேன் மச்சி. ஆனா ஆத்யா இங்க வந்து மன்னிப்பு கேட்கணும். எல்லார் முன்னாடியும். ஆம் அன்னைக்கு இவங்க எல்லோருக்கும் முன்னாடி தானே என்னை அவமானப்படுத்தினாள். சோ அவளை வரச்சொல்லு..." என்றவன் அங்கிருந்த சேரில் அமர்ந்துகொண்டான்.

விஷயம் விபரீதம் ஆனதை எல்லோரும் உணர்த்துகொண்டனர். அதும் இதைத் திட்டமிட்டு நிறைவேற்றியிருக்கிறான் என்பது வேறு எல்லோரையும் ஆத்திரங்கொள்ளச் செய்தது. அப்போது தான் உள்ளே வந்தாள் ஆத்யா.

"டேய் மணி கடைசியா கேட்குறேன். இப்போ சமைக்க முடியுமா முடியாதா?" என்றாள் நித்தி.

"என்னாச்சு? ஏன் எல்லோரும் இங்க இருக்கீங்க?" என்றபடி ஆத்யா அவர்களை நெருங்க, எல்லோருக்கும் மனதில் ட்ரெயின் ஓடிக்கொண்டிந்திருந்தது.

லவ் சந்தீப்பிடம் கண்ணைக்காட்ட, ஜாய்சன் மற்றும் சந்தீப் இருவரும் ஆத்யாவைத் தனியே அழைத்துச்சென்றனர்.

"என்ன ஆச்சுடா? ஏன் தனியா கூட்டிட்டு வரீங்க? அவன் ஏன் இன்னும் வேலையை ஆரமிக்கவில்லை?" என்றவளுக்கு

ஜாய்சன் பொறுமையாக நடந்ததையெல்லாம் சொல்ல ஆத்யாவின் முகம் ரத்தமாய்ச் சிவந்தது.

"என்ன நெனச்சிட்டு இருக்கான்?" என்று குரல் உயர்த்த எல்லோரும் ஒருகணம் அவளைத் திரும்பிப்பார்த்தனர்.

"ஆது கண்ட்ரோல் யுவர்செல்ப். இப்போ நாம சமைக்க ஆரமிச்சே தீரணும். வீ ஆர் இன் எ க்ரிட்டிக்கல் சிட்டுவேஷன்." என்றான் சந்தீப்.

எரிச்சலுடன், "சோ நான் அவன் கால்ல நெடுஞ்சாண்கிடையா விழணும் ரைட்?" என்றாள் ஆத்யா

"ஸ்வீட்டி அப்படி இல்லடா. நமக்கு இப்போ வேற ஆப்சன் இல்லை. கோவைனாலும் கூட நாம எப்படியாவது ஃபூட்ஸ் அரேஞ் பண்ணிடலாம். இங்க அதுக்கு வாய்ப்பே இல்லை."

"சரி நான் இன்னொன்னு கேட்குறேன். இன்னிக்கு மன்னிப்பு கேட்கணும்னு சொல்றவன் நாளைக்கு என்னவெல்லாம் செய்வான்? அண்ட் இதென்ன பழிவாங்குற டைமா?" என்றாள் ஆத்யா.

"ஸ்வீட்டி எனக்கெல்லாம் புரியுதுடா. எனக்கு வரக் கோவத்துக்கு நான் அவனை என்ன செய்வேனு எனக்கே தெரியில. ஆனா நம்ம நிலை மோசமா இருக்குடா..." என்றான் சந்தீப்.

ஆத்யாவுக்கு இப்போது உடலெல்லாம் நடுங்க ஆரமித்தது. பின்னே அவள் தானே இந்த ஆர்டெரை புக் செய்தவள்? இப்போது மட்டும் சமையல் செய்யாவிட்டால் அது லெட்ஸ் செலிபிரேட்டின் அஸ்தமனத்திற்கு ஈடாகுமே. அதேநேரம் செய்யாத தவறுக்கு மன்னிப்பு கேட்கவும் அவளுக்கு விருப்பமில்லை. அதும் மணிகண்டனிடம் நோ வே. காரணம் அவன் இதைத் தற்செயலாகவெல்லாம் செய்யவில்லை என்றும் இதைத் திட்டமிட்டு அரங்கேற்றியுள்ளான் என்றும் அவள் அறிந்துகொண்டாள். டென்ஷனில் அவள் உடலெல்லாம் வேர்க்கத்தொடங்கியது. யோசனையில் இருந்தவளுக்கு

ஒன்று மட்டுமே ஓடிக்கொண்டிருந்தது. இன்றே நிச்சயம் அந்த மணிகண்டனுக்கு ஒரு பாடம் புகட்ட வேண்டும் அதேநேரம் இந்தத் திருமணமும் எவ்வித சிக்கலும் இல்லாமல் நடைப்பெற்று லெட்ஸ் செலிபிரேட்டுக்கு எவ்வித களங்கமும் நிகழாமல் காக்கவேண்டும். யோசிக்க உடனே அமுதனின் முகம் ஞாபகம் வந்தது. துரிதமாக அங்கிருந்து நகர்ந்தவள் அமுதனை அழைத்தாள்.

"சொல்லு ஆது..."

"அமுதன் எனக்கு உடனே உங்க பதில் வேணும். நீங்க சொல்றதுல தான் என் மானம் மரியாதை எல்லாம் அடங்கியிருக்கு" என்றாள். அவள் குரலில் அதிகபடியான பதற்றம் இருந்தது.

"சொல்லு ஆத்யா. நான் என்ன பண்ணனும்?"

"உங்களால் இப்போ ஒரு எழுநூறு பேருக்கு உடனே சமைக்க முடியுமா?" என்றாள்.

"புரியல ஆத்யா. என்ன பிரச்சனை?"

நடந்ததை ஆத்யா சுருங்கச் சொன்னாள்.

"ஆத்யா நான் வேணுனா மணிகிட்ட..."

அதில் கோவமுற்றவள், "உன்னால முடியுமா முடியாதா?" என்றாள் ஆத்யா.

இதில் நிறைய சவால்கள் இருந்தாலும் ஏனோ அமுதன் இதிலுள்ள வாய்ப்புகளைத் தான் பார்த்தான். "ஒரு டூ மினிட்ஸ் டைம் கொடு நான் எல்லார்கிட்டயும் கேட்கறேன்" என்றவன் எல்லோரிடமும் ஆலோசிக்க அவர்களோ சற்று முன்னர் தானே கூரையைப் பிய்த்துக்கொண்டு அதிர்ஷ்டம் அடிக்கும் என்று பேசிக்கொண்டனர். ஒருவேளை இது தான் அந்த அதிர்ஷ்டமோ என்று யோசித்து அவர்களும் ஆமோதிக்க, உடனே மெனுவை அமுதனுக்கு ஃபார்வேர்ட் செய்தாள். அங்கிருந்து நாற்பத்தி ஐந்து கிலோமீட்டர் தான் கோவை. அவர்கள் ஓகே சொல்ல

உடனே கேன்டீனை மூடிவிட்டு அவர்கள் எல்லோரும் ஆத்யாவின் காரில் பயணிக்க ஆயத்தமாகினர். இருந்தும் பணியாட்கள் தேவை என்றதும், "இங்க வேலைசெய்யுறவங்க எல்லோரும் லெட்ஸ் செலிபிரேட் எம்பிளாயிஸ் தானே தவிர யாரும் அவனோட எம்பிளாயிஸ் இல்ல. நான் கன்பார்ம் பண்ணுறேன் இரு அமுதன்..." என்றவள் நேராக அங்கிருந்த ஊழியர்களிடம் சென்று உரையாட வெகு சிலரைத் தவிர மற்றவர்கள் எல்லோரும் வேலை செய்வதாகவே சொல்ல அங்கே அமுதன் அண்ட் கோ எல்லோரும் பொள்ளாச்சியை நோக்கிப் புறப்பட்டனர்.

தன்னிடம் வந்து ஆத்யா பேசுவாள் என்று மிதப்பில் இருந்த மணி இப்போது அவளின் நடவடிக்கையை எண்ணி அஞ்ச அதற்குள் மணியை நோக்கி வந்தவள், "மணி நீ கிளம்பலாம். உனக்கு இனிமேல் லெட்ஸ் செலிபிரேட்ல இடமில்லை. நாளைக்கு வந்து கணக்கை கழிச்சிக்கோ..." என்றவள் ஒன்றும் விளங்காமல் விழித்த சந்தீப், மிதி, லவ் ஜாய்சன், நித்தி ஆகியோரைப் பார்த்து, "நாளைக்கே போர்டு மீட்டிங் நடத்தலாம். இப்போ என் முடிவுக்கு யாரெல்லாம் சப்போர்ட் பண்றீங்கன்னு தெரிஞ்சிக்கலாமா?" என்று அவர்களைப் பார்க்க அவர்களுக்கு இன்னும் எதுவும் விளங்கவில்லை.

"ஆது இப்போ என்ன பிரச்சனை நடக்குது நீ என்ன பேசுற?" என்றாள் நித்தி.

"இன்னும் ஒரு மணிநேரத்துல வேலை ஆரமிச்சிடும். கவலை வேண்டாம். அமுதன் அண்ட் கோ இங்க வராங்க. அண்ட் இனிமேல் லெட்ஸ் செலிபிரேட் கூட டை அப் பண்ணப்போறது அமுது கேட்டரிங் தான். என்ன ஓகேவா?" என்றாள் ஆத்யா. அப்போது சிறிதும் யோசிக்காமல்,

"எனக்கு இதுல சம்மதம்" என்றான் சந்தீப். சந்தீப் சொன்ன மறு வினாடியே,

"எனக்கும் ஓகே" என்றாள் நித்தி. அவர்கள் இருவரும் சம்மதம் தெரிவிக்கவும்,

"ஈவென் ஐ சப்போர்ட் திஸ்..." என்றாள் மிதிலா.

"ஓகே செவன் மெம்பெர்ஸ் கொண்ட நம்ம போர்ட்ல ஏற்கனவே நாலு பேர் ஆதரவு சொல்லிடீங்க. நாளைக்கு ஆபிஸ்ல மீட் பண்ணலாம்..." என்றவள், "இன்னும் என்ன மசமசன்னு நிக்குறீங்க? எல்லோரும் அவங்கவங்க ஒர்க்குக்கு போங்க" என்றதும் எல்லோரும் கலைந்தனர். நொடியில் தன்னுடைய நிலை இவ்வளவு கீழிறங்கும் என்று மணிகண்டன் கனவிலும் எதிர்பார்க்கவில்லை.

"அண்ட் மணி, சாரி மிஸ்டர் மணிகண்டன், நம்ம கம்பெனில... இல்ல என் கம்பெனில எல்லாமே, எல்லாமே லெட்ஸ் செலிபிரேட்டுக்கு தான் சொந்தம். அதாவது இந்த பண்டம், பாத்திரம், ஆட்கள் எல்லோரும். அந்த லெட்ஸ் செலிபிரேட்டுடைய ட்ரேட் மார்க் உரிமை எல்லாமும் 'ஆத்யா லஷ்மிநாராயணன்'ங்கற பேர்ல தான் ரிஜிஸ்டர் ஆகியிருக்கு. சோ யுவர் காண்ட்ராக்ட் வித் லெட்ஸ் செலிபிரேட் ஹாஸ் பீன் ஆ·.பீசியலலி டெர்மினேட்டட் (லெட்ஸ் செலிபிரெட்டுடனான உங்களுடைய ஒப்பந்தம் முடிவடைந்தது). நாளைக்கு வந்து கணக்கைக் கழிச்சிக்கோங்க..." என்றவள் அங்கிருக்கும் ஒரு மூத்த சமையல் நபரை அழைத்து அமுதன் வருவதற்குள் இதர வேலைகளையெல்லாம் செய்யச்சொன்னாள். மணிகண்டன் முகத்தில் ஈயாடவில்லை. கணப்பொழுதில் அவன் எதிர்காலம் கேள்விக்குறியாகும் என்று அவன் கனவிலும் எதிர்பார்க்கவில்லை. அதும் இவ்வளவு உறுதியாக ஆத்யா முடிவெடுப்பாள் என்று யாருமே எதிர்பாக்கவில்லை.

அவனைத் துளியும் சட்டைசெய்யாமல் அவ்விடத்திலிருந்து ஆத்யா அகன்றாள். மணிகண்டனுக்கு இப்போது தான் அவன் செய்த அபத்தத்தின் வீரியம் புரிந்தது. கண்கெட்ட பிறகு சூர்ய நமஸ்காரம் செய்து எப்பயனுமில்லையே? அங்கே அமுதன் அண்ட் கோ தங்கள் கேன்டீனில் பணிபுரிபவர்களையும் சேர்த்து ஆத்யாவின் காரிலும் கார்த்தியின் காரிலும் அழைத்து வந்தார்கள்.

அங்கிருந்து சென்றவர்கள் எல்லோரும் ஆத்யாவின் இந்தத் துணிச்சலான முடிவை எண்ணி வியந்தனர். மணி என்றில்லை யாரென்றாலும் ஆத்யாவுக்கும் ஒன்று தான். அவளுக்கு எப்போதும் ஒப்புக்கொண்ட வேலைகள் எல்லாவற்றையும் செவ்வனே நிறைவேற்றவேண்டும். ஒருவேளை அதை நிறைவேற்ற முடியாது என்றால் அதை ஒருபோதும் ஒப்புக்கொள்ளவே கூடாது என்பதில் உறுதியாக இருப்பாள். அபாரமான டிஸிசன் மேக்கர். மற்றவர்களைப் போல குறிப்பிடும் படியாக எந்த வேலையையும் செய்யாவிடினும் இவர்கள் எல்லோரையும் ஒரு குழுவாக இணைப்பதிலும் அவர்களிடமிருந்து 'பெஸ்ட்டை' வாங்குவதிலும் ஆத்யா கில்லாடி. ஆர்டர் எடுப்பது அதற்கான ஏற்பாடுகளை முன்னின்று செய்வது, வேலையை முடித்ததும் கணக்கு பார்த்து எல்லோருக்கும் சேரவேண்டியதைச் சரியாகப் பிரித்துத் தருவது தான் லெட்ஸ் செலிபிரேட்டில் ஆத்யாவின் வேலை. உண்மையிலே மற்றவர்களைக் காட்டிலும் ஆத்யா தான் அதிக வேலை செய்பவள். காலையில் முதலில் வந்து 'கடையைத் திறப்பதிலிருந்து' இரவு அதை எடுத்துவைப்பது வரை சகலமும் ஆத்யா தான். இதை ஆத்யாவைத் தவிர்த்து மற்ற எல்லோரும் நன்கு அறிவர். அதனாலே வரும் லாபத்தை எப்போதும் ஏழாகதான் பங்கிட்டுக்கொள்வார்கள். இதைத் தவிர்த்து தன்னுடைய பிலாக் ரைட்டிங், ஃபூட் ரிவீவ், கன்டென்ட் ரைட்டர், ஃபேஷன் சம்மந்தப்பட்டவைகளை எழுதுவது தான் ஆத்யாவின் முழுநேர வேலை. கவுண்டமணி ஸ்டைலில் சொன்னால் ஆத்யா ஒரு 'ஆல் இன் ஆல் அழகு ராணி'.

இது எல்லோருக்கும் தெரிந்த விஷயம் தான். ஆனால் இவள் எதையும் செய்யாமல் எல்லோரைப் போலவும் சம ஊதியம் பெருகிறாளே என்ற ஆதங்கம் தான் மணிகண்டனுக்கு. கூடவே தனியாக அவள் சம்பாதிப்பது வேறு அவனுக்கு வயிற்றெரிச்சலை உண்டுசெய்யும். கூடவே ஒரு பெண்ணிற்கு கீழே நாம் வேலை செய்வதா என்ற ஈகோ வேறு. அவளின் அந்த தைரியம் அவனுக்கு டாமினேட்டிங் ஏட்டிட்யூடாக தெரிந்தது.

தன்னை ஒரு பொருட்டாகக் கூட யாரும் மதிக்காமல் சென்றுவிட அங்கே மணிக்கு கண்களே கலங்கியது. கூடவே அவன் செய்த தவறின் வீரியம் அவனுக்கும் புரிய தனக்கு ஆறுதல் சொல்லக்கூட யாருமில்லை என்றதும் அங்கிருந்து வெளியேறினான்.

ஒருவேளை இப்போது ஆத்யாவிடம் சென்று மனப்பூர்வமாக மன்னிப்பு கேட்டால் கூட ஆத்யா அவனை மன்னிக்க ஏதேனும் வாய்ப்பிருக்கிறது தான். ஆனால் அது அத்துனை சுலபமில்லை என்று அவனுக்கும் புரிந்தது. கூடவே ஒரு இயலாமையும் ஆத்யா கொடுத்த அந்த அதிர்ச்சியும் இன்னும் அடங்காததால் அங்கிருந்து வெளியேறினான்.

சற்று நேரத்தில் அமுதன் அண்ட் கோ பொள்ளாச்சிக்கு வந்துவிட ஆளுக்கு ஒரு டிபார்ட்மென்ட் என்று எடுத்துக்கொண்டு அவரவர் வேலையில் மூழ்கினர். அவர்கள் வந்ததிலிருந்து ஆத்யா அவர்களுடனே இருந்தாள். என்ன தான் அமுதன் அண்ட் கோவின் மீது அசாத்திய நம்பிக்கை இருந்தாலும் ஏதோ ஒரு மூலையில் சிறிய பயமும் பதற்றமும் அவளுக்குத் தொடர்ந்துகொண்டே தான் இருந்தது. அது மணிகண்டன் கொடுத்த அதிர்ச்சியின் வெளிப்பாடு. எவ்வித சிக்கலும் இல்லாமல் இந்த திருமணம் நிறைவடைந்தால் தான் அது மறையும். குஞ்சுபொரித்த கோழி எப்படி தன் குஞ்சுகளைக் கண்ணும் கருத்துமாகப் பார்த்துக்கொண்டு அவைகளை தன்னைவிட்டு வெளியே விடாதோ அதுபோலவே ஆத்யா அமுதன் அண்ட் கோவில் ஒவ்வொருவரையாய் நோட்டமிட்டுக்கொண்டே இருந்தாள். ஆனால் அங்கே அமுதன் ரூபன், அத்தி, கார்த்தி என்று நான்கு குழுக்களாகப் பிரிந்து தலா ஒவ்வொருவரின் கீழும் வேலைகள் ஜரூராய் நடைபெற்றுக்கொண்டிருந்தது.

கொஞ்ச நேரம் ஆத்யாவையே நோட்டமிட்டவன் அவளைத் தனியே அழைத்து அவளுக்கு காஃபி கொடுத்து அமரவைத்தான் அமுதன்.

"என்ன கண்ணு ரெண்டு பாதரசம்(மெர்குரி) மாதிரி ஓரிடத்தில நிற்காமல் அங்கும் இங்கும் ஓடிக்கிட்டே இருக்கு? கூடவே டென்ஷன்ல காதோரம் வேர்வையும் வழியுது? எங்க மேல நம்பிக்கை இல்லாம தான் எங்களை இங்கே வரவெச்சயா ஆது?" என்று அவள் மனதை படம்பிடித்து போல் பேசினான்.

இல்லை என்பதைப் போல் அவள் தலையை அசைக்க அப்போதும் அவள் கண்களில் அந்த மிரட்சி மட்டும் அடங்கவில்லை.

"அதோ அங்க இருக்கானே ரூபன் அவன் ஒரு நாளைக்கு சாதரணமா நானூறு ஐநூறு பேருக்கு சமைச்சிருக்கான். அத்தி ஒரு பெரிய கிச்சனை ஒரே ஆளா மெயின்டெய்ன் பண்ணியிருக்கா. கார்த்தி எப்போவும் ரொம்ப பாஸ்ட். டைம் வேஸ்ட் செய்யுறது அவனுக்குப் பிடிக்காத ஒன்னு. சோ இந்த மூணு எக்ஸ்பெர்ட்ஸ் இருக்கும் போது நீ எதுக்கு இவ்வளவு டென்ஷன் ஆகுற?" என்றவன் அவள் விரலைப் பிடிக்க அவள் நார்மலானாள்.

"அப்போ சார் எதுல எக்ஸ்பெர்ட்?" என்றாள் குறும்பாக,

"இப்படி எல்லோரும் வேலை செய்யும் போது நான் மட்டும் உன்கூட கதைபேசிட்டு இருக்கிறதிலே நான் ஒரு டுபாக்கூர்ன்னு உனக்குத் தெரிஞ்சிருக்க வேண்டாமா?" என்றான் சிரித்தபடி.

"அப்படியா? ஆனா இந்த டுபாக்கூர் அன்னைக்குச் செஞ்ச கேக் அவ்வளவு அருமையா இருந்ததே?" என்றாள் ஆத்யா அதே குறும்புடன்.

"அச்சச்சோ நீ அந்த கேக் சாப்பிட்டியா?"

"ஆமா ஏன் நான் சாப்பிட்டா என்ன?"

"அது எக் போட்ட கேக்காச்சே..."

"எக் வெஜிட்டேரியன்ல சேர்த்துட்டாங்களே தெரியாதா?" என்றாள் அவள் கண்களைச் சிமிட்டியபடி,

"அப்படியா? எந்தச் செடி உங்களுக்கு அந்த முட்டை இடுதுனு சொன்னா நானும் கொஞ்சம் தெரிஞ்சிப்பேனே..." என்றான் அமுதன்.

"அதெல்லாம் எனக்குத் தெரியாது. எக் வெஜிட்டேரியன் தான்..." என்றாள் ஆத்யா. அவள் முகத்தில் ஒரு உற்சாகம் பிறந்திருந்தது. கொஞ்சம் தெளிவாகியிருந்தாள்.

"ஓகே மேடம் அப்படியே கொஞ்ச நேரம் ரெஸ்ட் எடுங்க நான் கொஞ்சம் சமையல் அறைவரை போயிட்டு வரேன்" என்றவன் அங்கிருந்து நகர்ந்தான். அவன் தன்னை இலகுவாக்கத் தான் இப்போது வந்திருந்தான் என்று ஆத்யாவும் அறிவாள். அவனோடு இன்று தான் இவ்வளவு உரிமையாகவும் அதே நேரம் சிரித்தும் பேசியிருக்கிறாள். அடிக்கடி தன்னுடைய தந்தை அமுதனைப் பற்றி ஆஹா ஓஹோ என்று சொல்லும் போதெல்லாம் ஏனோ அவன் தனக்கில்லை என்ற வெறுமை மற்றும் ஆற்றாமையினால் அதைக் கணக்கில் எடுத்துக்கொள்ளவே மாட்டாள். ஆனால் இப்போது தன்னுடன் பேசிய இந்த அமுதனை அவளுக்கு மிகவும் பிடித்திருந்தது.

(சுவைக்கும்!)

* * * * * *

அத்தியாயம் - 23

அமுதன் மற்றும் ஆத்யா இருவரும் பேசிக்கொண்டிருக்கும் போது தான் சந்தீப், லவ் ஜாய்சன் மூவரும் அவளைத் தேடி வர அவர்கள் இருவரும் சிரித்தபடியே இருந்ததைக் கண்டு அருகில் வராமல் தூரமாகவே இருந்தனர். அமுதன் சென்றதும் ஆத்யவைத் தேடி வந்தவர்கள், "அதென்ன உனக்கு மட்டும் ஸ்பெஷல் கவனிப்பு?" என்ற சந்தீப் அவளின் கா∴பி மக்கை இழுக்க,

"உனக்கு வேணும்னா அங்க போய் வாங்கிக்கோடா. என்னைக் குடிக்க விடு" என்று குழந்தைபோல் பிடுங்கவும் இரவு உணவில் இடம்பெற்றிந்த சில்லி கார்ன் அவர்களை நோக்கி வைக்கப்பட்டது.

"ஐ கார்ன்" என்ற லவ் அதை எடுத்து உண்ண,

"அலையாதடி" என்ற சந்தீப் அவளுக்கு முன் அதை எடுத்து உண்டான்.

நால்வரும் சிரித்தபடி அதை எல்லாம் சாப்பிட்டதும், "ஜாய் என் முடிவுல உனக்கு விருப்பமில்லையா?" என்றாள் ஆத்யா.

"ச்சே ச்சே அப்படியெல்லாம் இல்லை ஸ்வீட்டி. நீ செஞ்சது தான் கரெக்ட். ஆனா தப்பு நம்ம மேலையும் இருக்கு. ஆரம்பத்திலிருந்து எல்லோரையும் ஒழுங்கா ஒரு கேப்ல வெச்சியிருந்திருக்கணும். ஓகே எல்லாம் நன்மைக்கே. எதுனாலும் ஊர்ல போய்ப் பேசிக்கலாம்டானு நான் எவ்வளவோ சொன்னேன் தெரியுமா? லிட்ரெல்லி கெஞ்சினேன். விடு நீ செஞ்சது தான் சரி..." என்றான் ஜாய்சன்.

"லவ் உனக்கு?"

"ஆரம்பத்திலிருந்து நம்ம கூடவே இருந்தவன். நாம கஷ்டப்படும் போது இருந்தவன் இப்போ இப்படி ஈகோ பார்த்து தனியா

போனதை நெனச்சா வருத்தமா தான் இருக்கு. ஆனாலும் கொஞ்சம் லேட் ஆகியிருந்தாலும் இத்தனை வருஷம் நாம சம்பாதிச்ச பேர் எல்லாம் போயிருக்கும். தேங்க் காட்..." என்றாள் லாவண்யா.

"என் மேல அவனுக்கு இருக்கும் கோவத்தைக் கூட நான் பெருசா எடுத்துக்கல. ஆனா அன்னைக்கு உக்கடத்துல நடந்த ஃபங்க்சன் அப்போ ஒன்னுமே நடக்காதவன் மாதிரி இருந்துட்டு இன்னைக்கு வந்து பிரச்சனை பண்றான்னா அவன் எவ்வளவு கிரிமினல் தனமா யோசிச்சு இருக்கான் பாரே?" என்று தன்னுடைய ஆதங்கத்தையெல்லாம் கொட்டினாள் ஆத்யா.

"அப்போ நாளைக்கே அமுது கேட்டரிங் நம்ம கூட அஃபிசியால ஜாயின் பண்றாங்கன்னு சொல்லு?" என்றான் சந்தீப்.

"எஸ். நாளைக்கு நம்ம லீகல் அட்வைசரை ஆபிசுக்கு வரச் சொல்லுங்க. நாளைக்கே அக்ரீமெண்ட் போட்டுடலாம்..." என்றாள் ஆத்யா.

"இந்த விஷயம் அவங்களுக்குத் தெரியுமா?" என்றாள் லவ்.

"இல்ல லவ் இன்னும் சொல்லல. நாளைக்கு ஒரு சர்ப்ரைஸ் தரலாம். நான் கூப்பிட்டதும் ஏன் எதுக்குன்னு எதையும் கேட்காம வந்திருக்காங்க. நாம அவங்களுக்கு ஏதாவது செய்யணும்..."

"அண்ட் நம்ம கூட அவங்க ஜாயின் பண்றது நமக்கு ஏடெட் அட்வான்டேஜ் (கூடுதல் சௌகரியம்) தான். நம்மளோட ஃபூட்ஸ் இனிமேல் கொஞ்சம் எலிவேட்டடா (உயர்ந்து வெளிக்காட்டும்) தெரியும். ஸ்டார் ஹோட்டல்ல ஒர்க் பண்ணியிருக்காங்க. சும்மாவா?" என்றான் ஜாய்சன்.

அப்போது அங்கே வந்த மிதிலா, "அங்க நான் மாங்குமாங்குன்னு வேலை செஞ்சிட்டு இருக்கேன் நீங்க என்னடானா இங்க சொகுசா சாப்பிட்டு இருக்கீங்களா?" என்று பொருமினாள்.

அதற்கு அவர்கள் நால்வரும் சிரிக்க அவ்விடமே சற்று கலகலவென இருந்தது. மணி ஏழேகாலை நெருங்க அனைத்தும்

தயாராகியிருந்தது. அங்கே வந்த அத்தி, "யாராச்சும் வந்து எல்லாத்தையும் ஒரு முறை டேஸ்ட் பாத்துடறீங்களா?" என்றதும் ஆத்யாவைத் தவிர்த்து நால்வரும் ஒருசேர எழ எல்லோரும் கொஞ்சம் சிரித்துக்கொண்டனர். அந்நேரம் நித்திலாவும் அங்கே வந்தாள்.

"யூ ஆல் ப்ருடஸ் ஃபெல்லோஸ். எங்கடா யாரையும் காணோம்னு பார்த்தா இங்க இருக்கீங்களா? கல்ப்ரிட்ஸ் (குற்றவாளிகள்)" என்று வாழ்த்தி வரம் கொடுக்க மீண்டும் எல்லோரும் சிரித்தனர். அந்த இடமே சிறிது நேரம் கலகலவென மாறியிருந்தது.

பிறகு சமைத்ததை எல்லோரும் சுவைத்துப் பார்த்து நாக்கில் சொட்டாம் போட அதுவே அமுதன் அண்ட் கோவிற்கு மதிப்பீடாகவும் அமைந்தது.

பிறகு பந்தி ஆரமித்து மற்ற வேலைகள் எல்லாமும் நடைபெற்றுக்கொண்டிருக்க மாப்பிள்ளையின் தந்தை ஆத்யாவிடம் வந்து உணவு எதிர்பார்த்ததை விட நன்றாக இருந்ததாகச் சொல்லவும் அவளுக்கு ஆனந்தமாக இருந்தது. அப்போது தான் நேரத்தைப் பார்த்தவள் ஒன்பதை நெருங்கியிருப்பதைக் கண்டு வீட்டில் லஷ்மி மட்டும் இருப்பது நினைவுக்கு வர அவள் கோவைக்குச் செல்ல ஆயத்தமானாள்.

அமுதனும் நாளை கேன்டீன் திறக்கவேண்டும் என்ற காரணத்தால் அதில் பணிபுரிபவர்களையெல்லாம் கோவைக்கு அழைத்துச் செல்ல முடிவெடுத்தான். இரவு சென்றுவிட்டு காலையில் வந்துவிடுவதாகச் சொல்ல அப்போது அமுதனும் கோவைக்குத் தான் செல்கிறான் என்றறிந்த சந்தீப், ஆத்யாவை மட்டும் இரவில் தனியாக அனுப்ப மனமில்லாமல் அமுதனையும் ஆத்யாவுடன் போகுமாறு சொல்ல மற்றொரு வண்டியில் பணியாட்கள் எல்லோரையும் அனுப்பிவிட்டு பின்னாலே அமுதனும் ஆத்யாவும் ஒன்றாக காரில் பயணித்தனர்.

கார் ஓட்ட முன்வந்தவளிடம், "நான் ட்ரைவ் செய்யுறேனே?" என்றான் அமுதன்.

அமுதன் வண்டியைச் செலுத்த ஆத்யாவோ முன்னிருக்கையில் அமர்ந்தாள். ஆளரவமற்ற அந்தச் சாலையில் இரவு வேளையில் ஏ.ஆர். ரகுமானின் பாடல் ஒலித்துக்கொண்டிருக்க மௌனமாய்ப் பயணித்தனர்.

மூங்கில் தோட்டம் மூலிகை வாசம்

நெறஞ்ச மௌனம் நீ பாடும் கீதம்

பௌர்ணமி இரவு பனிவிழும் காடு

ஒத்தையடி பாதை உன்கூட பொடிநட

இது போதும் நமக்கு இது போதுமே

வேறென்ன வேணும் நீ போதுமே…

மரங்கள் நடுங்கும் மார்கழி இருக்க

ரத்தம் உறையும் குளிரும் இருக்க

உஷ்ணம் யாசிக்கும் உடலும் இருக்க

ஒத்த போர்வையில் இருவரும் இருக்க

இது போதும் எனக்கு இது போதுமே

வேறென்ன வேணும் நீ போதுமே…

என்று காதலைத் தூண்டும் விதமாகவே பாடல் ஒலிக்க இருவரும் எதுவும் பேசாமல் இன்னும் வெளிப்படையாகச் சொல்லவேண்டுமென்றால் என்ன பேச எப்படிப் பேச என்று தெரியாமல் பயணித்தனர்.

ஆனால் ஒரே நேரத்தில் இருவரும் திருப்பிப் பார்த்துக்கொண்டனர்.

"ரொம்ப தேங்க்ஸ் அமுதன். தக்க சமயத்துல நீங்க உதவியிருக்கீங்க. இன்னைக்கு மட்டும் நீங்க நோ சொல்லியிருந்ததா ஒன்னு லெட்ஸ் செலிபிரேட்டோட மானம் மரியாதையை எல்லாம் காலியாகியிருக்கும். ஆனா

அதை அப்படி லேசுல விட்டிருக்க மாட்டேன். மே பி லெட்ஸ் செலிபிரேட்ல இருந்து நான் விலகியிருந்திருப்பேன்..." என்று கூலாக சொன்னாள் ஆத்யா.

அவள் சொன்னது அமுதனுக்கு அதிர்ச்சியாக இருந்தது. அவன் அதிர்ச்சியில் விழிக்க,

"எஸ் அமுதன். என்கிட்ட ரெண்டு சாய்ஸ் இருந்தது. எஸ் ரெண்டே சாய்ஸ். முதல உங்க கிட்ட ஹெல்ப் கேட்கறது. இல்லைனா நான் லெட்ஸ் செலிபிரேட்ல இருந்து வெளியேறுவதுனு யோசிச்சேன். என்ன ரெண்டாவது ஆப்ஷனை அவ்வளவு சுலபமா செயல்படுத்தகியிருக்க முடியாது. சந்தீப், மிதி, ஜாய், லவ், நித்தி எல்லோரும் என்னை அவ்வளவு சீக்கிரத்துல விட்டிருக்க மாட்டாங்க தான். ஆனா செய்யாத தப்புக்கு மன்னிப்பு கேட்க என் மனசு இடம் தராது. தேங்க்ஸ் அமுதன். தேங் யூ சோ மச்..." என்று மிகுந்த உணர்ச்சிபூர்வமாகச் சொன்னாள் ஆத்யா.

வண்டியை ஓரங்கட்டியவன், "கொஞ்சம் இறங்கு ஆது" என்றவன் வண்டியிலிருந்து இறங்க அவளும் இறங்கினாள்.

காற்று சில்சென்று இருவரின் உடலையும் வருடிச் செல்ல இருவரும் சற்று நடந்தனர்.

"நான் உன்கிட்ட கொஞ்சம் பேசணும். பேசலாமா?"

அவள் திருதிருவென்று விழிக்க,

"நான் உன்னை அப்செர்வ்... வெய்ட் நான் உன்னை இப்படி ஒருமையில் அழைக்கிறது ஒன்னும் பிரச்சனை இல்லையே?"

அவள் இல்லையென்று தலையாட்ட,

"நான் உன்னை அப்செர்வ் பண்ண வரை நீ ரொம்ப தைரியசாலி. போல்ட் எனெர்ஜிடிக். ரொம்ப நேர்மையானவளும் கூட. அண்ட் எல்லாத்துக்கும் மேல நீ செஞ்சது தப்புனா அதை அக்செப்ட் பண்ணி உடனே மன்னிப்பும் கேட்கக்கூடிய ஆள். அதுக்கும்

ஒருபடி மேல போய் அதை கரெக்ட் பண்ண ஸ்டெப்ஸும் எடுக்கிற ஆள். உனக்கும் மணிக்கும் அதாவது மணிக்கும் உங்க எல்லோருக்கும் இடையே ஒரு சுமூகமான உறவு இல்லை. ரைட்?" என்றதும் அவள் தலையை ஆட்டினாள்.

"இவ்வளவு இருந்தும் ஏன் நீ இதுவரை இழுத்துட்டு வந்த? ஐ மீன் மணியை எப்போதோ நீங்க ரீப்லேஸ் செஞ்சியிருக்கலாமே? சாரி உங்க கம்பெனி விஷயத்துல தலையிடுறதா நெனச்சா..."

"என்னால அடுத்தவங்களைப் பாதிக்குற மாதிரியான முடிவுகளை உடனே ஜஸ்ட் லைக் தட் எடுக்க முடியறதில்லை அமுதன். இன் பேக்ட் எடுக்க முடியாது..." என்றவள் ஏதேதோ யோசனைகளுக்குச் சென்றாள்.

"சில விஷயங்களைப் பற்றி முடிவெடுக்க ஒரு செகண்ட் போதும். ஆனா அதோட பின்விளைவுகளை காலம் முழுக்க அனுபவிக்கனும் அமுதன். அனுபவிக்குறேன்" என்றவள் எதையோ உளறிவிட்ட ஞாபகத்தில் நிமிர்ந்து அமுதனைப் பார்த்தாள். ஆனால் அமுதன் முகத்தில் எவ்வித சலனமுமின்றி இருந்தான். அதேநேரம் அவற்றை கவனிக்கவும் அவன் தவறவில்லை.

"அவனோட பேமிலி மற்றும் அவன்கூடப் பழகிய நாட்கள் எல்லாம் யோசிச்சேன். ஒருவேளை இந்த வேலை இல்லைனா அவன் பேமிலி என்ன ஆகும்னு நெனச்சேன். அதான் போனா போகுதுனு பொறுத்துக்கிட்டேன். நம்ம மௌனத்தை அடுத்தவங்க தப்பா எடுத்துகிறாங்க. சில சமயம் எல்லாத்துக்கும் ஒரு முற்றுப்புள்ளி வெக்கணுமில்ல?"

"அன்னைக்கு சந்தீப் அப்பா அம்மாவோட வெட்டிங் டே பங்க்சன்ல ஏன் அவங்களை ஒரு வித ஏக்கத்தோடு பார்த்த ஆத்யா? கண்டிப்பா உன் அம்மா இல்லைங்கறது மட்டும் காரணமில்லை. அதையும் தாண்டி என்னவோ இருக்கு..." என்றதும் ஆத்யாவின் முகம் கலவரமடைந்தது. அதையும் நன்கு குறித்துக் கொண்டான் அமுதன்.

"உன் பேமிலி விஷயத்துல நான் தலையிடுறேனு நெனச்சா சாரி..." என்றுதும் அவள் சற்று இலகுவானாள். அவள் பதில் சொல்ல விரும்பவில்லை என்பது அதிலே அவனுக்குப் புரிந்தது.

"ஒன் லாஸ்ட் குவஸ்டின். ஆரம்ப நாட்கள்ல என்கூட சகஜமா பழகின நீ ஏன் இப்போல்லாம் என்னை அவாய்ட் பண்ற?" அவள் இல்லை என்பதைப்போல் தலையாட்ட முயல,

"இல்லைனு மட்டும் பொய்ச் சொல்லாத ஆத்யா. எனக்குத் தெரியும். ஏன்?" என்றான்.

'நீ வேற ஒரு பெண்ணைக் கல்யாணம் பண்ணிக்க இருக்கும்போது நானெப்படி உன்னிட்ட உரிமையா பழக முடியும்?' என்று கேட்க வந்தவள் அதை அப்படியே கேட்க முடியாமல்/ தெரியாமல் மௌனம் சாதித்தாள்.

"அப்படியெல்லாம் இல்லை அமுதன். ஏன் இன்னைக்கு நானே தானே போன் பண்ணேன்? நடுவுல கொஞ்சம் வேலை. நீங்க நினைக்கிற மாதிரியெல்லாம் ஒன்னுமில்லை..." என்றாள்.

"சரி கிளம்பலாம்" என்றவன் ஆத்யா காரில் ஏறியதும், "சிலருக்கு சுட்டுப் போட்டாலும் பொய்ச் சொல்ல வராது. இன் பேக்ட் பொய்ச் சொல்ல முடியாது. அவங்க கண்ணே காட்டிக்கொடுத்திடும். இப்போ உன் முகம் காட்டிக்கொடுப்பதைப் போல..." என்று சாதரணமாய்ச் சொல்லிவிட்டு காரை செலுத்தினான். ஆத்யா திக் பிரமை பிடித்தவள் போல் இருந்தாள்.

"ஆது அங்கிள் தூங்கியிருப்பாரா?"

"இருங்க கால் பண்றேன்" என்றவள் லஷ்மிக்கு அழைக்க அவரோ எடுத்ததும் சிறிது உரையாட அமுதனுக்கு அவன் வீட்டிலிருந்து அழைப்பு வந்தது.

"சொல்லுங்கப்பா" என்றான் போனை ஸ்பீக்கரில் போட்டபடி,

வழக்கமான குசல விசாரிப்புகள் அனைத்தும் முடிய, "நீ எப்போயா ஊருக்கு வர?" என்றார் அண்ணாமலை.

"இந்த வாரம் வரேன்ப்பா. என் கூட அத்தியும் நான் சொல்வேனில்ல லஷ்மி நாராயணன்னு ஒருத்தரை? அவரும் வரார்..." என்றதும் ஆத்யா அதிர்ந்தாள். பின்னே இந்த விஷயமே அவளுக்கு இப்போது தானே தெரியும். அவளின் அதிர்ச்சிகளைப் பார்த்து நகைத்தபடி அமுதன் அவரிடம் பேச ஆத்யா தான் தீவிர யோசனையில் மூழ்கினாள்.

அப்போது அமுதன் அவன் தந்தையிடம், "அப்பா நான் சொல்வேனில்ல ஆத்யானு ஒரு பொண்ணைப்பற்றி அவங்க கிட்டப் பேசுங்க..." என்றவன் ஆத்யாவை நோக்கி கைநீட்ட அவளோ என்ன பேசுவதென்று தெரியாமல் அதேநேரம் தன்னை இப்படி வம்படியாக மாட்டிவிட்டவனை முறைத்துவிட்டு அவரிடம் பேசினாள்.

அமுதனைப்போல் அமைதியாகவும் அதே நேரம் இலகுவாகவும் பேசியவரை எண்ணி வியந்தாள்.

"அப்பா வரும் போது கூட நீயும் வாமா..." என்றார் அவர்.

"ஆத்யாவும் தான் வராங்க அப்பா..." என்றான் அமுதன்.

"அம்மா எப்படி இருக்காங்க?" என்ற அமுதனின் கேள்விக்கு,

"அவளுக்கென்ன? ஆனா இன்னும் மனசுல வருத்தப்பட்டுக்கிட்டுத் தான் இருக்கா. அதிகம் நம்பிட்டா. அதிகம் ஆசை வெச்சிட்டா இல்ல?" என்றவர் நாக்கைக் கடித்துக்கொண்டார். பின்னே மகனும் தானே அவளைவிரும்பிவிட்டான்? தேவையில்லாமல் அவனுக்கு இதை என்று வருந்தினார்.

அமுதனோ எதையும் பேசவில்லை. பிறகு நாட்சியம்மை வாங்கி சிறிது பேச இறுதியாக சீதாவும் பேசினார். எல்லோரின் உரையாடலிலும் ஒரு மென்சோகம் ஒளிந்திருப்பதாகவே ஆத்யாவுக்குத் தெரிந்தது. அமுதன் முகத்திலும் அந்தச் சோகம் பிரதிபலித்தது. ஆனால் ஆத்யாவால் அது என்னவென்று சரியாகக் கணிக்கமுடியவில்லை.

அதுவரை மியூட்டில் இருந்த ம்யூசிக் பிளேயரை அமுதன் ஒலிபெருக்க,

நேற்று எந்தன் மூச்சினில்

உன் காதல் அல்லால் காற்று இல்லையே...

நேற்று எந்தன் ஏட்டில்

சோகம் என்னும் சொல்லும் இல்லையே...

நேற்று எந்தன் கைவளையல்

இசைத்ததெல்லாம் உன் இசையே...

வானே நீ இன்று அந்த நேற்றுகளைக் கொண்டு வா...

நேற்று நீ இருந்தாய்

உன்னோடு நானும் இருந்தேன்...

இருந்தாய்... இருந்தோம்...

என்று இருவருக்கும் ஒத்துப்போகும் பாடல் வரிகளாகவே இருந்தது. வண்டி ஆத்யாவுடைய வீட்டின் முற்றத்தில் நின்றது.

வண்டியை வீட்டினுள் நிறுத்தியவன், "ஓகே ஆது, நான் அப்படியே எங்க ரூம் போயிட்டு காலையில வரேன். ரெடியா இரு. இங்கேயிருந்து அஞ்சு மணிக்கெல்லாம் கிளம்பனும். ஓகே?" என்றான்.

மணியைப் பார்த்தவள் அது பதினொன்றை நெருங்கியிருந்ததால், "இங்கேயே தங்கிக்கலாமே அமுதன்? லேட் ஆகல?" என்று அவனைப் பார்க்கவும்,

"இல்ல ஆத்யா. நாளைக்கு கேன்டீன் திறக்கணும். எல்லோர்கிட்டையும் என்னென்ன செய்யணும்னு எல்லாம் சொல்லிட்டுப் போகணும். கொஞ்சம் வேலை இருக்கு. அதான்..."

"அப்போ யார் கேன்டீன் பார்த்துப்பாங்க?"

"காலையில டிஃபன் வேலையெல்லாம் முடிஞ்சதும் கண்ணையனை இங்க அனுப்பிடுவோம். சோ அது பிரச்சனை இல்ல..." என்றான் அமுதன்.

"சாரிப்பா என்னால உங்களுக்கு ரொம்ப சிரமமில்லை?"

"இல்லவே இல்ல. எங்கடா நாங்க கத்துகிட்ட வித்தையெல்லாம் யூஸ் பண்ணாமலே மறந்திடுவோமோனு நெனச்சிட்டு இருந்தோம். அன்னிக்கு நம்பி வீட்டு பங்க்சன், இன்னைக்கு இந்த மேரேஜ்ன்னு எங்களுக்கு எதையும் மறக்காம இருக்க ஹெல்ப் பண்ணியிருக்க... இதெப்படி சிரமமாகும்? இன் பேக்ட் நான் உனக்கு தேங்க்ஸ் தான் சொல்லணும் ஸ்வீட்டி. தேங் யூ" என்றான் அமுதன்.

"உங்களுக்கு சமையல் மறந்திடும்? இதை நான் நம்பனும்? ரைட். நம்பிட்டேன் அமுதன்" என்றவள் கேலியாகச் சிரிக்க,

"எது ஒன்னுமே யூஸ் பண்ணாம இருந்தா நிச்சயம் அது தேஞ்சி தான் போகும். உண்மையைச் சொல்லனும்னா நாங்க இதுக்காகவே அடிக்கடி எல்லாத்தையும் செஞ்சிட்டே இருப்போம்..." என்றவன் நிறுத்த,

"சரி அமுதன் வீட்டுக்குள்ளயாவது வாங்க" என்றாள்.

"இல்ல ஆது லேட் ஆகுது. நான் கிளம்பறேன். உன் பைக் மட்டும் எடுத்துட்டுப் போகட்டா?" என்றான்.

"சூர். ஏன் காரே எடுத்துட்டுப் போலாமே?" என்றவளுக்கு

"கார் கொஞ்சம் அனீஸியா இருக்கும். அதான்" என்றான். "ஓகே நீ அங்கிளை எட்டிப்பார். நான் காலையில வரேன்..." என்று அவன் வெளியேற அவன் போனதும் அவன் சென்ற வழியை வெறித்தபடியே பார்த்துக்கொண்டிருந்தாள். குளிர் அடிக்கவும் அவள் அங்கிருந்து உள்ளே சென்றாள்.

அமுதனும் தங்கள் கேன்டீனில் பணிபுரிபவர்கள் தங்கும் இடத்திற்குச் சென்று நாளை என்னவெல்லாம் செய்யவேண்டும்

என்பதை விளக்கிவிட்டு தங்கள் வீட்டிற்குச் சென்று உறங்கினான்.

அங்கே பொள்ளாச்சியில் அமுது கேட்டரிங்கை சேர்ந்தவர்கள் எல்லாவற்றையும் ஒழுங்குபடுத்திவிட்டு நாளை செய்யவேண்டிய மெனுவையெல்லாம் சரிபார்த்தனர். லவ் மற்றும் ஜாய்சன் ஆகியோர் ரூபன், கார்த்தி, அத்தி, கண்ணையனுடன் உரையாடிக்கொண்டிருக்க சந்தீப் தன்னுடைய லேப்டாப்பில் அமர்ந்து இன்று எடுத்த போட்டோஸ் எல்லாவற்றையும் பார்வையிட்டுக் கொண்டிருந்தான். மேலும் மணமக்கள் இருவருக்கும் அந்த மண்டபத்தின் முகப்பில் இருக்கும் லானில் இப்போது தான் தனியாக போட்டோஷூட்டை எடுத்துக்கொண்டிருந்தான்.

நித்திலா மற்றும் மிதிலா இருவரும் நாளை காலையில் மணவறை எவ்வாறு இருக்க வேண்டும் என்பதைத் திட்டமிட்டு அதை அழகுபடுத்திக்கொண்டிருந்தனர்.

மணி பனிரெண்டை நெருங்க மணமகளின் தந்தை தான், "இன்னும் என்னப்பா போட்டோ எடுத்துட்டு இருக்கீங்க? போய் தூங்கலாம் தானே? அப்போதானே நாளைக்கு பிரிஸ்கா இருக்க முடியும்?" என்றதும் இறுதியாக சில போட்டோஸ் எடுத்துவிட்டு அவர்களை அனுப்பிவைத்தான் சந்தீப். பின்னே இது ஒரு நாள் மட்டும் பார்த்து மகிழும் விஷயமா? இந்தப் புகைப்படங்கள் எல்லாம் இன்னும் இரண்டு தலைமுறைகளுக்கு மேல் பாதுகாப்பாக இருக்கவேண்டும் தானே? அப்போ எல்லாமும் சிறப்பாக இருக்கவேண்டும் தானே? அதற்கு இந்த மெனக்கெடல் அவசியம் தானே?

இது லெட்ஸ் செலிபிரேட்டில் வழக்கமாய் நிகழ்வது தான். திருமண நாட்களில் அவர்களுக்கு நிம்மதியான உறக்கம் இருக்காது.

ஜாய்சன் அந்த மூத்த சமையல்காரரிடம் சென்று, "என்னண்ணா இவங்க எப்படி வேலை செய்யுறாங்க? உங்களுக்குத் திருப்தியா?" என்று பேச்சுக்கொடுத்தான்.

"ரொம்ப சுறுசுறுப்பா இருக்காங்க தம்பி. அதுமில்லாம..." என்று இழுக்க,

"பரவாயில்ல எதுனாலும் சொல்லுங்க அண்ணா..."

"வேலையில கஞ்சத்தனம் பார்க்கிறதே இல்லை. சுவைக்கு அதிக முக்கியத்துவம் கொடுக்கறாங்க. இதையே தான் நானும் மணி கிட்டச் சொல்லுவேன். அவரோ இப்படி அதிகமா செஞ்சா நமக்கு எதுவும் கட்டுப்படி ஆகாதுன்னு சொல்லி எல்லாத்தையும் குறைச்சிடுவார்..." என்று முடித்தார். ஜாய்சனுக்கு என்னவோ போலிருந்தது.

"ஆனா இதுக்கும் சேர்த்து தானே பொருளெல்லாம் வாங்குவோம்?" என்று ஜாய்சன் கேட்க,

"கரேக்ட் தான் தம்பி. ஆனா இதுல மிச்சம் பண்ணி அடுத்த கல்யாணத்துல அப்படியே தொடரும். இது மட்டும் இல்லைனா நம்ம சமையல் எப்போவுமே டாப் தான் தம்பி" என்று அவர் முழுவதையும் சொல்லி முடிக்கவும் இவரிடம் இப்படி முன்பே பேசியிருக்கவேண்டுமோ என்று எண்ணினான் ஜாய்சன்.

"சரிங்க அண்ணே. நீங்க ரெஸ்ட் எடுங்க" என்றவன் யோசனையில் இருந்தான். மணி மீதிருந்த நம்பிக்கையில் யாரும் இதுவரை இதுபோல் குறுக்கு விசாரணையெல்லாம் செய்ததேயில்லை. அத்தியை மட்டும் மிதிலா தங்களோடு அழைத்துச் சென்றுவிட ரூபன், கார்த்தி, கண்ணையன் அங்கேயே உறங்கினார்கள். ஜாய்சன் அவர்களுக்கு ரூம் கொடுத்ததும் வேண்டாம் என்று மறுத்துவிட்டனர்.

"என்னாச்சு ஜாய்? ஏன் இப்படி இருக்க?" என்றான் சந்தீப்.

ஜாய்சன் அவரிடம் பேசியத்தையெல்லாம் சொல்லி, "அவனுக்கு நாம எதுல டா குறை வெச்சோம்? இவங்க பாரு ரூம் கூட

வேண்டாம்னு சொல்லிட்டாங்க.இவங்களை நாம் விடக் கூடாது" என்றதும் அவனுக்கு சந்தீப்பும் ஆமோதித்தான்.

மறுநாள் காலையிலே விழித்தவர்கள் அவரவர் வேலைகளை எல்லாம் சிறப்பாகவே செய்தனர். அங்கே அமுதனும் எழுந்து தயாராகிவிட்டு கேன்டீனில் பணிபுரிபவர்களுக்கான வேலையை ஒதுக்கிவிட்டு ஆத்யாவின் வீட்டிற்கு வந்தான். அங்கே லஷ்மி ஹாலில் அமர்ந்திருக்க அமுதனைக் கண்டு புன்னகைத்தவர்,

"வாங்க அமுதன். இப்போ தான் ஸ்வீட்டி நடந்ததையெல்லாம் சொன்னா. சரியான சமயத்துல நீங்க உதவியிருக்கீங்க..." என்றார்.

"அப்படியெல்லாம் இல்லை அங்கிள்" என்றவன் அவரோடு சிறிதுநேரம் பேசிக்கொண்டிருக்க மாடியில் கதவு திறக்கப்பட இருவரும் அனிச்சையாக மேலே பார்த்தனர். ஒரு மெரூன் கலர் புடவையில் மிதமான ஒப்பனையில் கீழேயிறங்கினாள் ஆத்யா. மற்றவுடைகளைக் காட்டிலும் புடவையில் அவள் மிளிர்கிறாள் என்பதே அமுதனின் எண்ணமாக இருந்தது.

"நான் ரெடி. போலாம் அமுதன்" என்றவள் தந்தையைப் பார்த்து, "அப்பா சாந்தியக்கா வரேன்னு சொல்லிட்டாங்க. சோ ஒழுங்கா சாப்பிட்டு மாத்திரை சாப்பிடுங்க. ரெஸ்ட் எடுங்க. நாளைக்கு டயாலிசிஸ் போயிடலாம். ஓகே?" என்றவள் அவருக்கு வேண்டியதையெல்லாம் சொல்லிவிட்டு அங்கிருந்து கிளம்பினாள்.

ஜோடியாகவே அமுதன் மற்றும் ஆத்யா இருவரும் வெளியேற அவர்களை ஒன்றாக வைத்துப் பார்க்க எண்ணியவர், "ஸ்வீட்டி...." என்றதும் சொல்லி வைத்தாற்போல் இருவரும் திரும்ப,

"என்னாச்சு அங்கிள்?"

இருவரையும் ஜோடியாக சிறிதுநேரம் பார்த்தவர், "ஒன்னுமில்ல பார்த்து பத்திரமா போங்க..." என்றார். இருவரும் தலையாட்டிவிட்டு அங்கிருந்து புறப்பட்டனர்.

"யூ லுக் அடோரபில்" (adorable- தெய்வீகம், வணங்கக்கூடிய, அபிமான...) என்று வாய்வரை வந்த வார்த்தைகளைச் சொல்லலாமா வேண்டாம் என்று யோசித்தவன் காரில் ஏறி அமர்ந்ததும் அதை வெளிப்படுத்திவிட்டான்.

"இதை நீயா சொன்னாய்?" என்னும் அளவிற்கு அவனை அதிசயமாகப் பார்த்தாள் ஆத்யா.

"காம்ப்ளிமெண்ட்ஸ் கொடுத்தா தேங்க்ஸ் சொல்லணும் இல்லை குறைந்த பட்சம் நீங்களும் அழகா இருக்கீங்கன்னாச்சும் சொல்லணும்..." என்று சிரித்தபடியே அமுதன் உரைக்க,

"ஓ இதுல இப்படியொரு அர்த்தம் ஒளிஞ்சிருக்கோ? அப்போ இப்படிச் சொன்னா பதிலுக்கு நானும் காம்ப்ளிமெண்ட்ஸ் கொடுக்கணும்னு தான் நீங்க என் கிட்ட இப்படிச் சொன்னீங்களா மிஸ்டர் அமுதன்?" என்று அவனைப் பார்க்க,

அமுதன் உதடு விரிந்து அழகாய் ஒரு புன்னகை உதிர்க்க, 'நேற்றிலிருந்து ஏன் இவன் என் கண்ணிற்கு வித்தியாசமாகத் தெரிகிறான்?' என்ற யோசனையில் மூழ்கினாள் ஆத்யா.

வண்டியை ஓட்டிக்கொண்டிருந்தவன் எப் எம் ஆன் செய்ய,

"அழகூரில் பூத்தவளே

என்னை அடியோடு சாய்த்தவளே...

மழையூரின் சாரலிலே

என்னை மார்போடு சேர்த்தவளே...

உனை அள்ளித்தானே

உயிர் நூலில் கோர்ப்பேன்...

ஊரில் நூலில் கோர்த்து

உதிராமல் காப்பேன்..."

என்ற பாடல் ஒலிக்க,

"ஏன் ஆது உங்க வீட்டுப்பக்கத்துல ஏதாவது எப்.எம் ஸ்டேஷன் இருக்கா என்ன?"

"ஏன்?"

"இல்லை ஒருவேளை உன்னைப் பார்த்து தான் யாரோ இந்த சாங் போட்டாங்களோ என்னவோ?" என்றதும் அவன் தன்னை கலாய்க்கிறான் என்றுணர்ந்த ஆத்யா அவன் கையில் இரண்டு வைக்க,

"ஜஸ்ட் கிட்டிங்" என்றான் அமுதன். நீண்ட நாட்கள் சொல்லப்போனால் நீண்ட மாதங்களுக்குப் பிறகு அமுதனிற்கு ஒரு அழகான காலைப் பொழுதாக விடிந்திருந்தது. அழகான மனநிலை உடலெங்கும் பொங்கும் உற்சாகம் என்று எனெர்ஜிட்டிக்காகவே காட்சியளித்தான் அமுதன். அதன் நீட்சியாகவே ஆத்யாவையும் வம்பிழுத்துக்கொண்டிருந்தான். ஒருவேளை இந்த உற்சாகத்திற்கே ஆத்யா தான் காரணமோ என்ற எண்ணம் அவனுள் எழவில்லை. பொதுவாக, நாம் இரவு படுக்கும் முன் எதைப்பற்றி யோசிக்கிறோமோ அதுவே அடுத்த நாளின் தொடக்கத்திற்கு வழிவகுக்கும் என்று சொல்வார்கள். அப்படிப் பார்க்கையில் நேற்றைய இரவிலும் இன்றைய விடியலிலும் அவன் எண்ணம் எல்லாம் ஆத்யாவாகவே தான் இருந்தாள் என்பதை அவன் இன்னும் உணரவில்லை.

"வேலையெல்லாம் ஆரமிச்சு இருப்பாங்கயில்ல அமுதன்?" என்றதும் அமுதன் கார்த்தியை அழைத்தான்,

"சொல்லு மச்சான்..." என்றான் கார்த்தி.

"மச்சி ஒர்க் எல்லாம் ஆரமிச்சாச்சா?"

"போயிட்டே இருக்குடா. அதெல்லாம் ஒன்னும் பிரச்சனையில்லை" என்றதும் ஆத்யாவின் முகத்தில் ஒரு நிம்மதி பரவியது.

"நாங்க கிளம்பிட்டோம். இன்னும் டுவெண்டி மினிட்ஸ்ல அங்க இருப்போம்" என்றான் அமுதன்.

"வா மச்சி. மதியம் காளான் பிரியாணி செய்யணும். பிரியாணி ஸ்பெசலிஸ்ட் நீ இல்லமா எப்படி?" என்றான் கார்த்தி

ஆத்யா திரும்பி அமுதனைப் பார்க்க, "டேய் நீயும் என்னை கலாய்க்கிற இல்ல?" என்றதும்,

"ஆயிரம் சொல்லு பிரியாணிய உன் டேஸ்டுக்கு யாரு செய்ய முடியும்? சொல்லு? யா அது உன் ட்ரேட் மார்க் டிஷ்டா" என்றதும் சிறிது பேசிவிட்டு அழைப்பைத் துண்டித்தான்.

"பார்ரா டுபாகூருக்கு பிரியாணி எல்லாம் செய்ய வருமா?" என்றாள் ஆத்யா,

"பிரியாணி செய்யத் தெரியாமலே பிரியாணி எக்ஸ்பெர்ட்டா இருக்கேனில்ல அதுதான் டுபாக்கூர்..." என்றான் அமுதன்.

"ஹ்ம்ம் பாப்போம் பாப்போம்"

அப்போது சரியாக அந்தப்பாடல் ஒலித்தது,

"காதல் பண்ணேன்

கலங்கி நின்னா

மனசுல நீதாண்டி

சிரிச்சு பார்த்தேன்

மொறச்சு போனா

புலம்புறேன் நான் தாண்டி

காதலொரு சூதாட்டம்

ஆடி ஜெயிச்சா கொண்டாட்டம்

போடுறேன் நான் தான் குத்தாட்டம்

தனிமையில போகுது என் வாழ்க்கை

திண்டாட்டம்"

என்று ஒலிக்கவும் அன்று சந்தீப் சொன்னது நினைவுக்கு வர ஆத்யா திடீரென சிரித்தாள்.(ஞாபகம் இருக்குமென்று நினைக்கிறன். இல்லையென்றால் பரவாயில்லை, இந்தப் பாடலுக்கு ஆத்யாவும் பவர்ஸ்டாரும் டேன்ஸ் ஆடுனா எப்படியிருக்குமென்று சந்தீப் கிண்டல் செய்தானே அதுதான்...)

"என்னாச்சு ஆது?"

அப்போது தான் அன்று அமுதனின் கைவளைவில் இருந்ததும் நினைவுக்கு வர அவள் உடலெல்லாம் சிலிர்த்தது. திரும்பி அமுதனின் கண்களைப் பார்த்தாள்.

"என்ன ஆது?" என்றவன் அவளை உலுக்க, சிரித்தவள் அன்று நடந்ததை எல்லாம் சொன்னாள்.இப்போது தான் அமுதனுக்கும் அன்று நடந்தது விளங்கியது. கூடவே அன்று ஆத்யாவை அத்தனை நெருக்கத்தில் பார்த்ததும் நினைவுக்கு வந்தது. இருவரும் ஒரே நிகழ்வை நினைக்க வண்டி பொள்ளாச்சி வந்தடைந்தது.

இருவரும் இறங்கும் பொழுது, "அமுதன்..." என்றாள் ஆத்யா.

"என்ன ஆது?"

"இன்னைக்கு உங்களுக்கு ஒரு சர்ப்ரைஸ் காத்திட்டு இருக்கு" என்றவள் கண்களைச் சுருக்கியபடி சிரிக்க,

"சர்ப்ரைஸ்? என்னது?" என்றதும்,

"சொல்லாம தரது தான் சர்ப்ரைஸ். சொல்லிட்டா அதெப்படி சர்ப்ரைஸ் ஆகும்?" என்று கண்ணடித்தவள் சிரித்துவிட்டு அங்கிருந்து விலகிவிட அமுதனும் யோசனையிலே கிட்சனுக்குள் புகுந்தான். அங்கு எல்லோரிடமும் சேர்ந்து தன்னுடைய வேலையை ஆரமித்தவன் ஒன்பது மணிவாக்கில் கண்ணையனை மட்டும் கோவைக்கு அனுப்பிவிட்டு மதிய சமையல் வேலையில் இறங்கினர்.

அங்கே ஆத்யாவும் வழக்கத்தை விட அதிக உற்சாகமாய்த் தெரிந்தாள். அதை சந்தீப் கவனிக்காமல் இல்லை. ஆனால்

அவனை சைட் அடித்துகொண்டிருந்த மிதிலாவைத் தான் கவனிக்காமல் போனான் சந்தீப்.

ஒருவழியாக திருமணம் நிறைவாக நிகழ்ந்தது. வந்திருந்த கூட்டம் மெல்ல குறைந்து மிக முக்கியமானவர்கள் மட்டும் அங்கே இருந்தனர். லெட்ஸ் செலிபிரேட்டும் வழக்கம் போல் மணமக்களுக்கு தங்களுடைய பரிசைக் கொடுத்து புகைப்படம் எடுக்க மேடையேறினர். இம்முறை அமுது கேட்ரிங்கைச் சேர்ந்தவர்களும் மேடையில் ஏற ஒருபக்கம் அதிக நபர்கள் நின்றதால் போட்டோ எடுக்கும் சந்தீப்பின் ஜூனியர் அவர்களை மாறி நிற்கச் சொன்னான். ஆத்யாவின் அருகில் அமுதன் நின்றான். ஆத்யா அமுதனோடு போஸ் கொடுத்ததை எண்ணி ரசித்தாள். எல்லோரும் அங்கிருந்து கலைந்தனர். பிறகு மதிய விருந்தையும் முடித்துவிட அமுதன் செய்திருந்த அந்த காளான் பிரியாணி எல்லோருடைய பேவோரைட்டாகவும் மாறியிருந்தது. திருமணத்திற்கு வந்திருந்தவர்கள் எல்லோரும் கிளம்பிவிட அங்கே அமுதன் அண்ட் கோ சமையல் பாத்திரங்களை எல்லாம் சரிபார்த்தனர். ஆத்யா, ஜாய்சன், லாவண்யா மூவரும் இறுதி செட்டில்மெண்ட்ஸ் பற்றி மணமகனின் தந்தையுடன் பேசிக்கொண்டிருக்க,

"ரொம்ப சந்தோசம்மா. நாங்க எதிர்பார்த்தது போலவே இன்னும் சொல்லனும்னா நாங்க எதிர்பார்த்ததைக் காட்டிலும் எல்லாம் சிறப்பா இருந்தது. அண்ட் சாப்பாடு ரொம்ப பிரமாதம். கல்யாணத்திற்கு வந்திருந்த சொந்தங்கள் நிறைய பேர் உங்களைப் பற்றியே தான் விசாரிச்சாங்க. எல்லோருக்கும் உங்க அட்ரெஸ் சொல்லியிருக்கேன். கூப்பிடுவாங்க. பேசுன பணத்துல கொஞ்சம் பிடிச்சிட்டுத் தான் தரலாம்னு இருந்தேன். ஆனா எல்லாம் சிறப்பா இருந்ததால் எனக்கு உங்ககிட்ட பேரம் பேச மனசே இல்லை. இந்தாங்க..." என்றவர் பணத்தைக் கொடுக்க அதை மகிழ்வோடு வாங்கிய ஆத்யா அதிலிருந்து சிறு தொகையை மீண்டும் அவரிடமே கொடுத்தாள்.

"பரவாயில்லைமா வெச்சுக்கோங்க. நான் மனசார தான் கொடுத்தேன்" என்றார்.

"நானும் இதை மனசார தான் தரேன். முதல என்னை மன்னிச்சிடுங்க. நேத்து நைட் நீங்க கொடுத்த மெனுல ரெண்டு ஐட்டம் எங்களால் செய்யமுடியாத காரணத்தால் நாங்க அதற்கு பதில் வேற செஞ்சோம். (இது நேற்று நேரம் இல்லாததாலும் செய்ய நேரமெடுக்கும் காரணத்தாலும் நேற்று அவற்றை செய்யாமல் விட்டனர். அந்த கார்ன் மெனுவில் இல்லை. அதற்கு பதிலாகவே அதைச் செய்தனர்.) என்னயிருந்தாலும் நீங்க கேட்டதை எல்லாம் செய்யவேண்டியது தான் எங்க கடமை. அது இதுவரை மிஸ் ஆனதில்லை. நேற்று சந்தர்ப்பச் சூழ்நிலையால் முடியாம போயிடுச்சி. அதுக்காகத் தான் இந்த அமௌன்ட்" என்றவள் அவரிடம் கொடுத்துவிட்டு, "அடுத்ததடவை எந்த குறையும் இல்லாம செஞ்சு கொடுக்கிறோம்" என்றதும் மனதார அங்கிருந்து புறப்பட்டனர். அவருக்கும் இவளின் இந்த வெளிப்படையானப் பேச்சு பிடித்துப்போக அவள் கொடுத்த பணத்தை சந்தோசமாகவே பெற்றுக்கொண்டார். பிறகு அங்கிருந்து எல்லோரும் கோவை புறப்பட்டனர்.

அமுதன் அண்ட் கோவை அப்படியே தங்களோடு வரச் சொல்லிவிட்டு அங்கிருந்து கிளம்பினர். அமுதனுக்கு இப்போது தான் ஆத்யா சொன்ன சர்ப்ரைஸ் பற்றிய நினைவு வர என்னவாக இருக்கும் என்று யோசித்து யோசித்து குழம்பினான். வண்டி கோவை வந்தடைந்தது. லெட்ஸ் செலிபிரேட்டிற்குள் எல்லோரும் வந்தவுடன் எல்லோரையும் உட்காரவைத்தவள் நேற்றே பேசியது போல் அமுது கேட்ரிங்கிற்கும் லெட்ஸ் செலிபிரேட்டிற்கும் இடையே ஆன ஒப்பந்தத்தைத் தயார் செய்திருந்தனர்.

அதை எடுத்து அமுதனின் புறம் வைத்தாள் ஆத்யா. அதை படித்தவன் அதிலிருந்த விஷயத்தைப் படித்து நம்பாமல் ஆத்யா, சந்தீப், ஜாய்சனை ஆகியோரை மாறிமாறி பார்க்க அவர்கள் மூவரும் அவனுக்கு புன்முறுவலிட்டனர்.

என்னவென்று கேட்ட அத்திக்கும் கார்த்திக்கும் அதை எடுத்து நீட்டினான் அமுதன். எல்லோருக்கும் அதில் அதிக மகிழ்ச்சியாக இருக்க, "ரியல்லி?" என்று கேட்டே விட்டாள் அத்திப்பூ.

"ஓகே இப்போ வெளிப்படியாவே கேட்கிறேன். லெட்ஸ் செலிபிரேட் கூட டை அப் பண்ண நீங்க சம்மதமா?" என்றதும் அமுதன், கார்த்தி, ரூபன், அத்தி நால்வரும் ஒருவரை ஒருவர் பார்த்துக்கொண்டனர்.

"என்னப்பா பதிலே காணோம்?" என்றான் ஜாய்சன்.

"இல்லை இதை எல்லாம் நாங்க எதிர்பார்க்கவே இல்லை..."

"அதான் சர்ப்ரைஸ்ன்னு சொன்னேனே அமுதன்?" என்றாள் ஆத்யா.

"ஆனா மணி..." என்று இழுத்தான் அமுதன்.

"அவனுக்கும் லெட்ஸ் செலிபிரேட்டுக்குமான உறவு நேத்தோட முடிஞ்சது. அவனைப் பற்றி இனிமேல் யோசிக்க வேண்டாம்." என்றான் ஜாய்சன் இறுகிய குரலில். இது ஆத்யாவுக்கே ஆச்சரியமாக இருந்தது.

"என்னடா யோசனை? இதைவிட பெரிய அதிர்ஷ்டமா அடிக்கணும்?" என்றான் கார்த்தி.

"ஒரே ஒரு ரெக்வஸ்ட். இதுவரை இங்க வேலை செய்யுறவங்க எல்லாம் அப்படியே இருக்கட்டும். நேத்து அவங்க மட்டும் இல்லைனா சத்தியமா ஒன்னும் செஞ்சிருக்க முடியாது" என்றாள் நித்தி.

"எங்களிடம் கூட ஆளுங்க யாருமே இல்லை... சோ பிரச்சனை இல்லை..." என்றான் ரூபன்.

"நல்ல நேரம் முடியப்போகுது. அதுக்குள்ள சைன் பண்ணிட்டா நல்லா இருக்கும்" என்றாள் லவ்.

"ஆனா அக்ரீமெண்ட் ஒருத்தர் பேர்ல தான் இருக்கும். யார் பேர் அது?" என்றாள் ஆத்யா.

நால்வரும் ஒருவரை ஒருவர் பார்த்துக்கொண்டனர். அவர்கள் ஆரமிக்கும் போதே அனைத்தையும் 'அமுது கேட்ரிங்' என்று

தான் பெயர் வைத்தனர். சோ அமுதனுடைய பெயரைச் சொல்ல ரூபன் முன் வர அவனுக்கும் முன், "அத்திப்பூ" என்றான் அமுதன்.

அவன் திரும்பி கார்த்தி மற்றும் ரூபனைப் பார்க்க அவன் பார்வையின் பொருள் உணர்ந்தவர்கள் தலையசைக்கவும் அத்தி தான் திருதிருவென்று முழித்தாள். பிறகு அந்த ஒப்பந்தத்தில் அத்திப்பூ கையொப்பமிட அமுது கேட்ரிங் லெட்ஸ் செலிபிரேட்டுடன் முறைப்படி இணைந்துகொண்டது.

"வெல்கம் டூ லெட்ஸ் செலிபிரேட்..." என்று ஆத்யா அத்திக்குக் கைகொடுக்க எல்லோரும் ஆரவாரமிட்டனர். பிறகு இன்றைய சமையலுக்கானத் தொகையை ஆத்யா அத்தியின் கையில் கொடுத்தாள். அது இதுவரை அந்த கேன்டீனில் அவர்கள் சம்பாதிக்காதத் தொகை. எல்லோரும் ஒருவரை ஒருவர் பார்த்துக்கொண்டனர்.

"ஓகே கைஸ். எல்லோரும் போய் ரெஸ்ட் எடுங்க. நாளைக்கு மீட் பண்ணலாம்..." என்றாள் ஆத்யா.

கார்த்தி கண்ணையனுக்கு அழைத்து எல்லாம் சொல்ல அவனும் மகிழ்ந்தான். அங்கிருந்து ஆனந்த அதிர்ச்சியோடு வெளியே வந்தனர் அமுதன் அண்ட் கோ. நேராக கேன்டீனுக்கு சென்று வந்த லாபத்தை சரியாகப் பங்கிட்டுக்கொண்டு நேற்று உதவியவர்களுக்கும் பங்கிட்டுக்கொடுத்தனர். நம் வாழ்க்கையை மொத்தமாகப் புரட்டிப்போடும் அந்த ஒரு நிமிடத்தை எதிர்பார்த்து தான் நாம் காத்திருக்கிறோம். நேற்றைய ஆத்யாவின் அந்த போன் கால் தான் இவர்களின் மாற்றத்திற்கான நிமிடம். அதை லாவகமாகவே வசப்படுத்திக்கொண்டார்கள் அமுதன் அண்ட் கோ. இனி அடுத்தத்த மாற்றங்களை எதிர்நோக்கலாம். நிச்சயம் நிகழும். ஏனெனில் மாற்றம் ஒன்றே மாறாதது. கரெக்ட் தானே? (சுவைக்கும்!)

இத்துடன் இன்டெர்வல் விடப்படுகிறது. ஆம் மக்களே ஒரு பாதி நிறைடைந்தது. இதுவரை வேலை தான் பிரச்சனையாக

இருந்தவர்களுக்கு இப்போது நிறைய பெர்சனல் ப்ராப்லம்ஸ் வரப்போகிறது. அத்திக்கு பிரபாவிடமிருந்து வரும் கால், கார்த்தி ஸ்ரு ஜோடியாக ஜட்ஜின் கண்ணில் மாட்டிக்கொள்ள, ஹிருவின் திருமணத்திற்கு அமுதன் சமைக்க வேண்டிய நிர்பந்தம், ஆத்யாவின் பிளாஷ்பேக், லட்டு திருமணத்தில் சிக்கல், எதிர்பாரா ஒரு மரணம், அமுதனின் வெளிநாட்டு வாழ்க்கை, ரூபனின் போராட்டம் என்று நிறைய ட்விஸ்ட்ஸ் இருந்தாலும் நிறைய ரொமான்ஸ் லவ் ஜாலி உரையாடல்கள் ஆத்யா அமுதனின் பைக் ட்ரிப் என்றும் கதை நகரும். நன்றி!!!

* * * * * *

அத்தியாயம் - 24

அன்றே அமுதன் காரைக்குடிக்கு அழைத்து அண்ணாமலையிடம் நடந்ததையெல்லாம் சொன்னான். அவருக்கும் இதில் மகிழ்ச்சி தான். ஏனெனில் ஒரு கேன்டீனை நம்பி எப்படி ஐவர் வாழமுடியும் என்று ஆரம்பத்தில் அவர் யோசித்ததுண்டு. இப்போது அவருக்கு மனம் சற்று நிம்மதியடைந்தது. மகனுக்கு ஒரு ரெஸ்டாரெண்ட் ஆரமிக்க வேண்டும் என்பதில் தான் விருப்பம் என்று அவரும் அறிவார். ஆனால் ரெஸ்டாரெண்ட் ஆரமிப்பது அத்தனை சுலபமா என்ன? மேலும் தங்களுடைய பொருளாதாரச் சூழ்நிலையையும் கணக்கில் எடுக்கவேண்டுமே? காரைக்குடியில் அண்ணாமலைக்கு என்று ஒரு இடத்தை முத்தையா எழுதிக்கொடுத்தார். அது இன்னும் சும்மா தான் இருக்கிறது. அதை நல்ல விலைக்கு நிறைய நபர்கள் கேட்டுக்கொண்டு தான் இருக்கிறார்கள். அதை இப்போதைக்கு விற்பதில்லை என்று அவரும் சொல்லிவிட்டார். அதை விட்டால் அமுது கேட்டரிங் மற்றும் அவர் வீடு தான் அவருடைய சொத்து. கூடவே ஹிருத்தியாவை எண்ணி வருந்துவான் என்று பயந்தவருக்கு அவனின் இந்த அடுத்த வேலை நிம்மதியைக் கொடுத்தது.

"என்னப்பா ஒரே ஹேப்பியா இருக்கீங்க போல?" என்ற நாச்சியம்மைக்கு,

"உங்க அண்ணன் அந்த லெட்ஸ் செலிபிரேட்ல வேலைக்குச் சேர்ந்துட்டானாம்" என்று நடந்ததை எல்லாம் சொன்னார். அவளுக்கும் அது மகிழ்ச்சியைத் தந்தது. இதையெல்லாம் கேட்டுக்கொண்டிருந்த சீதா எதையும் பேசாமல் இருந்தார். எந்த சமையல் வேலையைச் செய்யவே கூடாது என்று அமுதனுக்கு கண்டிஷன் போட்டாரோ இன்று அதே வேலையை த் தான் மகன் செய்யப்போகிறான் என்று எண்ணி வருந்தினார். பெற்றவர்களுக்கு பிள்ளைகள் மீது பாசம் இருக்கலாம். அதற்காக

பிள்ளைகளின் நியாயமான விருப்பங்களுக்கு ஆசைகளுக்கு தடையாக இருக்கக் கூடாது. என்று இந்த வேலைக்காக ஹிருதியாவையே தூக்கிப்போட்டானோ அன்றே மகனின் மனதை அவர் நன்கு உணர்ந்துகொண்டார்.

அன்று ஹிருத்தியா கொடுத்த mba அப்ளிகேஷனை வாங்கியிருந்தால் அவன் வாழ்க்கை வேறு விதமாய் மாறியிருக்கும் தான். ஆனால் அத்துடன் அவனுடைய சுய கௌரவம் அடியோடு அழிந்திருக்கும். கூடவே அவனுக்கு ஹிருதியாவை விட அவன் வேலையைத் தான் அதிகம் பிடிக்கும் என்பதையும் சீதா உணர்த்துகொண்டார். மேலும் இந்த வாரம் அமுதன் ஊருக்கு வரப்போகிறான் என்பதை அறிந்தவர் இம்முறை மகனிடம் மனம்விட்டு பேசவேண்டும் என்றும் முடிவெடுத்தார்.

ரூபனும் தன்னுடைய தந்தையை அழைத்து விஷயத்தைச் சொன்னவன் தன்னுடைய சித்தியிடமும் நடந்ததைச் சொன்னான். இந்த வேலையைப் பற்றிப் பெரிய அபிப்ராயம் எதுவும் அவருக்கு இல்லை என்பதால் அவன் சொன்னதிற்கு மட்டும் தலையை ஆட்டினார்.

"சித்தி. நான் உங்க கிட்ட நிறைய பேசணும். எனக்கு சில குழப்பங்கள் இருக்கு..." என்று புதிர்போட்டான் ரூபன். ஒருவகையில் அவருக்கு இது மகிழ்ச்சியைத் தான் கொடுத்தது. பின்னே நீண்ட வருடங்களுக்குப் பிறகு தன்னிடம் சற்று மனம்விட்டு பேசியதை எண்ணி மகிழ்வதா இல்லை குழப்பமாகப் பேசியவனை எண்ணி வருந்துவதா என்று யோசித்தார் ரூபனின் சித்தி செல்வி.

"என்ன ஆச்சு ரூபா? என்ன பேசணும்?" என்றார்.

"இது போன்ல பேச வேண்டியது இல்ல சித்தி. நான் நேர்ல வந்து சொல்றேன்" என்றவன் அழைப்பைத் துண்டித்தான்.

கார்த்தி விஷயத்தை தன்னுடைய அன்னைக்குத் தெரியப்படுத்தியவன் தந்தையிடம் இரவு சொல்லிக்கொள்ளலாம் என்று இருந்தான். உடனே ஸ்ருவை அழைத்தான்,

"சொல்லு கார்த்தி..."

"ஹூய் குல்ஃபி" என்று சில முத்தங்களைக் கடத்திவிட்டு இன்று நடந்ததை எல்லாம் சொன்னான்.

"நிஜமாவா சொல்ற கார்த்தி?" என்று சந்தோஷத்தில் அவளும் ஆர்ப்பரிக்க,

"இதுல போய் நான் பொய் சொல்லுவேனா? இனிமேல் லெட்ஸ் செலிபிரேட்ல தான் எங்களுக்கு வேலை" என்றான்.

"சூப்பர் கார்த்தி. அப்போ எனக்கு ரெண்டு கிப்ட்ஸ் வேணும். கேன்டீனுக்கு ஒன்னு இதுக்கு ஒன்னு. ஓகேவா?"

"உனக்கில்லாததாடி என் குல்ஃபி. பட் அதுக்கு முன்னாடி நீ என்னை கொஞ்சம் கவனிக்கணுமே" என்று ராகமாய் இழுத்தான்.

"கவனிச்சிட்டா போச்சு" என்று அதேபோல் ராகமாய்ச் சொன்னாள் ஸ்ரு.

"சரி இந்த வாரம் வெளிய போலாமா? மூவி லன்ச் ஷாப்பிங். என்ன ஓகேவா?"

"டேய் அண்ணன் இங்க தான் இருக்கான்"

"யார் கண்ணுளையும் உன்னை மாட்ட வெக்காம பத்திரமா கூட்டிட்டுப் போய் கூட்டிட்டு வரேன். அது என் பொறுப்பு. ஸ்ருஷ்டிக்கு நான் கேரண்டி" என்றான்.

"ஹ்ம்ம் ஹ்ம்ம்" என்று இழுத்தாள்.

"ஏன் ஏதாவது வேலையிருக்கா ஸ்ரு?"

"போலாம். ஆனா அஞ்சு மணிக்குள்ள என்னை வீட்ல விடணும். நான் பதினோரு மணிக்கு தான் வருவேன். ஓகே?"

"டபிள் டன்" என்றான் கார்த்தி.

"அப்போ சன்டே மீட் பண்ணலாம். பை" என்று அவள் அழைப்பைத் துண்டித்தாள்.

அடுத்த நாள் லெட்ஸ் செலிபிரேட்டில் எல்லோரும் ஆஜராகி அடுத்தடுத்து நடைபெறவிருக்கும் பங்கசன்ஸை பற்றிப் பேசிக்கொண்டிருந்தார்கள். அன்று லஷ்மியை டயாலிசிஸ் செய்ய அமுதனும் ஆத்யாவும் அழைத்துச் சென்றனர். நித்தியின் தலைமையில் ரூபன், கார்த்தி, அத்தி ஆகியோர் ஆலோசித்துக்கொண்டிருந்தனர். கண்ணையனிடம் காலேஜ் கேன்டீனை முழுவதுமாக ஒப்படைத்திருந்தால் அதுவும் இப்போது நன்றாக பிக்கப் ஆகியிருந்தது.

லஷ்மியை உள்ளே அனுப்பிவிட்டு ஆத்யாவும் அமுதனும் வெளியே அமர்ந்திருந்தனர்.

"அமுதன் அப்பாவ இந்த நிலையில் ஊருக்குக் கூட்டிட்டு வரணுமா?" என்றாள் ஆத்யா.

"ஆது வெறும் ரெண்டு நாள் தானே? அதும் இருநூற்றி ஐம்பது கிலோமீட்டர் தான். ஒரு போர் டூ பைவ் ஹவர்ஸ் தான் ட்ராவல். அவருக்கும் கொஞ்சம் சேஞ்சா இருக்குமில்ல? அவர் ஊருக்கு வரணும்னு மனசளவுல ஃபிக்ஸ் ஆகிட்டார். ஒன்னும் பிரச்சனை இல்ல ஆது" என்றான் அமுதன்.

அவள் முகம் இன்னும் தெளிவடையாமலே இருக்க,

"எங்க வீட்டுக்கு வரதுல உனக்கு விருப்பமில்லையா ஆத்யா? நேத்து அப்பா கேட்கும் போதும் நீ பெருசா ரியாக்ட் செய்யல. ஏன் ஆது? என் மேல உனக்கு என்ன வருத்தம்?" என்று கவலை தேய்ந்த குரலில் அமுதன் சொன்னான்.

அவன் குரலில் ஒலித்த அந்த வருத்தம் ஆத்யாவுக்கு என்னவோ செய்தது. "அப்படியெல்லாம் இல்லை அமுதன். எதுக்கு

அப்பாவைத் தேவையில்லாம அலையவிடணும்னு தான் யோசிச்சேன். ஓகே நாம போலாம். இப்போ ஹேப்பியா?"

அவன் புன்னகைத்தான்.மதியம் ஆனதும் இருவரும் லஷ்மிக்குத் தேவையான உணவை எடுத்துக்கொண்டு அவரிடம் சென்றனர். அன்று மாலை அவரை வீட்டிற்கு அழைத்துச்சென்று ஓய்வெடுக்கச் சொல்லிவிட்டு இருவரும் தங்கள் ஆபிஸிற்கு சென்றனர்.

பேசிக்கொண்டே உள்ளே நுழைந்தவர்களை அங்கிருந்த எல்லோரும் ஆச்சரியமாகப் பார்த்தனர். அவர்களிடம் இருந்த அந்த நெருக்கம் அந்தப் புரிதல் எல்லோருக்கும் மகிழ்ச்சியைக் கொடுத்தது. அதிலும் சந்தீப், அத்தி, ரூபன் மூவருக்கும் அதிக ஆனந்தத்தைக் கொடுத்தது.

அந்த வாரம் கோவை சிங்காநல்லூரிலே ஒரு திருமணம் இருக்க அதை அவர்கள் வெற்றிகரமாக நடத்தி முடித்தனர். அமுதன் லெட்ஸ் செலிபிரேட்டில் இருந்த மற்றவர்களையும் தங்கள் வீட்டிற்கு அழைக்க எல்லோரும் வீக் எண்டுக்காக முன்கூட்டியே நிறைய திட்டங்களைப் போட்டிருந்ததால் அடுத்தமுறை வருவதாகச் சொன்னார்கள்.

இன்னும் இருபது நாட்களில் ஹிருத்தியாவின் திருமணம் நடைபெற இருந்தது. அதற்காக அவர்களின் சொந்தங்கள் எல்லோரும் முன்கூட்டியே ஊருக்குப் படையெடுத்தனர். லட்டு தான் அன்று அமுதனைத் தொடர்புகொண்டாள்,

"அமுது மாமா. எப்படி இருக்கீங்க?"

"எனக்கென்ன லட்டு. நான் நல்லா இருக்கேன்டா. நீ எப்படி இருக்க?" என்று விசாரித்தவன் ஹிருத்தியாவைப் பற்றியும் அவளுக்குத் திருமணம் என்பதைப்பற்றியும் கிட்டத்தட்ட மறந்தது போலவே பேசினான். இருவரும் மனதில் அதைப்பற்றி யோசித்தாலும் அதை வெளிக்காட்டாமல் இருந்தனர். பிறகு

தான் ஊருக்கு வந்துவிட்டதாக சிகப்பி(லட்டு) சொல்ல இரண்டு நாட்களில் அமுதனும் ஊருக்கு வருவதைப் பற்றியும் அவனுடைய புதிய வேலையைப் பற்றியும் சொன்னான்.

"அடுத்த கல்யாணம் உன்னது தானே லட்டு?" என்று அவளை வம்பிழுக்க,

"எனக்கும் முன்னாடி சில பெரிய டிக்கெட்டுங்க இருக்கு. நாச்சியம்மை இருக்கா. எனக்கென்ன அவசரம்?" என்று கூலாக பதிலுரைத்தாள் அவள். அமுதனும் நீண்ட நாட்கள் கழித்து அவளோடு மனதார உரையாடினான். அவன் அழைப்பைத் துண்டிக்கப் போகும் போது,

"அமுது மாமா..."

"என்னடா லட்டு?"

"நீ ரொம்ப நல்லவன் மாமா. எனக்கு நம்ம குடும்பத்துலையே அண்ணாமலை மாமாவைத் தான் ரொம்ப பிடிக்கும். அவருக்கு அடுத்து இல்ல இல்ல அவருக்கு இணையா எனக்குப் பிடிக்கும் இன்னொரு ஆள் நீ தான் மாமா. அவரோட அந்த பாசம் கலகலப்பு எல்லாமே உன் கிட்ட நான் பாத்திருக்கேன். யூ டிசெர்வ் தி பெஸ்ட் மாமா. உனக்கானது வெகு சீக்கிரம் உன் கையில கிடைக்கும். நீ எப்பயும் இதே மாதிரி சிரிச்சிட்டே இருக்கனும். எனக்கு அது தான் வேணும். பை டேக் கேர்" என்றவள் அழைப்பைத் துண்டித்தாள்.

அமுதனுக்கு சிகப்பியை இதனால் தான் பிடிக்கும். சின்ன வயது தான் என்றாலும் எல்லாவற்றையும் புரிந்து கொள்ளும் அந்தப் பக்குவம் அவளிடம் அதிகம் இருக்கும். கூடவே மிகுந்த பாசக்காரப் பிள்ளை. இவள் என்னதான் அமுதனுடைய மாமன் மகளாய் இருந்தாலும் அமுதனுக்கு என்றும் அவளொரு தங்கை தான். அவளை எண்ணிச் சிரித்தவன் ஹிருவின் நினைவு வரவும் புதியதாக சில டிஷ்களை செய்ய ஆயத்தமானான்.

அங்கே மிதிலாவுக்கு வீட்டில் அலைன்ஸ் பார்க்க ஆரமித்திருக்க ஏனோ அவள் மனம் நிம்மதியில்லாமல் திரிந்தாள். பல சந்தர்ப்பங்களில் தன்னுடைய மனதை மறைமுகமாய் சந்தீப்பிற்கு உணர்த்த முயற்சித்திருக்கிறாள். ஆனால் சந்தீப் அவற்றையெல்லாம் புரிந்து கொண்டதாகவே தெரியவில்லை.

மறுநாள் ஒரு வேலை விஷயமாக சந்தீப்பையும் மிதிலாவையும் ஒரு க்ளைண்ட்டை பார்த்துவிட்டு வரும் படி ஆத்யா சொல்லியிருக்க மிதிலா தன்னுடைய ஸ்கூட்டியை எடுத்துக்கொண்டு சந்தீப்பின் வீட்டிற்கே வந்துவிட்டாள்.

அவளைப் பார்த்த சந்தீப்பின் தந்தை அவளை அழைத்து அருகே அமரவைத்து கதை பேசிக்கொண்டிருந்தார். அப்போது வந்த சந்தீப்பின் அன்னை,

"ஹேய் மிதிலா. எப்போ வந்த?" என்று விசாரிக்க அவருக்கு பதிலளித்தவள் அந்த வீட்டின் மீது எப்போதும் போல் ஏக்கப்பார்வை ஒன்றை செலுத்தினாள். அது ஆடம்பரமான ஒரு வீடு. இல்லை பங்களா. முதன்முதலில் சந்தீப்பை ஆத்யாவின் மூலம் பார்த்ததிலிருந்தே அவன்மீது அவளுக்கு ஒரு க்ரஷ் தோன்றியது உண்மை. பின்னாளில் எல்லோரும் ஒன்றாகத் தொழில் தொடக்கியதும் அவனுடன் பழகியவளுக்கு அது காதலாக உருமாறியிருந்தது.

சந்தீப்பின் அந்த டேக் இட் ஈஸி கேரக்டர் அவன் எல்லோரிடமும் பழகும் முறை என்று ஒவ்வொன்றும் மிதிலாவை அவன் புறம் ஈர்த்தது. வீட்டில் வேறு அலைன்ஸ் பார்க்க ஆரமித்துவிட அவளுக்கு என்ன செய்வதென்றே புரியவில்லை. சந்தீப்பிடம் தன் காதலைச் சொல்லி ஒருவேளை அவனுக்கு இதில் விருப்பமில்லை என்றால் இனி எப்படி ஒன்றாக ஒரே நிறுவனத்தில் பணிபுரிவது? நிறைய குழம்பியவள் மிக சமீபமாக ஆத்யாவின் பார்வையில் விழுந்துவிட்டாள். அது அன்று பொள்ளாச்சியில் ஊர்ஜிதமும் ஆகிவிட்டது. மிதிலா ஒரு அழகி தான். அதில் துளியும் ஐயமில்லை. என்ன ஒன்று சற்று குள்ளமாக இருப்பாள். ஆனால் சந்தீப்போடு நிற்கையில்

அதொன்றும் அவ்வளவு பெரிய குறையாகத் தெரியாது. இப்படி ஏதேதோ எண்ணத்தில் உழன்று கொண்டிருக்க அவள் முன்பு காஃபி கோப்பையை நீட்டினார் சந்தீப்பின் அன்னை.

அதை உணராமல் இருந்தவளை சந்தீப் ஒரு கொட்டு வைக்கவும் நிமிர,

"அதுக்கு ஏன்டா கொட்டுன?" என்று அவனை அவன் அன்னை திட்ட,

"என்ன பகல் கனவா? சாப்பிட்டியா?"

ஆமாம் என்பதைப்போல் தலையாட்டியவள் பிறகு இல்லை என்பதைப்போல் ஆட்ட சிரித்தவன் அவள் அருகில் அமர்ந்து, "என்னாச்சு மிதி? ஏன் இப்படி கன்ஃயூஸ்டா இருக்க? வீட்ல எதாவது ப்ராப்ளேம்மா?" என்றான்.

அவளோ எதையும் பேசாமல் விழிக்க, பிறகு கேட்டுக்கொள்ளலாம் என்றெண்ணி அவளையும் சாப்பிட அழைத்து பின்பு இருவருமாக வெளியேறினர். இதையெல்லாம் கவனித்துக்கொண்டிருந்த சந்தீப்பின் அன்னைக்கும் ஏதோ புரிவதைப் போல் இருந்தது.

நேற்று நடந்ததையே நினைத்துகொண்டிந்தாள் அத்திப்பூ. பின்னே தன் பெயரில் இந்த கான்ட்ராக்டை போடுவார்கள் என்று அவள் எண்ணிப் பார்க்கவேயில்லை. அமுதன் மீது அவளுக்கு கர்வமாய் இருந்தது. அமுதன் ஒரு உற்றத் தோழன் என்பதை மீண்டும் நிரூபித்துவிட்டான். ஒருபுறம் நல்ல வேலை கிடைத்தது மகிழ்ச்சியாகத் தெரிந்தாலும் மறுபுறம் மனம் ஏனோ சஞ்சலப்பட்டுக்கொண்டே இருந்தது. காரணம் என்னவென்று புரியாமல் தவித்தாள். பிரபாவிடமிருந்து தனக்கு அழைப்பு வந்து இரண்டு மாதத்திற்கும் மேல் ஆகப்போகிறது. என்ன ஆகியிருக்குமோ என்ற பயம் அவளுக்கு இருந்தாலும் அதைப் பற்றி விசாரிக்கவும் அவளுக்கு மனமில்லை. வேலியில் போகும் ஓணானை எதுக்கு எடுத்து வேட்டியில் விட்டுக்கொள்ள வேண்டும்

என்று அவள் யோசித்தாள். இருந்தும் மனம் ஒருநிலையில் இல்லாமல் இருக்க அமுதனோடு அவன் வீட்டிற்குச் சென்று வந்தாலாவது ஏதேனும் மாறுதலாக இருக்காதா என்று தான் அமுதனுடன் ஊருக்குச் செல்ல முடிவெடுத்தாள். இடையில் இந்த ரூபன் வேறு அவளை இம்சித்துக்கொண்டிருக்கிறான். எஸ், நோ என்ற இரு வார்த்தையில் எதையும் சொல்லாமல் ஒதுங்கிச் செல்பவனை என்ன செய்வதென்று புரியாமல் தவித்தாள் அத்திப்பூ.

நேற்று பொள்ளாச்சியில் மிதிலா, லாவண்யா, நித்திலா ஆகியோருடன் தங்கியதிலிருந்து அவளுக்கும் மனம் சற்று நிம்மதியாக இருந்தது. அவர்கள் எல்லோரும் அத்தியையும் தங்கள் கூட்டணியில் ஒருத்தியாக இணைத்துக் கொண்டனர். கிட்டத்தட்ட எல்லோரும் சமவயதை உடையவர்கள் தானே? அதனால் அவர்களுக்குள் அந்த பாண்டிங் சீக்கிரம் உண்டானது.

மனம் ஒரு மாதிரி இருக்க தன்னுடைய செல் போனில் இருக்கும் இனியனைப் பார்த்துக்கொண்டிருந்தாள். இனியன் தான் பிரபாவின் மகன். அவள் பின்னால் இருந்து திடீரென பே காட்டினான் கார்த்தி. அதில் துள்ளியவள் செல் போனை தவறவிட அதை லாவகமாகப் பிடித்தான் அமுதன்.

"ஏன்டா எருமை? இப்படியா காதுல வந்து கத்துவ? நல்ல வேளை போன் ஒன்னும் ஆகல" என்று போனை வாங்கிப் பார்த்தாள்.

"என்னங்க முதலாளி அம்மா. உங்க ரேஞ்சுக்கு இதெல்லாம் ஒரு போனா?" என்று அவன் மீண்டும் அத்தியை வார,

"ஏன்டா ஸ்ருஷ்டிக்கு எக்ஸாம் நடக்குதா என்ன?"

"அதெப்படி கரெக்ட்டா சொல்ற? அவ சொன்னாளா?"

"அதான் டைம் பாஸ் பண்ண அவகிட்டப் போடுற மொக்கையை என்கிட்ட வந்து போட்டுட்டு இருக்கியா?" என்று அவனை வார அங்கிருந்த ஜாய்சன் நித்திலாவும் சேர்ந்து சிரித்தனர்.

"ஏன்டி உன்கிட்டலாம் நான் இதுவரை சிரிச்சுப் பேசுனதே இல்லையா?"

"ஆமா பாஸ் ஸ்ருஷ்டினா நம்பியோட...?" என்று இழுத்தாள் நித்தி.

"அதே தான் நித்தி"

"எவ்வளவு வருஷ லவ் பாஸ்?"

"என்ன கார்த்தி ஒரு இருபத்தி ஐஞ்சு வருஷமா இருக்குமா?" என்று கிண்டல் செய்தாள் அத்தி.

"அவளுக்கு வயசே இருபத்தி இரண்டு தான்" என்று முறைத்தான் கார்த்தி.

அப்போது கார்த்திக்கு அழைப்பு வரவும் அத்தி அந்த போனை பிடிங்கி ஸ்பீக்கரில் போட்டாள்.

அப்போது கார்த்திக்கு அழைப்பு வரவும் அத்தி அந்த போனை பிடிங்கி ஸ்பீக்கரில் போட்டாள்,

"பேபி என்ன விஷயம்?" என்று தன்னுடைய வழக்கமான ஹஸ்கியில் அவள் பேசவும் இங்கே எல்லோரும் சிரித்தனர். கடுப்பான கார்த்தி போனை பிடுங்கிக்கொண்டு ஓடினான்.

அப்போது தான் உள்ளே வந்த ஆத்யா, "என்ன ஒரே என்டெர்டெய்ன்மெண்டா இருக்குப் போல? சிரிப்பு சப்தம் வெளிய வரை கேட்குது" என்றதும் சிறிதுநேரம் கதை பேசினார்கள்.

அப்போது உள்ளே வந்த லாவண்யாவும் அவர்களோடு ஐக்கியமாக மிதிலா மட்டும் சோகமாய் அமர்ந்திருந்தாள்.

"என்ன ஆச்சு மிதி?"

அவள் எப்படிச் சொல்வதென்று புரியாமல் விழிக்க,

"மிதிலா என்ன ஆச்சுடி?" என்றாள் நித்தி.

தன்னுடைய போனை எடுத்துக் காட்டினாள். அதில் ஒரு பையனின் புகைப்படம் இருக்க,

"யார் டி இவன்? ஆளு பார்க்க ஸ்மார்ட்டா இருக்கான்" என்று சொன்ன லாவண்யாவைத் தீயென முறைத்தாள் மிதிலா.

எல்லோரும் சிரிக்க ஆத்யா தான் எல்லோரையும் அமைதியாக இருக்கும்படி சொன்னவள், "என்ன ஆச்சு மிதிலா? யாரிது?"

"வீட்ல இருந்து இந்த போட்டோவை அனுப்பியிருக்காங்க. இன்னைக்கு ஈவினிங் இவனை நான் மீட் பண்ணணுமாம்"

"எதுக்கு?"

"எனக்கு இவனைப் பொண்ணுப் பார்த்திருக்காங்களாம்"

எல்லோருக்கும் புரிந்தாலும், அந்த நேரத்தில் ஜாய்சன் தான், "மிதி ஒழுங்கா சொல்லு. இவனை எப்படி உனக்குப் பொண்ணு பார்த்திருக்க முடியும்? உன்னை தான் அவனுக்குப் பொண்ணுப் பார்த்திருக்கணும்?" என்று சிரிக்க எல்லோரும் அவனை முறைத்தனர்.

"ஓ இந்த டைம்ல ஜோக் பண்ணக்கூடாதோ? சாரி" என்றான் ஜாய்சன்.

இனியும் தாமதிக்கக்கூடாது என்றெண்ணிய ஆத்யா அவளைத் தனியாக அழைத்துச் சென்றாள்.

"என்ன பிரச்சனை மிதிலா? ஏன் இப்படி இருக்க?" என்றதும் ஆதுவைக் கட்டிக்கொண்ட மிதிலா இதுவரை அவளை ஆட்கொண்டிருக்கும் கவலைகளை எல்லாம் கொட்டித் தீர்த்தாள். ஆத்யாவோ தன் யூகம் சரியென்று அவளுக்குப் புரிந்தது.

"லூசா மிதி நீ? நாங்க என்னைக்காவது ஸ்டேட்டஸ், பணம், காசு இதெல்லாம் வெச்சி பாகுபாடா நடந்திருக்கோமா? உனக்கேன் மிதி இப்படியெல்லாம் தோணுச்சு?" என்று கேட்கவும்,

"இல்ல ஸ்வீட்டி. எனக்குள்ள ஏன் இப்படி ஒரு காம்ப்ளெக்ஸ் வந்ததுன்னு எனக்கே தெரியல. எனக்கு சந்தீப்பை ரொம்ப பிடிக்கும் ஆது. என் வீட்ல வேற இப்போ கல்யாணம் பண்ணித்

தீரணும்னு இருக்காங்க. ஒரு மாதிரி கஷ்டமா இருக்கு ஆது" என்றதும் அவளுக்கும் மிதிலாவின் எண்ணமெல்லாம் புரிந்தது.

"சரி ஈவினிங் போய் அவரை மீட் பண்ணிட்டு வா"

அவள் திருதிருவென முழிக்க,

"மீட் தானே பண்ணப்போற? அவன் என்ன இப்போவே உன் கழுத்துல தாலியா கட்டப்போறான்? எனக்கு இதுல இன்டரெஸ்ட் இல்ல. வீட்ல சொன்னாங்கனு தான் பார்க்க வந்தேன்னு உண்மையைச் சொல்லு. அவன் எப்படி ரியாக்ட் பண்றான்னு பார்த்து நாம அடுத்ததைப் பற்றி யோசிப்போம். ஓகே?"

அவள் தலையாட்ட,

"சிரி மிதிலா. நான் நாளைக்கு அமுதன் கூட ஊருக்குப் போறேன். திங்கட்கிழமை வந்து சந்தீப் கிட்ட இதைப்பற்றிப் பேசுறேன். இல்ல இல்ல நீயே இந்த ரெண்டு நாள்ல சந்தீப் கிட்ட உன் லவ்வை கன்ஃபஸ் பண்ணு. பார்க்கலாம். இல்ல உன் வீட்ல நான் பேசணுமா?"

"இல்ல ஆது. நானே இன்னைக்கு ஃபேஸ் பண்றேன். தேங் யூ"

"ஆமா எனக்கொரு சந்தேகம், சந்தீப் கிட்ட எதுடா உன்னை ஹெவியா லைக் பண்ண வெச்சுச்சு?" என்று கண்ணடித்த ஆத்யாவைக் கிள்ளினாள் மிதிலா.

"அண்ட் மிதி இதை நான் சொல்லக்கூடாது ஆனாலும் சொல்றேன். அடுத்தவங்களை நாம விரும்பலாம். அதேநேரம் அவங்களும் நம்மை பதிலுக்கு விரும்பனும்னு அவசியம் இல்ல" என்று முடிக்கும் போது ஆத்யாவின் குரலே உள்ளே சென்றிருந்தது. அது அமுதனை எண்ணியதால் நிகழ்ந்தது. "முதல இன்னைக்கு அவரை மீட் பண்ணு" என்றாள்.

ஆத்யா வீட்டிற்கு வர லஷ்மி பயணத்திற்கான உடைகளை எல்லாம் எடுத்து வைத்துக்கொண்டிருந்தார். அவரின் இந்த

உற்சாகம் ஏனோ அவளையும் தொற்றிக்கொள்ள, "என்ன லஷ்மி அதுக்குள்ள பேக்கிங் எல்லாம் பண்ணுற?" என்றதும்,

"இந்தமாதிரி வெளியூருக்குப் போய் ரொம்ப நாள் ஆகிடுச்சிடாமா. அதான் எல்லாத்தையும் எடுத்து வெக்கறேன். நீயும் எடுத்து வை" என்றார். இதில் வேடிக்கை என்னவென்றால் இதுவரை காரைக்குடிக்குப் போகவேண்டும் என்று ஆத்யாவிடம் அவர் சொல்லவேயில்லை.

"எங்கப்பா போறீங்க? சாரி போறோம்?" என்றாள் ஆத்யா. அதில் நிமிர்ந்தவர் மகளின் குறும்பு நிறைந்த அந்த முகத்தைப் பார்த்து சற்று ஆசுவாசம் அடைந்தவர், "சாரிடா அப்பா உன்கிட்ட எதையுமே சொல்லல தானே? அமுதனோட ஊர் வரை ஒரு எட்டு போயிட்டு வரலாம்னு..." என்று இழுத்தார் லஷ்மி.

"ஏன்?"

"நாம கொஞ்சம் லான்ல உட்கார்ந்தபடியே பேசலாமா?"

இருவரும் தங்களின் வழக்கமான அந்த சேட் ஸ்பாட்டுக்கு (chat spot - உரையாடும் பகுதி) வந்தனர்.

"அமுதனை மீட் பண்ண முதல் சில நாட்கள்ல என் பொண்ணு ரொம்ப கலகலன்னு இருந்தா. அவ கிட்ட ஒரு உற்சாகம் இருந்தது. அவ கண்ணுல காதல் இருந்தது. என்ன தான் தப்பு பண்ணிட்டோங்கற குற்றயுணர்ச்சி இருந்தாலும் அதுக்கும் மேல ஒரு காதலும் இருந்தது..."

அவர் முடிக்கும் முன்னே மறுப்பாகத் தலையசைத்த மகளை ஏதும் பேசவேண்டாம் என்பது போல் சமிக்ஞை செய்தவர்,

"உனக்கு உன்னைப்பற்றி விவரம் தெரிஞ்சதுல இருந்து தான்டா தெரியும். ஆனா எனக்கு எப்போ டாக்டர் உன்னை ஒரு டவல்ல சுற்றி என் கையில கொடுத்தாங்களோ அந்த செகண்ட்ல இருந்து தெரியும். என் பெண்ணோட ஒவ்வொரு அங்க அசைவிற்கும் என்ன அர்த்தம்னு எனக்கு யாரும் சொல்லித் தர வேண்டியதில்லை. அவளுக்கு எது பிடிக்கும் எது பிடிக்காது

எப்போ கோவம் வரும் எப்போ சிரிப்பானு எல்லாம் எனக்கு அத்துப்படி" என்றவர் சிரித்தார்.

"ஆனா அப்பா அமுதன் ஏற்கனவே லவ்..."

"அந்தப் பொண்ணுக்கு இன்னும் இருபது நாள்ல கல்யாணம்..."

ஆத்யா விழிக்க, அனைத்தையும் அவர் சுருக்கமாகச் சொன்னார். இப்போது அமுதனுக்காக அவள் மனம் வருந்தினாலும் தன்னையும் அறியாமல் ஆத்யாவின் உதடு ஒரு குறுநகையைத் தழுவியது.

"இப்போ சொல்லு காரைக்குடிக்குப் போலாமா வேண்டாமா?"

"போலாம்பா..." என்றவளுக்கு ஏனோ நாணமும் ஏற்பட்டது.

(சுவைக்கும்!)

* * * * * *

அத்தியாயம் - 25

திட்டமிட்டபடியே மறுநாள் மாலை அமுதன், ஆத்யா, லஷ்மி மற்றும் அத்திப்பூ நால்வரும் கோவையிலிருந்து காரைக்குடிக்குப் பயணித்தனர். அங்கே கண்ணையன் மற்றும் ரூபன் ஆகியோர் தத்தம் ஊருக்குச் சென்றனர். பல நாட்களுக்குப் பிறகு அமுதன் அண்ட் கோ எல்லோரும் சந்தோசமாக வீட்டிற்குச் சென்றனர். கார்த்தியும் அன்று மாலையே வீட்டிற்குச் சென்று தன் அன்னையுடன் கதையளந்தான். இன்னும் சற்று நேரத்தில் தன்னுடைய அக்காவும் அக்கா மகளும் வீட்டிற்கு வரவிருப்பதால் அவர்களைப் பற்றிப் பேசிக்கொண்டிருந்தான். 'அருவி' இதுதான் கார்த்தியின் அக்கா மகளின் பெயர். அருவி படத்தின் மீதிருந்த தாக்கமா இல்லை அதிதியின் மீதிருந்த தாக்கமா(அப்பட நாயகியின் பெயர்) எதுவென்று தெரியவில்லை தன்னுடைய தமைக்கையின் மகளுக்கு கார்த்தி தான் அப்பெயரை வைத்தான். யாரும் எவ்வித ஆட்சேபனையும் சொல்லாததால் அவள் 'அருவி'யாகவே நிலைத்துவிட்டாள். மூன்று வயது நிரம்பிய வாயாடி தான் அருவி. தன்னுடைய தாத்தாவுடன் சேர்ந்துகொண்டு கார்த்தியை கலாய்ப்பாள். ஆனால் மாமாவும் மருமகளும் பயங்கர பெட். இதில் மாட்டிக்கொண்டு முழிப்பது என்னவோ கார்த்தியின் அன்னை தான்.

வீட்டின் முன் காரின் சப்தம் கேட்டதும் கார்த்தி வெளியேற அவன் அக்காவும் மாமாவும் அதிலிருந்து இறங்கினர்.

"வாங்க மாமா. வாக்கா. எங்க என் பிரின்ஸஸ்?" என்று காருக்குள் தேட,

"பே" என்ற சப்தத்துடன் கீழே இறங்கினாள் அருவி. அவளிடம் பயந்ததுபோல் பாசாங்கு செய்தவன் அவளை அள்ளி முத்தம்வைக்க எல்லோரும் வீட்டிற்குள் நுழைந்தனர்.

"ஏ மாமா நீ இனிமேல் என்கூட விளையாட மாட்டியா?" என்று ஏக்கத்தோடு அவள் வினவ,

"ஏன்டா இப்படிப் பேசுற? நான் என் அருவிகூட தான் விளையாடுவேன். நான் உன்கூட விளையாட மாட்டேன்னு யாரு சொன்னது?"

"நீ இப்போ வெட்டி ஆபிசர் இல்லையாமாம். நீ வேலைக்குப் போறியாமே? தாத்தா சொன்னாரு..." என்று ஜட்ஜை மாட்டிவிட்டாள் அவர் பேத்தி. அதில் முகம் சுளித்தவன்,

"பாருமா அப்பாவை" என்று சலித்துக்கொள்ள, அவர்கள் எல்லோரும் சிரித்தனர்.

"அப்றோம் உன் சமையல ஆஹா ஓஹோன்னு அப்பா சொன்னாரு. உண்மையா தம்பி?" என்றார் கார்த்தியின் அக்கா ரேகா.

"நீயும் கலாய்க்கிற பார்த்தியா?" என்று கார்த்தி கோவிக்க,

"டேய் நிஜமா சொல்றேன்டா. அப்பா அன்னைக்கு போன் பண்ணி உன்னைப் பற்றியும் உன் சமையலைப் பற்றியும் அரைமணிநேரம் பேசுனார். சிம்பிளா சொல்லனும்னா இந்த 7g படத்துல ஹீரோவோட அப்பா பேசுவாரே அந்த மாதிரி பேசினார்" என்றார் ரேகா.

"ஓ அதனால தான் அன்னைக்கு எங்களை எல்லாம் கூப்பிட்டுப் பேசினாரா? எல்லாம் அவரோட செல்லப் பெண்ணோட சிபாரிசு தானா?" என்று அவன் அக்காவை கார்த்தி கலாய்க்க,

"மாமா மாமா நாம ஸ்பீடா பைக்ல போலாமா?" என்று அருவி கார்த்தியைக் கேட்டதும்,

"நல்லா செல்லம் கொடுத்து கெடுத்து வெச்சியிருக்க கார்த்தி. ஊர்ல என்கிட்ட கூட பைக்ல போலாம்னு கேட்பா நான் முடியாதுனு சொன்னதும் நான் என் கார்த்தி மாமா கூடவே போறேன்னு சொல்லுவா..." என்றார் அவனின் மாமா பாலாஜி.

"மாமா மாமா போலாம் மாமா ப்ளீஸ்" என்று அவள் உதடு சுளித்ததும், அவளை அள்ளி எடுத்தவன் வெளிய அழைத்துச் சென்றான்.

அவர்கள் சென்றதும் ரேகாவிடம் அவரது தாயார், "நீ மட்டும் உன் அப்பா கிட்ட இதைப்பற்றிப் பேசலைனா அவனை அழைத்துப் பேசியிருக்கவே மாட்டார் ரேகா..." என்றதும் சிரித்து வைத்தார் ரேகா. பின்னே தன் தந்தைக்கு கார்த்தியின் மீது எவ்வளவு அக்கறை பாசம் இருக்கிறது என்று அவர் ஒருவரே அறிவார். வாரத்தில் நான்கு நாட்களேனும் கார்த்தியைப் பற்றி தன் மகளிடம் மனம்விட்டுப் பேசிவிடுவார் ஜட்ஜ் ஐயா.

அருவியோடு வெளியே சென்றவன் அவளுக்குப் பிடித்ததை எல்லாம் வாங்கிக்கொடுத்து அவளின் பேவோரைட் சில்றன்ஸ் பார்க்கிற்கு அழைத்துச் சென்றவன் அவளோடு சில செல்பிகளை எடுத்து அதை ஸ்ருக்கு அனுப்பி வைத்தான்.

அங்கே அமுதன் வண்டியை ஓட்டிக்கொண்டு இருக்க ஆத்யாவும் லஷ்மியும் பின்னிருக்கையிலும் அத்திப்பூ முன்னிருக்கையிலும் அமர்ந்துகொண்டு வந்தனர். மெல்லிய ரீங்காரமாய்ப் பாடல் ஒலித்துக் கொண்டிருக்க ஒவ்வொருவரும் ஒவ்வொரு மனநிலையில் வியாபித்திருந்தனர்.

இடையில் இரண்டு இடங்களில் வண்டியை நிறுத்தி இளைப்பாறிவிட்டுத் தான் சென்றனர். மூன்று மணிக்கு கிளம்பியவர்கள் ஏழரைக்கு காரைக்குடியை நெருங்கியிருந்தனர்.

அங்கே காரைக்குடியில் அமுதனின் சொந்தங்கள் எல்லாம் வந்திருந்தனர். அதிலும் குறிப்பாக லட்டு, சிபி, சித்தார்த், அக்ஷரா ஆகியோர் ஒன்றாகவே சுற்றிக்கொண்டிருந்தார்கள். நமக்கு ஆயிரம் நண்பர்கள் இருந்தாலும் இந்த 'கசின்ஸ்'களிடம்(சித்தப்பா, பெரியப்பா, அத்தை, மாமா பசங்க) நமக்கிருக்கும் அந்தப் புரிதல், சிநேகம், அன்பு எப்போதும் ஸ்பெஷல் தானே? விடுமுறை நாட்களிலோ இல்லை ஏதாவது திருவிழா விஷேஷம் ஆகியவற்றில் எல்லோரும் ஒன்றிணைந்தால் அதுபோல் 'கூத்து' ஃபன் எங்கேயும் இருக்காது. ஆனால் இம்முறை அந்தக் கலகலப்பு ஏனோ அந்தக் கூட்டத்தில் மிஸ்ஸிங். தங்கள் எல்லோருக்கு மூத்தவனான கடலமுதன் இல்லாததாலும் கூடவே அமுதன்- ஹிருத்தியாவின் திருமணம் நடைபெறும்

என்றும் அதில் நிறைய கொண்டாடலாம் என்றும் எண்ணிக் கொண்டிருந்தவர்களுக்கு அவர்களின் இந்தப் பிரிவு ஒருவித வருத்தத்தைக் கொடுத்தது மட்டும் நிஜம். கூடவே அமுதனின் குடும்பம் மட்டும் தங்களின் குடும்பத்தோடு ஒட்டாமல் தனித்திருப்பது அவர்களுக்கும் நன்றாகவே புரிந்தது. பின்னே அவர்கள் யாரும் பள்ளிக்கூடம் பயிலும் குழந்தைகள் இல்லையே? குடும்ப அரசியலையும் அதில் இருக்கும் அந்த ஈகோ, லா அண்ட் ஆர்டர் பிரச்சனையையும் அவர்கள் அறிவார்களே!

இன்று தான் அவர்கள் அனைவரும் காரைக்குடிக்கே வந்தார்கள். எப்போதும் காரைக்குடிக்கு வந்திறங்கியதுமே அவர்கள் எல்லோரும் படையெடுப்பது என்னவோ அண்ணாமலையின் வீட்டிற்குத் தான். அவர்கள் எல்லோரும் வருகிறார்கள் என்று தெரிந்ததுமே அவர்களுக்குப் பிடித்த பலகாரங்கள் எல்லாமும் அங்கே தயாராக இருக்குமே? அண்ட் சீதா மற்றும் அண்ணாமலை இருவரும் அவர்கள் எல்லோரிடமும் எவ்விதப் பாகுபாடும் பார்க்காமல் காட்டும் அந்தப் பாசத்திற்கு அவர்கள் எல்லோரும் அடிமைகளே. அப்படிப்பட்ட மாமாவின் வீட்டிற்கு இன்னும் போகாமலே இருந்தாள் லட்டு. எப்படிப் போவாள்? எல்லோரைக் காட்டிலும் அமுதன் ஹிருதியாவின் திருமணத்திற்கு அதிக ஆவலாய் இருந்த சீதாவை எப்படி எதிர்கொள்வது என்று புரியாமல் தவித்தனர். இதில் மற்றவர்களைக் காட்டிலும் சிபிக்கே சுத்தமாக விருப்பமில்லையே? (சிபி ஹிருவின் தம்பி. தமிழரசுவின் மகன்) இருந்தும் முடிவெடுக்கும் அதிகாரம் எதுவும் அவனிடம் இல்லையே? எல்லோரும் அங்கே செல்லலாம் என்று முடிவெடுக்க சிபி தான் தன்னால் அங்கே வரமுடியாது என்றும் தன்னுடைய அத்தையையும் மாமாவையும் எதிர்கொள்ளும் தைரியம் தனக்கில்லை என்றதும் எல்லோரும் அமைதியாகினர்.

ஆனால் சம்மந்தப்பட்டவளோ எவ்வித வருத்தமும் தயக்கமும் இன்றி நிம்மதியாக இருந்தாள். பாவம் நிழலின் அருமையை நாம் வெயிலில் தான் உணரமுடியும் என்றதை ஹிருத்தியா

அறியவில்லை. அவ்வாறு உணரும் போது அமுதனின் நிலை தன்னைவிட பலமடங்கு உயர்ந்து காணப்படும் என்றும் தன்னுடைய இன்றைய அலட்சியத்திற்காக அன்று அதிகம் வருந்தவேண்டும் என்றும் தற்போது அவள் அறியாள். அடுத்த நிமிடம் என்ன வேண்டுமென்றாலும் நடக்கலாம். காலமும் சூழலும் மாறும் போது காட்சிகளும் மாறித்தானே தீரவேண்டும்? வாழ்க்கை ஒரு ஜியன்ட் வீலை போன்றது. அது நிற்காமல் சுழன்று கொண்டே தான் இருக்கும்.

அன்றைய இரவு எட்டுமணிபோல் அமுதன் ஓட்டிவந்த காரானது அவன் வீட்டின் முற்றத்தில் நின்றது. அவர்களுக்காகக் காத்திருந்த அண்ணாமலை வெளியே வர மகனைக் காண சீதாவும் வெளியே வந்தார். அது பழங்காலத்து பாரம்பரியமிக்க செட்டிநாட்டு வீடு. ஆத்யாவும் லஷ்மியும் வண்டியிலிருந்து இறங்கினர். அத்தி நேராக அண்ணாமலையிடமும் சீதாவிடமும் ஆசீர்வாதம் வாங்கி உள்ளே செல்ல நாச்சியம்மையுடன் கதைத்துக்கொண்டிருந்தாள்.

டயாலிசிஸ் செய்ய ஆரமித்ததிலிருந்து லஷ்மியின் உடல் அதிக பலவீனமடைந்திருந்தது. அவர் தடுமாடியபடியே இறங்க அமுதனும் ஆத்யாவும் அவரை இருபுறமும் தாங்கி அழைத்து வந்தனர். வெளியே நின்று அண்ணாமலையிடம் பேச முயன்றவரைத் தடுத்த அண்ணாமலை அவரை உள்ளே அமரவைத்தார். சீதாவின் பார்வை அமுதன் மீது சென்றாலும் ஏனோ அங்கிருந்த ஆத்யாவையே சுற்றிவந்தது.

வழக்கமான உபசரிப்புகளுக்குப் பின் தங்களைப் பற்றி பரஸ்பரம் அறிமுகப்படுத்திக்கொண்டனர். ஆத்யாவுக்கு இவர்களிடம் எவ்வாறு பேசுவதென்ற நெருடல் இருந்துகொண்டு தான் இருந்தது. அதை உணர்ந்த அத்தி அவளை சீதாவிடம் அறிமுகம் செய்தார். லஷ்மி பார்வையைக் காட்ட அதை உணர்ந்தவள் அண்ணாமலையிடமும் சீதாவிடமும் ஆசிர்வாதம் பெற்றாள். ஆத்யா மற்றும் லஷ்மியைப் பற்றி ஓரளவுக்கு அண்ணாமலைக்கும் சீதாவிற்கும் தெரிந்திருந்தது.

ஆனால் அவர்கள் வந்ததன் அர்த்தம் தான் அவர்களுக்கு விளங்கவில்லை.

பயணக் களைப்பின் காரணமாக அவர்களை உணவருந்த வைத்தவர்கள் அவர்களைச் சென்று ஓய்வெடுக்குமாறு சொல்ல லஷ்மி மட்டும் ஒரு அறையில் சென்று ஓய்வெடுத்தார். இங்கே ஆத்யா அத்தி இருவரும் நாச்சியாமையிடம் கதை பேசிக்கொண்டிருக்க ஆத்யாவுக்கும் நாச்சிக்கும் ஒரு நட்பு உருவாகியிருந்தது. எல்லோரைக்காட்டிலும் ஆத்யாவுக்கு அமுதனின் வீடு மிகவும் பிடித்திருந்தது. அக்காலத்தின் கட்டிடக்கலையை அப்படியே பிரதிபலித்த அந்த வீட்டை அத்தியோடு சேர்ந்து சுற்றிப்பார்த்தாள் ஆத்யா.

அமுதனோ தன்னுடைய பெற்றோர்களிடம் பொதுவாக உரையாடிக்கொண்டிருக்க அவர்கள் இருவரும் தங்கள் மகனின் மாற்றங்களைக் கவனித்துக்கொண்டிருந்தனர். பின்னே அவர்கள் எதிர்பார்த்த அளவிற்கு அவனிடம் சோகமோ வருத்தமோ இல்லாமல் இருந்தான். அது அவர்களுக்கு நிம்மதி தந்தது. பிறகு தனக்கும் ஆத்யாவுக்கும் இடையில் நடந்ததை எல்லாம் சுருக்கமாகச் சொன்னான் அமுதன். கூடவே லஷ்மியின் உடல்நிலையைப் பற்றியும் சொல்ல அவருக்காக இவர்கள் வருந்தினார்கள். ஆனால் ஆத்யாவின் பார்வை அடிக்கடி அமுதனைத் தீண்டிச் செல்வதை சீதாவைப்போல் நாச்சியாமையும் கவனித்துக்கொண்டிருந்தாள்.

நேரம் ஆகிவிட்டதால் அவர்கள் அனைவரும் உறங்கினர். அமுதன் வழக்கம் போல் தன் தந்தைக்கு அருகில் உறங்கினான். இது அவன் கல்லூரி சேர்ந்ததில் இருந்து இருக்கும் பழக்கம். இரவு தந்தையோடு கதைபேசிவிட்டுத் தான் உறங்குவான். அங்கே பெண்கள் நால்வரும் ஒன்றாக உறங்கினர். ஆத்யாவுக்கு இதெல்லாம் ஒரு புது அனுபவமாகவே இருந்தது.

அன்றிரவே அமுதன் ஊருக்கு வந்த செய்தி லட்டுவைச் சென்றடைந்தது. லட்டு மற்றும் அக்ஷரா மட்டும் மறுநாள் வந்து அமுதனைப் பார்க்கலாம் என்று முடிவெடுத்தனர்.

மறுநாள் காலை எல்லோரும் எழுந்து தயாராக அத்தி மற்றும் நாச்சியம்மையை உரிமையோடு தலைகுளிக்கச் சொன்னவர் அங்கே திருதிருவென விழித்த ஆத்யாவிடமும் அதையே சொன்னார்.

ஆத்யாவின் ஷார்ட் ஹேரை பார்த்தவர், "என்னம்மா இது? முடியை ஏன் வெட்டுன? அது தான் அழகா இருக்கும்..." என்று சகஜமாய் உரையாட ஆத்யாவும்,

"அதில்லை ஆண்ட்டி எனக்கு சுருட்டை முடி. அத என்ன பண்ணாலும் ஒழுங்கா படியவைக்கவே முடியாது. அதனால் எனக்கு கொஞ்சம் அன்கம்பர்டபிளா இருந்தது. அதான் வெட்டிட்டேன்" என்றதும்,

"ஏன் நீங்க ஹேர் ஸ்ட்ரெய்ட்டனிங் செஞ்சு இருக்கலாமே?" என்ற நாச்சிக்கு,

"நான் அது தான் முடிவு பண்ணேன். ஆனா அப்பா தான் கூடாதுனு சொல்லிட்டார். என் அம்மாக்கும் இப்படித் தான் சுருட்டை முடியாம். சோ சென்டிமென்டலா இதை மாற்றவே கூடானு சொல்லிட்டார். அதான்..." என்றாள் ஆத்யா.

"உன் அம்மா எப்போமா இறந்தாங்க?" என்ற சீதாவிற்கு,

"நான் அவங்களைப் பார்த்ததே இல்லை ஆண்ட்டி. எனக்கு நினைவு தெரிஞ்சு எல்லாமே என் அப்பா தான்..." என்றாள்.

அது ஏனோ சீதாவிற்கு ஒரு சாப்ட் கார்னேரை உண்டு செய்தது. கூடவே ஒருபெண்ணைத் தனியாக வளர்த்த லஷ்மியின் மீதான மதிப்பும் மரியாதையும் சீதாவிற்கு அதிகமானது.

காலை உணவிற்கே அமுதனின் பேவோரைட்டான குழிப் பணியாரம் செய்திருக்க எல்லோரும் அதை ஒரு பிடி பிடித்தனர்.

"செமையா செஞ்சிருக்கீங்க ஆண்ட்டி..." என்று பேச்சுவாக்கில் 'ஃபூட் ரிவிவர்' ஆத்யா எட்டிப்பார்க்க,

"நீங்க ஃபூட் ரிவிவர் தானே?" என்றாள் நாச்சியம்மை.

"அதனால் தான் உங்க அண்ணனை முதன்முதலில் நான் மீட் பண்ணேன்" என்றவள் அந்தக் கதையெல்லாம் சொல்லிமுடித்து,

"உங்க அண்ணன் இடத்துல வேற யாராச்சும் இருந்திருந்தா அவ்வளவு தான். அன்னைக்கு என் மானம் கப்பலேறியிருக்கும்..." என்று சிரித்தபடியே சொன்னாள்.

பசங்க எல்லோரும் சாப்பிட்ட பின் பெரியவர்கள் மூவரும் சாப்பிட அப்போது தான் லஷ்மி தன்னுடைய மகளைப் பற்றியும் மனைவியைப் பற்றியும் சொன்னார்.கூடவே அமுதனைப் பற்றியும் நிறைய சிலாகித்துப் பேசினார். பெற்றவர்களுக்கு அமுதனை எண்ணி பெருமையாக இருந்தது. அதே நேரம் அவனுக்குப் பிடித்ததை நம்மால் செய்யமுடியவிலையே என்ற ஏக்கமும் தோன்றியது.

அப்போது தான் வீட்டிற்குள், "அமுது மாமா" என்ற குரலோடு நுழைந்தாள் லட்டு. உடன் அக்ஷராவும் இருந்தாள். இருவரும் அண்ணாமலை மற்றும் சீதாவிடம் சிறிது பேசிவிட்டு நேராக உள்ளே சென்றனர்.

அவர்களை லஷ்மிக்கு அறிமுகப்படுத்தினார் அண்ணாமலை.

"இந்த பொண்ணுக்கா இப்போ கல்யாணம்?" என்று லஷ்மி உடனடியாகக் கேட்கவும் அண்ணாமலை மற்றும் சீதா இருவரும் ஒருவரை ஒருவர் பார்த்துக்கொண்டனர்.

"இல்லைங்க அண்ணா. இவ என் ரெண்டாவது தம்பி பொண்ணு. அது என் பெரிய தம்பி பொண்ணு..." என்றார் சீதா.

உள்ளே சென்ற லட்டு அங்கே அமுதனோடு நாச்சி அத்தியைத் தவிர்த்து மூன்றாவதாக இருக்கும் பெண்ணைப் பார்த்து யோசித்தபடியே சென்றவள்,

"அமுது மாமா" என்றதும் அவனுக்கும் முன் ஆத்யா தான் திரும்பிப் பார்த்தாள்.

"அமுதண்ணா" என்று வந்த அக்ஷரா தான் ஆத்யாவின் வயிற்றில் சற்று பாலை வார்த்தாள்.

"ஹேய் லட்டு வாடா" என்று அவளை தன் அருகில் அமர்த்திக்கொள்ள அங்கே ஒருத்திக்கு கண், காது, வயிற்றில் புகை வந்தது மட்டும் நிச்சயம். பிறகு ஆத்யாவை அறிமுகப் படுத்தினான். அப்போதே ஆத்யாவின் கண்களில் தெரிந்த அந்த பொசெசிவ் தீயை லட்டு நோட் செய்யவும் தவறவில்லை. பிறகு எல்லோரும் சிறிது நேரம் கதைபேச தனக்கு இதுபோல் யாருமில்லையே என்ற ஏக்கம் அத்தி மற்றும் ஆத்யா இருவருக்கும் இருந்தது நிஜம்.

"மாமா உன்கிட்ட நான் தனியா பேசணும்" என்ற போது ஆத்யாவின் கண்களில் ஒரு வித பதற்றம் தொற்றிக்கொண்டது. இருவரும் தனியே சென்று அமர்ந்தனர்.

"என்னடா லட்டு? என்ன விஷயம்?"

"எப்படி இருக்க மாமா?"

"நீயே சொல்லு பார்ப்போம்"

"உனக்கென்ன மாமா குறைச்சல்? ஜம்முனு இருக்கியே" என்று அவள் சிரிக்க இருவரும் தங்கள் வேலைகளைப் பற்றியும் படிப்பைப் பற்றியும் பேச இறுதியாக பேச்சு அந்த வெற்றிடத்திற்கு வந்தது.

"மாமா எனக்கு நீ ஒரு ப்ராமிஸ் பண்ணனும்..."

"என்னடா?"

"இனி லைஃப்ல நீ எதுக்காகவும் வருத்தப்படக்கூடாது. இப்போ என்கிட்ட எப்படி சிரிச்சுப் பேசுறியோ இப்படியே இருக்கனும். ஓகே?"

"ஓகே"

"நீ சொன்னது சரிதான் மாமா"

"எதுடா?"

நீண்ட மௌனத்திற்குப் பிறகு, "ஹிரு உனக்கு ஏத்த பெண்ணில்ல. அவ சுயபுத்தி இல்லாத சொல்பேச்சு கேட்கும்

பொண்ணு. அவ செலி∴பிஷ். அவ காரியம் மட்டும் ஆகணும்னு பார்க்கிறவ..."

அமுதன் அவளையே ஒருமாதிரி பார்ப்பதைக் கண்டு,

"என்ன பாக்குற? அவ என் அக்கா தான். அதுக்குனு அவ பண்றதுக்கெல்லாம் நான் சப்போர்ட் பண்ண முடியாது. நீ வேணுனா பாரேன் கண்டிப்பா நாளைக்கு ஒரு நாள் ஏன்டா அமுது மாமாவை வேண்டாம்னு சொன்னேன்னு நெனச்சு ∴பீல்..." என்று சொல்வதற்குள் அவள் வாயை மூடியிருந்தான் அமுதன்.

"வேண்டாம்டா லட்டு. அப்படிச் சொல்லாத. லெட் ஹெர் பி ஹேப்பி..."

அவன் தோளில் கைபோட்டவள், "விடு மாமா அவ கொடுத்து வெச்சது அவ்வளவு தான். கேம்பர் ஸ்மெல் டாங்கி நோஸ் ஹொவ்?"

"என்ன சொன்ன?"

"கழுதைக்குத் தெரியுமா கற்பூர வாசனை. சரி அதெல்லாம் விடு யாரந்தப் பொண்ணு?"

அமுதன் திரும்பிப் பார்த்து, "ஆதுவா?" என்றவன், "ஆத்யா. என்னோட... ∴ப்ரண்ட்" என்றதும் அவன் இழுவையிலே அவளுக்கு எல்லாம் புரிந்தது.

"∴ப்ரண்டா? பார்த்தா தெரியலையே? இப்போ மட்டும் விட்டா கண்ணகி மதுரையை எரிச்ச மாதிரி என்னை எரிச்சிடுவாங்க போல?"

"உன்னை ஏன் அவ எரிக்கனும்?"

"அது தான் அவங்க கண்ணுல பொசெசிவ்நெஸ் என்னும் தீ தெரியுதே?" என்றதும் அமுதன் திரும்பி ஆத்யாவைப் பார்க்க அவள் முகம் டல்லாக இருந்தது. எதேர்ச்சையாகத் திரும்பியவள் அவர்களைப் பார்க்கவும் அமுதன் அவளை தலையாட்டி அழைத்தான்.

உடனே தனக்குப் பின்னால் பார்த்தவள் அங்கே யாருமில்லை என்றதும் மீண்டும் அமுதனைப் பார்க்க, அவனோ உன்னைத் தான் என்பதைப்போல் ஆட்காட்டி விரலைச் சுட்ட ஆத்யா தயக்கத்தில் அங்கே வந்தாள்.

"என்ன என் அமுது மாமவையே சைட் அடிச்சிட்டு இருக்கீங்க?" என்று லட்டு கேட்கவும் ஆத்யாவுடன் சேர்ந்து அமுதனும் ஜெர்க் ஆக,

இல்லை என்பதைப்போல் ஆத்யா தலையசைக்க, சிரித்த லட்டு ஆத்யாவை தன்னருகில் அமரவைத்துக்கொண்டாள்.

"பயந்துடீங்களா? சும்மா சொன்னேன்" என்று அவள் சிரித்தும் தான் ஆத்யா நார்மல் ஆனாள்.

பிறகு அவர்கள் இருவரும் சிறிது நேரம் உரையாட லட்டுவின் குணம் ஆத்யாவுக்கும் பிடித்தது.

"சரி என்ன சொல்றான் என் தம்பி?" என்ற அமுதனுக்கு,

"அவன் என்ன மாமா சொல்லப்போறான். அவன் அதுக்கெல்லாம் சரிப்பட்டு வர மாட்டான் போல? பேசாம அவன் கழுத்துல நானே தாலி கட்டிடலாம்னு இருக்கேன்..." என்று லட்டு சீரியஸாக சொல்ல அதற்கு ஆத்யா கிளுக்கென சிரித்துவைக்க அமுதனும் சிரித்தான்.

"நீங்களாவது எந்த சிக்கலும் இல்லாம ஒன்னு சேருங்கடா..." என்று அமுதன் சொன்னதில் இருந்த வருத்தம் ஆத்யாவுக்கும் நன்கு புரிந்தது. கூடவே லட்டு மேலிருந்த அந்த எரிச்சல் மொத்தமாய்ப் பறந்துவிட்டது.

"நானெல்லாம் விடமாட்டேன் மாமா. ஒன்னு அவன் என் கழுத்துல தாலி கட்டணும். இல்லைனா நான் கட்டிடுவேன். என்னைய என்ன அந்த ஹிருத்தியா மாதிரி சொல்பேச்சுக் கேக்குற லூசுன்னு நினைக்கறீங்களா? சும்மா எல்லாம் விடமாட்டேன்" என்றதில் கேலி இருந்தாலும் அதையும் தாண்டிய ஒரு உறுதித்தன்மை இருந்தது நிஜம். அது அமுதன் அண்ட் ஆத்யா இருவருக்கும் நன்றாக விளங்கியது.

"சரி மாமா எனக்கு பத்து நிமிஷத்துல ஸ்வீட் பண்ணிக்கொடு"

"பத்து நிமிஷத்துலயா?" என்றாள் ஆது.

"எஸ். என்ன மாமா இதொரு சவாலா எடுத்துக்கோ" என்றாள் லட்டு.

"என்ன வேணும்?"

"இதென்ன மாமா கேள்வி? லட்டுக்கு பிடிச்சதே லட்டு தானே? இந்த பொட்டுக்கல்லை மாவை வெச்சு செய்வீங்களே அது தான்"

பொட்டுக்கடலையை மிக்சியில் அரைத்து அதில் அரைத்த சர்கரையைச் சேர்த்து அதோடு நெய்யில் வறுத்தெடுத்த முந்திரி திராட்சையையும் கலந்து உருண்டை பிடித்தால் சுவையான பொட்டுக்கடலை உருண்டை ரெடி. சர்க்கரைக்கு பதில் வெல்லமும் சேர்க்கலாம்.

உடனே அமுதன் மற்றும் லட்டு இருவரும் கிட்சன் செல்ல பின்னாலே ஆத்யா, அத்தி அக்ஷரா மாற்று நாச்சி ஆகியோரும் சென்றனர். பொட்டுக்கடலையை எடுத்து அரைத்து அவள் கேட்டதைப்போல் லட்டு பிடித்து அவள் கையில் திணித்தான்.

"இதுக்கு தான் ஊருக்குள்ள ஒரு ஆல் இன் ஆல் அழகு ராஜா வேணுங்கறது..." என்ற லட்டுவைத் துரத்தினான் அமுதன். அன்று மதியம் வரை அவர்கள் எல்லோரும் சேர்ந்து கதைபேசி லூட்டி அடித்தனர்.

வெளியே லஷ்மி இதுவரை ஆத்யா வாழ்வில் நடந்ததை எல்லாம் தெரிவித்தவர் அன்று அமுதனிடம் பேசியதையும் சொல்லிவிட்டு அவர்களைப் பார்த்தார்.

அண்ணாமலை மற்றும் சீதா இருவரும் இதைப்பற்றி தங்கள் மகனுடன் பேசிவிட்டு பதிலளிப்பதாகச் சொல்ல பிறகு சீதாவிடம் நிறைய மனம்விட்டுப் பேசினார் லஷ்மி. தங்கள் குடும்பம் காதல் என்று எதையும் அவர் மறைக்கவில்லை.

தன்னுடன் பிறந்தவர்களே தன்னை ஏளனமாகப் பார்க்கும் போது யாரென்று தெரியாமலே இவ்வளவு உரிமையாகவும் மனம்விட்டும் பேசும் லஷ்மியை சீதாவிற்கு அதிகம் பிடித்தது.

இங்கே இந்த வாண்டுகள் எல்லாமும் மதியத்திற்கு சமைக்கிறோம் என்று கிட்சனையே அதகளப்படுத்திக்கொண்டு இருந்தனர். அவர்களோடு சேர்ந்து ஆத்யாவும் நன்கு லூட்டி அடித்தாள். (சுவைக்கும்!)

* * * * * *

அத்தியாயம் - 26

அங்கே வீட்டிற்குச் சென்ற ரூபன் தன்னுடைய சித்தி, தம்பி தங்கையுடன் பொழுதைக் கழித்தான். அன்றைய இரவு அவனுடைய தந்தை வந்ததும் நீண்ட நாட்களுக்குப் பிறகு ஒரு குடும்பமாய் ஒன்றாகக் கூடியிருந்தனர். ரூபன் தங்களோடு பிறக்கவில்லை என்றாலும் ரூபனை என்றும் அவன் தங்கையும் தம்பியும் வேற்றாளாய்ப் பார்த்ததே இல்லை. ஆனால் ரூபன் தான் யாரிடமும் சரியாக ஒட்டவே மாட்டான். அவனைப் பற்றியக் கவலை எல்லோருக்கும் இருந்தாலும் அவன் சித்திக்குத் தான் அதிகம் இருந்தது, பின்னே சிறுவயதில் எப்போதும் சித்தி சித்தி என்று அவரோடே ஜோடி போட்டுச் சுற்றித் திரிந்தவன் விவரம் தெரிந்தது முதலே சற்று ஒதுக்கிப்போக அன்றிலிருந்து அவனோடு பழையபடி ஒரு சுமூக உறவை ஏற்படுத்த அவர் முயற்சிக்கிறார். அதற்கு ரூபன் தான் ஒத்துழைக்காமலே இருந்துவிட்டான். ஆனால் இரண்டு விதங்களில் அவனை மீண்டும் இக்குடும்பத்தோடு ஒன்ற வைக்கவேண்டும் என்று விரும்புகிறார். தன்னுடைய கணவருக்கும் ஓய்வுக்காலம் நெருங்குவதால் குடும்பப் பொறுப்புகளை ரூபன் எடுத்துக்கொள்ள வேண்டும் என்ற எண்ணம் இருந்தாலும் கூடவே அவனும் குடும்பம் குழந்தைகள் என்று வாழவும் வேண்டும் என்ற எண்ணம் அவரிடம் இருக்கிறது. சமயங்களில் அவனின் நடவடிக்கைகளைப் பார்க்கும் போது எங்கே இவனும் தன் அக்காவைப் போல் தனியாக வாழவே விரும்பிவிடுவானோ என்ற அச்சம் அவரிடம் இருக்கிறது. கார்த்தியைப் போல் எலைட் க்ளாஸூம் இல்லை அமுதனைப் போல் அப்பர் மிடில் க்ளாஸூம் இல்லாமல் ரூபனின் குடும்பம் ஒரு அஃமார்க் நடுத்தரக் குடும்பம். நிறைய கதை பேசி பின்பு அவனுடைய வேலையைப் பற்றியும் இனிமேல் நல்ல வருமானம் கிடைக்கும் என்றும் சொன்னவன் தன்னுடைய ஷேர் பணத்தை தன் தந்தையிடம் வழங்கினான்.

இது அவன் முன்பு செஃபாக சம்பாதித்ததைக் காட்டிலும் அதிமாக இருப்பதாகவே தெரிந்தது. அதில் அவர்கள் இருவருக்கும் மனமகிழ்ச்சியாக இருந்தாலும் அதை வெளியில் காட்டிக்கொள்ளவில்லை. பின்னே செய்துகொண்டிருந்த வேலையை விடப்போகிறேன் என்றதும் அவர்கள் இருவரும் அவ்வளவு பயந்து விட்டார்களே? இருந்தும் அவன் மீதிருந்த நம்பிக்கையில் அவனை ஊக்கப்படுத்த அது தவறில்லை என்னும் அளவிற்கு நிரூபித்தான் ரூபன்.

அன்றிரவு எல்லோரும் கதைபேசிவிட்டு உறங்கவே மணி நள்ளிரவைத் தாண்டியிருந்தது. ரூபனுக்கும் அவன் மனதிலிருந்த சஞ்சலங்கள் சற்று மட்டுப்பட்டதைப் போன்றே இருந்தது.

மறுநாள் எழுந்தவன் சற்று உற்சாகமாய் வலம்வந்தான். அன்று உணவருந்தியபின் அவன் சித்தியிடம் சென்றவன், "சித்தி நாம சாயுங்காலம் பக்கத்துல இருக்கும் கோவில் வரை போலாமா?" என்றதும் அவரும் ஆமோதித்தார். அவர் ஒன்றை யூகித்தார். இருந்தும் அவனாகவே சொல்லட்டும் என்று அமைதியும் காத்தார்.

அந்த வெள்ளிக்கிழமை மாலை மிதிலா அவளுக்குப் பார்த்திருந்த பையனை மீட் செய்ய அந்த ரெஸ்டாரெண்டிற்குள் நுழைந்தாள்.

அவன் கண்களில் தெரிந்த ஒரு எதிர்பார்ப்பு ஏனோ அவளை வருத்தத்திற்குள்ளாக்கியது. சென்று அமர்ந்தவள் பரஸ்பர அறிமுகத்திற்குப் பிறகு அவனை மேலும் ஏமாற்ற விரும்பாமல் அவளுக்கு இத்திருமணத்தில் விருப்பமில்லை என்றும் பெற்றோரின் வேண்டுதலுக்காகவே இந்தச் சந்திப்பு என்றும் சொல்ல அவன் முகம் களையிழந்தது நிஜம். வாழ்க்கையில் இதுபோல் யாரென்று தெரியாத சிலரை நாம் காயப்படுத்த நேரும். இதில் தவறை யார்மீது சொல்ல முடியும்?

"ரொம்ப சாரி மிஸ்டர் சஞ்சய். நீங்க ஒன்னை எதிர்பார்த்து வந்திருக்கீங்கனு உங்க முகமே சொல்லுது. அன்ஃபார்சூநேட்லி என்னால உங்களை கல்யாணம் செய்ய முடியாது. நீங்கன்னு இல்லை இப்போதைக்கு யாரையுமே என்னால மேரேஜ் பண்றதைப் பற்றி யோசிக்கவே முடியாது. ப்ளீஸ் என்னை மன்னிச்சிடுங்க..." என்றதும் அவன் அவளுக்காக நார்மல் ஆக முயற்சித்தான்.

"நோ ப்ரோப்லேம் மிஸ் மிதிலா. எனக்கு இதுதான் முதல் எக்ஸ்பீரியன்ஸ். உங்களைப் பார்த்ததுமே எனக்குப் பிடிச்சது. ஐ ஹோப்ட் தட் யூ வில் லைக் மீ (உங்களுக்கு என்னைப் பிடிக்கும் என்று எண்ணினேன்) இட்ஸ் ஓகே" என்றான். ஏனோ மிதிலாவுக்குத் தான் அதிக குற்றயுணர்ச்சியாகவே இருந்தது. வந்ததிற்கு இருவரும் ஆளுக்கொரு காஃபி மட்டும் பருகிவிட்டு அங்கிருந்து விடைபெற்றனர். செல்லும் போது திரும்பிய சஞ்சய் மிதிலாவை அழைத்து,

"மிஸ் மிதிலா. சீக்கிரம் நீங்க விரும்புறவர் கிட்ட உங்க லவ்வை சொல்லுங்க. அண்ட் என்கிட்ட பண்ண தப்பை இன்னொருவர்கிட்ட பண்ணிடாதீங்க ப்ளீஸ். எல்லோரும் ஒரே மாதிரி இருக்க மாட்டாங்க... ஆல் தி பெஸ்ட்" என்றவன் கணப்பொழுதில் அங்கிருந்து மாயமானான். 'சாரி மிஸ்டர் சஞ்சய்' என்றவள் அங்கிருந்து கிளம்பினாள். இப்போது அவள் மனமெல்லாம் ஆத்யா சொன்னதிலே நிலைத்திருந்தது. சந்தீப்பை அழைத்து எல்லாம் சொல்லிவிடும் படி ஆத்யா அறிவுறுத்தியிருந்தாள். ஏனோ இன்று சஞ்சய்க்கு தான் கொடுத்த இந்த ஏமாற்றத்தையும் வலியையும் நாளை சந்தீப் தனக்கும் கொடுத்துவிடுவானோ என்று எண்ணி அஞ்சினாள்.

அன்று மீண்டும் அருவியைக் கூட்டிக்கொண்டு வீட்டிற்கு வந்தவன் தன்னுடைய அக்காவிடம் நிறைய பேசினான். சிறுவயதிலிருந்து அவனும் அவனுடைய அக்காவும் கொஞ்சம் க்ளோஸ். கூடவே ஜட்ஜுக்கு தன்னுடைய மகன்களைக்

காட்டிலும் மகள் மீது கொள்ளைப்பிரியம். சோ சிறுவயது முதலே தனக்காக எப்போதும் தந்தையுடன் ரேகாவை தான் தூது அனுப்புவான் கார்த்தி. நாளை தன்னுடைய காதலில் ஏதேனும் சிக்கல் ஏற்படுமேயானால் அதற்கும் ரேகாவையே தான் ஒரு துருப்புசீட்டாக வைத்திருக்கிறான்.

இரவு உணவிற்கு என்ன செய்யலாம் என்று பேச்சு வர ஏனோ இன்று தன்னுடைய குடும்பத்திற்காக அதிலும் ஸ்பெஷலாக தன்னுடைய அக்காவிற்கும் அருவிக்கும் தானே சமைக்கலாம் என்றெண்ணியவன் அருவியின் பேவோரைட்டான பனீர் பட்டர் மசாலாவும் சப்பாத்தியும் செய்ய எண்ணி அவனே வேலையில் இறங்கினான்.

"அதெல்லாம் ஒன்னும் வேணாம் கார்த்தி. நாங்களே செய்யுறோம்" என்ற தன் அக்காவை ஏதும் பேசவேண்டாம் என்று தடுத்தவன் அவனே எல்லாம் செய்தான்.

சமைக்கும் வேளையில் தனக்கு போர் அடிக்காமல் இருக்க அருவியை அந்தச் சமையல் திட்டில் அமரவைத்து அவளோடு பேசிக்கொண்டே பனீர் பட்டர் மசாலா செய்ய அப்போது தான் பரந்தாமன் உள்ளே வந்தார்.

"ஐ தாத்தா வந்தாச்சு..." என்று துள்ளிய அருவி அங்கிருந்த நழுவி அவரை நோக்கி ஓடினாள். உள்ளே நுழைந்தவரை முதலில் வரவேற்றது என்னவோ பனீர் பட்டர் மசாலாவின் நறுமணம் தான். அதை ரசித்த படியே வந்தவர் அருவியைத் தூக்கிக் கொஞ்ச எதேர்ச்சையாக எட்டிப்பார்த்தவர் கிட்சனில் கார்த்தியைக் கண்டு குழம்ப,

"இன்னைக்கு எல்லாமே மாமா தான் செய்யுறாங்க..." என்றதும் சிரித்தவர் மகளோடும் மாப்பிள்ளையோடும் பேசிவிட்டு தயாராகி வந்தார்.

"வெற்றியும் (கார்த்தி ரேகாவின் அண்ணன்) வந்திருந்தா இன்னும் நல்லா இருந்திருக்கும்..." என்று வருந்தினார் கார்த்தியின் அம்மா.

"மாமா மாமா எனக்கு ஒரு ட்ரைஏங்கில் பூரி((முக்கோண வடிவில் பூரி) வேணும்" என்ற அருவிக்காக ஸ்பெஷல் பூரியையும் செய்தான் கார்த்தி. செய்யும் வேலையை மகிழ்வோடு செய்தால் அது போலொரு சுகம் ஏதும் உண்டோ? இங்கே கார்த்தியும் தனக்குப் பிடித்த சமையலை தனக்கு மிகவும் பிடித்தக் குடும்பத்திற்காகச் செய்யவும் அதிலொரு ஸ்பெஷல் சுவை சேர்ந்திருந்தது.

எல்லோரும் சாப்பிட்டு கதைபேசி அன்றிரவை அழகாய்க் கடத்தினர். எல்லோரைக் காட்டிலும் தன்னை தன் தந்தை நன்றாகப் புரிந்துகொண்டார் என்று அறிந்த கார்த்தி ஆனந்த தாண்டவமாடினான்!

காரைக்குடியில் சனிக்கிழமை மதியம் எல்லோரும் சேர்ந்து சமைக்கிறோம் என்று ஒரு லூட்டி அடித்தவர்கள் பிறகு சாப்பிட்டுவிட்டு அக்ஷராவின் விருப்பதிற்கிணங்கி கார்ட்ஸ்(சீட்டுக்கட்டு) விளையாடினர்.

"மாமா பெட் மேட்ச் விளையாடலாமா?" என்று லட்டு முடிப்பதற்குள்,

"வந்தேன்னா அவ்வளவு தான் பிச்சிபுடுவேன். காசு வெச்சு ஆடுனா அது சூதாட்டம். அது தப்பு..." என்ற சீதாவின் குரலைக் கேட்டு எல்லோரும் சிரித்தனர். பிறகு அவர்கள் ஐவரும் ரம்மியாட அதில் தோற்றுக்கொண்டே இருந்த நாச்சி ஆஷ்(ass) விளையாடலாம். ரம்மினா நான் வரல..." என்றதும்

"அப்படி தோல்வியை ஒத்துக்கோ நாச்சி" என்று அக்ஷரா அவளைச் சீண்ட பிறகு எல்லோரும் அதையே விளையாடினர்.

அப்போது அந்தப்பக்கம் வந்த அண்ணாமலையைப் பார்த்த லட்டு, "மாமா மாமா எனக்கு உங்க ஸ்பெஷல் முந்திரி பக்கோடா கிடைக்குமா?" என்றதும்

"இப்போதான்டி சாப்பிட்ட? அதுக்குள்ளையேவா?" என்று கலாய்த்த அக்ஷராவைக் கண்டுகொள்ளாமல் அண்ணாமலையையே பார்க்க அவரும் சிரித்தபடியே கிட்சனிற்குள் புகுந்தார்.

"இப்போ மட்டும் முந்திரி பக்கோடாவுல கையை வெச்ச முதல் டெட் பாடி நீ தான்டி..." என்று அக்ஷராவுக்கு லட்டு பதிலளிக்க அவ்விடம் ரம்மியமாக இருந்தது.

"சீதாத்தை அப்படியே உங்க ஸ்பெஷல் கருப்பட்டி காப்பீயும் கிடைச்சா நல்லா இருக்கும்" என்றபடி விளையாட அவரும் உள்ளே சென்றார்.

"ஆக மொத்தம் ஏன்டா இதுங்க வந்ததுன்னு பெரியப்பாவையும் பெரியம்மாவையும் ஃபீல் பண்ண வெக்கமா விட மாட்ட ரைட்டா லட்டு?" என்ற அக்ஷராவிற்கு

"போடி லூசு. இவங்க ஒன்னும் உன் அப்பா அம்மா மாதிரியோ இல்லை என் அப்பா அம்மா மாதிரியோ குறுகிய எண்ணம் கொண்டவங்க இல்லை. இவங்க என் அண்ணாமலை மாமாவும் சீதா அத்தையும். ஞாபகம் வெச்சிக்கோ..." என்று கேசுவலாய்ப் பதிலளித்த லட்டுவின் குரல் கிச்சனுள் இருந்த அவர்கள் இருவரின் செவிகளிலும் தெளிவாகவே விழுந்தது.

"ஆமா லட்டு யூ ஆர் ரைட்..." என்றாள் அக்ஷரா. ஏனோ இந்தப் பிள்ளைகளுக்குப் புரிந்த அளவிற்கு கூட இவர்களைப் பெற்றவர்கள் புரிந்துகொள்ளவில்லையே என்ற ஏக்கம் அமுதன் மற்றும் நாச்சி இருவருக்கும் தோன்றியது.

அப்போது ஒரு தட்டு நிறைய முந்திரி பக்கோடா வர அதை எடுக்க முனைந்த அக்ஷராவைப் பார்த்தபடியே, "அமுது மாமா நல்லா ஒரே அடியில ஒருத்தி டெட் பாடி ஆகும் அளவிற்கு ஏதாவது ஆயுதம் இருந்தா கொடு மாமா..." என்ற லட்டுவின் பதிலில் ஆத்யா அத்தி இருவரும் விழுந்து சிரித்தனர்.

அப்போது தான் வீட்டிற்குள்ளே நுழைந்தான் சித்தார்த்(அக்ஷராவின் அண்ணன், லட்டுவின் காதலன், சீதாவின் தங்கை மகன்).

அவன் வருவதைக் கண்ட லட்டு தட்டில் மீதியிருந்த நான்கைந்து பக்கோடாவையும் சேர்த்து எடுத்து வாயில் திணிக்க, "ஏய் எனக்கும் கொஞ்சம் கொடுடி..." என்றபடியே விரைந்து வந்தான்.

அவள் தலையில் ஒரு குட்டு வைத்தவன் தன்னுடைய பெரியப்பாவையும் பெரியம்மாவையும் பார்க்க உள்ளே செல்ல அவனை ஆத்யாவிடம் அறிமுகம் செய்தாள் அக்ஷரா.

இந்தக் கூச்சலில் பாவம் உறங்கிக் கொண்டிருந்த லஷ்மி விழித்து வெளியேற, "ஏய் வாயாடி பாருடி உன்னால அவர் எழுந்திட்டார்" என்ற நாச்சியை முறைத்து "சாரி அங்கிள் என்னால தான் முழிச்சிடீங்களா?" என்ற லட்டுவிடம்,

"அதெல்லாம் ஒன்னும் இல்லமா. வழக்கமா மதியம் தூங்க மாட்டேன். இன்னைக்குத் தான் அதிசயமா தூங்கிட்டேன். நானா தான் எழுந்தேன்..." என்றவர் அவர்கள் எல்லோரின் சிரிப்பு கலகலப்பு எல்லாம் பார்த்து ரசித்தவாறு 'இதெதையும் ஆத்யாவுக்கு கொடுக்காமல் விட்டுவிட்டேனே?' என்று வருந்தினார்.

உள்ளே சென்ற சித்தார்த் அவர்களிடம் பேசிவிட்டு வெளியேறியவன் அவர்களுடன் பேசினான்.

"எல்லோரும் கண்மாய்க்குப் போலாமா?" என்ற நாச்சிக்கு ஆமோதித்து கிளம்ப ஆயத்தமானார்கள்.

பிள்ளைகளோடு லஷ்மியும் வர ஆசைப்பட அண்ணாமலை சீதாவும் அவர்களோடு சென்றனர். அத்தி ஆத்யா இருவருக்கும் இதெல்லாம் புதுமையாகவும் அருமையான உணர்வையும் கொடுத்தது. அக்ஷரா, லட்டு இருவருக்கும் அவர்கள் வீட்டிலிருந்து அழைப்புகள் வந்துகொண்டிருக்க அதைப் பொறுப்படுத்தாமல் நன்கு ஊர்ச் சுற்றியவர்கள் இரவானதும் தான் அவரவர் வீட்டிற்குச் சென்றனர்.

பிள்ளையார்பட்டி கோவிலைப் பற்றி அறிந்த லஷ்மி நாளை அங்கே செல்லலாம் என்றதும் எல்லோரும் ஆமோதித்து வீடு வந்தார்கள்.

இவ்வளவு நடக்கும் போதும் இடையிடையே அமுதனும் ஆத்யாவும் ஒருவரை ஒருவர் பார்வையால் வருடிக்கொள்ள

மறக்கவில்லை. கண்மாயில் பிள்ளைகள் எல்லோரும் செல்பி எடுத்துக்கொண்டிருக்க சீதா தான் அண்ணாமலையிடம், "இன்னைக்கு நைட் அமுதன் கிட்டப் பேசுங்க. அவன் என்ன நினைக்கிறானு எனக்குத் தெரியணும்..." என்றார்.

"சரி அதையெல்லாம் விடு சீதா. நீ என்ன நினைக்கிற? லஷ்மி மற்றும் அந்தப் பொண்ணு ஆத்யாவைப் பற்றிய உன் விருப்பம் என்ன? உனக்கே தெரியும் அவங்க யாரும் நம்ம ஆளுங்க இல்ல. உன்னுடைய எண்ணம் என்ன?" என்றார்.

"எனக்கு இனி எல்லாம் அமுதனோட சந்தோசம் தான் முக்கியம். அண்ட் இங்க சொந்தக்காரங்களே நம்மை பணம் காசு வெச்சு மதிப்பிடும் போது நம்ம ஆளுங்க என்ன வெளியாளுங்க என்ன? இதோ இந்தப் பிள்ளைகளுக்கு நம்ம மேல இருக்கும் பாசம் மரியாதை கூட இவங்களைப் பெற்றவங்களுக்கு இல்லயே. என்னமோ இவனுங்க எல்லாம் பிறக்கும் போதே இந்த வசதி வாய்ப்புல பிறந்தவங்க மாதிரி திரியறானுங்க. சரி இனி நமக்கெதுக்கு அதெல்லாம்? அந்தப் பொண்ணுக்கு என்ன குறைச்சல்? பாக்க அழகா தங்க விக்ரகம் மாதிரி இருக்கு. படிச்சிருக்கு. இதுக்கும் மேல என்ன வேணும்? என்ன இதனால் நாளைக்கு நாச்சியோட திருமணத்துக்கு நாம கொஞ்சம் அலையனும். பரவாயில்லை. அவர் எவ்வளவு நேர்மையா எல்லாமும் சொல்லிட்டார். எனக்கு அமுதன நினைத்தால் தான் கஷ்டமாயிருக்கு. எதையுமே வெளிகாட்டிக்க மாட்டான். இன்னைக்கு அவன் என்ன நினைக்கிறானு கூட நம்மால் கணிக்கமுடியவில்லை. எல்லா வீட்லயும் பொண்ணு அப்பா செல்லம்மாவும் பையன் அம்மா செல்லம்மாவும் இருக்கும். இங்க என்னடா ரெண்டும் அப்பா செல்லமாவே தானே இருக்கு..." என்று சிரித்தார்.

"அமுதனை நான் கவனிச்ச வரை அவன் ஒரு குழப்பத்துல தான் இருக்கானு நினைக்கிறேன். ஆத்யாவை அவனுக்கும் பிடிச்சிருக்கு ஆனா ஏதோ ஒன்னு தடுக்குது. என்னனு விசாரிக்கிறேன். சின்ன குட்டிக்கு(நாச்சி) என்ன அவசரம்?

அதுக்கு இப்போ தானே இருபத்தி ஒன்னு ஆகுது." என்றார் அண்ணாமலை.

"எனக்கென்னவோ அப்படி எல்லாம் தெரியல. குழப்பத்துல இருக்கிறவன் எதுக்கு லஷ்மி அண்ணனை இங்க கூட்டிட்டு வரணும்? அவன் மனசிலும் ஏதோ இருக்கப்போய்த் தானே அவரை இங்க கூட்டிட்டு வந்திருக்கான். இல்லையா?" என்ற போது அவர்கள் எல்லோரும் தங்களை நோக்கி வருவதைக் கண்ட சீதா பேச்சை நிறுத்தினார்.

நன்றாக ஊர்ச் சுற்றிய களைப்பில் வந்தவர்கள் இரவு சாப்பிட்டு உடனே உறங்கிவிட மறுநாள் பிள்ளையார்பட்டி செல்ல முடிவெடுத்தனர்.

தன் சித்தியுடன் கோவிலுக்குச் சென்றவன் அங்கே அமர்ந்து பேச்சை ஆரமித்தான். பொதுவாக தன்னுடைய வேலையைப் பற்றி நீண்ட நேரம் பேசிவிட்டு பேச்சை அத்தியின் பக்கம் திருப்பினான்.

அத்தியைப் பற்றி ஓரளவுக்கு ரூபனின் வீட்டில் உள்ளவர்கள் அறிவர். பின்னே ஒன்றாக படித்தவர்கள் ஆச்சே? அவளுக்காக அடிக்கடி வருந்தவும் செய்வார்கள். கல்லூரி படிக்கும் போதிருந்து அத்திக்கு தன் மேலிருக்கும் அந்த நேசத்தைப்பற்றிச் சொன்னான் ரூபன். இன்றுவரை அவளின் பார்வையிலும் மனதிலும் மாற்றமேதும் இல்லாமல் இருப்பதை அவரிடம் கூறிவிட்டு அமைதியாக அமர்ந்தான்.

தான் யூகித்தபடியே இதொரு காதல் சமாச்சாரம் தான் என்று நினைத்தவர் இப்போது என்ன பதில் சொல்வதென்று தெரியாமல் விழித்தார்.

"உனக்கு அத்திப்பூவைப் பிடிக்குமா ரூபன்?"

"எனக்கு பயமா இருக்கு சித்தி. எங்க நானும் என் அம்மாவைப்போல்..." என்று நிறுத்தினான்.

"நான் கேட்டதுக்கு பதில் சொல்லு ரூபா"

"பிடிச்சதால தானே ஒரு முடிவெடுக்க முடியாம இப்போ திணருறேன். அவளை எனக்கும் பிடிக்கும்னு சொல்ல முடியாம அதேநேரம் அவளை அவாய்டும் செய்ய முடியாம தவிக்கிறேன்" என்று நிறுத்தினான்.

"நான் அப்பா கிட்டப் பேசிட்டுச் சொல்றேன்" என்றார் அவர்.

அவனோ புரியாமல் பார்க்க,

"உன் விஷயத்துல முடிவெடுக்கும் அதிகாரம் அவரிடம் தானே இருக்கு?" என்றதும்,

"ஏன் சித்தி அப்போ நீ என்னை பையனா நினைக்கலையா?" என்றான் ரூபன்.

"எப்போ ரூபா நீ என்கிட்ட கடைசியா சிரிச்சுப் பேசியிருக்க? அதை விடு எப்போ என்னை நேருக்கு நேர் பார்த்திருக்கச் சொல்லு? நான் உன் அப்பாவைக் கல்யாணம் பண்ணதால மட்டும் உனக்கு சித்தி இல்லடா. நீ என்னோட அக்கா பையன். சின்ன வயசுல எப்பயும் என்கூடவே ஜோடி போட்டுட்டுச் சுத்திட்டு இருந்தவன். ஆனா இன்னைக்கு? நான் உன்னை நெருங்கும் போதெல்லாம் நீயாவே விலகிப் போயிடுவ ரூபா. உன் அப்பாவை நான் கல்யாணம் பண்ணதுல உனக்கு விருப்பமில்லாம இருக்கலாம். ஆனா என்னைய உன்னோட சித்தியை நீ வெறுத்துட்ட இல்ல? யாரோ ஒரு பெண்ணைக் கல்யாணம் பண்ணி வெச்சியிருந்தா நாளைக்கு உன்னோட வாழ்க்கை என்னவாகும்னு பயந்து தான் உன் அப்பாக்கும் எனக்கும் கல்யாணம் பண்ண வெச்சாங்க. காரணம் சின்ன வயசுல இருந்து நீ என்கூடவே வளர்ந்தவன். ஆனா நீயே என்னை இறுதி வரை புரிந்துகவே இல்லை தானே? உன்னை கேட்டரிங் படிக்க வெக்க உன் அப்பாக்கு விருப்பமில்லை. ஆனா உனக்கு அதுல தான் நாட்டம்னு தெரிஞ்சு நான் தான் உங்க அப்பாவை சமாதானம் செஞ்சேன். பார்த்துட்டு இருந்த வேலையை விடுறேனு சொல்லும் போதும் உன் அப்பா கிட்ட

நான் தான் பேசுனேன். இதெல்லாம் நான் சொல்லிக் காட்ட சொல்லல ரூபா. தேங்க்ஸ் உன் காதல் கல்யாணத்தைப் பற்றியாவது என்கிட்டப் பேசணும்னு தோணுச்சே..." என்றதும் ரூபனுக்கு அவன் செய்த தவறெல்லாம் விளங்கியது.

அங்கே வீட்டிற்குச் சென்ற மிதிலா தனக்கு அந்த பையனைப் பிடிக்கவில்லை என்று சொல்லிவிட்டு ஆத்யாவிடம் நடந்ததை வாட்ஸ்அப் செய்தாள்.

"ஒரு விஷயம் ஓகே. எப்போ சந்தீபிடம் பேசப்போற மிதிலா?"

"........"

"என்ன சப்தத்தையேக் காணோம்? ஏன் என்ன ஆச்சு?" என்றதும் மிதிலா அவளின் பயத்தை ஆத்யாவிடம் சொல்ல,

"முதல உன் லவ்வை கன்பெஸ் பண்ணு. மற்றதை அப்றோம் யோசிக்கலாம். நான் செஞ்ச அதே தப்பை நீயும் செய்யாத மிதிலா. ஓவர் திங்கிங் (overthinking- தேவையில்லாத கற்பனை) அண்ட் ப்ரெசம்ப்சன் (presumption- அனுமானம்) தான் இங்க பல பேரோட கவலைக்குக் காரணம். இதுவா இருக்குமோ இப்படி நினைப்பானோனு எல்லாம் யோசிக்காம சம்மந்தப்பட்டவங்க கிட்ட நேரடியாகப் பேசு. ஆல் தி வெரி பெஸ்ட்" என்று சொல்லி அழைப்பைத் துண்டித்தாள். 'ஏனோ இதையே தானும் அமுதனிடம் அன்றே செய்திருந்தால் வீணான மனவுளைச்சலையும் வருத்தத்தையும் தவிர்த்திருக்கலாம்' என்று வருந்தினாள். 'இப்போ வரை அமுதன் கிட்ட நான் எதையுமே நேர்ல பேசவே இல்லையே? லட்டுவிடம் அமுதன் சொன்னதையும் அன்று அமுதனிடம் அண்ணாமலை பேசியதும் நேற்று தன் தந்தை சொன்னதையும் வைத்துப் பார்த்தால் அமுதனின் இதய மீட்டரில் இன்னும் 'for hire' மற்றும் 'to let' வாசகங்கள் தான் இருக்கிறது போலும்?' என்று எண்ணி ஆனந்தத்தில் சிரித்தாள் ஸ்வீட்டி.

மறுநாள் காலை அனைவரும் எழுந்து குளித்து தயாராகிக் கோவிலுக்குச் செல்ல தயாராக ஆத்யாவோ தான் எடுத்துவந்த

அந்த அழகிய 'பெனாரஸ் பட்டை' உடுத்தி வழக்கமான சிறு ஒப்பனைகளில் தன்னை அலங்கரித்தவள் வெளியே வர அங்கே நின்ற நாச்சி அவளைப் பார்த்து நெட்டி முறிக்க சிரித்தபடியே வலம்வந்தாள். ஒரு வேட்டி சட்டையில் தயாரான அமுதன் அந்தப்பக்கமாகக் கடந்து சென்ற ஆத்யா என்னும் சுழலில் சிக்குண்டவனாக இருக்க அவளோ அமுதனைக் கண்டும் காணாமல் சென்றாள்.

"ஹே ஸ்வீட்டி..."

......

"ஹே ஆது உன்னைத்தான்..."

......

"ஆத்யா நில்லு..."

......

என்ற எந்தக் குரலுக்கும் செவிசாய்க்காமல் சென்றவளின் குறும்பை எண்ணி நகைத்தவன், 'உன்னை எப்படி ஃப்ரீஸ் ஆக்குறேனு பாரு?' என்று நினைத்து,

"எல் ஆத்யலஷ்மி கொஞ்சம் நிக்கறீங்களா?" என்றதும் அதில் அதிர்ந்தவள் வெடுக்கென திரும்ப அங்கே அமுதனோ ரொம்ப கூலாக கைகளைக் கட்டிக்கொண்டு தூணில் சாய்ந்தபடி நின்றான்.

என்ன என்பதைப்போல் அவன் புருவம் உயர்த்தி,

"எல்... ஆத்..." என்று மீண்டும் இழுக்க வேகமாய் அவனை நெருங்கியவள் அவளது வலது கரத்தை அவன் வாயில் வைத்து மூடியபடி அவளது இடது ஆட்காட்டி விரலை உதட்டில் வைத்து, 'சத்தம் போடாதே' என்பது போல் சமிக்ஞை செய்ய இருவரும் காற்று வெளியிடையில் நின்றிருந்தனர். (சுவைக்கும்!)

* * * * * *

அத்தியாயம் - 27

அந்த வெள்ளிக்கிழமை சஞ்சையைச் சந்தித்துவிட்டு வந்ததிலிருந்து ஆழ்ந்த யோசனையில் இருந்தவள் ஆத்யா கொடுத்த ஆலோசனையின் பேரில் சந்தீப்பை மீட் செய்ய ஆயத்தமானாள். அன்று இரவு சந்தீப்பிற்கு ஒரு குறுஞ்செய்தியை வாட்ஸ் அப் செய்தாள்.

"ஹாய் சந்தீப். என்ன பண்ற?"

சில நிமிடங்கள் கழித்தே பதில் வந்தது.

"சும்மா எதிர் வீட்டுப் பசங்களோடு கிரிக்கெட் விளையாடிட்டு இருந்தேன். என்ன விஷயம் மிது?"

"ஃப்ரீயா?"

"எனக்கு எந்த வேலையுமில்ல. ஸ்வீட்டி இருந்தா எங்கேயாவது வெளிய போலாம்னு பார்த்தேன். அவ காதல் வளர்க்கப் போயிட்டா. ஜாய்சன் நாளைக்கு ஜோ கூட வெளியப் போறானாம். லவ் அவ பாட்டியைப் பார்க்கணும்னு கிளம்பிட்டா. நான் நல்லா தூங்கி சாப்பிட்டு தூங்கலாம்னு முடிவெடுத்திருக்கேன்..." என்று சிரித்தான்.

"அப்போ நாளைக்கு நாம் மீட் பண்ணலாமா?"

"ஏன் மிது எனிதிங் இம்பார்டென்ட்?"

"ம்ம்ம் நாளைக்கு நாம நம்ம ஆபிஸ் பக்கம் இருக்கும் அந்த பார்க்ல ஈவினிங் மீட் பண்ணலாமா?"

"ஏய் மிது நீ வீட்டுக்கே வா. இங்கேயே..."

"இது வீட்ல பேசுற விஷயமில்லை சந்தீப்" என்றதும்

"நாளைக்கு ஈவினிங் ஐஞ்சு மணிக்கு அங்கே இருப்பேன். ஓகே?"

"யா" என்று அழைப்பைத் துண்டித்தாள்.

அவள் குரலில் வழக்கமாக இருக்கும் அந்த 'எந்து' மிஸ் ஆவதாய் சந்தீப் நினைத்திருந்தான்.

மறுநாள் காலையில் எழுந்தவன் என்றுமில்லாததாய் விடுமுறை நாளில் சீக்கிரம் குளித்து ரெடியாகவும் அவனையே கவனித்துக்கொண்டிருந்த அவன் தந்தை தான் அவர் மனைவியிடம் ஜாடை காட்ட,

"என்னடா வேலையேதும் இல்லைனு சொன்ன. இப்போ எங்க ரெடி ஆகுற?"

"அதுவா ரகசியக் கல்யாணம் பண்ணிக்கப் போறேன்" என்று சிரித்தபடியே சந்தீப் பதிலளிக்க,

"காதுல விழுந்ததா? உன் மகன் திருட்டுக் கல்யாணம் செய்யப்போறானாம்" என்று அவர் மனைவியின் காதில் விழுமாறு சொல்லவும்,

"சரி போயிட்டு வெற்றியோடு திரும்பி வா" என்று கூலாக அவன் அன்னை பதிலளிக்க,

"ஓ நான் செய்யமாட்டேனு நினைக்கறீங்க இல்ல? நீங்க வேணுனா பாருங்க ஒரு நாள் திடீர்னு ஒரு பெண்ணைக் கூட்டிட்டு வந்து இவ தான் என் வைஃப்னு சொல்றேன்னா இல்லையானு. அன்னைக்கு நீங்க தான் வரும் பிரச்சனையெல்லாம் சமாளிக்கணும்" என்று பதிலளித்தான் சந்தீப்.

அதற்கு இருவரும் சேர்ந்துச் சிரிக்க, "சிரிங்க சிரிங்க. நாளைக்கு ஒரு நாள் இதை நினைத்து நீங்க ஃபீல் பண்ணுவீங்க..." என்று சொல்லிவிட்டு அடக்கமாட்டாமல் சிரித்தும் வைத்தான் சந்தீப்.

"பார்த்தியா உன்னால ஒரு பன்ச் டைலாக் கூட சீரியஸா பேச முடியல. இதுல நீ சீரியஸா பிரச்சனையை இழுத்துட்டு வருவியா? போடா டேய்..." என்று அவன் தந்தை வாரினார். விளையாட்டு வினையாகும் என்று சந்தீப் அறியவில்லை.

ஒருவேளை நாளை இதேபோல் ஒரு சூழ்நிலையை உருவாகினால் அப்போதும் இதுபோல் அவன் பெற்றோர் நகைப்பார்களா? பார்ப்போம்...

தன்னுடைய சித்தியிடம் பேசியதும் தான் அவனுடைய தவறுகள் எல்லாம் அவனுக்குப் புரிந்தது. சின்ன வயதிலிருந்து அவனுக்கு எல்லாமே அவன் சித்தி தான். ஆனால் அப்போது அவன் அன்னை அவனோடு இருந்தார். அவருக்கு ஆரம்பத்திலிருந்தே திருமணம் குடும்பம் என்பது பிடிக்காமலிருக்க ரூபன் பிறந்ததும் போஸ்ட்பார்ட்டம் டிப்ரஷனில் தவித்தார்.(குழந்தை பிறந்ததும் தாய்மார்களுக்கு ஹார்மோன் இம்பேலன்ஷால் ஏற்படும் மன அழுத்தம்) அதைப்பற்றி எதுவும் அறியாதவர்கள் கோவில் குளம் என்று அவரைக் கூட்டிக்கொண்டு போக அந்தச் சமயங்களில் எல்லாம் ரூபனைக் கண்ணும் கருத்துமாகப் பார்த்துக்கொண்டது அவன் சித்தி தான். அதன் பின் அவன் அன்னை சற்று அப்னார்மலாக நடந்துகொள்ள ரூபினைப் பேணிக்காக்கும் பொறுப்பு முழுவதும் அவன் சித்தியிடம் வந்துவிட்டது. அப்போதெல்லாம் அவனுக்கு அவன் சித்தி தான் எல்லாமுமாக இருந்தார். வளர வளர எல்லாமும் ஓரளவுக்குப் புரிய அன்னையின் பிரிவு அதுயிது என்று அவனைப் பாதிக்கவும் அதோடு தன் சித்திக்கும் தந்தைக்கும் நடந்த திருமணம் என்று நிறைய விஷயங்கள் அவனைப் பாதித்தது. ஒருமுறைக் கூட அவன் சித்தியிடம் மீண்டும் பழையபடி உறவைப் புதுப்பித்துக்கொள்ள அவன் முயற்சிக்கவில்லை.

அதன் பின் மெல்ல அந்தக் குடும்பத்திலிருந்து அவன் ஒதுங்கிக் கொண்டான். இப்போது நினைக்கையில் அவனுக்கு மிகவும் கஷ்டமாக இருந்தது. அவனைப் பெற்றது மட்டும் தான் அவன் அன்னை ஆனால் அவனை வளர்த்தது முழுக்க முழுக்க அவன் சித்தி தான். திருவிழாவில் காணாமல் போன குழந்தையைப் போல வாழ்க்கையில் எங்கேயோ ஓரிடத்தில் அவருடனான உறவை முழுவதுமாகத் தொலைத்துவிட்டான். அன்று

கோவிலில் அவருடன் பேசியபின்பு நேரமானதால் இருவரும் வீட்டிற்குச் சென்றனர். சற்றுநேரம் தனிமையில் யோசித்தவன் பின்பு தம்பி தங்கையுடன் மனம்விட்டு உரையாடினான். அன்றிரவு முதலே அவன் சித்தியோடு தயங்காமல் பேசினான். மறுநாள் எல்லோருமாகச் சாப்பிட்டுவிட்டு அருகே நடக்கும் பொருட்காட்சிக்குக் குடும்பமாய்ச் சென்றுவந்தனர். அவனுடைய இந்த திடீர் மாற்றங்களை எல்லாம் மற்றவர்கள் குழப்பமாகப் பார்த்தாலும் அவன் சித்திக்கு மட்டும் இப்போது தான் எல்லாம் தெளிவடைந்தது.

அத்தனை நெருக்கத்தில் அவ்வளவு உரிமையாக இருவரும் நின்று கொண்டிருக்க இருவரின் கண்களும் ஒன்றோடு ஒன்று கலந்தது. ஒருவரது வாசத்தை மற்றோருவரால் நன்றாக உணரமுடிந்தது. ஆத்யா அமுதனின் வாயில் கரத்தை வைத்து மூட அதில் ஜெர்க் ஆனவன் அவளை அவனோடு வளைத்துப்பிடித்திருந்தான். 'என்னடா நடக்குது இங்க? நான் வந்துட்டேன்டா' என்று சொல்வதைப்போல அட்ரீனலின்(ஹார்மோன் எனப்படும் இயக்குநீர்) இருவரிடமும் அதிகம் சுரந்து இருவரின் இதயமும் லப்டப் என்று துடிக்கும் ஓசை அவர்களின் காதுகளைச் சென்றடைந்தது.

அப்போது அவர்களைத் தேடி வந்த நாச்சி இருவரின் இந்த ஃப்ரீஸை பார்த்தபடியே நிற்க தூரம் அத்திப்பூ அவளை நோக்கி வந்தாள். அதே நேரம் அண்ணாமலையும் அமுதனைத் தேடியபடியே அங்கே வந்தவர், "அமுதா... அமுதா... எங்கப்பா இருக்க? கொஞ்சம் இங்க வா..." என்ற குரல் அமுதனின் காதில் விழவும் சுயம் பெற்றவன் தன்னுடைய கரம் கொண்டு ஆத்யாவின் கரத்தை விலக்க அவளும் நிகழ்வுக்குத் திரும்பினாள்.

இருவரும் ஒருவரை ஒருவர் பார்த்துக்கொள்ள முடியாமல் விலகிச் சென்றனர். அண்ணாமலை அமுதனிடம் எதையோ வாங்கிக்கொண்டு வருமாறு சொன்னதும் அமுதன் அங்கிருந்து

நகர்ந்தான். ஆனால் அந்த மாய நிமிடங்களில் இருந்து அவன் முழுவதுமாக வெளிவரவில்லை. குழந்தையை அதட்டுவதைப் போல் வாயில் விரல் வைத்திருந்த அவளின் பிம்பம் அவனுக்கு நினைவு வர அதை எண்ணி குறுநகை தழுவினான்.

அங்கே ஆத்யாவோ நடந்தது எல்லாம் நிஜம் தானா? என்பது போல் திக் பிரமையில் இருந்தாள். பின்னே 'அவனுக்கெப்படி என் பெயர் ரகசியமெல்லாம் தெரியும்?' என்று யோசித்தாள். ஆயினும் அமுதன் குறும்பு மின்னியக் கண்களுடன் தன்னை வம்பிழுத்தது அவளுக்குள் ஒரு மயக்கத்தைத் தந்தது மட்டும் நிஜம். கூடவே இனிமேல் தன்னை மீண்டும் எல்.ஆத்யலஷ்மி என்று அழைத்து கண்டிப்பாக வம்பிழுப்பான் என்றும் அவள் மனம் உணர்த்தியது. இப்பொது அவனோடு இருந்த அந்த நொடிகளை நினைக்கையில் அவளுக்கு மேனியெங்கும் புது ரத்தம் பாய்ந்து காதல் வைரஸானது தன்னுடைய அறிகுறிகளைக் காட்டியது.

அப்போது அவளை இருமுறை அழைத்தும் திரும்பாததால் அவள் முழங்கையை அழுத்திக் கிள்ளினாள் அத்தி.

"ஆஆஆஆ...ஸ்ஸ்ஸ்..." என்ற முனகல்களோடு திரும்பினாள் ஆத்யா.

"என்ன காலங்காலையிலே ட்ரீமா? எல்லோரும் ரெடி ஆகிட்டாங்க. அப்பாவும் சீதாம்மாவும் வேற உன்னைச் சாப்பிடக் கூப்பிட்டு இருக்காங்க ஸ்வீட்டி" என்றதும் அவர்கள் வெளியேறினர்.

அப்போது தான் புடவையில் வந்த மகளைக் கண்டார் லஷ்மி. ஆத்யாவை இந்தக் கோலத்தில் எதிர்பார்க்காத சீதா அவளை அழைத்து அவளுக்கு நெட்டி முறித்தவர்,

"ரொம்ப அழகா இருக்கம்மா. என்ன முடி மட்டும் நீட்டமா இருந்திருந்தா இன்னும் பாந்தமா இருந்திருக்கும்..." என்றதும்,

மகளின் எண்ணத்தையும் தன்னுடைய கண்டிஷனையும் சொன்னார் லஷ்மி.

"நீங்க சொல்றது சரிதான் அண்ணா. இதெல்லாம் தானே நம்ம அடையாளம்? நம்ம அடையாளத்தை மட்டும் யாருக்காகவும் எதற்காகவும் நாம மாற்றிக்கொள்ளக் கூடாது" என்ற சீதாவிற்கு இப்போது தான் தன்னுடைய தந்தையின் எண்ணமும் கணவரின் செயலும் அமுதனின் ஆசை ஆகியவற்றுக்கானக் காரணம் புரிந்தது. அதனால் தான் அவர்கள் இந்த 'சமையலை' மட்டும் கைவிடாமல் தொடர்ந்துகொண்டே இருக்கிறார்கள் என்றும் புரிந்தது. 'இந்தச் சமையல் தானே தங்களுடைய பாரம்பரியம்? அதை அவ்வளவு சுலபத்தில் கைவிட முடியுமா?' என்று நினைத்தார் சீதா.

"என்னாச்சு ஆண்ட்டி? ஏன் ஒரு மாதிரி ஆகிட்டிங்க?" என்ற ஆத்யாவுக்கு ஒன்றுமில்லை என்பதுபோல் தலையாட்டியவர் அவர்களுக்கு உணவைப் பரிமாறினார்.

எல்லோராலும் அந்த காரில் செல்லமுடியாது என்பதால் அமுதனும் அவன் தந்தையும் பைக்கில் செல்லலாம் சென்று முடிவெடுக்க லஷ்மி தான் அமுதனுடன் செல்வதாகச் சொன்னதும் மற்றவர்கள் எல்லோரும் காரில் பயணப்பட்டனர்.

தான் வண்டி ஓட்டுவதாகச் சொன்ன நாச்சியிடம், "உனக்கு டிரைவிங் தெரியுமா நாச்சி?" என்றாள் ஆத்யா.

"தெரியும். ஆனா ரொம்ப தூரம் ஓட்டுனதே இல்லை..." என்றவள் ஒருமுறை தமிழரசுவின் காரை ஓட்ட முயன்ற போது நாகப்பனும் பாக்யலஷ்மியும் அவளிடம் ஜாடையாகப் பேசியது நினைவுக்கு வந்தது.

"அதெல்லாம் ஒன்னும் வேணாம் நாச்சி. வந்து பின்னாடி உட்காரு வா" என்றார் சீதா சற்று உரத்த குரலில்.

"அப்போ இந்தா வண்டியை எடு" என்ற ஆத்யா மறுபுறம் சென்று அமர,

"அதெல்லாம் வேண்டாம்மா. நீயே ஓட்டு..." என்ற சீதாவைச் சமாதானம் செய்தவள் நாச்சியை வண்டி ஓட்டுமாறு சொன்னாள்.

ஏனோ அன்று தன்னுடைய தம்பி மனைவி சொன்னது எல்லாம் சீதாவிற்கு நினைவுக்கு வந்தது. ஆத்யாவுடைய காரானது சற்று உயர் ரக வண்டி. அதும் புதிய வண்டி(வாங்கி ஒரு வருடம் தான் ஆகிறது). அதனாலே சீதாவும் தயங்கினார். பிறகு நாச்சியை ஓட்டச்சொல்லிவிட்டு அருகில் அமர்ந்து சில டிப்ஸ் கொடுத்துக்கொண்டே வந்தாள் ஆத்யா. அவர்களுக்கு முன் அமுதனும் லஷ்மியும் பைக்கில் சென்றனர்.

இந்த இரண்டு நாட்களாய் சீதா ஆத்யாவைக் கவனித்துக்கொண்டு தான் இருக்கிறார். என்னதான் அண்ணாமலையிடம் திருமணத்திற்கு விருப்பம் தெரிவித்தாலும் தங்களைவிட ஆத்யாவின் குடும்பம் வசதிபடைத்ததாகவே தெரிந்ததால் ஒரு சின்ன நெருடல் மட்டும் அவரிடம் இருந்தது. ஆனால் எதிலும் தன்னுடைய பகட்டை வெளிக்காட்டாமல் ரொம்பவும் சகஜமாகவே இருந்தாள் ஆத்யா. ஏனெனில் இதிலும் நிறைய பேமிலி பாலிடிக்ஸ் இருக்கிறது. இளவரசாகட்டும் விஜயாவாகட்டும் (சீதாவின் தம்பி தங்கை) குடும்பத்தோடு காரைக்குடி வந்தால் ஒரு நாளும் இங்கே கைநனைக்க மாட்டார்கள். எப்போது கேட்டாலும் தமிழ் வீட்டில் சாப்பிட்டு தான் வந்ததாகச் சொல்வார்கள். இதெல்லாம் ரொம்ப சாதரண விஷயம் தான் என்றாலும் இவை சீதாவை மனதளவில் அதிகம் பாதிக்கும் விஷயங்களாகவும் இருந்தது. எப்போதும் தங்களை இல்லாதவர்கள் போலே பாவிக்கும் அவர்களின் அந்தக் குணம் தான் சீதாவைக் காயப்படுத்தும். ஆனால் பிள்ளைகள் என்றுமே அப்படி இருந்ததில்லை. லட்டு, சித்து, அக்ஷரா என்று எல்லோரும் இங்கே வந்தால் மதியம் இரவு என்று இங்கேயே சாப்பிட்டு சமயங்களில் இங்கேயே உறங்கியும் விடுவார்கள். ஏனோ இவ்வளவு நாட்கள் இதையெல்லாம் பெரிதாக எடுத்துக்கொள்ளாமல் இருந்தவர் எப்போது ஹிருதியாவிற்கு திருமண முடிவானதோ அப்போதிருந்து இந்த ஞாபகங்கள் எல்லாம் அவரை யோசிக்க வைக்கிறது.

எல்லோரும் பிள்ளையார்பட்டிக்குச் சென்று கடவுளை வணங்கிவிட்டு அங்கே இளைப்பாற அமர்ந்தனர். ஆத்யா,

அமுதன், நாச்சி, அத்தி என்று நால்வரும் எதையோ சிரித்துப் பேசிக்கொண்டிருக்க அதைக் கண்ட லஷ்மி யோசனையில் இருந்தார். அதை உணர்ந்தவராக சீதா அவரிடம் சென்று, "பொண்ணை ரொம்ப நல்லா வளர்த்திருக்கீங்க அண்ணா. இங்க ஒரு மனுஷனுக்கு ரொம்ப முக்கியமானது பணிவு. அடுத்தவங்களை மதிப்போடு நடத்தணும். கனிவா பேசணும். பாகுபாடு பார்க்காம பழகணும். இந்த எல்லாமும் ஆத்யா கிட்ட இருக்கு..." என்றதும் லஷ்மிக்கு அனிச்சையாக அந்த நிகழ்வு நினைவுக்கு வந்தது.

"என்ன பொண்ணை வளர்த்து வெச்சியிருக்கீங்க? சரியான அடங்கா பிடாரி. எவ்வளவு திமிரு..." என்று அன்று அவர்கள் ஆத்யாவைப் பற்றிச் சொன்னது நினைவுக்கு வர யோசனையில் இருந்தார் லஷ்மி.

"அண்ணா நேத்து நீங்க கேட்டதுல எனக்கு முழு சம்மதம். இந்த பையன்(அமுதன்) மனசு மாற கொஞ்ச நாள் ஆகும். எல்லாம் என்னால தான்..." என்று வருந்தியவர், "இனிமேல் நீங்க ஆத்யாவைப் பற்றி எந்தக் கவலையும் படவேண்டாம். அமுதனுக்கும் ஆத்யாவுக்கும் சீக்கிரமே கல்யாணம் செய்யலாம்" என்றதும் லஷ்மிக்கு மனம் நிறைந்தது. 'தான் வந்த காரியம் இவ்வளவு சுலபத்தில் நிகழும் என்று அவர் கனவிலும் நினைக்கவில்லை. இனி எல்லாம் அமுதன் மற்றும் ஆத்யாவின் கைகளில் தான் இருக்கிறது. அவர்கள் மட்டும் ஒருவருக்கொருவர் மனம் விட்டு உரையாடினால் எல்லாம் சுபமே' என்று எண்ணிக்கொண்டார்.

அவர்கள் நால்வரும் அமர்ந்து பேசிக்கொண்டிருக்க ஆத்யாவோ யாரும் பார்க்கா வண்ணம் அமுதனை 'டா'வடித்துக்கொண்டிருந்தாள். அமுதனும் அதையே தான் செய்தான்.

பிறகு எல்லோரும் வீடு திரும்பினர். அன்றைய தினம் அப்படியே கழிந்தது. ஆத்யாவை நல்ல படியாகக் கவனித்தார் சீதா. மறுநாள் மதியம் எல்லோரும் கோவைக்குப் புறப்படுவதாக முடிவெடுக்க

அன்றிரவு உணவை முடித்துக்கொண்டு எல்லோரும் உறங்கினர். லஷ்மிக்கு மனம் பாரமிறங்கி உடனே துயில் கொண்டார். ஆத்யா இன்று நடந்ததையே நினைத்துக்கொண்டிருந்தாள். அத்தி தான் 'இம்முறை எப்படியாவது ரூபனிடம் மனம்விட்டுப் பேசிவிட வேண்டும். எஸ் அல்லது நோ எதுவென்றாலும் சரி தனக்கொரு பதில் வேண்டும்' என்று முடிவெடுத்தாள்.

அங்கே அமுதனோடு உறக்கப்போன அண்ணாமலை தனக்கும் சீதாவுக்கு இடையில் நிகழ்ந்த உரையாடல்களை எல்லாம் அமுதனிடம் தெரிவித்தார். அவனோ தன் அன்னையின் முடிவை எண்ணி வியப்படைந்தான்.

"அமுதா நீ ஏதோ தடுமாற்றத்துல இருக்க. என்னால ஓரளவுக்கு புரிஞ்சிக்க முடியுது" என்றதும் அமுதன் தன்னுடைய கவலைகளையும் குழப்பத்தையும் அண்ணாமலையிடம் தெரிவித்தான்.(அன்று அத்தியிடம் சொன்ன அதே கவலை தான். அதெப்படி இவ்வளவு சீக்கிரத்தில் ஆத்யா தன் மனதிற்குள் வந்தாள்? என்ற சந்தேகம் தான் அது)

அவனது சந்தேகத்தைக் கேட்டு சிரித்தவாறு, "அமுதா இங்க எல்லோருக்கும் கண்டிப்பா ஒரு ஃபர்ஸ்ட் லவ் இருக்கும். இருக்கனும். அது தப்பில்லை. ஆனா வாழ்க்கையில முதல் காதலைக் காட்டிலும் இறுதியில் வரும் காதல் தான் ரொம்ப முக்கியம். இறுதியில் வரும் காதல்னா என்ன தெரியுமா? உனக்கானவளை நீ கண்டுபிடிக்கிறது தான். அதாவது ஒவ்வொருத்தருடைய இருபதுகளின் மத்தியில் தன்னோடு இறுதிவரை பயணிக்கும் ஒரு நபரை ஒரு கம்பேனியனை கண்டுபிடிக்கணும். ஹிருத்தியா உன்னோட முதல் காதல். இன்னைக்கு உன் லைஃல அவளுக்கு இடமே இல்லை. ஆனா ஆத்யாவுக்கு இனிமேல் தான் உன்கூட அவளோடப் பயணமே தொடங்கப்போகுது. ரெண்டையும் போட்டுக் குழப்பிக்காத. ஆத்யாவை நீ இப்போ விரும்பறதுனால் ஹிருத்தியா மேல உனக்கிருந்தது காதலே இல்லைனும் அதேநேரம் இப்போ ஆத்யா மேல உனக்கிருக்கும் விருப்பம் காதல் இல்லைனு

அர்த்தமில்லை. ரெண்டும் உண்மை தான். ஆனா ரெண்டும் வேற வேற காலகட்டம்"

"இதுல எது நிஜம்?" என்ற அமுதனுக்கு,

"சரி உன்னோட பெஸ்ட் ஃப்ரண்ட் யாரு?"

"அத்தி, கார்த்தி, ரூபன்..."

"ஒருத்தர். ஒரு பெஸ்டி"

"கார்த்தி"

"சரி பனிரெண்டாவது படிக்கும் போது உன் பெஸ்ட் ஃப்ரண்ட் யாரு?"

"தனஞ்செயன்"

"அப்போ, இப்ப ஏன் நீ குழப்பமே இல்லமா கார்த்தி பேரைச் சொன்ன?"

"ஏன்னா தனஞ்செயனோட நான் பேசியே பல வருஷம் ஆகுது..."

"அதே தான் அமுதா நான் சொல்ல வரதும். தனஞ்செயனோட நீ பழகியக் காலகட்டதுல உனக்கு கார்த்தியைத் தெரியாது. இன்னைக்கு கார்த்தி தான் உன் கூட இருக்கான். கண்டிப்பா இனி உன் லைஃப் முழுக்க கார்த்தி தான் உன் கூட ட்ராவல் பண்ணப் போறான். அதே தான் அமுதா காதலும். இனி உன் வாழ்க்கையில உன்னோட ட்ராவல் பண்ணப் போறது ஆத்யா தான். சோ கடந்த காலத்தையும் நிகழ் காலத்தையும் போட்டுக் குழப்பிக்காத. தெளிவா ஒரு முடிவெடு"

"அப்போ அம்மாக்கு இதுல?"

"பரிபூரண சம்மதம். நீ சீக்கிரம் இந்த வேலையில முன்னுக்கு வா. நல்ல முடிவெடு" என்றவர் படுக்க ஏனோ அமுதனுக்கு இப்போது தான் தெளிவானது. இருந்தும் சின்ன நெருடல் மட்டும் இருந்தது.

மறுநாள் மதியம் வரை அங்கே இருந்தவர்கள் மதிய உணவிற்குப் பிறகு கோவை நோக்கிப் புறப்பட்டனர். வழக்கமாய் ஆத்யா அத்தி இருவருக்கும் புடவையைக் கொடுத்து வழியனுப்பினார் சீதா.

அன்று மாலை சந்தீப் மிதிலாவைச் சந்திக்கச் சென்றான். அங்கே அவனுக்கும் முன் காத்திருந்தாள் மிதிலா.

"ஹாய் மிதி" என்றவன் அந்த பூங்காவில் அமர, அவளோ யோசனையில் இருந்தாள்.

"என்ன மேடம் யோசனை எல்லாம் பலமா இருக்கு?" என்று சிரித்தான்.

"வெள்ளிக்கிழமை என்னைப் பொண்ணுப் பார்க்க வந்தாங்க. அதாவது நான் ஒரு பையனை மீட் பண்ணேன் தெரியுமா?"

"இஸ் இட்? நீ சொல்லவே இல்லையே? என்ன நடந்தது? ஆளு எப்படி இருக்கான்? சாரி இருக்கார்" என்றான் சந்தீப்.

அவனின் இந்த பதில் ஏனோ மிதிலாவைப் பலவீனப்படுத்தியது. பின்னே 'அவனுக்கு தன் மீது எந்த வித அஃபெக்சனும் இல்லையோ?' என்று வருந்தியவள் இறுகிய குரலில்,

"நான் அவனை வேண்டாம்னு சொல்லிட்டேன்"

"ஏன்டா அவனை உனக்குப் பிடிக்கவில்லையா?" என்றவனை தீர்க்கமாய்ப் பார்த்தாள் மிதிலா.

அவள் கண்கள் கலங்கியது. அதைக் கவனித்த சந்தீப், "என்ன ஆச்சு மிது? ஏன்டா?" என்றதும்

"உனக்கு நான் யாரு சந்தீப்?"

"இதென்ன கேள்வி? நீ என் ஃப்ரண்ட், என் கொலீக், எல்லாத்துக்கும் மேல என்னை பெண்ட் எடுக்கும் ரிங் மாஸ்டர்" என்று சிரித்தான்.

"அவ்வளவு தானா?" என்னும் போது தான் நிலைமை சீரியஸ் என்பதையே உணர்ந்தான் சந்தீப்.

"என்ன மிதிலா?"

"நான் சந்தீப்னு ஒருத்தனை விரும்புறேன். எனக்கு அவனை நாலு வருஷமா தெரியும். மூணு வருஷமா ஒன்னா ஒர்க் பண்றோம். எனக்கு அவனை முதன் முதலில் பார்த்ததிலிருந்து ஒரு ஈர்ப்பு. இப்போ ரெண்டு வருஷமா அவனை ரொம்ப விரும்புறேன். ஒரு நாள் நாங்க எல்லோரும் ஒரு மேரேஜ் பங்க்சனுக்காக குன்னூர் போனோம். ரெண்டு வருஷம் இருக்கும். எனக்கு ஏற்கனவே லைட்டா இருந்த ஃபீவர் அன்னைக்கு அதிகமாக அந்த நைட் முழுக்க அவன் தான் என்னைக் கவனிச்சிக்கிட்டான். அநேகமா அது தான் அவன் மேல இருந்த ஈர்ப்பு காதலா மாறின தருணம்னு நினைக்கிறேன். இப்போ ரெண்டு வருஷம் ஓடிடுச்சு. ஆனா நான் அவன் மேல கொண்ட அந்த உணர்வை அவன் இதுவரை உணர்தானோ... இல்லை உணரவே இல்லை" என்றவள் சந்தீப்பை உற்றுப் பார்த்தாள்.

"பல முறை அவன்கிட்ட மறைமுகமா நான் என் ஆசையை உணர்த்தியிருக்கேன். ஆனா நேர்ல சொல்ல தான் எனக்கு தைரியமில்லை. எங்கே ஒருவேளை நான் அவனோட வசதி வாய்ப்பைப் பார்த்து தான் லவ் பண்றேன்னு அவன் நெனச்சிப்பானோன்னு நான் சொல்லாமலே அவாய்ட் பண்ணிட்டேன். இன்னைக்கு நான் ஓரளவுக்கு நல்ல நிலையில் தான் இருக்கேன். இப்பயும் எனக்கு அந்தத் தயக்கம் இருந்துட்டே தான் இருக்கு. என் காதலைப் புரிந்துகொள்ளவில்லை என்றால் கூடப் பரவாயில்லை ஆனா என்னுது காதலே இல்லைனு சொல்லிடுவானோனு பயமா இருக்கு..." என்று சொன்னவள் கட்டுப்படுத்த முடியாத அழுகையையும் வெளிகாட்டிவிட அப்போது தான் சந்தீப்பிற்கு அவளின் காதலும் அதைவிட அவளது தவிப்பு போராட்டம் உணர்வு எல்லாம் புரிந்தது. அவன் ஸ்தம்பித்தான்.

"எங்க இதெதையும் கடைசிவரை அவனிடம் சொல்ல முடியாமலே போயிடுமோனு பயந்தேன். இப்போ சொல்லிட்டேன். உனக்கு என் மேல அந்த மாதிரி எந்த ஃபீலும் இல்லைனு உன் முகத்திலே எனக்கு எல்லாம் தெரியுது சந்தீப். இருந்தும் நான் சொல்லணுமில்ல? சொல்லிட்டேன் வரேன்" என்றவள் அவன் பதிலை எதிர்பார்க்காமலே சென்று விட்டாள். (சுவைக்கும்!)

* * * * * *

அத்தியாயம் - 28

ரேகா மற்றும் அருவி வந்திருக்கிறார்கள் என்றறிந்த ஸ்ரு தன் குடும்பத்தில் அதைத் தெரிவிக்கவும் அவர்கள் அனைவரும் மறுநாள் கார்த்தியின் வீட்டிற்குச் சென்று அவர்களைப் பார்த்துவிட்டு வரலாம் என்று முடிவுசெய்தனர்.மறுநாள் காலையிலே ஸ்ரு தங்கள் வருகையை கார்த்தியிடம் தெரியப்படுத்த அதற்குள் நம்பியின் தந்தையே ஜட்ஜை அழைத்து விஷயத்தைத் தெரியப்படுத்தவும் அவர்கள் அனைவர்க்கும் மதிய உணவு தயாரானது. அவர்கள் இங்கே வருகிறார்கள் என்பது கார்த்தியின் குடும்பத்திற்கு 'கண்ணா லட்டு திங்க ஆசையா?' மொமெண்ட்டாக இருக்க கார்த்திக்கோ அவர்களோடு ஸ்ருவும் வருவது 'கண்ணா ரெண்டு லட்டு திங்க ஆசையா?' என்பதைப்போன்று இருந்தது.

காலையிலே குளித்து ஆள் ஸ்டைலாக ரெடி ஆக அவனை அருவியும் ரேகாவும் கலாய்த்துக்கொண்டிருந்தனர்.

"மாமா இன்னைக்கு நீ குளிச்சிருக்கியா?" என்ற அருவிக்கு,

"ஏன்டி அப்போ நான் டெயிலி குளிக்கறதில்லையா?"

"யாரு கண்டா?" என்று பெரிய மனிதர்கள் தோரணையில் அருவி சொன்னதும் அங்கிருந்தவர்கள் சிரிக்க, "ஏ வாலு வரவர உனக்கு வாய் நீளமாகிடுச்சி..." என்றவன் அவளைத் துரத்த அவளும் அவன் கையில் சிக்காமல் ஓடினாள். அப்போது தான் தங்கள் வீட்டின் முன்பு கார் வந்து நிற்க அதிலிருந்து நம்பியின் வீட்டுப் பெண்கள் அனைவரும் வந்தனர். நம்பியும் வந்திருந்தான்.

"என்ன கார்த்திண்ணா காலையிலே கலகலன்னு இருக்கீங்க?" என்ற நம்பியை எதைக் கொண்டு அடிக்கலாம் என்று எண்ணுமளவுக்குப் பொங்கியவன் அவன் பின் நின்றவளின் சமிக்ஞையில் சாந்தமடைந்து, "டேய் ப்ளீஸ் டா உன் கால்ல கூட

நான் விழுறேன் என்னை அண்ணான்னு மட்டும் கூப்பிடாதடா" என்றதும் அவன் சொன்னதன் அர்த்தம் விளங்காவிட்டாலும் அவன் சொன்ன தொனியில் சிரித்துவைக்க கார்த்தியின் குடும்பம் அவர்களை உள்ளே அழைத்துச் சென்றது.

கார்த்தியின் பெற்றோர், நம்பி, ஆருஷி மற்றும் ஸுபாலியின் பெற்றோர்களிடம் பழங்கதையையும் பெரியவர்களுக்கே உரித்தான பேச்சுகளிலும் இறங்கிவிட ஆருஷி, நம்பி, ஸ்ருஷ்டி, ரேகா, கார்த்தி, ஸுபாலி ஆகிய இளம்பட்டலாம் அதிலிருந்து தப்பித்தவர்களாகத் தனியாக அமர்ந்து கதைபேசிக்கொண்டிருந்தனர்.

அருவி வீட்டிலிருக்கிறாள் என்று அறிந்தவர்கள் அவளுக்குப் பிடித்தப் பொம்மைகளை வாங்கி வரவும் அவளோ அவளுடைய உலகத்தில் சஞ்சரித்தாள். பொதுவாக தங்களின் வாழ்க்கை, அந்த இளம் வயது சேட்டைகளின் நினைவுகளையும் பற்றிப் பேசிக்கொண்டிருந்தனர். அவர்கள் வருவதற்குள் ஓரளவுக்கு மதிய உணவு வேலையையும் முடித்திருக்க விட்டிருந்த வேலையையும் அவர்கள் எல்லோரும் ஒன்றாகச் செய்தனர்.

"கல்யாண வேலையெல்லாம் எப்படிப் போகுது?" என்ற பரந்தாமனுக்கு பதிலளித்த ஆருஷியின் அன்னை, "உங்களுக்கென்ன அண்ணா எல்லா வேலையையும் கடமையும் முடிச்சிட்டிங்க..." என்றார்.

"ஏம்மா கார்த்தி இருக்கானே? அவனுக்கும் எல்லாம் செய்யனுமில்லை?" என்றதும்

"நீங்க ஒருத்தருக்குத் தான் செய்யணும் அண்ணா. எங்களை எடுத்துக்கோங்க ஆருஷி ஸுபாலி, ஸ்ருஷ்டி, நம்மினு வரிசையா இருக்காங்க..." என்றார். பிறகு பேச்சு எங்கெங்கோ போக தான் விளையாடிக்கொண்டிருப்பது சலிப்பைத்தரவும் அருவி கார்த்தியை நோக்கி வந்தாள்.

"மாமா மாமா எனக்கு போர் அடிக்குது. என்கூட விளையாட வா மாமா" என்றதும் கார்த்தி, ஸுபாலி, ஸ்ருஷ்டி ஆகியோர்

மட்டும் அவளுடன் சென்று விளையாட மற்றவர்கள் பேசிக்கொண்டிருந்தனர்.

அங்கே ஸுபாலிக்கு அவள் தோழியிடம் இருந்து அழைப்பு வர அவள் நகரவும் எப்போடா நகருவாள் என்று காத்திருந்த கார்த்தி அவன் லீலையை ஸ்ருவிடம் காட்ட அருவியை 'அம்போன்னு' விட்டுட்டு அதுங்க தங்களுடைய காதலை வளர்க்கவும் சிறிது நேரத்தில் அருவி விளையாடும் போது இடித்துகொள்ள அவளைச் சமாதானம் செய்ய அவள் கன்னத்தில் முத்தம் வைத்தவன் அவளைச் சமாதானம் செய்துகொண்டிருந்த ஸ்ருவின் கன்னத்திலும் முத்தம் வைக்க அப்போது அவ்வறைக்குள் நுழைந்தவரின் கண்களில் இக்காட்சி விழுந்துவிட்டது. வந்தவர் எதையும் பேசாமல் நகர்ந்துவிட இதெதையும் அறியாத அந்தக் காதல் ஜோடிகள் செல்லச் சண்டைகள் போட்டு விளையாடியது.

பிறகு அன்று மதியம் லன்ச் முடித்து மாலை வரையில் அங்கிருந்த நம்பியின் குடும்பம் அதன்பின் அங்கிருந்து சென்றுவிட வீடே அமைதியானது.

ஆனால் அதைக் கண்டவர் மட்டும் மனதில் குழப்பத்துடன் காணப்பட்டார். சொல்ல முடியாத ஒரு பயம் நடுக்கம் அவருடன் இருந்தது. பின்னே வெளியே இரு குடும்பமும் அவ்வளவு மகிழ்ச்சியாக இருக்க இப்போது நடந்த இந்நிகழ்வு மட்டும் இவர்களுக்குத் தெரியவந்தால் இந்த மகிழ்ச்சி இனிமேலும் நிலைக்குமா? என்ற ஐயத்தில் ஆழ்ந்தார்.

அன்றிரவு வழக்கம் போல் கார்த்தியும் ஸ்ருவும் போனில் கதைக்க, "ராஸ்கல் ஏன்டா அப்படிச் செஞ்ச?" என்ற ஸ்ருவிற்கு,

"உன்ன யாருடி இவ்வளவு அழகா என் முன்னாடி வந்து நிற்கச் சொன்னது?" என்று கேள்விகளால் மீண்டும் ஸ்ருவைத் திணறடித்தான்.

'இந்த உலகமே தூங்கிவிட்டது, ஆனால் நான் ஒருத்தி மட்டும் தூங்காமல் தவிக்கிறேன்' என்ற குறுந்தொகை பாடலான 'ஓர்

யான் மன்ற துஞ்சாதேனே'விற்கு உவமையாய் இருந்தார் அந்த நிகழ்வைக் கண்ட இரு விழிகளுக்குச் சொந்தக்காரர்.

சந்தீப்பிடம் தன் காதலை உணர்த்தியபோதும் அவனிடம் தெரிந்த அந்த அதிர்ச்சியும் அந்தக் குழம்பிய முகமும் 'அவனுக்குத் தன்னைப் பிடிக்கவில்லை போலும்' என்று உணர்ந்தவள் மேற்கொண்டு அவனிடம் பேசாமல் அங்கிருந்து வந்துவிட்டாள் மிதிலா. நாம் ஒருவரை ஸ்பெஷலாக நினைக்கும் போது அவர் நம்மை எல்லோரையும் போல் தான் நினைக்கிறார் என்றறிந்தால் நம் மனம் கொள்ளும் வேதனையைச் சொல்லில் உணர்த்திவிட முடியாது. அது தான் இப்போது மிதிலாவின் நிலையும். சில விஷயங்களுக்கு விளக்கம் தந்து புரியவைக்கலாம். ஆனால் ஒருவரின் உள்ளத்துக் காதலை எவ்வாறு புரியவைக்க முடியும்? அதை உணர்த்த மட்டுமே முடியும். புரிந்துகொள்வதும் புரியாமல் போவதும் அடுத்தவர் கையில் தானே இருக்கிறது? அதனாலே அங்கிருந்து விறுவிறுவென்று கிளம்பிவிட்டாள் மிதிலா. அன்று அமுதன் வீட்டில் எல்லோருடனும் கண்மாய்க்குச் சென்றதால் ஆத்யாவும் இதைப்பற்றி மறந்துவிட்டாள்.

காலையில் பெற்றோரிடம் வம்பிழுத்துவிட்டு வந்தவனுக்கு மிதிலாவின் இந்தச் செய்கை பேரதிர்ச்சியைத் தான் கொடுத்தது. எல்லாவற்றையும் விட அவளின் அழுகையையும் ஸ்டேட்டஸ் முதலியவற்றையெல்லாம் எண்ணி அவள் எவ்வாறு துடித்திருப்பாள் என்று யோசிக்கவே முடியாமல் தவித்தான். அன்று வெள்ளிக்கிழமை சஞ்சய்யைக் காயப்படுத்தியதாக எண்ணிய மிதிலாவின் மனதைப்போல் நூறு மடங்கு சந்தீப் இப்போது குற்றயுணர்ச்சியில் தவிக்கிறான். அவர்களின் கேங்கிலே மிதிலா தான் சற்று குள்ளம். அவளை எல்லோருக்கு அதை வைத்து ஓட்டுவார்கள். ஆனால் அப்போதெல்லாம் மிதிலாவைக் காட்டிலும் சந்தீப் கோவப்படுவான். ஆனால் எல்லோருக்கும் இதே போல் தான் நடந்துகொண்டதாய்

அவனுள் ஒரு எண்ணம். பொதுவாக லெட்ஸ் செலிபிரேட் நடத்தும் ஒவ்வொரு நிகழ்ச்சியிலும் மேடை அலங்காரம் மிதிலாவின் பொறுப்பில் வரும். அப்போதும் அந்த மேடையில் போட்டோஸ் எடுக்கவும் வீடியோஸ் எடுக்கவும் அதற்கேற்றாற்போல் மேடையின் லைட்டிங்ஸ்(ஒளியமைப்பு) இருக்கவேண்டும் என்பதால் சந்தீப்பும் மிதிலாவும் ஒன்றாகவே தான் வேலை செய்யவேண்டி வரும். அதில் தான் அடிக்கடி இருவருக்கும் செல்லச் சண்டைகள் வரும். அதாவது இவன் எப்போதும் ஆரம்பத்திலே மண்டபத்திற்குச் சென்று அவற்றை பார்வையிடாமல் ஸ்டேஜ் ஒர்க்கை மிதிலா முடிக்கும் போது தான் அது சரியில்லை இது சரியில்லை என்று அவளை டார்ச்சர் செய்வான். அதற்காகவே அவளும் இவனை பெண்ட் நிமித்தி வேலை வாங்குவாள். ஆனால் அது ஒரு ஜாலியான சண்டைகளாகவே தான் இருக்கும்.

இது அங்கிருக்கும் எல்லோருக்கும் தெரியும். அதனாலே இவர்கள் இருவரையும் சேர்த்து எல்லோரும் கிண்டல் செய்வார்கள். அமுதன் ஆத்யாவின் முதல் சந்திப்பில் கூட சந்தீப்பிடம், "சீக்கிரம் போடா இல்லாட்டி மிதி உன்னை மிதிச்சிடுவா..." என்று சொன்னதற்காகக் காரணம் இதுவே. அண்ட் ஒவ்வொரு நிகழ்விலும் சந்தீப்பின் கேமரா எடுக்கும் முதல் புகைப்படம் மிதிலாவுடையதாகவே இருக்கும். ஸ்டேஜை எடுக்கிறேன் என்று மிதிலாவைத் தான் எடுப்பான். அதற்கானக் காரணம் என்னவென்று இப்போது நினைத்தாலும் சந்தீப்பிற்கு விடை கிடைக்காது. சிலது செண்டிமெண்ட் சார்ந்தது. எல்லாவற்றுக்கும் காரணம் இருக்கவேண்டிய அவசியம் இல்லை. அப்படித்தான் சந்தீப்பும் இதுவரை நினைத்திருக்கிறான். ஆனால் சில விஷயங்கள் ஆழ்மனதைச் சார்ந்தவை என்றும் அது ஏற்கனவே நிச்சயிக்கப்பட்டு விட்டதென்றும் உளவியல் தத்துவங்கள் தெரிவிக்கிறது. இதற்கொரு எடுத்துக்காட்டாக, நாம் எப்போது ஒரு புது பேனாவை வாங்கினாலும் அதில் கிறுக்கலுக்குப் பிறகு நாம் எழுதும் முதல் வார்த்தை அநேகமாக நம்முடைய பெயராகவோ இல்லை நம்முடைய கையொப்பமாகவோ தான்

இருக்குமாம். ஆனால் இவ்வளவு காரணங்களை அடுக்கினாலும் அவனுக்கு மிதிலாவின் மீது ஸ்பெஷலாக எந்த எண்ணமும் தோன்றவில்லை. அந்தப் பூங்காவில் அமர்ந்தவன் நீண்ட யோசனைகளிலே இருக்க இரவானதும் அந்தப் பூங்காவைப் பூட்ட வந்த காவலாளியின் குரலில் நினைவு வந்தவன் அங்கிருந்து வீட்டிற்குச் சென்றான்.

ஞாயிற்றுக்கிழமை குடும்பத்தினரோடு செலவழித்த ரூபன் இன்னும் இரண்டு நாட்கள் இங்கேயே இருக்க முடிவெடுத்து அமுதனைத் தொடர்புகொள்ள ரூபனின் இந்த மாற்றத்தை எண்ணி வியந்தவன், "ரெண்டு நாள் என்ன மச்சி? ஒரு வாரம் கூட நீ இருந்துட்டு வா. ஒன்னும் அவசரமில்லை. அதான் நாங்க எல்லாம் இருக்கோமே? நீ இதெதையும் போட்டுக் குழப்பிக்காத" என்று சொல்ல ரூபனும் மகிழ்ந்தான்.

பாவம் இந்த இரண்டு நாட்களில் அத்தியின் மனது மாறிவிடும் என்று இவர்கள் இருவரும் அறியவில்லை. தம்பியோடும் தங்கையோடும் நிறையவே பேசினான் ரூபன். அவர்களுக்கு ஒரு அண்ணனாக நிறைய விஷயங்களையும் ஷேர் செய்தான். ரூபன் மீண்டும் தன் சித்தியுடன் பேச எண்ணியதாலே இங்கே தங்க முடிவெடுத்தான். மறுநாள் தம்பியும் தங்கையும் கல்லூரிக்குச் சென்ற பின் சித்தியோடு மனம்விட்டுப் பேசினான். தன்னுடைய தவறுகளை எடுத்துச் சொன்னவன் இனி இதுபோல் இருக்கமாட்டேன் என்றும் வாக்குறுதி அளித்தான்.

ஊருக்குச் சென்ற கண்ணய்யனும் இரண்டு நாட்கள் கழித்து வருவதாகச் சொல்ல லெட்ஸ் செலிபிரேட்டில் எவ்வித வேலையும் இல்லாததால் கார்த்தி அன்று கேன்டீனுக்கு சென்றான். இந்த கேன்டீனில் அவன் இருந்த நாட்கள் குறைவு தான் என்றாலும் இது அவர்கள் எல்லோருடைய வாழ்விலும் ஒரு முக்கிய இடமாக மாறியிருந்தது. பின்னே இது தானே தன் தந்தையைத் தன்னுடன் பேச வைத்தது? இவ்விடம் வந்த சில நாட்களிலே லெட்ஸ் செலிபிரேட்டில் அவர்களும்

ஒரு அங்கமாகினர். அதுமட்டுமின்றி வீட்டில் நிலவும் அந்த ரம்மியமானச் சூழ்நிலையும் அவனை உற்சாகமாய் வைத்திருந்தது. அன்று காலையில் தன்னோடே அருவியையும் இங்கே அழைத்து வந்துவிட்டான்.

அமுதன், ஆத்யா, லஷ்மி, அத்தி ஆகியோர் திங்கட்கிழமை மதியம் காரைக்குடியில் கிளம்பி அன்று மாலை இங்கே வந்துவிட லஷ்மியும் ஆத்யாவும் ஆனந்தத்தில் திளைத்தனர். அமுதனின் வீட்டில் சம்மதம் சொன்னதால் லஷ்மியும் அமுதன் தன்னுடன் காட்டிய அந்த நெருக்கத்தில் ஆத்யாவும் மகிழ்ந்தனர்.

ஞாயிறு அன்றும் கோவிலுக்குச் சென்றதால் மிதிலாவிடம் பேசமுடியாமல் போக அன்றிரவு மிதியை அழைத்தும் அவள் எடுக்காததால் சற்று குழம்பினாள் ஆத்யா. அன்று மாலையே ஆத்யா லெட்ஸ் செலிபிரேட்டிற்குள் செல்ல அங்கே நித்தி, லவ் ஜாய்சன் ஆகியோரே இருந்தனர். சம்பந்தப்பட்ட இருவரும் இல்லாததால் குழம்பியவள் லவ்விடம் விசாரிக்க, "மிதுக்கு லைட்டா ஃபீவராம். சந்தீப் ரெண்டு நாளா சரியா தூங்கலையாம். அதான் இன்னைக்கு ரெஸ்ட் எடுக்கறேன்னு சொல்லிட்டான்" என்றாள் லவ்.

இதுவே ஆத்யாவுக்கு என்ன நடந்திருக்கும் என்பதைப் புரியவைத்தது. சரி இதை விட்டுப்பிடிப்போம் என்று எண்ண, "என்ன ஸ்வீட்டி மாமியார் வீடெல்லாம் எப்படி இருக்கு?" என்ற நித்திக்கு,

"அது ரொம்ப பாரம்பரியமான வீடு..." என்று சொன்னவள் எதையோ உளறிவிட்டோம் என்று எண்ணி நாக்கைக் கடிக்க, அவளின் செய்கையையும் உற்சாகத்தையும் எண்ணி அம்மூவரும் மகிழ்ந்தனர்.

"அந்த நாய் கூடச் சேர்ந்து நீங்களும் என்னை கலாய்க்கறீங்க இல்ல?" என்ற ஆத்யாவிற்கு,

"அதெப்படி லவ் இந்த காதல் வந்தாலே பொண்ணுங்களுக்கு ஒரு கள்ளத் தனமும் வெட்கமும் வந்திடுது?" என்று ஆத்யாவைப் பார்த்துக்கொண்டே ஜாய்சன் லவ்விடம் வினவ,

"அதை நீ லவ் பண்றவங்க கிட்டடத்தான் கேட்கணும்" என்ற லவ் 'லவ் பண்றவங்க' என்னும் போது ஆத்யாவைப் பார்த்தபடியே சொல்ல,

"ஆரமிச்சுடீங்களா? இன்னைக்கு நான் தான் கிடைச்சேனா?" என்றாள் ஆத்யா.

"வாயை மூடி சும்மா நில்லுடி,

ரோட்ட பார்த்து நேரா நடடி,

கண்ணைக்கட்டி காட்டுல விட்டுடும்டி

காதல் ஒரு வம்புடி..."

என்று அந்தப் பாடலை மாற்றி 'பெண்பால்' விகுதியில் பாட ஆத்யா அவர்களைச் சமாளிக்க முடியாமல் திணறினாள்.

அங்கே லஷ்மி மற்றும் ஆத்யாவை வீட்டில் விட்டவன் அத்தியை ஹாஸ்டெலில் விட்டுவிட்டு கேன்டீனுக்கு சென்றான். ஆனால் பயணிக்கும் போது நேற்று தந்தை கூறியது தான் அவன் மூளையில் ஓடிக்கொண்டிருந்தது.

அதற்கு காரணம் இருக்கிறது. கிளம்பும் முன் அவனைத் தேடி வந்த நாச்சி, "அண்ணா நான் இதைச் சொல்லலாமா கூடாதான்னு தெரியல. ஆனாலும் சொல்றேன். ஆத்யா 'அண்ணி' தான் நம்ம வீட்டுக்கு ஏத்தவங்க. ரொம்ப நல்ல டைப் தெரியுமா? நம்ம பேமிலிலையே லட்டு மட்டும் தான் நம்ம கூட இப்படிப் பழகுவா. எனக்கு இவங்களை ரொம்ப பிடிச்சிருக்கு அண்ணா. நீ தான் நல்ல முடிவா எடுக்கணும். அப்பாக்கும் அம்மாக்கும் இதுல விருப்பம் தான். எனக்கும் கூட டபிள் ஓகே. யோசிச்சு ஒரு முடிவெடு..." என்று சொல்ல எல்லாவற்றையும் விட அவளின் 'ஆத்யா அண்ணி' என்னும் விளிப்பு அவனுக்குள் ஒரு மாற்றத்தை ஏற்படுத்தியது நிஜம்.

ஒன்று மட்டும் அமுதனுக்கு நன்றாகப் புரிந்தது.'அதெப்படி பார்த்த முதல் பார்வையிலே தன்னை ஆத்யாவால் ஈர்க்க முடிந்தது?' என்ற கேள்விக்குப் பதிலாக 'இன்று தன்னுடைய மொத்த குடும்பத்தையும் அவள் 'கவர்ந்து' விட்டாளே' என்றெண்ணிச் சிரித்தான். அதனால் பயணிக்கும் போதெல்லாம் நேற்று அண்ணாமலை சொன்னதையே நினைத்துக்கொண்டிருந்தான். தன்னுடைய போனை பார்த்து அதில் நேற்று பிள்ளையார்பட்டியில் அவளோடு எடுத்தப் படங்களை ரசித்தான்.

இந்த நொடி அவன் மனதை ஆட்சிசெய்யும் அரசியாக ஆத்யாவே இருக்கிறாள் என்பதை அமுதனும் உணரத் துவங்கினான்.

சனிக்கிழமை இரவு வீட்டிற்கு வந்ததிலிருந்து சந்தீப்பால் எந்த விஷயத்திலும் கவனம் செலுத்த முடியவில்லை. அவன் அறையில் ஒவ்வொரு வருட லெட்ஸ் செலிபிரேட்டின் பிறந்தநாளிலும் அவர்கள் எடுத்த அந்தப் புகைப்படத்தையே நோட்டம்விட்டான். எல்லாப் படங்களிலும் சந்தீப்பின் அருகில் நின்றிருந்தது மிதிலாவே! தினமும் பார்க்கும் புகைப்படம் தான். ஆனால் இந்தச் சின்ன விஷயத்தையே இப்போது தான் கவனிக்கிறான். அன்றிரவு தூக்கமில்லாமல் தவித்தவன் மறுநாள் மதியம் தான் எழுந்தான். அவன் முகம் களையிழந்து காணப்படுவதை உணர்ந்த அவன் பெற்றோர் எதையும் கேட்காமல் விட அன்றும் நிறைய யோசித்தான். இரண்டு நாட்களை சரியாக உறங்காததால் இன்று அவன் 'கடைக்கும்' செல்லவில்லை.

அவன் மனம் என்னும் கப்பல் ஒரு முடிவெடுக்க முடியாமல் குழம்பும் போதெல்லாம் அவனுக்கு கலங்கரை விளக்கமாக இருப்பவள் ஸ்வீட்டி தான். ஆனால் அவளே நீண்ட நாட்கள் கழித்து இப்போது தான் மகிழ்ச்சியாக இருப்பதைக் கண்டவன் (அவளுடைய வாட்ஸ்அப் ஸ்டேட்டஸாக அமுதனின் குடும்பத்தோடு எடுத்த புகைப்படங்களை ட்ரைனாக

விட்டிருந்தாள்) அவளைத் தொந்தரவு செய்ய விரும்பாமல் விட்டுவிட்டான்.

ஊரிலிருந்து வந்ததாலும் அத்தியின் மனம் ஏனோ சஞ்சலத்திலே மிதந்தது. இவ்வளவு நாட்கள் பிரபாவிடமிருந்து எந்த அழைப்பும் வராதக் காரணத்தால் உண்மையில் பயந்தாள். அவளுடைய மாமாவின் எண்ணும் அவளிடம் இருக்கிறது தான். இருந்தும் அவராக அழைத்தால் மட்டுமே அவருடன் பேசுவாள். என்ன ஆனாலும் சரி நாளை மாலை தன்னுடைய மாமாவை அழைத்துப் பேசிவிடவேண்டும் என்று எண்ணிக்கொண்டாள் அத்திப்பூ.

அந்த வாரம் வெள்ளிக்கிழமை லெட்ஸ் செலிபிரேட்டுக்கு ஒரு கார்ப்பரேட் ஈவென்ட் இருந்தது. இடையில் வேறு நிகழ்ச்சிகள் எதுவுமில்லை. ஆனாலும் அவளை கடைக்கு வருமாறு அழைத்த நித்தியின் அழைப்பை ஏற்று லெட்ஸ் செலிபிரேட்டுக்கு சென்றாள். அமுதனும் கார்த்தியும் கேன்டீன் சென்றனர். இந்த இரண்டு நாட்கள் நடந்ததையெல்லாம் கார்த்தியிடம் தெரிவித்தான் அமுதன். அதைக் கேட்ட கார்த்தி அண்ணாமலை சொன்னதையே வேறுவிதமாகச் சொன்னான்.

"அமுதா இதை நானே சொல்லணும்னு நெனச்சேன். ஹிருத்தியா இனிமேல் உன் வாழ்க்கையில இல்ல. அதுக்காக உன் லைஃப் முடிஞ்சதுனு அர்த்தமில்லை. ஒரு உண்மையைச் சொல்லட்டா?" என்றவனை எதிர்பார்ப்புடன் பார்த்தான் அமுதன்.

"உனக்கும் ஆத்யாவுக்கும் ஒரு 'ரேப்போ'(புரிதல்) இருக்கு அமுதா. ஏன்னா எனக்கு உன்னை நீ ஹிருகூட ரிலேஷன்ஷிப்ல இருந்த நாட்கள்ல இருந்து தெரியும். அப்போ நீ சந்தோசமா இருந்தாலும் நீ ஒரு சொல்ல முடியாத நெருக்கடியில் இருந்த. ஹிருக்கு நீ கேட்டரிங் எடுத்ததுல விருப்பமில்லைனு நீயே என்கிட்டச் சொல்லியிருக்க. ஏன் உன்னை எம்.பி.ஏ படிக்கச் சொன்னான்னு நீயே தான் என்கிட்டச் சொன்ன. என்ன தான்

அவளுக்கு உன்மேல ஒரு எதிர்பார்ப்பு இருந்தாலும் ஷி ட்ரெயிட் டு கண்ட்ரோல் யூ (உன்னைக் கட்டுப்படுத்தவும் முயன்றாள்). அவளுக்காகத் தான் நீ அவசர அவசரமா வேலையில சேர்ந்த. உன்னை உன் மாமாவுக்குப் பிடிச்ச மாதிரி மாற்ற முயற்சி செஞ்சா. எங்க உன்னோட சுயத்தை நீ இழந்திடுவியோன்னு பயப்படுறதா நீயே தான் என்கிட்டச் சொன்ன... உனக்கு ஞாபகமிருக்கா அமுதா? ஒருமுறை நீ ஆசையாசையா ஒரு கேக் செஞ்சு ஊருக்குப் போகும் போது ஹிருக்குனு எடுத்துட்டுப் போன. ஆனா அதற்கப்புறோம் என்ன நடந்ததுன்னு நீ என்கிட்டச் சொல்லவே இல்லை அமுதன். ஆனா என்ன நடந்திருக்கும்னு உன் முகத்தைப் பார்த்ததுமே எனக்குப் புரிஞ்சது. உங்க ரெண்டுபேரோட லாஸ்ட் மீட்டிங் அதுவும் எனக்குத் தெரியும். ஒரு எம்.பி.எ அப்பிளிக்கேஷன் பார்மோட அவ உன்கிட்ட வந்து உனக்கு அவ முக்கியமா இல்ல சமையல் முக்கியமானு கேட்டதா சொன்ன. நமக்கு ஒருத்தங்களைப் பிடிக்கும் போது அவங்க நமக்கு தடையாவும் சுமையாவும் இருந்தாலும் நமக்கு அது பெருசா தெரியாதுடா அமுதா. எங்க உன் நெஞ்சைத் தொட்டுச் சொல்லு இந்த ஏழெட்டு மாசத்துல நீ உண்மையாவே கஷ்டம் தான் படுறேனு? உன்னை அழுத்திட்டு இருந்த ஒரு சுமை இப்போ இல்லைனு நீ ஃபீல் பண்ணதே இல்லையா? சரி எல்லாம் விடு. உனக்கேன் ஆத்யாவைப் பிடிக்குதுனு நான் சொல்லட்டா? அவ அழகா இருக்கிறதுனாலோ இல்ல ஸ்வீட்டா பழகுறதுனாலோ எல்லாம் உனக்கு ஆத்யாவைப் பிடிக்கல. யா அஃப்கோர்ஸ் இதுவும் காரணம் தான். ஆனா இதுக்கும் மேல ஒரு காரணம் இருக்கு. அது அவளோட ப்ரொபஷன். அவள் வேலையில அவளுக்கு இருக்கும் அந்த லவ். பிடிச்சதை விரும்பி அதையே செய்யுறாள் அண்ட் மோஸ்ட் இம்பார்டென்ட்லி அவ உன்னோட ஃப்ரொபசனை நேசிக்கிறா. அதாவது உன் ப்ரொபஷனோட சேர்த்து உன்னையும் நேசிக்கிறா. சிம்பிளா சொல்லனும்னா ஹிரு கிட்ட என்ன குவாலிட்டிஸ் எல்லாம் இருக்கணும்னு நீ எதிர்பார்த்தியோ அதெல்லாம் ஆத்யா கிட்ட இருக்கு. என்னைக் கேட்டா நீ ஆத்யாவை மட்டும்

தான் விரும்புறேன்னு சொல்லுவேன். அவ கூடத் தான் நீ ஹேப்பியா... இல்ல இல்ல நிம்மதியா இருக்க முடியும்னு நான் ஃபீல் பண்றேன். உன் குழப்பத்திற்குக் காரணமே நீ ஹிருவை லவ் பண்ணலையோன்னு நினைக்கிறது தான். உண்மையிலே நீ லவ் பண்ணது சின்ன வயசுல உன்னைக் காட்டிலும் உன் சமையலை விரும்பிய அந்த ஹிருத்தியாவைத் தான். ஆனா உண்மை என்னன்னா உன்னை விரும்பின அந்த ஹிருத்தியாவுக்கு உன் சமையல் பிடிக்கவே பிடிக்காது. அவளுக்கு நீ வேணும் ஆனா உன் சமையல் வேண்டாம். ஆனா ஆத்யாவுக்கு உன்னையும் பிடிக்கும் உன் சமையலையும் பிடிக்கும். அதனால் தான் அன்னைக்கு அந்த நெருக்கடியானச் சூழ்நிலையிலும் உன்னைக் கூப்பிட்டா எல்லாம் சால்வ் ஆகிடும்னு நம்பி உன்னைக் கூப்பிட்டா. அதை நீயும் ப்ரூவ் பண்ணிட்ட. நீ எதையும் யோசிக்காத. ஹிருக்கு கல்யாணம் ஆனதும் ஆட்டோமேடிக்கா நீ ஆத்யா கிட்ட உன் லவ்வை சொல்றியா இல்லையானு பாரு..." என்று தன்னுடைய நீண்ட உரையை முடித்தான் கார்த்தி. அமுதனுக்கு எல்லாம் விளங்க ஆரமித்தது. (சுவைக்கும்!)

* * * * * *

அத்தியாயம் - 29

திங்கட்கிழமை இரவு வழக்கம் போல் அத்தியை அவளுடைய விடுதியில் விட்ட அமுதன் தங்கள் அறையில் தானொருவன் மட்டுமே இன்றும் நாளையும் தங்க வேண்டும் என்பதால் பைக்கிலே சுற்றிக்கொண்டிந்தான். கார்த்தியிடம் பேசியதிலிருந்து அவன் அதிக யோசனைக்கு உள்ளானான். மனம் போனப் போக்கில் சென்றவன் அவனுக்கு அழைப்பு வரவும் எடுத்துப்பார்க்க அது ஆத்யாவிடமிருந்து தான் வந்திருந்தது. ஏனோ அவளைப் பற்றிய எண்ணத்தில் இருந்தவனுக்கு அவளிடமிருந்தே அழைப்பு வரவும் உதட்டில் படர்ந்த அந்தப் புன்னைகையுடனே அழைப்பை ஏற்றான்.

"அமுதா எங்க இருக்க? வெயிட் வெயிட் தூங்கிட்டியா? இல்ல நான் உன்னை டிஸ்டர்ப் பண்றேனா?" என்றதும் அவளுடைய நினைவுகள் தானே அவனைத் தொந்தரவுச் செய்கிறது என்று நினைத்தவன் அனிச்சையாய், "ஆமாம்" என்றவன் நொடியில் அதை மறுத்து, "இல்ல ஆது.இப்போ தான் ரூமுக்கு போயிட்டு இருக்கேன். என்ன விஷயம்?"

"இல்லப்பா நாளைக்கு நீ ஃப்ரீயா இருந்தா அப்பாவை ஹாஸ்பிடலுக்கு கூட்டிட்டு..." என்று தயங்கியபடியே கேட்க,

"நாளைக்கு ஹாஸ்பிடல் போகணும். அவ்வளவு தானே?"

"ஆமா அமுதா"

"சரி டோக்கன் போட்டுடு. நான் காலையில வீட்டுக்கு வந்திடுறேன். ஒன்னாவே போலாம் ஓகே?"

"போலாம். சேர்ந்தே போலாம் அமுதன்..." என்று சொல்ல இவர்களின் இந்த உரையாடல் இரட்டுற மொழிதலாகவே இருந்தது என்றால் அது மிகையல்ல.

மௌனம் நிலவ, "சாப்டாச்சா அமுதன்?" என்று அவள் கேட்டதும்,

"இல்ல ஆது. இனிமேல் தான் வீட்டுக்குப் போய் ஏதாவது செய்யணும்..."

"அப்போ வீட்டுக்கு வாங்க. இங்க ஃபூட் இருக்கு."

"இல்ல ஆது..." என்று முடிக்கும் முன்னே,

"நானெல்லாம் சமைக்கல அமுதன். ஷாந்தி அக்கா தான் செஞ்சாங்க. தைரியமா வரலாம்" என்றதும்,

அவன் மௌனம் காக்க,

"என்னப்பா நீங்க வரீங்கனா நானும் வெயிட் பண்ணுவேன்..." என்று அவள் இழுக்க,

"டென் மினிட்ஸ்ல வரேன்" என்றவன் ஆத்யாவின் வீட்டை நோக்கி வண்டியைச் செலுத்தினான்.

அவனுக்காவே புல்வெளியில் காத்திருந்த ஆத்யா அவன் வந்ததும் அவனை நோக்கிச்சென்றாள்.

"ஹாய்" என்று கைகளைக் காற்றில் அசைத்தபடி அவள் வருவதைக் கண்டு அவனும் சிரித்தான். அவன் பேசத் தொடங்கும் முன்பே,

"ரொம்ப பசிக்குது. எதுனாலும் சாப்பிட்டே பேசலாமா?" என்றதும் இருவரும் உள்ளே சென்றனர். லஷ்மியின் அறையைச் சப்தமில்லாமல் திறந்தவன் அவர் உறங்குகிறார் என்பதை உறுதிப்படுத்திக்கொண்டு சாப்பிட அமர்ந்தான்.

"தூங்கிட்டாரு தானே? அவருக்கு நல்ல நாளில ட்ராவெல்லிங் ஒத்துக்காது. அதான் அன்னைக்கு நீங்க காரைக்குடிக்குப் போலாம்னு சொன்னதும் நான் தயங்கினேன்..." என்று ஆத்யா சொல்ல,

"அதுக்காக மட்டுமா தயங்கினா?" என்று அவன் பதில் கேள்வியைக் கேட்டதும் உடனடியாகச் சமாளிக்கத் தெரியாமல் திண்டாடினாள் ஆத்யா.

அவளின் நிலை உணர்ந்தவனாக, "எப்படியிருந்தது எங்க ஊர்? அப்புறோம்..." என்று இழுத்தவன், 'எங்க வீடுன்னு சொல்லவா நம்ம வீடுன்னு சொல்லவா?' என்று தடுமாறியவன் பொதுவாக, "வீடு பிடிச்சதா?" என்றதும்,

"ஹானெஸ்ட்டா சொல்றேன் ஐ லவ் தட் ஹோம். அந்த ஆர்கிடெக்சர்... எப்படிச் சொல்றது? ஒரு வீடுன்னா அங்க அம்மா இருக்கனும் அமுதன். என்னைக்கேட்டா அம்மா இருக்கும் இடம் தான் வீடு.அங்க ஆண்ட்டி, அங்கிள், நாச்சி போதாக்குறைக்கு உன்னோட கசின்ஸ்... அப்பப்பா ஐ லவ் தட் ப்லேஸ்" என்றவளின் குரலில் தொடங்கும் போதிருந்த உற்சாகம் வடிந்து குரலில் தொய்வு ஏற்பட்டது. அதை அமுதனால் தெளிவாக உணர முடிந்தது.

அவளை நார்மலாக்க, "ஹாஸ்பிடல்ல டோக்கன் போட்டாச்சா ஆது?" என்றதும் அது சம்மந்தமாக சிறிது பேசினார்கள்.

சாப்பிட்டு முடித்தவர்கள் சற்று கதைக்க வெளியே வந்தனர்.

"அம்மாவை ரொம்ப மிஸ் பண்றியா ஆது?"

அவளிடம் வார்த்தைகளில்லை. ஆனால் ஆமாம் என்று அவள் கண்கள் பதிலளித்தது.

ஏனோ இப்போதே ஆத்யாவிடம் ஒளிந்திருக்கும் அந்த ரகசியத்தை அறிந்துகொள்ள அமுதனின் மூளை கட்டளையிட மெதுவாகப் பேச்சை ஆரமித்தான்.

"ஆது நான் யார் உனக்கு?"

அவள் ஒருநிமிடம் புரியாமல் திணற,

"எனக்கு உன்கிட்ட இருந்து சில உண்மைகள் வேணும் ஆத்யா. எதையும் மறைக்காம நடந்தது நடந்தபடியே..."

ஆத்யாவின் முகம் கலவரமடையவும், "ஓகே ஆது உனக்கு இதுல விருப்பமில்லைனு புரியுது. சாரி. நான் கிளம்பறேன்..." என்று அமுதன் பைக்கை நோக்கி நகர,

"இல்ல இல்ல அமுதன். நாம பேசலாம்" என்றதும் அவளைப் பார்த்தவன்,

"உன் அம்மா இறந்ததிற்குப் பிறகு உங்க லைஃப்ல என்னவோ நடந்திருக்கு. அது தான் உன்னை இப்போ வரை பாதிக்குது. உன்னை வீக் ஆக்குது. ப்ளீஸ் என்கிட்டச் சொல்லு ஆது..."

சிறிது மௌனத்திற்குப் பிறகு அவள் தொடர்ந்தாள்,

"என் அப்பாவும் அம்மாவும் லவ் மேரேஜ். ஒரே காலேஜ்ல சீனியர் ஜூனியர்ஸ். வேற வேற கேஸ்ட். என் அப்பாவோட பூர்விகம் கேரளா. அவர் படிக்க கோவைக்கு வந்தார். அம்மா தமிழ்நாடு. தஞ்சாவூர் பக்கம். அப்பாக்குப் படிச்சதும் ஜாப் கிடைச்சதாம். என் அப்பாக்கு அவர் வீட்ல ரிலேட்டிவ் பொண்ணு ஒருத்தவங்களை மேரேஜ் பண்ணனும்னு இருந்தாங்களாம். வேலையும் திருப்பூர் பக்கம் கிடைச்சதாம். ஒன் இயர் ஒர்க் பண்ணவும் அம்மாவை வீட்ல இன்ட்ரோ கொடுத்திருக்கார். என் அப்பா சைட் யாருக்கும் இதுல விருப்பமில்லையாம். அம்மா சைடும் யாரும் சப்போர்ட் பண்ணலையாம். வீட்டை விட்டு வெளியே வந்து மேரேஜ் செஞ்சுக்கிட்டாங்க. அதுவரை அப்பாக்கு நிரந்தர ஜாப் கூட இல்ல. அப்புறோம் தான் அப்பாக்கு பேங்க்ல வேலை கிடைச்சது. மூணு வருஷம் ஹேப்பியா வாழ்ந்திருக்காங்க. ரெண்டு வருஷம் கழித்து நான் பிறந்திருக்கேன். என்னோட பதினோரு மாசம் வரை அம்மா இருந்திருக்காங்க. எனக்குத் தான் எதுவுமே ஞாபகம் இல்லை. மூணாவது வருஷம் அனிவேர்சரிக்கு பத்து நாள் இருக்கும் போதே அம்மா இறந்துட்டாங்களாம். ரெண்டு வீட்லையுமே சப்போர்ட் இல்ல நானும் கைக்குழந்தை. என்னை அப்பா ரொம்ப கஷ்டப்பட்டு வளர்த்திருக்காரு அமுதன்..."

"எனக்கு நினைவுத் தெரிஞ்சு எல்லாமே என் அப்பா தான். அம்மாவை நான் போட்டோல தான் பார்த்திருக்கேன். அப்புறோம் ரெண்டு மூணு வருஷத்துல அப்பா க்ளெர்க்ல இருந்து அசிஸ்டென்ட் மேனேஜர் ஆகிட்டார். அப்பா வீட்ல விஷயம் தெரிஞ்சு பார்த்துப் பேசியிருக்காங்க. எனக்கு அப்போ

மூணு வயசு அமுதன். எனக்கு எல்லாம் கொஞ்சம் கொஞ்சமா புரிஞ்சது. அப்பப்போ லீவுக்கு கேரளா போவோம். எனக்கும் சொந்தமெல்லாம் இருக்குனு நெனச்சு மகிழ்ந்திருக்கேன். அப்போ வீட்ல என் அப்பா தனியா இருப்பதைப் பார்த்து அவருக்கொரு கல்யாணம் செய்ய எண்ணியிருக்காங்க. ஆனா அவர் அதுக்கு எல்லாம் ஒத்துக்கவில்லை. ஆனா என்கிட்ட என்னென்னவோ சொன்னாங்க. உனக்கு அம்மா கிடைக்கும். நீ சொன்னா அப்பா கேட்பாரு அது இதுனு. எல்லோரையும் போல் நானும் அம்மா வேணும்னு அப்பா கிட்டச் சொன்னேன். ஆனா அப்பா சம்மதிக்கவேயில்லை. அடுத்த வருஷம் எனக்கு ஆறு வயசு இருக்கும். அப்போ திரும்ப இதைப்பற்றிப் பேச என்னோட எதிர்காலத்தையும் யோசிச்சு என்கிட்டப் பேசி அவங்ககிட்டயும் பேசி ஒரு வழியா அப்பாக்கும் சுந்தரி ஆன்டிக்கும் கல்யாணம் வரை ஓகே ஆகிடுச்சு. என்கிட்ட அவங்க நல்லா தான் அமுதன் பேசுனாங்க. நான் அவங்களை ஆன்ட்டினு கூப்பிட்டபோது அவங்க என்னை அம்மானு கூப்பிடச் சொன்னாங்க. எனக்கு இன்னும் ஞாபகம் இருக்கு..." என்றவள் நிறுத்தினாள்.

"என் அப்பாவும் என்னோட லைஃப் எந்த விதத்திலும் பாதிக்கக்கூடாதுனு தான் யோசித்து முடிவெடுத்திருக்கார். அந்த வருஷம் நாங்க கேரளா போனோம். மேரேஜ் பிக்ஸ் செஞ்சாங்க. இன்னும் ரெண்டு நாள்ல கல்யாணம்னு இருந்தது..." ஏனோ ஆத்யாவின் உடலெல்லாம் நடுங்கியது.அமுதன் தான் ஆதராவாய் அவள் தோள் பற்றினான். அப்போ எங்க எதிர்வீட்ல இருந்த க்ரிஷ்நேனு(ஆத்யா வயதை ஒத்தவள்) என்கிட்ட வந்து இதெல்லாம் என் சித்தி எனக்குச் செஞ்சதுனு சில காயங்களைக் காட்டினாள். எனக்குள்ள பயமிருந்தாலும் நான் அதெல்லாம் வெளிய காட்டிக்கவில்லை. அப்போ யாரோ அவங்ககிட்ட வந்து சீக்கிரம் உனக்கொரு குழந்தையைப் பெத்துக்கோனு சொன்னதுக்கு அவங்களும் தலையாட்டி கண்டிப்பானு சொன்னாங்க. அப்போ சரியா என்னோட பாட்டி(லஷ்மியின் அன்னை) என்கிட்ட வந்து நீ இனிமேல் என்கூட தான் இருக்கனும். உனக்கு நானே ட்ரெஸ் மாத்தி

விடுறேன் நானே சாப்பாடு ஊட்டுறேன்னும் நீ அப்பாவைத் தொந்தரவு செய்யக்கூடாதுனு என்னென்னவோ சொன்னாங்க. அன்னைக்கு அதெல்லாம் யோசிச்சு யோசிச்சு எனக்கு ஃபீவர் வந்திடுச்சு.அன்னைக்கு நைட் அப்பாவும் என்கூட இல்ல. மறுநாள் காலையில எழுந்த நான்... நான்..." ஆத்யா கலங்கினாள்.

அமுதன் அவளை ஆதரவாய்ப் பற்ற, "நான் ஒரு ரூம்ல போய்க் கதவைச் சாற்றிக்கிட்டு உள்ளேயே இருந்துட்டேன். எல்லோரும் என்னை எவ்வளவோ கூப்பிட்டும் நான் கதவையே திறக்கல. விஷயம் தெரிஞ்சு என் அப்பா பதறி என்னைக் கூப்பிட, நான்... "அப்பா எனக்கிந்தச் சித்தி வேணாம். நீ தான் எனக்கு வேணும். நீ மட்டும் தான் எனக்கு வேணும்.நாம நம்ம வீட்டுக்குப் போலாம். எனக்கு இங்க யாரையும் பிடிக்கல. ரொம்ப பயமா இருக்கு.இனிமேல் நான் உன் கூடப் பேசக்கூடாதாம் உன்கூடத் தூங்கக்கூடாதாம் நீ எனக்கு எதுவும் செய்ய மாட்டியாம். எனக்கு இது பிடிக்கல.நாம நம்ம வீட்டுக்குப் போலாம்னா நான் கதவைத் திறப்பேனு" என்னென்னவோ..." என்னும் போது ஆத்யா மொத்தமாய் உடைந்து அழுதிருந்தாள். அவளைத் தேற்ற வழித் தெரியாமல் திண்டாடினான் அமுதன்.

பிறகு ஆசுவாசமடைந்தவள், "அப்போ என் அப்பா, "ப்ராமிசா இந்த மேரேஜ் நடக்காதுடா ஸ்வீட்டி. அப்பா கூப்பிடுறேன் ப்ளீஸ் கதவைத் திறடானு" என்கிட்டக் கெஞ்சினார்.அப்போ சுந்தரி ஆண்ட்டியும் என்கிட்ட, "ஆத்யா நான் சொல்றேன். கண்டிப்பா உன் அப்பாவை நான் கல்யாணம் செய்ய மாட்டேன். ப்ளீஸ் கதவைத் திறனு" கெஞ்சவும் நான் கதவைத் திறந்தேன். அதோட சரி அதன்பிறகு நாங்க கேரளா போனதே இல்லை. அப்பாவும் நானும் மட்டும் தான். எனக்காக இன்னைக்கு வரை அப்பா கேரளாவுக்குப் போனதே இல்லை. என் பாட்டியோட இறப்புக்கு மட்டும் தான் போனோம். யூ நோ அமுதன் அப்போ என் அப்பாவோட வயசே முப்பத்தி ஒன்னு தான். நான் பண்ண முட்டாள்தனத்தோட வீரியம் அப்போ எனக்குப் புரியல அமுதன். நான் செல்ஃபிஷ் தானே அமுதன்? இன்னைக்கு அவருக்குனு ஒரு துணையிருந்திருந்தா அவர் இப்படிக்

கஷ்டப்பட வேண்டியதில்லை தானே அமுதன்? இதனால தான் அமுதன் அன்னைக்கு சந்தீப் பேரெண்ட்ஸோட வெட்டிங் டே பங்க்சன்ல நான் ஃபீல் பண்ணேன். இன்னைக்கு வரை அப்பா தனியா கஷ்டப்படும் போதெல்லாம் நான் அவரோட சந்தோஷத்தைக் கெடுத்துட்டேனோனு ஃபீல் பண்றேன் அமுதன்.அவர் இன்னைக்கு இப்படி டயாலிசிஸ் செஞ்சு கஷ்டப்படும் போதெல்லாம் நான் உள்ளுக்குள்ள அப்படித் தவிக்கிறேன் அமுதன். என்னோட இந்தக் குற்றயுணர்ச்சிக்கு ஒரு தீர்வில்லாம தவிக்கிறேன் அமுதன். நான் செல்ஃபிஷ் அமுதன்.நான் சேடிஸ்ட் அமுதன்..." என்று கேவினாள் ஆத்யா.

இப்போது தான் அன்று லஷ்மி கூறியதை எல்லாம் நினைவுப்படுத்தினான் அமுதன். அதன் பின் ஆத்யாவுக்கும் அவரின் அக்கா பையனுக்கும் திருமணம் பேச டெல்லி செல்ல வேண்டும் என்ற காரணத்தாலே அந்தத் திருமணத்தை நிறுத்திய ஆத்யாவின் செயலை எண்ணி வியந்தான். அதோடு அவளுடைய குற்றயுணர்ச்சியையும் எண்ணி வருந்தினான். கூடவே எல்லா விஷயங்களிலும் தைரியமாக இருக்கும் ஆத்யா ஏன் தன்னுடைய தந்தையின் விஷயத்தில் மட்டும் அதிக பலகீனமடைகிறாள் என்றும் புரிந்தது. இப்போது அமுதனை அணைத்தபடி அழுதுகொண்டிருக்கும் ஆத்யாவைத் தன்னை விட்டு விலக்கியவன் அதனுடைய மறுபக்கத்தையும் விளக்கி அவளைச் சமாதானம் செய்ய முயன்றான். ரூபனின் கதையை மேலோட்டமாகச் சொன்னவன், "ஆது, ரூபன் அவனோட சொந்த சித்தியையே இப்போ தான் புரிந்துகொள்கிறான். ஒருவேளை... ஒருவேளை கல்யாணத்துக்கு அப்புறோம் அவங்க உண்மையிலே மாறியிருந்தாலோ இல்லை அவங்களுக்கு ஒரு குழந்தை பிறந்திருந்தாலோ ஏதாவது ஒரு பிரச்சனைன்னு வந்திருந்தா அப்போ லஷ்மி அங்கிள் எந்தப் பக்கமும் பேச முடியாம கஷ்டப்பட்டிருப்பாரு ஆது..." என்றதும் அவளுக்கு வழக்கமாய் இதைச் சொல்லித் தான் தன்னைத் தேற்றும் சந்தீப்பின் நினைவு வந்தது. அதைப்பற்றி அமுதனிடமும் ஆத்யா சொல்ல அவளை ஓரளவுக்குத் தேற்றினான் அமுதன்.

அந்த லானில் அமர்ந்துகொண்டிருக்க அவளை இன்னும் நார்மல் செய்ய எண்ணி, "ஆது வரியா ஐஸ்க்ரீம் சாப்பிட்டு வரலாம்?" என்றதும் மணியைப் பார்க்க அது பதினொன்றை நெருங்கியிருந்தது.

"இப்போவா?"

"என்ன மேடம் ஒரு பெரிய ஃபூட் ரிவிவெரா இருக்கீங்க? பேர்லயும் ஸ்வீட்டினு வெச்சிக்கிட்டு இப்படிக் கேட்கலாமா?" என்று அவளை வார,

"அது நீங்க எல்லோரும் என்னை ஸ்வீட்டினு கூப்பிடுறவங்களைத் தான் கேட்கணும்?"என்றவளுக்கு,

"எப்படியெப்படி எல். ஆத்யலஷ்மினு கூப்பிடுறது பிடிக்காம அழும் போது அங்கிள் உன்னைச் சமாதானம் செய்ய செல்லம் கொஞ்சி ஸ்வீட்டினு கூப்பிட்டதும் நீ சிரிச்சத்தைப் பார்த்து தானே உன்னை எல்லோரும் ஸ்வீட்டினு கூப்பிட ஆரமிச்சாங்க? என்ன நான் சொல்றது ரைட்டா ஆத்யலஷ்மி சாரி சாரி எல். ஆத்யலஷ்மி?" என்றவனை முறைத்து துரத்த ஆரமித்தாள் ஆத்யா. பிறகு அவளைத் தன்னுடைய வண்டியில் அமரவைத்துக்கொண்டு அந்த இரவு நேர ஐஸ் க்ரீம் பார்லருக்கு சென்றான் அமுதன்.

இருவரும் ஒரு பிளாக் கரெண்ட் ஒரு பட்டர்ஸ்காட்ச் ஸ்கூப்களை வாங்கிக்கொண்டு அந்த குளிரூட்டப்பட்ட அறையில் அமர்ந்தனர்.

"ரொம்ப தேங்க்ஸ் அமுதன். நான் இப்போ ஓரளவுக்குப் பரவாயில்லை. சந்தீப்பும் இதைத்தான் சொல்லுவான். ஆனால் அப்போல்லாம் காம்ப்ரமைஸ் ஆகாத மனசு இப்போ காம்ப்ரமைஸ் ஆகியிருக்கு அமுதன்" என்றவளை விந்தையாய்ப் பார்த்தான் அமுதன்.

அவனுடைய விந்தைக்குக் காரணம் அவர்களுக்கிடையில் நடந்த இந்த உரையாடல்களை எல்லாம் யோசித்தவனுக்கு

இன்று கார்த்தி கூறியது நினைவுக்கு வந்தது. 'அவன் சொன்னதைப்போல எங்களுக்குள் ஏதோ ரேப்போ இருக்கோ?' என்று யோசிக்கும் போது தான் ஆத்யாவும் அதைச் சொன்னாள்.

ஐஸ் க்ரீம் சாப்பிட்டுக்கொண்டிருந்தவளைக் கூர்ந்து ரசித்தான் அமுதன். அவளுடைய அந்த கர்லி ஹேர், துறுதுறு கண்கள், கூரிய நாசி, சிவந்த அதரங்கள், 'கேரள நாட்டிளம் பெண்களுடனே' என்ற பாரதியின் வரிகளுக்கு நியாயம் சேர்க்கும் விதமான அழகு(ஆத்யாவின் பூர்விகம் கேரளா), சராசரிக்கும் சற்று அதிகப்படியான உயரம், ராயல் என்பீல்டை கையாளத்தகுந்த எடை என்று மொத்தத்தில் அவளொரு 'அழகான ராட்சஷி' தான். நிமிர்ந்தவள் தன்னையே ஒரு மாதிரி பார்க்கும் அமுதனை எப்படி எதிர்கொள்வது என்று புரியாமல் விழித்த ஆத்யாவுக்கு ஆபத்பாந்தவனாய் வந்து காத்தான் அந்த பேரர்."சார் க்ளோஸிங் டைம் ஆகிடுச்சு..." என்றதும் நிகழ்வுக்கு வந்த அமுதன் பணம் செலுத்திவிட்டு வெளியேறினர்.

அவள் கையில் சாவியைத் திணித்தவன், "வண்டி எடு ஆது" என்று நிற்க அவளோ திருதிருவென்று விழித்தாள்.

"என்ன? நான் இன்னும் ஐஸ் க்ரீம் சாப்பிட்டு முடிகல. நீ ஓட்டு" என்று குறுநகை பூண்டவன் பின்னால் அமர ஏதுவாய் நிற்க அவள் குழம்பியபடியே சாவியைப் பெற்று வண்டியை ஸ்டார்ட் செய்தாள். எவ்வித தயக்கமும் இன்றி அமுதன் அவள் பின் அமர ஆத்யா 'கெத்தாக' வண்டியைச் செலுத்தினாள். அந்த இரவு வேளையில் அங்கொன்று இங்கொன்றாய்த் திரிந்த இளைஞர்கள் இவர்களை வாயைப் பிழந்துப் பார்க்க அதைப் பொருட்படுத்தாமல் அவர்கள் சென்றனர்.வீட்டின் முன்பு வண்டியை நிறுத்தி இறங்க, "என்ன அமுதன் சுமாரா ஓட்டுறேனா?" என்று கேட்டு அவனை பங்கமாய் 'ஓட்டினாள்' ஆத்யா. அதை உணர்ந்து "நல்லா ஓட்டுற ஆத்யா" என்று இருபொருள்படவே சொன்னான் அமுதன்.

சிரித்தவள், "ஓகே குட் நைட். தேங்க்ஸ் ஃபார் தி ஐஸ்க்ரீம்" என்றதும்,

"அப்போ தேங்க்ஸ் ஃபார் தி டின்னர்" என்றான் அமுதன்.

"வழக்கமாய் இருக்கும் அந்த இறுக்கம் இப்போ குறைந்ததைப் போல் இருக்கு அமுதன். தேங் யூ சோ மச்" என்றாள்,

"யூ ஆர் ஆல்வேஸ் வெல்கம் ஆத்யலஷ்மி" என்றதும் அவனை அடிக்க கல்லைத் தேடிய ஆத்யாவிடமிருந்து எஸ்கேப் ஆக வேகமாய் வண்டியைச் செலுத்தினான்.

"பார்த்துப் பொறுமையா போங்க அமுதன்" என்றவள் குரலில் ஒலித்தது மகிழ்ச்சியா? நிம்மதியா? காதலா? இல்லை மூன்றுமேவா? என்பது அவளுக்குத் தான் வெளிச்சம்.

மறுநாள் காலையில் வழக்கம் போல் கார்த்தி அருவியைக் கூட்டிக்கொண்டு கேன்டீனுக்கு சென்றுவிட இங்கே ரேகா தான் அதிக குழப்பத்தில் இருந்தார். பின்னே அன்று அருவியைச் சாப்பிட அழைக்க வந்தவரின் கண்களில் கார்த்தி ஸ்ருவை முத்தமிட்டது படவும் அதிர்ந்தவர் தான் இரண்டு நாட்களாய் அந்த அதிர்ச்சியிலே தத்தளிக்கிறார். நாளை ஊருக்குச் செல்லவிருப்பதால் இதைப்பற்றி கார்த்தியிடம் பேசவேண்டி அவர் மதியம் அருவியைச் சாக்காக வைத்து கார்த்தியின் கேன்டீனுக்கு புறப்பட்டார்.

அங்கே கேன்டீனில் அருவியை 'கேஷ் கௌண்ட்டரில்' அமரவைத்து அவளோடு உரையாடிக்கொண்டிருந்தாள் அத்தி. காலையிலே லஷ்மியை டயாலிசிஸ் செய்யக் கூட்டிச்சென்றான் அமுதன். கேன்டீனுக்குள் வந்தவரைக் கண்ட அத்தி அவரை உள்ளே அழைக்க, "என்னடி சாப்பிடுற?" என்று மகளைக் கேட்கவும் சாக்லேட் சாப்பிட்டுக்கொண்டிருந்த அவளோ இந்நேரத்தில் அன்னையை எதிர்பார்க்காததால் திருதிருவென்று விழிக்க அதைப் பொருட்படுத்தாமல் கேன்டீனை பார்வையிட்டார் ரேகா. கார்த்தி அவரைத் தேடி வரவும் சிறிது விசாரித்தவர் அமுதனைக் கேட்க அப்போது தான் டயாலிசிஸ் முடிந்து லஷ்மியை வீட்டில் விட்டு கேன்டீனுக்கு வந்தான்

அமுதன். மூவரிடம் சிறிது நேரம் பேசியவர் கார்த்தையை மட்டும் தனியே அழைத்தார்.

"சொல்லுக்கா. எப்படி இருக்கு கேன்டீன்?" என்றவனுக்கு முறைப்பை மட்டுமே பதிலாகத் தந்தார்.

"ஏன்க்கா ஒரு மாதிரி இருக்க?"

"ஏன்டா அப்படிப் பண்ண?"

"என்ன பண்ணேன்?"

"அன்னைக்கு எதுக்கு ஸ்ருஷ்டியை கிஸ் பண்ண?" என்றதும் அதை எதிர்பாராதவன் உண்மையில் அதிர்ந்தான்.

"எவ்வளவு நாளா நடக்குது இது? இது மட்டும் அப்பாக்குத் தெரிஞ்சா அவ்வளவு தான். ரெண்டு குடும்பமும் மூணு தலைமுறையா சொந்தகாரங்க போல பழகுதுனு உனக்குத் தெரியாதா? இப்போ இதால ஏதாவது பிரச்சனை வந்தா...?" என்று அவர் நிறுத்தவும் கையும் களவுமாக மாட்டிக்கொண்ட கார்த்தி என்ன பேசுவதென்றே தெரியாமல் விழித்தான்.

"நீ கிஸ் பண்ணியும் அந்தப் பொண்ணு அமைதியா இருந்ததைப் பார்த்தா நீங்க ரெண்டுப் பேரும்...?" என்று கேள்வியாய் நிறுத்த,

"நாலு வருஷம் பெஸ்ட் ஃப்ரெண்ட்ஸா பழகினோம். இப்போ மூணு வருஷமா லவ் பண்றோம்" என்றவனை என்ன செய்வதென்று புரியாமல் முழித்தார் ரேகா.

அவர் கார்த்தியிடமிருந்து இதை எதிர்பார்க்கவில்லை. பின்னே தன் தம்பி தன்னிடமிருந்து எதையும் மறைத்ததில்லை என்று எண்ணிக்கொண்டிருந்தவருக்கு இது பேரதிர்ச்சியைத் தந்தது.

"அக்கா அக்கா சாரிக்கா நான் உன்கிட்ட இதெல்லாம் மறைக்கணும்னு நினைக்கல இப்போதைக்கு உன்கிட்டச் சொல்ல வேண்டாம்னு தான் நெனச்சேன். நாங்க ரெண்டு பேரும் உண்மையிலே லவ் பண்றோம் அக்கா. அவளுக்கு

என்னை அவ்வளவு பிடிக்கும். எனக்கும் கூட..." என்றவனை முறைத்தார் ரேகா.

"என்னை ஆளைவிடுடா சாமி. எனக்கும் இதுக்கும் சம்மந்தமில்லை"என்று முடிக்கும் முன்னே,

"அக்கா உன்னை வெச்சு தான் அப்பாகிட்ட நான்..." என்றவனை அடிக்க கல்லைத் தேடினார் ரேகா.

"சத்தியமா முடியாது கார்த்தி. என்னை ஆளை விடு. நான் நாளைக்கு ஊருக்குப் போறேன். எனக்கு இதைப்பற்றி எதுவும் தெரியாது. நான் எதையும் பார்க்கல எதுவும் தெரிஞ்சிக்கல..." என்று எழ முயன்றவரைத் தடுத்தவன் சமாதானம் செய்ய முயன்றான் கார்த்தி.

பலகட்டப் பேச்சுவார்த்தைகளுக்குப் பின் ரேகாவைச் சம்மதிக்க வைத்தான் கார்த்தி.

"இப்படியே ஏதாவது பேசி என்னைக் கவுத்துடு. போடா எருமை..." என்றவருக்கு முப்பத்தியொரு பல்லும் தெரியுமாறு சிரித்தான்(அவனுக்கு ஒரு பல் சின்ன வயசுல விழுந்து வளரவே இல்ல!)

"இது ஜோக் இல்ல கார்த்தி. இதுல நம்ம அப்பாவை மட்டும் சம்மதிக்க வெச்சா போதாது ஸ்ருவோட ஃபேமிலி வேற இருக்கு. எனக்கு இப்போ யோசிச்சாலும் கதிகலங்குதுடா..." என்றவருக்கு,

"எனக்கு இனி கவலை இல்லை. எல்லாம் என் அக்கா பார்த்துபா" என்றதும் அவனை அடிக்க நெருங்கினார் ரேகா.

"எனக்கு ரெண்டு நாளா தூக்கமே இல்லடா. கிஸ் பண்ண உங்களைக் காட்டிலும் நான் தான்டா அதிகம் பயந்தேன்" என்றார். பிறகு இருவரும் சிரித்தபடியே அங்கே வர அவர்களோடு சேர்ந்து ஒன்றாக உணவுண்டவர் வீடு திரும்பினார்.

காலையில் இருந்து வழக்கத்தைக் காட்டிலும் உற்சாகமாவே உலா வந்தான் அமுதன். ஆத்யாவுடன் இரவில் உரையாடினாலோ

இல்லை அவளோடு ஒரு நாளை ஆரமித்தாலோ அந்நாள் முழுவதும் அந்த பாசிட்டிவ் வைப்ரேஷன்ஸ் தொடர்கிறது என்பதை அவனும் தான் கவனிக்கிறான்.

அன்று காலையிலே லெட்ஸ் செலிபிரேட் வந்த சந்தீப் ஆத்யாவைத் தேட அவளோ டயாலிசிஸ் சென்றதால் தாமதமாகவே வந்தாள். முகத்தில் உற்சாகமின்றி சோகமாய் வந்தாள் மிதிலா. எல்லோருடனும் பேசியவள் சந்தீப்பை மட்டும் அவாய்ட் செய்தாள். அது அவனுக்கு வலித்தது. இதைப்பற்றி ஆத்யாவிடம் பேசியே தீர வேண்டும் என்று காத்திருந்தான். (சுவைக்கும்!)

* * * * * *

அத்தியாயம் - 30

மதியம் வந்த ஆத்யாவிடம் பேசலாம் என்று எண்ணிக்கொண்டிருந்த வேளையில் ஒரு திருமண விழாவை நடத்திக்கொடுக்க வேண்டி புதிய ஆர்டர் வந்துவிட சந்தீப் சோர்ந்துப் போனான்.வந்தவரிடம் தங்கள் நிறுவனத்தைப் பற்றியும் அவர்களின் எதிர்பார்ப்பையும் கேட்டு அனைத்தையும் உறுதி செய்யவே மாலை ஆகியிருந்தது. ஆனால் சந்தீப்பின் முகத்தையும் மிதிலாவின் நிலையையும் ஆத்யா நன்றாக அறிவாள். இதுமட்டுமில்லாமல் காலையிலே சந்தீப்பின் தந்தை ஆத்யாவை அழைத்து பேசியும் இருந்தார்.

மிதிலாவின் நிலை தான் இன்னும் மோசமாக இருந்தது. அந்தச் சம்மந்தம் கைவிட்டுப் போனதில் வீட்டில் எல்லோருக்கும் வருத்தம் இருக்க அதை மறக்கவேண்டும் என்று உடனே அடுத்த சம்மந்தத்தில் தீவிரமாக இறங்கியிருந்தனர். எனினும் அவளுடைய தந்தை மிதிலாவைத் தனியே அழைத்து, "யாரையாவது லவ் பண்றியா மிதிலா? ஏன் கல்யாணத்தில் பெரிய ஆர்வம் காட்ட மாட்டேங்குற? உனக்குப் பிறகு இன்னொரு பொண்ணு இருக்கா. உனக்கும் வயசு இருபத்தி நாலு முடிய போகுதுமா" என்றார். இனியும் போகாத ஊருக்கு வழி தேட வேண்டாம் என்று நினைத்தவள் வேறு சம்மந்தத்தைப் பார்க்கச் சொன்னாள். கிட்டத்தட்ட அவளுக்குக் கத்திமேல் நடப்பது போலொரு நிலை.இனியும் பெற்றோர்களை வருத்தப்பட வைக்க வேண்டாம் என்று எண்ணி நினைத்தது நடக்கா விடினும் நடப்பதை மனதால் ஏற்க முன்வந்தாள்.

அந்த ஆர்டரை ஏற்றவர்கள் வெள்ளி அன்று நடைபெறும் கார்ப்பரேட் ஈவென்ட்டுக்கு தங்களை தயார் படுத்திக்கொள்ள ஆயத்தமானார்கள்.சந்தீப்பிடம் பேசச் சென்ற ஆத்யா அனைத்தையும் கேட்டு எதையும் பேசாமல் இருந்தாள்.

"இப்போ நான் என்ன பண்ணனும் ஸ்வீட்டி? எனக்கு ரொம்ப குழப்பமா இருக்கு. எனக்கு மிதியைப் பிடிக்கும். ஆனா லவ் பண்றேனானு எனக்குத் தெரியல.எனக்கு டைம் வேணும் ஸ்வீட்டி.மிதிலா அழுதது எனக்கு வருத்தமா இருக்கு. அதுமில்லாமல் காலையில இருந்து அவ என்னை அவாய்ட் வேற பண்றா..." என்று முடித்தான் சந்தீப்.

இதுவரை சந்தீப்பிற்கு அவள் மீது காதல் இல்லையென்றாலும் இப்போது வந்திருக்கும் இந்த உணர்வு காதலாக மாறக்கூடும் என்று அறிந்த ஆத்யா கொஞ்சம் பொறுமை காப்பது தான் சாலச் சிறந்தது என்று எண்ணி, "சந்தீப் கொஞ்ச நாள் வெயிட் பண்ணு. மிதியோட நிலை இப்போ எப்படி இருக்கும்னு என்னால நல்லா உணர முடியும். மே பி அவ உனக்கு டைம் கொடுத்திருக்கலாம். எனக்குத் தெரிந்து லவ்ங்கறது ஒருத்தர் நம்ம கூடவே இருக்கணுங்கறதைக் காட்டிலும் அவங்களோட இல்லாமை நம்மை ரொம்ப பாதிக்கணும்.அவங்களை நம்ம மனசு தேடணும். வீ மஸ்ட் லாங் ஃபார் தெம்(அவங்களுக்காக நாம் தவிக்கனும்) இவ்வளவு நாள் மிதி கூடவே இருந்ததால் உனக்கு அவளோட மனசு புரியாம இருந்திருக்கலாம்.சோ இப்போ கொஞ்ச நாள் இப்படியே இருக்கட்டும்.பரிதாபத்திலோ குற்றயுணர்ச்சியிலோ காதல் வரக்கூடாது சந்தீப்.நார்மலா இருக்க ட்ரை பண்ணு.ரெண்டு நாள் நீ பண்ணக் கூத்துக்கே அங்கிள் எனக்கு போன் பண்ணி புலம்பிட்டார்" என்றவள் சந்தீப்பைத் தேற்றும் சாக்கில் நன்றாகத் தெளியவைத்து குழப்பிவிட அவனும் தலையை ஆட்டினான். ஆனால் மிதிலாவிடம் பொறுமையாகப் பேசவேண்டும் என்று எண்ணிய ஆத்யா நாளை அவளைச் சந்திக்க எண்ணினாள். ஆனால் நிலைமை விபரீதம் ஆகிவிட்டதை ஆத்யா இன்னும் அறியவில்லை.

அங்கே அமுதனை அழைத்த ரூபன், "அமுதா சித்தி நாளைக்கு எல்லோரும் குலதெய்வம் கோவிலுக்கு ஒருமுறை போயிட்டு வரலாம்னு சொல்றாங்க.சோ நான் நாளைக்கும் வரமுடியாது

போல..." என்று இழுக்கும் போதே அவன் எண்ணத்தை அறிந்த அமுதன்,

"மச்சி இந்த வாரம் நமக்கு பெரிய வேலையெல்லாம் இல்ல. வெள்ளிக்கிழமை கூட நானூறு பேருக்குத் தான் சமைக்கனும். நானும் கார்த்தியும் பார்த்துக்குறோம் நீ தைரியமா குடும்பத்தோட கோவிலுக்குப் போயிட்டு வா. ஃபேமிலி கூட நல்லா டைம் ஸ்பென்ட் பண்ணு மச்சி. அதொரு இனிமையான போதை. ஃபன் அன்லிமிடெட்னு (குறைவில்லாத கேளிக்கை). என்ஜாய்!" என்றதும் அவன் கார்த்தியிடமும் சொல்ல அவனும் அமுதன் சொன்னதையே ஆமோதித்தான்.ஆனால் கண்ணையன் நாளை வந்துவிடுவதாகச் சொல்ல அதையும் ஆமோதித்தனர்.

பிறகு தங்கள் காதலை ரேகாவிடம் தெரிவித்ததை அமுதன் மற்றும் அத்தியிடம் கார்த்தி சொல்ல அவனை அவர்கள் ஓட்டித் தள்ளிவிட்டனர்.

"அப்புறோம் என்ன மச்சி? இனி பாதி கல்யாணம் முடிஞ்ச மாதிரி தான்.ஹ்ம்ம் இனி லைசென்ஸோட ரொமான்ஸ் பண்ணலாம்.கலக்குற கார்த்தி" என்று அத்தி அவனை வார அமுதன் அத்திக்கு ஹைஃபை கொடுத்து தன்னுடைய ஆதரவை நிலைநாட்டினான்.

"டேய் நீங்க வேற? இது பூசாரி கிட்டத் தான் போயிருக்கு. இன்னும் சாமி உத்தரவு தரல"என்று சொல்ல,

"அதெல்லாம் சீக்கிரம் கிடைச்சுடும் டோன்ட் ஒர்ரி.அப்போ நம்ம கேங்ல முதல் கல்யாணம் உன்னது தான்னு சொல்லு"என்ற அமுதனை முறைத்தவன்,

"அதுக்கெல்லாம் இன்னும் டைம் இருக்கு" என்றதும் அமுதன் மற்றும் அத்தி சிறிது நேரம் அவனை வைத்து டைம் பாஸ் செய்தனர்.

பிறகு கேன்டீனை மூடிவிட்டு ஆளாளுக்கு அவரவர் இடத்திற்குச் சென்றனர்.நேற்று போலவே இன்றும் ஆத்யா அமுதனை

வீட்டிற்கு அழைக்க, முதலில் யோசித்தவன் பின்பு அங்கே சென்றான்.

நேற்று போலில்லாமல் இன்று லஷ்மியும் அவனுக்காகக் காத்திருக்க மூவரும் ஒன்றாக உணவுண்டனர்.

அமுதனும் லஷ்மியும் சிறிது நேரம் பேசிக்கொண்டிருக்க அமுதன் வீட்டிலிருந்து அழைப்பு வர அவர்களுடன் லஷ்மியும் ஆத்யாவும் உரையாடினார்கள். பின்பு லஷ்மி உறங்கச் செல்ல ஆத்யாவோ தீவிர யோசனையில் இருந்தாள்.

"என்ன மேடம் பயங்கர யோசனையில் இருக்கீங்க?" என்றவனுக்கு,

"ஒன்னுமில்லை அமுதன்" என்றவள் பிறகு மிதிலா மற்றும் சந்தீப் கதையைச் சொல்லிமுடிக்க அமுதனும் யோசித்தான்.

"என்ன அமுதன் நான் செய்தது சரியா?" என்றவளுக்கு யோசித்தபடியே தலையசைத்தான் அமுதன்.

"சந்தீப் உனக்கு ரொம்ப க்ளோசோ?"

"ஹ்ம்ம் ரெண்டு பேரும் செகண்ட் ஸ்டேண்டர்ட்ல இருந்து க்ளாஸ்மேட்ஸ். என்னைப்பற்றி ஓரளவுக்கு எல்லாம் தெரிந்த நபர்" என்றாள்.

"சரி ஆது நான் கிளம்பறேன்.எதையும் போட்டு மனசைக் குழப்பிக்க வேணாம்.நல்லா தூங்கு, ரெஸ்ட் எடு.குட் நைட்" என்று அமுதன் விடைபெற்றான்.

"நான் உன்னை லவ் பண்றேன்" என்று இவளும் இதுவரை வெளிப்படையாக உரைக்கவில்லை. அதேபோல் "எனக்கு அது தெரியும்" என்பதைப்போல் அமுதனும் இதுவரை காட்டிக்கொள்ளவில்லை.ஆனால் இருவருக்குள்ளும் அந்தச் சொல்லப்படாத காதல் என்றோ சொல்லப்பட்டு ஏற்றுக்கொண்டதைப் போல் கரைபுரண்டு ஓடிக்கொண்டிருக்குகிறது.

அன்றிரவு கார்த்தி ஸ்ருவை அழைத்து முதலில் அவளுக்கு ஒரு ஷாக் தர எண்ணி,

"ஹே குல்ஃபி ஒரு சிக்கல் ஆகிடுச்சு"

"என்ன ஆச்சு?" என்று அவள் பதற,

"அக்காக்கு நம்ம லவ் மேட்டர் தெரிஞ்சிடுச்சி" என்று சொல்ல தன்னிடம் அவன் பிராங்க் செய்கிறான் என்று அறிந்த ஸ்ருஷ்டி,

"அச்சச்சோ அப்படியா?" என்று எள்ளலில் பதற,

இதில் கடுப்பான கார்த்தி, "ஹேய் உண்மையாடி.அக்காக்குத் தெரிஞ்சு இன்னைக்கு கேன்டீனுக்கு வந்து ரெண்டு மணிநேரம் பேசுனோம்" என்று கார்த்தி சொல்ல,

"எனக்கு சின்ன வயசுலயே காது குத்தியாச்சு மிஸ்டர் கார்த்தி" என்றதும்

"அட ராமா உண்மையைச் சொன்னா கூட இவ நம்ப மாட்டேங்குறாளே?" என்று வாய்விட்டுப் புலம்பியவன்,

"அடி லூசு அன்னைக்கு நான் உன்னை ரூம்ல வெச்சு கிஸ் பண்ணும் போது அக்கா அருவியைக் கூப்பிட வந்திருக்காங்க. அவங்க அதை நேர்ல பார்த்து தான் இன்னைக்கு என்குவைரியே நடந்தது" என்றதும் அதிர்ந்த ஸ்ரு,

"கார்த்தி நிஜமாவா சொல்ற?"

"என் மேல இல்ல இல்ல உன் மேல ப்ராமிஸ். ஏன் அருவி குட்டி மேல ப்ராமிசா சொல்றேன்.அக்காக்கு எல்லாம் தெரிஞ்சிடுச்சி" என்றதும் பயத்தில் அவளுக்கு குரலே வராமல் போக,

"ஹே குல்ஃபி என்ன சத்தத்தையே காணோம்?"

"என்னடா சொன்னாங்க?"

"ஹ்ம்ம் இன்னும் நல்லா பார்க் பீச்சுன்னு போய் லவ் பண்ணச் சொன்னாங்க"

"சொல்லுடா"

"என்ன சொல்லுவாங்க முதல கோவப்பட்டாங்க அப்புறோம் ஓரளவுக்கு காம்ப்ரமைஸ் பண்ணேன்"

"அவங்களுக்கு என்னை...?"

"உன்னையெல்லாம் யாருக்கு தான் பிடிக்காது? நாம எதுக்கு பயப்படுறமோ அதுக்குத் தான் அவங்களும் பயப்படுறாங்க. அதும் அவங்க பார்க்கும் போது ரெண்டு குடும்பமும் ஒண்ணா சிரிச்சு பேசிட்டு இருந்ததாம். இது கடைசி வரை நீடிக்குமான்னு அவங்க ரொம்ப பயப்படுறாங்க" என்றான் கார்த்தி.

"ஏன்டா இப்படி குண்டைத் தூக்கிப் போடுற ஃபிராட்" என்றாள் ஸ்ரு.

"நான் என்னடி பண்ணேன்?"

"எல்லாம் உன்னால தான். உன்னை யாருடா அன்னைக்கு கிஸ் பண்ணச் சொன்னது?"

"உன்னை யாருடி இவ்வளவு அழகா பிறக்கச் சொன்னது?" என்று அவன் பதில் கேள்வி கேட்க, அவளுக்குச் சிரிப்பு வந்தாலும் கூடவே கிலியும் வந்தது.

"இப்போ என்ன பண்றது?"

"தெரியிலையே? பார்ப்போம். சரி சரி இந்த வாரம் தான் மூவி போற பிளான் டிராப் ஆகிடுச்சு. அடுத்த வாரம் போலாம்" என்றதும்

"என்ன விளையாடுறியா கார்த்தி? உனக்கு கொஞ்சம் கூட சீரியஸ்னெஸ்சே இல்லையா?"

"இப்போ என்ன செய்யச் சொல்ற? டைம் மெஷின் செஞ்சு அன்னைக்கு ஈவினிங்குக்கு போய் நடந்ததை மாற்றவா முடியும்? பொழுது விடியறது போல் கண்டிப்பா நம்ம லவ் மேட்டர் ஒரு நாள் எல்லோருக்கும் தெரிஞ்சு தானே தீர வேண்டும்? நாம

என்ன கடைசி வரை இப்படியே யாருக்கும் தெரியாம லவ் பண்ணிட்டா இருக்க முடியும்? இதுவும் நல்லது தான்.சாவுற நாள் தெரிஞ்சா வாழுற நாள் நரகமாகிடும்னு ஒரு டைலாக் இருக்கும் தெரியுமா? அதுபோல் தான். என்னைக்கானாலும் இது எல்லோருக்கும் தெரிய வேண்டிய விஷயம் தான். கூல் பேபி" என்றான் கார்த்தி.

"கார்த்தி என்னை ஏமாத்திட மாட்டியே?" என்று கேட்கும் போதே அவள் குரல் உடைந்திருந்தது.

"ஏ குல்ஃபி என்னடி இது? இன்னும் ஒரு ஆறு மாசம் வெய்ட் பண்ணுடா. அதுக்குள்ள ஸுபாலி மேரேஜும் முடிவாகிடும். நானும் அப்பா கிட்ட எல்லாம் சொல்லி வீட்ல பேசுறேன்.நீ வீணா குழப்பிக்காத. நான் உனக்கு ப்ராமிஸ் பண்றேன். உன் வீட்ல நானே பேசுறேன். அத்தை கிட்டயும் மாமா கிட்டயும் நான் பேசுறேன்.குல்ஃபி அழுதா கரைஞ்சிடுமே?" என்றதும் கிளுக்கென சிரித்தாள் ஸ்ருஷ்டி.

"எல்லாம் நான் பார்த்துக்கறேன். நீ எதையும் போட்டு மூளையைக் குழப்பிக்காம படி.குட் நைட். ஸ்வீட் ட்ரீம்ஸ்"

"லவ் யூ கார்த்தி" என்றதும்

"லவ் யூ டி" என்று அழைப்பைத் துண்டித்தான். இப்போது தான் கார்த்திக்கு உண்மையில் பயம் பிடித்துக்கொண்டது. ஸ்ரு இயற்கையிலே கொஞ்சம் பயந்த சுபாவம் கொண்டவள். தேவையில்லாமல் அவளை இப்போது பயமுறுத்திவிட்டதாகவே கார்த்திக்குத் தோன்ற அவனும் வருந்தினான்.

அன்றிரவு உறங்கிக்கொண்டிருந்த அத்திப்பூவிற்கு ஒரு அழைப்பு வந்தது. எடுத்தால் பிரபாவின் எண் என்றதும் அதிர்ந்தவள் மணி வேறு அதிகாலை மூன்றரை என்று காட்ட அவளுக்கு உள்ளுக்குள் பயம் தொற்றிக்கொண்டது.

"ஹலோ" என்று திக்கித்திணறிச் சொன்னவள் விழிக்க,

"இது அத்திப்பூவா?" என்று கேட்ட குரலில் அதிர்ந்து,

"எஸ் அத்திப்பூ தான் பேசுறேன். நீங்க யாரு? அக்காவோட போன் உங்களுக்கு எப்படி வந்தது?"

"டென்ஷன் ஆகாதீங்க. நான் குட்வெல் ஹாஸ்பிடல்ல இருந்து பேசுறேன்"

"ஹாஸ்பிடலா? என்னாச்சு என் அக்காக்கு?" என்று மீண்டும் அத்தி பதற,

"ஒன்னும் இல்லை அவங்களுக்கு சின்னதா ஒரு ஆக்சிடென்ட். அவங்களை இங்க அட்மிட் பண்ணியிருக்கோம்.நீங்க இங்க வர முடியுமா?" என்றதும் பதறியவள் அட்ரஸ் மட்டும் வாங்கிக்கொண்டு அமுதனை அழைத்தாள்.

பதறியபடி பேசிய அத்தியை எண்ணி வருந்தியவன் விஷயத்தைத் தெரிந்துகொண்டு துரிதமாய் அவள் விடுதிக்கு விரைந்தான். அங்கே அழுதுகொண்டிருந்த அத்தியை ஓரளவுக்குத் தேற்றியவன் ஆத்யாவை அழைத்து நடந்ததைக் கூறி, "உடனே சென்னை செல்ல டிக்கெட் கிடைக்குமா?" என்றதும் அவள் விசாரித்து சொல்வதாகச் சொல்லி அழைப்பைத் துண்டித்தாள்.

சிறிது நேரத்தில் அழைத்தவள், "ஏழு இருபதுக்கு ஒரு பிளைட் இருக்கு அமுதன். எட்டரைக்கு எல்லாம் சென்னையில இருக்கலாம். அது தான் முதல் பிளைட்.சீக்கிரமும் போலாம். ரெடி ஆகுங்க நானும் வரேன்.புக் பண்ணிட்டேன்" என்றாள்.

பின்பு மூவருமாகத் தயாராக அமுதன் அந்த எண்ணிற்கு அழைத்து தாங்கள் வரவிருக்கும் நேரத்தை குறிப்பிட்டு விஷயத்தை ஓரளவுக்கு சேகரித்துக்கொண்டான்.

ஆத்யா லஷ்மியை எழுப்பி நடந்ததைத் தெரிவித்து விட்டு அமுதன் மற்றும் அத்தியை பிக் செய்ய சென்றுவிட மூவரும் விமான நிலையம் சென்றனர்.அமுதன் கார்த்தியை அழைத்து நடந்ததைத் தெரிவித்தவன், "நீ பார்த்துக்கோ மச்சி. நான்

போறேன். ஏதாவதுனா நான் உன்னை அழைக்கிறேன்" என்றவன் அத்தியின் நிலையை எண்ணி மேலும் வருந்தினான்.

அந்த மூன்று மணிநேரமும் அழுகையிலே செலவழித்தாள் அத்தி. அமுதனும் ஆத்யாவும் மாறிமாறி அவளைத் தேற்றினார்கள். எட்டரைக்கு எல்லாம் மீனம்பாக்கம் வந்திறங்கியர்கள் அந்த மருத்துவமனைக்கு விரைந்தனர்.

ஆத்யாவை அத்தியுடன் இருக்குமாறு பணித்தவன் உள்ளே சென்று விசாரிக்க பிரபா அவர் கணவர் மற்றும் மகன் மூவரும் நேற்றிரவு எங்கேயோ வெளியூருக்குச் சென்று சென்னைக்குத் திரும்பும் வேளையில் ஒரு கனரக லாரி மோதியதில் கார் கிட்டடத்தட்ட நொறுங்கிவிட அக்கம் பக்கத்தில் இருந்தவர்கள் ஆம்புலன்சுக்கு தகவல் கொடுக்கவும் இங்கே அட்மிட் செய்யப்பட்டனர் என்றும் கிடைத்த ஒரே ஒரு செல்போனும் பாஸ்வோர்ட் போடப்பட்டிருந்ததால் யாரையும் அழைக்க முடியாமல் போக ஒருவழியாக போனை அன்லாக் செய்து அத்தியின் எண்ணுக்கு அழைத்ததை எல்லாம் சொன்னார்கள். மேலும் பிரபா அவர் மகன் மற்றும் அவர் கணவர் மூவரும் தீவிர சிகிச்சைப் பிரிவில் இருப்பதாகவும் அதிலும் பெற்றோர்கள் இருவரின் நிலை மிகவும் மோசம் என்றும் தெரிவிக்கப்பட அமுதன் இதை எவ்வாறு அத்தியிடம் தெரிவிப்பதென்று குழம்பி ஆத்யாவிடம் தெரிவிக்க அவள் ஓரளவுக்கு அத்தியிடம் அனைத்தையும் தெரிவித்திருந்தாள்.

தனக்கென இருக்கும் ஒரே உறவும் இன்று உயிருக்குப் போராடுவதை எண்ணி இன்னும் அழுது கேவினாள் அத்திப்பூ. மதியம் வரை அந்த வளாகத்தில் இருக்க இடையில் பணம் செலுத்த மட்டும் அவர்கள் அழைக்கப்பட ஆத்யா தான் அனைத்தையும் செய்தாள்.அத்திப்பூவிற்கு எப்படி ஆறுதல் சொல்வதென்று தெரியாமல் தவித்தான் அமுதன். அத்திப்பூவிற்கு 'இனியனை' நினைக்கையில் தான் மனம் திக் திக் என்று அடித்துக்கொண்டது. ஆறு வயதை நெருங்கும் குழந்தை அவன்.

"அமுதா இனியன் கூடவா?" என்று கேட்கும் போதே அவள் கண்கள் கலங்க, பதில் பேச முடியாமல் தலையை மட்டும் ஆட்டினான் அமுதன்.

திடீரென உள்ளிருந்து வந்த நர்ஸ் பிரபாவின் கணவர் இறந்துவிட்டார் என்ற செய்தியைச் சொல்லவும் மூவரும் அதிர்ந்தனர்.'கடுவுளே எப்படியாவது இருவரையும் காப்பாற்று' என்று அத்தி வேண்ட பாவம் அவர்களில் ஒருவருக்கு மட்டும் கண்திறக்கும் வாய்ப்பிருக்கிறது என்பதை அவள் அறியாள்.

அழுதுகொண்டே இருந்தவளுக்கு ஆத்யா தான் உணவளிக்க முதலில் மறுத்தவள் பின்பு சமாதானம் செய்து உண்ண வைத்தனர். அத்தியைப் போல் வெளிகாட்டிக்கொள்ளா விட்டாலும் அமுதன் மற்றும் ஆத்யாவின் எண்ணமும் அவர்களாவது பிழைக்க வேண்டும் என்று எண்ணும் போது அத்தியிடம் பிரபா பேசவிரும்புவதாய் நர்ஸ் ஒருவர் சொல்ல அத்தி உள்ளே சென்றாள்.

அவள் உள்ளே சென்றதும் ஆத்யாவும் அங்கிருந்து வெளியேற அமுதன் மட்டும் கார்த்தியை அழைத்து எல்லாம் சொன்னான்.

"பாவம்டா அவ. அவளுக்கு ஏன் இப்படியெல்லாம் நடக்குது?" என்று கார்த்தியும் வருந்த உள்ளே சென்ற அத்தி பிரபாவின் அந்த நிலையை எண்ணி அழ பிரபா அத்தியிடம் பேசினார்.

அத்தியின் கண்ணீரைப் பார்த்து அவரும் அழுதவர், "அத்தி..." என்று அழைக்கும் போதே வார்த்தை தடுமாற, "எனக்கொரு ப்ராமிஸ் பண்ணு அத்தி.எனக்குத் தெரியும் நான் பிழைப்பது கஷ்டம். ஏன்னா அந்த ஆக்சிடென்ட் அப்படி.நல்ல வேளை இனியனை நான் உடனே தூக்கி வெளிய வீசிட்டேன். எனக்கேதாவது ஆச்சுன்னா இல்ல ஆகிடும். அப்புறோம் இனியனை நீ நல்ல படியா பார்த்துக்கொள்வாயா?" என்னும் போதே அவரின் சுவாசம் பாதிக்க கையை மட்டும் வெளியே நீட்டினார்.ஆனால் அவர் கண்களில் இருந்து கண்ணீர் வழிந்தோடியது. இருக்கும் வரை அத்தியிடம் ஒருநாளும்

நன்றாகப் பேசியதில்லை.ஆனால் இப்போது உண்மையில அத்தியிடம் மனதார மன்னிப்பு வேண்டி பேச நினைக்கிறார் ஆனால் முடியவில்லை. இதன் பெயர் தான் விதியோ? அவர் கையை நீட்ட அதைப் புரிந்துகொண்ட அத்தி அவள் கரத்தை நீட்டவும் அவர் உயிர் பிரிந்தது.

அதைக்கண்டு அலறியவளை அமுதன் வெளியே அழைத்து வர இனியனை மட்டும் கண்ணீரோடு பார்த்துக்கொண்டிருந்தாள் அத்திப்பூ. இப்போது தான் ஆத்யாவைத் தேடினான் அமுதன். அவள் இல்லை என்றதும் அத்தியை அமரவைத்து ஆறுதல் செய்ய அமுதனின் அழைப்பைப் பார்த்து ஆத்யா பதறியபடி உள்ளே வர அத்தியின் நிலை அறிந்து வருந்தினாள்.

மாலையில் இருவரின் உடலையும் அவர்கள் ஒப்படைக்க ஆத்யாவை மட்டும் ஹாஸ்பிடலில் விட்டு அவர்கள் இருவரும் அவர்களுக்கு இறுதி காரியத்தை மேற்கொள்ள முடிவெடுத்தனர். இந்த நேரத்தில் இனியனின் உடல் நிலையில் நல்ல முன்னேற்றம் என்று அறிந்து மூவரும் சிறிது ஆறுதல் அடைந்தனர்.

அவளுடைய மாமாவின் வீட்டிலிருந்து சிலர் வர அவர்கள் இருவரின் இறுதி காரியத்தை அமுதனும் அத்தியும் செய்தனர். இரு உடல்களை உள்ளே எடுத்து சென்றவர்கள் ஒன்றரை மணிநேரத்தில் ஒருவரின் அஸ்தியைக் கொடுக்க அடுத்த ஒன்றரை மணிநேரத்தில் மற்றொருவரின் அஸ்தியும் கொடுத்தனர்.இறுதி காரியம் முடித்து இருவரும் குளித்து மீண்டும் மருத்துவமனைக்கு வர இனியனை நார்மல் வார்டுக்கு மாற்றிவிட்டதாய் ஆறுதல் செய்தி வந்தடைந்தது.

அத்தியின் நிலை அண்ணாமலை, சீதா, லஷ்மி என்று எல்லோருக்கும் தெரிந்து எல்லோரும் அவளுக்காக அனுதாபப்பட்டனர். அன்றைய இரவு மூவரும் மருத்துவமனையிலே கழிக்க சந்தீப் லஷ்மிக்கு துணையாக வீட்டிற்குச் சென்றிருந்தான்.

நள்ளிரவில் தான் அத்திக்கு இனியனைப் பார்க்க அனுமதி அளித்தனர்.கண்விழித்து அம்மாவும் அப்பாவும் எங்கே என்று கேட்டால் அவனுக்கு என்ன பதில் சொல்வதென்று புரியாமல் தவித்தனர் மூவரும்!(சுவைக்கும்!)

என்னடா அத்திக்கு இத்தனை கஷ்டம் என்று நினைக்க வேண்டாம். வாழ்க்கை எல்லா நேரங்களிலும் மகிழ்ச்சியை மட்டும் தந்திடாது.அது புதிய சவால்களை முன்னிறுத்தும். அடுத்த நொடி என்ன வைத்திருக்கிறது என்று தெரியாத புதிர் தானே வாழ்க்கை? முன்பு சொன்னது போல் ப்ரியாரிட்டிஸ்(முன்னுரிமைகள்) மாறிக்கொண்டே இருக்கும். தற்சமயம் அத்தியின் ப்ரியாரிட்டி 'இனியன்'.

* * * * * *

அத்தியாயம் - 31

பெண்கள் இருவரும் தூங்காமல் தவிப்பதைக் கண்ட அமுதன் அவர்கள் இருவரையும் ஓரளவுக்கு சமாதானம் செய்து சற்று ஓய்வெடுக்கச் சொல்லிவிட்டு மயக்கத்தில் இருக்கும் இனியனைப் பார்த்துக்கொண்டிருந்தான். அப்போது தான் மதியதிலிருந்து கவலையாக இருக்கும் ஆத்யாவின் நினைவு வந்தது.இனியனின் நிலையைக் கண்டதால் மட்டும் ஆத்யா இப்படி இருக்கவில்லை என்றும் அவன் மனம் அறிவுறுத்தவும் திரும்பியவனின் கண்களில் அத்தியைத் தன்னுடைய மடியில் கிடத்தி தானோ சுவற்றில் சாய்ந்தபடி இருந்தாள் ஆத்யா. ஆத்யா பையிலிருந்த பில் எடுத்துப் பார்க்க இதுவரையில் மூன்று லட்சத்திற்கும் மேல் செலவு செய்திருக்கிறாள் என்று அறிந்துகொண்டான். ஆத்யாவின் இந்தத் தன்னலமற்ற செயல்களின் மீது அமுதனுக்கு என்றும் ஒரு பிடித்தம் இருக்கிறது. பல நபர்கள் ஒன்று சேர்க்கையில் எல்லோருக்கும் ஒருவர் செலவு செய்ய நேர்ந்தால் பெரும்பாலானோர் 'ஜகா' வாங்கவே முன்வருவார்கள்.வெகு சிலரே மனதார அனைத்தையும் செய்வார்கள்.அந்த வெகுசிலரின் பட்டியலில் ஆத்யாவுக்கு என்றும் முதல்வரிசையில் இடமிருக்கும்.ஸச் எ செல்ஃப்லெஸ் கேரக்டர்! பொழுது விடியும் வேளையில் டாக்டர் ரௌண்ட்ஸ் வர அப்போது இனியன் கண்விழித்தான். அமுதன் உடனே அத்தியை எழுப்ப அவளோடு ஆத்யாவும் எழுந்தாள். டாக்டர் பரிசோதிக்க எந்த இடமென்று புரியாமல் விழித்தவன் திரும்ப அங்கே அத்தியைக் கண்டு, "ஐ சித்தி!" என்றதும் தான் மூவருக்கும் நிம்மதி வந்தது.பின்னே அத்தியையும் அவனுக்குத் தெரியவில்லை என்றால் எப்படி அவனைச் சமாளிப்பது?

அத்திக்கு அழுகை முட்ட இருந்தும் அவன் முன்பு தான் அழுதாள் நிலைமை இன்னும் விபரீதமாகும் என்றறிந்து புன்னகைத்தாள்.

"என்ன ஆச்சு சித்தி எனக்கு?" என்றதும் மூவரும் அதிர துளியும் தாமதிக்காது,

"ஒன்னும் இல்ல கண்ணா. உனக்கு சின்னதா அடிபட்டுடுச்சி அதான்..." என்றாள் ஆத்யா.

"நீங்க யாரு?" என்றவனுக்கு

"நான் உனக்கு ஆண்ட்டி ஆகணும். இதோ இது உன் அங்கிள்" என்று அமுதனையும் காட்ட எங்கே அடுத்த கேள்வியை அவன் கேட்டு விடுவானோ என்று அஞ்சினார்கள்.

"கிட்ட வாங்களேன்" என்று ஆத்யாவை அழைத்தவன் அவளுடைய அந்த அடர்ந்த சுருட்டை முடியைக் கண்டு, "உங்களுக்கு ஏன் முடி இப்படி இருக்கு?" என்றதும் அவனோடு சிறிது உரையாடினாள்.

அவனைப் பரிசோதித்த மருத்துவர் வெளியேற அத்தியும் அமுதனும் அவர் பின்னாலே போக, "சித்தி எங்க போற?" என்றவனின் குரலில் நின்றவளிடம், "நான் போறேன் நீ அவன்கூடவே இரு" என்றுரைத்துவிட்டு அமுதன் சென்றான்.

பெரியதா ஒன்றும் பிரச்சனை இல்லையென்றும் தூக்கி வீசப்பட்ட அதிர்ச்சியில் மயங்கியிருக்கிறான் என்றும் வெளிக்காயங்கள் தான் இருக்கிறது என்றும் சொல்லப்பட அமுதன் இப்போது தான் சீரானான்.

பிறகு அமுதனே அவரிடம், "சார் அவனோட பேரெண்ட்ஸ் ரெண்டு பேரும் இறந்துட்டாங்க.இப்போ அவனுக்கு இதை எப்படிச் சொல்வதென்று தெரியல" என்றதும்,

அவரே ஒரு மனநல மருத்துவரை வரவழைப்பதாகவும் அவர் பக்குவமாக இதை அவனிடம் தெரியப்படுத்துவார் என்றும் சொல்ல அமுதன் உள்ளே சென்றான்.

"சித்தி அம்மாவும் அப்பாவும் எங்க?" என்றதும் பேயறைந்தாற் போல் நடுங்கினாள் அத்திப்பூ.

"அப்பாவும் அம்மாவும் சாமிகிட்டப் போயிருக்காங்க" என்ற ஆத்யாவுக்கு,

"அப்போ ஏன் என்னை மட்டும் விட்டுட்டு போயிட்டாங்க?" என்றான் இனியன். அதில் வாய்விட்டே அழுத அத்தி அவனை அணைத்துக்கொள்ள ஆத்யாவும் அவனுடைய அறியாமையை எண்ணி வருந்தினாள்.

அங்கே வந்த அமுதன் டாக்டர் கூறியதை அவளிடம் உரைக்க அவள் சற்று நிம்மதியானாள்.

"அப்போ அவங்க திரும்ப வர மாட்டாங்க தானே?" என்றவனின் கூற்றிலிருந்து மரணத்தைப் பற்றிய பரிட்சயம் அவனுக்கு இருக்கிறது என்று அறிந்த அமுதன்,

"ஆனா அவங்க உனக்குத் தெரியாமலே உன்னை கவனிச்சிட்டே இருப்பாங்க. நீ குட் பாயா இருக்கியா இல்ல குறும்பு பண்றியான்னு எல்லாம் அவங்க பார்ப்பாங்க.சோ நீ இனிமேல் சித்தி கூடவும் எங்க கூடவும் தான் இருக்கனும்.உனக்கு நாங்க எல்லாம் இருக்கோம். எங்க கூடவே நீயும் வருவியாம், என்ன?" என்று அவன் மனநிலையை அறிய முயன்றான் அமுதன்.

"நீ இனிமேல் என்கூடவே இருப்ப தானே சித்தி? நீயும் என்னை விட்டுப் போயிடக் கூடாது" என்று இனியன் கூறியதும் தனக்கிருக்கும் பெரிய கடமையைப் பற்றி யோசித்தாள் அத்திப்பூ.

பின்பு ஆத்யாவை இங்கேயே இருக்குமாறு பணித்து விட்டு அத்தியை அழைத்துக்கொண்டு அருகில் இருக்கும் லாட்ஜில் அவளைத் தயாராக அழைத்துச் சென்ற அமுதன் அவளுக்கு வேண்டியதை எல்லாம் வாங்கிவிட்டு அவளைத் தேற்றவும் செய்தான்.

பின்பு அமுதனும் தயாராகிவிட்டு அத்தியை ஹாஸ்பிடலில் விட்டவன் ஆத்யாவை அழைத்துச் சென்றான். வழிநெடுக

அமுதனும் ஆத்யாவும் அத்தியின் எதிர்காலத்தையும் இனியனின் வாழ்க்கையையும் எண்ணி உரையாடினார்கள்.

அவர்கள் வெளியே வரும் போது அமுதனை அழைத்த லஷ்மி இங்கிருக்கும் பிரபாவின் வீட்டிற்குச் சென்று இனியனின் டாகுமெண்ட்ஸை எல்லாம் எடுத்துக்கொண்டு பாதுகாப்பு கருதி வீட்டிலிருக்கும் நகை, பணம் முதலியவற்றையும் எடுத்து வருமாறு சொன்னார்.கூடவே பிரபா மற்றும் அவள் கணவரின் இறப்புச் சான்றிதழையும் வாங்கி வருமாறு சொல்லி இனியனை இனி லீகலாக அத்தி அடாப்ட் செய்ய வேண்டியதற்கான அவசியத்தையும் நடைமுறைகளையும் சொல்ல அவர் சொல்வது தான் சரி என்றுணர்ந்த அமுதனும் அதைப் பற்றி யோசித்தான்.

பிறகு ஆத்யாவும் அவரிடம் பேசிவிட்டு அடுத்து என்ன என்பதைப் போல் அமுதனைப் பார்த்தாள். அவள் முகத்திலே அவளுடைய சோர்வு அப்பட்டமாகத் தெரிய,

"சாரி ஆது. உன்னை ரொம்ப சிரமப்படுத்துறேன் இல்ல?" என்றவனுக்கு ஒரு முறைப்பையே பதிலாகத் தந்தவள்,

"நான் தான் உனக்கு ரொம்ப கடமை பட்டிருக்கேன் அமுதன்..." என்று எதையோ சொல்ல வந்தவள் அமுதன் கவனிக்கும் முன்பு பேச்சை மாற்றி, "அப்போ என்னை உங்க கேங்ல ஒருத்தியா சேர்த்துக்கிட்டோம்னு சொன்னதெல்லாம் சும்மா வாய் வார்த்தைதான் இல்ல?" என்று முறைக்க,

அவளின் கரம் கோர்த்தவன், "இல்ல ஆது.நீ எனக்கு என்று சொல்ல வந்தவன் மாற்றி எங்களுக்கு ரொம்ப ஸ்பெஷல்.நீ எங்க லைஃப்ல வந்தவுடன் தான் எங்க வாழ்க்கையே மாற ஆரமிச்சது.மாறிட்டே இருக்கு. எப்படிச் சொல்ல... நீ ஒரு லக்கி சார்ம் ஆத்யா.ஒரு உண்மையைச் சொல்லவா?" என்று அவளைப் பார்க்க அவளோ அவன் என்ன சொல்லப்போகிறேன் என்ற ஆவலில் கண்களை விரிக்க அதில் சொக்கியவன் சுயம் பெற்று, "நான் உன்னைப் பார்த்து நிறைய பிரமிக்கிறேன்.

இப்படியெல்லாம் ஒரு பொண்ணு இருக்குமான்னு நான் உன்னைப் பார்க்கும் போதெல்லாம் வியக்கிறேன்.நாம இப்போ சென்னைல இருக்கோம் சோ சென்னை ஸ்லாங்ல சொல்லனும்னா உன்னைப் பார்த்து நான் 'மெரசலாயிட்டேன்' ஆத்யா" என்றதும் ஒரு வெட்கம் பிறந்தவளாய் நாணினாள் ஆத்யா."பலமுறை உன்னை நல்லா அப்செர்வ் பண்ணி 'என்ன பொண்ணுடா இவ?'னு ஃபீல் பண்ணியிருக்கேன்.இங்கிலிஷ்ல உன்னைப்பற்றிச் சொல்லனும்னா 'யூ ஆர் சச் ஏன் அடோரப்பில் கேர்ள்'(எளிதில் நேசம் கொள்ளத்தக்க வகையிலான பெண்!) ஐ அம் ஹானர்ட் டு பி வித் யூ(உன்னோடு இருப்பதில் நான் பெருமை அடைகிறேன்)" என்றதும் அவள் இரண்டடி மேலே பறப்பதைப்போல் உணர்ந்தாள்.பின்பு இருவரும் ஹாஸ்பிடல் விரைந்தனர்.அங்கே சிறிது நேரம் இருந்தவர்கள் பிறகு ஆத்யாவை இனியனுடன் விட்டு அமுதனும் அத்தியும் பிரபாவின் வீட்டிற்குச் சென்று வேண்டியதையெல்லாம் எடுத்துக்கொண்டனர்.ஏனோ அங்கே குடும்பமாய் மாட்டப்பட்டிருந்த அவள் அக்காவின் புகைப்படத்தைப் பார்த்து அழுதாள் அத்தி.முக்கியமான டாகுமெண்ட்ஸ் மற்றும் வேண்டியதெல்லாம் எடுத்தும் அத்தி இனியனின் உடைகளை எடுக்கப்போக,

"அத்தி இங்க இருக்கும் திங்க்ஸ் எதுவும் எடுக்க வேண்டாம். ஒருவேளை அதெல்லாம் அவனுக்கு உன் அக்காவோட ஞாபகங்களைக் கொடுக்கலாம். சோ நாம எல்லாம் புதுசாவே வாங்கிடலாம். அண்ட் இப்போ எதுவும் செய்ய வேண்டாம் லஷ்மி அங்கிள் லீகலா சில பார்மாலிட்டீஸ் இருக்குனு சொன்னார். அதன் பிறகு இனியன் ஸ்கூல்ல இன்பார்ம் பண்ணி அவன் டிசி எல்லாம் வாங்கிடலாம்.நாம கோவை போயிட்டு ஒரு டென் டேஸ் கழிச்சு வந்து ஆக வேண்டியதை எல்லாம் பார்க்கலாம்.ஓகே?" என்றதும் அவளும் தலையாட்டினாள்.

முக்கியமானவற்றை எல்லாம் எடுத்துக்கொண்டவர்கள் அக்கம்பக்கத்தில் சொல்லிவிட்டு விடைபெற்றனர்.அன்று மாலை இனியனை டிஸ்சார்ச் செய்யலாம் என்றதும் அன்று இரவே கோவைக்குச் செல்ல டிக்கட் புக் செய்தனர்.

மீண்டும் ஹாஸ்பிடல் வந்து அத்தி இனியனுடன் நேரம் கழிக்க ஆத்யாவை அழைத்த அமுதன், "ஆத்யா நீ தப்பா எடுக்கலைனா கொஞ்ச நாள் அத்தியும் இனியனும் உங்க வீட்ல தங்கிக்கட்டுமா?..." என்று தயங்க அவளோ, "கொஞ்ச நாள் இல்ல இனி எப்பவும் எங்க கூடவே இருக்கட்டும். நானும் அதான் யோசிச்சேன்.அண்ட் அவன் அத்தியைக் காட்டிலும் என்கிட்ட கொஞ்சம் ஃப்ரீயா பழகுறான்.சோ நான் நேத்தே இதைப்பற்றி முடிவு பண்ணிட்டேன்" என்றவளை வழக்கம் போல் ரசித்தான் அமுதன்.

"என்ன சார் என்ன யோசனை?"

"நத்திங் ஆது" என்றவன் அத்தியின் எதிர்காலத்தை எண்ணி வருந்த,

"அதுதான் நாம எல்லோரும் இருக்கோமில்ல? சும்மா விட்டுடுவோமா என்ன?" என்றதும் அவனுக்கும் ஒரு நம்பிக்கை பிறந்தது.விஷயம் அறிந்த அண்ணாமலை சீதாவும் அத்தியை எண்ணி வருந்தினாலும் இனி அவள் இனியனுக்காகவாது தைரியமாக இருக்க வேண்டும் என்று யோசித்தனர். மேலும் அத்திக்கு விரைவில் ஒரு நல்ல வாழ்க்கையையும் ஏற்படுத்திக்கொடுக்க வேண்டும் என்று எண்ணினார்கள்.

புறப்படும் முன்பே அமுதன் அத்தியிடம் இனி அவள் ஆத்யாவின் வீட்டில் தான் தங்கவேண்டும் என்றதும் முதலில் தயங்கியவள் பிறகு ஒத்துக்கொண்டாள்.சொன்னது போலவே சில சைக்கியக்ட்ரிஸ்ட்(உளநோய் மருத்துவர்) வந்து இனியனிடம் பேசி இன்னும் சில நாட்கள் கவுன்செல்லிங் கொடுக்க வேண்டும் என்று அறிவுறுத்த ஆத்யாவோ தாங்கள் கோவையில் காட்டிக்கொள்வதாய் உரைத்து விடைபெற்றனர்.

செல்லும் போது என்ன நினைத்தானோ, "சித்தி அப்போ என் ஸ்கூல் ப்ரெண்ட்ஸ் எல்லோரையும் நான் இனி பார்க்க முடியாதா? தர்ஷன் கிட்ட நான் சொல்லவே இல்லையே?" என்றதும் அவனின் இன்னொசென்ஸ் அத்தியைக் கலங்கடிக்க

ஆத்யா தான் அடுத்த வாரம் அவர்களை எல்லாம் வந்து பார்த்து நேரில் சொல்லிவிடலாம் என்றாள்.அவன் அத்தியைக் காட்டிலும் ஆத்யாவிடம் அதிகம் ஒட்டிக்கொண்டான். ஆத்யாவும் அவனுடன் வாஞ்சையோடு தான் பழகினாள்.

அதற்குள் அத்தியைப் பற்றியச் செய்தி 'லெட்ஸ் செலிபிரேட்' முழுவதும் பரவியது. எல்லோரும் அவளுக்காக அனுதாபப்பட்டனர்.கூடவே அவளுக்கு எல்லோரும் உறுதுணையாக இருக்கவேண்டும் என்றும் எண்ணிக்கொண்டனர். ஆனால் கண்ணையனுக்கும் ரூபனுக்கும் மட்டும் இதெதுவும் சென்றடையவில்லை.

வெள்ளிக்கிழமை அந்த கார்ப்பரேட் ஈவெண்ட்டில் எல்லோரும் பிசியாக அத்தியை மட்டும் இனியனுடன் வீட்டிலே இருக்குமாறு சொல்லிவிட்டு அமுதனும் கார்த்தியும் சமையலில் மூழ்கினர். அங்கே ரூபன் இத்தனை வருடங்களில் இப்போது தான் குடும்பத்தோடு நன்றாக ஐக்கியமாகியிருந்தான். அது அவன் தந்தைக்கும் அதிக மகிழ்ச்சியைத் தந்தது.கூடவே ரூபனின் தற்போதைய வேலை பற்றி அறிந்தவர்கள் இனியும் அவன் தனித்திருக்கக்கூடாது என்று எண்ணி அவனுக்கு திருமணம் செய்யலாம் என்று யோசித்தனர். அப்போது தான் அத்திப்பூவைப் பற்றி அவன் சித்தி தந்தையிடம் சொல்ல முதலில் வழக்கமான தந்தையைப்போல் அதிர்ந்தவர் பிறகு மகனின் மனதை அறிந்து சம்மதம் தெரிவித்தார்.அப்படியே அவனுடைய ஜாதகத்தைப் பார்க்க ஆறு மாதம் போகட்டும் என்றதும் அவனும் மகிழ்ந்தான். அன்றிரவே கோவைக்கு உற்சாகமாய்க் கிளம்பினான் அதிரூபன்.

இத்தனை நாட்கள் சொல்லப்போனால் வருடங்கள் அத்தியைத் தவிக்கவிட்டவன் இம்முறை அவளைச் சீண்டிவிட்டு பிறகு தன்னுடைய சம்மதத்தைத் தெரிவிக்க திட்டமிட்டான். அமுதனை அழைத்தவன் ஊருக்கு வரும் செய்தியைத் தெரிவித்து அத்தியைப் பற்றிச் சொல்ல எண்ணியவன் பிறகு

அவனுக்கும் சர்ப்ரைஸ் தரலாம் என்று எண்ணி மௌனம் காத்தான்.இந்த இரண்டு நாட்களில் அத்தியின் வாழ்க்கையில் மட்டுமல்ல அவள் மனதிலும் பல மாற்றங்கள் நிகழ்ந்துவிட்டது என்பதை அறியாமல் ரூபன் கோவை வந்தடைந்தான்.

அந்த வெள்ளிக்கிழமை ஈவென்ட் முடிந்ததும் ஞாயிறு திங்கள் ஒரு திருமணம் நடைபெற இருக்க இடையில் சனிக்கிழமை அன்று திடீரென ஒரு பர்த்டே பார்ட்டி புக் ஆக அனைவரும் சம்மதித்ததால் இன்னும் பிசி ஆனார்கள்.கோவை வந்தவனை உடனே அந்த பர்த் டே ஈவெண்ட்டில் சமைக்க அமுதன் அழைக்க அவனும் அத்தியைக் காணப்போகும் ஆவலில் உற்சாகமாய்ச் சென்றவன் அவளில்லாமல் போக வெறுமை அடைந்தான். அமுதன் கார்த்தியிடம் அவளைப் பற்றி அறிந்துகொள்ள எண்ண பிறகு அவர்கள் கலாய்ப்பார்கள் என்று அமைதி காத்தான். ஆனால் அமுதனும் கார்த்தியும் ஏதோ சோகத்தில் இருப்பதாய் அவனுக்குப் புரிந்தது.

இவர்கள் கேங்கில் இந்த நிலை என்றால் அங்கே ஆத்யா அண்ட் கோவில் சந்தீப் எதிலும் ஒரு தெளிவில்லாமல் சுற்றித்திரிந்தான்.அதேபோல் மிதிலாவும் வழக்கத்தை விட சற்று அமைதியாக உலா வந்தாள்.ஆத்யா மிதிலாவிடம் பேசவேண்டும் என்று எண்ணிய போது தான் அத்தியின் நிலை அறிந்து சென்னை சென்றவள் பிறகு இரண்டு நாட்களாய் வேலை பிசியில் அனைத்தையும் மறந்திருந்தாள்.

அன்று மதியமே ஒரு அவசர வேலை என்று மிதிலா சென்றுவிட அந்த பார்ட்டி வேலையில் இருந்தவர்கள் அதைக் கவனிக்காமல் விட்டனர்.சென்ற முறை அனைவரிடமும் சொன்னதால் தான் கண்பட்டு விட்டதோ என்று நினைத்த மிதிலாவின் பெற்றோர்கள் இம்முறை யாரிடமும் சொல்லாமல் ஒரு வரன் பார்த்திருந்தார்கள்.போன வரனுக்கு முன்பே இதைத் தான் உறுதிப்படுத்த வேண்டும் என்று நினைக்கையில் உறவினர் ஒருவரின் உந்துதலில் தான் சஞ்சய்யை முடிவு செய்தனர். அது தவறியதால் காதும்காதும் வைத்ததைப்போல்

கோவிலில் சந்திக்க ஏற்பாடு செய்திருந்தனர். அதற்காகத் தான் மிதிலாவிடம் கூட இதைப் பற்றித் தெரியப்படுத்தாமல் திடீரென அழைத்தனர்.

மிதிலா வீடு சென்றதும் விஷயத்தைத் தெரியப்படுத்த முதலில் அதிர்ந்தவள் பின்பு இந்த ஒரு வாரத்தில் இதுவரை தன்னிடம் வந்து பேசாத சந்தீப்பை நினைத்து வருந்தி பெற்றோரின் முகத்தில் தெரியும் சிரிப்பைப் போக்க விரும்பாமல் தயாரானாள்.

"இங்கப் பாருடா. போன முறை மாதிரி எல்லாம் எதுவும் நடக்காது. நான் நல்லா விசாரிச்சிட்டேன். இன்பேக்ட் இது வலிய வந்த சம்மந்தம்மா. குடும்பமும் நல்ல இடம்..." என்று அவர் பாட்டிற்கு அடுக்க 'எப்படியிருந்தாலும் சரி இதற்கு சம்மதிக்கிறேன்' என்ற முடிவோடு தான் புறப்பட்டாள் மிதிலா.

அங்கே பார்ட்டியை முடித்தவர்கள் நாளை இருக்கும் திருமணத்திற்காக விரைய முன்கூட்டியே தன்னுடைய ஸ்டேஜ் டெகரேசனை உறுதிப்படுத்தியவள் லாவண்யாவிடம் அதைக் கொடுத்திருக்க அவளும் வேலையில் மூழ்கினாள்.

எல்லோரும் லெட்ஸ் செலிபிரேட் அலுவலகம் செல்ல அப்போது பேச்சுவாக்கில் ரூபன், "எங்க அத்திப்பூவைக் காணோம்?" என்றதும் அங்கிருந்தவர்கள் எல்லோரும் ஒருவர் முகத்தை ஒருவர் பார்த்தனர்.

"என்னாச்சு? ஏன் எல்லோரும் டல் ஆக்கிடீங்க?" என்ற ரூபனை வெளியே அழைத்துச்சென்ற கார்த்தி எல்லாம் சொன்னான். அது ரூபனுக்கு உண்மையில் அதிர்ச்சியாக இருக்க அவளின் நிலையை உணர்ந்தவன் 'என்ன ஆனாலும் சரி அத்தி நான் உன்னை எப்போதும் கைவிட மாட்டேன்' என்று மனதில் உறுதிபூண்டான்.

அப்போது வெளியே வந்த அமுதன் அர்த்தமாய் அவனைப் பார்க்க அவன் பார்வையின் பொருள் உணர்ந்தவன் ஊரில் நடந்த அனைத்தையும் அமுதன் மற்றும் கார்த்தியிடம் ஒப்பித்தான். அதைக் கேட்ட கார்த்திக்கு உள்ளத்தில் மகிழ்ச்சி

ஏற்பட அமுதனோ எந்த ரியாக்சனையும் கொடுக்காமல் இருந்தான். பின்னே கடந்த சில நாட்களாய் அத்தியை க்ளோஸாக கவனிக்கிறானே! அவன் யூகம் சரியென்றால் இனி அத்தி வாழ்வில் ரூபன் என்று மட்டுமில்லை யாருக்கும் இடமில்லையே.மேலும் இது அத்தனை சுலபத்தில் தீர்ந்துவிடும் பிரச்சனையாக அமுதனுக்குப் புலப்படவில்லை.இதுவே அமுதனின் எண்ணமாக இருந்தது.

முடிவெடுத்து சென்றதால் அங்கே அவளுக்கு எவ்வித குழப்பமும் ஏற்படவில்லை. ஃபார்மாலிட்டிக்காக அவளுக்குப் பார்த்திருந்த மாப்பிள்ளையிடம் சிறிது உரையாடியவள் தன்னுடைய அன்னை கண்களால் சம்மதமா? என்று வினவ பொம்மையாய்த் தலையாட்டினாள். அப்போது இருகுடும்பத்திற்கும் ஏற்பட்ட மகிழ்ச்சியைக் கண்டவள் தானும் மகிழ்வதைப்போல் நடித்தாள்.

சாதரணப் பெண் பார்க்கும் படலமாய் முடிவு செய்யப்பட்ட நிகழ்ச்சி இறுதியில் திருமணத்தை உறுதி செய்யும் நிகழ்வாய்ப் பூவைத்து நிறைவடைந்தது.

இதோ நாட்கள் நெருங்கிவிட்டது. அடுத்த சனி ஞாயிறு ஹிருத்தியாவின் திருமணம். அவன் ஊரே விழாக்கோலம் பூண்டிருந்தது.பின்னே திருமணம் ஒரு மாண்புமிகு அமைச்சரின் தலைமையில் நடைபெற இருக்கிறதே? எப்படியாவது வீடியோ கான்ஃபரன்ஸிங்கிலாவது முதலமைச்சரை வரவைக்க வேண்டும் என்று நாகப்பன் தீவிர முயற்சியில் இருந்தார். அவருக்கு பிள்ளைகுட்டிகள் இல்லாததால் இதை அவருடைய மகளின் திருமணத்தைப்போல் வெகு விமர்சையாக ஏற்பாடு செய்திருந்தார்.பின்னே இதை வைத்து தானே வரவிருக்கும் சட்டமன்ற தேர்தலில் சீட் வாங்க வேண்டும்! இதெல்லாம் 'அரிஸ்டாட்டி'லே அறிந்திராத 'அரசியல் அறிவியல்' தத்துவங்கள்.நியாயப்படி நம்நாட்டு அரசியல் வாதிகளில் யாரேனும் தான் அரசியல் அறிவியலின் தந்தையாகிருக்க வேண்டும்.ஹ்ம்ம் கவுண்டமணி ஸ்டைலில் சொன்னால் 'சத்திய சோதனை'!

இந்த சனிக்கிழமை ஸ்ருஷ்டியை வெளியே அழைத்துச் செல்லலாம் என்று காத்திருந்த கார்த்திக்கு அந்த பர்த்டே பார்ட்டி எதிரியாய் அமைந்துவிட ஸ்ருவை சமாதானம் செய்துகொண்டிருந்தான் கார்த்தி.

அன்று மாலை அமுதன் ஆத்யாவின் வீட்டிற்கு வந்திருக்க இனியனோ அந்த புது வீடு புது தாத்தா, புது அத்தை ஆகியவற்றில் குதூகலித்தான். அவன் வந்தது யாருக்கு சந்தோஷமோ இல்லையோ லஷ்மிக்கு அது பேரானந்தம். பின்னே இந்த வீட்டில் நீண்ட வருடங்கள் கழித்து உலாவும் மழலை அல்லவோ! முதலில் இவர்களுக்கு இடைஞ்சல் தருவதாக எண்ணிய அத்தியே லஷ்மி-இனியனின் உறவில் மகிழ்ந்தாள்.(சுவைக்கும்!)

* * * * * *

அத்தியாயம் - 32

அத்தியைப் பற்றி அறிந்த ரூபனின் முகம் அதிர்ச்சியை வெளிக்காட்டினாலும் அவன் உள்ளம் அதிர்ச்சியடையவில்லை. எப்படியும் அத்தியை தன்னால் சமாதானம் செய்ய முடியும் என்று அவன் நம்பினான்.

அன்றிரவு அமுதனும் ரூபனும் தங்கள் வீட்டில் அமர்ந்து நாளைய சமையலைப் பற்றிப் பேசினார்கள்.கார்த்தியும் அவர்களோடு இணைந்து அனைத்தையும் ஆலோசித்தான். மெனு எல்லாம் ஏற்கனவே சொல்லப்பட்டதால் அதை எவ்வாறெல்லாம் செய்யலாம் என்று மட்டும் யோசித்தனர். ஆனால் ரூபனின் கவனம் முழுவதும் இங்கே இல்லை என்பதை அமுதன் மற்றும் கார்த்தி நன்கு அறிந்துகொண்டனர்.

அன்றிரவு வீடு திரும்பிய ஆத்யா அத்தி மற்றும் இனியனுடன் சிறிது நேரம் உரையாடினாள்.லஷ்மி இனியனுக்கு நிறைய கதை சொல்வதால் அவரோடு அமர்ந்து கதை கேட்டுக்கொண்டிருந்தான். ஆத்யா ஃப்ரெஷ் ஆகி வந்ததும் இன்றைய வேலையைப் பற்றி அத்தி விசாரிக்க அவளோடும் சிறிது உரையாடினாள். அத்தி இங்கே வந்ததிலிருந்து புதியதாக ஆத்யா ஏற்படுத்திக்கொண்ட பழக்கம் இது.அன்றைய தின நிகழ்வுகளை எல்லாம் அத்தியிடம் ஷேர் செய்வாள்.அத்தியும் தங்கள் கல்லூரி நாட்களில் நடந்த சில சுவையான நிகழ்வுகளை எல்லாம் ஆத்யாவுக்கு உரைப்பாள்.பெரும்பாலும் அது அமுதன் சம்மந்தப்பட்டதாகத் தான் இருக்கும். ஆத்யா அமுதனை விரும்பும் விஷயத்தை முதன்முதலில் உணர்ந்தவள் அத்திதானே? ஆத்யாவும் அத்தியின் வாழ்வில் நடந்த நிகழ்வுகள் அனைத்தையும் அமுதன் மூலம் அறிந்துகொண்டதால் அவளை நார்மலாக்க தன்னால் முடிந்ததைச் செய்கிறாள்.

"ஆத்யா நானும் நாளைக்கு அந்த மேரேஜுக்கு வரேன்னே?" என்ற அத்தியைப் பார்த்து,

"இல்ல அத்தி. உனக்கு ரெஸ்ட் வேணும். எனக்கும் உன் நிலைமை புரியுது.இப்படி வீட்லையே அடைஞ்சிக்கிடக்கிறது ரொம்ப கஷ்டம் தான்.ஆனா இனியனைப் பற்றி நீ யோசிக்கணும். டாக்டர் என்ன சொன்னார், இனியனுக்கு இப்போதைக்கு ஒரு புது சூழல் வேணும். இந்த சூழல்ல அவனுக்கு அவன் பேரெண்ட்ஸ் பத்தி எந்த நினைவும் வரக்கூடாது.சோ ஒரு வாரம் இங்கேயே இருங்க.லக்கிலி ஒரே ஒரு முறை தான் அவன் அப்பா அம்மாவைக் கேட்டான்.அதையும் அப்பா எப்படியோ கதை சொல்லிச் சமாளிச்சிட்டார்.அப்பா அம்மா நம்ம லைஃப்ல இல்லைனு அவன் முழுசா உணரணும்.பங்க்சனுக்கு வந்தா அங்க எப்படியும் அவன் வயசு குழந்தைங்க வருவாங்க. அவங்கள எல்லாம் அவங்க அப்பா அம்மாவோட பார்த்தா அவன் மனசும் ஏங்கும்.அண்ட் மோரேவர் உனக்கும் அவனுக்கு இடையில ஒரு நல்ல புரிதல் நம்பிக்கை வரணும் அத்தி.சோ நீ இன்னும் ஒன் வீக் அவன்கூடவே டைம் ஸ்பெண்ட் பண்ணு..." என்றாள்.

கோவை வந்து முதலிரண்டு நாட்கள் அதிகம் வருந்திய அத்தி அன்று லஷ்மியிடம் மனம் விட்டு பேசியதிலிருந்து சற்று தெம்பாகக் காணப்படுகிறாள்.ஒரு தந்தையாக அவர் அத்திக்கு வழங்கிய அறிவுரை மற்றும் நம்பிக்கை அனைத்தும் அவளை கொஞ்சம் தைரியப்படுத்தியிருக்கிறது என்பது நிஜம். அதுமட்டுமில்லாமல் அண்ணாமலை மற்றும் சீதாவும் தங்கள் பங்கிற்கு அவளிடம் ஆறுதல் சொல்ல அதுவும் அவளை இப்போது தேற்றியிருக்கிறது.

அங்கே ரூபனிடம் வேலை சம்மந்தமாக உரையாடிய கார்த்தி மற்றும் அமுதன் இருவரும் இப்போது பர்ஸனலாகப் பேசினார்கள்.

"நீ என்ன முடிவெடுத்திருக்க ரூபா?" என்ற கார்த்திக்கு,

"டேய் உங்களுக்கெல்லாம் என் மனசு புரியுமோ புரியாதோ அது எனக்குத் தெரியாது. என் குடும்ப சூழ்நிலை உங்களுக்குத் தெரியும். என்னோட பயமெல்லாம் எங்கே நாளைக்கு நானும்

என் அம்மா மாதிரி ஆகிடுவேனோனு தான்... அதுமில்லாம எனக்குனு ஒரு குடும்பம் இருந்தும் நான் தாமரை இலை நீர் போல ஒட்டியும் ஒட்டாமலே வாழ்ந்துட்டேன்.சோ நாளைக்கு என்னை நம்பி வரப் பொண்ணு கிட்டயும் நான் அப்படியே இருந்திடுவேனோனு தான் நான் அத்தியை அவாய்ட் பண்ணேன். உங்களுக்கே தெரியும் உங்களைக் காட்டிலும் அத்தியை எனக்கு மூணு வருஷத்துக்கு முன்னாடியே தெரியும்.அவ என்னை எவ்வளவு விரும்பறானும் எனக்குத் தெரியும். வீட்ல என்னோட விருப்பத்துக்கு மறுப்பு சொல்ல மாட்டாங்க..."

"டேய் ரூபா நீ உன் காதலை வீட்ல சொன்னனப்ப அத்தி தனியா இருந்தா.இப்போ அவளை நம்பி ஆறு வயசுல ஒரு பையன் இருக்கான்.இதுக்கு அப்பா...?" என்ற கார்த்திக்கு,

"கண்டிப்பா எந்த வீட்லயும் 'சரிடா கண்ணா எங்களுக்கு ஒன்னும் ஆட்சேபனை இல்லைனு' எல்லாம் சொல்ல மாட்டாங்க.அதுக்கு என் வீடும் விதிவிலக்கில்லை தான். அது எனக்கும் தெரியும். ஆனா அவங்களை என்னால கன்வீன்ஸ் செய்ய முடியும்னு எனக்குத் தோணுது" என்று உறுதியாய்ச் சொன்னான் ரூபன். ஏனோ அவனுடைய உறுதி அமுதன் மற்றும் கார்த்திக்கும் ஆனந்தத்தைத் தான் கொடுத்தது.

"எப்படி இவ்வளவு கான்ஃபிடெண்டா சொல்ற?" என்ற கார்த்திக்கு ரூபன் தந்த பதில் கார்த்தி மற்றும் அமுதனிற்கு இன்னும் கான்ஃபிடென்ஸை தான் கொடுத்தது.

"உன் எண்ணம் நிறைவேற வாழ்த்துக்கள்" என்ற கார்த்தி வீட்டிற்குச்சென்றான்.

மறுநாள் காலையில் லெட்ஸ் செலிபிரேட் குழுவினர் அந்தத் திருமண மண்டபத்தில் தங்களுடைய பணிகளை எல்லாம் செவ்வென செய்தனர்.அன்று காலை எதுவும் நடக்காததைப்போல் மிதிலா 'கடைக்கு' வந்து லவ் நித்திலா ஜாய்சனுடன் வேலையில் மூழ்கினாள். மறுபக்கம் அமுதன் அண்ட் கோ சமையல் சம்மந்தமான வேலைகளுக்கும் ஸ்வீட்ஸ்

செய்வதற்கும் முன்கூட்டியே மண்டபத்தில் ஆஜராகி தங்கள் பணியைச் செய்துகொண்டிருந்தனர்.

அதொரு பெரிய இடத்து திருமணம் என்பதால் அனைத்தும் ஆடம்பரமாகவே காட்சியளித்தது. ஹால் டெக்கரேஷன் லவ்வின் மேற்பார்வையில் நடைபெற அங்கே மிதியோ மணமேடையை அலங்கரித்தாள்.வரவேற்பு லைட் மியூசிக் போன்ற வேலைகளை ஜாய்சன் தன் குழுவுடன் செய்ய எப்போதும் உற்சாகமாய் அவர்களை எல்லாம் கிண்டல் செய்துகொண்டு போட்டோஸ் எடுக்கவும் வீடியோ எடுக்கவும் அவர்களை வைத்தே ரிகர்சல் பார்க்கும் சந்தீபோ அதெதையும் செய்யாமல் அவன் ஜூனியரிடம் அப்பொறுப்புகளை விட்டு தன்னை அவாய்ட் செய்யும் மிதிலாவின் நினைவுகளில் இருந்தான்.ஆத்யாவுக்கு பொழப்பேதுவும் இல்லாததால் கிட்சனை மேற்பார்வை செய்கிறேன் என்ற பேர்வழியில் அமுதனை அப்பட்டமாக 'களவு' செய்துகொண்டிருந்தாள்.('களவு' என்பது திருடுவது என்று பொருளில்லை. சங்ககால தமிழர்களின் வாழ்க்கை முறையை அகவாழ்வு புறவாழ்வு என்று பிரிப்பார்கள். அகவாழ்வில் களவு கற்பு என்று இருவகை உண்டு.காதல் சார்ந்த வாழ்க்கை முறை களவு எனவும் திருமணம் முடிந்து வாழும் இல்லறத்தை கற்பு என்றும் உரைப்பர்.) ஆத்யா தங்களையே பார்ப்பதையும் அதிலும் குறிப்பாக அமுதனை வைத்தகண் எடுக்காமல் பார்ப்பதை அறிந்த கார்த்தி மற்றும் ரூபன் தங்களுக்குள் பேசிக்கொண்டனர்.அமுதனோ கர்ம சிரத்தையாக ஸ்வீட்ஸ் செய்துகொண்டிருந்தான். ரசமலாய் செய்தவன் அதை சேம்பிள் பார்க்க ரூபனை அழைக்க,

"டேய் எங்களுக்கு வேற வேலை இருக்கு. அதான் பக்கத்துலையே முதலாளி அம்மா இருக்காங்களே அவங்களை டேஸ்ட் பார்க்கச்சொல்லு" என்றதைக்கூட உணராமல் இருந்தாள் ஆத்யா.

'அட ஆமாயில்ல?' என்பதைப்போல் சமிக்ஞை செய்தவன் திரும்பி ஆத்யாவைப் பார்த்து, "ஸ்வீட்டி கொஞ்சம் இந்த ஸ்வீட்டை

டேஸ்ட் பண்றீங்களா?" என்று எள்ளல் செய்ய அவனுடைய இந்த உரிமை கலந்தப் பேச்சில் உண்மையில் அதிர்ந்த கார்த்தி மற்றும் ரூபன் தங்களுக்குள் சிரித்துக்கொண்டனர்.அவளோ ஏதேதோ யோசனையில் இருக்க அந்த ரசமலாய்யை அவள் உதட்டின் நுனியில் வைக்க சட்டென சுயம் பெற்றவள் அமுதன் தனக்கு ஊட்டியதை எண்ணி நாண, "மேடம் மேடம்" என்று இருமுறை அவள் முகத்திற்கு முன்பு கைகளை நீட்டியும் அசைவுகள் தென்படாததால், "மிஸ் ஆத்யலஷ்மி" என்று அவளுக்கு மட்டும் கேட்கும் குரலில் ஹஸ்கியில் அழைக்க திடுக்கிட்டு சுற்றி முற்றித் திரும்பிப் பார்த்தாள் ஆத்யா.ஆனால் அருகே யாருமில்லாததால் அவள் காம் ஆக தூரம் நின்ற ரூபன் மற்றும் கார்த்தி ஆகியோரின் கண்கள் இங்கேயே தான் இருந்தது.

"என்ன?

மத்தளம் கொட்டவ ரிசங்கம் நின்றூத

முத்துடைத் தாமநி ரைதாழ்ந்த பந்தற்கீழ்

மைத்துனன் நம்பிம துசூதன் வந்து(என்னைக்) உன்னைக்

கைத்தலம் பற்றக்க னாக்கண்டேன் தோழீ(நான்) நீயா?" (அடைகுறியில் இருப்பது உண்மையான ஆண்டாள் பாசுரம். வெளியே இருப்பது அமுதன் ஆத்யாவுக்காக மாற்றிக்கூறியது) என்று அமுதன் பாட,

'என்ன?' என்பதைப்போல் அவள் மருண்ட விழிகளால் வினவ,

அவளுடைய அந்தத் திகைப்பானப் பார்வையில் அவனையும் அறியாமல்குதூகலித்தவன்,"கொஞ்சம் இதை டேஸ்ட் பண்ணுங்க மேடம்" என்று அந்த ரசமலாய்யை அவள் வாயில் திணிக்க நாவில் பட்டதும் அவளின் டேஸ்ட் பட்ஸ்(நாவிலிருக்கும் சுவை அணுக்கள்) உடனடியாக மூளைக்கு செய்தியனுப்ப அதை அவள் கண்கள் சிரித்து வெளிக்காட்டியது.

"ஓகேவா?" என்று அமுதன் கேட்க,

"டபிள் ஓகே" என்றாள் ஆத்யா.

அதைக் கேட்ட கார்த்தி ரூபனிடம், "டபிள் ஓகேவான்டா" என்றதும்,

"ஓகே ஓகே" என்று ராகமாய் இழுத்தான் ரூபன்.

"என்னடா?" என்றான் அமுதன்.

"ஒன்னுமில்லை மச்சான் நீ கடலை போடு" என்றான் கார்த்தி.

"என்னது?" என்று அதிர்ந்த அமுதனுக்கு,

"உன்னை இல்லடா. மதியக்கா சட்னி அரைக்கனும்னு சொன்னீங்களே கடலையை நிறைய போட்டு அரைங்க..." என்று சொல்லி அவன் விடைபெற தங்களைத் தான் அவர்கள் ஓட்டுகிறார்கள் என்றுணர்ந்த ஆத்யா மற்றும் அமுதன் இருவரும் நாணினார்கள்.

அங்கே எல்லா வேலைகளும் நிறைவடைய சந்தீப்பை போட்டோ எடுக்க அழைத்தான் அவன் ஜூனியர். அதுவரை மணமேடையில் நின்றுகொண்டிருந்த மிதிலா நிமிர்ந்து சந்தீப்பை முறைக்க சந்தீப் தன்னுடைய கேனானை எடுத்து வழக்கம் போல் மிதிலாவை எடுக்க முனைய அவளோ வேகமாய் அந்த மேடையிலிருந்து கீழிறங்கினாள்.ஏனோ அவளை ஃபோக்கஸ் செய்யவேண்டி காத்திருந்த சந்தீப்பிற்கு சொல்லமுடியாத ஒரு வலி அவன் மேனியெங்கும் பரவியது.

அதன் பின் மடமடவென திருமண வேலைகள் நடைபெற எல்லோரும் பரபரப்பானார்கள்.வரவேற்பு நடைபெற தன்னால் ஒழுங்காக வேலைசெய்ய முடியாமல் திண்டாடிய சந்தீப் தன்னுடைய ஜூனியரிடம் தன் வேலையைக் கொடுத்து அவன் ஜூனியராய்ச் செயல்பட்டான். அங்கே சமையல் அனைத்தும் நிறைவடைந்து பஃப்பே முறையில் உணவைப் பரிமாறினார்கள் அமுதன் அண்ட் கோ.மறுநாள் காலையிலும் தங்களுடைய வேலையைத் திறம்படவே செய்தவர்கள் அந்தத் திருமணத்தை வெற்றிகரமாக நடத்திக்கொடுத்தனர்.

திருமணம் முடிந்ததும் எல்லோரும் தங்கள் அலுவலகம் வந்தடைய, நித்திலாவை அழைத்த மிதிலா தனக்கு திருமணம் முடிவானதைப் பற்றித் தெரிவிக்க அதைக்கேட்டு அவள் அதிர்ந்தாள்.அதற்குள் அங்கே வந்த ஜாய்சன் சிரிப்புடன், "கைஸ் எல்லோருக்கும் ஒரு ஹேப்பி நியூஸ்.எனக்கும் ஜோக்கும் என்கேஜ் மென்ட் ஆகப்போகுது" என்றதும் மற்ற அனைவரும் அவனை வாழ்த்திக்கொண்டிருக்க மிதிலா அந்தக் கூட்டத்திலிருந்து கலைந்துச் சென்றாள்.

"டேய் ஃப்ராட் இப்போல்லாம் எனக்கு மேரேஜ் நடக்காது அப்படி இப்படினு கதைகதையா விட்ட?" என்று அவனை வாரினாள் லவ்.

"நான் அப்படித்தான் நெனச்சேன் லவ். ஆனா ஜோஷிலின் வீட்ல திடீர்னு இப்போ எங்கேஜ் மென்ட் செஞ்சிடலாம்னு சொன்னாங்க அதான்..."

"ஓ அப்போ உனக்கு ஆசையில்லை? அப்படி ஒன்னும் நீ வேண்டா வெறுப்பா எல்லாம் செய்ய வேணாம் மச்சி..." என்று நித்திலா முடிப்பதற்குள்,

"எனக்கு ஆசையிலைனு நான் எப்போடி சொன்னேன்?" என்றான் ஜாய்சன்.

"என்னை மாதிரி ஓப்பனா இருக்கவங்களைக் கூட நம்பிடலாம் ஆனா இந்தப் பூனையும் பால் குடிக்குமான்னு இருக்கானுங்க பாரு இவனுங்களை மட்டும் நம்பிடவே கூடாது" என்று லவ் இழுக்க

"கரெக்ட்டா சொன்ன லவ். ஏன் இந்த மிதிலாவைப் பாரு அவளுக்கும் மேரேஜ் ஃபிக்ஸ் ஆகிடுச்சாம்.இப்போ தான் சொல்லிட்டுப்போனா" என்னும் போது அங்கே ஏதோ ஒரு ஃபைலை தேடிக்கொண்டிருந்த ஆத்யா திடுக்கிட்டு எழுந்து நிற்க,

"என்ன ஆச்சு ஸ்வீட்டி? ஏன் இப்படி ஒரு ரியாக்சன்?" என்ற நித்திலாவிற்கு,

"மிதிலா எங்க?" என்றதும் அவள் நடந்ததைச் சொல்ல அப்போது திரும்பி சந்தீப்பின் இருக்கையைப் பார்க்க அவனோ அந்தச் செய்தியைக் கேட்டு உறைந்து நின்றான்.

"எப்பா எனக்கு செம டையேரெட்டா இருக்கு. என்னால முடியல நான் கிளம்பறேன்" என்று லவ் கிளம்ப அவள் பின்னே ஜாய்சன் நித்திலா மூவரும் வரிசையாக விடைபெற்றனர்.

சந்தீப்பின் முகத்தை வைத்தே அவன் அகத்தை உணர்ந்தாள் ஆத்யா.அவனுக்குள் இப்போது தான் காதல் பூ அரும்புகிறது என்று அறிந்தவள் அது வளரட்டும் என்று நினைத்திருக்க இப்படி மொக்கிலே அறுக்கப்பட்டுவிடும் என்று அவள் அறியவில்லை. இப்போது ஆத்யாவுக்கு மிதிலாவை நினைக்கையில் ஆத்திரமாக வந்தது.

அன்றைய இரவு ஆத்யா சந்தீப் மற்றும் மிதிலாவின் நிலையைப் பற்றி யோசனையில் திளைத்திருக்க அவளை அழைத்த இனியனின் குரலைக்கூட உணராது இருந்தாள் ஆத்யா.

"ஸ்வீட்டி ஸ்வீட்டி" என்று தன்னுடைய மழலையில் அழைத்தான் இனியன்.முதலிரண்டு நாட்கள் ஆத்யாவை 'ஆண்ட்டி' என்று தான் அழைத்தான். ஆனால் லஷ்மி முதல் வீட்டிற்கு வந்த சந்தீப் அமுதன் ஏன் அத்தியும் சமயங்களில் அவளை 'ஸ்வீட்டி' என்றே அழைப்பதைக்கண்டு அவனும் அவ்வாறே அழைக்கத்துவங்கினான்.

"சொல்லுங்க 'குட்'டி"(kutty அல்ல goodie) என்றாள் ஆத்யா. அவளின் 'குட்'டி என்ற அழைப்பு அவனுக்கும் குதூகலத்தைத் தரும்.தன்னை ஸ்வீட்டி என்று அழைப்பதால் அவளும் அவனுடைய பெயரை ஆங்கிலத்தில் மொழிபெயர்த்து இனியன் என்பதை 'குட்'டி என்று அழைத்தாள்.

"வாங்க நாம விளையாடலாம்" என்றவனிடம், "நீங்க தாத்தா கிட்ட கதை கேட்பீங்களாம் அதுக்குள்ள நான் வருவேனாம்" என்று அவனை அனுப்பியவன் மீண்டும் யோசனையில் மூழ்க,

"என்ன ஸ்வீட்டி யோசனையெல்லாம் பலமா இருக்கு?" என்ற அத்திக்கு,

மிதிலா சந்தீப் இடையே நடந்ததையும் இன்று லெட்ஸ் செலிபிரேட்டில் நிகழ்ந்ததையும் ஒப்பித்தாள்."அதெப்படி அத்தி சட்டு சட்டுனு ஒரு முடிவெடுக்க முடியுது?" என்றவளுக்கு,

"ஏன் ஆத்யா நீ கூட தான் அப்பாக்காக உன் அத்தை பையனோட நடக்கவிருந்த கல்யாணத்தை கால் ஆப் பண்ணிட்ட..." என்று சொல்ல,

"கரெக்ட் அத்தி.ஆனா நான் அந்த மேரேஜுக்கு சம்மதிச்சதே அப்பாக்காகத் தான். அவரோட சந்தோஷத்துக்காகத் தான். ஆனா அவரைத் தனியா விட்டுட்டு நான் எப்படி அத்தி டெல்லி போய் ஹேப்பியா இருக்க முடியும்? இத்தனைக்கும் அவன் என் ரிலேட்டிவ்.இதைக் கேட்டதும் என் அத்தை, 'பொண்ணுங்க கல்யாணத்துக்குப்பிறகு புருஷன் கூட தான் இருக்கணும்னு' சொன்னாங்க.அப்போ என் அப்பாவை நான் அம்போன்னு விட்டுட்டுப் போகணுமா? யோசிச்சுப்பாரு ஒருவேளை அப்போ அப்பாக்கு டயாலிசிஸ் செய்யுற நிலையிருந்தா நான் என்ன செய்யமுடியும்? என் அப்பாக்கு நான் ஒரே பொண்ணு. அவருக்கு நல்லது கேட்டது எல்லாம் நான் தான் பார்க்கணும்.அம்மாவும் இல்ல.அதான் செம கோவம் வந்தது. உங்க பையனோட நான் அதிகம் சம்பாதிக்கிறேன் வேணுனா கல்யாணத்துக்கு அப்புறோம் அவரை இங்க வந்து தங்க சொல்லுங்கன்னு சொன்னேன்.அப்போ அவங்க பேசுன பேச்சு இருக்கே... அதைக்கேட்டு அப்பாவுக்கே செம கோவம் வந்திடுச்சு. ஆனா டென்ஷன் ஆகி பிபி அதிகம் ஆகி ஹாஸ்ப்பிடல்ல அட்மிட் ஆகியிருந்தார்.அப்போவே முடிவு பண்ணிட்டேன், என்னைக் கல்யாணம் செய்யறவன் என் அப்பாவுக்கு நான் செய்யவேண்டியதை எல்லாம் செய்ய விடணும்னு..."

"ஆத்யா நான் ஒன்னு கேட்கட்டா?" என்று தயங்கினாள் அத்தி,

"தாராளமா கேளு அத்தி"

"டிட் யூ லவ் ஹிம்?"

"உண்மையைச் சொல்லட்டா... லவ் எல்லாம் தாண்டி எனக்கு என் அப்பாவோட சந்தோசம் தான் முக்கியமா இருந்தது. எனக்காக அவரோட ரிலேஷன்ஸ் எல்லோரையும் உதறினார். அவருக்கு அவரோட அக்கா பையனை நான் கல்யாணம் செய்யணும் ஆசை.அதுக்காக ஓகே சொன்னேன். அண்ட் அதுக்காக மட்டும் இல்ல.அவனைப் பார்த்ததும் எனக்கு அவன் செட் ஆவான்னும் தோணுச்சு. எனக்கு ஃபர்ஸ்ட் லவ்வைக் காட்டிலும் லாஸ்ட் லவ் மேல தான் நம்பிக்கை."

"அமுதனை எதனால் உனக்குப் பிடிக்கும்?"

முதலில் சற்று தடுமாறியதும், "எனக்கு எல்லாம் தெரியும் ஆத்யா. உனக்கு அமுதன் மேல லவ்.ஆனா அதுக்காகத் தான் நீ எங்களுக்கு ஹெல்ப் பண்றனு எல்லாம் நான் உன் தாளார மனசை வாமன அவதார விஷ்ணு போல மூன்றடியில சுருக்கிட மாட்டேன்.கிருஷ்ணன் வாயிக்குள்ள அண்டத்தை வெச்சது போல உன் மனசு ரொம்ப பெருசு. எனக்கு அது தெரியும்.இன் பேக்ட் உங்களுக்குள்ள நல்ல புரிதல் இருக்கு.என்னைக்கேட்டா நீ தான் அவனுக்கு ஏத்த ஜோடி" என்று முடித்தாள் அத்தி.

ஆத்யா அமைதியாக இருக்க,

"ஆத்யா அமுதனுக்கு இந்த உலகத்துலயே ரொம்ப பிடிச்சது அவன் அப்பா தான்.அதே அளவுக்கு அவனுக்கு சமையலும் பிடிக்கும்.மூணாவதா அந்த இடத்த நீ தான் நெருங்கிட்டு இருக்க.கொஞ்சம் வெயிட் பண்ணு எல்லாம் சுபமா முடியும்" என்னும் போதே இனியன் மீண்டும் அவர்களை அழைத்தான். ஆத்யாவுக்கு இப்போது அத்தியிடம் பேசவேண்டும் என்றும் நிறைய க்ளாரிபிகேஷன்ஸ் வேண்டும் என்றும் நினைத்தாலும் இனியனை நினைத்து அமைதி காத்தாள்.

அன்றிரவு ஸ்ருவை அழைத்த கார்த்தி, "ஹே குல்ஃபி நாளைக்கு பதினோரு மணிக்கு ரெடியா உன் காலேஜ் வாசல்ல நில்லு. நான் வந்து உன்னை பிக்கப் பண்றேன்"

"கார்த்தி நாளைக்கு ஒர்கிங் டே ஆச்சே..." என்று பயப்பட,

"கவலை வேண்டாம்.நேரா மூவி போறோம்.ப்ரூக்ஸ்பீல்டு போறோம்.அங்கேயே மூவி லன்ச் ஷாப்பிங்.சரியா உன்னை நாலரைக்குள்ள காலேஜில் விட்டுடுறேன்.நீ பொட்டாட்டம் வீட்டுக்குப் போலாம். என்ன ஓகேவா?"

"பிளான் சொதப்பாதே?"

"என்ன கேள்வி கேட்டுட்ட? ஐநா சபையிலே என்னைத்தான் சீப் பிளானிங் ஆபிஸேரா கூப்பிட்டாங்க. நான் தான் சேவை செஞ்சா அது இந்தியாவுக்கு மட்டும் தான்னு வந்துட்டேன்..." என்றதும் கிளுக்கென சிரித்தாள் ஸ்ரு.

"ஏய் என்ன நக்கலா?"

"ச்சே ச்சே"

"சரி ரெடியா இரு.அப்புறோம் உங்க அண்ணன் கிட்டச் சொல்லிவை என்னைக்கு என்கிட்ட செமத்தியா வாங்கப்போறானு தெரியல"

"அச்சச்சோ ஏன் கார்த்தி இப்படியெல்லாம் பேசுற? அண்ணா என்ன பண்ணுச்சு?"

"சும்மா எப்போ பார்த்தாலும் கார்த்தி அண்ணா கார்த்தி அண்ணான்னு கூப்பிட்டே இருக்கான். என்னைக்காவது எமோஷன்ல..."

"ஐயோ அடிக்கலாம் செஞ்சாராத"

"ஸ்ரு பயப்படுறியாடி?"

"அது வந்து..."

"எல்லாம் நான் பார்த்துக்கறேன்.நீ ஜாலியா லவ் மட்டும் பண்ணா போதும்... என்ன லவ் பண்ணலாமா?" என்று இறுதியில் ராகமாய் இழுக்க,

"போடா பிராடு" என்று அவள் அழைப்பைத் துண்டித்தாள்.

மறுநாள் தீட்டியத்திட்டத்தை செவ்வனே நிறைவேற்றினான் கார்த்தி. அதொரு ஹிந்தி ரொமான்ஸ் மூவி. தியேட்டரில் அங்கொன்றும் இங்கொன்றுமாய்த் தான் கூட்டம் இருந்தது.

இந்த காதல் வந்துவிட்டால்

நம் தேகம் மிதந்திடுமே

விண்ணோடும் முகிலொடும் விளையாடித் திரிந்திடுமே...

இது மாய வலையல்லவா

புது மோகனிலையல்லவா

உடை மாறும் நடைமாறும்

ஒரு பாரம் என்னை பிடிக்கும்!(நா.முத்துக்குமார் வரிகள்)

படம் பார்த்தவர்கள் திட்டமிட்டபடியே லன்ச் முடித்து அவளுக்கு வேண்டியதையெல்லாம் ஷாப்பிங் செய்து சரியாக அவளை காலேஜில் டிராப் செய்யப் போனால் கல்லூரி பேருந்து கிளம்பிவிட்டது. ஸ்ருவோ அவனை முறைத்து, "இது தான் நீ போட்ட பிளானாடா? மண்ணாங்கட்டி. இந்த லட்சணத்துல உன்ன ஐநா சபையிலே பிளானிங் ஆபிஸேரா கூப்பிடுறாங்க. உன் மூஞ்சி.போடா" என்று கடுகடுக்க,

"பூவுக்குள் பூகம்பம் கேள்விப்பட்டிருக்கேன் இதென்ன குல்ஃபிக்குள் காரமிளகாய்? நீ கோவப்பட்டா உன் மூக்கு அப்படியே ஸ்ட்ராபெரி பழம் மாதிரி ஆகுது ஆஹா கழுத்துல என்ன ரட்சகன் நாகார்ஜுனா போல நரம்பெல்லாம் தெரியுது பேபி?" என்று குழைய,

"டேய் எனக்கு இப்போ அந்த பஸ்ஸை பிடிக்கணும்.நீ என்னபண்ணுவியோ எனக்குத் தெரியாது" என்று முனக,

"நான் அப்போவே கூட்டிட்டுப் போயிருந்தா கரெக்ட்டா ஏத்தியிருப்பேன். நீ என்னடானா டைலாக் பேசிட்டு இருக்க?" என்றதும் அவள் வண்டியில் ஏறி அமர சரியாக அவளுடைய

ஸ்டாப்பிங்கிற்கு முன் ஸ்டாப்பில் அவளைப் பேருந்தில் ஏற்றிவிட்டு அவன் கிளம்பினான்.ஆனால் வழி நெடுக ஸ்ருவோ அந்த டென்ஷன், பயம் கலந்த திகிலில் அவனைத் திட்டிக்கொண்டே வந்தாள்.கார்த்தியோ, "வரவர நீ ரொம்ப மோசமாகிட்ட குல்ஃபி. உனக்கு ரொம்பதான் கோவம் வருது" என்று கொஞ்சிக்கொண்டே சென்றான்.ஆனால் இருவருக்கும் இன்றைய தினம் நிறைய மகிழ்ச்சியைத் தந்தது மட்டும் நிஜம்.

அவளுக்குப் பிடித்த டெட்டி டிரஸ் காஸ்மெட்டிக்ஸ் என்று எல்லாமும் வாங்கித்தந்தான் கார்த்தி.

இங்கே ரூபன் வந்துவிட்டான் என்று அறிந்துகொண்ட அத்திப்பூ அவனைப் பற்றி யோசனை வரும்போதெல்லாம் இனியனை நினைக்கத்துவங்கினாள்.அங்கே ரூபனோ அமுதனின் ஆலோசனையில் இன்னும் இரண்டு நாட்கள் கழித்து தானே கேசுவலாய் அவனை ஆத்யாவின் வீட்டிற்கு அழைத்துச் செல்வதைப் போல் கூட்டிப்போவதாய் உரைத்தான்.

செவ்வாய்க்கிழமை அன்று தான் கார்த்தி ஸ்ரு அவுட்டிங் சென்றிருந்தனர்.அன்று ஆத்யா மிதிலாவை அழைத்து பேச எண்ணி காலையிலே லெட்ஸ் செலிபிரேட் சென்றிருந்தாள். ஆனால் அதற்குள் மிதிலாவின் வீட்டிலிருந்தே ஆத்யாவை அழைத்தனர். என்னவென்று அறிய ஆத்யா அங்கே சென்றதும் இந்தத் திருமணத்தைப் பற்றி அவளுக்குத் தெரிவித்தனர். அங்கேயே மிதிலாவை அழைத்தவள் அவளிடம் தனியாக எல்லாம் கேட்க அவளோ தன்னுடைய குடும்பச் சூழ்நிலையை விளக்கவும், "நீ பேசுறதெல்லாம் கரெக்ட், நான் ஒத்துக்கறேன். ஆனா மூணு வருஷம் லவ் பண்ணத் தெரிஞ்ச உனக்கு ஒரு மூணு வாரம் கூடக் காத்திருக்கத் தெரியாதா?" என்றதும்,

"காத்திருந்தா அவன் என்னை லவ் பண்ணுவான்னு என்ன நிச்சயம் ஆத்யா? அண்ட் காதலை எப்போவும் கேட்டு வாங்கக்கூடாது" என்றதும்,

"நான் உன்னை கேட்டு வாங்கசொல்லல மிதிலா. கொஞ்சம் யோசிக்க டைம் கொடுக்க வேண்டியது தானே? உன்னை யாரு அதுக்குள்ள ஓகே சொல்ல சொன்னது? இப்போ பாரு ஒருவேளை அவன் உன்னை லவ் பண்ணாலும் நிறைய காம்ப்ளிகேஷன் இருக்கு"

"கரெக்ட் ஆத்யா ஒருவேளை அவன் என்னை லவ் பண்ணா தான் காம்ப்ளிகேஷன் இருக்கு. ஆனா அவன் மனசுல தான் நான் இல்லையே?" என்றதும்,

"அப்படினு அவன் சொன்னானா? சொல்லு அன்னைக்கு நீ ப்ரொபோஸ் பண்ணதும் அவன் உன்னை ரிஜெக்ட்டா செஞ்சான்? இல்லையே. உன்னோட மூணு வருஷ காதலை அவன் உணர அட்லீஸ்ட் மூணு வாரம் கூட டைம் கொடுக்க மாட்டியா மிதிலா? சரி எல்லாம் விடு இந்த ஒரு வாரமா அவன் எப்படி இருக்கான்னு நீயும் தானே பார்க்கற? அவன் சிரிக்கவே இல்லடி" என்றவள் பேசும்போதே மீண்டும் மிதிலாவின் அன்னை மாப்பிள்ளையைப் பற்றியும் அவர்கள் குடும்பம் பற்றியும் நல்லபடியாகப் பேச ஆத்யாவுக்கு தான் என்ன சொல்வதென்றே தெரியாமல் அங்கிருந்து சிறிது நேரத்தில் கிளம்பியிருந்தாள்.

லெட்ஸ் செலிபிரேட் சென்றவள் தலைவலியில் அமர்ந்திருக்க யாரையும் காணாததால் அவளே கிட்சன் சென்று கா:.பீ போட அப்போது அங்கே வந்தான் அவள் நாயகன்.

"பார்ரா ஆத்யலஷ்மிக்கு சமைக்க எல்லாம் தெரியுமா?" என்று மிகச் சமீபங்களில் அவளிடம் மட்டும் சீண்டிப்பார்க்கும் 'அந்த' அமுதன் வர, குரல் வந்த திசையில் திரும்பியவள் வழக்கமாய் அவன் சீண்டும் போது எல்லாம் காட்டும் அந்த முறைப்பையும் செல்லச் சிணுங்களையும் காட்டாமல் இருக்க சம்திங் சீரியஸ் என்று உணர்ந்தவன் அவனுக்கும் சேர்த்து கா:.பீ போட்டு இருவருமாக வெளியே வந்தனர்.(சுவைக்கும்!)

* * * * * *

அத்தியாயம் - 33

அமுதன் கையில் இருக்கும் குளம்பியின்(அதாங்க கா:ஃபி) நறுமணம் ஆத்யாவின் நாசியைத் தீண்ட அவனிடம் இருந்து கோப்பையை வாங்கியவள் அந்தக் கோப்பையை மீண்டுமொரு முறை நாசி முன்பு வைத்து உள்ளிழுத்தவளின் முகபாவங்களை அருகில் இருந்து ரசித்தான் அமுதன்.

"கா:ஃபீ மேல அவ்வளவு அடிக்ஷனோ? (போதை)" என்றவனுக்கு அவள் கண்களைத் திறக்காமலே,

"சாகுற வரைக்கும் ஏதாவது ஒரு ஐட்டத்தை மட்டும் தான் எடுத்துக்கணும்னு சொன்னா கண்ணை மூடிட்டு கா:ஃபீயை சூஸ் பண்ணுவேன். அவ்வளவு அடிக்ஷன்..." என்றவள் பேசிக்கொண்டே அதைப் பருகினாள்.

"வாவ் அமுதன் கையால் அமுதம். கா:ஃபீனா கசக்கனும். அதைக் குடிச்சு முடிச்ச பிறகும் அந்தக் கசப்பு தொண்டையில் தங்கணும்.எல்லாம் பர்பெக்ட் ரேஷியோ... இந்த லவ்வும் இருக்காளே? இதுல ரெண்டு ஸ்பூன் சக்கரை போட்டு குடிப்பா. அவ பேசாம சக்கரைத்தண்ணி குடிக்கலாம்..."

"புறாவுக்கு போராங்கற மாதிரி ஒரு கா:ஃபீக்கு இத்தனை அக்கப்போறா?"

"என்ன அமுதன் இப்படிச் சொல்லிடீங்க? இதை எப்படிக் கண்டுபிடிச்சாங்க தெரியுமா? எத்தியோப்பியாவில் ஏழு எட்டாம் நூற்றாண்டுல வாழ்ந்த ஒரு ஆடு மேய்ப்பவரால் கண்டுபிடிக்கப்பட்டது தான் இந்த அமிர்தம். அவர் தினமும் ஆடு மேய்க்கப் போகும் போது சில பழங்களைச் சாப்பிட்டதும் அவரோட ஆடுங்க டேன்ஸ் ஆடுச்சாம்..."

"ஆடு டேன்ஸ்?"

"அதாவது உற்சாகத்துல துள்ளி குதிச்சதாம். அப்போ தான் சில குறிப்பிட்ட வகை பழங்களைச் சாப்பிட்டதால் தான் இப்படி பிஹேவ் செய்யுதுனு எண்ணி அதை அவரும் சாப்பிடப்போய் அப்படி உருவானது தான் கா:ஃபீ. ஆப்பிள் கீழ விழுந்ததை வெச்சு புவியீர்ப்பு விசையைக் கண்டுபிடிச்ச நியூட்டனைக் காட்டிலும் சின்ன வயசுல மேக்னெட்டிக் காம்பஸை பார்த்து பிரமிச்சு பின்னாளில் பெரியாள் ஆன ஐன்ஸ்டீனைக் காட்டிலும், ராஜாவோட சந்தேகம் தீர்க்க யோசனையில் பாத் டப்ல குதிக்கும் போது அதற்கானத் தீர்வைக்கண்டுபிடிச்ச ஆர்கிமிடிஸைக் காட்டிலும் அந்த ஷெப்பர்ட் பெரிய மேதையாகியிருக்கணும். சின்ன சின்ன விஷயங்களில் தான் பெரிய பெரிய தாத்பரியங்கள் ஒளிஞ்சிருக்கு மிஸ்டர் அமுதன்..." என்று அவனை குறுகுறுவென்று நோட்டமிட்டாள் ஆத்யா.

"வாவ் ஸ்வீட்டி! பொதுவா அழகா இருக்கும் பொண்ணுங்க எல்லாம் அறிவா இருக்க மாட்டாங்கன்னு யாரோ ஒரு மூளையில்லாதவன் எழுதினான். யூ ப்ரூவ்ட் இட் ராங்!" என்றவனை வெட்கம் பிடுங்கப் பார்த்தாள் ஆத்யா.

"ஓகே ஏன் நீ ரொம்ப டிஸ்டர்ப்டா இருக்க ஆது?" என்றவனுக்கு மிதிலா சந்தீப் ஆகியோரின் பிரச்னையைச் சொன்னாள்.

"அவங்க கொஞ்சம் வெயிட் பண்ணியிருக்கலாம் ஆத்யா" என்றவனை ஆமோதித்தாள்.

"இப்போ தான் அந்த லூசு கொஞ்சம் கொஞ்சமா :ஃபீல் பண்ண ஆரமிக்கிறான். ஏற்கனவே அவன் ஆள் சரியா இல்லைனு அவன் வீட்ல இருந்து கேள்விகள் வேற வருது.எனக்கு என்ன பண்றதுனே தெரியில அமுதன்"

"ஆத்யா உண்மையைச் சொல்லு அதுமட்டுமா உன்னோட இப்போதைய கவலை?"

அவள் சற்று திணறி, "அது தான் அமுதன். வேற என்ன?" என்றதும்,

"அன்னைக்கு சென்னையில இனியனை அட்மிட் பண்ணதும் எங்க கூடவே இருந்த நீ ஏன் திடீர்னு காணாமல் போன? அண்ட் திரும்பி வந்த ஆத்யா முகத்தில் ஒரு இனம் புரியாதக் கவலை இருந்தது..." என்றவன் இப்போது வைத்தகண்ணை எடுக்காமல் அவளைப் பார்க்க,

"அது... அது..." என்று அமுதனை நேரில் பார்க்க முடியாமல் திரும்ப முற்பட்டவளை இழுத்து தன் முன் நிறுத்தினான் அமுதன்.

"ஆத்யா யூ ஆர் நாட் குட் இன் ஆக்டிங். இன் பேக்ட் யூ ஆர் எ புவர் ஆக்டர்.உனக்குள்ள என்ன தடுமாற்றம் ஆத்யா? என்ன நடந்தது? இல்ல யாரையாச்சும் மீட் பண்ணயா?"

"அமுதன் அது..." என்றவள் கண்களை மூடி யோசித்து, "நான் அவங்களைப் பார்த்தேன் அமுதன்"

"அவங்கனா?... சுந்தரி ஆண்ட்டியா?"

ஆமாம் என்பதைப்போல் அவள் தலை ஆட்டினாள். நீண்ட மௌனம் நீடித்தது.

"அவங்க... அவங்க இன்னும் மிஸ் சுந்தரியாவே இருக்காங்க..." என்றவள் அமுதனை அணைத்து விசும்பினாள். அது அமுதனுக்கும் வேதனை அளித்தது.பின்னே ஆத்யாவின் மனதை இந்தக் குறுகிய நாட்களிலே நன்கு அறிந்துகொண்டவன் ஆயிற்றே? ஏற்கனவே குற்றயுணர்ச்சியில் தத்தளிப்பவள் இப்போது நெருப்பில் விழுந்த புழுவாய் அல்லவா துடிப்பாள் என்று உணர்ந்தவன் அவளைச் சமாதானம் செய்யும் பொருட்டு முதுகை தட்டிக்கொடுக்க, "நான் ரெண்டு பேரோட வாழ்க்கையை அழிச்சிருக்கேன் அமுதன்..." என்று மேலும் அழுதவளை என்ன சொல்லி எவ்வாறு சமாதானம் செய்வதென்று புரியாமல் விழி பிதுங்கினான்.

காற்றில் அசையும் அவளின் குழலை ஒதுக்கியவன், "அப்படி ஏதும் இருக்காது ஆதுமா... ஒருவேளை மேரேஜ் ஆகி ஹஸ்பண்ட்

இறந்தும் இருக்கலாம். ஏன் குழந்தைகள் கூட இருக்கலாம்.நீ யாரோ ஒருத்தரிடம் தானே கேட்ட?" என்று சமாதானம் செய்ய முயன்றான்.

"இல்ல அமுதன் நான் ரிஸப்ஷன்ல தான் விசாரிச்சேன். அவங்க மிஸ் சுந்தரினு தான் சொன்னாங்க" என்று மீண்டும் தேம்ப, "சரி அழக்கூடாது ஆது. அவங்க கல்யாணம் பண்ணாம போனதுக்கு நீ எப்படிடா காரணமாவ? அப்படியே இருந்தாலும் அது நீ யோசிச்சு எல்லாம் செய்யல ஸ்வீட்டி.தட்ஸ் எ மிஸ்டேக்.நீ அதுக்கு எந்த விதத்திலும் பொறுப்பில்லை..." என்று சமாதானம் சொன்னான்.

"இல்ல அமுதன் நான் அந்த மேரேஜை நிறுத்தாம இருந்திருக்கணும். சரி நான் தான் நிறுத்தினேன் அவங்களாவது வேற யாரையாச்சும் மேரேஜ் பண்ணியிருக்கணுமில்ல? என்னை தினம் தினம் பயமுறுத்தும் ரெண்டு விஷயம் இதுதான். ஒன்னு அப்பாவோட வாழ்க்கை இன்னொன்னு சுந்தரி ஆண்ட்டி வாழ்க்கை. அப்பா கூட எனக்காக மேரேஜ் பண்ணல ஆனா அவங்க ஏன் அமுதன் இன்னும் தனியாவே இருக்கனும்? அப்போ நான் தானே அதுக்கு காரணம்?" என்று மீண்டும் அழுதாள்.

அவளைத் தன்னிடமிருந்து பிரித்த அமுதன், "வா டா நாம உட்காரலாம்" என்று உள்ளே அழைத்துச் சென்றவன் அவளை அமரவைத்து மீண்டும் ஒரு கா∴பியோடு வந்தான்.

"இதை குடி ஆது" என்று அவளைப் பருகவைத்தவன், "எழு வா போலாம்" என்று அழைக்கவும் அவள் விழித்தாள்."வானு சொன்னேன் ஆத்யலஷ்மி. கம்" என்றவன் அவளை பைக்கில் அமரவைத்து சற்று காற்றாட வண்டியைச் செலுத்தினான். சிறிது நேரம் வேடிக்கை பார்த்தவள் பின்பு அவன் தோளில் சாய்ந்துகொண்டாள். கோவையில் அவர்கள் அலுவலகத்தை ஒட்டியிருக்கும் பூங்காவிற்குச் சென்றவன் அங்கு அமர்ந்தனர். மாலை வேளை நெருங்க குழந்தைகள் எல்லோரும் அங்கே விளையாட வந்தனர்.

"நாம சென்னை போறோம். எப்படியும் இனியன் ஸ்கூலுக்கு போகணும். சோ நாம போறோம். சுந்தரி ஆண்ட்டியைப் பற்றி எல்லாமும் சேகரிக்கிறோம்.முடிஞ்சா நாம அவங்களைச் சந்திக்கவும் செய்யுறோம்.ஓகே?" என்று சொல்ல அவளும் எதையோ யோசித்தவளாய் தலை ஆட்டினாள். சிறிது நேரம் அங்கே செலவழித்தவர்கள் அவள் வீட்டிற்குச் செல்ல அங்கே ஆத்யாவின் வருகைக்காகக் காத்திருந்தான் இனியன். அவனுடன் சிறிது நேரம் செலவழித்தார்கள்.

அன்றிரவு தன்னுடைய அறைக்குச் சென்ற அமுதனை விந்தையாய்ப் பார்த்தான் ரூபன்.ஒருவேளை இன்னும் நான்கு நாட்களில் நடைபெற இருக்கும் ஹிருவின் திருமணத்தை எண்ணி தான் வருந்துகிறானோ என்று எண்ணிய ரூபன், "என்ன மச்சான் ஏன் இவ்வளவு நேரம்?"

"அது ஆத்யா கூட இருந்தேன்..." என்றதும் தான் அவனும் சற்று நிம்மதி அடைந்தான்.

ரூபன் ஏதேதோ பேச அமுதனின் எண்ணமெல்லாம் ஆத்யாவின் மீதே இருந்தது. இரவு பெயருக்கு உண்டவர்கள் சென்று உறங்கினர்.

அங்கே ஆத்யாவோ இனியனுடன் கதைத்துவிட்டு உறங்கச்சென்றாள்.மகளின் முகத்தை வைத்தே என்னவோ சரியில்லை என்றுணர்ந்த லஷ்மி அமுதனை அழைத்து விசாரிக்க அவன் அவரைச் சமாளித்தான்.ஆத்யாவின் நினைவுகளுடன் உறங்கிய அமுதனுக்கு காலையிலே காரைக்குடியில் இருந்து அழைப்பு வந்தது. எடுத்தவன் எதிர்புறம் சொன்ன செய்தியில் சற்று அதிர்ந்தாலும் நாச்சியின் பிசிறில்லாதப் பேச்சிலே விபரீதம் ஏதுமில்லை என்று புரிந்து ஊருக்கு விரைந்தான்.

ஏதோ யோசனையில் இன்று காலையில் எழுத்து குளிக்க வீட்டின் பின்புறம் சென்றவர் கால்தவறி அங்கேயே வழுக்கி விழுந்ததில் அருகிலிருந்த கல் மீது மோதி மயங்கிவிட்டார் அண்ணாமலை.

வழக்கம் போல் எழுந்த சீதா கொல்லைப்புறம் செல்லும் போது தரையில் மயங்கிய கணவரைக் கண்டு கூக்குரலிட அதில் விழித்த நாச்சி உடனே அவரை அருகிலிருக்கும் மருத்துவமனைக்கு அழைத்துச் சென்றனர். அவரைப் பரிசோதித்த மருத்துவர்கள் தலையில் லேசான காயம் என்றும் கால் தவறியதில் காலில் மெல்லிய எழும்பு முறிவு(ஹேர்லைன் ஃப்ராக்சர்) என்றும் இடுப்புப்பகுதியில் தான் சற்று ஜவ்வு நகர்ந்துவிட்டதாகச் சொல்ல, அப்போது தான் தெளிவானாள் நாச்சி. ஆனால் சீதா தான் கணவரை நினைத்து இன்னும் அழுதுகொண்டிருக்க அமுதனை அழைத்த நாச்சி அனைத்தையும் ஒப்பித்தாள். எந்த வேலையும் செய்யக்கூடாதென்றும் நீண்ட ஓய்வில் தான் இருக்க வேண்டும் என்று அறிவுறுத்தப்பட அவர்களை இரண்டு நாட்கள் மருத்துவமனையில் இருக்க அறிவுறுத்தினார். அதில் அண்ணாமலைக்கு விருப்பமில்லை என்றுணர்ந்த அந்த மருத்துவர் அவர் கண்டிப்பாக வீட்டில் ஓய்வெடுக்க தான் வேண்டும் என்ற நிபந்தனையோடு வீட்டுக்கு அனுப்பினார். மேலும் இரண்டு நாட்கள் கழித்தும் இதே நிலை தொடர்ந்தால் வேறு சில பரிசோதனைகளை மேற்கொள்ள வேண்டும் என்றதும் அவர்கள் வீடு வந்தடைந்தனர்.

ரூபனிடம் விஷயத்தைத் தெரியப்படுத்திய அமுதன் அந்த வார வெள்ளி சனியில் நடைபெற இருக்கும் திருமணத்திற்கான சமையல் பொறுப்பை ரூபனிடம் விட்டு ஊருக்குப் புறப்பட்டான்.

மதிய வேளையில் காரைக்குடிக்குச் சென்றவன் வீட்டில் நுழையும் போதே சீதாவின் ஆவேசப் பேச்சுகளைக் கேட்டவன் உள்ளே ஏதோ பிரச்சனை போய்க்கொண்டிருக்கிறது என்று எண்ணி விரைய அவன் எதிர்பார்த்தபடியே தமிழரசுவும் நாகப்பனும் இருந்தனர்.

அண்ணாமலைக்கு உடல்நிலை சரியில்லை என்ற தகவல் காட்டுத்தீயாக ஊர்முழுவதும் பரவியிருந்தது. அதைக் கேட்டு நாகப்பன் கடும் சினத்தில் இருந்தார். பின்னே அமுதனும் ஹிருத்தியாவும் விரும்பியதை ஆரம்பத்திலே அறிந்த நாகப்பன்

தன்னுடைய அரசியல் கணக்குகள் தவறாகிவிடக்கூடாது என்று அறிந்து தன்னுடைய தங்கையை மூளைச்சலவைச் செய்தார். அதில் மயங்கிய பாக்யலஷ்மி தன் கணவரை ஆட்டுவிக்க அதன் நீட்சியாக தந்தையின் பாசவலையில் விழுந்த ஹிருத்தியா இந்தத் திருமணத்திற்கும் சம்மதித்தாள்.அதனால் எப்பாடு பட்டாவது இந்தத் திருமணத்திற்கு வெளியூரில் இருந்து சமையற்கலைஞர்களை அழைத்து வர வேண்டும் என்று முயற்சிக்க அங்கோ அண்ணாமலையின் திறமை அறிந்த மாப்பிள்ளை வீட்டினரின் வேண்டுகோளை மறுக்கமுடியாமல் வேண்டா வெறுப்பாகத் தான் அண்ணாமலையை புக் செய்தனர். ஆனால் அமுதன் இடையில் புகுந்து ஏதேனும் சூழ்ச்சி செய்துவிடுவானோ என்று அஞ்சியவருக்கு அண்ணாமலையின் இந்த விபத்து கூட நாடகமாவே தெரிந்தது.அதை அவர் ஒன்றுக்கு இரண்டாக தமிழரசுவிடம் ஏத்திவிட்டு இப்போது இங்கே வந்து பிரச்சனை செய்கிறார்கள்.

அண்ணாமலையை நலம் விசாரிக்க தான் தன்னுடைய தம்பி வந்திருக்கிறான் என்று எண்ணிய சீதாவிற்கு அவருடைய அதிகாரப் பேச்சும் பழிச்சொல்லும் பொறுக்கமாட்டாமல் தன்னுடைய ஆதங்கத்தைக் கொட்டிக்கொண்டிருந்தார்.

"ஏன்டா உன் மாமா அடிபட்டு இருப்பது கூட உனக்கு நாடகமா தெரியுதில்ல? அப்படி என்னடா நாங்க பண்ணிட்டோம்? உன் சொத்தை ஏமாத்திடோமா இல்லை உன்ன உன்னை நாங்க மரியாதை குறைவா நடத்திட்டோமா? ஆமா நாங்க சமையல்காரக் குடும்பம் தான். சரி நான் தெரியாம தான் கேட்குறேன் நம்ம அப்பா என்ன கலெக்டர் உத்தியோகமா செஞ்சிட்டு இருந்தார்? இல்ல நம்ம தாத்தா என்ன ஜமீன் குடும்பமா? எனக்குத் தெரிஞ்சு நம்மோட குடும்பம் ஆறு தலைமுறையா சமையல் தான் செஞ்சிட்டு இருக்கு. இல்ல நீ என்ன வானத்துல இருந்து குதிச்சிட்டையா? எங்க இந்த ஊர்லையே என் புருஷனுக்கு ஈடா சமைக்குறவங்களைக் காட்டிட்டு பார்க்கலாம்? ஊர்ல இருக்குற எல்லோருக்கும் மரியாதையா பத்திரிக்கை வெச்சியே எங்க உன் நெஞ்சைத்

தொட்டுச் சொல்லு என்னை உன் அக்கா நெனச்சு தான் எங்களுக்கு பத்திரிகை வெச்சையா? சம்மந்தமே இல்லாத மூணாவது மனுஷன் கூட என் புருஷனுக்கு மரியாதையா தான் பத்திரிகை வெச்சிட்டு போவாங்க. ஆனா நீ...?" என்று அவர் தன்னுடைய ஆதங்கத்தை எல்லாம் கொட்டினார்.

அண்ணாமலை தான் நடப்பதை தடுக்க முடியாமல் தவிக்க அந்தச் சமயம் தான் உள்ளே நுழைந்தான் அமுதன். அமுதனை அந்நேரம் எதிர்பார்காதவர்கள் பேச்சை நிறுத்த, எல்லோரையும் ஒரு பார்வைப் பார்த்தான் அமுதன்.

"போதும் மாமா.தொழில் வேற குடும்பம் வேறனு நெனச்சு நீங்க செய்வீங்கன்னு தான் உங்ககிட்ட நான் கல்யாண ஆர்டெரை கொடுத்தேன்.இப்போ எனக்கு என்ன பதில் சொல்லப்போறீங்க?" என்ற தமிழரசுக்கு தன்னுடைய உடல்நிலையை எண்ணி பதிலளிக்க முடியாமல் தவித்தார் அண்ணாமலை. பின்னே எப்போதும் அவர் தானே முன்னின்று அனைத்தும் செய்வார்? அவரில்லாமல் சமைப்பது தூரிகை இன்றி வரையும் ஓவியத்திற்குச் சமமாகுமே!

"உங்க வீட்டுக் கல்யாணத்தை என் அப்பா இடத்தில் இருந்து நான் செஞ்சு கொடுக்கிறேன் மாமா..." என்று அங்கு நிலவிய மௌனத்திற்கு விடுதலை அளித்தான் அமுதன். அவனின் பதிலில் சீதாவும் அண்ணாமலையும் வருந்த அதற்குள் எதையோ பேச வந்த நாகப்பனைத் தடுத்தவன்,

"ஒரு விஷயம் நல்லா தெரிஞ்சிக்கோங்க, இந்த கேட்டரிங் என் அப்பாவோட முப்பது வருஷ உழைப்பு. என் தாத்தாவோட நாற்பது வருஷ கனவு.இன்னைக்கும் இந்த சுத்து வட்டாரத்தில் 'அமுது கேட்டரிங் அண்ட் சர்விஸ்'னு சொன்னா அதுக்கொரு பெயரும் மதிப்பும் இருக்கு. அதை உப்புசப்பு இல்லாத விஷயத்துக்கோ இல்லை வறட்டு பிடிவாதத்துக்கோ எல்லாம் ஒரு நொடியில கெடுக்க விடமாட்டேன்.அண்ட் எல்லாத்துக்கும் மேல இதுல என் அப்பாவோட கௌரவமும் எங்க குடும்பத்தோட மரியாதையும் அடங்கியிருக்கு. சோ எந்தக்

கவலையும் இல்லாம நீங்க போலாம்.உங்க பொண்ணோட கல்யாணத்துல எங்க மூலமாவோ இல்ல எங்க சமையல் மூலமாவோ கண்முடியளவுக்குக் கூட அசம்பாவிதம் நடக்காது. இது என் அப்பா மேல சத்தியம்" என்றவன் அங்கிருந்து நகர அமுதனின் வாக்குறுதியில் தமிழரசுவும் அவன் சத்தியத்தில் நாகப்பனும் நிறைவுற்று அங்கிருந்து விடைபெற்றனர். பின்னே அமுதனுக்கும் அவன் தந்தைக்கும் இடையிலான புரிதலை அவர்களும் அறிவார்களே!

தந்தையிடம் சென்றவன் அவரை நலம் விசாரிக்க சீதாவோ எதை அமுதன் கேள்விகூடப் படக்கூடாது என்று நினைத்தார்களோ இன்று அதைக் கண்கூடப் பார்க்கும் நிலைக்கு தள்ளிவிட்டோமே என்று எண்ணி வருந்தினார்.

"அமுதா நீ ஏன் வந்த? நீ இங்க இருக்க வேண்டாம் ஊருக்குப் போ" என்ற தந்தையைப் பார்த்து,

"ஏன்ப்பா உங்க பையன் மேல உங்களுக்கே நம்பிக்கை இல்லையா?"

"ஐயோ அமுதா புரிஞ்சிக்கோ அமுதா. நீ இங்க இருக்க வேண்டாம் நான் நம்ம கணேசனை வெச்சு எல்லாம் செஞ்சிக்கறேன். நீ இப்போவே கோவைக்குக் கிளம்பு" என்றதும்,

"ஏன்ப்பா அப்போ என் சமையல் மேல உங்களுக்கு நம்பிக்கை இல்லையா? ஒத்துக்கறேன் உங்க அளவுக்கு என்னால டேஸ்ட் கொடுக்க முடியுமானு தெரியில தான் ஆனா கண்டிப்பா உங்க பேரைக் கெடுக்கமாட்டேன் அப்பா..." என்றான் அமுதன்.

"சொன்னா கேளு அமுதா. உனக்கு ரொம்ப வலிக்கும்டா..." என்றதும்,

"இல்லப்பா ஒருவேளை அவங்க சொன்ன மாதிரி இதுல ஏதாவது ஒரு குறை வந்து அந்தப் பழி உங்கமேல வந்தா அது தான் எனக்கு ரொம்ப வலிக்கும்.அப்போ சொன்னதைத் தான் இப்பயும் சொல்றேன் என்னால இந்தக் கல்யாணத்துல எந்த

இடைஞ்சலும் வராது. சரி நான் சமையலுக்குத் தேவையானதை எல்லாம் கவனிக்கிறேன். நீங்க மனசைக் குழப்பிக்காதீங்க..." என்றவன் அன்னையை நோக்கிச் சென்றான்.

"எனக்கு ரொம்ப சந்தோசமா இருந்ததுமா" என்றதும் சீதா புரியாமல் குழம்ப, "ஒருவழியா இப்போவாது அப்பாவோட பெருமை உனக்குத் தெரிஞ்சதே.இது போதும்..." என்று அவன் கடக்க அவன் கூறியதின் உட்பொருள் அறிந்து தன் தவறை உணர்ந்தார் சீதா. பின்னே ஆரம்ப காலகட்டத்தில் அவரும் தானே அண்ணாமலையை அவமானமாக எண்ணினார்.

இதைப்பற்றி அமுதனிடம் பேசி தானும் அவனை நோகடிக்க விரும்பாத நாச்சி அண்ணனோடு சகஜமாக உரையாடினாள்.

அன்று மதியம் வரை லெட்ஸ் செலிபிரேட்டில் அமுதனைக் காணாமல் தவித்த ஆத்யா அண்ட் கோ ரூபனிடம் விசாரிக்க நடந்ததை அவன் தெரிவித்தான். அதற்கும் முன்னே ரூபன் கார்த்தியிடம் எல்லாம் ஒப்பிக்க அமுதனின் நிலையை எண்ணி கார்த்தி வருந்தினாலும் ஒரு முடிவெடுத்தவனாக ஆத்யாவைத் தனியே அழைத்தான்.

"ஆத்யா நீங்க ஃப்ரீ தானே? நாம கொஞ்சம் பேசலாமா?"

"ஆம் பேசலாம் கார்த்தி"

"அமுதனை நீங்க விரும்பறீங்களானு எல்லாம் கேட்டு உங்க காதலைக் கொச்சைப்படுத்த மாட்டேன். ஆனா அதுல எனக்கு ஒரு சந்தேகம் இருக்கு. கேட்கலாமா?"

கார்த்தியின் கேள்வியில் சற்று மகிழ்ந்தவள் தலையாட்ட,

"அமுதனை நீங்க எதற்காக லவ் பண்றீங்க? அண்ட் அமுதனை விரும்பும் நீங்க அவனை மட்டும் நேசிக்கறீங்களா இல்ல அவனோட சேர்ந்து அவன் வேலையையும் நேசிக்கறீங்களா?"

"இதென்ன கேள்வி கார்த்தி? எனக்கு அமுதனைப் பிடிக்கும். அதாவது இப்போ அமுதன் எப்படி இருக்காரோ அவரை அப்படியே பிடிக்கும்.மோரெவர் அமுதன் ஒன்னும் திருடவோ கொள்ளையடிக்கவோ எல்லாம் செய்யலையே? அவரொரு ப்ரொபஷனல் செ.ஃப்.ஏன் நானும் தான் ஒரு ஃபூட் ரிவீவர். எப்படி அவர் ப்ரொபஷனை எனக்குப் பிடிக்காம போகும்?"

அவளுடைய இந்தப் பதிலை கார்த்தி எதிர்பார்த்திருந்தான் தான். ஆயினும் அதை ஆத்யாவின் வாயில் கேட்டதும் அவன் அகம் மகிழ்ந்தான்.

"ஆத்யா உங்களுக்கு அமுதனைப் பற்றி எவ்வளவு தெரியும்னு எனக்குத் தெரியல. ஆனா நான் சொல்றேன். அமுதனோட உலகம் ரொம்ப சின்னது. அவன் அப்பா, அம்மா தங்கை, சமையல் இதுதான் அவன் உலகம்.இதுக்கு உள்ள ஹிருத்தியானு ஒரு பெண்ணும் இருந்தா. அவனோட மாமா பொண்ணு.சின்ன வயசுல என்னைக்கோ அவன் அம்மா அவளை 'மருமகள்'னு சொன்னதை நம்பி அவளை நேசிச்சான்.யா இத்தனை வருஷம் வாழ்ந்தவனுக்கு ஒரு லவ் கூட இருந்ததில்லைனு சொன்னா நீங்களே சிரிச்சிடுவீங்க. எஸ் ஹி லவ்ட் ஹர்.ரொம்ப கண்ணியமானக் காதல் தான். சின்ன வயசுல இருந்து அவன் கூடவே இருந்தப் பொண்ணு. அதோட இல்லாம அவனோட சேர்ந்து அவன் சமையலையும் நேசிச்சப் பொண்ணுன்னு அவளை விரும்பினான்.ஆனா அவளுக்கு அவனை மட்டும் தான் பிடிக்கும் அவனோட சமையலைப் பிடிக்காதுன்னு தெரிஞ்சதும் சமையலுக்காக அவளையே பிரிஞ்சிட்டான்.எங்க டா அவன் அதுல இருந்து வெளிய வர கஷ்டப்படுவானோனு நான் பயந்த சமயம் தான் நீங்க அவன் வாழ்க்கையில வந்தீங்க. அவனுக்கு உங்களை ரொம்ப பிடிக்கும்.கண்டிப்பா உங்களையும் அவனுக்கு ரொம்ப பிடிக்கும். எந்த அளவுக்குனா? ஒருவேளை இப்போ திரும்ப நீங்களா சமையாலுனு ஒரு நிலை வந்தா கண்டிப்பா உங்களை அவனால் ரிஜெக்ட் செய்ய முடியாது" என்ற போது ஆத்யாவுக்கு ஏற்பட்ட உணர்வை அவளால் வரையறுக்க முடியவில்லை.

"சோ நான் இப்போ உங்ககிட்டப் பேசுறதுக்குக் காரணம் உங்கமேல இருக்கும் சந்தேகத்துல இல்ல.ஆனா பின்னாடி ஒருநாள் எந்த ஒரு சூழலிலும் ஹிருத்தியா பண்ண அதே தப்பை, அதாவது நீங்களா சமையலானு அவனை முடிவெடுக்க வேண்டிய நிர்பந்தத்துல தள்ளிடாதீங்க ஆத்யா.அவன் உங்களை சூஸ் பண்ணாலும் சமையலையும் நேசிப்பான். சொல்லப்போனா இது செருப்பு மாதிரி. என்னடா செருப்புனு சொல்றானேன்னு நினைக்காதீங்க செருப்போட ஸ்பெஷாலிட்டி என்ன தெரியுமா ஒரு செருப்பு அறுந்து இன்னொன்னு புதுசாவே இருந்தாலும் நமக்கு அது எப்பயும் உதவாது.ஏன் அறுந்துபோகணும் ஒருவேளை ஒன்னு தொலைஞ்சு இன்னொன்னு இருந்தால் கூட அது உதவாது. அது மாதிரி அமுதனோட வாழ்க்கையில தவிர்க்கவே இயலாதது சமையலும் நீங்களும். சோ அதை எப்பயும் பிரிக்க முயற்சிக்காதீங்க. அண்ட் இதுல எது பெருசு எது சிறுசுன்னு எல்லாம் கணக்கில்லை. ரெண்டும் ஒன்னு தான்.ஹோப் யூ அண்டர்ஸ்டாண்ட். அண்ட் ஹிருவோட மேரேஜுக்கு அமுதன் தான் சமைக்கிறான். ஒரு விதத்துல அதுவும் நல்லது தான். ஏன்னா உங்க ரூட் க்ளியர் ஆகிடுச்சு. வெள்ளிக்கிழமை ரெடியா இருங்க நாம காரைக்குடிக்குப் போறோம்.உங்க லவ்வை அஃபிஷியலா உறுதிசெய்யுறோம். என்ன ஓகேவா?"

"ரொம்ப தேங்க்ஸ் கார்த்தி.கண்டிப்பா எந்த ஒரு சூழ்நிலையிலும் நான் அமுதனை நெருக்கடியில் தள்ள மாட்டேன். ஒருவேளை ரெண்டுல ஒண்ணுனு வந்தா நான் விலகிடுவேனே ஒழிய அமுதனை சமையல்ல இருந்து பிரிக்க மாட்டேன். ப்ராமிஸ் அண்ட் என் மேல நீங்க வெச்ச நம்பிக்கைக்கு ரொம்ப நன்றி கார்த்தி..." என்றாள் ஆத்யா.

"நாம வெள்ளிக்கிழமை ஊருக்குப் போறோம் டாட். ஓகே?"

"டபிள் ஓகே கார்த்தி" என்றவள் அமுதனுக்கு ப்ரபோஸ் செய்ய தீவிர ரிகர்சலில் இறங்கினாள். வீட்டிற்குச் சென்று லஷ்மியிடமும் அத்தியிடமும் காரைக்குடிக்குச் செல்ல

வேண்டும் என்றதும் அத்தி இங்கேயே இருப்பதாகச் சொல்ல லஷ்மியை அழைத்துச்செல்ல வேண்டிய ஏற்பாடுகளைச் செய்தாள் ஆத்யா.

திட்டமிட்டபடி அங்கே அமுதன் சமையலுக்கான முன்னேற்பாடுகளில் இறங்கினான். ஆயிரம் இருந்தாலும் அவன் மனதில் ஒரு ஓரத்தில் சொல்லமுடியாத ஒரு வலி இருந்தது உண்மை. ஆனால் அதைக்காட்டிலும் இப்போது ஆத்யாவின் மீது தான் அவன் மனம் அலைபாய்ந்தது. ஊருக்கு வந்த லட்டு, அக்ஷரா, சித்தார்த் ஆகியோர் அண்ணாமலையை நலம் விசாரிக்க அமுதன் தான் சமையல் செய்கிறான் என்று அறிந்து அவர்களும் வருந்தினார்கள்.

வெள்ளிக்கிழமை முழுவதும் தீயாய் வேலை செய்தான் அமுதன். அன்று மதியம் ஆத்யா லஷ்மி மற்றும் கார்த்தி மூவரும் காரைக்குடி வந்தனர். கார்த்தி அமுதனுடன் சேர்ந்து சமையலில் மூழ்க லஷ்மி அண்ணாமலையை விசாரித்து அவரோடு கதைபேசிக்கொண்டிருந்தார். ஆத்யாவைப் பார்த்த சீதா வெகுவிரைவில் அமுதனின் திருமணத்தையும் நடத்த வேண்டும் என்று எண்ணிக்கொண்டார். கடந்த முறையைக் காட்டிலும் இம்முறை ஆத்யா சீதாவோடு நன்கு ஒன்றியிருந்தாள்.

அத்திக்கு பல கவலைகள் ஒன்றாக இருந்தது.தன்னுடைய வாழ்க்கை, இனியனுடைய வாழ்க்கை, அமுதனின் வாழ்க்கை என்று யோசனைகள் வந்தது. போதாக்குறைக்கு இப்போது எந்த வேலையும் செய்யாமல் வீட்டில் இனியனுடனே இருப்பது வேறு அவளை அதிகம் குழப்பியது. இதற்கிடையில் ரூபனைப் பற்றிய எண்ணமும் வந்து சென்றது.தன்னை இதுவரை வந்து சந்திக்கவேயில்லை என்று எண்ணி வருந்தினாலும் அவனை மறக்கவும் முடியாமல் திண்டாடினாள். இதுமட்டுமில்லாமல்

பிரபாவின் பெயரிலும் அவள் கணவரின் பெயரிலும் இருக்கும் சொத்துக்கள் கடன்கள் முதலியவற்றையும் கணக்கிட்டுக் கொண்டிருக்கிறாள். இனியனைத் தத்தெடுப்பதற்குத் தேவையான லீகல் நடைமுறைகளுக்காகவும் ஆயத்தமாகிக்கொண்டிந்தாள். (சுவைக்கும்!)

* * * * * *

அத்தியாயம் - 34

அந்த வெள்ளி மற்றும் சனியில் கோவையில் நடைபெற இருந்த திருமணத்திற்காக லெட்ஸ் செலிபிரேட் தயாராகிக்கொண்டிருந்தது. அமுதன் மற்றும் கார்த்தி இருவரும் காரைக்குடிக்குச் சென்றதால் அந்தத் திருமணத்திற்கான சமையல் முழுவதும் ரூபன் மற்றும் கண்ணையனின் பொறுப்பில் வந்தது.வீட்டில் தனியாக இருக்கப் பிடிக்காமல் அத்தியும் அந்தத் திருமணத்தில் கலந்துகொள்ள வேண்டும் என்று நினைத்தாலும் ஆத்யாவின் ஆலோசனைக்கு இணங்கி இனியனுடன் வீட்டிலே இருந்தாள். உண்மையில் இன்று அமுதன் மற்றும் கார்த்தி இருவரும் இல்லாமல் ரூபனும் கண்ணய்யனும் சிரமப்படுவார்கள் என்று அவளும் அறிவாள் தான். ஆனாலும் ரூபனின் திறமை மீது அவளுக்கு அலாதி நம்பிக்கை இருந்தது. அவளுக்கு மட்டுமில்லை அமுதன் மற்றும் கார்த்தி ஆகியோருக்கும் அந்த நம்பிக்கை இருந்ததால் தான் ரூபனிடம் பொறுப்பை ஒப்படைத்துவிட்டு அவர்கள் சென்றார்கள். அதுமில்லாமல் இந்தத் திருமணத்திற்கு நானூறுக்கும் குறைவானவர்களே வருகை தருவார்கள் என்று தெரிவிக்கப்பட்டதால் ரூபன் ஒருவனே மேனேஜ் செய்துகொள்வான் என்று நம்பினார்கள்.

வீட்டில் லஷ்மியும் இல்லாமல் போக அத்திக்கு தான் நிறைய எண்ணங்கள் தோன்றி மறைந்தது. 'இனியனோ இந்த வீடு, லஷ்மி, ஆத்யா என்று ஒன்றிவிட்டான் தான். அதற்காக இங்கேயே தங்கிவிட முடியுமா என்ன? என்று யோசித்தாள் அத்திப்பூ. தன்னிடம் முழுவதுமாக ஒன்றும் வரை இங்கே இருந்துவிட்டு பிறகு வேறொரு வீடு பார்க்க வேண்டும். இனியனுக்கு புதிய பள்ளியில் அட்மிசன் போட வேண்டும். இந்த வருடம் பாதி கடந்துவிட்டது. இவனை இங்கே தொடர வைக்கலாமா இல்லை அடுத்த வருடம் புதியதாக அட்மிஷன் போடலாமா?'

என்றும் யோசிக்கிறாள்.எனினும் இதைப்பற்றி லஷ்மிபாவுடன் ஆலோசிக்க வேண்டும் என்று குறித்துக்கொண்டாள்.

அத்தி இயற்கையிலே தைரியமானவள் தான். ஆயினும் கடந்த சில நாட்களாய் ஒரு இனம் புரியாத பயம் அவளை ஆட்கொண்டதும் நிஜம்.போதாக்குறைக்கு வீட்டில் வேறு ஆளில்லாமல் புது இடத்தில் தனியாக இருப்பதும் அவளை குழப்பியது. இரவு உணவு செய்தவள் இனியனுக்கும் ஊட்டிவிட்டு உறங்க ஆயத்தமாக லாவண்யாவிடமிருந்து அழைப்பு வந்தது.

"சொல்லு லவ், என்ன இந்நேரத்துல?"

"அத்தி இன்னும் பிப்ட்டின் மினிட்ஸ்ல நான் அங்க இருப்பேன் டோன்ட் ஒர்ரி..." என்றதும் புரியாமல் அத்தி விழிக்க,

"என்ன சத்தத்தையே காணோம்?"

"ஏன் ஏதாவது எடுக்கணுமா?" என்றதும் இன்றும் நாளையும் அவளுக்கு துணையாக தன்னை இங்கே தங்கச்சொல்லி ஆத்யா கேட்டுக்கொண்டதைத் தெரிவித்தாள் லவ். ஆத்யா மற்றும் லஷ்மியின் அன்பில் திளைத்தாள் அத்தி. அதுமில்லாமல் லெட்ஸ் செலிபிரேட் வந்தது முதல் அவளுக்கு ஒரு நட்பு பட்டாளமே கிடைத்ததாய் ஒரு உணர்வு.லவ், நித்திலா, ஜாய்சன் என்று மூவரும் அவளுக்கு ஆதரவாக இருக்கிறார்கள் என்றும் நினைத்துக்கொண்டாள். சொன்னபடியே பதினைந்து நிமிடத்தில் உள்ளே வந்த லவ் கையில் ஸ்வீட்ஸ் மற்றும் ஐஸ்க்ரீமுடன் வந்தாள். அவற்றை இனியனுக்குக் கொடுக்கவும் அவனும் குழந்தைக்கே உரிய குதூகலத்தில் வாங்கிச் சுவைத்தான்.

"லவ் நான் தனியா கூட இருந்துப்பேன். நீங்க வேணுனா...?" என்று முடிக்கும் முன்னே,

"அதெல்லாம் நோ ப்ராப்லம் அத்தி. அங்கிள் அப்போலாம் மீட்டிங் அது இதுனு வெளிய போயிட்டா நான் தான் ஸ்வீட்டி கூடத் தங்குவேன். எனக்கு இது யூசுவல் தான். நோ ப்ராப்லம்" என்றவள் அந்தத் திருமண விழாவைப் பற்றி சிறிது உரையாடினார்கள்.

"நீங்கலாம் எப்படி ஃப்ரெண்ட்ஸ் ஆனீங்க லவ்?"

"நான், நித்திலா, ஜாய்சன் மூணு பேரும் காலேஜ் மேட்ஸ். அதுல நானும் நித்தியும் ஒரே ஸ்கூல் வேற. அதே மாதிரி சந்தீப்பும் ஸ்வீட்டியும் சைல்ட்ஹூட்ல இருந்து ஃப்ரண்ட்ஸ். அவங்களும் ஒரே காலேஜ். ஆக்சுவல்லி நாங்க எல்லோரும் ஒரே கேம்பஸ் ஆனா வேற வேற கோர்ஸ் படிச்சோம். ஆனா காலேஜ்ல இருந்து ஒரே கேங். அப்படியே ஒன்னா படிச்சு முடிச்சோம். அப்புறோம் நாங்க எல்லோரும் தனித்தனியா தான் வேலையும் செய்தோம். திடீர்னு ஆத்யா தான் எங்க எல்லோரையும் ஒன்று திரட்டி ஈவென்ட் மேனேஜ்மேண்ட் கம்பெனி ஆரமிக்கலாம்னு சொன்னா. எங்க கிட்ட கேட்டரிங் மற்றும் ஈவென்ட் மேனேஜ்மேண்ட் முடிச்ச மணியும் மிதிலாவும் ஜாயின் ஆனாங்க. அப்படி உருவானது தான் 'லெட்ஸ் செலிபிரேட்'. ஒரு உண்மையைச் சொல்லட்டா? இவ்வளவு குறுகிய காலகட்டத்துல எங்களுக்கு இந்த அங்கீகாரம் கிடைக்கும் நாங்க எதிர்பார்க்கல தான். ஆனா நாங்க இன்னும் போக வேண்டிய தூரம் நிறைய இருக்குனு மட்டும் எங்களுக்குத் தெரியுது. தட்ஸ் ஆல். போதுமா?"

"செம ஜாலி தானே? ஃப்ரண்ட்ஸோட சேர்ந்து வேலை பார்க்குறதே ஒரு சுகம் தானே?" என்றவளுக்கு,

"கண்டிப்பா. உண்மையிலே ஆத்யாவும் நித்திலாவும் தான் சீரியஸ் பார்ட்டிஸ். பாவம் எங்களை ஆரம்பத்துல வேலை வாங்க அவங்க ரொம்ப சிரமப்பட்டாங்க.இப்போ ஏதோ ஜாலியா போகுது..." என்று முடித்தாள். அப்போது இனியனுக்கு தூக்கம் வருவதற்கான அறிகுறிகள் தென்பட அவர்கள் உறங்கினர்.

ரூபன் மற்றும் கண்ணையன் இருவரும் தங்களுடைய வேலையை முடித்து ஒன்றாகப் படுத்து கதைபேசினார்கள்.

"அமுதன் பாவம் டா ரூபா. நாம தப்பு பண்ணிட்டோம் அமுதனை வேணுனா இங்க விட்டுட்டு நாம அங்க போயிருக்கணும்..." என்ற கண்ணையனுக்கு,

"இல்ல கண்ணா இது தான் சரி" என்றான்.

"இந்த அத்தி பொண்ணுக்கும் ஏன் இப்படியெல்லாம் நடக்கணும்? ஆமா நீ அத்தியைப் பார்க்கவேயில்லை தானே?"

"ஹ்ம்ம்"

"ரூபா நான் எப்போவும் அடுத்தவங்க பர்ஸ்னல்ல தலையிட மாட்டேன். இருந்தாலும் சொல்றேன் சீக்கிரம் அத்திக்கு ஒரு பதில் சொல்லுடா. அவ உன்னை விரும்பறது எனக்கே தெளிவா புரியுது" என்றவன் வேலை செய்த அசதியில் உறங்கி விட ரூபன் தான் நாளை அத்தியை நேரில் சந்தித்து பேச வேண்டியதற்கு மனதில் ரிகர்சல் பார்த்தான்.

வெள்ளிக்கிழமை காரைக்குடியில் அமுதனும் கார்த்தியும் வேலையில் தீவிரமாக இருக்க லஷ்மியுடனும் ஆத்யாவுடனும் பேசிக்கொண்டிருந்தாலும் சீதா மற்றும் அண்ணாமலைக்கு மனமெல்லாம் அமுதன் மீதே இருந்தது. அன்று இரவு வீட்டிற்கு வந்தவர்கள் சாப்பிட்டு விட்டு உறங்க, உறக்கம் வராமல் தவித்த சீதாவிடம் பேச்சை ஆரமித்தாள் ஆத்யா.

"ஆண்ட்டி... அத்தை..." என்று சீதாவை எப்படி அழைப்பதென்ற கன்ஃப்யூஷனில் இருந்தவள் துணித்து, "அத்தை நான் உங்ககிட்ட சில விஷயங்கள் பேசணும்..." என்று தொடக்கி கடந்தமுறை சொல்லாமல் விட்ட கதைகளை(அமுதனை அவள் விரும்பியதும் பிறகு அமுதனைப் பற்றி தவறாக அறிந்து ஒதுங்கியதும் பிறகு உண்மையை உணர்ந்து அவனை விரும்புவது வரை...) சொல்லி முடித்தாள். இதைப்பற்றி கடந்த முறை லஷ்மியே தெரிவித்திருந்தாலும் ஆத்யா அதை எல்லாம் காட்டிக்கொள்ளாமல் தான் இருந்தாள். ஆனால் இம்முறை அனைத்தையும் அவள் திருவாயாலே மொழிந்துவிட்டாள்.

ஆத்யாவின் பேச்சைக் கேட்ட சீதாவிற்கு ஆச்சரியமாக இருந்தது. பின்னே சீதா மனதில் நினைத்ததை தான் ஆத்யாவும் நினைக்கிறாள் என்ற மகிழ்ச்சியின் வெளிப்பாடு தான் அது.

இப்போது சீதா அவளையே கண்கொட்டாமல் பார்க்க, "போன முறை வந்தப்பவும் சரி இப்பயும் சரி நீங்க ஏன் என்கிட்ட எதையுமே கேட்கல? அப்பா போனமுறையே எல்லாம் சொல்லிட்டாருனு எனக்குத் தெரியும். உங்களுக்கு இதுல..." என்று இழுக்கவும்,

அவளின் பதற்றம் அறிந்து முதலில் சிரித்தவர், "நான் இது சம்மந்தமா அப்போவே முடிவெடுத்துட்டேன் கண்ணம்மா..." என்றதும் ஆத்யாவின் கண்களும் அதரமும் அவளின் படபடப்பைக் காட்ட, "நான் என் பையனோட வாழ்க்கையில இதுவரை செஞ்ச தப்பை இனிமேலும் செய்யமாட்டேன். எங்களுக்கு நிறைய சொந்தகாரங்க இருந்தாலும் நாளைக்கு எங்களுக்கு ஏதாவதுனா அவங்க யாருமே வரமாட்டாங்கனு கண்கூடப் பார்த்துட்டேன். அமுதன் பெரும்பாலும் ரொம்ப சைலன்ட். ஆனா அதுக்காக எல்லாம் அவனோட விருப்பமில்லாமல் எதுவும் செய்ய முடியாது. ஏன் அவனோட படிப்பையே எடுத்துக்கோ? எனக்கு அவன் கேட்டரிங் சேர்ந்து அட்மிசன் போட்டதுக்குப் பிறகு தான் தெரியும்.எம்.பி.ஏ படிக்கச்சொல்லி சொல்லும் போதும் அதை உதறிட்டு வேலைக்குச் சேர்ந்துட்டான். அதுலயும் எனக்கு விருப்பமில்லை. அவனுக்குனு ஒரு பொண்ணைத் தேர்ந்தெடுத்தேன். ஆனா அதுவும் கைகூடல. ஆனால் இதுல எனக்கு சந்தோசம் தான்.இல்லைனா உன்னை மாதிரி ஒரு பொண்ணும் உங்க அப்பா மாதிரி ஒரு உறவும் எங்களுக்கு கிடைக்காமலே போயிருக்கும்..." என்றதும் ஆத்யாவின் உதடு சிரிப்பை உதிர்க்க,

"சீக்கிரமா அமுதன் அவனோட கடந்த காலத்துல இருந்து வெளிவரனும். எவ்வளவு சீக்கிரம் முடியுமோ அவ்வளவு சீக்கிரம் உனக்கும் அவனுக்கும் கல்யாணம் செய்யணும்.இந்த ரெண்டு நாள் நீ அவன் கூடவே இருடா. நீ இருந்தா அவனுக்கு அவ்வளவு இதமா இருக்கும். யார் முன்னாடியெல்லாம் என் பையனை கெத்தா நிக்க வெக்கணும்னு நெனைச்சேனோ நாளைக்கு அவங்க முன்னாடி எல்லாம் அவன் மனசுல வலியோட நிற்க வேண்டிவரும். அவன் என்னைக்குமே

அவனோட கஷ்டத்தை யார் கிட்டயும் காட்டிக்க மாட்டான்டா. எனக்கு இருக்கும் கஷ்டமெல்லாம் அது தான்..." என்று முடிக்க,

"கண்டிப்பா அத்தை. அதுக்கு தான் நான் இங்க வந்திருக்கேன். இந்த ரெண்டு நாள் மட்டும் இல்ல அத்தை இனி வாழ்க்கை முழுக்க நான் அமுதன் கூடவே இருப்பேன்.இது சத்தியம்" என்றதும் அவள் வார்த்தையில் மகிழ்ந்தவர் அவள் நெற்றியில் முத்தம் வைத்து அவளை ஓய்வெடுக்க அனுப்பினார். ஏனோ ஆத்யாவுடன் பேசிய பிறகு இரண்டு நாட்களாய் அவர் மனதை அழுத்திக்கொண்டிருந்த சுமை இறங்கியதாய் ஒரு பிரக்ஞை அவருக்கு உண்டானது.

காரைக்குடியில் இருந்த கார்த்திக்கு கோவையிலிருந்து அழைப்பு வந்தது.

"சொல்லு குல்ஃபி... என்ன விஷயம்?"

"போடா என்னை மறந்துட்ட தானே?"

"ஏ இல்லடி" என்றவன் இப்போது தான் காரைக்குடி வந்த முழுகாரணத்தையும் தெரிவித்தான். இதுவரை வேலை விஷயமாகத் தான் காரைக்குடிக்கு வந்ததாகச் சொன்னவன் இப்போது தான் ஹிருத்தியாவின் திருமணம் என்று உரைக்க,

"ஐயோ அமுதன் அண்ணா பாவம் தானே?" என்று அவனுக்காக வருந்தினாள். அமுதனைப் பற்றி அனைத்தும் ஸ்ருஷ்டியும் அறிவாள்.

"சரி என்ன விஷயம்?"

"அதுவா நாங்க எல்லோரும் ராஜஸ்தான் போகப்போறோம்"

"என்ன ஆச்சு ஸ்ரு?" என்று அதிர்ந்தான் கார்த்தி.

"ஏன் இவ்வளவு ஷாக்? ஆருஷி மேரேஜ் நடக்கப் போகுதில்ல? அதுக்கு ஊர்ல எல்லோரையும் இன்வைட் பண்ணிட்டு அப்படியே கோவிலுக்குப் போகணும். அதான்" என்றாள் ஸ்ரு.

"எத்தனை நாள் ஆகும்"

"டூ வீக்ஸ் தான் கார்த்தி"

"என்னது டூ வீக்ஸா? என்ன விளையாடுறியா?" என்று ஆவேசப்பட்டவன் பிறகு அடங்கினான். பிறகு வழக்கமான காதலர்கள் போல காரணமே இல்லாமல் மணிக்கணக்கில் கதைத்தனர்.

மறுநாள் காலை மற்றும் மதியம் அந்தத் திருமணத்தை முடித்துக்கொடுத்தவர்கள் லெட்ஸ் செலிபிரேட் திரும்பியதும் மாலையில் ரூபன் அத்தியைச் சந்திக்க ஆத்யாவின் இல்லத்திற்கு விரைந்தான்.

மாலையில் இனியனுடன் விளையாடிக்கொண்டிந்த அத்திப்பூ வீட்டிற்குள் நுழைந்த வண்டியில் இருந்து இறங்கிய ரூபனைக் கண்டதும் அவளையும் அறியாமல் அவள் உடல் நடுங்கியது. சொல்ல முடியாத ஒரு பதற்றம் அவளை ஆட்கொள்ள ரூபனோ அவளை நோக்கி வந்தான்.

புதியதாக உள்ளே வந்த ரூபனைக் கண்டதும் இனியன் அத்தியிடம் நெருக்கி வர அவனின் நிலை உணர்ந்தவனாக அவன் பேக்கெட்டில் இருந்து ஒரு சாக்லேட் எடுத்து நீட்டி அவனை இலகுவாக முயன்றான். இனியனோ திரும்பி அத்தியைப் பார்க்க, அவளை அர்த்தமாய்ப் பார்த்தான் ரூபன். அவள் தலையசைக்க இனியன் அந்த சாக்லேட்டை வாங்கிக்கொண்டு அங்கிருந்து ஓடிவிட இருவரும் தனித்து விடப்பட்டனர்.

நீண்ட மௌனம் ஆட்சி செய்ய, "நீ ஏன் காரைக்குடி போகல அத்தி?" என்று அந்த இறுக்க நிலையை நீக்கினான்.

"புது இடத்துக்கு போனா அவன் ஒரு மாதிரி ஆகிடுறான். அண்ட் இப்போ ஒரு வாரமா தான் இந்த இடத்துல இருக்கான். இப்போ இடம் மாறுனா அது இன்னும் சிக்கல். அதான்..." என்று பட்டும் படாமல் சொன்னாள் அத்தி.

"அடுத்து என்ன அத்தி?" என்றதும் நிமிர்ந்து அவனைப் பார்த்தாள் அவள். அது அவனிடமிருந்து எதையோ எதிர்பார்பதாகவே அவனுக்கு விளங்கியது.

இதுவரை யோசித்திருந்ததை எல்லாம் அவனிடம் தெரிவித்தாள்.

"ஒரு ஆறுமாசம் வெயிட் பண்ணு அத்தி அப்புறோம் நம்ம மேரேஜ் பத்தி பேசலாம்..." என்றதும் அவள் கண்கள் அதிர்ந்தாலும் மனம் ஏனோ மகிழ்ந்தது. உடனே மனதை இறுக்கமாக்கிக்கொண்டு, "நான் மேரேஜ் பண்றஐடியால எல்லாம் இல்ல ரூபன்" என்று எங்கேயோ பார்த்தபடி உரைத்தாள்.

"ஏன் அத்தி நீ தானே அடிக்கடி கேட்ப, 'இந்த காதல் இவ்வளவும் செய்யுமானு?' ஆனா இப்போ...?" என்று அவன் முடிப்பதற்குள்,

"அன்னைக்கு இருந்த அத்தி வேற, இப்போ இருக்கும் அத்தி வேற... எனக்கு ஆறு வயசுல ஒரு பையன் இருக்கான்" என்று முகத்தில் அறைந்தாற்போல் பதிலளித்தாள் அத்தி. வார்த்தைகளில் அத்தனை கடுமை பிரதிபலித்தது.

"ஓகே நான் சுத்தி வளைச்சு எல்லாம் பேசல அத்தி. நான் உன்னைக் கல்யாணம் செய்ய ஆசைப்படுறேன்..." என்று முடிப்பதற்குள்

"அது நடக்காது..." என்று குறுக்கிட்டவளைக் கண்டு எரிச்சலடைந்தவன், "முதல நான் பேசிடுறேன். அப்றோம் நீ பேசு. நான் உன்ன விரும்பறதை வீட்ல சொல்லிட்டேன். அவங்க ஆறு மாசம் போகட்டும்னு சொல்லியிருக்காங்க.சோ ஆறுமாசம் கழிச்சு நாம மேரேஜ் பண்றோம்..." என்றதும்,

"நான் என்ன பேசுறேன் நீ என்ன பேசுற ரூபன்? என் லை.்.ப்ல இனி கல்யாணம் காதல்ங்கறதுக்கு எல்லாம் இடமில்லை. எனக்கு என் பையனை வளர்த்தனும். அது மட்டும் தான் முக்கியம்..."

"அதே தான் நானும் சொல்றேன். நாம மேரேஜ் பண்ணுவோம். ரெண்டு பேருமா சேர்ந்து அவனை வளர்த்தலாம். போதுமா?"

"எவ்வளவு நாளைக்கு?" என்றவளை புரியாமல் விழித்தான் ரூபன்.

"புரியல? என்ன எவ்வளவு நாளைக்கு?"

"அப்பா அம்மா இல்லாம கூடப் பிறந்த அக்கா மாமா இருந்தும் யாருமில்லாத அனாதையா வளர்ந்தவ நான். உனக்கு உன் அப்பா இருந்து கூடவே சித்தி, தம்பி தங்கைங்கனு எல்லாம் இருந்தும் குடும்பத்தோட ஒரு ஒட்டுதல் இல்லாமல் வளர்ந்தவன் நீ... நம்மால் எவ்வளவு நாளுக்கு அவனுக்கு எல்லாம் செய்ய முடியும்?"

"இதென்ன அத்தி பைத்தியக்காரத்தனமான கேள்வி? அண்ட் உன் கேள்வியிலையே அதுக்கான பதிலிருக்கு. ரெண்டு பேரும் குடும்பம் உறவுகள் இருந்தும் அதை முழுசா அனுபவிக்காம வளர்த்தவங்க.அப்போ அதோட அருமை நம்ம ரெண்டு பேருக்கும் நல்லாவே புரியும்.சோ நாம உயிரோட இருக்கும் வரை அவனுக்கு வேண்டியதை எல்லாம் நாம செய்யலாம்..." என்றான் ரூபன்.

"இதெல்லாம் பேச நல்லா இருக்கும் ரூபன். ப்ராக்டிகலா ஒத்துவராது. எப்படி என் அப்பா இறந்ததும் என் அக்கா என்னையும் உன்னோட அம்மா போனதுக்கு அப்றோம் உன் சித்தி உன்னையும் பார்த்துகிட்ட மாதிரியா?" என்று முடித்தாள் அத்திப்பூ.

"ஸீ நாம ரெண்டு பேரும் உறவுகளோட ஒதுக்கத்தை அனுபவிச்சவங்க அத்திப்பூ. அதிலும் உன்னைக்காட்டிலும் நான் ரொம்ப சின்ன வயசுலயே அதை அனுபவிச்சவன். சோ நான் அப்படி மாறமாட்டேன்.அப்போ உன் அக்கா மாதிரி நீயும் மாறிடுவனு நீயே ஒத்துகிறாயா?" என்று அவளை மடக்கினான் ரூபன்.

"நீ மாற மாட்டேன்னு நான் எப்படி நம்புறது? ஒருவேளை நாளைக்கு நமக்கொரு குழந்தை பிறந்தா அப்போ இவன் உனக்கு ரெண்டாம் பட்சம் ஆகலாம். ஒருவேளை என்னைக்கோ ஒரு

நாள் ஏதோ ஒரு சூழ்நிலையில இவனை நீ வெறுக்கலாம். அப்போ நாம அனுபவிச்சதை இவனும் அனுபவிக்கனும். இல்லை அப்படி நாம நல்லாவே பார்த்துக்கிட்டாலும் நாளைக்கு இவனுக்கு நாம இவங்க பையனில்ல நமக்குன்னு யாருமில்லைனு நினைக்கலாம். அப்போ என்ன பண்றது?"

"இதெல்லாம் தேவையில்லாத யூகங்கள் கற்பனைகள் அத்தி"

"எது கற்பனை? நாலு வயசு வரை உனக்கு எல்லாமுமா இருந்த உன் சித்தி கிட்ட இருந்து நீ இப்போ விலகி இருக்க மாதிரி நாளைக்கு இவனும் என்னை விட்டு விலகிட்டா நான் என்ன பண்றது? அதுமில்லாம இவனை நல்ல படியா வளர்ப்பேன்னு என் அக்காக்கு நான் சத்தியம் செஞ்சியிருக்கேன். சோ..."

"அத்தி சில விஷயங்களை நம்பனும். நம்பி தான் தீரணும். வாழ்க்கையில எந்த ஒரு சூழ்நிலையிலும் இனியனுக்கு அந்த மாதிரியான ஒரு எண்ணம் தோன்றவே நான் விட மாட்டேன். எனக்கு இதை எப்படிப் புரியவெக்கறதுனு தெரியில அத்தி..."

"நீ எதையும் புரியவெக்கவும் வேணாம். நானும் எதையும் புரிஞ்சிக்கவும் வேணாம். நீ கிளம்பலாம் ரூபன்"

அவளின் பதிலில் அவனுக்கு எரிச்சல் மற்றும் கோவம் தான் வந்தது."இறுதியா ஒன்னு சொல்றேன் அத்தி. என் வாழ்க்கையில கல்யாணம்னு ஒன்னு நடந்தா அது உன் கூடத்தான். நீ என்னை நெருக்கி வரும்போதெல்லாம் நான் விலகிப்போனதுக்கு இப்போ நீ என்னை தண்டிக்கிற. பரவாயில்லை. நான் காத்திருப்பேன். நிச்சயம் உன் மனசு மாறும்..." என்று முடிப்பதற்குள்,

"அதெல்லாம் மாறாது..."

இப்போது சிரித்தவன், "என்னோட மனசையே நீ மாத்தும் போது உன்னோட மனசும் மாறும்.நான் மாற்றுவேன். கேர்புல்லா இரு..." என்னும் சமயம் இனியன் அங்கே வர, "இங்க வாங்க குட்டி" என்று அவனை அழைத்தவன் அவனைக் கொஞ்சிவிட்டுச் சென்றான்.

காலையில் எழுந்த அமுதன் கார்த்தியுடன் அங்கிருந்து தங்கள் கேட்டரிங் ஆட்களை அழைத்துக்கொண்டு மண்டபம் செல்ல ஆயத்தமானான். அப்போது அவர்களோடு தயாரான ஆத்யாவும் அவர்களுடன் சென்றாள். மண்டபத்தை நெருங்க அங்கே வழிநெடுக வைக்கப்பட்டிருந்த ஃப்ளக்ஸ் மற்றும் போஸ்டரில் ஹிருத்தியாவைப் பார்த்தவன் எவ்வித உணர்ச்சியுமின்றி தன்னுடைய வேலையில் மும்முரமானான்.

நேரம் ஆக ஆக அவன் மனதில் சொல்லமுடியாத ஒரு உணர்வு குடிகொண்டது. ஸ்கூல் மற்றும் காலேஜ் ஃபேர்வெல் டேவில் நாம் எவ்வளவு உற்சாமாகவும் மகிழ்ச்சியாகவும் காட்டிக்கொண்டாலும் உள்ளுக்குள் இனி வாழ்வில் இவை மீண்டும் நடக்க சாத்தியமில்லை என்ற உண்மையை உணரும் போதெல்லாம் மனதில் ஒரு விவரிக்க முடியாத உணர்வு தாக்குமே? கிட்டத்தட்ட அதுபோலொரு நிலையில் தான் இருந்தான் அமுதன்.

மண்டபத்தை அடைந்ததும் வெளியே ஒட்டப்பட்ட மணமக்களின் பெயர் பலகையைக் காணும் போதே அவளுடன் செலவழித்த நாட்கள் மனக்கண்ணில் தோன்றி மறைந்தது. மூச்சை இழுத்து விட்டவன் சமையல் வேளையில் மூழ்கினான். அமுதனின் பின்னாலே வந்த கார்த்தி மற்றும் ஆத்யா இருவரும் இதையெல்லாம் பார்த்துக்கொண்டு தான் இருந்தனர். ஏனோ பொறுக்க மாட்டாமல் ஆத்யா தான் கார்த்தியிடம், "கார்த்தி நீங்க சொன்னா அமுதன் கேட்பான். ப்ளீஸ் நீங்களே எல்லாம் செய்யுங்களேன். அமுதன் இங்க இருக்க வேண்டாம்..." என்றதும் கார்த்தியும் அமுதனிடம் பேச அவனோ அதை உறுதியாக மறுத்துவிட்டு கிச்சனுக்குள் புகுந்தான்.

அண்ணாமலையிடம் பணிபுரிந்தவர்களுக்கு அமுதன் மற்றும் கார்த்தியுடன் பணிபுரிய சில தடுமாற்றங்கள் இருக்கத்தான் செய்தது. ஒவ்வொருவருக்கும் ஒரு ஒர்கிங் ஸ்டைல். மெனுவில் இல்லாத ஒரு ஸ்வீட்டையும் லிஸ்டில் சேர்த்திருந்தான் அமுதன். அவர்கள் வேலையை ஆரமித்ததும் நாகப்பன் மட்டும்

ஒருமுறை அங்கே வந்து பார்வையிட்டார். ஆனால் அவரிடம் எதையும் பேசாமல் தானுண்டு தன் வேலையுண்டு என்று இருந்தான் அமுதன்.

இந்தக் குறுகிய நாட்களில் அமுதனைச் சிரித்தவாறு பார்த்திருக்கிறாள் ஏன் ஆவேசப்பட்டும் பார்த்திருக்கிறாள். அது தானே அவர்களின் முதல் சந்திப்பு! ஆனால் இத்தனை நாட்களில் அமுதனின் முகம் வாடி அவள் கண்டதேயில்லை. ஆனால் நேற்று வந்ததிலிருந்து அமுதன் முகம் வாடியபடியே தான் இருக்கிறது.மாலை வேளை நெருங்க மாப்பிள்ளை அழைப்பும் பெண் அழைப்பும் நிகழ்வதற்கான சமிக்ஞையாக வரவேற்பு பாடல்கள் ஒலிக்கப்பட சமையல் வேலையைத் துரிதப்படுத்தினான்.

இடையில் ஒரு முறை மட்டும் ஆத்யா இங்கேயே இருப்பதைக் கண்டு அவளை வீட்டிற்குச் செல்லுமாறு சொல்ல அவளோ மறுத்து அமுதனைப் பார்த்தாள். அன்றைய இரவு சிறப்பாகவே கழிய மறுநாள் காலையில் நாச்சியையும் சீதாவையும் வற்புறுத்தி கல்யாணத்திற்கு வரவழைத்தான் அமுதன். பின்னே தாங்கள் சமையல் செய்தும் திருமணத்திற்கு தன்னுடைய குடும்பம் வராவிட்டால் நன்றாக இருக்காது என்று எண்ணி இந்த முடிவை எடுத்தான். சீதாவோடு ஆத்யாவும் சென்றிருந்தாள். பெயருக்காகவே தலைகாட்டியவர்கள் அங்கிருந்து வெளியேற சற்று நேரத்தில் தாலி கட்டும் போது இசைக்கப்படும் மங்கள இசை ஒழிக்க ஏனோ அங்கிருக்க முடியாமல் ரெஸ்ட் ரூம் சென்றான். ஆனால் மறந்தும் கூட சமையல் அறையைத்தாண்டி அவன் எங்கேயும் செல்லவில்லை.

சீதாவும் நாச்சியும் வீட்டிற்குச் செல்ல ஆத்யா அமுதனைத் தேடி வந்தாள். மதிய விருந்து வரை அனைத்தும் முடிய வந்திருந்த விருந்தினர்கள் எல்லோரும் கலையத் துவங்கினர். திருமணத்தில் வேலை செய்தவர்களுக்கான ஊதியம் கணக்கு பார்க்கப்பட அமுதனை அழைத்த தமிழரசுவிடம் சென்றவன் அவர் பணம் நீட்டும் போது இருக்கரங்களையும் கூப்பி

விடைபெறுவதாக வணக்கம் வைத்து, "இந்த கேட்டரிங் இன்னைக்கு என் அப்பா நடத்தினாலும் இது என்னைக்கும் முத்தையா தாத்தாவோடது தான். எங்கேயோ பிழைக்க வழியில்லாம இருந்த என் அப்பாக்கு அவரோட பெண்ணையும் கொடுத்து இந்த கேட்ரிங்கையும் கொடுத்தவர் அவர். அவர் பேத்தியோட கல்யாணத்துக்கு சமைக்க நாங்க காசு வாங்குவது எந்த விதத்துலையும் முறையில்லைனு அப்பா சொல்லச்சொன்னார். எங்களால் முடிந்த அளவுக்கு எந்தக் குறையும் இல்லாம தான் செஞ்சுகொடுத்தோம். இருந்தும் ஏதாவது குறையிருந்தா எங்களை மன்னிச்சிடுங்க..." என்றவன் கண்களில் நீர் திரள அங்கிருந்த கார்த்தியிடம் தான் கொண்டு வந்த பணத்தைக் கொடுத்து எல்லோருக்கும் தரச்சொல்லிவிட்டு அங்கிருந்து விறுவிறுவென நடந்தான் அமுதன். அமுதன் பேசியதை எல்லாம் கேட்ட கார்த்தியும் ஆத்யாவும் அதிர்ந்தனர். ஏனெனில் அவன் கூறியதைப்போல் எதையும் அண்ணாமலை சொல்லவேயில்லை. காலையில் அவர் எழும் முன்னரே வீட்டிலிருந்து மூவரும் கிளம்பிவிட்டனர்.

கார்த்தி மற்றும் ஆத்யா உறைந்து நிற்க, முதலில் சுயம் பெற்ற கார்த்தி ஆத்யாவை அமுதன் பின் போகச் சொல்லிவிட்டு அமுதன் அவனிடம் கொடுத்த வேலையைச் செய்தான்.

அங்கு கோவிலை ஒற்றியிருக்கும் அந்தக் கண்மாய்க்குச் சென்றவன் இதுவரை அடக்கிவைத்திருந்த அழுகையை மொத்தமாகக் கொட்டினான். அவனைத் தேடி பின்னாலே வந்த ஆத்யாவின் கண்கள் அனைத்தையும் கவனித்தது. பெரிய விருப்பம் ஏதுமில்லாமல் இருந்து தானே முன்வந்து நிறுத்திய தன் திருமணத்தை எண்ணியே அன்று தனிமையில் ஆத்யா அழுதாளே! அவளால் அமுதனின் தற்போதைய நிலையை நன்றாக உணர்ந்துகொள்ள முடிந்தது. ஒவ்வொரு அடியாக அமுதனை நோக்கி எடுத்து வைத்தவள் அவன் முன்பு நின்றதும் அவள் எதிர்பாரா நேரத்தில் அவளை இறுக்கி அணைத்தவன் அவள் தோள்மீது சாய்ந்து அழுதான்.(சுவைக்கும்!)

* * * * * *

அத்தியாயம் - 35

தன் தோள் மீது சாய்ந்து அழுபவனை என்ன சொல்லி ஆறுதல் செய்வதென்று தெரியாமல் விழித்தாள் ஆத்யா.

"அமுதன் டூ யூ ஸ்டில் லவ் ஹர்?" என்ற கேள்வி அவன் செவிகளை எட்ட ஒரு கணம் அவளை விட்டுப்பிரிந்தவன் 'இல்லை' என்பதைப்போல் தலையாட்ட, ஆத்யாவும் அதை தான் எதிர்பார்த்தாள்.

"எந்த காரணத்துக்காக உன்னை அவங்க நிராகரித்தங்களோ அவங்க முன்னாடி அதே நிலையில் இருந்ததை எண்ணி வருந்துற ரைட்?"

"எனக்குத் தெரியில ஸ்வீட்டி.என்னமோ மனசெல்லாம் ஒரு வித உணர்வு.ஒரு பாரம். என் அம்மா தான் அவங்க எல்லோரையும் சொந்தமா நெனச்சாங்க இல்ல? ஆனா அவங்களுக்கு நாங்க யாரோ தானே?" என்றவன் குரல் உள்ளே செல்ல,

"இதை நீ இப்போ தான் அமுதன் புரிஞ்சிக்கிற... நான் இதெல்லாம் ரொம்ப சின்ன வயசுலையை உணர்த்துட்டேன். என் அப்பா கூடப் பிறந்தவங்க நாலு பேர். ஆனா எங்க குடும்பம்னா நானும் அப்பாவும் மட்டும் தான் அமுதன்..." என்றவள் சிறிது நேரம் அவன் தோளை ஆதரவாய்த் தட்டிக்கொடுக்க திடீரென அவளை இறுக்கி அணைத்தவன் அவளை விட்டு விலகினான்.

"ஆர் யூ ஃபீலிங் பெட்டர் நவ்?" என்றவளுக்கு தலையாட்டினான் அமுதன்.

"ஓகே லுக் அட் மி" என்றதும் அவளைக் கூர்ந்து நோக்கினான் அமுதன்.

"அமுதன் எனக்கு உங்களை கடந்த ஆறுமாசமா தான் தெரியும். ஆனாலும் இப்போ இந்த ரெண்டு மாசம் நாம ரொம்ப க்ளோஸ் ஆகியிருக்கோம்...? ரைட்?" என்று அவனைப் பார்த்தாள்.

"எனக்கு இப்போ ட்வெண்டி ஃபை ஆகுது அமுதன். இன்னும் மூணு மாசத்துல டுவெண்டி சிக்ஸ் பிறக்கப்போகுது.கண்டிப்பா நீங்க என்னோட ஃபர்ஸ்ட் லவ் இல்ல. நான் உங்களை இந்த ஆறுமாசமாவே லவ் பண்ணிட்டு தான் இருக்கேன்.ஹோப் யூ நோ இட். இல்லைனா பரவாயில்ல இப்போ சொல்றேன், ஐ யம் இன் லவ் வித் யூ அமுதன்" என்று அவன் கண்களைப் பார்த்து உரைத்தாள். என்னதான் இது அமுதனுக்கும் தெரிந்திருந்தாலும் இந்நேரத்தில் இதை அவன் எதிர்பார்க்காததால் அதற்கான அதிர்ச்சியை வெளிப்படுத்தினான்.

"இட்ஸ் குவைட் ஸ்ட்ரேஞ் அமுதன் (இது சற்று விந்தையானது தான்) நான் உங்களை லவ் பண்ற விஷயம் உங்க ஃப்ரண்ட்ஸ் என் ஃப்ரண்ட்ஸ் என் அப்பா உங்க அப்பா அம்மா தங்கைனு எல்லோருக்கும் தெரியும்.ஏன் உங்களுக்கே கூடத் தெரியும். ஆனா நீங்களும் அதைக் காட்டிக்கல நானும் சொல்லல. அதே மாதிரி உங்க மனசுல என் மேல இருக்கும் அந்த ஃபீல் பலமுறை நானே அப்செர்வ் பண்ணியிருக்கேன்.சோ இது... இந்த ஊரறிந்த ரகசியம்னு சொல்லுவாங்களே? அது தான் நம்ம லவ்."

"நானும் உங்ககிட்ட என்னலாம் பேசணும்னு ஒரு கோர்வையா ரெடி பண்ணேன் அமுதன். குருட்டு மனப்பாடம் செஞ்சிட்டுப்போய் எக்ஸாம் ஹால்ல எல்லாம் மறக்கும் மாணவர்கள் போல நான் இப்போ மறந்துட்டேன்.ஹ்ம்ம் யா, இந்த இடத்துல ஒன்னை நான் க்ளாரிப்பை செய்ய விரும்புறேன். நான் லவ் பண்றது தனக்குப் பிடிச்சதைப் படிச்சிட்டு அதற்காகவே தீவிரமா முயற்சி செய்யும் இந்த அமுதனை தான். அதாவது எனக்கு உங்களை எந்த அளவுக்குப் பிடிக்குமோ அதே அளவுக்கு உங்க ப்ரொபசனையும் பிடிக்கும். இன் பேக்ட் உங்களோட பேஸ்ட்ரிக்கு நான் ரொம்ப பெரிய விசிறி.அண்ட் லைஃப்ல என்னைக்கும் நான் உங்களுக்கோ இல்ல உங்க பேஷனும் உங்க ப்ரொபசானுமான இந்த கேட்டரிங், பேஸ்ட்ரி, செஃப் இதெதுக்கும் நான் தடையாவோ இல்லை தடங்கலாவோ இருக்கமாட்டேன். எனக்கான அமுதனா நான் உங்களை மாற்றாம இப்போ இருக்கும் இந்த அமுதனை எந்த கரெக்சனும்

இல்லாம அப்படியே தான் ஏற்றுக்க நான் ஆசைப்படுறேன். சோ நீங்க எந்தக் குழப்பமும் இல்லாம என்னை உங்களுக்குப் பிடிச்சிருந்தா மட்டும் ஓகே சொல்லலாம்..." என்றவள் அவனை அணைத்து அவன் கன்னத்தில் ஒரு முத்தம் வைத்தாள். ஏற்கனவே அவளின் பேச்சில் சற்று அதிர்ந்தவன் அவளுடைய இந்தச் செய்கையில் மேலும் அதிர்ந்து தான் போனான்.

"ஐ நோ இதை இப்போ சொல்றது உங்களுக்குக் கொஞ்சம் எம்பேரேசிங்கா இருந்தாலும் எனக்கு இதை விட ஒரு பெஸ்ட் டைம் அண்ட் பிளேஸ் அமையாது.நல்லா யோசிச்சிட்டு உங்க 'ஆத்யலஷ்மிக்கு' சாரி சாரி 'எல்.ஆத்யலஷ்மிக்கு' ஒரு நல்ல பதிலைச் சொல்லுங்க. எல்.ஆத்யலஷ்மி ஈஸ் வெயிட்டிங் ஃபார் யுவர் ரிப்லை. இப்போ வீட்டுக்குப் போலாமா?" என்றவள் அவன் கரம் கோர்த்தாள்.

இதுவரை அமுதனை ஆட்கொண்டிருந்த அந்தச் சோக உணர்வு மெல்ல நகர்ந்து ஆத்யாவின் இந்தப் பேச்சில் சற்று ஆச்சரியப்பட்டுத் தான் போனான். அவனை அந்தக் கண்மாய்க்கு அழைத்துச்சென்று அவனை முகம் கழுவ வைத்தவள் சிறிது தண்ணீரை எடுத்து அவன் முகம் மீது தெளிக்க இப்போது பதிலுக்கு அவள் மீதும் நீரை வாரியிறைத்தான் அமுதன். அவளோடு இருக்கையில் மனம் எப்போதும் ஆரவாரமின்றி அமைதியாக இருப்பதாய் உணர்ந்தவனுக்கு இப்போது இந்த நொடி உண்மையில் அமுதமாய்த் தெரிந்தது!

அதற்குள் சீதாவிடமிருந்தது ஆத்யாவுக்கு அழைப்பு வந்துவிட இருவரும் வேகமாக வீட்டிற்கு விரைந்தனர். கார்த்தியின் மூலமாக அமுதனின் இன்றைய செயல் சீதா மற்றும் அண்ணாமலைக்குத் தெரியவர சீதாவுக்கு கோவமும் எரிச்சலும் வந்தாலும் அண்ணாமலையுடைய மகன் இவ்வாறு தானே இருப்பான்? என்று புரிந்து அங்கிருந்து நகர்ந்தார். அண்ணாமலைக்குத் தான் அமுதனின் செயல் மட்டற்ற மகிழ்ச்சியை அளித்தது. லஷ்மியும் கூட அமுதனின் இன்றைய செயலை எண்ணி யோசனையில் இருந்தார். ஆனால் நாச்சி

தான் பொறுக்கமாட்டாமல், "நல்லவர்களுக்கு எவ்வளவு வேணுனாலும் செய்யலாம்.ஆனால் இதுங்க எல்லாம் திருந்தாத ஜென்மங்கள்..." என்று முடிக்கும் முன்னே அண்ணாமலையின் பார்வை வீச்சைத்தாங்காமல் அங்கிருந்து நகர்ந்தாள்.

வீட்டிற்கு வந்தவர்கள் குளித்து ரெஃப்ரெஷ் ஆக அவர்களுக்காக உணவு தயாராக இருந்தது. அண்ணாமலையும் இப்படித்தான். மதியம் ஊருக்கே விருந்து செய்தாலும் அவர் விருந்து வீட்டில் தான் நடக்கும். அமுதனுடன் இணைத்து ஆத்யாவும் கார்த்தியும் உன்ன, மகனையே வாஞ்சையாகப் பார்த்தனர் பெற்றோர்கள்.

"அத்தை எனக்கு சந்தவை(சந்தகை) செஞ்சு தரீங்களா? என்றாள் ஆத்யா.

(சந்தவை அநேக நபர்களுக்குத் தெரிந்திருக்கும். இருந்தாலும் சொல்கிறேன். இட்லி அரிசியை எதுவும் சேர்க்காமல் அரைத்து வேகவைத்து இடியாப்பம் போல் பிழியவும். அதில் சுவைக்கேற்ப தேங்காய்ப்பால் சேர்த்து சாப்பிடலாம். எங்கள் ஊரில் அதில் வெல்ல பாகு, கடலை தூள், எள்ளு தூள், பொட்டுக்கடலை தூள் ஆகியவற்றையும் சிறிது ஏலக்காய் தூளையும் சேர்த்து உண்போம். இல்லையேல் அதை சேமியா போல் தாளிக்கவும் செய்யலாம்)

அதைக் கேட்டதும் அமுதனின் முகமும் சிறிது உற்சாகம் கொள்ள, "நாளைக்கு காலையில் செஞ்சிடலாம்டா. இப்போ அரிசி ஊறவெச்சு காலையில அரைச்சிடலாம்.ஓகே?" என்றார்.

"டபிள் ஓகே" என்ற ஆத்யாவை கார்த்தி கிண்டல் செய்தான்.

"அம்மா ஒழுங்கா செய்ங்க இல்ல ஆத்யா நெகட்டிவ் ரிவீவ் செஞ்சிடுவா" என்ற அமுதனைச் செல்லமாக முறைத்தாள் ஆத்யா.

"ஆமாம் நீ எப்படி உணவை ரிவீவ் பண்ணுவ?"

"இதெல்லாம் ஒரு கேள்வியா சாப்பிட்டுப் பார்த்து பண்ணுவாங்க" என்ற நாச்சியைக் கொலைவெறியில் முறைத்தார் சீதா.

"ஜோக் ஜோக் நீ கண்டினு பண்ணு..." என்று அசடு வழிந்தாள் நாச்சி.

"ஒன்னும் ஸ்பெஷலா இல்லை. சாப்பிடுவேன் எனக்குப் பிடிச்சிருந்தா நல்லா இருக்குனு..." என்று முடிக்கும் முன்னே,

"பிரேக் ஃபாஸ்டை மதியம் பனிரெண்டு மணிக்கும் லன்ச்சை சாயங்காலம் நாலு மணிக்கும் டின்னரை எப்போ நைட் பனிரெண்டு மணிக்கா ஸ்வீட்டி?" என்று மீண்டும் அவளை கலாய்த்தான் அமுதன்.

இப்போது லக்ஷ்மியே அமுதனுக்கு ஹைபை கொடுக்க ஆத்யா தந்தையை முறைத்தாள்.

"போங்க நான் பதிலே சொல்லமாட்டேன்..." என்றதும் அமுதனை அமைதியாக இருக்கச் சொன்னவர், "நீ சொல்லு ஆத்யா"

"நான் சாப்பிட்டுப் பார்ப்பேன். அதோட டேஸ்ட், அரோமா(நறுமணம்) வெச்சு ரேட் அண்ட் ரிவீவ் செய்வேன்"

"அவ்வளவு தானா?" என்றவரை பரிதாபமாகப் பார்த்தாள் ஸ்வீட்டி.

"அது ஒவ்வொரு டிஷ் செய்யவும் நிறைய பொருட்களை நாம சேர்க்கிறோம் இல்ல? அப்போ அதெல்லாம் சரியான சதவீதத்துல இருக்கானு எல்லாம் பார்க்க மாட்டியா? அண்ட் அதெல்லாம் எங்க இருந்து வருதுன்னு எல்லாம் நோட் செய்ய மாட்டியா?" என்ற சீதாவிடம்,

"அதெல்லாம்மா முக்கியம்?" என்றார் லக்ஷ்மி.

"என்னண்ணா இப்படிக் கேட்டுடீங்க? ஒரு உணவு வெறுமனே உணவு மட்டும் இல்ல. அது ஒரு பாரம்பரியம். ஒரு கலாச்சாரத்தோட அடையாளம். அந்த மண்ணோட சுவை தான் அந்த உணவோட சுவை" என்ற சீதாவை அண்ணாமலையும் ஆவலோடு கவனித்தார்.

"அதெப்படி?" என்ற லக்ஷ்மிக்கு,

"சரி ஒரு எடுத்துக்காட்டோட சொல்றேன். பிரியாணியை எடுத்துப்போம். பிரியாணினாலே எல்லோரும் பாசுமதி அரிசில தான் செய்யுறாங்க. பாசுமதி அரிசி இந்தியாவுல வடக்கே ஜம்மு, பஞ்சாப், ஹரியானா போன்ற இடத்துல தான் விளைவிக்கிறாங்க. அப்போ அந்த மண்ணோடவும் அவங்க கலாசாரத்தோடவும் அந்த அரிசிக்கு நேரடித் தொடர்பு இருக்கு. அவங்களுக்கு அது தான் சுவையான அரிசி. ஆனா நம்மூர் சீரக சம்பாவை எடுத்துக்கோங்க, அதுக்கு ஈடா எதுவும் கிடையாது. ஆனா எங்கேயோ விளையிற பாசுமதி அரிசியைக் கொண்டு இங்க பிரியாணி செஞ்சா அது எப்படிச் சுவையா இருக்கும்? கேரளாவை எடுத்துக்கோங்க அவங்க சமையலுக்கு எப்போவும் தேங்காய் எண்ணையைத் தான் உபயோகிப்பாங்க. ஏன்? ஏன்னா தென்னை மரம் தான் அங்க அதிகம் வளரும். அது அவங்க பாரம்பரியம். இப்போ நீ பல உணவுகளைப் பற்றிக் கேள்விப்பட்டிருப்ப, காஷ்மீர் புலாவ், ஹைதிராபாதி பிரியாணி, பஞ்சாபி டால் மக்கானி, ஆந்திரா பச்சடி, ஏன் நம்ம செட்டிநாடு சிக்கன் வரை. காஷ்மீர்ல செஞ்சா தான் அது காஷ்மீர் புலாவ். இல்லை நீ இங்க காஷ்மீர் புலாவ் செய்யணும்னா அதுக்கு நீ காஷ்மீர்ல இருந்து பாசுமதி அரிசி உட்பட பொருட்களை இறக்குமதி செய்யணும். அப்படி இறங்குமதி செஞ்ச பொருட்களில் செஞ்சா தான் நாம அதை காஷ்மீர் புலாவ்னு சொல்லணும். வெறுமனே நம்ம ஊர்ல கிடைக்கும் பொருட்களை வெச்சு செஞ்சா அது எப்படி காஷ்மீர் புலாவ் ஆகும்? ஒவ்வொரு உணவுக்கும் ஒரு சுவை இருக்குன்னா அது அந்தந்த மண்ணுல விளையுற பொருட்களால் தான். இப்போ நாம செட்டிநாடு சிக்கன் செய்யணும்னா அதை நம்ம ஊர் நாட்டுக்கோழில தான் செய்யணும். ப்ராய்லர் கோழியில் செஞ்சா அதெப்படி செட்டிநாடு சிக்கன்? ஏன்னா நாட்டுக்கோழி எதையும் நாம கூண்டுல வளர்க்கறதில்லை. அதுங்களுக்கு நாம செயற்கை உணவை தருவதுமில்லை. அதுங்களா நிலத்துல தங்களோட உணவை முடிவுசெய்யுது.அதுமில்லாம செட்டிநாடு கிரேவிக்கு அதோட சுவையைத் தருவதே அந்த நறுமணப் பொருட்களான கல்பாசி, லவங்கப்பட்டை, சோம்பு, கிராம்பு, சீரகம், வெந்தயம்,

இஞ்சி, பூண்டு, தேங்காய்ன்னு எல்லாம் நாமளே உரல்ல அரைச்சு மசாலா செய்யறதுல தான் இருக்கு. மசாலாவை நான் கடையில வாங்குனதா சரித்திரமே இல்ல. ஏன் எங்க கேட்டரிங்ல இருக்கும் மசாலா எல்லாம் நான் அரைச்சு தருவதில் தான் இருக்கு. இப்படியே பேசுனா பேசிட்டே போலாம் ஆத்யா. ஆனா ஒரு உணவோட சுவையை அதில் உபயோகிக்கும் பொருட்கள் தான் தீர்மானிக்குது.அவ்வளவு தான்..." என்று தன்னுடைய நீண்ட விளக்கத்தை முடிக்க அமுதன், கார்த்தி, ஆத்யா, நாச்சி, லஷ்மி ஏன் அண்ணாமலை உட்பட அனைவரும் கைத்தட்டி ஆரவாரமிட்டனர். அதில் சீதாவுக்கே சற்று கூச்சமாக இருந்தது.

"சத்தியமா பின்னீட்டிங்கம்மா. எங்க காலேஜ்ல கூட யாரும் இதெல்லாம் சொன்னதே இல்லை" என்று கார்த்தி அவரை மெச்சினான்.

"எப்படிமா? இரு நான் செக் பண்றேன்" என்று நாச்சி தன்னுடைய கையைக்கிள்ளி இது நிஜம் தான் என்று ஊர்ஜிதப்படுத்திக்கொண்டாள்.

"சீதா எப்படி இது சாத்தியம்?" என்ற அண்ணாமலைக்கு,

"எங்க அப்பாவை யாருனு நெனச்சிங்க? அவரோட பொண்ணா இருந்து இதுகூடத் தெரியலைனா எனக்கு அசிங்கம்" என்றதும் சீதா சொன்ன உண்மையை யோசித்தனர். ஆத்யாவிற்கு இவ்வளவு நுணுக்கமெல்லாம் தெரியாது. ஆனால் சுவையைச் சரியாக கணிப்பாள். எந்தப் பொருட்கள் எல்லாம் உணவில் சேர்க்கவில்லை எதை எல்லாம் சேர்த்துள்ளார்கள் என்றும் நோட் செய்வாள் தான். ஆனால் அது எங்கே விளைகிறது என்பதைப் பற்றி அவள் ஒருபோதும் யோசித்ததேயில்லை. அவள் முகம் மாற அதைக் கவனித்த சீதா, "இதுக்கு ஏன்டா ஃபீல் பண்ணுற? கத்துகிறது தப்பில்லையே?" என்றதும்,

"ச்சே சே அந்த எண்ணமெல்லாம் இல்லை அத்தை. இதுல இவ்வளவு விஷயமிருக்குனு தெரியாமலே இத்தனை வருஷமா நானும் பெரிய ஃபூட் ரிவிவர்னு மிதப்பில் இருந்திருக்கேன். அது

தான் எனக்கு ரொம்ப கவலையா இருக்கு..." என்று வருந்தினாள். அந்த நொடியில் கூட அமுதன் அவளுடைய 'ட்ரேட்மார்க்' குணத்தை ரசித்தான். அவனே இப்போது அவளுக்கு ஆறுதல் சொன்னான்.

"ஆது கமான். உன்னோட ஸ்பெஷாலிட்டி என்ன தெரியுமா? நீ செஞ்ச தப்பை யாராச்சும் சுட்டிக்காட்டினா உடனே நீ அதைத் திருத்திக்கிற. இது தான் உன்னோட பலம். இங்க எல்லோருக்கும் எல்லாமும் தெரியாது. டூ எர் இஸ் ஹியூமன்(தவறு செய்வது மனிதனின் இயல்பு). இப்போ என்ன இதெல்லாம் கரெக்ட் பண்ணிக்கிட்டா போச்சு. தட்ஸ் ஆல்" என்றான் அமுதன்.

ஆத்யாவை லஷ்மி, நாச்சி, கார்த்தி ஆகியோர் சமாதானம் செய்தனர்.

"இப்போ இவ்வளவு நுணுக்கத்தை எல்லாம் நான் எப்படிக் கற்றுக்கொள்வது?" என்று குழந்தையாய் வினவினாள் ஆத்யா.

"ஒன்னுமில்லை, இப்போவே ஒவ்வொரு ஊருக்கும் போய் அங்க அந்த ஊரோட உணவை அவங்க எப்படி எல்லாம் செய்யறாங்கனு கிட்ட இருந்தே பாரு. எல்லாம் ரொம்ப ஈஸி" என்றார் சீதா.

அவர் சொன்ன ஆலோசனையைக் கேட்டதும் அனிச்சையாக ஆத்யாவின் முகம் மலர்ந்தது.

"ஆமாயில்ல? சூப்பர் அத்தை... தேங் யூ சோ மச்" என்றவள் உடனே தன்னுடைய தந்தையிடம் திரும்பி, "டேட் நான் அப்போ உடனே ட்ராவல் பண்ணணுமே... ஆனா?" என்று இழுத்தாள்.

"நீ போறதுல எனக்கு எந்தப் பிரச்சனையும் இல்ல. ஆனா உன்னை மட்டும் எப்படி தனியா அனுப்புறது?" என்றார் லஷ்மி.

"அவ ஏன் தனியா போகணும்? அமுதா நீயும் கூடவே போ" என்றார் சீதா. நிச்சயம் இப்போதைய நிலையில் அமுதனுக்கும் ஒரு மாறுதல் வேண்டும் என்றும் அது ஆத்யாவுடன் இருந்தால் அவனுக்கு நல்லது என்றும் நினைத்தவர் இதைத் தெரிவித்தார்.

"அப்போ கார்த்தி நீயும் வரியா?" என்றான் அமுதன்.

"நல்ல கதையா இருக்கே? நானும் உங்க கூட வந்துட்டா அப்புறோம் ரூபன் மட்டும் என்ன பண்ணுவான்? கண்ணையன் கேன்டீன் திறக்க வேண்டாமா? நல்ல கதையா இருக்கே?" என்றான்.

"எதுக்கு இப்போ ஊரையே கூட்டிப் போகணும்? நீங்க ரெண்டு பேர் மட்டும் போயிட்டு வாங்க" என்றார் லக்ஷ்மி.

"ஆனா நீங்க டயாலிசிஸ் போகணும். ஊர்ல அத்தி மட்டும் தனியா இருக்கனும்..." என்ற ஆத்யாவின் கேள்வியிலே அவளுடைய ஏக்கமும் புரிந்தது.

"ஒன்னு பண்ணுவோமா? சீதாம்மா நீங்க எல்லோரும் பேசாம எங்ககூட கோவை வந்துடுங்க. அங்க நம்ம வீட்டைப் பார்த்தது போலவும் ஆச்சு கூடவே அத்திக்கும் நாம் துணையா இருக்கலாம். இவரையும்(அண்ணாமலை) அங்க இருக்கும் பிஎஸ்ஜில ஒரு முறை காட்டிடலாம்.இவங்களும் எந்தத் தயக்கமும் இல்லாம ஊருக்குப் புறப்படலாம். என்ன சொல்றீங்க?" என்றதும் நாச்சியின் கண்கள் கோவையைச் சுற்றிப் பார்க்கலாம் என்று எண்ணி துள்ள,

"பிள்ளை கூட ஆசைப்படுது. நாம கண்டிப்பா போறோம்.இனி கேள்வியே இல்லை" என்று லக்ஷ்மி தீர்மானமாக உரைக்க எல்லோருக்கும் சற்று மாறுதலாக இருந்தால் தேவலை என்று தான் தோன்றியது. மறுநாள் மாலை எல்லோரும் இங்கிருந்து புறப்படலாம் என்று திட்டமிட்டு இரவு உறங்கினர். எப்படியும் இங்கு இருந்தால் இனி நடக்கவிருக்கும் சடங்குளுக்கு தமிழரசு அழைத்தாலும் அங்கே செல்ல சங்கடமாக இருக்கும், அவர் அழைக்கவில்லை என்றாலும் வருத்தமாக இருக்கும். அதுவே இங்கே இல்லையென்றால் சற்று நிம்மதியாக இருக்கலாம் என்று அண்ணாமலை மற்றும் சீதா இருவரும் யோசித்தனர்.

இரவு சென்று படுத்ததும் ஆத்யாவுக்கு தன் மனதில் இருந்ததையெல்லாம் அமுதனிடம் தெரிவித்த நிம்மதியில்

நித்திராதேவி அவளைத் தழுவிக்கொள்ள, அமுதனோ இன்று ஆத்யா சொன்னதையும் அவள் தந்த முத்தத்தையும் எண்ணினான்.வெகு சீக்கிரம் ஆத்யாவிடம் தானும் தன்னுடைய காதலை வெளிப்படுத்த வேண்டும் என்று நினைத்தவன் உறங்கிப்போனான்.

மறுநாள் காலை ஆத்யா கேட்டபடியே அவளுக்குப் பிடித்த 'சந்தவை' செய்துகொடுத்தார் சீதா. அன்று மாலை ஆத்யாவை கார் ஓட்டச்சொல்லி அதில் லஷ்மி, அண்ணாமலை சீதா மற்றும் நாச்சி பயணிக்க அமுதனும் கார்த்தியும் பைக்கில் சென்றனர். கோவை சென்றவர்கள் லஷ்மியின் வீட்டைப் பார்த்து உண்மையில் பிரமித்தனர். அவருடைய குணதிற்கும் அவருடைய பகட்டிற்கும் துளியும் சம்மந்தமில்லை. ஆத்யாவும் அதுபோல் தான் பழகுவாள். அங்கே சென்றவர்கள் அத்தியிடம் பேசி இனியனிடம் நேரம் செலவழித்தனர். அமுதனின் பெற்றோர்கள் வந்ததறிந்த ரூபன், கண்ணையன் மற்றும் லெட்ஸ் செலிபிரேட்டில் உள்ளவர்களும் வீட்டிற்கு வந்து பார்த்தனர். பின்னே தங்கள் செல்லமாகிய 'ஸ்வீட்டியின்' மாமனார் மாமியார் அல்லவோ? பிள்ளைகள் எல்லோரையும் பார்த்ததில் அவர்களுக்கும் மகிழ்ச்சியே.

மறுநாள் அவர்களை கார்த்தி தன்னுடைய வீட்டிற்கு அழைத்துச்சென்றான். கார்த்தியும் அமுதனும் காலேஜில் இருந்து நண்பர்கள் என்பதால் இருகுடும்பமும் பழக்கம் என்றாலும் கார்த்தியின் வீட்டிற்கு அவர்கள் செல்வது இதுவே முதல்முறை.

ரூபன் வீட்டிற்கு வந்து பேசிச் சென்றதில் இருந்து அத்தி அதிகம் குழம்பினாள். அவளுக்கும் அவனைப் பற்றி நன்றாகத் தெரியும் தான். ஆனாலும் அவள் மனம் தத்தளித்தது. ஒருவேளை அவனுக்கு ஒரு மகன் பிறந்தால் இனியன் இரண்டாம் பட்சம் தானே? அதுமில்லாமல் இனியன் ஒன்றும் விவரம் அறியாத சிறுவனும் இல்லை அதே நேரம் எல்லாவற்றையும்

புரிந்துகொள்ளும் பக்குவமும் அவனிடம் இல்லை. இரண்டும் கெட்டான் நிலையில் அல்லவா இருக்கிறான்? அவனுக்கு வேற மனதளவில் கவுன்செல்லிங் நடந்துகொண்டு இருக்கிறது. இதில் அவனை மேலும் கஷ்டப்படுத்த அவள் விரும்பவில்லை. ஆனால் ரூபனின் ஒதுக்கத்தை மட்டுமே பார்த்துப் பழகியவளுக்கு அவனுடைய உரிமை கலந்தப் பேச்சு ஆச்சரியம் கொடுத்தது மட்டும் நிஜம்.

இரண்டு நாட்களில் லாவண்யாவுடன் இன்னும் நெருங்கியிருந்தாள் அத்தி. அத்தி மற்றும் அமுதன் அண்ட் கோ உருவான கதையையும் அவள் தெரிந்துகொண்டாள்.

மறுநாளும் வீட்டிலே இருக்க வேண்டாம் என்று சொல்லி அவர்களை கோவையில் சில மால்களுக்கு அழைத்துச் சென்றாள் லவ். கூடவே தன்னுடைய வீட்டிற்கு அவர்களை கூட்டிச்சென்று தன்னுடைய பெற்றோர்களையும் அறிமுகப்படுத்தினாள்.

லெட்ஸ் செலிபிரேட் சென்றவர்கள் அங்கு நேரம் செலவழிக்க இனியனுடன் நெருங்க முயற்சிதான் ரூபன். இனியனிடம் ஒரு சுமுகமான உறவை ஏற்படுத்திக்கொண்டால் நிச்சயம் அத்தியை எளிதில் சமாதானம் செய்யலாம் என்று அவனுக்குத் தோன்றியது.

அங்கே மிதிலாவின் திருமண வேலைகள் தொடங்கியிருந்தது. தாங்களே ஒரு ஈவென்ட் மேனேஜ்மேண்ட் நிறுவனம் நடந்தும் போது தன்னுடைய திருமணம் வெளியில் நடப்பது முறையல்ல என்று அறிந்த மிதிலா தங்களுடைய ஈவென்ட் மேனேஜ்மேண்ட் நிறுவனத்தையே தன்னுடைய திருமணத்திற்கு முடிவெடுத்திருந்தாள். முதலில் அவள் பெற்றோர்கள் தயங்க, "அம்மா ஊர்ல இருக்கவங்க எல்லோரும் எங்ககளை நம்புறாங்க ஆனா நீங்க நம்பவில்லைனா எப்படி?" என்றதும் மாப்பிள்ளை வீட்டில் பேசி சம்மதம் தெரிவித்தனர்.

அங்கே ஆருஷியின் திருமண ஏற்பாடுகள் வெகு விமர்சையாக நடைபெற நம்பிராஜனின் வற்புறுத்தலின் பேரில் அவன்

தந்தையும் சித்தப்பாவும் லெட்ஸ் செலிபிரேட்டிடம் பேசினார்கள். இதுவரை வெளியாட்களுக்கு மட்டுமே வேலை செய்தவர்கள் இப்போது தங்களில் ஒருவர்களுக்கும் செய்வதை எண்ணி குதூகலித்தனர். இதற்கிடையில் ஜாய்சனின் என்கேஜ்மென்டிற்காகவும் வேலைகள் முழுவீச்சில் நடைபெற்றுக்கொண்டிருந்தது. திட்டமிட்டிருந்தபடியே நம்பியின் குடும்பம் முழுவதும் ராஜஸ்தான் பறந்திருந்தது. அதில் கார்த்திக்கே அதிக வருத்தம். பின்னே அங்கே சென்றாள் ஸ்ருவிற்கு போன் பேசக்கூட நேரமிருக்காது என்று அவன் அறிவானே?

இனியனின் பள்ளிக்கூடத்திலிருந்து அடுத்த வாரத்தில் வந்து டிசி மற்றும் இதர டாகுமெண்ட்ஸ் வாங்கிக்கொள்ளளாம் என்று தெரிவிக்கப்பட, அமுதன்- ஆத்யா தங்களுடைய 'அறுசுவை தேடலின்' பயணத்தை முடித்து சென்னைக்குச் சென்று வரலாம் என்று முடிவெடுத்தனர்.(சுவைக்கும்!)

* * * * * *

அத்தியாயம் - 36

ஆத்யா மற்றும் அமுதன் இருவரும் மறுநாள் காலையில் திட்டமிட்டபடியே அவளுடைய ராயல் என்பீல்டில் கேரளாவை நோக்கிய தங்கள் பயணத்தைத் துவங்கினர். அமுதனை வண்டி ஓட்டச்சொல்லி பின்னே அமரலாம் என்று எண்ணியவளிடம் வண்டியை ஒப்படைத்து பின்னிருக்கையில் அமர்ந்தான் அமுதன். அவர்களை வழியனுப்ப கார்த்தி, லவ், சந்தீப் ஆகியோரும் வந்திருந்தனர். கோவையிலிருந்து பொள்ளாச்சி, வால்பாறை வழியே கேரள எல்லையான ஆனைமுடி இடுக்கியைக் கடந்து கோட்டயம் சென்றடையத் திட்டமிட்டனர்.

கோட்டயத்திற்கு முதலில் சென்று அதை ஒட்டியுள்ள ஆலப்புழாவில் சில இடங்களில் சுற்றி அங்கு சமைக்கப்படும் உணவின் முறையைக் குறித்துக்கொண்டு பிறகு அங்கிருந்து வடக்கு நோக்கி கொச்சி, திரிசூர் வழியே ஆத்யாவின் பூர்விகமான பாலக்காட்டுக்குச் செல்ல முடிவெடுத்தனர். என்ன தான் பாலக்காடு கோவைக்கு மிக அருகில் இருந்தாலும் கேரள குஸைனில்(cuisine- சமையற்கலை) அதனுடைய கடலோர பகுதிகளான கொச்சி, எர்ணாகுளம், ஆலப்புழா கோழிக்கோடு, கண்ணூர் முதலிய இடங்களும் அடங்கும் என்பதால் இவ்வாறு பயணம் திட்டமிடப்பட்டது. பிறகு அங்கிருந்து பையனூர் காசர்கோட் வழியே மங்களூர் சென்று கர்நாடகாவில் சில இடங்களுக்குச் சென்று மீண்டும் ஊர் திரும்புவது தான் அவர்களின் திட்டம்.

ஆனைமுடி வழி நிறைய வளைவுகளைக் கொண்டிருந்தாலும் அதில் பைக்கில் பயணப்படுவது இருவருக்கும் ஒரு சிலிர்ப்பை உண்டுசெய்தது நிஜம். ஆத்யா எற்கனவே இவ்வழியில் பயணித்துள்ளதால் அவளுக்கு இந்த அனுபவம் பரிட்சயமாகி இருந்தது. ஆனால் அமுதன் இன்று தான் இந்தச் சாலையில் பயணிக்கிறான். ஆனைமலை புலிகள் சரணாலயம் வழியில்

பயணிக்கும் போது அமுதனின் இதயம் துடித்ததை அவன் முகபாவங்களில் உணர்த்த ஆத்யா, "அமுதா வண்டியில் பெட்ரோல் இல்லை எப்போ வேண்டுமானாலும் நின்றும்..." என்றதும் அவனையும் அறியாமல் பயத்தில் அவளை இறுக்கிக்கொண்டான். அவனிடம் இன்னும் சீண்டி விளையாட எண்ணியவள் வண்டியை நடு ரோட்டில் நிறுத்த உணர்ச்சி மிகுதில் கத்தியும் விட்டான் அமுதன். சரியாக அவ்வழியில் பேட்ரோல் வந்த போலீஸ் வாகனம் அவர்கள் சற்றுமுன் கடந்து வந்த பகுதியில் தான் ஒரு புலி சாலையைக் கடந்தது என்றதும் அமுதனின் மேனியெங்கும் சிலிர்த்தது. அவருக்கு தலையசைத்தவள் வண்டியை ஆன் செய்து செலுத்த கண்ணாடியில் அவளுடைய நக்கல் மிகுந்த சிரிப்பைக் கண்டவன், "ஏ ஆத்யா எதுல விளையாடணும்னு ஒரு விவஸ்தை இல்லையா? நான் எப்படி பயந்தேன் தெரியுமா?" என்றதும்,

"அதான் உங்களோட முகத்தைப் பார்த்தேனே? உயிர் மேல அவ்வளவு பயமா அமுதன்?" என்றதும்,

"ஏன் உனக்கு பயமில்லையா? நான் வாழ்க்கையிலே பெருசா எதையுமே பார்க்கல தெரியுமா?" என்றான்.

"ஏன் அமுதன் உங்களுக்கு என்ன அமுதன் குறைச்சல்? அப்பா, அம்மா, தங்கை ஃப்ரெண்ட்ஸ், பிடிச்ச வேலை இப்படி ஒரு மனுஷனுக்கு அவசியமானது எல்லாம் பார்த்துட்டிங்களே? இன்னும் என்ன பாக்கி இருக்கு?" என்றதும்,

"ஏய் விட்டா என்னைய இப்போவே கீழ தள்ளிவிட்டு புலிக்கு இரையாக்கிடுவ போல? தாயி நான் அனுபவிக்க வேண்டியது இன்னும் நிறைய இருக்கு" என்றான் பயத்த தொனியில்.

"உனக்கு பயமாவே இல்லையா ஆத்யா? கொஞ்சம் கூட டென்ஷனே இல்லாம இருக்க?"

"எனக்கு நம்பிக்கை இருக்கு. நாம சும்மா ஸ்டைலா கெத்தா வாழுவோம். ச்சே என்னாமா வாழறா பாரேன்னு ஊர் மெச்சும்

படியான ஒரு வாழ்க்கை உங்க கூட..." என்று முடிக்க, ஏனோ அவள் சொன்னது அமுதன் உயிரின் ஆழம் வரை பாய்ந்தது.

சிறிது தூரம் அவர்கள் சென்றதும் தமிழ்நாடு கேரள எல்லைப் பகுதியை நெருங்க அங்கே செக் போஸ்ட் இருந்தது. அந்த செக் போஸ்டை கடந்ததும், "அமுதன் வெல்கம் டூ கேரளா" என்றாள் ஆத்யா. இதுவரை அவர்கள் பயணப்பட்டதும் இனிமேல் சிறிது தூரமும் ரிசெர்வ் ஃபாரஸ்ட் பகுதி தான். வழிநெடுக அந்தக் காட்டுப்பாதையில் பைக்கில் அதும் மலையை ஒட்டியபகுதி என்பதால் அவர்கள் மேனியெங்கும் ஜெர்கினையும் மீறி குளிர் காற்று தீண்டியது. ஆத்யா அணிந்திருந்த தலைக்கவசத்தையும் மீறி அவரில் குழல் அவன் முகத்தில் உரசிச்சென்றது. அவ்வழியில் இருந்த சின்னார் வனவிலங்கு சரணாலத்தையும் கடந்து அவர்கள் பயணித்தனர்.

"ஆது இந்த வழி எல்லாம் நல்லா அத்துப்படியோ?"

"ஏன் அமுதன் எத்தனை முறை வந்திருக்கேன் இது கூட இல்லைனா எப்படிப்பா?"

"சரிதான். உன்னையெல்லாம் எப்படி அங்கிள் தனியா அனுப்புறார்னு தெரியில..." என்று முனகினான்.

"ஒருமுறை அப்பாவையும் என்கூட பைக்ல கூட்டிட்டு வந்திருக்கேன்" என்றவள், "அமுதா நம்மால் கட்டஞ்சாய் குடிக்குமோ?"

"பிளாக் டீ தானே?"

"அதே அதே அம்ரிதம்"

"என்னது அமிர்தமா?"

"மலையாளதே அறியில்லா?"

"ஹே ஒழுங்கா தமிழ்ல பேசு ஸ்வீட்டி. எனக்கு மலையாளம் சம்சாரிக்கில்லா"

"வாவ் அமுதன் அவ்வளவு தான் மலையாளம் வந்திடுச்சு..."

"இதெல்லாம் ப்ரேமம், மெமோரிஸ் போன்ற மலையாளப் படத்தினால் கத்துக்கிட்டது. இதுக்கு மேல எனக்கு எதுவும் தெரியாது.ப்ளீஸ்..."

வண்டியை ஒரு கடையின் அருகில் நிறுத்தியவள் இருவருக்கும் பிளாக் டீ ஆர்டர் செய்தாள். அவளையே முறைத்தான் அமுதன்.

"என்னாச்சு அமுதா?"

"உனக்கு டைம் பாஸ் ஆகுறதுக்காக என்னை நல்லா வெச்சு செஞ்சிட்ட இல்ல?" என்று குழந்தை போல் சிணுங்கினான்.

"பின்ன இவ்வளவு நேரம் வண்டி ஓட்டிட்டு வந்தேன் இல்ல?"

"அப்போ இனி நான் ஓட்டுறேன்" என்று முகத்தைத் தூக்கிக்கொண்டான் அமுதன்.

"கேரளா வந்திருக்கீங்களா அமுதன்?"

"இல்ல ஸ்வீட்டி. படங்கள்ல பார்த்ததோடு சரி"

"பிடிச்சிருக்கா?"

"ஓ! ரொம்ப பிடிச்சிருக்கே..." என்றவன் தன்னை ஒரு மாதிரி குறுகுறுவென்று பார்ப்பவளிடம், "நீ எதைக்கேட்ட?" என்று அர்த்தமாய்ப் பார்த்தான்.

"நீங்க எதைச் சொன்னீங்க?"

"நான்..." என்றவன் சுற்றி ஒரு பார்வையைப் பார்த்து, "பொதுவா சொன்னேன்..."

"அப்போ நானும் பொதுவா தான் கேட்டேன்" என்றவள் குறுநகையுடன் பைக் அருகில் சென்று நிற்க அமுதன் வண்டியை எடுத்தான்.

ஆத்யா மற்றும் அமுதனை வழியனுப்பியவுடன் அண்ணாமலை, சீதா, லஷ்மி ஆகியோர் சந்தீபுடன் மருத்துவமனைக்குச் சென்றனர். காரைக்குடியில் மருத்துவர் சொன்ன சந்தேகத்தையும் தெரிவித்து அண்ணாமலைக்கு முழு உடல் பரிசோதனை நடைபெற்றது. அத்துடன் நாளை லஷ்மிக்கு டையாலிசிஸ் செய்வதற்காக முன்கூட்டியே டோக்கனும் போட்டனர். எம்.ஆர்.ஐ முதலியவற்றை எல்லாம் பரிசோதித்து பெரியதாக ஒன்றும் இல்லையென்று தெரிவித்துவிட அனைவர்க்கும் நிம்மதி பெருக்கெடுத்தது. சிறிது நாட்கள் முழு ஓய்வு எடுக்கும்படி அறிவுறுத்தினார்கள்.பிறகு அவர்களை வீட்டில் விட்ட சந்தீப் லெட்ஸ் செலிபிரேட் செல்ல அங்கே அவனுக்கான அதிர்ச்சி காத்திருந்தது.

மிதிலாவின் பெற்றோர்கள் மற்றும் அவளுக்குப் பார்த்துள்ள மாப்பிள்ளையின் குடும்பம் என்று அனைவரும் லெட்ஸ் செலிபிரேட்டில் ஆஜராகியிருந்தனர். அவர்களுடன் சகஜமாய்ப் பேசியபடி மற்றவர்கள் இருந்தனர்.பிறகு திருமணத் தேதிகளைக் குறிப்பிட்டு அன்றைக்கு லெட்ஸ் செலிபிரேட்டின் தலைமையில் தான் திருமணம் நடைபெற வேண்டும் என்றதும், "இதெல்லாம் நீங்க சொல்லனுமா ஆண்ட்டி? அதுமில்லாம எங்க மிதியோட மேரேஜ் நாங்க செய்யாம வேறு யாரு செய்வா சொல்லுங்க?" என்று ஜாய்சன் சொல்ல அந்நேரம் தான் சந்தீப் லெட்ஸ் செலிபிரேட்டிற்குள் பிரவேசித்தான். மற்றவர்களுடன் பேசிக்கொண்டிருந்த மிதிலாவின் பெற்றோர்கள் அங்கே சந்தீப்பைக் கண்டதும்,

"சந்தீப் உன்னைத்தான் தேடிட்டு இருந்தேன். ஏன் லேட்? எங்க போயிருந்த? ஆமா ஸ்வீட்டி எங்க காணோம்?"

சந்தீப் திக்கித்திணறி அனைத்தும் சொன்னான்.

"ஆமா ஜாய்சன் உனக்கும் என்கேஜ்மென்ட் ஆகப்போகுதாமே? சொல்லவேயில்லை?" என்று வருத்தப்பட,

"உங்களுக்கெல்லாம் சொல்லாம எதையும் செய்யமாட்டேன் ஆண்ட்டி" என்றதும் மிதியின் வுட்பி அந்த அலுவலகத்தை

ஒருமுறை சுற்றிப் பார்த்தார். எல்லோரும் போன கதை வந்த கதை பேசினர்.

"சில நாட்கள் உங்க ஃப்ரண்ட்(மிதிலா) வரமாட்டாங்க. ஒன்னும் பிரச்சனையில்லையே?" என்று மிதியின் வுட்பி சொல்ல,

"இப்போ வரலைனா ஒன்னும் பிரச்சனை இல்ல ப்ரோ. ஆனா கல்யாணத்துக்குப் பிறகும் மிதிலா இங்க ஒர்க்..." என்று இழுத்தாள் நித்திலா.

"ஓ சூர். நான் எந்த ரெஸ்ட்ரிக்ஸன்ஸும் போடலப்பா. தட்ஸ் ஆல் இன் யுவர் ஃப்ரண்ட்'ஸ் ஹேண்ட்" என்றான் அவன் சிரித்தபடியே...

இப்போது எல்லோரும் மிதிலாவைப் பார்க்க, அவளோ ஏதோ யோசனையில் இருந்தாள். அவளை உலுக்கவும் பேந்த பேந்த விழித்தவளிடம்,

"என்ன அதுக்குள்ள ட்ரீம்ஸ்ஸா?" என்று நித்தி ஓட்ட அந்த இடமே சிறிது கலகலப்பாக இருந்தது.

ஆனால் இந்த உரையாடலில் கலந்துகொள்ளாமல் அங்கிருந்து ஒதுங்கினான் சந்தீப்.பிறகு எல்லோரும் விடைபெற்றுவிட்டனர்.

"என்ன ஆனாலும் சரி நம்ம மிதி மேரேஜ் செம்மயா பண்றோம். என்ன ஓகேவா?" என்ற லவ்விற்கு,

"இதென்ன கேள்வி? ஊரான் வீட்டு கல்யாணத்தையே நம்மது மாதிரி செய்வோம்.இதுவோ உண்மையிலே நம்ம வீட்டு மேரேஜ் ஆச்சே? சும்மா விட்டுடுவோமா என்ன?" என்றான் ஜாய்சன்.

கார்த்தி, ரூபன் இருவரும் இந்த உரையாடல் நிகழும் போதெல்லாம் லெட்ஸ் செலிபிரேட்டில் தான் இருந்தனர். எல்லோரும் யோசனையில் இருக்க கார்த்தி தான் அத்தியை இங்கே வரும்படி அழைத்தான். அவளும் இனியனும் லெட்ஸ் செலிபிரேட் வந்தடைந்தனர். அவர்களின் வருகை அறிந்து

அனைவரும் தயாராக இருந்தனர். பின்னே இனியனிடம் அவன் பெற்றோரைப் பற்றிய ஞாபகத்தைத் தூண்டிவிடக்கூடிய கேள்விகள் எதையும் கேட்டுவிடக்கூடாது என்று மிகவும் கவனமாக இருந்தனர்.

உள்ளே நுழைந்த அத்தி தன்னோடு வந்த இனியனின் கையைப்பிடித்து அழைத்து வந்தாள். தயங்கியபடியே வந்தவன் உள்ளே லவ்வைப் பார்த்ததும் அவளோடு ஒன்ற பிறகு ரூபனைப் பார்த்து அவனிடம் சென்றவன் சாக்லேட் கேட்க இது அத்திக்கே ஆச்சரியமாக இருந்தது. லவ்வைகூட இரண்டு நாட்கள் அருகிலிருந்து பார்த்துப் பழகியிருக்கிறான் தான். ஆனால் ரூபனை அன்றொரு நாள் பார்த்ததோடு சரி. பிறகு எவ்வாறு இந்த ஒட்டுதல் என்று வியந்தாள். அதே நேரம் ரூபனிடம் பேசுவதற்கு அத்தி தயாராக இல்லை. அன்றைய மாலை வேளையில் அவர்கள் வீடு திரும்பினர். ஆனாலும் ரூபனுடன் ஓரளவுக்கு ஒன்றியிருந்தான் இனியன்.

அத்தி, ரூபன், இனியன் ஆகியோர் வந்தது கூட உணராமல் ஏதேதோ குழப்பத்தில் தத்தளித்தான் சந்தீப். ஆத்யாவுடன் மனம் விட்டுப் பேசலாம் என்று எண்ணும் வேளையில் தான் அவள் காரைக்குடி சென்றுவிட மீண்டும் பேசலாம் என்று நினைக்கும் போது தான் கோவை வந்தவள் அமுதனுடன் பயணப்பட்டு விட்டாள்.

சும்மா சிவனேனு இருந்த அவனை இப்படி குழப்பிவிட்டு எதுவும் நடக்காததைப் போல் திருமணத்திற்கும் தயாராகும் மிதிலாவின் மீது அவனுக்கு ஆத்திரம் வந்தது. அதே வேளையில் அவளின் வுட்பியைப் பார்க்கும் போது காரணமே இல்லாமல் ஏற்படும் எரிச்சல் ஏனென்றும் அவனுக்கும் புரியவில்லை.

அத்தி வீடு திரும்பிய வேளையில் தான் அவளைத் தொடர்புகொண்ட க்ரிஷ் அந்தச் செய்தியைத் தெரிவித்தான். ஆம் அவர்கள் எதிர்பார்த்த அந்த 'கோவை ஃபூட் ஃபெஸ்டிவல்' இன்னும் நாற்பது நாட்களில் மிக பிரமாண்டமாய்த் தொடங்கவிருக்கிறது என்று அவன் அறிவிக்க இதற்காகவே

பெரிதும் காத்திருந்த அமுதன் மற்றும் கார்த்தியிடம் இதைப் பற்றித் தெரிவிக்க ஆவல் கொண்டாள். மேலும் அமுதன் அண்ட் கோ தற்போது லெட்ஸ் செலிபிரேட்டில் ஜாயின் செய்ததை அறிந்தவன் இனிமேல் அவர்களுக்கென்று புதியதாக ஒரு யூ டியூப் சேனல் அவசியமில்லை என்று அறிந்து தான் இத்தனை நாட்கள் அவர்களைத் தொடர்புகொள்ளாமல் இருந்தான். க்ரிஷ் சொன்னதை உடனே கார்த்திக்கு உரைத்தாள் அத்தி. அவனும் பெரியதாக ஆர்பரித்தான். என்ன தான் லெட்ஸ் செலிபிரேட்டில் பணி கிடைத்துவிட்டாலும் தற்போது அவர்களின் புகழை 'லெட்ஸ் செலிபிரேட்' என்னும் ஆலமரம் தான் பெறுமே தவிர 'அமுது கேட்டரிங்' எதையும் பெறாது. அமுது கேட்டரிங் தனியா வளர்ந்தால் தான் அதில் பணிபுரியும் அமுதன் ரூபன், கார்த்தி, அத்தி, கண்ணையன் என்று ஒவ்வொருவரும் தனித்தனியே அடையாளப் படுத்தப்படுவார்கள். மேலும் நாளைக்கு அவர்கள் ஒரு ரெஸ்டாரெண்ட் ஆரமித்தால் அதற்கு இந்தப் புகழ் மற்றும் வெளிச்சம் அவசியம் தேவைப்படும். அமுதனைத் தவிர மற்றவர்கள் எல்லோரும் அதற்கான வேலையில் மூழ்கினர்.

காலையில் புறப்பட்டவர்கள் மதியத்திற்குள் கோட்டயம் சென்று விட அங்கே மிகவும் பிரபலமான உணவகத்திற்குள் புகுந்து முதலில் சாப்பிட ஆயத்தமானர்கள். ஆனால் இம்முறை வழக்கமாக 'ஃபூட் ரிவீவ்' செய்யும் போது சாப்பிடுவதைப் போல் அல்லாமல் ஒவ்வொரு உணவையும் கூர்ந்து கவனித்து உண்டாள் ஆத்யா. அதை அவளின் முகபாவங்களை வைத்தே உணர்ந்தவன்,

"என்ன மேடம் வெளியே அவ்வளவு பசின்னு சொன்ன? பொதுவா பசி ருசி அறியாதுனு சொல்லுவாங்க. நீ என்னன்னா இப்படி டேஸ்ட் பார்க்குற?" என்ற அமுதனை முறைத்தவள்,

"இல்ல அமுதா, நான் இவ்வளவு நாள் இதெல்லாம், அதாவது என்ன காய்கறி இது? இதுக்கு எங்க இருந்து இந்த மசாலா பொருட்கள் செய்யுறாங்க? என்ன எண்ணை யூஸ்

செய்யுறாங்க? இப்படி எதையும் நோட் பண்ணதே இல்லை. அதான் அத்தை சொன்னமாதிரி ஒவ்வொன்னையும் ஆராய்ச்சி பண்றேன்" என்றவள் ஒவ்வொன்றையும் எடுத்து வாயில் இட்டு கண்களை மூடி அதன் சுவையை பாரபட்சமின்றி உணர்ந்தாள். சிறு குழந்தையென அவள் செய்யும் செய்கையை ரசித்தான் அமுதன்.

அவனையும் அறியாமல் சிரித்தவன், "ஆது சீக்கிரம் சாப்பிடுமா... நம்ம கூடச் சாப்பிட உட்கார்ந்தவங்க யாரையும் காணோம். நாம லேட் பண்றதைப் பார்த்து நம்மகிட்ட பில் கட்ட பணமில்லாமல் தான் இப்படிச் சமாளிக்கிறோம்னு ஓனர் நெனச்சிக்கப் போறாரு..." என்றதும் அவனைக் கிள்ளியவள் சாப்பிட்டு முடித்தாள். பெரியதாகக் கூட்டம் ஏதும் இல்லாமல் போக அந்த பேரரிடம் செஃப்பை வரச்சொன்னாள் ஆத்யா. முதலில் தயங்கியபடியே வந்தவர் ஆத்யா தன்னை யாரென்றும் தான் வந்த காரணத்தையும் சொல்ல ஓனரின் உதவியுடன் அந்த கிச்சனுக்குள் நுழைந்தனர். ஏற்கனவே அது பிரபலமான கூடவே பாரம்பரியமான(நான்கு தலைமுறைகளாக நடத்தப்படும் உணவகம்) உணவகம் என்பதை அறிந்திருந்தவர்கள் அதன் சுவைக்கானக் காரணிகளைக் கேட்டாள். அவளுக்கு உதவியாக அமுதன் சமையல் பற்றிய வினாக்களையும் விளக்கங்களையும் தர வேண்டியதை எல்லாம் தெரிந்துகொண்டாள் ஆத்யா.

கேரளாவில் பலதரப்பட்ட மக்கள் வாழ்வதால் அங்கே சைவத்திற்கு என்ன முக்கியத்துவம் இருக்கிறதோ அதேயளவு அசைவத்திற்கும் உண்டு. கேரளத்தின் பாரம்பரிய உணவு என்றால் அது கேரளத்து 'சத்'யா(sathya அல்ல sadhya. சத்யா என்றால் பெரு விருந்து என்று பொருள்) வாழையிலையில் இருபத்தி ஐந்துக்கும் மேற்பட்ட வகையான உணவு பதார்த்தங்களை சோறுடன் பரிமாறுவார்கள். தென்னை மரம் கேரளாவில் அதிகம் என்பதால் தேங்காய்பால் மற்றும் தேங்காய் அவர்களின் உணவில் அதிகம் சேர்த்துக்கொள்வார்கள். அங்கே மரவள்ளி கிழங்கும் அதிகம் உணவில் சேர்க்கப்படும். மேலும் கடலை ஒட்டியிருப்பதால் மீன் அவர்களின் உணவில் தவிர்க்க

முடியாத ஒன்று. நம்மூர் இட்லி போல் அங்கு இடியாப்பம்.பருப்பு சாம்பார் போல் 'எரிசேரி' என்று பூசணிக்காயைக் கொண்டு செய்யும் டிஷ் பிரபலம். அது தவிர்த்து புட்டு கடலைக்கறி, அப்பம், கறிமீன், நம்மூர் பிரியாணி போல் 'தல்லாசரி' என்னும் பிரியாணி, எல்லாத்துக்கும் மேல் பழம்பொரி என்னும் பழத்தை எண்ணையில் பொரித்து தருவார்களே? மேலும் மீனைத் தவிர்த்து இதர கடல் உணவுகளான நண்டு, இறால், சிப்பி தோடு முதலியவைகளும் பிரபலம். 'அட பிரதமன்' என்னும் டெஸெர்ட் வகை அங்கு மிகவும் பிரபலம்.

பிறகு அங்கிருந்து ஆலப்புழா, கொச்சி, திரிச்சூர் என்று வழிநெடுக சில பிரபலமான உணவகங்களில் நிறுத்தி நிறைய தகவல்களைத் திரட்டிக்கொண்டு அங்கிருந்து சுமார் நூற்றிதொன்னூறு கிலோமீட்டர் தொலைவில் உள்ள பாலக்காடுக்குப் பயணித்தனர்.

சிறிது நேரம் அமுதன் பிறகு ஆத்யா சிறிது ஓய்வு கொஞ்சம் கட்டஞ்சாய் சில நொறுக்குத்தீனிகள் என்று மாலையில் தொடங்கிய அவர்களின் பயணம் பாலக்காட்டை அடையும் போது இரவு பதினொன்று ஆகியிருந்தது. மிகச் சமீபத்தில் அவர்களின் வீட்டிற்கு யாரும் வராததால் கண்டிப்பாக வீடு சுத்தமாக இருக்காது என்று உணர்ந்தவர்கள் மாடியில் சென்று ஆளுக்கொரு மூலையில் உறங்கினர்.

மறுநாள் காலையில் எழுந்து தயாரானவர்கள் கோழிக்கோடு, கண்ணூர் என்று அதேபோல் வழிநெடுக சில பிரபலமான உணவகங்களுக்குச் சென்று தங்களுக்கு வேண்டிய குறிப்புகளை எல்லாம் எடுத்துக்கொண்டனர்.

ஆத்யாவின் எண்ணமெல்லாம் உணவில் இருக்க அமுதனின் எண்ணமெல்லாம் ஆத்யா மீது தான் இருந்தது. அவளோடு இந்த நெருக்கம், இந்தப் பயணம், அன்று அவள் சொன்ன காதல், தந்த முத்தம் என்று எல்லாம் அவனை இம்சித்துக்கொண்டிருந்தது என்றால் அது மிகையில்லை. எப்படியாவது இன்றைக்கு இரவிற்குள் மங்களூர் சென்று விடவேண்டும் என்று

பயணித்தவர்கள் வழியில் குறிப்புகள் முதவியவைகளை எடுத்து மங்களூர் செல்ல நள்ளிரவைத் தாண்டியிருந்தது. அங்கே ஒரு ரிசார்ட்டில் தங்க முடிவு செய்து ஒரு அறையை புக் செய்தவர்கள் அமுதன் சோபாவிலும் ஆத்யா கட்டிலிலும் உறங்கினர். உண்மையில் அவர்களுக்கு அடித்துப்போட்டது போல் தான் இருந்தது.பின்னே இதுவரை இரண்டு நாட்களில் எழுநூற்றி ஐம்பது கிலோமீட்டர்களுக்கும் மேல் பயணித்து இருந்தார்கள்.

இதுவரையே இரண்டு நாட்கள் கடந்திருக்க இனி எங்கே செல்லலாம் என்று யோசித்தவர்கள் திடீரென்று கோவா செல்லலாம் என்று திட்டமிட்டனர். கோவா அநேகமாக இந்தியாவில் அனைத்து கலாச்சாரத்தின் உணவுகளை ஓரிடத்தில் காணக்கூடிய ஒரே இடம் என்று சொல்லலாம். இந்தியன் மட்டுமில்லாமல் சைனீஸ் பிரெஞ்ச் என்று பன்னாட்டு உணவுகளும் அங்கே கிடைக்கும். ஆனால் கோவா செல்ல இன்னும் முன்னூற்றி எழுபது கிலோமீட்டர் பயணிக்க வேண்டும் என்று எண்ணி உச் கொட்டினார்கள்.

இந்தப் பயணம் ஆத்யாவுக்கு தன் தொழில் சார்ந்து நிறைய கற்றுக்கொடுத்தது என்றால் அமுதனுக்கோ அவன் வாழ்க்கை சார்ந்து நிறைய அனுபவங்களைத் தந்தது. ஆத்யாவோடு நெருக்கிப் பழகும் போது அவளின் குணம் இன்னும் அவனுக்குப் புரிந்தது. அமுதனிடம் தன்னுடைய காதலை ஆத்யா தெரிவித்திருந்தப் போதிலும் இந்த இரண்டு நாட்களில் இதுவரை ஒருமுறை கூட அவள் அவனைத் தொந்தரவு செய்யவில்லை. இரண்டு காரணம், முதலில் அவளின் தற்போதைய நோக்கம் சுவையைப் பற்றிய தேடல்.இரண்டாவது அமுதன் யோசிக்க நிறைய அவகாசம் கொடுக்கவேண்டும் என்று நினைத்துக்கொண்டாள். அமுதனோ, இதுவரை தான் விரும்பும் இல்லை தன்னைக் கவர்ந்தப் பெண் என்றால் அது ஆத்யா தான் என்று அவனுக்கும் புரிந்திருந்தாலும் ஹிருத்தியா தந்த வலிகள் அவனை வேறெதிலும் யோசிக்க முடியாமல் செய்திருந்தது.இப்போது ஹிருத்தியாவுக்கு தன் வாழ்வில்

இடமில்லை என்பது நன்றாகப் புரிந்ததும் இதுவரையில் தனக்காக ஆத்யா செய்ததும் தன்னை எந்த விதத்திலும் நெருக்கடிக்கு உட்படுத்தாமல் தன்போக்கில் விட்டு அதை அப்படியே ஏற்றுக்கொள்ளும் ஆத்யாவின் குணத்தின் மீதும் மீண்டுமொரு முறை மையல் பிறந்தது.

மேலும் சில நபர்களுடன் நாம் நாமாகவே எவ்வித மாற்றத்திற்கும் நம்மை உட்படுத்திக்கொள்ளாமல் ஃப்ரீயாக இருக்க முடியுமல்லவா? அது போன்ற ஒரு நபராகவே அமுதனுக்கு ஆத்யா இருந்துள்ளாள். மேலும் அவளுடைய வாழ்வின் அனைத்து ரகசியங்களையும் தெரிந்துகொண்டதால் அவளைப் பற்றிய ஐயமேதும் அவனுக்கு இல்லை. இப்போது தன்னெதிரே தீவிரமாக தன் தொழிலுக்கென்று சேகரித்த குறிப்புகளை எழுதிக்கொண்டிருந்த ஆத்யாவைப் பார்த்தவன், "ஆது நாம கோவா போலாமா?" என்றான்.

"ஹாம்..." என்று ஏதோ நினைவில் உச் கொட்டியவள் அவன் சொன்னது புரிந்து நிமிர்ந்து விழித்தாள்.

"இவ்வளவு தூரம் வந்துட்டோம் அதையும் பார்த்துட்டுப் போயிடலாம் ஆத்யா..."

"ஏற்கனவே மூணு நாள் ஆச்சு அமுதன். அதான்..." என்று இழுத்தவளிடம்,

"நான் பைக் ஓடுறேன். டோன்ட் ஒர்ரி..."

"சீரியஸ்லி?" என்றதும் அவன் தன்னுடைய கண்டத்தைத் தொட அவள் குதூகலித்தாள்.

இந்த நாட்களில் ஊரில் நிகழ்ந்த அனைத்தையும் நாச்சி, லவ் என்னும் ரெண்டு ஆல் இந்தியா எப்.எம் மூலம் தெரிந்துகொண்டனர். ஆத்யாவுக்கு மிருவின் திருமணம் பற்றித் தெரிந்ததும் சந்தீப்பிடம் பேச வேண்டும் என்று யோசித்தாள் தான். ஆனால் இதற்கு மேல் மிதிலாவிடம் என்ன பேச முடியும் என்று எண்ணித் தயங்கினாள்.

"அமுதன் உங்களுக்கு நான் நிறைய சிரமம் கொடுக்கறேன் இல்ல? பாருங்க என்னால நீங்களும் இப்படி ஊர் ஊரா சுத்திட்டு இருக்கீங்க"

"சிரமம் எல்லாம் இல்ல ஆத்யா. பிடிக்காதவங்க கூட ட்ராவல் பண்ணா தான் சிரமம்.இது..." என்றவன் எதையோ உளறியதைப்போல் நிமிர ஆத்யா கள்ளமாக முறுவலிட இருவருக்கும் இடையில் மௌனம் நிலவியது.

அங்கே அடுத்த நாள் முதல் இனியன் வீட்டில் இருக்கப் பிடிக்காமல் அடம்செய்ய வேறுவழியின்றி தினமும் அவனை லெட்ஸ் செலிபிரேட் அழைத்துச் செல்லும் நிர்பந்தத்தில் இருந்தாள் அத்தி. அதற்காகவே காத்திருந்தவன் போல் ரூபனும் இனியனுடன் அதிகப்படியான நேரம் செலவழித்தான்.

லெட்ஸ் செலிபிரேட்டில் உள்ளவர்கள் தங்கள் நிகழ்ச்சிகளைப் பற்றிய டிஸ்கஷனில் ஈடுபடும் போதெல்லாம் மிதிலாவின் திருமணத்திற்கான ஏற்பாடுகளைப் பற்றியும் பேச அப்போதெல்லாம் சந்தீப்பிற்குக் கோவமும் இயலாமையும் தான் தோன்றும். தன்னுடைய குழப்பங்களுக்கெல்லாம் தீர்வாக இருப்பவளோ தன்னுடன் இல்லாத காரணத்தால் அதிகம் திண்டாடினான் சந்தீப்.

அங்கே அமுதன் அண்ட் கோ தங்களுடைய ஆர்டர்களைப் பற்றி யோசித்தாலும் இடையிடையில் அந்த ஃபூட் பெஸ்டிவலுக்காகவும் நிறைய யோசித்தனர். என்ன அவர்களுக்கும் அமுதன் இங்கே இல்லாதது பெரும் குறையாகத்தான் தோன்றியது.(சுவைக்கும்!)

* * * * * *

அத்தியாயம் - 37

இந்த இரண்டு நாட்களில் கோவையில் லஷ்மியின் வீட்டையும் ஆத்யாவைப் பற்றிய அனைத்தையும் அண்ணாமலை, சீதா மற்றும் நாச்சி ஆகியோர் அறிந்திருந்தனர். இதுமட்டுமின்றி சந்தீப் தான் அன்று லஷ்மியை டயாலிசிஸ் அழைத்துச் சென்றதால் அவனோடும் நல்ல உறவு பிறந்திருந்தது. மேலும் அத்தியிடம் சீதா மற்றும் அண்ணாமலை இருவரும் மனம்விட்டுப் பேசினர். அத்தியுடன் பேசுவதிலே அவள் அதீத குழப்பத்தில் இருக்கிறாள் என்றும் அறிந்துகொண்டனர்.

அன்று நாச்சி ஆசைப்பட்டதால் அவளைத் தன்னோடு லெட்ஸ் செலிபிரேட் அழைத்துச் சென்றாள் அத்தி. அங்கே லெட்ஸ் செலிபிரேட்டில் நித்தி, ஜாய், லவ் ஆகியோர் ஆத்யாவை கலாய்த்துக்கொண்டு இருந்தனர்.

"இன்னையோட மூணு நாள் ஆச்சு. ஸ்வீட்டிய போன்ல கூடப் பிடிக்க முடியல. சும்மாவே அப்படி! இப்போ சொல்லவா வேண்டும்?" என்று லவ் உரைக்க அவளுக்கு எல்லோரும் ஹைபை கொடுத்தனர். அவர்களோடு கார்த்தி, ரூபன், அத்தி ஆகியோரும் இணைந்து அமுதனையும் ஓட்டினார்கள்.

"எது எப்படியோ இனிமேல் அவங்க ரெண்டு பேரும் சந்தோசமா இருந்தா அதுவே போதும். ஸ்வீட்டி நிறைய கஷ்டப்பட்டுட்டா..." என்று எதையோ உளற வந்த சந்தீப் அதை மாற்றினான். சுந்தரி ஆன்ட்டி பற்றிய ரகசியம் அவன் மட்டுமே அறிவான்.

"இங்க மட்டும் என்னவாம்? அமுதனும் அவனோட மாமா பொண்ணு மேல நம்பிக்கை வெச்சு எல்லாம் போயிடுச்சு" என்று அலுத்துக்கொண்டான் கார்த்தி.

"அதெல்லாம் இருக்கட்டும் உங்களுது ஏதோ தனி டிராக் ஓடுதாமே? கேள்விப்பட்டோம்..." என்று நித்தி கார்த்தியை வார,

"என்ன இப்படிக் கேட்டுட்டே நித்தி இங்க எல்லோரையும் விட ரொம்ப பழமையான அதேநேரம் ட்ரெண்டிங்கிலும் இருக்கும் காதல் கதைனா அது நம்ம கார்த்தியோடது தான்..." என்று கடந்த சில நாட்களாய் இருந்த இறுக்கம் தளர்ந்து மிகவும் உற்சாகமாய்ப் பதிலளித்தாள் அத்தி.

"அடப்பாவிகளா! போறபோக்கைப் பார்த்தா லெட்ஸ் செலிபிரேட்ல அடுத்தடுத்து நடக்கப்போகும் கல்யாணம் எல்லாமே நம்ம ஆளுங்களோடதாவே இருக்கும் போல?" என்று செல்லமாக அலுத்துக்கொண்டாள் லவ்.

"அதெல்லாம் இருக்கட்டும் லவ் நீ ஏதோ ஈவினிங் சீக்கிரம் போகணும்னு மிதி கிட்டச் சொன்னியாம்? என்ன உன்னைப் பொண்ணு பார்க்க வராங்களா?" என்று கண்ணடித்தாள் நித்தி.

"பாதி உண்மை பாதி தப்பு..."

"எது உண்மை? ரகசிய பெண்பார்க்கும் படலமா?" என்றாள் அத்தி.

"அத்தி நீயுமா? இல்லப்பா பெண் பார்க்க வராங்க தான். ஆனா பொண்ணு நானில்லை என் கசின் மஹிமா. அவளைத் தான் பெண் பார்க்க வராங்க. நானும் வரணும்னு பெரியம்மா ஸ்ட்ரிக்ட் ஆர்டர். அது மட்டுமில்லாம இந்தப் பெண்பார்க்கும் படலம் எப்படி இருக்கும் தெரிஞ்சிக்க ஒரு எந்துஷியாஸியம். அதான் போகப்போறேன்..."

"பார்த்துடி ரோஜா படம் போல எங்களுக்கு அந்தப் பெண் வேண்டாம் இந்தப் பெண் வேண்டும்னு உன்னைக் கேட்டுடப் போறாங்க..." என்று சந்தடிசாக்கில் கலாய்த்தான் சந்தீப்.

அதில் எல்லோரும் அதகளப்பட்டு சிரித்தாலும், "டேய் இவ்வளவு நாள் நீ எங்கடா இருந்த? ஏன் ரொம்ப டல்லா இருக்க?" என்று ஜாய்சன் கேட்டதும் மீண்டும் சோகமானான் சந்தீப்.

"அப்பாடா சந்தீப் வந்ததால் நாம தப்பிச்சோம்னு நினைக்காத லவ். சொல்லு ஒருவேளை அப்படி ஏதாவது ஆனா என்ன பண்ணுவ?" என்று மீண்டும் லவ்வை சீண்டினாள் நித்தி.

"நேரம் எல்லாம் என் நேரம். ஆத்யா இருந்தா அவளை வெச்சு கலாய்ப்பீங்க. இப்போ நான் மாட்டிகிட்டேன் இல்ல?" என்று பொய்க்கோபம் காட்டினாள் லவ்.

பிறகு அனைவரும் தங்களுடைய வேலைகளில் மூழ்கினர். மணி மூன்றை நெருங்க லவ் எல்லோரிடமும் சொல்லிவிட்டுக் கிளம்பினாள்.

"ஆல் தி பெஸ்ட் லவ்..." என்ற சந்தீப்பை கொலைவெறியில் முறைத்துவிட்டுச் சென்றாள் லாவண்யா.

"ஹே பாவம்பா அவ..." என்று அத்தி சப்போர்ட்டுக்கு வர, "அப்படியா? கைஸ் அப்போ நம்ம பழைய பேஷண்ட் லவ்வை டிஸ்சார்ஜ் பண்ணிட்டு புது பேஷண்ட் அத்திப்பூவை அட்மிட் பண்ணுங்கப்பா..." என்று நித்தி கூறியது தான் தாமதம் உடனே அவ்விடத்தை காலி செய்தாள் அத்தி.

அன்றிரவு திட்டமிட்டபடி ஆத்யாவும் அமுதனும் மறுநாள் காலையில் கோவா புறப்பட்டனர்.விடியற்காலை நான்கு மணிக்கெல்லாம் கிளம்பியவர்கள் பத்து மணிவாக்கில் கோவா சென்றடைந்தனர்.

கோவன் மீன் கறி அல்லது ஜிட்டி கோடி என்று சொல்லப்படும் வௌவால் மீன் கறி கோவாவில் பிரபலம். அதில் மாங்காயைச் சேர்த்தால் அதற்கு ஒரு 'டேங்க்கி'(tangy- அதிகமான, உறுதியான) சுவையைத் தரும். சுறா, போர்க், சிக்கன் முதலிய நான் வெஜ் ஐட்டங்கள் அங்கு பிரபலம். 'விண்டாலு' எனப்படும் மசாலா அங்கு பிரபலம். இதுமட்டுமின்றி இறால், நண்டு முதலியவை அவர்களில் வழக்கமான டயட்டில் அடங்கும். தேங்காய்ப்பால் கொண்டு செய்யப்படும் 'பெபின்கா' என்னும் கேக் வகை அங்கு பிரபலம். 'சார்பொடேல்' என்னும் மசாலா அங்கு பிரபலம். 'போலின்ஹாஸ்' என்னும் பிஸ்கட் வகைகளும் அங்கு பிரபலம். நீண்ட காலம் போர்சுகல் நாட்டின் கீழ் இருந்ததாலும்

பிரபலமானச் சுற்றுலாத்தலம் என்று ஆனதாலும் அங்கு அனைத்து வகையான உணவுகளும் கிடைக்கும்.

இதெல்லாவற்றையும் விட ஃபெனி(feni) என்னும் ஒருவகை பானம் அங்கு மிகவும் பிரபலம்.தேங்காய் மற்றும் முந்திரியில் இருந்து செய்யப்படும் பானம். நம்மூர் கள்ளுக்கு ஈடானது. இதை ஏன் இங்கே குறிப்பிடுகிறேன் என்றால் 2016ல் கோவாவுடைய பாரம்பரிய பானமாக இதைத் தேர்ந்தெடுத்து அறிவித்தார்கள்! இதில் ஆல்ஹகால் இருந்தாலும் இது மதுவல்ல. முந்திரியிலிருந்து எவ்வித ரசாயனங்களும் கலக்காமல் இயற்கையாகத் தயாரிக்கப்படுகிறது.

எப்போதும் போல் அன்றும் கோவா முழுக்க வெளிநாட்டு ஆட்களால் நிரம்பியிருந்தது. கோவாவில் பிரபலம் என்றால் பீச் தான். சுற்றி முற்றி எங்கு பார்த்தாலும் பீச் இருக்கும். நிறைய உணவகங்கள் அங்கு உண்டு. மேலும் அனைத்து விதமான உணவுகளும்(இத்தாலியன், பிரெஞ்ச் முதலியவைகளும்) அங்கு சுலபமாக கிடைக்கும். அன்றைய தினம் முழுவதும் நிறைய சுற்றியவர்கள் தங்களுக்குப் போதுமான தகவல்களைத் திரட்டி முடிக்கும் போது மணி மாலை எட்டை நெருங்கியிருந்தது.

"காலையில கிளம்பிடலாமா ஆது?" என்று அமுதன் வினவ அவளும் ஆமோதித்தாள். ஒரு பிரபலமான உணவகத்திற்குள் நுழைந்தவர்கள் ஆசைதீர நன்கு உண்டனர்.

கோவாவில் பாகா கடற்கரையை ஒட்டிய ஒரு ரிசார்ட்டில் தங்க முடிவெடுத்து சிறிது நேரம் உறங்கினர். தூக்கத்தில் இருந்தவன் திடீரென்று விழிக்க மணி மூன்றை நெருங்கியிருந்தது. அதற்கு மேல் அவனுக்கு உறக்கம் வராமல் ஆத்யாவை எழுப்பியவன் இருவருமாக அந்த ரிசார்ட்டில் இருந்து பொடிநடையாக ஆளரவமற்ற சாலையில் பாகா கடற்கரையை நோக்கி நடந்தனர்.(கோவால இரவு நேரத்தில் அந்த சாலையில் நடப்பது மிக ரம்மியமாக இருக்கும்! நான் அனுபவிச்சிருக்கேன்...)

"தூக்கத்தை டிஸ்டர்ப் பண்ணிட்டேனோ ஆது?" என்று அமுதன் வினவ,

"தூக்கமெல்லாம் இல்ல அமுதன். ஒரு மாதிரி ட்ராவல் பண்ண டையர்டு தான். அண்ட் இந்த ட்ரிப் என் வாழ்க்கையிலே மறக்க முடியாதது அமுதன். நாங்க கோவா வரதுக்கு எத்தனை முறை திட்டம் போட்டோம் தெரியுமா? கடைசி நேரத்துல அது ஸ்பாயில் ஆகிடும். ஒருவழியா ரெண்டு வருஷத்துக்கு முன்னாடி தான் நாங்க எல்லோரும் வந்தோம். ஆனா அப்போ எங்க எல்லோருடைய பேமிலியும் இங்க வந்தது. பாவம் எங்க பேரெண்ட்ஸ் எல்லோரையும் கூட்டிட்டு வந்ததால் நாங்களும் பெருசா என்ஜாய் பண்ணல அதேநேரம் அவங்களும் ஒன்னும் என்ஜாய் பண்ணல. ஆனா இப்போ திடீர்னு சீதா அத்தை சொல்லப்போய் கேரளா, கர்நாடகா தாண்டி இப்போ கோசல இருக்கோம். வியர்ட் இல்ல?" என்று சொல்ல இருவரும் கடற்கரைக்கு வந்தனர்.

ஒய்யாரமாக காலை நீட்டி கையை பின்னால் முட்டுக்கொடுத்து இருவரும் அந்தக் கரையின் அருகே அமர்ந்து அந்தக் கரையைத் தொட்டுச்செல்லும் அலையை ரசித்துக்கொண்டிருந்தனர். 'வேனின் கிப்பஸ்' எனப்படும் பௌர்ணமி முடிந்து மூன்று நாளில் தெரியும் நிலவு அந்த வானை அலங்கரிக்க, "அமுதா இந்த அலையைப் பார்க்கும் போதெல்லாம் உனக்கு என்ன தோணுது?" என்று அலையை ரசித்தபடியே கேள்விகேட்டாள் ஆத்யா.

இந்த மாதிரி ஒரு கேள்வியை எதிர்பார்காதவன் முழிக்க, "நான் டீச்சர் எல்லாம் இல்ல. சோ தப்பா சொன்னா பனிஷ்மென்ட் எல்லாம் கிடைக்காது. நீ தைரியமா சொல்லு அமுதா..." என்று கேசுவலாய் மீண்டும் அமுதனை கலாய்த்தாள் ஆத்யா.

"வரவர என்னை ரொம்ப கலாய்க்கிற மாதிரி தெரியுதே ஆத்யலஷ்மி?" என்று அவனும் அதேபோல் ஒரு பார்வையைச் செலுத்தினான்.

"எனக்கு என்னமோ தெரியல அமுதன். ஆத்யலஷ்மிங்கற பேர் எனக்குப் பிடிக்காது. ஆனா அதுவே உங்க வாயில இருந்து அது வந்தா எனக்கு அது வழக்கமா தரும் எரிச்சல் தருவதில்லை..."

"அப்படியா?"

"ஹேய் பேச்சை மாத்துறீங்க பாரு... நான் என்ன கேட்டேன்?"

"என்ன கேட்ட? ஆம் இந்த அலையைப் பார்க்கும் போது என்ன தோணுதுன்னு தானே? டிடெர்மினேஷன். எத்தனை முறை உள்ள போனாலும் திரும்பவும் கரைக்கு வருதில்ல?" என்று சொல்ல,

"பார்ரா! எனிவெஸ் இட் சௌண்ட்ஸ் குட்! பட் நான் அதைக் கேட்கவரல... இந்த அலைகள் உருவாக சைன்டிபிக் காரணம் என்ன தெரியுமா? இதை சைன்டிபிக்னு சொல்லுறதைக் காட்டிலும் காதல்னு வேணுனா சொல்லலாம். எஸ் காதல் தான். அங்க இருக்கும் நிலவும் இங்க நாம இருக்கும் இந்த பூமியும் ஒன்னை ஒன்னு தழுவிக்கொள்ளும் காதல் நிகழ்வு தான் இந்த அலைகள். அலைகள் ஏன் உருவாகுது தெரியுமா? சூரியனோட ஈர்ப்பு விசையும் நிலாவோட ஈர்ப்பு விசையும் பூமி மேல ஒன்னை ஒன்னு தொடுவதால் தான் அலைகள் உருவாகுதுனு சைன்ஸ் சொல்லுது. எவ்வளவு தூரத்தில் இருக்கும் நிலாவும் இங்க இருக்கும் பூமியும் ஒன்னை ஒன்னு பிரிஞ்சே இருந்தாலும் அதோட அன்பை இந்த அலைகள் மூலமா காட்டிட்டே இருக்குல்ல? சோ நாம விரும்பறவங்க எவ்வளவு தூரம் இருந்தால் என்ன அவங்க மேல நம்மோட தூய்மையான அன்பை காட்டினால் அதுக்கு தனி பவர் இருக்கு தானே? இதுல இன்னொரு சுவாரசியம் என்ன தெரியுமா ஒரு காலத்துல அதாவது லாங் லாங் எகோ நிலா பூமியோட ஒரு அங்கமா தான் இருந்ததாம். எப்பயோ ஒரு விண்கல் பூமி மேல மோதியதால் அதிலிருந்து நிலா பிரிஞ்சுப் போயிடுச்சாம். ஆனா அது பிரிஞ்சாலும் இந்த அலைகள் மூலமா அதோட அன்பை வெளிகாட்டுதில்லை? வாழ்ந்தா பூமியும் நிலவும் போல தான் வாழனும் அமுதன். என்னதான் பகல்ல நிலாவை சூரியன் மறைத்தாலும் இரவுல இந்த பூமி மேல தன்னோட ஒளியை மொத்தமா காட்டுதில்லை? அமாவாசை அன்னைக்கு நாம நிலாவை எவ்வளவு மிஸ் பண்றோம்?" என்றவள் மீண்டும்

அந்த அலைகளையே ரசிக்க அவனோ அவளைத் தான் ரசித்தான். இருவருக்கும் இடையில் இரண்டடி இடைவெளி இருக்க இப்போது அவளை நெருங்கி அந்த இடைவெளிக்கு முற்றுப்புள்ளி வைத்தான்.

"நீ ஏன் எதுவுமே கேட்கல ஆத்யா?"

"எதைப்பற்றி?" என்று திரும்பியவள் அவ்வளவு நெருக்கத்தில் அமுதனைக் கண்டதும் சற்று அதிர்ந்தாலும் உடனே நார்மல் ஆனாள்.

"அன்னைக்கு காரைக்குடியில் நடந்ததுக்குப் பிறகு?"

"காரைக்குடியில் என்ன நடந்தது?" என்று அவள் கேட்க,

அமுதன் முறைத்தான்.

"நீங்க எதை மீன் பண்றீங்க?" என்றதும் அமுதன் எவ்வாறு அதை உரைப்பது என்று விழிக்க அதை உள்ளுக்குள் ரசித்தவள்,

"ஓ அன்னைக்கு நான் ப்ரபோஸ் பண்ணதைச் சொல்றீங்களா?"

அவன் உடனே ஆமாம் என்பதைப்போல் தலை ஆட்டி பிறகு வேகமாய் மறுக்க,

"எஸ்னா இப்படி ஆட்டனும் நோனா அப்படி ஆட்டனும். இப்படி நினைத்தாலே இனிக்கும் ஜெயப்பிரதா மாதிரி செஞ்சா நான் என்னனு நினைக்கிறது?" என்று வம்பிழுத்தாள் ஆத்யா.

இதற்கு மேலும் அவனை கலாட்டா செய்ய விரும்பாமல், "எனக்கு உங்களை ரொம்ப பிடிக்கும் அமுதன். ரொம்ப நாளா நான் உங்களை விரும்பறேன். நீங்க அன்னைக்கு க்ரிஷ மீட் செய்யும் போது உங்க ஃப்ரண்டிடம் பேசுனதைக் கேட்டதும் என்னவோ என் நெஞ்சுக்குள்ள சுருக்குனு ஒரு வலி. ஒரு ஏமாற்றம். அதான் உங்களை அவாய்ட் பண்ணேன். ஆனா என்னால முடியில. யூ இம்ப்ரெஸ்ஸட் மீ ஏ லாட். என் அப்பாகூட நீங்க பழகுற விதம், உங்க பேமிலினு இப்படி எல்லாமே எனக்கு பிடிக்கும். எஸ்பெஷலி உங்க சமையல். அது மேல உங்களுக்கு

இருக்கும் லவ், டெடிகேஷன் இப்படி நிறைய சொல்லலாம். நீங்க அன்னைக்கு அழுதது எனக்கு ஒரு மாதிரி ஆகிடுச்சு அமுதன். அப்போ உங்க கையைப் பிடிச்சு இனி உனக்கு நான் இருக்கேன் அழாதடானு உரிமையா சொல்லனும்ன தோணுச்சு. அதான் சொல்லிட்டேன். நீங்களும் என்னை விரும்பறீங்கன்னு எனக்குத் தெரியும். கார்த்தி சொன்னார். என் ப்ரொபெஸனும் இது தான் அமுதன். ஐ லவ் யூ" என்று முடிக்க,

கடலை வெறித்தபடி அமுதன் பேசத் துவங்கினான், "ஆத்யா எனக்கு ரொம்ப சின்ன வயசுல இருந்து ஹிருவைத் தெரியும். அவ கூடவே தான் நானும் வளர்ந்தேன். சில இடங்களில் எனக்கு அவ பெர்பெக்ட்டா இருப்பான்னு நெனச்சும் இருக்கேன். அது வளர்ந்ததுக்கு மியூச்சுவல் லவ்வா மாறுச்சு. நல்லா தான் போச்சு. ஆனா சின்ன வயசுல அவளுக்குப் பிடிச்ச என் சமையல் வளர்ந்ததும் பிடிக்காம போயிடுச்சு. இது அசிங்கமாம். நாளைக்கு என் ஹஸ்பண்ட் ஒரு சமையல் காரனு எப்படிச் சொல்லுவேன்னு என்கிட்டேயே கேட்டா. அப்போ அவளுக்கு என்னோட உணர்வுகள் எதுவும் புரியவேயில்லை தானே ஆத்யா? இது என்னோட பேஷன். சே நான் இப்போ உன்னை இனிமேல் பிலாக் எழுதவே கூடாதுனு சொன்னா நீ என்ன நினைப்ப? இவனுக்கு நம்ம மேல கொஞ்சம் கூட பாசம் இல்ல. நம்மளோட உணர்வை ஆசையை இவன் மதிக்கவே இல்லைனு தானே நினைப்ப? அப்போ நான் உன்னை உண்மையா விரும்பலனு தானே அர்த்தம்? ஒரு வாசகம் சொல்லுவாங்களே, 'if you like a flower you'll pluck it. but when you love the flower you'll water it' (ஒரு பூ உங்களுக்கு பிடித்தால் நீங்கள் அதை பறித்துக்கொள்வீர்கள். அதுவே நீங்க அதை நேசித்தால் அதற்கு தண்ணீர் விடுவீர்கள்) நான் உன்கிட்ட எதையோ எதிர்பார்த்து பழகினா அது எப்படி லவ் ஆகும்? அந்த நொடியே ஹிரு என் லைஃப்ல இல்லைனு முடிவு பண்ணிட்டேன். அப்படியே அவளுக்காக நான் சமையலை க்விட் பண்ணியிருந்தாலும் எங்க லைஃப் கடைசி வரை எல்லாம் ஒன்னா போயிருக்காது. யா அதற்கு அவ மட்டும் காரணம்னு நான் சொல்லமாட்டேன்.

அவளோட பின்புலம் அப்படி. ஆனா நீ என்னோட சமையலை விரும்பின. நீ எந்த காரணத்திற்காக எனக்கு ஹெல்ப் பண்ண முன்வந்திருத்தினாலும் அதை நீ ஆத்மாத்தமா செஞ்ச. அதுமில்லாம உன் ஜாபும் என் ஜாபும் ரொம்ப க்ளோஸ். ஒருவேளை இதனால் தான் ஒரு ப்ரொபெஷன்ல இருக்கவங்க அதே ப்ரொபஷன்ல இருக்கவங்கள ப்ரீஃபர் செய்யுறாங்களோ என்னவோ? என்னடா உன்னையும் அவளையும் கம்பேர் செய்யுறேன்னு நெனைக்காத ஆத்யா. உன்னை எனக்கு எதனால் பிடிச்சதுனு சொல்றேன். அஃப்கோர்ஸ் யூ லுக் ப்ரெட்டி. உன்னோட தைரியம், ஒரு விஷயத்தை நீ செயல் படுத்தும் விதம்னு எல்லாம் எனக்குப் பிடிக்கும். நான் கொஞ்சகொஞ்சமா உன்பால் ஈர்க்கப்பட்டேன். ஈர்க்கப்படுறேன். அண்ட் நீ கேட்ட கேள்விக்கான பதில் 'எஸ். ஐ திங்க் ஐ யம் இன் லவ் வித் யூ' இருந்தும் எனக்கு கொஞ்சம் டைம் கொடு. உன்னோட அமுதனா அதாவது ஆத்யாவோட அமுதனா சீக்கிரம் மாறுவேன்..." என்றவன் அவள் கரம் கோர்த்தான்.

ஆத்யாவுக்கு இந்த நொடி உள்ளுக்குள் ஆயிரம் பட்டர்ஃபிளை பறக்க குதூகலித்தாள். அதை அவளுடைய கண்கள் பிரதிபலித்தது. அந்நேரம் ஒரு பெரிய அலை அவர்களின் பாதங்களைத் தொட்டுச் சென்றது. இருவரும் ஒருவரை ஒருவர் அர்த்தமாய்ப் பார்த்தனர். பொழுதும் புலர்ந்தது.

மனநிறைவுடன் இருவரும் சூர்ய உதயத்தைப் பார்த்துவிட்டு அங்கிருந்து கோவையை நோக்கிய தங்களின் நெடுபயணத்தைத் தொடர்ந்தனர். இம்முறையும் அமுதன் வண்டியைச் செலுத்த பின்னிருந்து உரிமையாய் அவனை அணைத்தபடி பயணித்தாள் ஆத்யா. கிட்டத்தட்ட பதினான்கு மணிநேரம் பயணித்தவர்கள் அன்றைய நள்ளிரவில் கோவை வந்தடைந்தனர்.

மூன்று நாட்களாய் கார்த்திக்கு போக்குகாட்டிக்கொண்டிருந்த ஸ்ரு அன்று இரவு சர்ப்ரைஸாக அவனை அழைத்தாள்.

"ஹூய் குல்ஃபி என்னையெல்லாம் ஞாபமிருக்கா?" என்றதும்,

"போடா இப்படியெல்லாம் பேசாத கார்த்தி... எனக்கொரு மாதிரி இருக்கு..." என்று சிணுங்கினாள்.

"அப்போ என்னை மறந்துட்டியா?"

"ஏன் கார்த்தி இப்படியெல்லாம் பேசுற? நானும் உன்கூடப் பேசலாம்னு நெனச்சா வீட்டுக்கு ஒரே ரிலேட்டிவ்ஸா வராங்க. ஐ மிஸ் யூ சோ மச்" என்றதில் அவளுடைய நிலை கார்த்திக்கும் நன்கு புரிந்தது.

"சரி எப்போ இங்க வரதா உத்தேசம்?"

"இன்னும் செவென் டேஸ் ஆகும்பா. நீ எப்படியிருக்க? வேலையெல்லாம் எப்படிப்போகுது? அமுதண்ணா எப்படி இருக்காரு?"

"அவனுக்கென்ன குறை? நமக்கு அப்புறோம் லவ் பண்ண ஆரமிச்சவன் எல்லாம் ஜாலியா கோவா வரை பைக் ரைட் போயிட்டான்.நீ என்னடானா இங்கன இருக்கும் ஊட்டிக்குப் போலாம்னு கூப்பிட்டாகூட மாட்டேன்னு பம்புற... போடி..." என்று முடித்தான்.

"நான் என்ன பண்ண? யாராச்சும் பார்த்தா அப்புறோம் பெரிய பிரச்சனை ஆகிடும். சீக்கிரம் ரெஸ்டாரெண்ட் ஆரமி. அப்புறோம் வந்து எங்க வீட்ல பேசு..." என்றதும்,

"டோன்ட் ஒர்ரி குல்ஃபி. அப்பா ஆறுமாசம் வெய்ட் பண்ணச்சொன்னார். அதுல ரெண்டு மாசம் முடியப்போகுது. இப்போ ஒரு ஃபூட் பெஸ்டிவல் நடக்கவிருக்கு. அதுல நல்லா செஞ்சா நம்ம ரெஸ்டாரெண்ட் கனவு வெகு சீக்கிரத்துல நிஜமாகிடும். அப்புறோமென்ன? கெட்டிமேளம் கெட்டிமேளம் தான். ஓகேவா பேபி?"

"ஓகே பேபி! அம்மா கூப்பிடுறாங்க நான் நாளைக்கு கால் பண்றேன் பை டேக் கேர்..." என்று இவன் பேசும் முன்

துண்டித்தாள். இங்கே கார்த்தியின் மனம் அவர்களின் திருமண நாளின் கனவில் வியாபிக்க அவன் உதடு விரிந்தது...

கோவை வந்தவர்கள் ஆத்யாவை மட்டும் அந்த வீட்டில் விட்டவன் தன்னுடைய அறைக்கே சென்றுவிட்டான். அண்ணாமலையும் சீதாவும் ஆத்யாவின் வீட்டில் தான் இருந்தனர். பயணக் களைப்பு, அசதி தீர அன்று முழுவதும் உறங்கியவர்கள் மாலையில் தான் எழுந்து ரெடி ஆக அமுதன் அங்கே வந்திருந்தான். மகனின் முகத்தை வைத்தே இனி ஹிருத்தியாவின் நினைவுகள் அவனை எதுவும் செய்யாது என்று சீதாவும் அண்ணாமலையும் உறுதிகொண்டனர்.

"அத்தை தேங் யூ சோ மச்... அண்ட் ஐ லவ் யூ" என்று அவருக்கு நன்றி தெரிவித்த ஆத்யா அவரை அணைத்தும் கொண்டாள்.

"இங்கப் பாருங்க" என்று அவள் சேகரித்த தரவுகளை போட்டோவுடன் காட்டினாள். "இனிமேல் ஆத்யாவோட ரிவீவ்ஸ் எல்லாம் வேற லெவல்ல இருக்கும்..." என்று அவளை அவளே மெச்சிக்கொண்டாள்.

லஷ்மியுடனும் அத்தியுடனும் மகிழ்ச்சியாக உரையாடியவள். அவர்கள் எல்லோரிடமும் அமுதன் உரைத்ததையும் தெரிவிக்க அமுதனின் நிலையும் அவர்களுக்குப் புரிந்தது. அதே நேரம் இவர்களின் கல்யாணப் பேச்சையும் சிறிது நாட்களுக்கு ஒத்திவைக்கலாம் என்றும் முடிவெடுத்தனர். வேலை வீடு என்றே இருந்து பழகிய அண்ணாமலை சீதா இருவருக்கும் கூட இந்த நான்கைந்து நாட்கள் நல்ல ஓய்வாக இருந்தது. அப்போது தான் அங்கே வந்தான் அமுதன். எல்லோரும் அவனையே கூர்ந்து நோக்க காரணம் புரியாமல் விழித்தான்.

பிறகு எல்லோரிடமும் சிறிது உரையாடினான். அன்று கார்த்தி, ரூபன், கண்ணையன், லவ், சந்தீப், ஜாய், நித்தி ஆகியோரும் அங்கே வந்திருந்தனர். எல்லோரும் அவர்களின் பயணக்கதையை விசாரிக்க அனைத்தும் தெரிவித்தனர்.

அண்ணாமலையின் முந்திரி பகோடா பெருமை லெட்ஸ் செலிபிரேட் முழுவதும் பரவிய காரணத்தால் வரும் போதே ஜாய்சன் தங்கள் 'கடையின்' நிலவறையில் இருந்து முந்திரி எடுத்துவர அதை சீதாவும் அண்ணாமலையும் பகோடா செய்துகொண்டிருந்தனர்.

என்ன தான் அவர்களிடம் கதை கேட்டாலும் ஆத்யா மற்றும் அமுதன் ஆகியயோரின் புற மாற்றங்களை கவனிக்கத் தவறவில்லை.

அன்று பெண் பார்க்கும் படலத்திற்குச் சென்ற லவ் கோவிலில் நுழைந்தவுடன் அங்கே கம்பீரமாய் அதே நேரம் மிடுக்காகவும் இருந்தவனை அவளையும் அறியாமல் ஒருகணம் ரசித்தாள்.'பரவாயில்லையே பசங்களாம் கூடக் கோவிலுக்கு வராங்களே?' என்றவள் அங்கு நின்றவனைக் கடந்தாள். தன்னுடைய குடும்பத்தைப் பார்த்து கதைக்க அவர்களை நோக்கி அவன் வந்தான். இப்போது மீண்டும் அவனைப் பார்க்க, 'இவனை நாம் எங்கேயோ பார்த்திருக்கோமே?' என்று யோசித்தவளாக இருக்க அவளுக்கு ஒரு 'ஹாய்' சொன்னான் கபிலன்.(ஜோசிய சிகாமணி ஜோசிய சக்கிரவர்த்தி உண்மை விளம்பியின் அலுவலகத்திற்கு எதிரில் ஹார்டுவேர்ஸ் கடை வைத்திருப்பவன்.நினைவிருக்கும் என்று நினைக்கிறேன். இவன் தான் அமுதனும் ஆத்யாவும் மீண்டும் சந்தித்துக்கொள்ள உதவியவன்.)

பதிலுக்கு ஒரு 'ஹாய்' சொன்னவள், 'ஒருவேளை இவன் தான் மாப்பிள்ளையோ?' என்று நினைக்கும் போதே சந்தீப் அவளை கிண்டல் செய்ததும் நினைவு வந்தது. லவ் அவனை யாரென்று தெரியாமல் பார்க்க, அவள் எப்படி பெண்ணிற்கு கசினோ அதேபோல் பையனுக்கு அவன் கசின் என்று சொல்ல இருவரும் சற்று நேரம் பேசினார்கள்.

"என்னை ஞாபகம் இருக்கா?" என்று அவன் வினவ அவளும் தலையாட்டினாள். அதற்குள் தனியாகப் பேசச்சென்ற

பையனையும் பெண்ணையும் காணாததால் மாப்பிள்ளையின் தந்தை கபிலனை அனுப்ப பெண்ணின் அன்னை லவ்வை அனுப்பினார். இவர்கள் இருவரும் அவர்களைத் தேடி ஒருபுறம் செல்ல அப்போதே மறுபுறத்தில் அந்தப் பையனும் பெண்ணும் வந்து விட்டனர். அது சற்று பெரிய கோவில் என்பதால் கபிலனும் லவ்வும் அவர்களைத் தேடி அலையோ அலையென்று அலைய அப்போது தான் ஸ்பார்க் வந்தவளாய்,

"நாம் ஏன் இப்படி அலையுறோம்? பேசாம ஒரு போன் பண்ணா தெரிஞ்சிடும்" என்று அழைக்க மறுபுறம் இருந்து, "எப்பா சாமிங்களா நாங்க பார்த்துப் பேசி அல்மோஸ்ட் ஓகேவே ஆகிடுச்சு. நீ எங்க ராசா போன? பொண்ணு வீட்ல என் மானத்தை வாங்கிடாதடா தம்பி..." என்று கபிலனை அவர் அழைக்க, அதேபோல் ஒரு அழைப்பு லவ்வுக்கும் வந்தது. அசடு வழிந்தபடி இவர்கள் இருவரும் வர இவர்களின் வருகைக்காகக் காத்திருந்தவர்கள் அவர்கள் இருவரையும் பார்த்து கேலியில் சிரித்தனர். திருதிருவென்று விழித்தபடியே ஒருவரை ஒருவர் பார்த்துவிட்டு விடைபெற்றனர்.(சுவைக்கும்!)

* * * * * *

அத்தியாயம் - 38

தன்னுடைய சகாக்கள் எல்லோரும் கலகலப்பாக இருந்தாலும் சந்தீப்பின் முகம் மட்டும் களையிழந்து இருக்க அதை ஆத்யாவும் கவனிக்கத் தவறவில்லை. நித்தி தான் லவ்வின் கதையைச் சொல்லி அவளை கலாய்த்துக்கொண்டிருந்தாள். அங்கு எடுத்த புகைப்படம் குறிப்புகள் எல்லாவற்றையும் அவர்களிடம் காட்டினாள் ஆத்யா. அதே நிலையில் தான் அமுதனும் இருந்தான். பேசிக்கொண்டிருந்தவர்களின் முன் பக்கோடாக்களை சீதா குவிக்க அவற்றையும் ஒரு பிடி பிடித்தனர்.

"ஆமா மிதிலா எங்க காணோம்?" என்றதும்,

"அவளுக்கென்னப்பா கல்யாணப் பொண்ணு ஆச்சே?" என்றான் ஜாய்சன்.

ஜாய்சனை முறைத்தவள், "இதுல என்னமோ இருக்கே?" என்று ஜாய்சனைப் பார்த்தபடியே சொல்ல,

"அது ஒன்னுமில்ல ஸ்வீட்டி, நாளைக்கு ஒருவேளை ஜாய்சன் நம்மகூட இப்படி கதைபேசலனா அவனும் அவன் ஆளோட ஊர்ச் சுற்றுறான்னு நாம நெனச்சிக்கணுமாம். அதாவது பக்கத்துக்கு இலைக்கு பாயாசம் கேட்குறான்..." என்று ஜாய்சனின் கூற்றுக்கான மறைபொருளை விளக்க மீண்டும் கலகலத்தனர்.

"ஸ்வீட்டி உன் முகத்துல ஒரு தேஜஸ் தெரியுதே?" என்று தான் எஸ் ஆக பேச்சை ஆத்யாவின் பக்கம் திருப்பினான் ஜாய்சன்.

அப்போது அவர்களுடன் வந்து அமர்ந்த லஷ்மியிடம், "அங்கிள் எப்போ எங்களுக்கு கல்யாண சாப்பாட்டைப் போடுவீங்க? ஐ யம் வெயிட்டிங்..." என்றதும் ஆத்யாவுக்கு அவளையும் அறியாமல் ஒரு வெட்கம் வர அதை அங்கிருந்த அனைவரும் கவனிக்கத் தவறவில்லை.

"நான் இப்போ கூட ரெடி தான்..." என்று லஷ்மி சிரிக்க எல்லோரும் ஆரவாரமிட்டு அமுதனை அர்த்தமாய்ப் பார்க்க அவனும் நாணினான்.(நம்புங்கப்பா ஆண்களுக்கும் வெட்கம் வரும்!) அப்போது பேச்சு ஒவ்வொருவரைப் பற்றியும் வர இறுதியில் இனியனில் அது நின்றது.

"அமுதன் சென்னை போகணுமே? இனியனுடைய சர்டிபிகேட்ஸ் அவன் பேரெண்ட்ஸோட டெத் சர்டிபிகேட்னு நிறைய ஃபார்மாலிட்டீஸ் இருக்கு. நானும் எனக்குத் தெரிந்த லாயரை பார்த்துட்டேன். அவர் சில விஷயம் சொன்னார்..." என்று அவர் சொன்னதையெல்லாம் லஷ்மியும் தெரிவிக்க அடுத்த இரண்டு நாளில் அவர்கள் சென்னை செல்வதாக முடிவானது. இனியனும் அவனுடைய ஃப்ரண்ட்ஸ் அனைவரையும் பார்க்கவேண்டும் என்று சொன்னதால் அவர்களோடு அமுதன் மற்றும் ஆத்யா ஆகியோரும் செல்ல முடிவெடுத்தனர்.

மற்றவர்கள் அங்கிருந்து கலைந்துசெல்ல சந்தீப்பை மட்டும் இருக்கச் சொன்னவள் அவனிடம் பேச ஆயத்தமானாள்.

"ஏன்டா இப்படி இருக்க? என்னாச்சு?" என்று கிட்டத்தட்ட எல்லாம் தெரிந்தும் அந்தக் கேள்வியைக் கேட்க,

"ஒரு மாதிரி இருக்கு ஸ்வீட்டி. இந்த மிதிலா வேற என்னை ரொம்பவும் டிஸ்டர்ப் பண்றா... போதாக்குறைக்கு அன்னைக்கு அந்த வீணாப்போனவன் வேற இங்க வந்தான் தெரியுமா?"

"யாரு?"

"அதான் அவளுக்குப் பார்த்த மாப்பிள்ளை" என்றதும் அவளையும் அறியாமல் சிரித்து வைத்தாள் ஆத்யா. அவன் முறைக்கவும், "சாரி சந்தீப். இந்த மிதிலா ஏன் இப்படி பிஹேவ் செய்யுறானு எனக்கும் புரியல. உன்கிட்டயும் லவ் சொல்லிட்டு மேரேஜுக்கும் ஓகே சொல்லிட்டு எப்படித்தான் அவளால் நார்மலா இருக்க முடியுதோ? ஒத்துகிறேன் அவ ஃபேமிலி சிச்சுவேஷன் எனக்கும் புரியுது. என்ன ஒரு ரெண்டு மாசம் வெய்ட் பண்ணலாம்... அப்பயும் அவளுக்கு அதே இருபத்தி

அஞ்சு தான் ஆகும். அன்னைக்கு அவகூடப் பேசுனேன்" என்று அன்று மிதிலாவின் வீட்டிற்குச் சென்று பேசியதைப் பற்றி ஆத்யா உரைத்தாள்.

"மூணு வருஷம் என்னை லவ் பண்ணவ எனக்கு மூணு வாரம் கூட யோசிக்க டைம் தரல ஸ்வீட்டி. இப்போ எனக்கும் ஒரு மாதிரி இருக்கு ஸ்வீட்டி. அவ வீட்லயும் என்னைப் பற்றி நல்லாத் தெரியும் அதேமாதிரி என் வீட்லயும் மிதியைப் பற்றி நல்லாவே தெரியும். அவளை ஜஸ்ட் லைக் தட் கடக்க முடியல ஸ்வீட்டி. நானும் எனக்கு எப்போலாம் குழப்பம் வருதோ அப்போலாம் உன்னைத்தான் தேடி வருவேன். இப்போ நீயும் வேற பிஸியாகிட்டியா எனக்கு என்ன பண்றதுனே தெரியில ஸ்வீட்டி. எஸ் நான் நார்மலா இல்லைனு எனக்கும் தெரியும். ஐ யம் ட்ரையிங் டு பி நார்மல் ஆனா முடியல..." என்று முடிக்க ஆத்யா எதிர்பார்த்த பயம் அவளைச் சூழ்ந்தது.

"டேய் நீ?..."

"மிதிலாவை நான் லவ் பண்றேன்னானு எனக்குத் தெரியில ஆத்யா ஆனா மிதிலாவை வேற ஒருத்தன் கூடவோ இல்லை இப்படி என் கூடப் பேசாம அவாய்ட் செய்யுறதோ எனக்கு கஷ்டமாயிருக்கு. ஒருவேளை இந்தக் காதலை அவ கொஞ்சம் முன்னாடி என்கிட்டச் சொல்லியிருந்தா நான் எஸ் சொல்லியிருப்பேனோ என்னவோ?" என்று அலுங்காமல் குலுங்காமல் ஒரு குண்டைத்தூக்கிப் போட்டான் சந்தீப்.

இப்போது அடுத்து நடக்கவிருக்கும் விபரீதங்களை எல்லாம் ஒருகணம் நினைத்துப் பார்த்தாள் ஆத்யா. இதுவரை 'லெட்ஸ் செலிபிரேட்' நடத்திய எந்தவொரு நிகழ்விலும் தடையேற்பட்டதில்லை. ஒருவேளை நாளை மிதிலாவின் திருமணம் நின்றாலோ இல்லை ஏதாவது குழப்பம் ஏற்பட்டாலோ அதிலிருந்து தாங்கள் மீள்வது அத்தனை சுலபமில்லை என்று மட்டும் அவளுக்கு நன்றாக விளங்கியது. அப்படி ஏதேனும் நிகழ்ந்தால் லெட்ஸ் செலிபிரேட்டில் தற்போதிருக்கும் அந்த இதமான சூழ்நிலை இனியும் தொடருமா என்பதும் ஐயமே!

இப்போது இதற்கு என்ன தீர்வு சொல்வதென்று அவளுக்கும் புலப்படவில்லை. அமைதியாக வந்து யோசித்தாள். அவளைத் தேடி வந்த அமுதன் அவளுடைய இந்தக் குழம்பிய முகத்தைக் கண்டவன் சுந்தரி ஆண்டியைப் பற்றிய எண்ணத்தில் தான் வியாபித்திருக்கிறாள் என்று நினைத்து அவளிடம் பேசினான்.

"ஸ்வீட்டி என்ன யோசனையெல்லாம் பலமா இருக்கு?" என்றதும்

"அமுதன் அது..."

"ஒன்னும் ஃபீல் பண்ணாத ஆது நாம இனியன் விஷயமா மட்டும் சென்னை போல, இந்த முறை கண்டிப்பா சுந்தரி ஆண்டியைப் பற்றி எல்லாமும் கண்டுபிடிக்கிறோம் உன்னோட இத்தனை வருஷ குற்றயுணர்ச்சியெல்லாம் குறைக்கிறோம். கண்டிப்பா அவங்களுக்குனு ஒரு பேமிலி இருக்கும் ஆத்யா. அதையே நெனச்சு ஒர்ரி செய்யாத... போய் தூங்கு குட் நைட்" என்று அமுதன் விடைபெற்றான். இதுவரை சந்தீப், லெட்ஸ் செலிபிரேட் பற்றியே கவலைகொண்டவள் சுந்தரி ஆண்டியை எண்ணியும் வருந்தினாள்.

அடுத்த இரண்டு நாட்களில் எந்த விசேஷமும் இல்லாத காரணத்தால் ரூபனும் அவர்களோடு சென்னை செல்ல நினைத்து அமுதனிடம் அவன் எண்ணத்தைத் தெரிவிக்க அவனும் ஓகே சொன்னான்.

ஹிருத்தியாவின் திருமணம் முடிந்து மற்ற சம்பிரதாயங்கள் அனைத்தும் முடிந்திருந்தது. சீதாவைத் தவிர தமிழரசு, இளவரசு, விஜயா ஆகியோர் மிகவும் அன்னியோன்னியமாக வலம்வந்தனர். இந்த இடைப்பட்ட நாட்களில் சித்தார்த்துக்கு ஆன் சைட் செல்லும் வாய்ப்பு கிட்டியது. மூன்று வருடங்கள் ஆஸ்திரேலியா சென்று பணிபுரியும் வாய்ப்பு வர அடுத்த ஆறுமாதத்தில் அவன் இங்கிருந்து கிளம்ப வேண்டிய நிர்பந்தம் வந்தது.

மகனை வெளிநாடு அனுப்பும் முன் அவனுக்கு திருமணம் முடித்து மணமக்களை ஜோடியாக அனுப்ப நினைத்தார் விஜயா. அவனுக்கும் வயது இருபத்தி ஐந்து முடிய போகிற காரணத்தால் அவன் திருமணத்தை விரைவில் நடத்த எண்ணினார். அமுதனும் ஹிருத்தியாவும் விரும்பிய விஷயம் எப்படி அவன் குடும்பத்தில் எல்லோருக்கும் தெரியுமோ அதேபோல் தான் லட்டு சித்தார்த் காதலையும் எல்லோரும் அறிவர். அதனால் விரைவிலே சித்தார்த் சிகப்பி திருமணத்தை முடிக்க எண்ணினார்.

இன்னும் ஓரிரு மாதத்தில் இருபத்தி ஆறில் அடியெடுத்து வைப்பதால் அப்போது பேசி திருமணம் உறுதி செய்யலாம் என்று எண்ணினார். இதற்கிடையில் நாகப்பனின் அரசியல் கணக்கு எல்லாம் கைகூடுவதைப்போல் நடைபெற்றது. இன்னும் நான்கு மாத காலத்தில் தமிழ்நாட்டில் சட்டசபை தேர்தல் நடைபெற இருந்தது. காரைக்குடி தொகுதியை அதே கட்சியைச் சேர்ந்த சிவநேசன் என்பவர் குறிவைத்தார்.

இவர்களின் இந்த அரசியல் பகையில் அமுதனின் குடும்பம் சிக்கி அதில் சீதாவின் குடும்பத்தைத் தவிர மற்ற மூன்று குடும்பமும் சின்னாபின்னம் ஆகப்போகிறார்கள் என்று இப்போது இவர்கள் அறியவில்லை. அதற்கான காய்களை சப்தமேயில்லாமல் நகர்த்திக்கொண்டிருந்தார் சிவநேசன்.

திட்டமிட்டபடியே அமுதன், ஆத்யா, அத்திப்பூ, ரூபன், இனியன் என்று ஐவரும் சென்னை செல்ல ஆயத்தமாகினர். இன்னும் மூன்று நாட்களில் ஜாய்சன்- ஜோ என்கேஜ்மெண்டும் இருப்பதால் அதற்குள் அவர்கள் இங்கே திரும்பியிருக்க வேண்டும் என்று எண்ணிப் புறப்பட்டனர்.

முன்பு போல் இல்லாமல் இனியன் எல்லாவற்றையும் புரிந்துகொள்ளும் நிலையில் இருந்தான். கண்டிப்பாக இதற்கு லஷ்மி, அண்ணாமலை, சீதா ஆகியோரே காரணம்.

பெரியவர்களாக அவனை அழைத்து அவனுக்கு விளங்கும்படி எல்லாம் சொல்லியிருந்தனர். சென்னை வந்தவர்கள் இம்முறையும் பிரபாவின் வீட்டில் தங்காமல் தனியாக ரூம் எடுத்தே தங்கினர். மறுநாள் காலை ரூபன், அத்தி, இனியன் ஆகியோரை ஸ்கூலுக்கு அனுப்பிவிட்டு ஆத்யாவை அழைத்துக்கொண்டு ஹாஸ்பிடல் விரைந்தான் அமுதன்.

ஆத்யாவிற்கு மனமெல்லாம் திக் திக் என்று அடித்துக்கொள்ள அவளையும் அறியாமல் ஒரு சில கண்ணீர் துளிகள் அவள் இமை தாண்டியது. அமுதன் தான் அவளை பக்குவமாக தயார் படுத்தியிருந்தான். அன்று இனியனை அட்மிட் செய்திருந்த அதே மருத்துவமனைக்கு அவர்கள் வந்து ஆத்யாவைக் காத்திருக்கச் சொன்னவன் ரிசப்ஷனில் அவரைப் பற்றி அனைத்தையும் சேகரித்தான். பதினோரு மணிவாக்கில் அவருடைய டூட்டி முடியும் என்று தெரிவிக்கப்பட அவருக்காகக் காத்திருந்தார்கள்.

அவர்களைக் கடந்த படி ஐம்பது வயதை நெருக்கிய ஒரு பெண் செல்ல அவர்தான் என்பதைப்போல் ஆத்யா சொல்ல இருவரும் அவரைப் பின்தொடர்ந்தனர். ஹாஸ்பிடலில் மெய்ன் எண்ட்ரன்ஸ் தாண்டி வலதுபுறமாக கேன்டீன் இருக்க நேராக அதில் திரும்பாமல் சென்றவருக்கு முன் ஓடிச் சென்று மூச்சிரைக்க நின்றான் அமுதன்.

அதில் அதிர்ந்தவர், "யாரு நீங்க?" என்றதும்,

"நீங்க சுந்தரி தானே?"

கேள்வியாய் அவர் அவனைப் பார்க்க, "நான் அமுதன். உங்களுக்கு ரொம்ப தெரிஞ்சவங்களுக்கு ரொம்ப தெரிஞ்சவன்" என்று புதிர்போட்டான்.

அவரைப் பார்த்தவன் அவருக்குப் பின்னால் நின்ற ஆத்யாவிடம் சமிக்ஞை செய்ய அவரும் யாரென்று அறிய திரும்பினார். அவரைச் சந்திக்க முடியாமல் திணறினாள் ஆத்யா.

இருவரையும் மாறிமாறிப் பார்த்தவர், "உங்களுக்கு என்ன வேணும்?" என்றதும்,

"உங்களிடம் ஒரு பத்து நிமிஷம் பேசணும். ப்ளீஸ்?" என்று அமுதன் இழுக்க,

அவர் தலையசைத்ததும் அவரை கேன்டீன் உள்ளே செல்லச் சொல்லிவிட்டு, "இங்க வா ஆது. இப்படி தனியா நிற்கவா நாம வந்தோம்? அவங்க வேற நம்மளை சந்தேகமா பார்க்கறாங்க. வா ஸ்வீட்டி" என்று அவள் கரம் கோர்த்து அவர் அமர்ந்திருக்கும் டேபிளின் அருகில் சென்றான். ஆத்யாவின் கண்கள் கிட்டதட்ட கலங்கியிருந்தது. அவளையே சிறிது நேரம் கண்கொட்டாமல் பார்த்த சுந்தரியிடம்,

"தேங்க்ஸ் ஆண்ட்டி. நான் அமுதன். கோவையிலிருந்து வரோம். இது..." என்று ஆத்யாவைச் சுட்டி, "ஆத்யா. ஆத்யா லஷ்மி நாராயணன்" என்றதும் அதில் திகைத்தவர் ஆத்யாவை இப்போது நன்கு கவனித்தார். கடைசியாக ஆறு வயதில் தனக்கும் லஷ்மிக்கும் நடக்கவிருந்த திருமணத்தை நிறுத்தியதும் ஆத்யாவைப் பார்த்தவர் தான். இப்போது கிட்டதட்ட இருபது வருடங்கள் ஆகிவிட்டது. குழந்தையாய்ப் பார்த்தவளை குமரியாகப் பார்த்ததில் அவருக்கு பிரமிப்பு ஏற்பட்டது. விரலை அவள் புறம் நீட்டி கேட்க இதுவரை அடக்கியிருந்த அழுகையை அவள் வெளிப்படுத்த அமுதன் தான் அவளை ஆதரவாகப் பற்றினான்.

"பனிரெண்டு பதிமூணு வருஷமா உங்களைத் தேடிட்டு இருக்கா. ஆமா உங்களுக்கு ஏன் இன்னும் மேரேஜ் ஆகல?" என்று அமுதன் கேட்டதும் அவனை அதைவிட அதிர்ச்சியில் நோக்கினாள் ஆத்யா. இப்போது மீளாவலியில் தவித்த ஆத்யா, அமுதன் தோளில் சாய்ந்துகொள்ள, "ஆறு வயசுல விவரமில்லாம செஞ்ச தப்புக்கு பதிமூணு வருஷமா குற்றயுணர்ச்சியில் தவிக்கிறாள் ஆண்ட்டி. நீங்க கல்யாணம் செஞ்சு குடும்பம் குழந்தைங்கன்னு இருப்பீங்கனு தான் நான் இவளைச் சமாதானம் செய்வேன்.

ஆனா இப்படிப் பண்ணிடீங்களே?" என்று அமுதன் அவரைப் பார்த்துக் கேட்க,

"நான் தான் உங்க வாழ்க்கையைக் கெடுத்துட்டேன் இல்ல?" என்ற ஆத்யாவின் அருகில் வந்தவர் அவளை தன்மீது சாய்த்துக்கொண்டு ஆறுதல் செய்தார்.

"ஐ அம் சாரி ஆண்ட்டி. நான் எதையும் தெரிஞ்சு செய்யலை. அந்த வயசுல அதும் க்ரிஷ்னேனு கையில இருந்த காயத்தைப் பார்த்து... நான் ஒருத்தி சந்தோசமா இருக்க நெனச்சு உங்க ரெண்டு பேரோட வாழ்க்கையை ஸ்பாயில் செஞ்சிட்டேன் தானே?" என்று விசும்ப அவளை ஆறுதல் செய்ய முடியாமல் தடுமாறினார் சுந்தரி.

"இங்க யாரோட வாழ்க்கையையும் யாரும் கெடுக்கலடாமா. நீ செஞ்சதுல எந்த தப்பும் இல்லை. ஒருவேளை நீ பயந்த மாதிரியே நானும் மாறியிருந்தா?" என்ற அவளை ஆறுதல் செய்ய முடித்தார்.

"நீங்க அப்படியெல்லாம் செஞ்சிருக்க மாட்டிங்க. எனக்கு நம்பிக்கை இருக்கு. நான் தான் தப்பு தப்பா..." என்று தவித்தாள் ஆத்யா.

இப்போது சுற்றியிருந்தவர்கள் அவர்களைப் பார்க்க, "ஹே ஆத்யலஷ்மி இப்படி அழலாமா? எல்லோரும் பார்க்கறாங்கப் பாரு. கண்ணைத் துடை" என்றும் சுந்தரி சொல்லியும் ஆத்யா கேட்காமல் இருக்க, அமுதனிடம் திரும்பியவர், "நீங்க சொல்லுங்க தம்பி" என்றதும் அமுதன் அவளை ஆறுதல் செய்தான். இப்போது அமுதன் மற்றும் ஆத்யா இருவரையும் அர்த்தமாகப் பார்த்தார் சுந்தரி. அவருக்கு எல்லாம் புரிந்தது. மேலும் தன்னைப் பற்றி அனைத்தும் அறிந்திருக்கிறான் என்றால் அவர்களின் உறவு என்னவாக இருக்கும் என்றும் யூகித்தார்.

"ஸ்வீட்டி குட்டி அழாத ஸ்வீட்டி. நீ எந்த தப்பும் செய்யலடா... இது ஒரு ஆக்சிடென்ட்" என்றவன் இப்போது சுந்தரியிடம்

திரும்பி, "நீங்க ஏன் உங்களுக்குனு ஒரு லைஃப் அமைச்சுக்கல?" என்றான்.

"எனக்கு இவங்க அப்பாவை சின்ன வயசுல இருந்து தெரியும்" என்றவர் ஏதோ தோன்றியாவராய், "ஆமா இப்போ அவர் நல்லா இருக்காரு தானே?" என்றதும் ஆம் என்பதைப்போல் அமுதன் தலையசைத்தான்.

"எனக்கு வளர்ந்ததும் அவர் மேல ஒரு விருப்பம் இருந்தது. கண்டிப்பா இங்க எல்லோருக்கும் ஒரு க்ரஷ் இருக்கும் தானே?" என்று சிரித்தவர், "அப்படித்தான் எனக்கு அவர். எங்க வீட்ல என்னையும் சேர்த்து நாலு பொண்ணுங்க. நான் தான் கடைசி. அப்போ தான் படிக்க வந்தவர் இங்க உன் அம்மாவைப் பார்த்து விரும்ப எனக்கு அது தெரிந்தது ஒரு வருத்தம்.அந்த சமயத்துல என் ரெண்டு அக்காக்கு கல்யாணம் ஆச்சு. நான் நர்சிங் படிச்சேன். உங்க அப்பா அம்மாவை வீட்ல யாரும் ஏத்துக்கல. அவங்க தனியா வாழ்ந்தாங்க. நீயும் பிறந்த. என்னமோ எனக்கு உன்னைப் பார்க்கணும்னு தோணும். அப்புறோம் எனக்கு வேலையும் கிடைச்சது. என்னவோ பாக்குற மாப்பிள்ளையை எல்லாம் வேணாம்னு சொன்னேன். அப்போ தான்... அப்போ தான் உன் அம்மா இறந்துட்டாங்கனு நியூஸ் வந்தது. நான் ரொம்ப தவிச்சேன் தெரியுமா? உங்க அப்பா ரொம்ப உடஞ்சிபோயிட்டார். ஆனா ஒருநாளும் அதை உன்கிட்டக் காட்டிக்கிட்டதே இல்ல. கொஞ்ச கொஞ்சமா அவரோட அப்பா அண்ணா எல்லாம் அவரைச் சேர்த்துக்கிட்டாங்க. அப்போ ஒருமுறை கேரளா வந்தபோது தான் நானும் அவரும் பேசிக்கிட்டோம். என்னோட வாழ்க்கையைப் பற்றி அவர் கவலைப்பட அவருடைய வாழ்க்கையைப் பற்றி நான் கவலைப்பட்டேன். நீ குழுந்தையில செம சமத்து. அந்த சமயம் என் அப்பா இறக்க அடுத்த ரெண்டு வருஷம் எல்லோருடைய வற்புறுத்தல்ல தான் நானும் உங்க அப்பாவும் எங்க மேரேஜ் பற்றிப் பேசுனோம். அவருக்கு நீனா அவ்வளவு விருப்பம். உன்னோட எதிர்காலத்தை நெனச்சு அவர் ரொம்ப கவலைப்பட்டார். அப்போவே நாங்க டிசைட் பண்ணிட்டோம்.

எங்களுக்கு நீ மட்டும் தான் குழந்தைனு"என்னும் போது ஆத்யா மீண்டும் கலங்கினாள். "அந்த க்ரிஷ்நேனுவ நெனச்சு நீ பயந்ததைக் காட்டிலும் நான் பயந்திருக்கேன். குழந்தையிலே நீ அவ்வளவு அழகு தெரியுமா? ஏன் இப்பயும் கூட நீ அழகு தான். நான் அதுக்கு தான் உங்க அப்பாவுடன் கல்யாணத்துக்கு முன்னாடி உன்னோட விருப்பத்தைக் கேட்டேன். அதே தான் அவரும் செஞ்சாரு. நீ ஓகே சொன்னதும் தான் நாங்க மேரேஜ் பண்ண முடிவு பண்ணோம். திடீர்னு அன்னைக்கு நீ ரூம் கதவைப் பூட்டி அழுது அடம்பிடிச்சதும் எங்களுக்கு என்ன செய்யறதுனே தெரியிலடா. உன் அப்பா மேல இருந்த காதல்னால தான் அவரை ரெண்டாவதா கல்யாணம் செய்ய சம்மதிச்சேன். நாளைக்கு என்னால உனக்கும் உன் அப்பாக்கும் இடையில் எந்த பிணக்கும் வரக்கூடாதுன்னு நெனச்சு நாங்க பிரிஞ்சிட்டோம். உங்க அப்பாவை ரெண்டாவதா கல்யாணம் செய்ய ஓகே சொன்னதாலோ இல்லை என் வயசின் காரணமாவோ அதன் பின் ரெண்டு மூணு ரெண்டாம்தாரம் மேரேஜ் அலைன்ஸ் வந்தது. அதெதுவும் பிடிக்காம தனியா இருக்க ஆரமிச்சேன். அப்படியே வருஷம் ஓடிடுச்சு. இதோ சென்னை வந்து ஆறு வருஷமாகுது. லைஃப் நல்லா தான் போகுது..." என்று ஆத்யாவைப் பார்த்தபடியே சிரித்தார் சுந்தரி.

அப்போது அவர்கள் ஆர்டர் செய்த ஜூஸ் வர அதைப் பருகினார்கள். "சரி என் கதை ரொம்ப பழைய கதை. அதை விடுங்க. அப்பா எப்படி இருக்காரு? அண்ட் இது தான் நீ கட்டிக்கப் போறவரா?" என்று ஆத்யாவிடம் கேட்டார் சுந்தரி.

"அப்பா நல்லா தான் இருந்தார்.இப்போ டையாலிசிஸ்ல இருக்காரு" என்றவள் அமுதனைப் பற்றியும் லஷ்மியைப் பற்றியும் சொன்னாள். லஷ்மியின் உடல்நிலையைப் பற்றி அறிந்து வருந்தியவர் அமுதனை எண்ணி மகிழ்ந்தார்.

"வயசாகிடுச்சில்ல? இதெல்லாம் சாதாரணம் தான். அப்புறோம் உன் செலக்சன் சூப்பர்டா" என்றதும்,

"சரி கிளம்புங்க ஊருக்குப் போலாம்" என்றாள் ஆத்யா.

அதில் அதிர்ந்தவர், "இல்ல மா. எனக்கு கொஞ்சம் வேலை இருக்கு. இன்னொருநாள் நான்..." என்று முடிக்கும் முன்னே, "அப்போ என்னை நீங்க மன்னிக்கல ரைட்?" என்ற ஆத்யாவுக்கு,

"இன்னும் சின்ன பொண்ணு மாதிரி இருக்கடாமா. இப்போ என்ன இருவது வருஷத்துக்கு முன்னாடி செஞ்ச தப்புக்கு இப்போ பிராயச்சித்தம் தேடுறதா நினைப்பா? லுக் இப்பயும் எங்களுக்கு நீயும் உன் வாழ்க்கையும் ரொம்ப முக்கியம். உன்னோட கல்யாணம் நடக்கட்டும். அதுக்கு நான் தான் எல்லாம் முன்ன நின்னு செய்வேன். ஆனா இப்போ வர முடியாதுடா. அது முறையில்லை" என்றதும் அமுதனும் தன் பங்கிற்கு அவரை அழைத்து அனைத்தையும் தாங்கள் பார்த்துக்கொள்வதாய் உரைக்க,

"தம்பி எனக்கு ரொம்ப நிறைவா இருக்கு. ஆத்யாவுக்காக நீங்க இவ்வளவு தூரம் பேசுறதிலே அவ மேல உங்களுக்கு இருக்கும் அன்பு நல்லாவே புரியுது. நான் அங்க வந்தா அது தேவையில்லாத சலசலப்புக்கு ஆளாகிடும். இப்பயும் சொல்லுவேன் நான் அங்க வருவேன். ஒரு நாளோ ரெண்டு நாளோ அங்க தங்குவேன். ஏன் ஒரு வாரம் கூட இருப்பேன். ஆனா அது என் பொண்ணுக்காக மட்டும் தான். அண்ட் இப்போ அதுக்கான அவசியமும் ஏற்படல. புரியுனு நினைக்கிறேன். வேணுனா மாசம் ஒரு முறை கூட வரேன். என்னால அதிகபட்சம் அவ்வளவு தான் முடியும்" என்றதும் ஆத்யாவின் முகம் சோகமானது.

"சரி இதே விஷயத்தை நீ உங்க அப்பா கிட்டச் சொல்லு. அவரும் இதைத்தான் சரினு சொல்லுவாரு. நாங்க தனியாவே வாழ்ந்து பழகிட்டோம்" என்றவர், "சரி வாங்க நாம இப்போ சாப்பிடப் போலாம். பக்கத்துல நல்ல ரெஸ்டாரெண்ட் இருக்கு. எழுங்க எழுங்க..." என்று இருவரையும் அழைத்தவர் அவர்களைச் சாப்பிட அழைத்துச் சென்றார்.

"என்னடா வீட்டுக்குக் கூப்பிடலையேன்னு நினைக்க வேணாம். நான் ஒரு ஹாஸ்டெல்ல தான் தங்கி இருக்கேன்" என்று

சிரித்தார். அது அமுதனுக்கும் ஒரு மாதிரி ஆனது. பின்பு மூவரும் சாப்பிடச்சென்றனர்.

அங்கே இனியனின் பள்ளிக்குச் சென்ற அத்தி மற்றும் ரூபன் இருவரும் தங்களை அறிமுகப்படுத்திக்கொண்டு இனியனின் நிலையை எடுத்துரைக்க அந்த தாளாளர் இனியனிடம் சிறிது உரையாடிவிட்டு அவனுடைய டி.சி, சர்டிபிகேட்ஸ் அனைத்தையும் ஒப்படைத்தார். இனியனின் விருப்பத்திற்காக உணவு இடைவேளை வரை காத்திருந்து அவனுடைய நண்பர்களைப் பார்த்து பேசிவிட்டு அமுதனுக்கு அழைக்க, தாங்கள் வர நேரமாகும் என்றவன் அவர்களை வெளியில் எங்கேயாவது சென்று வரும்படி அறிவுறுத்தினான். அதன் படியே அவர்கள் மூவரும் பீச் சென்றனர்.

இனியனுடன் ஒன்றாக விளையாடும் போது தன்னையும் அறியாமல் அத்திப்பூ ரூபனிடம் வெகு சகஜமாய் உரையாடினாள். அதை அத்திப்பூ உணராவிடினும் ரூபன் கவனித்து குறித்துக்கொண்டான். மேலும் இனியன் பள்ளியின் தாளாளர் ரூபனை யாரென்று கேட்ட போது அத்தியைத் திருமணம் செய்துகொள்ளவிருப்பவன் என்றதும் அத்தி அதிர்ந்தது உண்மை.

மாலை வரை அவர்கள் அங்கே பொழுதுபோக்கியவர்கள் அறைக்குத் திரும்பினர். இங்கே சுந்தரிக்கு அமுதனிடமும் ஆத்யாவிடமும் பேச நிறைய இருந்தது. மாலையில் விடைபெற்றவர்கள் அறைக்குச்சென்றனர். ஆத்யாவின் மனதில் இருந்த குற்றயுணர்ச்சி தீரவில்லை என்றாலும் அது இப்போது மட்டுப்பட்டு இருந்தது. ஆத்யாவின் தற்போதைய மனநிலையை உணர்ந்த சுந்தரி அவளைத் தேற்றினார்.

மறுநாள் காலையில் அவர்கள் ஐவரும் கோவை திரும்பினர். நால்வரின் மனதும் ஒவ்வொரு நிலையில் இருந்தது.

தன்னுடைய பிரச்னையை அமுதனிடம் சொன்னால் அது விரைவில் தீர்ந்துவிடுவதைப் போல் உணர்ந்த ஆத்யா அன்று தான் கவலைப்பட்டது சுந்தரி ஆண்டியை நினைத்தல்ல என்றும் மிதிலா சந்தீப்பின் பிரச்சனை தான் காரணமென்றும் அமுதனிடம் தெரிவித்தாள். இதைக்கேட்ட அமுதனுக்கு என்ன சொல்வதென்று புரியவில்லை. இருந்தும் சந்தீப்பிடம் தானொரு முறை பேசிப்பார்ப்பதாக உரைத்தான் அமுதன்.

மேலும் நல்ல நாள் தள்ளிப்போவதால் மிதிலாவின் திருமணத்தை இன்னும் இருபத்தி ஐந்து தினங்களில் முடிவு செய்திருந்தனர்.

இங்கே லீவ் நாட்களுக்காக நாட்காட்டியைப் பார்க்கும் குழந்தையென ஸ்ருவின் வருகைக்காகக் காத்திருந்தான் கார்த்தி.

இதற்கிடையில் அந்த ஃபூட் பெஸ்டிவல் பற்றி அனைத்து விதிமுறைகளையும் க்ரிஷ் தெரிவிக்க அதற்காக இன்னும் தீவிரமாக அமுதன் அண்ட் கோ தயாரானார்கள். மூன்று நாட்கள் நடைபெறும் ஃபூட் பெஸ்டிவலில் முதலாம் நாள் காலை நடைபெறவிருக்கும் திருமணத்தை எண்ணி தான் அவர்கள் குழம்பினர். மேரேஜும் முக்கியம் என்றால் ஃபூட் பெஸ்டிவலும் முக்கியம் தானே?

அண்ணாமலையும் சீதாவும் காரைக்குடியில் இருந்து கோவை வந்து நீண்ட நாட்கள் ஆனதாலும் அண்ணாமலைக்கு உடல் நலமடைந்ததாலும் மறுநாள் காரைக்குடிக்குச் செல்ல முடிவெடுத்தனர். மேலும் அடுத்த வாரத்திலே ஒரு நல்ல நாளில் இனியனை அத்தி லீகளாக தத்தெடுக்க முடிவெடுத்தாள். அப்போது தான் விரைவிலே பிரபாவின் சொத்துக்களை எல்லாம் ஒழுங்கு படுத்திவிட்டு தன்னுடைய வேலையில் கவனம் செலுத்த முடியும் என்று அவள் நினைத்தாள்.

அமுதன் சம்மதம் சொன்னதையும் மனம் மாற சிறிது கால அவகாசம் வேண்டும் என்றதையும் ஆத்யா தெரிவிக்க,

அண்ணாமலை, சீதா, லஷ்மி ஆகியோர் கலந்தாலோசித்து அவர்களின் திருமணத்தை அடுத்த ஆறு மாதத்திற்குள் முடிக்க எண்ணினார்கள்.

நாளை நடைபெறும் ஜாய்சன்- ஜோவின் நிச்சயதார்தத்துக்கு லெட்ஸ் செலிபிரேட் தயாரானது. (சுவைக்கும்!)

* * * * * *

அத்தியாயம் - 39

அந்த மண்டபமே அதிரும் அளவுக்கு ஜாய்சன்- ஜோவின் நிச்சயதார்த்த ஏற்பாடுகள் அரங்கேறியது. இருவீட்டாரும் கூடியிருக்க இருவரின் நண்பர்கள் உறவினர்கள் என்று ஒரு பெரிய பட்டாளமே அங்கு திரண்டிருந்தது. ஏற்கனவே சொன்னபடி மற்ற நிகழ்வுகளைக் காட்டிலும் இது அழகில் மிளிர்ந்தது. மணமேடை முதல் மண்டபம் வரை எல்லாம் ஜொலிக்க கூட்டமும் நிரம்பியிருந்தது. சிறிது நேரத்தில் என்கேஜ்மென்ட் ரிங்ஸ் எடுத்துவரப்பட ஜாய்சன் ஜோக்கு அதை மாட்டப்போகும் போது லவ், நித்தி, ஆத்யா ஆகியோர் ட்ராமாட்டிக் ப்ரோபோசல் செய்து தான் மோதிரம் அணிவிக்க வேண்டும் என்று அன்பு கட்டளையிட உடனே மணமக்கள் இருவரின் நண்பர்களும் கூக்குரலிட்டு அதையே ஆமோதிக்க வேறு வழியின்றி ஜாய்சன் ஜோவுக்கு ப்ரபோஸ் செய்ய அந்நிகழ்வை சந்தீப்பே தன்னுடைய கேனானில் பதிவுசெய்தான். சுற்றி எல்லோரும் ஆரவாரமிட கூடியிருந்த எல்லோரும் இந்த அலங்காரங்களையும் நிகழ்வுகளையும் ரசித்தனர். பிறகு எல்லோரும் ஒன்றுகூடி போட்டோஸ் செல்பீஸ் எடுக்கவும் சூடான சுவையான பிரியாணி தயாரானது. லைட் மியூசிக் ஒருபுறம் ஒலித்துக்கொண்டிருக்க எதிர்பார்த்தத்தைக் காட்டிலும் ஜாய்சனின் என்கேஜ்மென்ட் சிறப்பாக நடந்தேறியது. விழாவுக்கு லெட்ஸ் செலிபிரேட்டில் பணிபுரியும் ஒவ்வொருவரின் குடும்பமும் வந்திருந்தது. அவர்களின் திருமணத்தை இன்னும் எட்டு மாதங்கள் கழித்து முடிவுசெய்திருந்தனர்.

விழா நிறைவடைந்தும் அன்று மாலை ஜாய்சன் தவிர்த்து எல்லோரும் லெட்ஸ் செலிபிரேட்டில் ஒன்று கூடி வழக்கம் போல் கதைத்துக்கொண்டிருக்க,

"இது சும்மா ட்ரைலர் தான் கண்ணுங்களா... மெய்ன் பிக்சர் மிதிலாவோட மேரேஜ்ல தான் இருக்கு..." என்று நித்திலா

ஆர்ப்பரிக்க தன்னையும் அறியாமல் ஆத்யா உள்ளுக்குள் பயந்து அமுதனை நோக்கினாள். அவள் பார்வையின் பொருளை உணர்ந்தவன் 'நான் இருக்கேன்' என்பதைப்போல் சமிக்ஞை செய்தான்.

எல்லோரும் அங்கிருந்து சென்றுவிட, சந்தீப் மட்டும் சோகமாய் அமர்ந்திருந்தான். அனைவரும் சென்றுவிட்டதை ஊர்ஜிதப்படுத்திக்கொண்டவன் சந்தீப்பிடம் பேசுவதற்காக நெருங்கி அவனை அழைத்தான்.

சந்தீபோ அதை உணராமல் இருக்க அவனைத் தொட்டு, "சந்தீப் என்ன யோசனை?"

'ஒன்றுமில்லை' என்பது அவன் மறுக்க,

"மிதிலா மேரேஜை எப்படி நிறுத்தலாம்னு யோசிக்கிறியா?" என்றதும் அதில் ஒரு கணம் அதிர்ந்து விழித்தான் சந்தீப்.

"நான் எல்லாம் கேள்விப்பட்டேன். ஆத்யா சொன்னா... உண்மையா?" என்றதும்,

"என்னை இப்போ என்ன பண்ண சொல்றீங்க அமுதன்? போனால் போகட்டும் போடான்னு பாட்டு பாடவா? அவளும் என்னைத்தான் விரும்புறா அமுதன். எனக்கு அவளோட ஃபேமிலி சிட்சுவேஷன் நல்லாத்தெரியும். அவளுக்குப் பின்னாடி ஒரு தம்பி தங்கை. அன்னைக்கு வந்து என்கிட்டச் சொன்னவ ஒரு மாசம் முன்னாடி சொல்லியிருந்தா இந்நேரம் எங்க கல்யாணம் நடந்திருக்கும் இல்ல? சிலர் நம்ம கூட இருக்கும் போது நமக்கு ஒன்னுமே தெரியாது. ஆனா அது நம்மை விட்டுப் போனா தான் அதோட அருமை நமக்குப் புரியும். என்கூட இருந்த வர அவ எனக்கு ஒரு கொலீக்னு மட்டும் தான்னு நெனச்சிருந்தேன். ஆனா இப்போ யோசிச்சா அவகூட நான் செஞ்ச ஒவ்வொரு விஷயமும் ரசிச்சு செஞ்சிருக்கேன். இந்த டாம் அண்ட் ஜெர்ரி மாதிரி. சமயத்துல டாம் ஏன் இவ்வளவு தத்தியா இருக்குனு நாம் நினைப்போம். இல்ல இந்த ஜெர்ரி ஏன் இவ்வளவு ஓவரா நடக்குதுனு கடுப்பாவோம். ஆனா அந்த

டாமும் ஜெர்ரியும் தனித்தனியா இருந்தா அதுல சுவாரசியம் எங்க இருக்கு? அதுங்க சேர்ந்திருப்பதால் தான் அத்தனை அழகு. அது மாதிரி தான் அமுதன் இந்த டாம் ஆன சந்தீப்புக்கு மதிப்பே அந்த ஜெர்ரியான மிதிலா கூட இருப்பதினால் தான். என்னால முடியில அமுதன்... இப்போ மட்டும் அந்த ராஸ்கல் என் கண்ணு முன்னாடி வந்தான் அவனை அவனை..." என்று மிதிலாவின் வுட்பையை வெளுத்து வாங்கினான்.

ஆதரவாக சந்தீப்பின் தோள்களைத் தட்டியவன், "நீ பேசுறதெல்லாம் கரெக்ட் தான். ஆனா இப்போ எல்லாம் கைமீறி போயிடுச்சு. மிதிலா மேரேஜுக்கு இன்னும் த்ரீ வீக்ஸ் தான் இருக்கு. எல்லாத்துக்கும் மேல இது நாம நடத்தப்போற கல்யாணம். இதுல ஏதாவது எசகுபிசகு ஆச்சுன்னா யோசிச்சுப்பாரு சந்தீப்... இந்த இடத்துக்கு வர நீங்க மூணு வருஷம் கஷ்டப்பட்டு உழைச்சிருக்கீங்க. இப்போ அது உங்க எல்லோருடைய எதிர்காலத்தையும் பாதிக்கும். ஆத்யா ரெண்டு மூணு நாளாவே சரியில்லை சந்தீப்" என்றவன் இப்போது தான் தாங்கள் சென்னையில் சுந்தரி ஆண்ட்டியைச் சந்தித்த கதையைச் சொன்னான். "இப்போ அவ மனசெல்லாம் மிதிலாவோட கல்யாணத்துல தான் இருக்கு. அவளுக்கு கூழும் வேணும் மீசையும் வேணும். உங்களுக்காக உங்க எதிர்காலத்துக்காக லெட்ஸ் செலிபிரேட் பேர் கெட்டுப் போவதை அவ எப்படி அக்செப்ட் பண்ணுவா? உண்மையிலே இதொரு தர்மசங்கடமான நிலை தான் சந்தீப். எனக்கு உன்கிட்ட இதைப்பற்றிப் பேசணும்னு தோணுச்சு. ஆனா நான் எந்த முடிவும் சொல்லப் போறதில்லை. பட் ஒன் திங்க் மிதிலா இன்னும் உன்னைத்தான் லவ் பண்றானு கன்பார்ம் பண்ணனும். அதைவிட முக்கியம் நீ அவளை லவ் பண்ற..." என்று நிறுத்த இப்போது தான் அன்று தான் இதைப் பற்றிப் பேசியதும் ஏன் ஆத்யாவின் முகம் வெளிறியது என்று சந்தீப்பிற்குப் புரிந்தது.

"யோசிங்க. நான் வரேன்.அண்ட் முக்கியமான ஒரு விஷயம் ஓரளவுக்கு ஹிருத்தியா என் லைஃப்ல இல்லைனு நான் முடிவுபண்ணிட்டு தான் அந்த மேரேஜுக்கு நான் சமையல்

செஞ்சேன். ஆனா அது கொடுத்த வலி இருக்கே..." என்று கண்களை மூடினான். "நான் இப்போ பேச வந்ததுக்கு காரணமே இது தான். நீ அன்னைக்கு அங்க இருக்காத சந்தீப். அனுபவப்பட்டவன் சொல்றேன்..." என்று அங்கிருந்து நகர்ந்தாலும் மிதிலாவின் திருமணத்தில் சந்தீப் எந்த பிரச்சனையையும் செய்யக்கூடாது என்று மறைமுகமாக உணர்த்தினான். அது சந்தீப்பிற்கும் புரிந்தது.

சென்னை சென்று திரும்பியதில் இருந்து அத்தியும் ரூபனும் முன்பு போல் இல்லாமல் நன்கு நெருங்கியிருந்தனர். அத்தி என்னதான் வெளியில் ரூபனை அவாய்ட் செய்வதுபோல் தெரிந்தாலும் உள்ளுக்குள் அவனை அவள் விரும்புகிறாள் என்பது ரூபனுக்கு நன்றாகவே புரிந்தது. அவன் சென்னையில் அன்று அவளோடு நேரம் செலவளித்த போதே அதைப் புரிந்தும் கொண்டான்.

பிரபாவும் அவர் கணவரும் ஒரு வங்கியில் லோன் வாங்கியிருந்தனர் என்று அறிந்துகொண்டவள் அதற்கு செலுத்த வேண்டிய தொகை முதலியற்றை தெரிந்துகொண்டாள். இதையும் அன்று சென்னை சென்றிருந்த போது அந்த வங்கிக்கே சென்று உறுதிப்படுத்திவிட்டு வந்தாள்.

ஒவ்வொரு செய்கையிலும் இனியன் மீது தனக்கிருக்கும் அக்கறையை ரூபன் வெளிகாட்டிக்கொண்டு தான் இருந்தான். அது அத்திக்கும் புரியாமல் எல்லாம் இல்லை. ஆயினும் வேதாளம் அடிக்கடி முருங்கை மரம் ஏறிக்கொண்டு தான் இருந்தது. அன்று ரூபனின் தந்தையும் சித்தியும் கோவைக்கு வந்திருந்தனர். வந்தவர்கள் எல்லோரையும் பார்த்து நலம் விசாரித்தலும் அத்தியிடம் வெகு சகஜமாக உரையாடினர். சிறிது நேரம் அத்தியிடம் தனியே பேசவேண்டும் என்று எண்ணிய ரூபனின் சித்தி அவளை வெளியே அழைத்துச் சென்றார்.

இதுவரை அவரிடம் அத்தி பேசியதே இல்லை. ஆனால் அவரின் குணம் பற்றி ஓரளவுக்கு அவளும் அறிந்திருந்தாள்.

பொது படையாக எல்லாம் பேசியவர் அத்தியின் அடுத்தகட்ட முடிவுகளைப் பற்றி விசாரிக்க அவர் எதற்காக இதெல்லாம் பேச வருகிறார் என்று அத்தியும் ஓரளவுக்கு யூகித்தாள்.

"உன்கிட்ட ரொம்ப வெளிப்படையாவே பேசுறேன் அத்தி. எனக்கு ரூபன் இனிமேலாச்சும் வாழ்க்கையில ஒரு பிடிப்பு வந்து சந்தோசமா வாழனும்னு நான் ஆசைப்படுறேன். புரியுது தப்பு என் மேலேயும் தான் இருக்கு. அதான் அந்தத் தப்பைத் திருத்த இப்போ உன்கிட்டப் பேச வந்திருக்கேன். கிட்டதட்ட என்னோட நிலையில தான் நீயும் இருக்க. நானும் உன்னை மாதிரியே தான் யோசிச்சேன். நமக்கு ஒரு குழந்தை வந்தா ரூபன் நம்மை விட்டு விலகிடுவானோனு நானும் பயந்தேன். ஆனாலும் எனக்கு அவன் மேல ஒரு அபரிதமான நம்பிக்கை இருந்தது. அண்ட் இங்க அவ்வளவு சுலபமாலாம் வாழ்த்திட முடியாது அத்தி. அதுக்கு இந்த சமூகம் நம்மை விடாது. முதல ரூபனுக்காக நான் அவர் அப்பாவை கல்யாணம் செய்ய முன்வரும் போது "என்னைக்கும் ரூபன் மட்டும் உன் குழந்தையா இருக்கணும்னு" நிறைய பேர் என்கிட்டச் சொன்னாங்க. அதுவே எனக்கு கல்யாணம் ஆனப் பிறகு, "ஆயிரம் இருந்தாலும் உனக்குன்னு ஒரு குழந்தை வேணும்னு" அப்படியே மாற்றிச் சொன்னாங்க. அவங்க சொன்னாங்கனு எல்லாம் நான் என் முடிவை மாற்றவில்லை. இதுவரை யாருக்குமே தெரியாத ஒரு கதை சொல்லுறேன் கேளு. இது ரூபனுக்கும் கூட ஞாபகமிருக்கானு தெரியில. சின்ன வயசுல அவனுக்கு அடிக்கடி உடம்பு சரியில்லாம போயிடும். நாங்களும் அவன் அம்மாவோட நினைவுல தான் இப்படி ஆகுதேன்னு யோசிச்சோம். ஆனா ஒருநாள் ரொம்ப உடம்பு முடியாம போயிடுச்சு. அப்போ தான் என்னனு பார்த்தா ஏதோ 'ஸ்டெம் செல்'(எந்த மாதிரியான செல்களாகவும் மாறும் குணம் உடையது) தேவைன்னு சொன்னாங்க. அது சட்டுனு எல்லாம் கிடைக்காதாம். அடிக்கடி அவனுக்கு உடம்பு முடியாம போயிடும். அப்போ தான் ஒரு டாக்டர் என்ன சொன்னாருன்னா ஒருவேளை அவனுக்கு ஒரு தம்பியோ

தங்கையோ பிறந்தா அந்தக் குழந்தையின் தொப்புள் கொடியில் இருக்கும் அந்த செல்களை வெச்சோ இல்லை அந்தக் குழந்தையுடையதை வெச்சோ எல்லாம் சரி பண்ணிடலாம்னு சொன்னாங்க. அதொரு பெரிய கதை. ரூபனுக்கு இன்னைக்கு வரை தெரியாத கதை. அவனைக் காப்பாற்ற அவனுக்காக இன்னொரு குழந்தை பிறந்தது. அதான் அவன் தம்பி. இதுல நிறைய மன அழுத்தங்களை நாங்க அனுபவிச்சோம். எப்போ பாரு சித்தி சித்தின்னு என்கூடவே தான் சுத்திட்டு இருப்பான். அவனைக் காப்பாற்றிய பிறகு எங்க அவனுக்கும் இந்த மாதிரி எதுவும் ஆகிடக்கூடாதுனு நெனச்சு அவனை ரொம்ப பத்திரமா பார்த்துப்பேன். வளர்ந்ததும் ரூபன் ரொம்ப குறும்பு பண்ணுவான். அவன் தம்பியைப் பிடிச்சு அடிச்சிடுவான் கிள்ளிடுவான். அந்தச் சமயத்துல ஒரு நாள் நான் ரூபனை அடிச்சிட்டேன். அதோட சரி. என்கிட்ட இருந்து கொஞ்சம் கொஞ்சமா விலகியவன் இப்போ ஒரு பத்து நாளைக்கு முன்னாடி தான் ஒழுங்கா பேசினான். அவனை எப்படியெல்லாம் காப்பதினோம்னு எங்களுக்குத்தான் தெரியும். சரி அதை விடு அதெல்லாம் பழைய கதை. இப்போ அதைப்பற்றி நான் பேச வரல. இத்தனை வருஷத்துல எனக்குத் தெரிஞ்சு அவன் என்கிட்ட உரிமையா கேட்டது எல்லாம் ஒன்னே ஒன்னு தான் அத்தி. அது..." என்றவர் அன்று தன் சித்தியுடன் தன்னுடைய பயத்தைப் பற்றியும் அத்தியின் மீதான காதலைப் பற்றியும் சொன்னதையெல்லாம் ஒன்று விடாமல் சொன்னார்.

"இவ்வளவு தான் அத்தி. இப்போ சொல்லு உனக்கு இன்னுமா ரூபன் மேல நம்பிக்கை இல்ல? இல்ல நாளைக்கு அவன் உன் அக்கா பையனை தனியா விட்டுடுவானுனு நெனைக்கறியா? நாம ரோட்டல நடந்து போறோம் அப்போ நம்ம கால்ல ஒரு ஆணி குத்திடுச்சி. நாம என்ன பண்ணுவோம்? ஐயோ நம்மளை கிழிச்ச இந்த ஆணி இனி வேற யாரையும் கிழிச்சிடக்கூடாதுனு தூக்கி ஓரமா வீசுவோமா? இல்ல நமக்கு ஆன மாதிரியே நமக்கு பின்னால வரவங்களுக்கும் ஆகணும்னு எண்ணி அதை அங்கேயே விட்டுட்டுப் போவோமா? என்ன பண்ணுவோம் சொல்லு?" என்றார்.

"தூக்கி தூரமா போட்டுட்டு தான் போவோம்..."

"அதே தான் அத்தி. ரூபன் அவன் வாழ்க்கையில அவன் இழந்ததாவோ இல்லை அவன் அனுபவித்ததாவோ நினைக்கிறதை எப்படி அத்தி இனியனுக்குக் கொடுப்பான்? இனியன்னு இல்லை யாரா இருந்தாலும் சரி அவங்களுக்கு அவன் அப்படிச் செய்யமாட்டான். எனக்கு அவன் மேல முழு நம்பிக்கை இருக்கு. இனி எல்லாம் நீ தான் முடிவெடுக்கனும். உண்மையிலே அவனோட அப்பாக்கு இதுல முழு சம்மதம் இல்லை தான். சின்ன சின்ன நெருடல் அவருக்கு இருக்கு. ஆனா அதெல்லாம் நான் பார்த்துக்கறேன். நீ எங்களைப் பற்றி எதையும் நெனச்சு வீணா குழம்ப வேண்டாம். நல்லா யோசி. நான் உன்னை வற்புறுத்தவில்லை. எப்படியும் இப்போ உனக்கு நிறைய கடமை இருக்கு. ரூபன் கூட சின்ன வயசுல இருந்து என்னிடம் தான் வளர்ந்தான். ஆனா இனியனுக்கு இப்போ தான் உன்னைத் தெரியுமே! இதுல நிறைய மனரீதியான பிரச்சனை இருக்கு. சமாளிக்கலாம். நானும் உன் கூட இருக்கேன். இவ்வளவு தூரம் ஏன் நான் பேசுறேன்னா இதுவரை ரூபன் அவன் வாழ்க்கையில என்னலாம் இழந்திருக்கானு எனக்குத் தெரியில. ஆனா உன்னை மட்டும் அவன் இழந்திடக்கூடாது. ஏழெட்டு வருஷமா உனக்கு அவனைத் தெரியும். நீ அவனை விரும்புற. இப்படி திடீர்னு அவனை மறந்துட்டு உன்னால வாழ முடியுமா என்ன? நல்லா யோசி நான் வரேன்" என்றவர் அங்கிருந்து நகர்ந்தார். ரூபன் அந்த நிகழ்வுக்குப் பிறகிலிருந்து தான் அவன் சித்தியைக் கண்டும் அவன் குடும்பத்தைக் கண்டும் ஒதுங்க ஆரமித்தான். அதன் நீட்சியாகத் தான் யாரிடமும் ஒன்றாமல் ஒதுங்கியே வாழ்ந்தான்.

அத்தியின் மனம் இப்போது ஒரு முடிவெடுக்க முடியாமல் தத்தளித்தது. அக்காவுக்காகவும் அக்காவின் மகனுக்காகவும் தன் வாழ்க்கையையே தியாகம் செய்ய நினைத்த இவர் எங்கே இறக்கும் தருவாயில் தான் தன்னுடைய தவறை உணர்ந்த தன்னுடைய அக்கா எங்கே? என்று யோசித்தவளுக்கு 'சில

நேரங்களில் சில மனிதர்கள்' என்ற ஜெயகாந்தனின் வாசகம் தான் நினைவுக்கு வந்தது.

அன்று கபிலன் தன்னுடைய கடையில் இருக்கும் போது சாலைக்கு எதிர்புறமாக இருக்கும் அந்த போக்கே ஷாப்பில் இருந்தாள் லவ். அதொரு பிரபலமான போக்கே ஷாப் தான். லெட்ஸ் செலிபிரேட் பெரும்பாலும் தங்களுக்குத் தேவையான மலர்கொத்துக்களை எல்லாம் அங்கே தான் ஆர்டர் செய்வார்கள். ஊட்டியிலிருந்து வரும் ப்ரெஷான மலர்களைக் கொண்டு தான் அங்கே அலங்கார மலர்கள் செய்யப்படும். அன்றைய தினம் தான் இரு குடும்பமும் ஃபார்மலாக திருமணத்தை உறுதிசெய்யப் போகிறார்கள். விழாவை எளிமையாக நடத்த விரும்பியவர்கள் அன்று மாலை நடைபெறும் விழாவில் இரு குடும்பம் மட்டும் இருக்கும் படி பார்த்துக்கொண்டனர்.

"என்ன கல்யாணிக்கா இப்படிப் பண்ணிடீங்களே? நான் தான் பத்து மணிக்கெல்லாம் ஷார்பா வருவேன்னு சொன்னேயில்ல? ஏன்?" என்று அவரோடு புலம்பினாள்."நீங்க கொடுக்குற பூவை வெச்சு தான் நான் போய் வீட்டை டெக்கரேட் செய்யணும். இதுல மட்டும் ஏதாவது தப்பாச்சு அப்புறோம் நான் என் வீட்டாளுங்க முன்னாடி நான் செத்தேன். 'உன்னையெல்லாம் எப்படி உன் ஃப்ரெண்ட்ஸ் கூட வெச்சு இருக்காங்க? இதையே ஒழுங்கா செய்ய மாட்டேங்குற நீ எப்படி கல்யாணத்தை எல்லாம் நடத்துறனு?' என்னை மானபங்கம் செஞ்சிடுவாங்க. அதிலும் என் சித்தப்பா பையன் இருக்கான் பாருங்க அவனைப் பற்றி நான் சொல்லவே வேண்டாம்..." என்று சிணுங்கினாள்.

"நான் என்ன பண்ண லவ்? நீ தான் 'பெட்டெர்மாக்ஸ் லைட்டே' தான் வேணுங்கற மாதிரி ஊதா கலர் ஆம்பல் தான்(purple lily) வேணுன்னு சொல்லிட்ட. நேத்து ஊட்டில செம மழையாம் அதனால் நேத்து ஈவினிங் வந்திருக்க வேண்டிய ப்ளெவெர்ஸ் லோட் வரல. உனக்காக அடிச்சு பிடிச்சு ஆர்டர் பண்ணியிருக்கேன் தெரிஞ்சிக்கோ" என்றார் கல்யாணி.

"சரி சரி கோச்சுக்காதீங்க சீக்கிரம் செஞ்சு கொடுங்க. அண்ட் நாளைக்கு எங்களுக்கு ஒரு மேரேஜ் ரிசப்ஷன் வேற இருக்கு. அதுக்கு இந்த மாதிரி லேட் பண்ணிடாதீங்க. ஜாய்சன் இல்லை நித்தி வருவாங்க" என்றவள் திரும்ப அங்கே சாலையின் எதிர்புறம் தன்னையே பார்த்த கபிலனைக் கண்டவள் 'ஹாய்' என்று கையுயர்த்த அவனும் பதிலுக்கு கையுயர்த்தி என்ன என்பதைப்போல் போல் வினவ அவனிடம் பேச எண்ணி சாலையைக் கடந்தாள் லாவண்யா.

"எங்களை ஈவினிங் வரச் சொல்லிட்டு நீங்க என்ன ஜாலியா சுத்துறீங்க?" என்றான் கபிலன் சிரித்தபடியே...

"ஜாலியா? யாரு நானு? நல்லா வருவீங்க நீங்க. நானே ஆர்டர் பண்ண போக்கே வரலைனு ஃபீலிங்க்லஸ் இருக்கேன்..."

"ஐயோ எனக்கு போக்கே எல்லாம் வேணாம்..." என்று குறும்பாக உரைத்தவனைப் பார்த்துச் சிரித்தவள்,

"நீங்க வேணும்னு சொன்னாலும் கிடைக்காது பாஸ். அது என் மாமாவுக்காக ஸ்பெஷலா ஆர்டர் ஆகுது" என்றாள் அதே குறும்புடன்.

"உள்ள வாங்க என்ன சாப்பிடுறீங்க?"

அவளோ அந்தக் கடையின் உள்ளே அமர்ந்தவள் மூச்சை இழுத்து வாசம் பிடித்தவளாக விழிக்க,

"என்னாச்சு?"

"எப்படிப்பா இங்க இருக்கீங்க? வார்னிஷ் ஸ்மெல் அடிக்கல?"

"ஏங்க இதென்ன வம்பா போச்சு? நான் நடத்துறது பெயிண்ட் அண்ட் ஹார்டுவேர்ஸ் கடை. போக்கே ஷாப்ல ஏன் பூவாசம் அடிக்குதுனு கேட்குற மாதிரி இருக்கு உங்க கேள்வி..." என்றான் கபிலன்.

"சாரி சாரிபா நான் தப்பா ஒன்னும் சொல்லல. எனக்கு ஒரு மாதிரி இருந்தது அதான்" என்றவளுக்கு குடிக்க ஜூஸ் ஆர்டர்

செய்தவன், "அப்புறோம் எப்படியோ அண்ணன் கல்யாணம் ஃப்ரீயா நடக்கப்போகுது" என்று முடிப்பதற்குள்,

"அதெப்படி ஃப்ரீ?" என்றாள் லவ்.

"தங்கச்சி தான் லெட்ஸ் செலிபிரேட் ஓனர் ஆச்சே? அப்போ ஃப்ரீ தானே?" என்று சிரித்தான்.

"பாஸ் கல்யாணம் மாப்பிள்ளை வீட்டு சைட்ல நடக்கணும். ஞாபமிருக்கா?" என்று குறும்பாக வினவினாள்.

"அப்போ இப்படி வெச்சுக்கலாம், எங்க அண்ணனோட கல்யாணத்தை அவங்க மச்சினிச்சி அவருக்காக ஃப்ரீயா நடத்திக் கொடுப்பாங்க. என்ன சரியா?"

"ஆ அஸ்குபுஸ்கு! ஆசையைப் பாருங்க. அதெல்லாம் நோ. நாங்க அப்போவே முடிவு பண்ணிட்டோம். லெட்ஸ் செலிபிரேட்ல எங்க பார்ட்னர்ஸ்க்காக மட்டும் தான் ப்ரீ மேரேஜ். வேற யாருக்கும் கிடையாது"

"ஓ அப்போ உங்க மேரேஜூக்கு செலவில்லைனு சொல்றீங்க ரைட்?"

அப்போது அவளுக்கு ஆர்டர் செய்த ஜூஸ் வந்துவிட பருகியவர்கள் பொதுப்படையாக சிறிது நேரம் பேச கல்யாணி அக்கா அவளை அழைக்கவும் அங்கிருந்து விடைபெற்றவள் செல்லும் முன்,

"பாஸ் உங்களுக்காக வேணுனா ஒரு ஆஃபர் தரேன். உங்களோட மேரேஜுக்கு பைசா வாங்காம நடத்திக்கொடுக்குறேன். என்ன ஓகேவா?" என்றவள் எதற்காக அப்படியொரு வார்த்தையைச் சொன்னாள் என்று அவளே அறியவில்லை.

ஃபூட் பெஸ்டிவெலுக்காக அமுதன் அண்ட் கோ தயாரானார்கள்.

"மச்சி எப்படியும் ஒரு இருநூறு ஸ்டால் ஆச்சும் இருக்கும். குறைந்த பட்சம் நூற்றி ஐம்பதாவது இருக்கும். அதுல நாம

மட்டும் எப்படிடா தனியா தெரியுற மாதிரி கடை வைக்க? மோரெவர் ஒவ்வொரு ஸ்டாலுக்கும் அவங்க அலாட் செஞ்சு கொடுக்கும் இடத்திற்குள் எப்படி காம்பேக்ட்டா ஸ்டால் போட்டு மக்களை அட்ரேக்ட் செய்யுறதுனு தெரியில?" என்று தன்னுடைய கேள்வியை முன்வைத்தான் ரூபன்.

"அதுக்கும் முன்னாடி நாம என்னவெல்லாம் செய்யணும்னு பிளான் செய்யணும். அதை எல்லாம் குறைந்தது ரெண்டு முறையாவது செஞ்சு பார்க்கணும். ஏன்னா டேஸ்ட் மிக முக்கியம் அமைச்சரே" என்றான் கார்த்தி.

"ரைட் கார்த்தி. கண்டிப்பா நிறைய ப்ராக்டீஸ் செய்யணும். எத்தனை பேர் வந்தா என்ன நம்ம ஸ்டால் தனியா தெரியணும். எனக்கு பூட் ஃபியூஷன் செய்யணும்னு ஆசை. அதும் நம்ம நாட்டு பாரம்பரிய உணவுகளை ஏதாவது பாரின் உணவுகளோடு மிங்கில் செஞ்சு..." என்று அமுதன் முடிப்பதற்குள்,

"அமுதா ஐடியா எல்லாம் நல்லா தான் இருக்கு. ஆனா இதுக்கு நாம் நிறைய ட்ரையல் அண்ட் எர்ரர் செய்யணும் ஞாபகமிருக்கா?"

"இன்னும் நமக்கு நிறைய டைமும் இருக்கே?"

சிறிது நேரம் அதைப் பற்றி ஆலோசித்தவர்கள் பின்பு பொதுவாக உரையாட அத்தி தான் ரூபனின் சித்தியுடன் பேசியதிலிருந்து நிறைய யோசனையில் இருந்தாள்.

என்னவென்று விசாரித்த அமுதனிடம் நடந்ததை எல்லாம் தெரிவிக்க அமுதன் அத்தியை நோக்கினான்.

"எனக்கு என்ன பண்றதுனு புரியல அமுதா. அதான் குழப்பமா இருக்கேன்..." என்று முடிக்க,

"ஒரு குழப்பமும் வேணாம். இன்னும் கொஞ்ச நாள் போகட்டும் அப்போ உனக்கு எல்லாம் தெளிவாகும். ஆனா அதுவரை நீ ரூபனை புரிஞ்சிக்கலைனா கூடப் பரவாயில்லை ஆனா

வெறுக்க ஆரமிச்சிடாத. அவ்வளவு தான் சொல்லுவேன்..." என்றதும் இருவரும் விடைபெற்றனர்.

அங்கே எல்லோரும் கலகலப்பாக இருந்தாலும் ஆத்யா தான் சந்தீப்பை எண்ணி வருத்தத்தில் இருக்க அவளைத் தேடி வந்தான் அமுதன்.

அவன் வந்ததைக் கூட உணராமல் இருந்த ஆத்யாவின் காதில் 'ஓ' என்றதும் முதலில் எரிச்சலடைந்தவள் அது அமுதன் தான் என்றதும் சிரிக்க,

"மேடம் தீவிர யோசனையில இருக்கீங்க போல?"

"நத்திங் அமுதன். ஆமா உங்க ஃபூட் பெஸ்டிவெல் எப்படிப் போகுது?" என்றவளுக்கு முன்பு ஒரு பௌல் வைத்தான் அமுதன். அதில் ஜிலேபி போல் ஒன்று இருக்க, இப்போது நிமிர்ந்து அமுதனைப் பார்த்தாள்.

"ஒரு டிஷ் ட்ரை பண்ணேன். சரி நம்ம கிட்ட தான் கைவசம் ஒரு ஆல் இன் ஆல் அழகு ராணி இருக்கே அதுகிட்டயே கொடுத்து ரிவீவ் கேட்கலாம்னு வந்தேன்..." என்றான் அமுதன்.

"என்ன கிண்டலா?"

"டேஸ்ட் பண்ணு?"

அதை கையில் எடுத்தவள், "எதுக்கும் போன் கையிலே வெச்சுக்கோங்க நூற்றி எட்டுக்கு அழைக்க வேண்டி இருக்கும்..." என்று குறும்பாகவே சொல்லிவிட்டு அதை எடுக்க அவள் கரத்தைப் பிடித்தவன், "அவ்வளவு ஸீன் எல்லாம் வேண்டாம். நல்லா தான் இருக்கும்" என்றான். அவளும் அதை எடுத்து சுவைக்க, முகம் ஒரு மாதிரி மாறி இறுதியில் ஒரு நிறைவைத்தர, "அப்பாடா!" என்றான் அமுதன்.

"ஆப்பிள் மாதிரி இருக்கு?"

"ஆப்பிள் மாதிரி இல்ல ஆப்பிளே தான். ஆப்பிள் ஜிலேபில ஆப்பிள் இல்லாம எப்படி?"

"அப்போ மைசூர் போண்டாவுல மைசூரா இருக்கு?" என்று எதிர்கேள்வி கேட்டவளிடம், "சோ ஃபன்னி ஆனா எனக்கு சிரிப்புதான் வரல" என்றான்.

"நல்லா இருக்கு. வித்தியாசமா இருக்கு அமுதன்.உண்மையிலே ஆப்பிளா?"

"ஆப்பிளை எடுத்து அதை சின்ன சின்னதா சீவி அதை மாவுல போட்டு பொரிச்சு எடுத்து அதை செஞ்சு வெச்ச சக்கரைப்பாகுல போட்டு ஊறவெச்சா ஆப்பிள் ஜிலேபி ரெடி. என்ன செய்யறவனுக்கு எந்த கஷ்டமும் இல்ல. ஒருவேளை சாப்பிடுறவங்க?..." என்று நிறுத்தி ஆத்யாவைப் பார்க்க அப்போது தான் அவள் இன்னொரு பீஸ் எடுத்து வாயில் திணித்திருந்தாள்.

அதை முழுங்காமல் வாயில் அடைத்தபடியே அமுதனைப் பார்க்க, "சும்மா சாப்பிடு ஆத்யலஷ்மி. ஜிலேபிக்கு நான் கேரண்டி" என்றதும் அவள் முறைக்க,

"ஸ்வீட்டிக்கும் தான்..." என்றதும் சிரித்தாள். இதுபோல் ஒவ்வொரு ஐட்டமாக அமுதன் ரூபன், கார்த்தி, அத்தி ஆகியோர் செய்து லெட்ஸ் செலிபிரேட்டையே ஒரு லெபாரட்டரி போல் ஆக்கி அங்கிருப்பவர்களை எலிகளாக்கினர்.(சுவைக்கும்)!

இந்தப் பொறப்புத்தான் நல்லா ருசிச்சு சாப்பிடக் கிடைச்சது

ஸ் ஆஹா ஸ் ஆஹா

அத நெனச்சு தான் மனம் உலகம் முழுவதும் பறக்குது

அட சுடச்சுட

அட சுடச்சுட அந்த மதுர மல்லிப்பூ இட்லியே

மீன் கொழம்புல கொஞ்சம் பொரட்டிச் சாப்பிட

எச்சிலு ஊறுது உள்ளுக்குள்ள

இந்தப் பொறப்புத்தான்

இந்தப் பொறப்புத்தான் நல்லா ருசிச்சு சாப்பிடக் கிடைச்சது

தாமிரபரணி திருநெல்வேலி சோதியில் ஒரு தனிருசி...

வைகையில் பிடிச்ச ஆயிர மீனு குழம்புக்கு ஒரு தனிருசி...

திண்டுக்கல் பிரியாணிக்கு கத்திரி தொக்கிருக்கு...

தென்காசி பரோட்டாவுக்கு சிக்கன் கறியிருக்கு...

அம்மாவின் வாசம் முன்பு வேப்பம்பூ குழம்புக்கு

அவ தானே ஊட்டித்தந்தா ஆகாய நிலவுக்கு

உணவிலே ஒரு உறவு இருந்தது

உள்ளுக்குள்ளே ஒரு கவிதை பிறந்தது

பொறப்புத்தான் ஆஹா ஹா

அத நெனச்சு தான் ஆஹா (பழனி பாரதி வரிகள்)

* * * * * *

அத்தியாயம் - 40

ஒரு புறம் லெட்ஸ் செலிபிரேட்டில் மிதிலாவின் திருமணத்திற்கான ஏற்பாடுகள் அனைத்தும் துரிதமாக நடைபெற்றுக்கொண்டிருந்தது. அன்று அமுதனிடம் பேசியதிலிருந்து அதிக குழப்பமடைந்த சந்தீப் தன்னுடைய வாழ்வில் மிதிலா என்றொருத்தி இல்லையென்றால் அது எப்படி இருக்கும் என்று நினைக்கையில் அந்நிலை அவனுக்கு உவப்பாக இருந்தது. தன்னுடைய இயலாமை, மிதிலாவின் மீதிருக்கும் காதல், ஆத்யாவின் பயம் என்று அனைத்தும் அவன் மனக்கண்ணில் தோன்ற அவனுடைய நடவடிக்கையில் மிகப்பெரிய மாற்றங்கள் நிகழ்ந்திருந்தது. எதையும் கூலாகவும் ஜாலியாகவும் எடுத்துக்கொள்பவன் இப்போதெல்லாம் எதற்கெடுத்தாலும் எரிந்துவிழ ஆரமித்தான். முதலில் இதைப் பெரிதுபடுத்தாமல் இருந்த அவன் பெற்றோர்கள் இதே நிலை நீடிக்கவும் என்ன செய்வதென்று புரியாமல் தவித்தனர். அப்போது தான் அன்றிரவு வீட்டிற்கு வந்த மகனிடம் பேச எண்ணி அவன் அன்னை அழைக்க, "எனக்கு வேலையிருக்கு' என்று பட்டும்படாமல் மேலே செல்ல முனைந்தவனைத் தடுத்தவர் அவனிடம் பேச முயற்சிக்க அது எங்கெங்கோ சென்று இறுதியில், "ஏன்மா என்னை இப்படி சாவடிக்கறீங்க? கொஞ்சமாச்சும் நிம்மதியா இருக்க விடுங்க..." என்று தன்னுடைய மனச்சுமையை வார்த்தைகளில் அவன் அன்னையிடம் இறக்கிவிட்டுச் சென்றான். சந்தீப்பின் பெற்றோர்கள் என்றும் அவனிடம் ஒரு நண்பனைப்போல் தான் பழகியிருக்கிறார்கள். அதிலும் சந்தீப்பிற்கு அவன் அன்னை என்றால் கொள்ளைப்பிரியம். அப்பேர்பட்டவரை ஒரே வார்த்தையில் காயப்படுத்திவிட கோவமாகச் சென்றவர் தன் அறையில் தன்னைப் பூட்டிக்கொண்டார். இதையெல்லாம் ஒரு பார்வையாளனாக மட்டும் பார்த்த சந்தீப்பின் தந்தை அவருடைய மனைவியை அழைத்தும் கதவு திறக்காததால் அந்த இரவு வேளையில் ஆத்யவைத் தொடர்புகொண்டார்.

அன்று இனியன் ஆசைப்பட்டான் என்று இரவு அவர்கள் நால்வரும் தங்களுடைய ஃபேவோரைட்டான 'நெய்ப்பொடி தோசை' சாப்பிடச் சென்றனர். சாப்பிட்டு முடிக்கும் வேளையில் சந்தீப்பின் தந்தையிடமிருந்து வந்த அழைப்பை ஏற்ற ஆத்யா கலங்கி அமுதனை அழைத்தாள். மற்றவர்களை வீட்டிற்குப் போகச் சொன்னவள், அமுதன் அங்கே வந்ததும் அவனோடு சந்தீப்பின் வீட்டிற்குச் சென்றாள். கீழே அவன் தந்தை எவ்வளவு அழைத்தும் கதவைத் திறக்காமல் போக ஆத்யா வந்து அவரிடம் பேச்சுக்கொடுக்க ஆத்யாவிடம் பேச வேண்டி வெளியே வந்தவர் கடந்த சில நாட்களாய் சந்தீப்பின் நடவடிக்கைகளை எல்லாம் முறையிட்டு இறுதியில் இன்று நடந்த விவாதம் வரை ஒப்பித்தார். இப்போது ஆத்யா அமுதனைப் பார்க்க அமுதன் சந்தீப்பைத் தேடி மாடிக்குச் சென்றான்.

அவனும் கதவைத் திறக்காமல் இருக்க ஆத்யாவின் குரலுக்கு செவிசாய்த்தவன் வெளியே வந்தான். அவன் மீது அளவற்ற கோவத்தில் இருந்த ஆத்யா அவன் கணங்களைப் பழுக்க வைத்தாள்.

"என்னடா நெனச்சிட்டு இருக்க உன் மனசுல? யார்மேலையோ இருக்கும் கோவத்தையெல்லாம் ஆண்ட்டி மேல எதுக்குடா காட்டுற? நீ ஒன்னும் தெரியாத குழந்தை இல்ல? சில விஷயங்களை எல்லாம் கடந்து தான் சந்தீப்..." என்று முடிப்பதற்குள்,

அவள் மீது சாய்ந்து அழுதவன், "எனக்கு ஒரு மாதிரி இருக்கு ஸ்வீட்டி. மிதிலா என் கூட இருந்தபோதெல்லாம் அவளோட அருமை எனக்குத் தெரியில. ஆனா இந்த ஒரு மாசமா எனக்கு என்னென்னெவோ செய்யுது. என்கிட்ட லவ் சொல்லாதவ அதை கடைசி வரை சொல்லாமலே இருந்திருக்கணும். அதை விட்டுட்டு லவ்வையும் சொல்லிட்டு இப்படி என்னைவிட்டு விலகியும் போனா நான் என்ன செய்வேன்?" என்ற சந்தீப்பை நினைக்கையில் அமுதனுக்கும் பரிதாபமாகத்தான் இருந்தது.

இருந்தும் எல்லாம் கைமீறிச்சென்று விட்டபோது என்ன செய்ய முடியும் என்று அவன் யோசித்தான்.

"இப்போ இதுக்கு என்ன பண்ண முடியும் சொல்லு? அவளோட வாழ்க்கையைப் பற்றி யோசிச்சுப்பாருடா. இன்னும் நாலு நாள்ல மிதிலாவுக்கு மேரேஜ் நடக்கப் போகுது. இப்போ என்ன சினிமாவுல காட்டுற மாதிரி மேரேஜ் அன்னைக்கு அங்க போய் பிரச்சனை உண்டுபண்ணி மேரேஜை நிறுத்தவா முடியும்? அப்படியே நிறுத்தினா உடனே மிதிலா உன்னை மேரேஜ் செஞ்சுப்பாளா என்ன? இல்ல அப்படியொரு மேரேஜ் நடந்தா அதோட பின்விளைவுகளைப் பற்றி யோசிச்சுப் பார்... சினிமாவுல அதோட வணக்கம் போட்டுடுவாங்க. ஆனா ரியல் லைஃப்ல அப்படி நடக்காது சந்தீப். உண்மையான பிரச்சனையே அங்கேயிருந்து தான் ஆரமிக்குது. என்னால இதைப்பற்றி உன்கிட்ட நேரா பேசமுடியில. அதான் அன்னைக்கு அமுதனைவிட்டு பேசச் சொன்னேன். என்னடா ஆத்யா இப்படி சுயநலமா பேசறாளேன்னு நினைக்காத சந்தீப். இந்த மேரேஜ்ல ஏதாவது அசம்பாவிதம் நடந்தா அது நம்ம லெட்ஸ் செலிபிரேட்டை பெர்சனலா பாதிக்கும்டா. இதைச் சொல்ல எனக்கும் கஷ்டமா இருக்கு சந்தீப், ஆனா இதை நான் சொல்லியே தீரணும். மிதிலாவை மறந்துட்டு உன் வேலையைப் பார். இல்ல இதையும் மீறி நீ ஏதாவது செஞ்சா லெட்ஸ் செலிபிரேட்டை விடு. அதைக்கூடச் சமாளிச்சுக்கலாம்னு வெய். அதொரு பக்கம் இருக்கட்டும் உங்க லைஃப் என்ன ஆகுறது? நாளைக்கு இதனால் வரும் பிரச்சனைகளை எல்லாம் நீதான் பேஸ் பண்ணனும்" என்று இனிமேல் நடக்கவிருப்பதையும் மேலோட்டமாக ஓட்டிக்காட்டினாள் ஆத்யா.

ஆத்யா இதை எல்லாம் சொல்லும் போது ஏனோ தன்னையும் அறியாமல் அமுதனின் உள்ளத்தில் ஒரு வித பயம் சூழ்ந்துகொண்டது. பிறகு இருவரும் தங்களால் முடிந்தவரை அவனுக்கு அறிவுரைகளை வழங்கிவிட்டு அங்கிருந்து விடைபெற்றனர். யோசித்தவன் கீழே வந்து அன்னையிடம்

மன்னிப்பு வேண்டினான். இம்முறை அவனை உடனே மன்னித்தவர் அடுத்த முறையும் இவ்வாறே மன்னிப்பாரா?

ஒரு பக்க கதை போல் இந்த பிரச்சனை முடிந்துவிட்டது என்று ஆத்யாவும் அமுதனும் அங்கிருந்து செல்ல இதுவோ கன்னித்தீவு போல் தொடரும் என்று பாவம் அவர்கள் அறியவில்லை.

இந்த இடைப்பட்ட நாட்களில் நிறைய நிகழ்வுகள் அரங்கேறியிருந்தது. ஆருஷியின் திருமணத்திற்காக ஜெய்ப்பூர் சென்றிருந்த ஸ்ருவின் குடும்பம் கோவை திரும்பியிருந்தது. அதில் கல்யாணப்பெண் ஆருஷியைக் காட்டிலும் ஸ்ருவும் கார்த்தியும் தான் அதிகம் மகிழ்ந்திருந்தனர்.

விடுமுறை முடிந்து அடுத்த நாள் கல்லூரி திறக்க நேற்றிரவு கூறியதைப்போல் அவளை பிக் அப் செய்ய வந்திருந்தான் கார்த்தி. தன்னால் வரமுடியாது என்று ஸ்ரு கூறியிருக்க அவள் வரவில்லை என்றால் தானே கல்லூரிக்குள் வந்து அவளை அழைத்துச் சென்றுவிடுவதாக மிரட்டியிருந்தான் கார்த்தி. கார்த்தி கொடுத்த டெட் லைனான பதினோரு மணி ஆக இன்னும் பத்து நிமிடமே இருந்தது. அங்கே ஸ்ரு பயத்தில் அமர்ந்திருந்தாள். பின்னே ஏற்கனவே ஒரு முறை ஸ்ருவிடம் கட்டிய பெட்டிற்காக அத்தியை அந்த கேம்பஸில் நுழையவிட்டவனாச்சே? (அதொரு மகளிர் கல்லூரி) பதினோரு மணிக்கு அவள் வரவில்லை என்றால் இம்முறை தானே வந்துவிடுவதாக மிரட்டியிருக்க பதினோரு மணி பெல் அடிக்கவும் க்ளாசில் இருந்து 'பங்க்' அடித்தாள் ஸ்ருஷ்டி.

உள்ளம் எல்லாம் மகிழ்ச்சியில் நிறைந்திருந்தாலும் வெளியே அதைக்காட்டாமல் வாயில் முணுமுணுத்தபடியே கல்லூரியை விட்டு வர அதற்கு எதிரில் இருக்கும் ஜூஸ் ஷாப்பில் அமர்ந்து ஜூஸ் குடித்தபடியே பரப்பரப்பாக வந்தவளை 'சைட்' அடித்துகொண்டிருந்தான் கார்த்தி.

சுற்றி முற்றிப் பார்த்தவள் ரோட்டை கடந்து சற்று தூரம் தள்ளியிருக்கும் குறுக்கு சாலையில் வந்து தன்னை பிக் அப்

செய்யுமாறு சமிக்ஞை செய்து முன்னே நடக்க தன்னுடைய பல்சரில் பின்தொடர்ந்தவன் அவனைக் கடக்கும் போது 'குல்ஃபி' என்று உரைக்க அவளோ நிமிர்ந்து முறைத்தாள். அந்த இடத்தில் வண்டியை நிறுத்த கடுப்புடன் வந்தவளின் கன்னம் தொட்டு, "இதென்ன ஹாட் குல்ஃபியா இருக்கு?" என்று வழவழக்க அவன் கையை வெடுக்கென தட்டிவிட்டாள் ஸ்ரு.

"இப்போ எதுக்கு இவ்வளவு கோபம் என் குல்ஃபிக்கு?" என்று குழைந்தான் கார்த்தி.

"ஒருவேளை நான் வராம இருந்திருந்தா?"

"இதென்ன கேள்வி? நான் உள்ள வந்திருப்பேனே..." என்று கண்ணடித்தான் கார்த்தி.

"எருமை எருமை..." என்று அவன் முதுகில் இரண்டு வைத்தவள் வண்டியில் அமர திட்டமிட்ட படியே அவர்கள் அந்த மாலுக்குள் நுழைந்தனர்.

பிறகு வழக்கம் போல் மூவி லன்ச் ஷாப்பிங் என்று முடித்தவர்கள் மாலையில் அவளின் கல்லூரி பேருந்து கிளம்பும் முன் அவளை கல்லூரி வாசலில் இறக்கிவிட்டான் கார்த்தி.

"திருப்பி எப்போ போலாம்?" என்று ஸ்ரு வினவ,

"யாரோ இன்னைக்கு வரத்துக்கே அந்த அடம் பிடிச்சாங்க. இப்போ என்னன்னா அடுத்த அவுட்டிங் பத்தி விசாரிக்கறாங்க?" என்று சொல்ல, அவளோ பதிலேதும் சொல்லாமல் அங்கிருந்து நகர்ந்தாள். அடுத்த அவுட்டிங்கில் ஜட்ஜ் கண்ணில் வசமாக சிக்குவோம் என்று தெரியாமல் இன்றே அதற்கொரு திட்டமிட்டனர்.

இந்த இடைப்பட்ட நாட்களில் அங்கு அவர்கள் ஆரமித்திருந்த காலேஜ் கேன்டீன் முன்பைக் காட்டிலும் நன்றாக பிக் அப் ஆகியிருந்தது. லெட்ஸ் செலிபிரேட்டில் அமுதன் அண்ட்

கோ சேர்ந்திருந்தாலும் அவர்கள் தங்களுடைய பிஸினஸை ஒன்றாகவே நடத்தினர். இப்போதெல்லாம் கேன்டீனில் நாளொன்றுக்கே மூன்று முதல் நாலாயிரம் வரை வியாபாரம் ஆனது. என்ன தான் எல்லோரும் ஒன்றாக இருந்தாலும் அவரவருக்கென்று ஒரு தொழில் வேண்டும் என்று எண்ணியதால் அந்த காலேஜ் கேன்டீனை முழுவதுமாக கண்ணையனின் வசம் ஒப்படைக்க அமுதன் முடிவெடுத்தான். எனினும் இதில் முடிவெடுக்கும் உரிமை அவனிடம் மட்டும் இல்லை என்ற காரணத்தால் எல்லோரையும் அங்கு வரவைத்தவன் தன்னுடைய எண்ணத்தை அவர்களிடம் தெரிவிக்க எல்லோரும் அதில் மகிழ்ந்தனர். ஆனால் கண்ணையன் அதில் நெகிழ்ந்து போனான். ஏனெனில் அமுதன் இந்த முடிவெடுக்க அன்று தான் அமுதனிடம் கூறிய அந்த விஷயம் தான் காரணம் என்று அவன் மட்டுமே அறிவான். அவனுடைய தூரத்து மாமாவின் மகளை ஒரு தலையாக காதலித்து வந்த கண்ணையனின் காதல் அறிந்து இரு வீட்டாரும் கூடி அவர்களுக்கு திருமணம் செய்யலாம் என்று முடிவெடுத்திருந்தனர். ஆனால் நிலையான ஒரு வேலை இல்லை என்ற காரணத்தால் கண்ணையனுக்கு அதில் விருப்பம் இருந்தும் தள்ளிப்போட்டான். இந்த விஷயம் ஹிருவின் திருமணம் நடந்த நாட்களில் நிகழ்ந்தது. அமுதனுக்கு இந்த விஷயம் ஆத்யாவுடனான பயணம் முடிந்து ஊருக்கு வந்ததும் தான் தெரிந்தது. அதற்குள் ஃபூட் பெஸ்டிவல், சுந்தரி ஆண்ட்டி, மிதிலா- சந்தீப் பிரச்சனை என்று ஒன்று மாற்றி ஒன்று வந்ததால் இதைப்பற்றி அனைவரிடமும் கலந்தாலோசிக்க முடியாமல் போனது. இன்று அதற்கும் ஒரு முடிவெடுத்துவிட்டான்.

"டேய் உங்க எல்லோருக்கும் எப்படி தேங்க்ஸ் சொல்லறதுனே தெரியில... ஆனாலும் இதுல நீங்க எல்லோரும் பார்ட்னர்ஸ் தான். ஏன்னா இதுல நம்ம எல்லோருடைய பணமும் இருக்கு..." என்று சொன்ன கண்ணையனிடம்,

"அதுக்கு தான் மச்சி இப்போ இந்த மீட்டிங்கே. இப்பயும் சொல்றேன் இது நம்ம எல்லோருடைய உழைப்பில் உருவானது

தான். அதுல எந்த சந்தேகமும் வேண்டாம். ஆனா இனிமேல் இதோட ஒன் அண்ட் ஒன்லி ஓனர் கண்ணையன் மட்டும் தான். அண்ட் கண்ணா, என்னடா அமுதன் இப்படிச் சொல்றானேன்னு எல்லாம் யோசிக்காத. இப்போ ஓரளவுக்கு பிசினெஸ் பிக் அப் ஆகிடுச்சு. சோ அடுத்த சில மாதங்கள்ல வர வருமானத்தை சேத்து இதுல அவங்கவங்க இன்வெஸ்ட் பண்ண பணத்தை நீ திரும்பக் கொடுத்து மொத்தமா இந்த கேன்டீனை உன்னுடையதா மாத்து. இதை நான் எங்க பணத்துக்காக எல்லாம் பேசல... எப்படிச்சொல்ல இது இனிமேல் முழுக்க முழுக்க உன்னுடையது மட்டும் தான். இதுல வர லாபம் நஷ்டம் எல்லாம் நீ தான் பார்த்துக்கணும். நாளைக்கு உன்னை நம்பி ஒரு பொண்ணு வந்தா உன்னோட குடும்பம் உன் லைஃப்னு நிறைய இருக்கு. ஹோப் யூ அண்டர் ஸ்டேண்ட்... நான் பிரிச்சு எல்லாம் பேசல. ஆனா பின்னாடி ஒருநாள் இதனால் நமக்குள்ள பிரிவு வந்திடக்கூடாதுனு தான் பேசுறேன்..." என்றவன் தான் சொல்வது சரிதானா என்பதைப்போல் அத்தி, ரூபன் மற்றும் கார்த்தியைப் பார்த்தான்.

"கரெக்ட் அமுதா. இப்போல்லாம் நாம் யாரும் இங்க ரெகுலரா வரதேயில்லை. ஏன் எப்பயும் கல்லால உட்காரும் நானே இங்க இப்போல்லாம் வரதில்லை. எல்லா வித கணக்கு வழக்கும் கண்ணன் தான் பார்க்குறான். எனக்கு இதுல முழு சம்மதம்" என்று அத்தி உரைக்க ரூபன் மற்றும் கார்த்தியும் ஆட்சேபனை எதையும் தெரிவிக்கவில்லை.

"தட்ஸ் ஆல். இதுக்காக நாம பிரிஞ்சிட்டோம்னு எல்லாம் அர்த்தமில்லை கண்ணா. இப்பயும் சொல்றேன் அங்க லெட்ஸ் செலிபிரேட்ல எங்களுக்கு வேலையில்லாத நாட்கள்ல நாங்க எல்லோரும் மொத்தமா இங்க தான் படையெடுப்போம். அதே மாதிரி அங்க திடீர்னு வேலை அதிகம் வந்தாலோ இல்லை யாராச்சும் லீவ்னாலோ நீ அங்க வரணும். ஓகே?" என்றான் அமுதன். அமுதன் இந்த முடிவுக்கு வர காரணமும் இதுதான். இப்போதெல்லாம் கண்ணையனுக்கு கேன்டீனை பார்க்கவே நேரமில்லை. அதுமில்லாமல் இவர்கள் நால்வரும்(அமுதன்,

கார்த்தி, அத்தி, ரூபன்) தான் லெட்ஸ் செலிபிரேட்டின் நிகழ்ச்சிகளுக்கு சமைக்கிறார்கள். கேன்டீனை அவன் மட்டுமே பார்ப்பதால் அதை அவன் வசமே ஒப்படைக்க நினைத்தான்.

"அதே மாதிரி உடனே பணத்தையெல்லாம் நீ புரட்ட வேண்டாம். இருக்கும் போது குடு. என்ன ஓகேவா?" என்றான் கார்த்தி. கண்ணையனின் வாழ்க்கைக்கு ஒரு வழி செய்துவிட்டதைப்போல் அவர்கள் நால்வருக்கும் ஒரு நிம்மதி.

"அண்ட் கண்ணா ஒரு முக்கியமான விஷயம், இனிமேல் சும்மா சும்மா எதற்கெடுத்தாலும் அந்த ஜோசிய மெழுவர்த்தி பொய் பொய்யப்பனைப் பார்க்கறதை நிறுத்து. அவனைப் பார்க்கறதை விட்டாலே நீ ஓஹோன்னு ஆகிடுவ..." என்று தன் பங்கிற்கு அந்த சீரியஸான கான்வெர்சேஷனை இலகுவாக்க முயன்றான் கார்த்தி.

அவன் சொன்னதும் எல்லோரும் சிரிக்க, "டேய் இப்போ கூட உன்னைத் தேடி ஒரு யோகம் வருதுனு அவர் சொன்னார். பார்த்தியா சொன்ன மாதிரியே கேன்டீன் வந்திடுச்சு?" என்றான் கண்ணையன்.

"அப்படியா அப்போ இன்னொன்னையும் சொல்லியிருக்கணுமே..."

"என்னது?"

"இன்னும் சிறிது நிமிடங்களில் உன்னை நோக்கி ஒரு செருப்பு வரும் பாரு..." என்று கார்த்தி துரத்த கண்ணையன் ஓடினான்.

"ரூபா இதுல உனக்கு...?"

"எனக்கு முழு சம்மதம்" என்றதும் இதற்கான காரணத்தை அமுதன் அவர்களிடம் உரைத்தான்.

"அப்போ நம்ம கேங்ளையும் ஒரு விக்கெட் விழப்போகுதுனு சொல்லு?" என்றாள் அத்தி.

"என்ன இப்படிச் சொல்லிட்ட அத்தி? ஒன்னு மட்டும் தானா? நாம் இந்தியன் டீம் மாதிரி. ஒன்னு விழுந்தா எல்லாமும்

லைனா விழுந்திடும்" என்றதும் அவர்கள் எல்லோரும் தங்களை எண்ணியே சிரித்தனர்.

அன்று ரூபனின் சித்தியிடம் பேசியதிலிருந்து அத்தி மீண்டும் கொஞ்சம் கொஞ்சமாக நார்மல் மோடிற்கு வந்துகொண்டிருந்தாள். முன்பு போல் ரூபனிடம் அதிகம் நெருங்கா விட்டாலும் சிறிது காலம் அவனை முற்றிலும் ஒதுக்கியத்தைப்போலும் ஒதுக்கவில்லை. அன்று லஷ்மியின் உதவியுடன் லீகலாய் இனியனைத் தத்தெடுத்துக்கொண்டவள் அவனுடைய கார்டியனாகவும் மாதிரியிருந்தாள். அதன் பின் தான் பிரபாவின் சொத்துக்கள் கடன்கள் ஆகியற்றை கணக்குபார்த்து அதை ஒழுங்கப்படுத்த ஆயத்தமானாள்.

முதலில் இந்த வருடம் இனியனை ஸ்கூல் சேர்க்க வேண்டாம் என்று எண்ணியவள் ஆத்யாவின் அறிவுரையின் பேரில் அவனை ட்ரான்ஸ்பெர் செய்து மீண்டும் அதே வகுப்பில் சேர்த்தனர். அம்மாவும் அப்பாவும் இனி எப்போதும் தன்னைத் தேடி வரப்போவதில்லை என்ற நிதர்சனத்தை இனியேனும் உணர ஆரமித்தான். அதனால் அத்தியை எந்த விதத்திலும் தொந்தரவும் செய்யவில்லை. இதுவே அத்திக்கு மிகுந்த ஆறுதலாக இருந்தது.

ரூபனும் எவ்வளவு வேலை நெருக்கடிகள் இருந்தாலும் சிறிது நேரமேனும் இனியனுடன் செலவழிப்பதை தன்னுடைய வழக்கமாக மாற்றியிருந்தான். அதே நேரம் அத்திக்கு ரூபன் அவனுடைய காதலையும் அதற்காக அவன் உறுதியாக இருப்பதையும் அத்திக்கு நினைவுபடுத்திக்கொண்டே இருந்தான்.

இந்த வேளையில் தான் ஃபூட் பெஸ்டிவலுக்காக அவர்கள் ஆயத்தமானார்கள். தானொருவன் மட்டுமே பேஸ்ட்ரி என்பதால் அமுதன் தானுண்டு தன் வேலையுண்டு என்று இனிப்புகளையும் புதிய பேக்கரி ஐட்டங்களையும் செய்து தயாராக கார்த்தி

அத்தி, ரூபன் ஆகியோர் தான் மெய்ன் டிஸ்களை ரிகர்சல் பார்த்தனர். முதலில் டெஸ்ட் எலிகள் போல் தெரிந்தாலும் இதில் உண்மையாக குதூகலித்தவர்கள் என்றால் அது லெட்ஸ் செலிபிரேட்டின் ஆத்யா அண்ட் கோவினர் தான். தினமும் வகைவகையான உணவுகள், ஸ்வீட்ஸ் என்று மூன்று நாட்கள் நடக்கவிருக்கும் ஃபூட் பெஸ்டிவலை விட தினமொரு ஃபூட் பெஸ்டிவலை ஆத்யா அண்ட் கோ கொண்டாடினர்.

இதோ அதோ என்ற ஃபூட் பெஸ்டிவல் தொடங்கிவிட்டது. உணவுத் திருவிழா 2020 மூன்று நாட்களுக்கு பல்வேறு ஆய்வுப்பொருளில்(theme) நடைபெற்றது. பாரமப்பரிய உணவுகள், தென்னிந்திய உணவுகள், சத்தான உணவுகள் என்று பல தலைப்புகளின் கீழ் நடைபெற்றது.

இவர்களுடைய ஒரு ஸ்டாலையே மூன்று வகையிலும் பிரித்து ஆளுக்கொன்றாகச் செய்தனர். இதில் ஒவ்வொரு ஸ்டாலும் தங்களுடைய உணவுகளுக்கான விலைபட்டியலை தாங்களே நிர்ணயத்துக்கொள்ளலாம். போட்டியின் முடிவுகளும் மூன்று தலைப்புகளில் கீழ் வெளியிடப்படும் என்று தெரிவிக்கப்பட்டது. ஜட்ஜ'ஸ் பேவோரைட்(நடுவர்களின் தீர்ப்பில்), பீப்பிள்ஸ் பேவோரைட்(மக்களின் தீர்ப்பு), மூன்றாவது இன்னோவேடிவ் பூட்ஸ்(புதியதாகக் கண்டுபிடிக்கப்பட்ட உணவு) ஆகியவையே அது.

'மக்களின் தீர்ப்பே மகேசனின் தீர்ப்பு' என்பதைப்போல் அமுதன் அண்ட் கோ மக்களை குறிவைத்தே தங்களுடைய உணவுகளைச் செய்தனர். முதல் நாள் காலையில் நடைபெறவிருந்த அந்த விசேஷத்தை நடத்திக்கொடுத்து அவசரவசரமாக இங்கே வந்தார்கள். ஆத்யாவும் தன் பங்கிற்கு இங்குள்ள உணவுகளை எல்லாம் சுவைத்து தன்னுடைய 'ஃபூட் ரிவீவிங் 2.o'விற்கு ஆயத்தமானாள். ஊருக்குச் சென்று வந்ததிலிருந்து அவள் எந்த உணவையும் ரிவீவ் செய்யவில்லை. இந்த 'ஃபூட் பெஸ்டிவலை' தன்னுடைய சுய வளர்ச்சிக்கும் ஒரு பரிட்சையாகவே கருதினாள்.

இதில் நிறைய ஆன்லைன் பத்திரிகைகள் ஆத்யா போன்ற வளரும் உணவு விமர்சகர்களை தங்களுடைய தளத்தில் எழுதுமாறு வேண்டியிருக்க அதிலொரு பிரபலமான நாளேட்டின் சார்பில் ஆத்யா எழுத ஆயத்தமானாள். இது போன்ற வாய்ப்புகள் ஆத்யாவுக்கு திரும்பவும் கிடைக்காது என்பதால் அமுதன் அண்ட் கோவை மட்டும் சப்போர்ட் செய்யாமல் அவர்களைப்போல் இருக்கும் எண்ணற்ற புதிய தொழில்முனைவோரையும் ஊக்குவிக்க அவளுடைய பணியைச் செய்தாள்.

ஆத்யாவுடன் கேரளா, கர்நாடகா சென்றதால் அங்கிருக்கும் பாரம்பரிய உணவுகளைப் பற்றிய ஞானம் இருந்ததால் செட்டிநாட்டு உணவை கேரள உணவுகளோடு பியூஷன் செய்தான்.(பியூஷன் என்றால் இருவேறு வகையான உணவுகளை இணைத்து புதியதாக ஒரு வகை உணவினை செய்தல் என்று பொருள்) அதற்காக அவன் தேர்வுசெய்திருந்தது கேரளாவின் பாரம்பரிய பிரியாணியான தலாசெரிக்கு செட்டிநாடு சைட் டிஷ்ஷான செட்டிநாடு சிக்கன் கிரேவியை செய்தான். இவ்விரண்டு உணவையும் அந்த அந்த பாரம்பரியபடியே சமைத்திருந்தான். அவர்கள் பிரியாணியில் முந்திரி முதலியவற்றையும் சேர்ப்பார்கள். அவர்கள் தலாசெரியை அவர்களின் பாரம்பரியமான கைமா என்னும் அரிசிகொண்டு தான் சமைப்பார்கள். சோ அதற்காக அதையே வரவழைத்திருந்தனர். நம்மூர் பிரியணையைப் போல் இல்லாமல் அது அடுக்கடுக்காக இருக்கும். அதாவது கீழே சாதம் மேலே சிக்கன் மசாலா பிறகு மீண்டும் சாதம். அதற்கு மேல் நறுமணப்பொருட்கள் என்று அதொரு விதமான சுவையைத் தந்தது. அதற்கு செட்டிநாடு சிக்கன் கிரேவி சைட் டிஷாக கொடுக்க இரண்டும் ஒன்றின் சுவையை மற்றொன்று கூட்டியது.

உண்மையில் இதொரு கணக்கிடப்பட்ட ஆபத்து தான் என்றாலும் அதையே துணிந்து செய்தனர். எல்லோருக்கும் இதனுடைய சுவை பிடிக்குமா என்றால் பெரிய கேள்விக்குறிதான். அதோடு

ஆப்பிள் ஜிலேபி முதலிய பல புதிய சைட் டிஸ்களையும் செய்தனர்.

இதற்காக அமுதன் அண்ணாமலையுடனும் நிறைய ஆலோசித்தான். ரூபன் மற்றும் கார்த்தியும் நிறைய உழைத்தனர்.

மூன்று நாட்கள் இவ்வாறு தங்களுடைய திறமைகள் அனைத்தையும் அமுதன் அண்ட் கோ வெளிக்காட்டினார்கள். இதற்கு அவர்கள் பணிபுரிந்த ஸ்டார் ஹோட்டலின் அனுபவங்களும் கைகொடுத்தது என்றால் அது மிகையில்லை.

முதல் தான் இவர்களின் இந்த காம்போ பிரியாணி பெரியதாக ரீச் ஆகவில்லை என்றாலும் இரண்டாம் நாளிலிருந்து மக்களின் பேவோரைட்டானது. ஆத்யா போன்ற உணவு விமர்சகர்களே அதற்கு காரணம்.

இரண்டாவது நாளில் தங்களின் பிரியாணிக்கு கிடைத்த வரவேற்பால் மூன்று முறை அதை சமைக்க வேண்டிய நிர்பந்தம் ஏற்பட்டது. பெரிய கோலாகலத்துடன் துவங்கிய அந்த உணவுத்திருவிழா அதே கோலாகலத்துடன் நிறைவடைந்தது. அதில் 'அமுது கிச்சன்' தங்களுக்கென்று ஒரு பிராண்டை உருவாக்கத் துவங்கியது.

இதோடு மட்டுமல்லாமல் இத்தாலியன், பிரெஞ்ச் என்று பன்னாட்டு உணவுகளும் கார்த்தி மற்றும் ரூபனின் கைவண்ணத்தில் மிளிர்ந்தது.

பீப்பிள்ஸ் பேவோரைட்டில் மூன்றாவது இடம் பிடித்த அவர்களின் பிரியாணி காம்போ இன்னோவேடிவ் உணவில் இரண்டாம் இடம் பிடித்தது. ஒருவேளை முதல் நாளிலே அவர்களின் பிரியாணி மக்களிடம் ரீச் ஆகியிருந்தால் முதலிடம் பிடித்திருக்கலாம். இருந்தும் இந்த முடிவும் அவர்களுக்கு மகிழ்ச்சியே. மொத்தம் இருக்கும் ஒன்பது பரிசுகளில் ஏதேனும் ஒன்றிலாவது வந்துவிட்டால் போதும் என்று நினைத்தவர்கள் இரண்டில் வந்துவிட 'கண்ணா இன்னொரு லட்டு திங்க ஆசையா?' மொமெண்ட்டிற்கு தள்ளப்பட்டனர். ஆனால்

இதைக்காட்டிலும் அவர்களின் நிறைய உணவுகள் மக்களின் மனதில் நீங்கா இடம்பிடித்தது. அதற்கு நிறைய நடுநிலையான விமர்சகர்களே மூலகாரணமாக விளங்கினர்.

மற்றவர்களே இவர்களைப் புகழ்ந்து எழுதும் போது ஸ்வீட்டி சும்மா இருப்பாளா? அவளும் கொண்டாடித்தீர்த்தாள்.

அன்றைய தினம் லெட்ஸ் செலிபிரேட் முழுக்க விழாக்கோலமாக இருந்தது. லஷ்மிப்பாவும் அவர்களோடு ஐக்கியமானார். அண்ணாமலை சீதா ஆகியோருக்கும் இந்தத் தகவல் தெரிவிக்கப்பட அவர்களும் மகிழ்ந்தனர்.

ஆனால் இந்த மகிழ்ச்சி அனைத்தும் நீண்ட நாட்கள் நிலைக்காமல் அடுத்த இரண்டு நாட்களில் நடைபெறவிருக்கும் மிதிலாவின் திருமணத்தில் நிறைய மனவருத்தங்கள் ஏற்பட்டது.

என்னதான் அன்று சந்தீப்பிடம் கிளிப்பிள்ளைக்குச் சொல்வதைப்போல அறிவுரை வழங்கினாலும் அவன் முகத்திலிருந்த குழப்பம் ஆத்யா மற்றும் அமுதனுக்கு பயம் கொடுத்தது மட்டும் நிஜம். மிதிலாவும் கூட முதலில் வேண்டாவெறுப்பாகவே தான் இருந்தாள். ஆனால் நிஜத்தை உணர்ததாலோ என்னவோ அவள் அமைதியாக திருமணத்திற்கு தயாரானாள். அமுதன் ஆத்யாவைத் தவிர லெட்ஸ் செலிபிரேட்டில் வேறு யாருக்கும் சந்தீப் மிதிலாவின் காதல் சமாச்சாரம் தெரியாது. அவர்கள் தங்கள் தோழியின் திருமணத்திற்காக அயராது உழைத்தனர். முதல் நாள் இரவு ரிசப்ஷன் வரை எந்த சிக்கலும் இல்லாமல் இனிதே நடந்தது. (சுவைக்கும்!)

* * * * * *

அத்தியாயம் - 41

அன்றிரவு வரை எவ்வித சிக்கலும் இன்றி மிதிலாவின் திருமணம் நடைபெற அங்கு சந்தீப்போ அமுதன் அவ்வளவு சொன்னதால் அன்றிரவு தன்னுடைய வேலையை தன் ஜூனியரிடம் கொடுத்துட்டு அந்த மண்டபத்தின் வாயிலிலே அமர்ந்தான். ஆத்யாவிடம் பேசியதிலிருந்து சந்தீப் நிறைய சிந்தனை செய்தான். ஒருபுறம் தன் ஒருவனால் தன்னுடைய சகாக்கள் அனைவரும் பாதிப்படைய வேண்டுமா என்று யோசித்தவன் மறுகணம் இப்போது இந்த ஒரு வாய்ப்பைத் தவறவிட்டால் காலத்திற்கும் இந்த ஒருநாளின் நினைவில் வருந்த வேண்டும் என்று யோசித்தவன் ஒரு முறை மிதிலாவுடன் பேசிப் பார்கலாம் என்று முடிவெடுத்தவனாய் மிதிலாவிடம் பேச தகுந்த வாய்ப்பிற்காகக் காத்திருந்தான்.

மிதிலாவோ பெயருக்கு கல்யாணப் பெண்ணாக வலம் வந்தாள். ஆனால் ஜாய்சன் லவ், நித்தி மூவரும் தான் இந்தத் திருமணத்தில் உண்மையாக மகிழ்ந்தனர். அதேநேரம் இந்தத் திருமணத்தை எண்ணி அதிகம் பயந்தது ஆத்யாவும் அமுதனும் தான். அப்போது அங்கே வந்த அமுதன் சந்தீப்பை அழைத்து, "நீ இங்க இருக்க வேண்டாம் சந்தீப்.கிளம்பு..." என்றதும் அவனோ மறுபேச்சு ஏதும் பேசாமல் கிளம்பிவிட்டான்.

மறுநாள் காலை முகூர்த்தத்துக்கு அனைவரும் வந்திருந்தனர். அந்த அனைவரில் லெட்ஸ் செலிபிரேட்டின் பங்குதாரர்களான ஜாய்சன், சந்தீப், நித்தி, லவ், ஆத்யா, ஆகியோரின் குடும்பம் அனைத்தும் வந்திருந்தது. காலையில் வழக்கமாய் மணவறையை அலங்கரிக்கும் மிதிலாவின் பொறுப்பை லவ் ஏற்றிருந்தாள். ஆத்யா தான் உள்ளுக்குள் இருக்கும் அச்சத்தில் குறுக்கும் நெடுக்குமாக நடக்க தூரமாக இருந்த அமுதன் அவளுக்கு கண்களால் ஆறுதல் சொல்லி ஒரு புன்னகை செலுத்த ஆத்யாவும் சிரித்து வைத்தாள்.

திருமண மண்டபம் வேறு கூட்டத்தில் நிரம்பிவழிய ஆத்யாவின் இந்த 'ஸ்ட்ரேஞ் பிஹேவியரை' கவனித்த ஜாய்சன் அவள் அருகில் வந்து என்னவென்று விசாரித்தான். அப்போதைக்கு எதையோ சொல்லிச் சமாளித்தாள். அங்கே மணப்பெண்ணின் அறையில் மிதிலா இருக்க அவளோடு இருந்த அவள் சித்தியை வெளியே அனுப்பிய சந்தீப் யாரும் பார்க்கா வண்ணம் மிதிலாவின் அறைக்குள் நுழைந்தான். ஆனால் அந்நேரம் டைனிங் ஹாலை மேற்பார்வையிடச் சென்ற லவ்வின் கண்களில் இது தென்பட்டது.

திடீரென்று அறைக்குள் நுழைந்தவனைக் கண்டு மிதிலா அதிர அவனோ கதவைத் தாளிட்டான். சுதாரித்தவள், "இப்போ எதுக்கு இங்க வந்த சந்தீப்? என்ன பண்ற? கதவைத் திற யாராச்சும் வந்திடப் போறாங்க..." என்று பதட்டப்பட்டாள்.

"உன் மனசுல என்ன நெனச்சிட்டு இருக்க மிதி? நீபாட்டுக்கு வந்து என்கிட்ட உன் லவ்வை சொல்லிட்டு இப்போ கல்யாணம் செஞ்சுக்கப் போற? ஆனா நான் இந்த இடைப்பட்ட நாட்கள்ல எவ்வளவு கஷ்டப்பட்டேன் ஏன் இப்பயும் படுறேனு உனக்குத் தெரியுமா?" என்று கேட்க, அவனை எதிர்கொள்ள முடியாமல் தவித்தாள் மிதிலா.

"ஒன்னு நீ லவ் பண்ண விஷயத்தை முன்னாடியே என்கிட்ட வந்து சொல்லியிருக்கனும். இல்லையா கடைசி வரை எதையுமே சொல்லாம நீ பாட்டுக்கு மேரேஜ் செஞ்சு இருக்கனும். ஆனா ரெண்டும் நடுவுல எதுக்குடி வந்து என்கிட்ட உன் காதலைச் சொன்ன? நான் பாட்டுக்கு எந்த கவலையும் இல்லாம ஜாலியா தானே இருந்தேன்? நான் மனசார சிரிச்சு ஏன் நார்மலா இருந்தே ஒன்றரை மாசம் ஆகுது தெரியுமா? இப்போ சொல்லு என்னை மேரேஜ் பண்ணிக்க உனக்கு சம்மதமா?" என்று அவன் கேட்டதில் ஆடிப்போனாள் மிதிலா.

அதற்குள் அவர்களின் அறைக்கதவு தட்டப்பட்டது. அதில் மேலும் அதிர்ந்த மிதிலா, "சந்தீப் நீ இங்கேயிருந்து கிளம்பு..." என்று கதவைத் திறக்க முன்னே செல்ல அவளைத் தடுத்தவன்,

"எனக்கு ஒரே ஒரு கேள்விக்கு மட்டும் பதில் சொல்லு நான் போயிடுறேன். டூ யூ ஸ்டில் லவ் மீ?" என்றதும் அவள் சிலையானாள்.

"ஓகே இப்போ இந்த மேரேஜுக்கு நீ மனசார தான் சம்மதம் சொன்னியா?"

அந்தக் கேள்வியில் நிகழ்வுக்கு வந்தவள், "சந்தீப் ப்ளீஸ் இங்கேயிருந்து போயிடு. என்னால என் குடும்பத்துக்கு எந்த தலைகுனிவும் ஏற்படக்கூடாது. நம்மளை ஒரே ரூம்ல யாராச்சும் பார்த்தா விபரீதமாகிடும்..." என்று சொல்ல அங்கே கதவு இன்னும் பலமாகத் தட்டப்பட்டது.

"போ சந்தீப்..." என்னும் போது கதவு மீண்டும் தட்டப்பட,

"பயப்படாத வெளிய லவ் தான் இருக்கா. நான் கேட்டக் கேள்விக்கு நீ பதில் சொல்லு..."

"என்னடா பதில் சொல்லணும்? என்ன சொல்லணும்னு எதிர்பார்க்குற? எத்தனை நாள் நான் உன்மேல காதல் பார்வை வீசியிருப்பேன்? எவ்வளவு முறை என் லவ்வை உனக்கு உணர்த்த முயற்சிசெஞ்சிருப்பேன் தெரியுமா? ஆமா எனக்கு உன்கிட்ட நேர்ல வந்து சொல்ல பயம். என்ன வேணுனா நெனச்சிக்கோ... உன்னோட ஸ்டேட்டஸ், உன் அப்பா, அம்மா என் குடும்ப சூழ்நிலை இப்படி ஆயிரம் காரணம் எனக்குள்ள இருந்தது. போடா..." என்று அழுதாள் மிதிலா.

"ஏன் மிதி ஒரே ஒருமுறை என்கிட்ட நீ நேர்ல சொல்லியிருந்தா இன்னைக்கு இந்த நிலைமை வந்திருக்காதில்லை? இப்போ எனக்கு உன் மேல லவ் வந்திருக்கு. இந்த இடைப்பட்ட நாட்கள்ல நீ என்னை விட்டு விலகிப்போன போது தான் உன்மேல எனக்கிருக்கும் காதல் புரிஞ்சது. ஓகே இனி பழசெல்லாம் பேச நேரமில்லை. நமக்கு ரொம்ப கம்மியான நேரம் தான் இருக்கு. இதோ இந்த தட்டு தட்டுனா கதவே உடைஞ்சிடும். அதுக்குள்ள நீ உன் முடிவைச் சொல்லு. எது நடந்தாலும் நாம பேஸ் பண்ணலாம்னு நெனச்சா நானே கதவைத் திறக்குறேன்.

இல்லை வேண்டாம்னு நீ நெனச்சா நான் பாத் ரூமுக்குள்ள போறேன் நீயே கதவைத் திற. முடிவு உன் கையில தான் இருக்கு..." என்றவன் அந்தக் கதவைப் பார்த்தவாறு நின்றான்.

மிதிலா அமைதியாக நிற்க சந்தீப் கதவைத் திறந்தான்...

அன்று மதியம்:

"ச்சே இப்படி நடக்கும்னு நான் கொஞ்சம் கூட நினைக்கவே இல்லைடா..." என்று பத்தாவது முறையாக அதே டைலாக்கை ஆரமித்தான் ஜாய்சன்.

அதில் கடுப்பான லவ், நித்திலா இருவரும் அருகில் கல்லுளி மங்கன் போல் நின்றிருந்த அமுதன் மற்றும் ஆத்யாவை அதே பத்தாவது முறையாகத் திட்ட ஆரமித்தனர். இதுவரைப் பொறுத்த ஆத்யா இப்போது பொறுக்கமாட்டாமல், "சும்மா நிறுத்துங்கடி. இந்த வடிவேல் காமெடி ஒன்னு வருமே ரெண்டாம்பது ரெண்டாம்பதுனு அது மாதிரி தானே ஒவ்வொரு முறை அவன் புலம்பி முடிச்சதும் எங்களைத் திட்ட ஆரமிச்சுடறீங்க... ஆமா நான் தான் அவனை அங்க அனுப்பி அப்படிப் பேசச்சொன்னேன் பாரு?" என்று பொங்கினாள்.

இப்போது நினைக்கையில் எல்லாம் பாஸ்ட் பார்வேர்டாய்த் தெரிந்தது. சந்தீப் கதவைத் திறக்க வெளியே நின்றிருந்த மாப்பிள்ளையின் குடும்பம் அவர்கள் இருவரையும் சந்தேகமாகப் பார்க்க மிதிலா சந்தீப்பின் கரத்தைப் பிடித்துக்கொண்டாள். பிறகென்ன இரு குடும்பமும் கூடி நிறைய வாக்குவாதம் நடக்க சந்தீப் மற்றும் மிதிலா இருவரும் பிடிவாதம் பிடிக்க, இதற்கு மேல் நின்றால் தங்களுக்குத் தான் அசிங்கம் என்று மாப்பிள்ளை வீட்டார் கிளம்பிவிட, கோவத்தில் மிதிலாவின் பெற்றோர் அவளை அடித்துவிட்டு அங்கிருந்து செல்ல அந்த இடத்தில் எதையும் பேசப்பிடிக்காமல் சந்தீப்பின் பெற்றோர் வீட்டிற்குச் சென்றனர்.

ஆனால் மிதிலாவின் பெற்றோர்கள் தான், "எங்களுக்கு ஒரு பெண் செத்துடானு நெனச்சிக்கிறோம்னு" சொல்லிவிட்டுச்

சென்றனர். சந்தீப்பின் அன்னைக்கு கோவத்தைக் காட்டிலும் அழுகை தான் வந்தது. இப்படி எல்லோர் முன்னிலையிலும் தங்களை தன் மகன் அசிங்கப்படுத்திவிட்டான் என்று மனம் வருந்திச் சென்றனர். எதையும் பேசாமல் அங்கே இருவரும் நிற்க ஏனோ மற்றவர்களைக் காட்டிலும் அமுதன் மற்றும் ஆத்யாவிடம் மட்டும் முகம் கொடுக்க முடியாமல் அவர்கள் தலை கவிழ்த்தனர். அதிலே எல்லோருக்கும் புரிந்துவிட்டது. கூட்டம் கலைந்து விட இவருடைய பெற்றோர்களும் இல்லாமலே அங்கு அவர்களுக்கு திருமணம் நிகழ்ந்தது. இப்போது அடுத்து என்ன செய்ய வேண்டும் என்று எல்லோரும் யோசிக்க அந்த இடத்தில் கோவத்தைக் காட்டிலும் எல்லோருக்கும் வருத்தமாகத் தான் இருந்தது.

ஜாய்சன் எதையாவது பேசுவான் என்று காத்திருக்க அவனோ கோவத்தில் அமைதியாக இருந்தான். லவ் தான் தன் பங்கிற்கு எல்லாமும் கேட்க தங்களுக்குள் நிகழ்ந்ததையெல்லாம் கூறிய சந்தீப் அதில் தவறாமல் அமுதன் மற்றும் ஆத்யாவையும் கோர்த்துவிட்டான்.

"சரி அடுத்து என்ன பண்றதா உத்தேசம்?" என்றாள் நித்தி.

"எங்க வீட்டுக்குப் போகப்போறோம்" என்ற சந்தீப் மிதிலாவை அழைத்துக்கொண்டு நகர்ந்துவிட மண்டபத்தை காலிசெய்து கொடுத்து அவர்கள் எல்லோரும் லெட்ஸ் செலிபிரேட் சென்றதும் தான் ஆத்யாவையும் அமுதனையும் எல்லோருமாக ரவுண்டு கட்டினார்கள்...

"அட்லீஸ்ட் இப்படியொரு பிரச்சனை இருக்குதுன்னாவது எங்ககிட்ட நீ சொல்லியிருக்கலாமில்ல ஸ்வீட்டி?" என்று அதே ஆதங்கத்துடன் வினவினான் ஜாய்சன்.

"மச்சி புரிஞ்சிக்கோடா... சத்தியமா நாங்க இதுக்கு உடந்தையில்ல. நான் அப்போவே சந்தீப்பைத் தேடச் சொன்னேன். எல்லாம் இவன் தான்..." என்று முதன் முறையாய் அமுதனை ஒருமையில் அழைத்தாள் ஆத்யா.

"ஏன் அமுதன் நீங்களாச்சும் என் கிட்ட இதைப்பற்றி ஒருவார்த்தை சொல்லியிருக்கலாமில்ல?" என்று அதே கேள்வியை வேறு வேறு மாடுலேஷனில் கேட்டான் ஜாய்சன். அவர்கள் மீண்டும் அமைதியாக இருக்க பதினோராவது முறையாக ஸ்வீட்டிக்கும் அமுதனுக்கும் திட்டு விழுந்தது.

ஒரு நிகழ்வு நடந்துவிட்டது. அதுக்காக சண்டையிட்டோ வாக்குவாதம் செய்தோ எல்லாவற்றையும் மாற்ற முடியாது என்பதால் எல்லோரும் அதை ஏற்க முயற்சித்தனர். இருந்தும் தங்களுடைய கரீயரில் இதொரு பிளாக் மார்க் தான் என்று எண்ணி வருந்தினர். இப்படியொரு நிகழ்வு நடந்ததும் லஷ்மியைத் தவிர மற்றவர்களின் பெற்றோர்கள் அப்ஸ்காண்ட் ஆகிவிட்டார்கள்.

"டேய் இப்போ எங்க வீட்டுக்கு நான் எப்படிடா போறது?" என்ற லவ்விற்கு,

"ஏன் மச்சி உன் பைக் ரிப்பேரா? இல்லையே காலையில நல்லா தானே இருந்தது?" என்ற ஆத்யாவை மீண்டும் எல்லோரும் முறைத்தனர்.

"நக்கலு? எங்க வீட்ல என்னைச் சேர்த்துவாங்களானு தெரியில..." என்றாள் லவ்.

"மச்சி சந்தீப் வீட்டுக்குக் கிளம்பி எவ்வளவு நேரம் ஆகுது?" என்று ரணகளத்திலும் ஒரு கிளுகிளுப்பை எதிர்பார்த்தாள் நித்தி.

அந்த நிகழ்வு நடந்து இன்றோடு நான்கு நாட்கள் ஆகிறது. சந்தீப்பிடமிருந்து எந்த தகவலும் வரவில்லை. அவர்களும் எதையும் கேட்டுக்கொள்ளவில்லை. இருந்தும் மிதிலாவிடமிருந்து வந்த 'நோ இஸ்ஸுஸ்' என்ற இரு வார்த்தை குறுந்தகவலைக் கொண்டு எல்லாம் நன்றாகத் தான் போகிறது என்று எண்ணிக்கொண்டனர்.

நடந்து முடிந்த ஃபூட் பெஸ்டிவல் பற்றி மிதிலாவின் திருமணம் முடிந்து ஆலோசிக்கலாம் என்று அவர்கள் எண்ணியிருக்க நடந்த விஷயங்களால் அதைப்பற்றி எதையும் பேசாமலே இருந்துவிட்டனர். அன்றும் வழக்கம் போல் ரூபன் அமுதன், கார்த்தி ஆகியோர் ஆத்யாவின் இல்லத்திற்கு வந்தனர். இப்போதெல்லாம் லெட்ஸ் செலிபிரேட்டில் அவர்கள் யாரும் கூடுவதில்லை. சொல்லப்போனால் யாரும் இரண்டு நாட்களுக்கு லெட்ஸ் செலிபிரேட் பக்கம் தலைகாட்டவே இல்லை.

அன்று எல்லோரும் அங்கே கூடியிருக்க லஷ்மியே அந்தப் பேச்சை ஆரமித்தார். அவர்களின் உழைப்பு மற்றும் திறமைக்கான அங்கீகாரம் கிடைத்து விட்டது என்றும் அடுத்து என்ன செய்யவிருக்கிறார்கள் என்றும் அறிய ஆவல் கொண்டார்.

"படிக்கும் போதிருந்து எனக்கும் அமுதனுக்கும் ஒரே ஒரு ஆம்பிஷன் தான் அங்கிள். எங்களுக்குனு ஒரு டேஸ்ட் உருவாக்கனும். பெருசா இல்லாட்டியும் ஆவெரேஜாவது ஒரு ரெஸ்டாரெண்ட் ஆரமிக்கணும். அதுல எங்களோட தனித்துவம் மிளிரனும். இது தான் எங்க வாழ்க்கையோட உச்சபச்ச லட்சியமே" என்றான் கார்த்தி.

"ரெஸ்டாரெண்ட்? குட் ஐடியா... ஏன் நீங்க பெரிய ஹோட்டல்ல ட்ரை பண்ணக்கூடாது? யா நீங்க ஏற்கனவே பெரிய ஹோட்டல்ஸ்ல ஒர்க் பண்ணியிருக்கீங்க தான். இருந்தும் சம்திங் பிக்கர் லைக் தாஜ்..."

"தாஜ் மாதிரி பெரிய ஹோட்டல்ல ஒர்க் பண்ணலாம் தான் அங்கிள். ஆனா அங்க நாம புதுசா ஏதாவது ட்ரை பண்றதை விட ஏற்கனவே அவங்க செட் பண்ணி வெச்சியிருக்க அந்த டேஸ்ட் கொடுக்க தான் எங்களை நிர்பந்திப்பாங்க... மொரேவேர் அதுக்கு பாரின் போய் படிக்கணும். அண்ட் அதுல எங்கள்ல ஒருத்தனைத் தவிர வேற யாருக்கும் பெருசா விருப்பமில்லை" என்ற கார்த்தி அமுதனைப் பார்த்தான்.

"ஓ நீங்க ஒரு ஆந்த்ராப்ரெனியூர்(தொழில்முனைவோர்) தான் ஆக விருப்பப்படுறீங்க ரைட்?"

"எக்ஸ்சாட்டிலி..."

"அப்போ ஏன் நீங்க ஆரமிக்கல?"

"அங்கிள் ஆர் யூ கிட்டிங்? ஒரு ரெஸ்டாரெண்ட் ஆரமிக்குறது என்ன அவ்வளவு ஈஸியா? அதுக்கு நிறைய வேலையிருக்கு. முதல அதுக்கான இடம் பார்க்கணும். பிறகு அதோட டிசைன் கன்ஸ்ட்ரெக்ஷன்னு நிறைய வேலை இருக்கு. எல்லாத்துக்கும் மேல பணம் வேணும் அங்கிள் பணம் வேணும். காசு, பணம், துட்டு மணி மணி... இப்போ தான் என் அப்பா நானும் ஏதோ சமைப்பேனு நம்பியே இருக்கார். இதுகப்றோம் அவரிடம் பேசி ஒப்புதல் வாங்கி பணம் வாங்கி... அப்பப்பா நினைவே கஷ்டமா இருக்கு..." என்றான் கார்த்தி.

"நம்ம கிட்டக் கூட ஒரு இடமிருக்கு. கோவையோட ஒன் ஆப் தி ப்ரைம் லொகேஷன். பொள்ளாச்சி ரோட்ல. பத்து வருஷத்துக்கு முன்ன வெறும் கரம்பா வாங்குனேன். இன்னைக்கு அந்த லேண்ட் வேல்யூ எங்கேயோ போயிடுச்சு. ஆத்யா பேர்ல தான் இருக்கு..." என்றவர் அதைப்பற்றிப் பேச சிறிது உரையாடினார்கள்.

"அங்கிள் எங்களை நம்பி யாராச்சும் பணம் கொடுப்பார்களா? வேணுனா அந்த லேண்டோட கொஞ்சம் பணமும் தாங்க. உடனே ரெஸ்டாரெண்ட் வேலையைத் தொடங்கிடலாம்" என்றதும் அமுதன் கண்ணைக் காட்ட கார்த்தி அமைதி ஆனான்.

"ஓகே இப்போ நான் வேணுனா ஒரு வாக்கு கொடுக்குறேன். ஒருவேளை நீங்க ரெஸ்டாரெண்ட் கட்ட முடிவு செஞ்சா இடம் நான் தரேன். பணமெல்லாம் முடியாதுப்பா. நான் அவ்வளவு செழிப்பான ஆளெல்லாம் இல்ல" என்று சிரித்தார் லஷ்மி.

"உங்களை நாங்க மைண்ட்ல வெச்சுக்குறோம் அங்கிள். கண்டிப்பா ஒருநாள் கேட்போம். அப்போ ஜகா வாங்காம இருந்தா சரி" என்றான் கார்த்தி.

கபிலனின் பூர்வீகம் பொள்ளாச்சியை ஒட்டிய ஒரு கிராமம். என்னதான் கபிலன் பிறந்து வளர்ந்தது எல்லாம் கோவை என்றாலும் அவனுடைய தாத்தா பாட்டி இன்னும் அங்கு தான் வசிக்கிறார்கள். எனவே கபிலனின் திருமணத்தை ஊரில் தான் நடத்த வேண்டும் என்று அவர்கள் ஆசைப்பட்டனர். பெரியவர்களின் ஆசையைத்தட்ட முடியாமல் அவர்களுடைய திருமணத்தை அங்கேயே நடந்த முன் வந்தனர். அதற்காக அங்கே சென்று எல்லாம் சரிபார்க்க கபிலனை ஊருக்குப் போகச் சொன்னார் அவன் தந்தை. அன்று லாவண்யாவும் அவர்கள் வீட்டின் சார்பில் கல்யாணப் பொறுப்புகளைப் பார்க்க அனுப்பப்பட்டாள்.

முதலில் போகமாட்டேன் அதுயிது என்றவள் கபிலனும் வருகிறான் என்று அறிந்தாலோ என்னவோ உடனே சம்மதம் தெரிவித்தாள்.

திட்டமிட்டபடியே கபிலனும் லாவண்யாவும் பொள்ளாச்சியை ஒட்டிய அந்த கிராமத்திற்கு விரைந்தனர்.

ஹிருத்தியாவின் திருமணம் முடிந்து சூட்டோடு சூடாக லட்டுவின் திருமணத்தை முடிக்க எண்ணிய விஜயா அதற்கான பேச்சு வார்த்தையில் இறங்கினார்கள். இந்த விஷயம் அண்ணாமலை சீதாவையும் வந்தடைந்தது. அமுதனை விட சிறியவனான சித்தார்த்துக்கு திருமண ஏற்பாடுகள் நடைபெறுவதை அறிந்தவர் அமுதனுக்கும் ஆத்யாவுக்குமான திருமணத்தை ஏன் தள்ளிப்போட வேண்டும் என்று எண்ணினார்கள்.

இது சம்மந்தமாக அவர்கள் இருவரும் கலந்தாலோசிக்க அதன் முடிவாக அவர்களது திருமணத்தை விரைவில் நடத்தத் திட்டமிட்டனர். போட்டிக்காக இதை அவர்கள் செய்ய விரும்பவில்லை. தனக்கும் ஹிருத்தியாவிற்குமான திருமணத்திற்கு தடைபோட்டவர்கள் சித்தார்த் சிகப்பியின் திருமணத்தை நடத்த காட்டும் ஆவலை அறிந்தால் அமுதன்

கண்டதையும் எண்ணி வருந்துவான் என்று யோசித்தனர். மேலும் அமுதனுக்கும் வயது இருபத்தி ஆறு நடக்கிறது. இன்னும் இரண்டு மாதத்தில் இருபத்தி ஏழு பிறக்கப்போகிறது. அதேபோல் ஆத்யாவுக்கும் இருபத்தி ஆறு நெருங்குகிற காரணத்தால் உடனே திருமணத்தை நடந்த எண்ணினர்.

அன்றே இது சம்மந்தமாக லஷ்மியைத் தொடர்புகொள்ள அவரோ'கரும்பு தின்ன கூலியா?' என்பதைப்போல் உடனடியாகவே தன்னுடைய ஒப்புதலை வழங்கினார்.

எனினும் இப்போது இதைப்பற்றி அமுதனிடம் சொன்னால் அவன் ஏதாவது மழுப்புவான் என்று எண்ணி ரகசியம் காத்தனர். ஆனால் இப்போதிருக்கும் நிலையில் அமுதன் கண்ணைமூடி சம்மதம் தெரிவிப்பான் என்று அவர்கள் அறிந்திருக்கவில்லை. முன்பே ஆத்யாவைக் கண்டால் அப்படி உருகுபவன் ஆத்யாவுடனான அந்தப் பயனத்திற்குப் பிறகு முழுவதும் ஆத்யாவின் வசம் ஆகியிருந்தான்.

இது சம்மந்தமாக மறுநாளே கோவை செல்லலாம் என்று நினைத்திருக்க அன்று காலைமுதல் காரைக்குடியே பரபரப்பானது. ஆம் தமிழரசுவின் வீடு, அவருடைய கடை, இளவரசுவின் வீடு அவருடைய காண்ட்ராக்ட் தொழில், நாகப்பனின் வீடு அங்கே ஹிருத்தியாவின் கணவர் வீடு என்று அனைத்திலும் வருமானவரிச் சோதனை நடைபெற்றது.

யாருமே எதிர்பாரா நேரத்தில் அதும் கிட்டத்தட்ட மேற்சொன்ன அனைத்து இடங்களிலும் ஒரே நேரத்தில் சோதனை நடைபெற்றது.

இதில் சம்மந்தமே இல்லாமல் அண்ணாமலையின் வீட்டிலும் புகுந்தவர்கள் அவர்களை எங்கும் நகரவிடாமல் செய்தனர். முதலில் திபுதிபுவென்று வீட்டிற்குள் நுழைந்த நபர்களைக் கண்டு அஞ்சினார் சீதா. பிறகு விஷயமறிந்த அவர்களுக்கு ஒத்துழைத்தனர்.

எவ்வித முன்னறிவிப்புமின்றி(பொதுவாக ஐடி ரைட் முன்னறிவிப்பின்றி தான் நிகழும். ஆனால் இதில் ஆளுங்கட்சியின் முக்கிய பிரமுகர்கள் நடைபெறுவது தான் அனைவருக்கும் ஆச்சரியம் கலந்த அதிர்ச்சியாக இருந்தது) அதும் நாகப்பனிடம் நிறைய பணம் புழங்கும் இந்நேரத்தில் நடைபெற்ற இந்த ரைட் நாகப்பனுக்கே பேரதிர்ச்சியாக அமைந்தது. இதற்கெல்லாம் காரணம் சாச்சாத் சிவநேசன் தான். நாகப்பனிடம் அதிக பணம் புழங்குவதை எப்படியோ அறிந்துகொண்டவர் நாகப்பனை அரசியலில் இருந்து ஓரங்கட்ட இதைவிட நல்ல சந்தர்ப்பம் கிட்டாது என்று அனைவரையும் கோர்த்து விட்டார்.

ஆனால் இதில் சம்மந்தமே இல்லாமல் நிறைய நபர்கள் மாட்டி அதனால் அவர்களின் உறவுகளுக்குள் நிறைய சிக்கல் உண்டாகும் என்று சிவநேசனே அறிந்திருக்கவில்லை. எப்படியிருந்தாலும் சிவநேசனின் எண்ணம் ஈடேற காத்திருந்தது.

அன்று காலையில் தொடங்கிய ரைட் மாலையைக் கடந்ததும் நடந்துகொண்டிருந்தது. அமுதனின் திருமணம் சம்மந்தமாக கோவை புறப்படவிருந்தப் பயணம் தடைப்பட்டதைக் காட்டிலும் இன்னொரு செய்தி அவருக்காகக் காத்திருந்தது. (சுவைக்கும்)

* * * * * *

அத்தியாயம் - 42

திருமணம் முடிந்த அன்று சந்தீப் மிதிலாவை அழைத்துக்கொண்டு தன்னுடைய வீட்டிற்கு விரைந்தான். அவனுக்கு முன்பே வீடு சேர்ந்த சந்தீப்பின் பெற்றோர்கள் இன்று நடந்த நிகழ்வுகளையெல்லாம் எண்ணி வருந்தினார். ஒரே மகன் என்பதால் சிறுவயதிலிருந்து அதிக செல்லம் கொடுத்து வளர்க்கப்பட்டவன் தான் சந்தீப். மேலும் அவன் வளர்ந்ததிலிருந்து ஒரு நாளும் ஒரு பெற்றோர்களாய் அவர்கள் நடந்துகொண்டதே இல்லை. ஒரு தோழனாகவும் தோழியாகவுமே பழகினார்கள். லெட்ஸ் செலிபிரேட்டில் இருப்பவர்களின் பெற்றோர்களில் எல்லோருடைய பேவோரைட் என்றால் முதலில் நினைவு வருவது சந்தீப்பின் பெற்றோர்கள் தான். அதை அன்று அவர்களின் திருமணநாள் கொண்டாத்தில் நன்கு கவனித்திருக்கலாம். ஒருவேளை மிதிலாவை தான் விரும்புவதாக சந்தீப் தன் பெற்றோரிடம் சொல்லியிருந்தால் கூட அவர்கள் ஏதேனும் செய்திருப்பார்கள். ஆனால் எதையும் சொல்லாமல் அந்த நிறைந்த மண்டபத்தில் சந்தீப் செய்ததை எந்த பெற்றோர் தான் மன்னிப்பார்கள்? ஆரம்பத்திலிருந்தே மிதிலாவின் மீது சந்தீப்பின் அன்னைக்கு ஒரு சந்தேகம் இருந்தது. இப்போது யோசிக்கையில் சில நாட்களை சந்தீப் ஏன் அவ்வாறு நடந்துகொண்டான் என்பதற்கான காரணமும் அவர்களுக்கு விளங்கியது. ஒரே மகனின் திருமணத்தை எப்படியெல்லாம் நடத்தலாம் என்று எண்ணியிருந்தவர்களுக்கு இது பெரிய ஏமாற்றமாகவும் அமைந்தது. மேலும் நடந்தவரையில் எல்லாம் கவனித்தவர்களுக்கு மிதிலாவைக் காட்டிலும் சந்தீப்பின் மீது அளவுகடந்த கோவம் வந்தது.

நல்ல வேளையாக நடந்ததெல்லாம் ஆத்யாவுக்கும் தெரியும் என்று அவர்கள் அறியாவிடினும் ஆத்யா மீது ஒரு சந்தேகம் உண்டானது நிச்சயம். அவர்கள் இருவரும் அந்த யோசனையில் இருக்கும் போது தான் சந்தீப் மிதிலாவை அழைத்துக்கொண்டு

வந்தான். அவன் வந்தான் என்றறிந்த அவன் அன்னை கோவமாக அறைக்குள் பூட்டிக்கொண்டார். எப்படியும் அன்னை தன்னிடம் சண்டையிடுவார் மீறினால் தன்னை வெளியேறச்சொல்லுவார் என்று எண்ணியவனுக்கு அவரின் இந்தச் செயல் அதிர்ச்சியாக இருக்க அவன் தந்தையும் எதையும் சொல்லாமல் அங்கிருந்து சென்றார். சொந்த வீட்டிலே இப்படி யாரோபோல் நுழைந்தது சந்தீப்பிற்கு வருத்தமாக இருந்தாலும் மிதிலாவை மேலும் வருத்தமடைய செய்யவேண்டாம் என்று நினைத்தவனாக அவளை உள்ளே அழைத்துச் சென்றான்.

ஆத்யாவும் அமுதனும் அன்று படித்தபடித்து சொன்னதெல்லாம் தற்போது தான் அவன் மனக்கண்ணில் ஓடியது. அதன் பின் அவர்களை ஒரு பொருட்டாகவே கருதாமல் சந்தீப்பின் அன்னை தன்னுடைய கணவரோடு இருந்தார். இன்று மாறும் நாளை மாறும் என்று நினைத்தவர்கள் ஒரு வாரமாகியும் எந்த மாற்றமும் நிகழலாததால் அந்த வாழ்விற்கு தங்களைப் பழக்கியிருந்தனர். சந்தீப்பின் தந்தை தான் ஒரேயொரு முறை அவர்களிடம் பேசினார். அதும் அவனின் அன்னை அவர்களை ஏற்கும் வரை தானும் அவர்களோடு பேசப்போவதில்லை என்ற செய்தியை உரைக்கத்தான் பேசினார். அன்று மிதிலாவை முதன்முதலில் பெண்பார்க்க வந்தவன் அவளிடம் உரைத்ததெல்லாம் அவளுக்கும் நினைவு வந்தது. எதை மீண்டும் அவள் வாழ்வில் செய்யவே கூடாது என்று அவன் சொன்னானோ அதையே தான் செய்துவிட்டதை எண்ணி வருந்தினாள்.

இங்கு தான் நிலைமை இவ்வாறு இருக்கிறதென்றால் அவர்கள் செய்த வேலையின் காரணமாக அவர்களால் லெட்ஸ் செலிபிரேட்டிற்குள் நுழையவும் இல்லை அவர்களுடன் பேசவும் கூட முகம்வரவில்லை.

ஆனால் இவர்களை நினைத்து அங்கே ஆத்யா, அமுதன், லவ், நித்தி, ஜாய்சன் ஆகியோரும் வருந்தினர். சும்மாவே லெட்ஸ் செலிபிரேட்டின் மீது வன்மத்துடன் இருக்கும்

போட்டி நிறுவனங்களுக்கு இந்தச் செய்தி இன்னும் சாதகமாக அமைந்தது. இருந்தும் வெளியில் அவர்களின் பெயர் அந்த அளவுக்கு பாதிக்கப்படவில்லை. இப்போது இதை உடனே சரிக்கட்ட வேண்டும் என்று எண்ணினாள் ஆத்யா.

புதிய பள்ளியில் சேர்ந்ததிலிருந்து புது நட்புகள் புது இடம் என்று உற்சாகமாவே வலம்வந்தான் இனியன். அவனை தினமும் பள்ளிக்கு பைக்கில் தான் அழைத்துச்சென்று கூட்டி வந்தனர். தினமும் காலையில் ஆத்யாவின் என்பீல்டில் தான் செல்வான். மாலை ரூபனின் பல்சரில் வீடு வருவான். வந்தவன் சிறிது நேரம் ரூபன் அத்தி மற்றும் லஷ்மி ஆகியோருடன் நேரம் செலவழிப்பான். அவனுக்கு ஹோம் ஒர்க் செய்ய லஷ்மி தான் உதவுவார். இனியனுடன் ரூபன் செலவழிக்கும் நேரம் அவனை ரூபன் பார்த்துக்கொள்ளும் விதம் அனைத்தும் அத்திக்கு சொல்லமுடியாத ஒரு மகிழ்ச்சியைத் தந்தது.

அத்தியின் மனத்திரை மெல்ல மெல்ல விலகி அதில் ரூபன் மீதான பழைய காதல்(ஆம் சுமார் ஆறேழு வருடங்களாக இருக்கும் காதல் பழையகாதல் தானே?) மீண்டும் துளிர்க்க ஆரமித்தது.

இடையில் ஒரு பேங்க் பார்மாலிட்டீஸ் சம்மந்தமாக அத்தி சென்னை வரை செல்ல வேண்டியிருக்க அவளோடு ரூபன் தான் துணைக்குச் சென்றான். பேங்க் வேலை ஒருநாளில் முடியாமல் மறுநாள் வரை இழுத்தடிக்கப்பட ரூபனிடம் சற்று மனம் விட்டுப் பேசினால் நன்றாக இருக்கும் என்று எண்ணியவள் அவனோடு கடற்கரைக்குச் சென்றாள்.

"உன் சித்தி அன்னைக்கு நிறைய வருத்தப்பட்டாங்க ரூபா... என்னால அவங்களோட மனநிலையை நல்லா புரிஞ்சிக்க முடியுது. உனக்காச்சும் உன் அப்பா இருந்தார். ஆனா இனியனுக்கு யாருமே இல்ல. நாம வாழ்ந்த சூழல் தான் நம்மோட எண்ணங்களைத் தீர்மானிக்குது ரூபன். சொல்லியிருக்காங்க

இல்ல பூவோடு சேர்ந்த நாறும் மணக்கும்னு… அப்பா இருந்த வரை எந்த விதமான கஷ்டமும் இல்லாம வளர்ந்தேன் ரூபன். காலேஜ்ல படிக்கும் போதிருந்து நான் உன்னை நல்லா அப்செர்வ் பண்ணியிருக்கேன். நீ அன்புக்காக ஏங்குவ. அண்ட் உனக்கு ஞாபகமிருக்கா? நமோட செகண்ட் செம்ல 'பேசிக் ஃபூட் ப்ரொடக்சன்' ப்ராக்டிகல்ஸ் க்ளாஸ்ல தான் நாம முதன்முதலில் பேசினோம். ஆல்பாபெட் வரிசையில அதிரூபன் அத்திப்பூ அடுத்தடுத்தப் பேர். அப்போ தான் நாம ஒருத்தரை ஒருத்தர் பரஸ்பரம் அறிமுகமாகிப் பேசவே ஆரமிச்சோம். நீ உண்டு உன் வேலையுண்டுனு இருப்ப. யுனிவர்சிட்டி ப்ராக்டிகல்ஸ் அப்போ எனக்குத் தெரியாதது வந்து நான் திருதிருனு முழிச்சிட்டு இருந்தப்போ நீ தான் எனக்காக எல்லாம் செஞ்ச… ஆள்மாறாட்டம். மாட்டியிருந்தா அப்போவே நாம டிபார் ஆகியிருப்போம். அங்க ஆரமிச்சது நமக்குள்ள ஒரு பாண்டிங். நீ ஒவ்வொருமுறையும் எனக்காக கேர் எடுக்கும் போதெல்லாம் அப்படி இருக்கும். ஆனா நீ என்ன நெனைக்கிறனு தான் என்னால கண்டுபிடிக்கவே முடியாது. ஜிகர்தண்டா படத்துல கேட்குற மாதிரி, 'இந்த முகத்துல ரியாக்சனே வரதானு' நான் ஏங்கியிருக்கேன். செமஸ்டர் த்ரீல 'அக்கௌன்டிங் பேப்பர்ல' எனக்கு எல்லாம் சொல்லிக்கொடுத்து என்னை கரை சேர்த்தவன் நீ தான். போர்த் செமஸ்டர்ல நமக்கு நாலு பிராக்டிகல் ஒரு ஐவி. அப்பப்பா அப்போல்லாம் நாம ரெண்டு பேரும் தான் ஒரு பேட்ச். நீ இருக்கும் தைரியத்துல நான் பாட்டுக்கு ஜாலியா சுத்துவேன். அந்த ஐவிக்காக நாம ஒரு 'பீவரேஜ் அண்ட் பூட் ப்ரொடக்சன்' கம்பெனிக்கு (கோகோ கோலா, பெப்சி போன்ற நிறுவனம்) போனோமே? ரெண்டு வாரம் என்னைக் கண்ணும் கருத்துமா பார்த்து எனக்கும் சேர்த்து சர்டிபிகேட் வாங்கித்தந்த பாரு… உன்னோட இருக்கும் போது படிப்பில் நீ காட்டும் அக்கறைல தான் நானும் படிச்சேன். அடுத்து என்ன பண்றதுனு தெரியாம இருந்தப்போ நீ தானே எம்.எஸ்.சி செய்யணும்னு சொன்ன? உன்கூடவே நானும் தொத்திக்கிட்டேன். அங்க தான் அமுதன் கார்த்தின்னு நாம எல்லோரும் ஒரு கேங்

ஆனோம். அன்னைக்கு ஹாஸ்டல்ல இருக்கும் போது அப்பா இறந்துட்டாருனு தெரிஞ்சதும் நீங்க எல்லோரும் என்னை ஊருக்குக் கூட்டிட்டு வந்து எனக்கு சப்போர்ட்டா இன்னைக்கு வரை இருக்கீங்க. நான் எப்படி ரூபா உன்னைப் போய் நம்பாம போனேன்? உனக்குத் தெரியாது ரூபா... பிரபா சாகும் போது என் கையைப் பிடிச்சு..." என்றவள் கலங்கினாள். "அப்போ என்னதான் அமுதன் என்கூட இருந்தாலும் நீ இல்லாத வெறுமையை நான் உணர்தேன். ஒருபக்கம் இனியன் வேற சீரியஸா இருந்தான். எப்பயுமே நமக்குனா தைரியமா இறங்கி அடிச்சிடுவோம். அதுவே நமக்கு ரொம்ப வேண்டியவங்களுக்குனு வரும் போது நம்மையே அறியாம ஒரு பயம் வரும் தானே? ஒருவேளை அன்னைக்கு கண்முழிச்ச இனியன் என்னை யாருனு தெரியாம இருந்திருந்தா விஷயம் இன்னும் விபரீதம் ஆகியிருக்கும். நீ அன்னைக்கு ஆத்யாவோட வீட்டுக்கு வந்து பேசிட்டுப்போன இல்ல? அப்போ எனக்கு மனசுல அவ்வளவு சந்தோசம். ஆனா அதை வெளிக்காட்டவும் ஏற்றுக்கொள்ளவும் தான் தயக்கம். கொஞ்சம் டைம் கொடு ரூபா. அவன் இன்னும் தெளிவாகட்டும். அதற்குப்பிறகு நாம நம்ம லைஃப் பத்தி யோசிப்போம். வெயிட் பண்ணுவ தானே?" என்று கேள்வியாய் முடித்தாள்.

"நான் சின்ன வயசுல இருந்து எது செஞ்சாலும் என் அம்மா மாதிரி செய்யுறேன்னு தான் எல்லோரும் சொல்லுவாங்க. ஏன் சாப்பிடும் போது நான் என் ஆட்காட்டி விரலை விட்டு தான் சாப்பிடுவேன். அப்படிச் சாப்பிடக்கூடாதுனு என் பாட்டி ஏசும். நான் அப்போ தான் வீம்பா அதையே செய்வேன். நீயும் உங்க அம்மா மாதிரி ஆகிடாதனு சொல்லுவாங்க. கல்யாணம் குடும்பம் போன்ற வாழ்க்கை என் அம்மாக்கு பிடிக்கல. அதனால் அவங்க தனியா போயிட்டாங்க. இது தப்புனா அப்போ புத்தர் மட்டும் என்ன செஞ்சாரு? அவரும் தானே தன்னோட மனைவி மகனு எல்லோரையும் விட்டுட்டுப் போயிட்டார். இவங்க எல்லோரும் சொல்றதைப் பார்த்தா என் அம்மா என்னமோ பைத்தியம் மாதிரி சித்தரிக்கிறாங்க. அன்னைக்கு சித்தி என்னை அடிச்சாங்க. ஆனா என் தம்பியைத் தட்டிக்கொடுத்தாங்க. என்னமோ அதுவரை

அவங்க மேல இருந்த அபிப்ராயம் அப்படியே மாறிடுச்சு. இப்போ யோசிச்சு பார்த்தா நான் சந்தோசமா இருந்த நாட்கள் எல்லாமே உன்னைப் பார்த்தப் பிறகு தான். நாம எல்லோரும் ஒரு கேங்காகி சுத்துனது இப்போ ஒன்னா இருப்பது எல்லாமே ரொம்ப பிடிக்கும். இப்போ சொல்றேன் இனியன் இனி நம்ம பையன். கண்டிப்பா அவனுக்கு எப்படி நீ ஒரு அம்மா இடத்துல இருந்து எல்லாம் செய்வியோ அதுபோல் ஒரு அப்பா இடத்துல நான் இருப்பேன். அண்ட் நான் காத்திருக்கேன். இனியனுக்கு கொஞ்சம் விவரம் தெரியட்டும் நாம அவனுக்கு எல்லாம் புரியவெப்போம். ஓகே?" என்றவன் சிரிக்க,

"உனக்கு சிரிக்கலாம் தெரியுமா ரூபன்?" என்று வினவ,

இப்போது அவளை முறைத்தான் ரூபன்.

"பார்த்தியா அதுக்குள்ள சிரிப்பு மறைஞ்சிடுச்சு..." என்று அவனை பழைய அத்தியாக கலாய்த்தாள்.

பிறகு தாங்கள் சென்னை வந்ததற்கான வேலையை முடித்துவிட்டு கோவை திரும்பினர்.

ஐடி ரைட் முழுவதும் நடந்து முடிய அண்ணாமலையின் குடும்பத்தைத் தவிர மற்ற எல்லோரிடமும் கணக்கில் காட்டப்படாத பணம் நிறைய இருந்தது. காரணம் தமிழரசு - இளவரசு - விஜயா ஆகியோர் அனைத்திலும் கூட்டாக இருந்தனர். அதிலும் குறிப்பாக தமிழரசுவின் சொத்துக்கள், இளவரசுவின் வியாபாரம் ஆகியவை தற்காலிகமாக சீல் வைக்கப்பட்டிருந்தது. யாருக்கோ தோண்டப்பட்ட குழியில் யாரோ விழுந்ததைப்போல் தற்போது இந்த ஐடி ரைடால் லட்டு மற்றும் சித்தார்த்தின் திருமணத்தில் பெரிய சிக்கல் வந்திருந்தது. நாகப்பனும் தமிழரசுவும் கோர்ட்டில் ஆஜர்படுத்தப்பட வேறுவழியின்றி அபராததுடன் வரியைச் செலுத்துவதாக அவர்கள் ஒப்புக்கொண்டதும் அதற்கான வேலைகள் நடைபெற்றது.

இதுவரை ஒன்னுமண்ணாக இருந்த சகோதர சகோதரியின் உறவில் விரிசல் விழுந்தது. உறவுகளுக்குள் மனக்கசப்பு வந்துவிட பேசியபடியே லட்டு- சித்தார்த்தின் திருமணத்தை எவ்வளவு விரைவில் முடிக்கமுடியுமோ அவ்வளவு விரைவில் முடிக்கவேண்டும் என்று விஜயா துரிதப்படுத்தினார்.

ஐடி ரைட் வந்ததிலே அதிர்ந்த சீதா தன் தம்பிகள் இருவரையும் கைது செய்யப்பட்டதைக் கேட்டு இன்னும் அதிர்ந்தார். அதற்கும் மேலாக முறைகேடாக கான்ட்ராக்ட் எடுத்து நடத்தியதும் கண்டுபிடிக்கப்பட அபராதத்தைக் கட்ட இருக்கும் சொத்துக்களை எல்லாம் விற்கவேண்டிய நிலைக்கு ஆளானார்கள்.

இருந்தும் இதெதுவும் தனக்கும் தன் குடும்பத்திற்கும் சம்மந்தமில்லாத விஷயம் என்று ஒதுங்கி அமுதனின் திருமணம் சம்மதமாக முடிவெடுக்க கோவை சென்றனர். சீதா மற்றும் அண்ணாமலை வருகிறார்கள் என்று தெரிந்ததும் லஷ்மியும் ஆத்யாவும் குதூகலித்தனர். பின்னே அவர்கள் வரும் நோக்கம் இவர்கள் அறிந்தது தானே?

அன்று லஷ்மி தானாக முன்வந்து கேட்டும் ஆறு மாதம் கழித்துப் பேசலாம் என்றவர்கள் இன்று அவர்களாகவே திருமணப்பேச்சை எடுத்தது லஷ்மிக்கு மகிழ்ச்சியே.

இவர்கள் வந்த நாளில் ஒரு கார்ப்பரேட் ஈவென்ட் நடைபெற்றதால் லெட்ஸ் செலிபிரேட் அதில் பிசியாக இருந்தது. சந்தீப், மிதிலா இருவரும் இல்லாததால் அந்த வேலைகளைச் செய்ய ஆத்யாவும் தள்ளப்பட்டிருந்தாள். டெக்ரேசன் வேலைகளில் மும்முரமாக இருந்த ஆத்யாவை வழக்கம் போல் சைட் அடித்தான் அமுதன்.

என்னதான் வேலையில் கண்ணும் கருத்துமாக இருந்தாலும் யாரோ நீண்ட நேரமாக தன்னைப் பார்ப்பது போல் தோன்ற திரும்பியவளின் கண்களில் சிக்கினான் அமுதன். அவனை நோக்கி வேகமாக வந்தவள்,

"என்ன நெனச்சிட்டு இருக்க அமுதா? என்னை ஏன் டிஸ்டர்ப் பண்ற?" என்று அவள் வினவ அப்போது அமுதனுக்கு அருகிலிருந்த லவ் நிமிர பவ்யமாக அவளிடம் தன் கையில் இருந்த அலங்காரப் பொருட்களைக் கொடுத்தான் அமுதன்.

"இதென்ன ஸ்வீட்டி வம்பா இருக்கு? அமுதன் எப்படி உன்னை டிஸ்டர்ப் பண்ண முடியும்? அவர் தான் எனக்கு ஹெல்ப் பண்ணிட்டு இருக்காரே?" என்று அமுதனுக்காகப் பேசினாள் லவ்.

"அதெல்லாம் உனக்குத் தெரியாதுடி. அமுதன் ஒழுங்கா டிஸ்டர்ப் பண்ணாம..." என்று முடிப்பதற்குள் அவளுக்கு மட்டும் தெரியும்படி கண்ணடித்த அமுதன் விஷமமாய்ச் சிரித்தான்.

"பாரு பாரு இப்போகூட..." என்று அமுதனை நோக்கியே கைகாட்ட, "நான் என்ன ஆத்யா பண்ணேன்? நானே லவ்வுக்கு ஹெல்ப் பண்ணிட்டு இருக்கேன்..." என்று நல்லவன் போல் பேச அமுதன் இப்படியெல்லாம் குறும்பு செய்வானா? என்று வியந்தாள் ஆத்யா. ஆனால் இதெல்லாம் அமுதனுக்கு நேர்கோட்டில் நின்று கவனித்த அத்தி அமுதனிடம் வந்து, "பாவம்டா அவ. அவகிட்ட ஏன் உன் குறும்புத்தனத்தைக் காட்டுற?" என்று வினவ,

"என்னமோ தெரியில அத்தி. இப்போலாம் ஆத்யாவை கொஞ்சம் டென்ஷன் பண்ணிப்பார்க்கணும் போல இருக்கு..." என்றதும்,

"சரிதான் நடந்து நடந்து. ஆனா ஒன்னு கார்த்தி மாதிரி பசங்களைக் கூட நம்பிடலாம் ஆனா உன்னை மாதிரி அமுக்குணி பசங்களை நம்பவே கூடாது" என்று சொல்ல,

"கரெக்ட் என்னை, ரூபன், உன்னை மாதிரியான கேடிகளை எப்பயும் நம்பவேகூடாது. அன்னைக்கு என்கூட ஹாஸ்பிடல் வந்துட்டு ரூபனை மிஸ் பண்ணுவீங்களாம்?" என்று அவள் குட்டையும் அமுதன் வெளிக்கொணர அவ்விடத்திலிருந்து உடனே நழுவினாள் அத்திப்பூ.

"என்ன அங்க ரகசியம்?" என்ற ஆத்யாவுக்கு,

"இந்தப் புடவையில் நான் நல்லா இருக்கேனான்னு அத்தி கேட்டா அதுக்கு நான் ஆயிரமிருந்தாலும் ஆத்யலஷ்மி மாதிரி வராதுன்னு சொன்னேன்..." என்றதும் அவனுடைய இந்த வெளிப்படையானப் பேச்சில் நாணி சிவந்தாள் ஆத்யா. இருவரும் ஒருவரை ஒருவர் பார்த்துக்கொண்டிருக்க,

"எப்பா சாமிங்களா காதல் பண்ணது போக கொஞ்சம் வேலையும் பார்த்தா நல்லா இருக்கும்..." என்று ஜாய்சன் அவர்களிடம் சொல்ல, இருவரையும் அங்கு கூடியிருந்த எல்லோரும் பார்த்துச் சிரித்தனர்.

"இந்த லவ் பண்றவங்களையும் புருஷன் பொண்டாட்டியையும் ஏன் ஒரே இடத்துல வேலைக்கு வெக்கறதில்லைனு இப்போ தான் டா புரியுது. முடியல..." என்று புலம்பிய ஜாய்சனை ஆத்யா முறைத்தாள்.

பிறகு அவர்கள் அனைவரும் தங்களுடைய வேலையை முடிக்க அந்த கார்ப்பரேட் ஈவென்டும் இனிதே முடிந்தது.

"என்ன ஸ்வீட்டி ஊர்ல இருந்து மாமனார் மாமியார் வந்திருக்காங்கப் போல?" என்று அங்கிருந்து கிளம்பும் போது நித்திலா ஆத்யவைக் கேட்க சிரித்தவள் ரகசியமாய் அவர்கள் வந்த காரணத்தையும் தெரிவித்தாள்.

"என்ன நம்ம கேங்ல அடுத்த மேரேஜா?" என்று முதலில் ஜெர்க் ஆனவள் பின்பு நார்மலாகி, "சாரி ஸ்வீட்டி நான் அதை மீன்..." என்று முடிக்கும் முன்,

"டோன்ட் ஒர்ரி. போன முறை மாதிரி எதுவும் ஆகிடாது..." என்றதும் ஆத்யாவும் அமுதனும் இல்லம் செல்ல அவர்களின் வருகையை எதிர்பார்த்தே பெரியவர்கள் காத்திருந்தனர்.

"என்ன விஷயம்பா சொல்லவேயில்லை?" என்று அமுதன் விளிக்கவும், அண்ணாமலை சீதாவைப் பார்க்க அமுதனும் தன் அன்னையைப் பார்த்தான்.

"உங்க கல்யாண விஷயம் பத்திப் பேசலாசம்னு தான் வந்தோம். உனக்கும் வயசாகுது. இப்போ நல்ல வேலையிலும் இருக்க. நீ சொன்னா எல்லாம் பேசிடலாம்..." என்று சீதா பந்தை அமுதன் புறம் திருப்ப அவன் அனைவரையும் அர்த்ததோடுப் பார்த்தான். ஆத்யாவின் கண்களில் வழக்கத்தைக் காட்டிலும் உற்சாகம் தாண்டவமாடியது. லஷ்மி அண்ணாமலையும் ஆர்வத்தோடு தான் அமுதனைப் பார்த்தனர்.

"நீங்க பார்த்து எது செஞ்சாலும் எனக்கு ஓகேதாம்மா..." என்றதும் அனைவரும் ஆனந்தத்தில் நிறைவடைந்தனர். ஆயினும் அண்ணாமலையின் முகம் சற்று வாட்டமாக இருப்பதைக் கண்டவன் அவரிடம் தனியாக விசாரிக்க சீதா கண்ணைக் காட்டியும் மறைக்காமல் ஊரில் நடந்ததை எல்லாம் தெரிவித்தார்.

அதைக் கேட்டதும் அமுதனின் உற்சாகம் மொத்தமாய் வடிந்தது. மற்றவர்கள் எக்கேடோ கெட்டுப்போகிறார்கள் ஆனால் லட்டு மற்றும் சித்தார்த்தை எண்ணி வருந்தினான் அமுதன்.

அண்ணன் மற்றும் அக்காவின் திருமணத்திற்காக பொள்ளாச்சி சென்றவர்கள் தங்களுக்குள் ஒரு நல்ல ரேப்போவை உருவாக்கியிருந்தனர்.

"ஆமா கபிலன் நீங்க ஏன் வேலைக்குப் போகாம இப்படி பிஸ்னசுக்கு வந்துட்டிங்க? சாரி நான் எதாவது தப்பா கேட்டிருந்தா..." என்று தயங்கினாள் லவ்.

"நான் படிச்சது ஆர்கிடெக்சர். அதுல தான் வேலையும் செய்ய ஆசைப்பட்டேன். இது எங்க அப்பாவோட கடை. உண்மையைச் சொல்லனுமா இங்க பிஸ்னஸ் நல்லா தான் போகுது. மாசம் எல்லா செலவும் போக என்னால நாற்பது முதல் ஐம்பது சேமிக்க முடியுது. ஹ்ம்ம் கடையும் சொந்தக்கடை. இதுவே நான் வேலைக்குப் போயிருந்தா இன்னும் கூட அதிகமா சம்பாதிக்க முடியும் தான். ஆனா யாரோ ஒருத்தர்கிட்ட நாம ஒர்க்

செய்யுறதைக் காட்டிலும் இங்க நான் கம்போர்ட்டா இருக்கேன். அவ்வளவு தான். அண்ட் இதுவும் என் படிப்புக்கு சம்மந்தமான வேலை தான். பெய்ண்ட்ஸ் அண்ட் ஹார்ட்வேர்ஸ்..." என்று சிரித்தான்.

"ஐ லைக் இட். யார் என்ன சொன்னாலும் கவலையில்லைனு உங்களுக்குப் பிடிச்சதைச் செய்யுறிங்க பாருங்க அது பிடிச்சிருக்கு..." என்றாள் லவ்.

"இதுமட்டுமில்லாம எங்க ப்ரெண்ட்ஸ் எல்லோரும் சேர்ந்து டிசைனிங் செய்றாங்க. அப்பப்போ எனக்கும் ஏதாவது ஓர்க் தருவாங்க... இதுவும் நல்லா தான் போகுது" என்றவனை ரசனையோடு பார்த்தாள் லவ்.

பிறகு பொள்ளாச்சியில் திருமணத்திற்கான வேலைகளை முடித்து மீண்டும் ஊர்த்திரும்பி இருந்தனர்.(சுவைக்கும்!)

* * * * * *

அத்தியாயம் - 43

அண்ணாமலையுடன் பேசியதிலிருந்து வருத்தத்தில் இருந்த அமுதனைத் தேடி வந்த ஆத்யா அவர்களின் உரையாடலைக் கேட்டாள்.

"அமுதா ரொம்ப சந்தோசமா இருக்குயா... எங்க நீ பழசையே நெனச்சு வருந்துவியோன்னு நான் பயந்தேன். ஆனா இப்போ உன் முடிவை எண்ணி நான் சந்தோசப்படுறேன்..."

"இதுக்கு நீங்க நன்றியை ஆத்யாவுக்குத் தான் சொல்லணும். ஒரு உண்மையைச் சொல்லட்டாப்பா? உங்களுக்குப் பிறகு நான் என் மனசுல பட்டத்தை வெளிப்படையா ஷேர் செய்யக்கூடிய ஒரு ஆள்னா அது ஆத்யா தான்பா..." என்றவன் அன்று ஹிருவின் திருமணம் முடிந்ததும் அவனுக்கும் ஆத்யாவுக்குமான உரையாடலைத் தெரிவித்தான்.

"அதான் நானே சொல்லணும்னு வந்தேன். நம்மை நம்பி ஒரு பொண்ணு வந்தா அதை கடைசி வரை கூட இருந்து காப்பாத்தணும். உன் கடந்த காலம் எப்படியோ ஆனா இனி உன்னோட நிகழ் மற்றும் எதிர்காலம் அந்தப்புள்ள தான்" என்னும் போது எதேர்ச்சையாகத் திரும்பிய அண்ணாமலை ஆத்யாவைப் பார்த்து அவளை அழைத்தார். அவரிடம் சென்றதும் அவளுடைய கையைப் பிடித்த அண்ணாமலை அமுதனின் கரத்தை அவளிடம் கொடுத்து, "இனி இவன் உன் பொறுப்பு. என்ன ஓகேவா?" என்று ஆத்யாவிடம் வினவ அவளோ திருதிருவென விழித்தாள்.

"என்னடா இது பொதுவா பையன் கையில தானே பெண்ணை ஒப்படைப்பாங்க இங்க என்ன உல்டாவா இருக்குனு யோசிக்கிறியா?" என்றதும் அவள் தலை ஆட்டினாள்.

"வெளியில இருந்து பார்க்கும் போதும் அப்படித்தான் தெரியும். ஆனா உண்மையிலே ஒரு பையனோட வாழ்க்கை அவனைக்

கட்டிக்கப்போற பெண்ணிடம் தான் இருக்கு. வீடு நல்லா இருந்தா போதும் வெளியில எவ்வளவு பிரச்சனைனாலும் சமாளிச்சிடலாம். நானெல்லாம் கல்யாணத்துக்குனு மாசத்துல பத்து நாளாச்சும் வெளிய போயிடுவேன். இவங்களை வளர்ந்ததெல்லாம் இவங்க அம்மா தான். எங்க வீட்ல இதுங்க ரெண்டுமே அப்பா செல்லம் தான். ஆனா அதுக்கான மூல காரணமே இவங்க அம்மா தான். எவ்வளவு பிரச்சனை வந்தாலும் நீ மட்டும் இவன் கூடவே நின்னா போதும். அதுபோலொரு ஆனை பலம் எங்கயும் கிடைக்காது. என்னம்மா நான் சொல்றது புரியுதா?" என்று வினவ ஆத்யாவும் சிரித்தபடியே தலையசைத்தாள்.

"அப்போ சீக்கிரம் கல்யாணம் முடிச்சிடலாமில்ல?" என்றதும் இருவரும் வெட்கப்பட்டுத் தயங்க, அவர்களைச் சாப்பிட அழைத்தாள் நாச்சி.

அவளை அனுப்பிய பின்பு அமுதன் தன் மனதில் பட்டத்தை அண்ணாமலையிடம் தெரிவித்தார். அவர் ஆச்சரியமாக அமுதனைப் பார்த்தார். லட்டு- சித்தார்த் திருமணம் சம்மந்தமாக அண்ணாமலையை இளவரசு மற்றும் விஜயாவிடம் பேசச்சொல்லியும் அதை எந்த சிக்கலும் இல்லாமல் நடத்த வேண்டிய ஏற்பாடுகளைப் பற்றியே அமுதன் தெரிவித்தான். இது சம்மந்தமாக நிச்சயம் தான் பேசுவதாக அவரும் உறுதியளித்தார்.

மறுநாளே அவர்கள் அமுதன்- ஆத்யாவின் திருமணம் சம்மந்தமாக ஜோசியரைப் பார்த்துப் பேசச்சென்றனர்.

ஸ்ருஷ்டியின் கல்லூரியில் அன்று சிம்போஸியம் நடைபெற்றுக்கொண்டிருக்க வழக்கம் போல் மாணவர்கள் ஓ.டி(ஆன் டூட்டி) பெற்று ஊர்ச்சுற்ற ஓடிச்சென்றனர். சும்மா இல்லாமல் அன்று கார்த்தியை அழைத்து அவனுக்கு 'சர்ப்ரைஸ்' கொடுக்க எண்ணி ஸ்ருஷ்டி தன்னுடைய திட்டத்தைத்

தெரிவித்தாள். அதாங்க வழக்கமான மூவி, லன்ச், ஷாப்பிங். சும்மாவே சமைப்பதை பகுதி நேரமாகவும் 'கடலை போடுவதை' முழுநேரமாகவும் செய்யும் கார்த்தி அவள் திட்டத்திற்கு ஆமோதிக்க 'லவ் பேர்ட்ஸ்' ரெண்டு சிறகடித்துப் பறந்தது.

கார்த்தி உடனே அவளை பிக் செய்ய அவளின் கல்லூரிக்கு விரைந்தான். அங்கே அவனுக்கு முன்பாகவே காத்திருந்தவள் வண்டியில் ஏறிக்கொள்ள,

"போச்சு இன்னைக்கு கோவை என்ன ஆகப்போகுதோ?" என்று கார்த்தி முணுமுணுக்க,

"ஏன் இப்படிச் சொல்ற?"

"பின்ன நீயாவே எனக்கு சர்ப்ரைஸ் எல்லாம் தர இல்ல?" என்றதும் அவன் இடையைக் கிள்ளினாள்.

அதை எதிர்பாராவன் ஜெர்க் ஆகி பைக் அலைய, "ஏய் குல்ஃபி எத்தனை முறை சொல்லியிருக்கேன்? இப்படிக் கிள்ளுனா நான் வண்டியை பேலன்ஸ் இல்லாம யார் மீதாவது மோதிடப் போறேன். அப்புறோம் 'சூனாபானா' வடிவேல் மாதிரி என்னை ரோட்ல அடிவாங்க வெச்சுடாத..." என்றதும் வண்டி அவர்கள் வழக்கமாய்ச் செல்லும் ஐஸ்க்ரீம் பார்லருக்குச் செல்ல இருவரும் 'குளு குளு கூழை' சுவைத்தனர். கார்த்தியை வழக்கத்தைவிட அதிக மையலோடு நோக்கிய ஸ்ருஷ்டியைக் கண்டு குஜாலானவன் அவள் கையிலிருந்த வழிந்த ஐஸ்க்ரீமை வழித்து சுவைக்க அவளோ முறைத்தாள்.

"அடடடடா குல்ஃபி ப்ளஸ் குளு குளு கூழ்... இட்ஸ் சோ யம்மி!" என்று இருபொருள்பட உரைத்து கண்ணடிக்க தன்னுடைய ட்ரேட்மார்க் 'கிள்ளை' அவனுக்குப் பரிசளித்தாள்.

"சும்மா சும்மா கிள்ளாத ஸ்ரு. நீ ஆளு தான் ஒல்லியா இருக்க, ஆனா உன் கிள்ளு எல்லாம் சுர்ருன்னு வலிக்குது தெரியுமா?" என்று அவன் இடையைத் தேய்த்தான் கார்த்தி.

"சீக்கிரம் சாப்பிடு கார்த்தி. மூவி போலாம். டிக்கெட் கூட புக் பண்ணிட்டேன்" என்றதும் நடப்பதெல்லாம் கனவா நிஜமா என்று புரியாமல் திக்குமுக்காடினான் கார்த்தி.

"ஏய் நீ ஸ்ருஷ்டி தானே?" என்று சீரியஸாக அவளிடம் கேட்டவன், அவள் முறைக்கவும், "இல்ல ஸ்ரு இந்த சீரியல்ல எல்லாம் காட்டுற மாதிரி ஒருவேளை உன் உடம்புக்குள்ள எதாவது பேய் பிசாசு புகுந்துடுச்சான்னு ஒரு டவுட். அதான்"

"ஏன் நானெல்லாம் உன்னை லவ் பண்ண மாட்டேனா?" என்றவளுக்கு,

"பண்ணுவ தான் ஆனாலும்..." என்று சிறிது நேரம் கண்ணிமைக்காமல் வாசலைப் பார்க்க, "என்னாச்சு கார்த்தி?" என்று அவள் திரும்ப முயல,

"ஏய் திரும்பாத நம்பி இருக்கான்..." என்றதும் ஒரு நொடியில் ஸ்ருஷ்டியின் முகம் அதிர்ச்சியில் உறைய, சுற்றிமுற்றி அந்தக் கடையைப் பார்த்து அவளின் மெழுகு கன்னத்தில் முத்தம் வைத்தான்.

"பயந்துட்டியா? சும்மா உல்லலாய்க்கு..." என்றதும் தான் அவள் தெளிந்தாள்.

"நீ தான் என் குல்ஃபினு இப்போ நம்புறேன். அந்த பயந்தாங்கொள்ளி ஸ்ரு தான் நீ..." என்று நகைத்தான் கார்த்தி. பிறகு இருவருமாக அங்கிருந்து தியேட்டருக்குச் சென்றனர்.

அன்று மாலை வழக்கமான ஷாப்பிங் முடித்து அவளை கல்லூரியில் இறக்கிவிட பைக்கில் அழைத்துவந்தான் கார்த்தி. இருவரும் வந்துகொண்டிருக்க ட்ராஃபிக் சிக்கனலில் வண்டியை நிறுத்த அவர்களை ஒட்டியவாறே ஒரு காரும் நின்றது. பாவம் அதைக் கவனிக்கும் மனநிலையில் இல்லாதவர்கள் தீவிரமாக உரையாடினர். எதேர்ச்சையாகத் திரும்பியவரின் கண்களில் ஸ்ருஷ்டி தென்பட அவள் தானா என்று ஊர்ஜிதப்படுத்த காரின் கண்ணாடியை இறக்கினார் ஜட்ஜ் பரந்தாமன். அவர்களின்

போதாத நேரம் 'க்ரீன்' விழ இன்னும் தொண்ணூறு ப்ளஸ் வினாடிகள் இருந்தது.

அதுவரை ஸ்ருஷ்டியை மட்டுமே கவனித்தனர் அந்த வண்டியைப் பார்க்க, 'அது கார்த்தியுடையதாச்சே?' என்று அவர் ஐயமுற அவரின் சந்தேகத்தைத் தீர்க்கும் பொருட்டு தன்னுடைய தலைக்கவசத்தை நீக்கினான் கார்த்தி. கார்த்தியை அணைத்தவாறு பின்னிருக்கையில் அமர்ந்திருந்த ஸ்ருஷ்டி அவன் காதில் எதையோ சொல்ல பதிலுக்கு அவனும் அவளிடம் எதையோ உரைத்தான். பேசிக்கொண்டிருந்தவர்களில் ஸ்ரு தான் எதேர்ச்சையாகத் திரும்ப அவளும் ஜட்ஜும் கிட்டத்தட்ட நேர்க்கோட்டில் இருந்ததால் அவரைக் கண்டதும் ஸ்ருஷ்டியின் உடல்கள் அனிச்சையாக நடுங்க முன்னிருந்து கார்த்தி அவளை அழைத்தும் திரும்பாமல் இருந்தாள். "கார்த்தி ஜட்ஜ் அங்கிள் நம்மைப் பார்த்துட்டாரு..." என்று அவரைப் பார்த்தபடியே அவன் காதில் ஓதினாள் குல்ஃபி.

"அப்படியா மேடம்? நான் நம்பிட்டேன். என்னை கிஸ் பண்ண என் ட்ரிக்கையே நீயும் யூஸ் பண்ண வேண்டாம்... புதுசா யோசி குல்ஃபி" என்று கார்த்தி பிதற்றினான்.

அங்கே அவர் இன்னும் அவர்களைத்தான் பார்த்துக்கொண்டிரு ந்தார்."கார்த்தி உண்மையிலே ஜட்ஜ் அங்கிள் தான். நீ உனக்கு ரைட்ல திரும்பு" என்றதும்,

"ஏன் நான் ரைட்ல திரும்பினா தான் நீ லெஃப்ட்ல கிஸ் பண்ண வசதியா இருக்குமா? அப்போ ஓகே." என்றவன் வலப்பக்கம் திரும்ப இப்போது ஜட்ஜின் பார்வை முழுவதும் கார்த்தியின் மீது தான் இருந்தது. இந்த இடைவெளியில் வண்டியிலிருந்து இறங்கலாம் என்று நினைத்தால் கூட அருகருகே வண்டிகள் நிற்பதால் அவளால் இறங்கமுடியவில்லை.

"அப்... பா..." என்றவாறு பைக்கின் சீட்டிலிருந்து எழுந்தான் கார்த்தி. அப்போது சரியாக 'க்ரீன்' விழ வண்டிகள் நகர்ந்தது. அதில் ஜட்ஜின் வாகனமும் நகர ஃப்ரீஸிலிருந்த கார்த்தி

தனக்குப்பின் இருக்கும் வாகனங்களின் 'ஹாரன்' சப்தத்தில் நினைவு வந்தவனாக வண்டியை ஓரங்காட்டினான்.

சிலைபோலே கார்த்தி உறைந்து நிற்க ஸ்ரு தான் அவனை அழைத்தாள்.

"கார்த்தி... டைம் ஆச்சு. என் பஸ் கிளம்பிடும்..." என்றதும்,

"ஏன்டி இந்நேரம் அந்த கார் வீட்டுக்கே போயிருக்கும். நான் இப்போ என்ன பண்ணுவேன்?" என்று நடுங்கினான் கார்த்தி.

"கார்த்தி நீ பயப்படாத கார்த்தி. ப்ளீஸ். நீ பயந்தா எனக்கு அழுகை அழுகையா வருதுடா..." என்றாள் ஸ்ருஷ்டி.

சிறிது நேரம் யோசித்தவன் ஸ்ருவை வண்டியில் ஏற்றிக்கொண்டு அவளை கல்லூரியில் விட்டான்.

"சாரி கார்த்தி. எல்லாம் என்னால தானே? நான் தான் இன்னைக்கு உனக்கு சர்ப்ரைஸ் தரலாம்னு... ஆனா..." என்று திணற அதிலே அவளின் பயம் அவனுக்கும் புரிந்தது.

"தைரியமா போ குல்ஃபி. என்னைக்கா இருந்தாலும் இது வீட்ல தெரிய வேண்டியது தான். நான் பார்த்துக்கறேன். நீ போ..." என்று அவளுக்கு தைரியம் சொல்லும் சாக்கில் அவனுக்கு அவனே தைரியம் சொல்லிக்கொண்டான்.

"இப்போ எங்க போவ?"

"வேற எங்க வீட்டுக்குத் தான் போகணும். நானா கூப்பிடும் வரை நீ எனக்கு போன் பண்ணாத..." என்றவன் வண்டியைச் செலுத்தினான்.

அண்ணாமலை, சீதா, லஷ்மி மூவரும் நல்ல நாள் என்பதால் அன்றே அமுதன் ஆத்யாவின் திருமணம் சம்மந்தமாகப் பேசச் சென்றுவிட, அன்று தான் கார்த்தியும் ஸ்ருவும் ஜட்ஜ் கண்ணில் மாட்டிக்கொண்டனர்.

அத்தியின் மூலமாக அமுதன் ஓகே சொன்ன அன்றே அந்த விஷயம் லெட்ஸ் செலிபிரேட்டின் மூலை முடுக்கு வரை பாய்ந்திருந்தது. இந்தச் செய்தி எல்லோருக்கும் மகிழ்ச்சியைத் தான் தந்தது. காலையில் லெட்ஸ் செலிபிரேட் சென்றதும் அவர்கள் இருவரையும் எவ்வளவு முடியுமோ அவ்வளவு கலாய்த்தனர். எல்லோரின் ஆச்சரியத்திற்கு, சந்தீப் மற்றும் மிதிலா இருவரும் அன்று தான் அங்கே பிரவேசித்தனர். சிரித்தபடி இருந்தவர்கள் அவர்களைக் கண்டு அமைதியாக அவர்களோ அனைவரையும் எதிர்கொள்ளும் தைரியமின்றி தலைகவிழ்ந்து நின்றனர்.

அனைவருக்கும் அவர்களைப் பார்த்த மாத்திரமே கோவம் வந்தது உண்மை. ஆனால் அவர்களின் ஒட்டுதலில்லாத இந்தச் செய்கையில் வருந்திய ஜாய்சன், "செய்யுறதையும் செஞ்சிட்டு இப்படி ஆடு திருடுனவங்க மாதிரி நின்னா எல்லாம் சரியா போயிடுச்சா? வந்து உட்காருங்க..." என்றான்.

அவர்கள் இருவரும் அமர, "எப்படிப்போகுது வாழ்க்கை?" என்று லவ் கேட்டதும் மிதிலா அழுதாள்.

"என்னாச்சு மிது? ஆர் யூ ஓகே?" என்று அவளை ஆதரவாய்ப் பற்றினாள் லவ்.

இதுவரை சந்தீப்பின் அன்னை அவர்களிடம் பேசவேயில்லை என்று அறிந்து அனைவரும் அவர்களுக்காக வருந்தினர். மேலும் மிதிலா அவளுடைய பெற்றோர்களுக்கு அழைத்த போதும் அவர்களும் அவள் அழைப்பை ஏற்பதில்லை என்று மிதிலா வருந்தினாள்.

"இப்போ ஹேப்பியாடா? சந்தோசமா?" என்றாள் ஸ்வீட்டி.

சந்தீப் உட்பட அனைவரும் நிமிர்ந்து அவளைப் பார்க்க, "இதைத்தான் நான் அன்னைக்கு படிச்சுபடிச்சு உன்கிட்டச் சொன்னேன். கேட்டியா? இப்போ இதெல்லாம் யார் அனுபவிக்கிறா?" என்றதும் அவனுக்கு சப்போர்ட்டாக மிதிலா பேச வாயைத் திறக்க,

"நீ பேசாத. நீ தான்டி இதுல ஏ1(அக்கியூஸ்ட் நம்பர் ஒன்) உனக்கெதுக்கு அவ்வளவு அவசரம்? அன்னைக்கு நம்ம ஆபிஸ்லேயே சொன்னேனே? உன் வீட்டுக்கும் வந்து பேசுனேனே? அப்போலாம் பெரிய இவ மாதிரி பேசிட்டு அன்னைக்கு ரோமியோ வந்தாராம் ஜூலியட் தலையசைச்சாங்களாம்..." என்று ஆத்யா பொறிந்துவிட்டாள்.

ஆத்யாவின் ஆவேசம் கண்டு அங்கிருந்த அனைவரும் சற்று அதிர்ந்தனர். ஜாய்சன் அருகிலிருந்த அமுதனிடம் கண்காட்ட அமுதன் அவளை நெருங்கி அவள் தோள் பற்றினான்.

"நீங்க சும்மா இருங்க அமுதன். அன்னைக்கு முழுக்க நாம எவ்வளவு டென்ஷன்ல இருந்தோம்னு நமக்குத்தான் தெரியும்" என்று மீண்டும் ஆரமிக்க,

"ஆது காம் டவுன் ப்ளீஸ். நடந்தது நடந்துடுச்சு. இனி எதுவும் மாறப்போறதில்லை. ஏன் இந்தக் கோவம்?" என்றான் அமுதன்.

சந்தீப்பும் மிதிலாவும் தவறு தன் மீது தான் என்று மாறிமாறி உரைக்க ஓரளவுக்கு ஆத்யா ஆசுவாசமடைந்தாள்.

அப்போது ஆத்யாவை லஷ்மி அழைத்திருந்தார்.

"சொல்லுங்கப்பா. என்ன விஷயம்?"

"ஸ்வீட்டிமா ஜோசியரைப் பார்த்துட்டோம். எல்லாம் ஓகேவாம். இன்னும் ஒரு மாசம், அதாவது அடுத்த ரெண்டாம் தேதி நாள் நல்லா இருக்காம். அன்னைக்கு விட்டா இன்னும் ரெண்டு மாசம் தள்ளி தான் மேரேஜ் வெக்கணும்னு சொல்லிட்டார். என்ன பண்ணலாம்?" என்றார். அதே நேரம் அமுதனை அழைத்த சீதாவும் அதையே தெரிவித்தார். இருவரும் தத்தம் செவிகளில் போன் வைத்திருந்தாலும் இருவரின் பார்வையும் ஒருவரை ஒருவர் தீண்டியது.

"விழியிலே மணி விழியில்

மௌன மொழி பேசும் அன்னம்

உந்தன் விரல் தொடும்

இடங்களில் பொன்னும் மின்னும்..."

என்று சந்தீப் ஆரமிக்க, ஆத்யா அவர்களை அமைதியாக இருக்குமாறு உரைத்து அமுதனைப் பார்க்க, "எதுனாலும் எங்களுக்கு ஓகே தான். நீங்களே முடிவு பண்ணுங்கம்மா" என்றதும் அதையே ஆத்யாவும் உரைத்தாள்.

"பெருசா சொந்தக்காரங்களை எல்லாம் கூப்பிட்டு நடந்த வேண்டியதில்லை. கூப்பிட்டாலும் யாரும் வரமாட்டானுங்க..." என்று தன்னுடைய ஆதங்கத்தை உரைத்த சீதா அழைப்பைத் துண்டித்தார்.

"என்னடா நடக்குது இங்க?" என்ற ஜாய்சனுக்கு இருவரும் தயங்கிவாறே கூட்டாக அதை அறிவிக்க, "வாரே வா" என்று எல்லோரும் ஆர்ப்பரித்தனர்.

"அடப்பாவிங்களா உங்களுக்கெல்லாம் முன்னாடி இருந்து லவ் பண்றேன். என் கல்யாணத்துக்கு இன்னும் ஏழு மாசம் இருக்கே?" என்று வாய்விட்டே புலம்பினான் ஜாய்சன்.

பிறகு நண்பர்கள் அனைவருமாகச் சேர்ந்து சந்தீப் மற்றும் மிதிலாவிற்கு ஆறுதல் வார்த்தைகளை உரைத்து இனியாவது சற்று பொறுமையாக இருக்கும்படி அறிவுறுத்தினர்.

"ஸ்வீட்டி கோவையில் தானே மேரேஜ்?" என்ற நித்திக்கு பதிலளிக்காமல் தயங்கினாள் ஆத்யா.

"இல்ல நித்தி. மேரேஜ் காரைக்குடியில தான் நடக்கும். அதான் அப்பாவோட ஆசை..." என்று அமுதன் சொல்ல,

"சூப்பர் அப்போ ஒரு மாசம் நம்ம லெட்ஸ் செலிபிரேட்டை கோவையில் இருந்து காரைக்குடிக்கு மாத்துங்கப்பா..." என்றாள் லவ்.

"அவ்வளவு தானே? மாத்திட்டாப் போச்சு" என்று சிறிது உரையாடிவிட்டு அனைவரும் கலைந்தனர். ஆத்யாவும்

அமுதனும் வீட்டிற்குச் செல்ல அங்கே சீதா, அண்ணாமலை லஷ்மி மூவரும் திருமணம் சம்மந்தமாக உரையாடினார்கள்.

"அண்ணா உங்களுக்கு கல்யாணம் காரைக்குடியில் நடப்பதில் ஒன்னும்...?" என்று சீதா முடிக்கும் முன்னே, "எனக்கு உறவுகாரங்கனு யாரையும் கூப்பிட மனமில்லை. என் கொலீக்ஸ் ஃப்ரெண்ட்ஸ் இப்படி வேணுனா நிறைய பேர் வரலாம். எனக்கு இதுல சம்மதம் தான்..." என்ற லஷ்மி, வேண்டுமானால் இங்கே ஒரு ரிசெப்சன் வைத்துவிடலாம் என்றும் முடிவு செய்தனர்.

சிறிது நேரம் அனைவரும் பேச அமுதனை அழைத்த சீதா, "அமுதா உனக்கு இதுல சந்தோசம் தானே?" என்றதும் தலையசைத்தான்.

"அப்புறோம் ஒன்னு சொல்ல மறந்துட்டேன். நாளைக்கே இங்க பக்கத்துல ஏதாவது ஒரு வீடு பார். இந்த மாசம் வாடகை தரச்சொன்னால் கூட பிரச்சனை இல்லை. இந்த வீட்டுல இருந்து ரொம்ப தொலைவா எல்லாம் வேண்டாம்..." என்றார். இதைப்பற்றியும் லஷ்மி மற்றும் சீதா ஆகியோர் கலந்து பேசியிருந்தனர்.

அன்றைய தினம் அங்கேயே கழித்தவர்கள் மறுநாளே கல்யாண விஷயமாக காரைக்குடிக்குச் சென்றனர். அமுதனின் திருமணத்தை ஊரைக்கூட்டி நடத்த வேண்டும் என்று முன்பே யோசித்திருந்தார் சீதா. அதில் எந்த மாற்றுக்கருத்தும் இல்லாமல் தற்போதும் அதைச் செயல்படுத்த எண்ணினார்.

அண்ணாமலையையும் சீதாவையும் ஊருக்கு அனுப்பியபின் வீட்டைப் பற்றி அமுதன் உரைக்க, "அமுதா நான் ஒரு யோசனை சொல்லுவேன். ஆனா தப்பா எடுத்துக்கக் கூடாது" என்று நிறுத்திய ஆத்யாவின் கரம் பற்றியவன், "என்ன தயக்கம் ஸ்வீட்டி?"

"இல்ல அமுதன். எனக்கு ரெண்டு விஷ் இருக்கு. அது..."

"கண்டிப்பா சுந்தரி ஆண்ட்டியை நம்ம மேரேஜுக்கு கூப்பிடுறோம். சோ அதைப்பற்றி நீ கவலைப் பட வேண்டாம்" என்றான்.

அதிலே பாதி தெளிவடைந்தவள், "இல்ல அமுதன். அப்பாக்கு வேற உடம்பு சரியில்லை. நாம வேணுனா எதிர் வீட்டு வனஜா ஆண்ட்டி மாடி போர்சன்லயே தங்கலாமா?" என்று தயங்கி தயங்கி வினவினாள்.

அப்போது தான் நிமிர்ந்து அந்த இடத்தைப் பார்த்தான். அது ஆத்யாவின் வீட்டிற்கு நேர் எதிரில் இருக்கும் வீடு. என்ன ஒன்று ஆத்யாவின் தற்போதைய வீட்டில் பாதிகூட இருக்காது. அது அமுதனுக்கும் சற்று வருத்தமாக இருக்க,

"என்னப்பா முடியாதா?" என்றவளுக்கு ஒரு புன்னகை சிந்தியவன், "ஆதுமா.என்னைப் பற்றி நீ எப்படி இந்த மாதிரி எடைபோடலாம்? நீ எனக்காக எவ்வளவு செஞ்சு இருக்க? உனக்காக இதைக்கூட நான் செய்யமாட்டேனா? அண்ட் நீயே சொல்லாட்டியும் லஷ்மி மாமாவைப் பற்றி நான் யோசிப்பேன். நேத்து அம்மாகூட என்கிட்ட இதைத்தான் சொன்னாங்க. அவங்க அண்ணனை நான் பத்திரமா பார்த்துக்கணுமாம். என் அம்மாக்கு அவங்க தம்பி தங்கைங்க மேல அவ்வளவு பாசம். ஆனா அவங்க தான் அதை ஒருநாளும் புரிஞ்சிக்கல. ஆனா லஷ்மி மாமா என் அம்மாவை நல்லா புரிஞ்சிக்கிட்டாங்க. மோரேவர் நீ நெனச்சியிருந்தா நாம இங்கேயே தங்கலாமான்னு கூடக் கேட்டிருக்கலாம். ஆனா இப்பயும் நீ என்னோட செல்ஃப் ரெஸ்பெக்ட்ட மதிக்குற. எனக்கான ஸ்பேஸ் தர. என் பாயிண்ட்ல இருந்து யோசிக்குற. எப்படியும் நாம ஒரு ரெண்டல் ஹவுஸ்ல தான் தங்கணும். அப்போ இதுவே ஓகே தான். போய்ப் பார்க்கலாமா?" என்று புருவம் உயர்த்தினான்.

அதில் குதூகலித்தவள், "வாங்க இப்போவே பார்த்து கன்பார்ம் பண்ணிட்டு வரலாம்" என்றவள் அமுதனை அழைத்துக்கொண்டு எதிர்வீட்டிற்குச் சென்றாள். விஷயத்தை அவள் கூறவும் அவரும் மகிழ்ந்து அமுதனிடம் சிறிது உரையாடிவிட்டு தன்னுடைய வீட்டின் சாவியை ஆத்யாவிடம் கொடுத்தனுப்பினார்.

"நீங்க வரலையா ஆண்ட்டி?"

"ஆமாம் ஸ்வீட்டி நான் மேல அப்படியே தங்கத்தையும் வைரத்தையும் வெச்சு இருக்கேன் பாரு? போடா போய்ப் பாருங்க. பிடிச்சா நாளைக்கே கூடக் குடி வாங்க" என்றவர் அவர்களை அனுப்பினார்.

"ஹே இப்படி ஒரு ஓனரா?" என்று ஆச்சரியப்பட்டான் அமுதன்.

"ரொம்ப நல்லவங்க அமுதன். பாவம் அவங்களுக்கு ரெண்டு பசங்க. அதுல பெரிய பையன் பிறந்ததில் இருந்து ஆட்டிசம். கூடவே நிறைய காம்ப்ளிகேஷன்ஸ். அவன் இறந்து ஆறு வருஷம் இருக்கும். அப்படிப் பார்த்துப்பாங்க அவனை. சின்ன பையன் நல்லா இருக்கான். இப்போ லெவெந் படிக்கிறான். ஆனாலும் அவங்க பெரிய பையனை ரொம்பவும் மிஸ் பண்ணுவாங்க. அந்த டைம்ல எல்லாம் அவங்க சின்னவனை நான் தான் பார்த்துப்பேன். அதான்... ஓகே, வாங்க பார்ப்போம்" என்று அந்த வீட்டைப் பார்த்தனர்.

"என்ன ஓகேவா அமுதன்?"

அவன் தலையசைக்க,

"பிடிச்சிருக்கா?"

"ரொம்ப" என்றதும், "அப்பாடா எங்க உங்களுக்குப் பிடிக்காதோன்னு நெனச்சு பயந்தேன்..." என்று மூச்சை இழுத்து விட்டாள் ஆத்யா.

"நான் வீட்டைச் சொல்லல" என்று அவளை நோக்கினான்,

"அப்போ?" என்று ஒருகணம் புரியாமல் நிமிர்ந்தவள் அவன் பார்வையின் பொருள் உணர்ந்து நாண, அவளை நெருங்கியவன் அணைத்தான். அவன் அணைப்பிலே திக்குமுக்காடியவள் அவனின் 'கன்னத்து முத்தத்தில்' உறைந்து நிற்க அப்போது அவர்கள் இருந்த போர்சனின் அழைப்பு மணி அடித்தது. அதில் விலகியவர்கள் வெளியே வர அங்கே நின்ற வனஜா இருவரையும் அர்த்தமாய்ப் பார்த்து, "என்ன ஸ்வீட்டி பிடிச்சிருக்கா?" என்றதும் அமுதன் தலையசைக்க அவனைப்

போகவிட்டவர், "இன்னும் உங்களுக்கு மேரேஜ் ஆகல. அது மனசுலாயோ?" என்றதும் தலையசைத்தாள்.

அன்று ஸ்ருவை இறக்கிவிட்டவன் என்ன செய்யலாம் என்று குறுக்கும் நெடுக்கும் நடக்க யோசனை வந்தவனாக ரேகாவை அழைத்து அனைத்தையும் தெரிவித்தான். அதற்குள் அவரே இன்னொரு லைன் வருவதாகச் சொல்ல அழைப்பது தங்கள் தந்தையாகத் தான் இருக்கும் என்று அறிந்தவன் காத்திருந்தான்.

இதோ அதோ என்று ஒருமணி நேரத்திற்கும் மேலாக பைக்கிலே சுற்றிய கார்த்தி வீட்டிற்குச் சென்றான். அதற்கு முன் அமுதனை அழைத்து நடந்ததைத் தெரிவிக்க, தன்னுடைய திருமணம் உறுதியான குஷியின் இருந்தவனுக்கு நண்பனின் நிலையை நினைக்க சற்று திகிலாக இருந்தது.

வீடு நிசப்தமாக இருக்க, பூனைபோல் தன்னுடைய வண்டியை நிறுத்தி உள்ளே நுழையலாமா? வேண்டாமா? என்று ஒரு பட்டிமன்றமே நடத்தி இறுதியில் உள்ளே காலடி வைத்தான். நட்ட நடு ஹாலில் பரந்தாமன் அமர்ந்திருந்தார். அருகே இன்னொரு ஒற்றை சோபாவில் அவர் மனைவி அமர்ந்திருந்தார்.

சில சமயங்களில் கேள்விகளுக்கு ப்ரீபெராக செல்வதைக் காட்டிலும் அதை அந்த ஃப்ளோவிலே விட்டுவிடுவதே சாலச்சிறந்தது. அதனால் பதிலை தயார் செய்யாமலே உள்ளே நுழைந்தான்.(சுவைக்கும்!)

* * * * * *

அத்தியாயம் - 44

பூனை போலவே பதுங்கி உள்ளே சென்ற கார்த்தி ஹாலை நெருங்கி எதையும் பேசாமல் கிச்சனை நோக்கிச் செல்ல, "கார்த்தி நில்லு" என்ற கணீர் குரலில் அங்கேயே நின்றவன், தலை நிமிர்ந்து தன் தந்தையைப் பார்க்க,

"எவ்வளவு நாளா இது நடக்குது?" என்ற கேள்விக்கு எங்கிருந்து தொடங்குவதென்று தெரியாமல் விழித்தவன், "அப்பா கேட்கறார் இல்ல? பதில் சொல்லுடா..." என்ற அன்னையின் குரலில் சிறிது ஜெர்க் ஆகி, "நாங்க எல்லோரும் சின்ன வயசுல இருந்து நல்ல ஃப்ரெண்ட்ஸ். என்னதான் நாம வீடு மாறி வந்தாலும் எப்பயும் அவங்ககூட ஒன்னு சேர்த்து தான் விளையாடுவோம். அப்படியே போகும் போதும் தான் நானும் குல்ஃ..." என்று சொல்ல வந்தவன் நொடிப்பொழுத்தில் சுதாரித்து, "நானும் ஸ்ருவும் இன்னும் க்ளோஸ் ஆனோம். அப்றோம் இந்த மூணு வருஷமா நாங்க ரெண்டுபேரும் லவ் பண்றோம்..." என்று மனப்பாடம் செய்து ஒப்பிக்கும் குழந்தைப் போல் கடகடவென சொல்லி முடித்து தன் பெற்றோர்களைப் பார்த்தான்.

அவன் சொன்ன மூணு வருடம் என்பதைக் காட்டிலும் ஸ்ருஷ்டிக்கு அவன் வைத்திருக்கும் செல்லப்பெயரான 'குல்ஃபி' என்பது அவர்கள் காதலின் ஆழத்தை தெளிந்த நீரோடையாக படம்பிடித்துக் காட்டியது. இப்போது அவர்கள் மீண்டும் யோசனைக்குச் செல்ல, தான் 'எஸ்கேப்' ஆவதற்காக தன்னுடைய தமக்கையைத் துணைக்கு இழுத்தான்."இந்த விஷயம் அக்காக்கும் தெரியும்" என்றதும் மீண்டும் அவனை நிமிர்ந்து நோக்கியவாறு தன்னுடைய மனைவியைப் பார்த்தார் பரந்தாமன்.

உடனே தன்னுடைய கைபேசியை எடுத்து ரேகாவுக்கு அழைத்து அனைத்தையும் அவர் மூலமாகத் தெரிந்துகொண்டார். இடையில் கார்த்தியை அவன் அன்னை திட்ட, போன்

பேசிக்கொண்டிருந்தவர் அவர்களைப் பார்க்கவும் அவர் அமைதியானார்.

தந்தையும் அக்காவும் நீண்ட நேரமாக உரையாட ஏனோ 'நடுவரை' விலைக்கு வாங்கிய ஆட்டக்காரர்கள் போல் அகத்தில் பயமில்லாமல் நின்றான் கார்த்தி. ஏற்கனவே ரேகாவிடம் அழைத்து அவரையும் ரெடியாக இருக்கும்படி எச்சரித்ததால் அவரும் தந்தைக்குச் சொல்லவேண்டிய பதிலை 'ப்ராம்ப்ட்' (ஆயத்தமாக) செய்திருந்தார். அவர்கள் மூவரும் தீவிரமாக ஆலோசிக்க இங்கே கார்த்தியோ கால் வலியிலும் தண்ணீர் தாகத்திலும் நின்றுகொண்டிருந்தான். அவன் தண்ணீர் அருந்தினாலோ இல்லை அமர்ந்தாலோ யாரும் எதுவும் சொல்லப்போவதில்லை தான். இருந்தும் அவற்றை இப்போது தவிர்த்தான்.

அங்கே லெட்ஸ் செலிபிரேட்டில் இருந்த அமுதன் கார்த்தி மாட்டிக்கொண்டதை அனைவரிடமும் சொல்ல, "அமுதா அவன் சரியான கேடி. இந்நேரம் அதை எப்படிச் சமாளிக்கணுமோ அப்படிச் சமாளிச்சிருப்பான்..." என்ற அத்திக்கு,

"அப்படியில்ல அத்தி. அவன் பேசும் போது ஒரு பதற்றம் தெரிஞ்சதை நான் கவனிச்சேன். நம்ம கேங்லேயே அவன் ஒருத்தன் தான் ஜாலியா இருந்தான். அதான் இனிமேலும்..." என்று அமுதன் முடிக்கும் முன்னே,

"அதெல்லாம் கவலை வேண்டாம் அமுதா. நீ வேணுனா பாரு அவங்க அப்பாவை அவன் சமாளிச்சிடுவான். அண்ட் எனக்குத் தெரிந்து அவன் வீடு அவ்வளவு ஸ்ட்ரிக்ட் எல்லாம் இல்ல..." என்றான் ரூபன்.

"சரிடா நீ சொல்ற மாதிரியே நாளைக்கு நாங்க சேத்தன் வீட்டுக்குப் போய் நடந்தைச் சொல்லி அடுத்து நடக்க வேண்டியத்தைப் பற்றிப் பேசுறோம்" என்றதும் கார்த்தி உதடு விரிந்தது.

மறுபுறம் ரேகா எதையோ தன் தந்தையிடம் கேட்க, "அப்படியெல்லாம் இல்லைமா. என்ன ரெண்டு குடும்பமும் மூணு தலைமுறையா ஒன்னுமண்ணா பழகுறோம். ஒருவேளை இதால ஏதாவதுனா..." என்று இழுக்க மீண்டும் அவர் தன் தந்தையிடம் எதையோ தெரிவிக்க,

"ஓகேடா நாங்க நாளைக்கு சேத்தன் வீட்டுக்கே போய்ப் பேசுறோம். மாப்பிள்ளையிடம் எதையும் சொல்லாத. நானே நாளைக்கு அங்க பேசிட்டு வந்து சொல்லிடுறேன்..." என்று அழைப்பைத் துண்டித்தவர், "நாளைக்கு காலையிலே ரெடியா இரு. நாம மூணு பேரும் போகணும்..." என்றதும் கார்த்தி வேகமாக தலை ஆட்டிவிட்டு மாடியேறினான்.

கார்த்தி சென்றதும் பரந்தாமனும் அவர் மனைவியும் சிறிது நேரம் இதைப் பற்றி விவாதித்தனர். மாடியேறியவன் சைலென்டில் இருந்த அவன் மொபைலை எடுத்துப்பார்க்க அதில் அமுதன், ஸ்ரு, ரூபன், அத்தி ஆகியோரின் எண்ணிலிருந்து பல அழைப்புகள் தவறியிருந்தது. முதலில் அமுதனை அழைத்தவன் இங்கு நிகழ்ந்ததைச் சுருக்கமாகத் தெரிவிக்க அதற்குள் ரேகாவிடமிருந்து அழைப்பு வர அதை ஏற்றான்.

"என்னடா அதுக்குள்ள அவளுக்கு தந்தி அனுப்பிட்டியா?" என்றார் ரேகா.

"ஐயோ அக்கா அமுதன் கிட்டதான் பேசிட்டு இருந்தேன். ப்ராமிசா"

"எப்படியோ காரியத்தைச் சாதிச்சிட்ட?"

"ஏன்கா நீவேற?"

"டேய் இப்போ எனக்கு ஒரு சந்தேகம், ஒருவேளை அன்னைக்கு நான் வரேன்னு தெரிஞ்சு தான் அவளை கிஸ் பண்ணியோ?" என்று இழுக்க,

"அக்கா, நான் சின்ன சின்ன 'சில்பான்ஸே கில்பான்ஸே' வேலையெல்லாம் செய்வேன் தான். ஒத்துக்கறேன். ஆனா

அன்னைக்கு நடந்ததும் இன்னைக்கு நடந்ததும் பியூர் கோ-இன்சிடென்ஸ். பிலீவ் மீ... உன் தம்பி இன்னும் அந்த அளவுக்கெல்லாம் வளரல..." என்றதும்,

"டேய் யார் நீ வளரல? இதை நான் நம்பனும்? மூணு வருஷமா லவ் பண்ற... இந்த டகால்டி எல்லாம் என்கிட்ட வேணாம்..."

"வேணுனா உன் மேல ப்ராமிஸ் பண்ணட்டா?"

"டேய் என் பொண்ணுக்கே இப்போ தான் மூணு வயசாகுது. நான் இன்னும் கொஞ்ச நாளாச்சும் நல்லபடியா வாழனும். என்னை ஆளைவிடு..."

"சரி அப்பாவும் பொண்ணும் அப்படி என்ன தான் பேசுனீங்க? அதெப்படி எல்லார்கிட்டயும் பேசும் போது நாம தான் அவருக்கு 'உம்' கொட்டணும். ஆனா அப்பேர்ப்பட்டவரை நீ ஒரு மணி நேரத்துக்கும் மேல எப்படி 'உம்' கொட்ட வெச்ச? கொஞ்சம் எனக்கும் அந்த சிதம்பர ரகசியத்தை சாரி சாரி 'பரந்தாம ரகசியத்தைச்' சொல்லு?" என்றதும் அவர் குரல் உயர்த்தி,

"பேசுவடா... ஏன் பேசமாட்ட? அதான் எல்லாம் கைகூடிடுச்சே? இனி என்னையெல்லாம் ஞாபகமிருக்கோ இல்லையோ?"

"என்னக்கா இப்படிச் சொல்லிட்ட? உனக்கு நான் என்ன செய்யணும் சொல்லு? கமான்... திருவள்ளுவர், கண்ணகி மாதிரி பீச்ல சிலை வேண்டுமா? டாக்டர் முத்துலெஷ்மி ரெட்டி மாதிரி உன் பேர்ல திட்டம் வேணுமா? இல்லை கமலா ஹேரிஸ் மாதிரி அமெரிக்கா ஜனாதிபதி ஆகணுமா?"

"டேய் அவங்க துணை ஜனாதிபதிடா..."

"அதெல்லாம் எங்களுக்கும் தெரியும். உன்னை அதுக்கும் மேல வெக்க ஆசைப்படுறேன்... சொல்லுக்கா என்ன வேணும்?"

"அப்பப்பா அவ்வளவு ஆசையெல்லாம் எனக்கில்லை. கடைசிவரை என்கூட இன்னைக்குப்போலவே இரு. அதுவே போதும்..."

"இதெல்லாம் நீ சொல்லனுமா? நான் இதுவரை உன்கிட்டச் சொன்னதில்லை. ஒருவேளை இது உனக்கு ரொம்ப ஓவரா கூடத் தெரியலாம். ஆனா இது உண்மை. என் லைஃல நீ ரொம்பவும் ஸ்பெஷல். இதை வார்த்தையிலே என்னால உணர்த்த முடியாதுக்கா. பட் ஐ மீன் இட்..." என்று கார்த்தி நிறுத்த, ஒருகணம் அவரும் அமைதியானார்.

"சரி சரி ஏதோ சொல்ற பார்ப்போம்..." என்று சிரிக்க சிறிதுநேரம் அருவியுடன் கதைத்தவன் சாப்பிட கீழே சென்றான். அவன் அன்னை மட்டும் இருக்க தந்தை ஓய்வெடுக்கிறார் என்று அறிந்து அன்னையிடம் பேச்சுக்கொடுக்க முதலில் மகன் தன்னிடமிருந்து இதை மறைந்துவிட்டான் என்று வருந்தியவர் அட்லீஸ்ட் ரேகாவிடமாவது அனைத்தையும் தெரிவித்திருக்கிறானே என்று எண்ணிச் சமாதானம் ஆனார்.

அப்போது அவன் போன் அடிக்கவும் டிஸ்பிளேயில் ஸ்ருவின் முகமும் 'குல்ஃபி' என்றும் வர அவனை முறைத்தார்."தப்பு பண்ணிட்டேன் உன்கிட்டலாம் தினமும் போனை வாங்கி செக் பண்ணி இருக்கனும்" என்று அவர் சிரிக்க,

"அவ்வளவு தானேம்மா? இந்தா வாங்கிக்கோ" என்று நீட்டினான். அவர் அமைதியாக இருக்க,

"அம்மா உனக்கிதுல விருப்பம் தானேம்மா?" என்று இழுத்தான்,

"இப்போ விருப்பமில்லைனு சொன்னா என்ன பண்ணுவ?"

"அம்மா?"

சிரித்தவர், "அதெல்லாம் எனக்கு விருப்பம் தான். ரொம்ப அமைதியானப் பொண்ணு. என்ன அவங்க வீட்ல தான் என்ன சொல்லுவாங்களோனு இருக்கு..." என்றவர் சிறிது பேசிவிட்டு நகர்ந்தார்.

மாடியேறியவன் ஸ்ருவுக்கு அழைத்து இங்கு நடந்ததையெல்லாம் ஒப்பித்தான்.

"ஐயோ? என்ன சொல்ற?" என்று அலறினாள் ஸ்ரு,

"என்ன ரியாக்சன் இது குல்ஃபி? நீதானே நம்ம லவ் வீட்டுக்குத் தெரியணும்னு ஆசைப்பட்ட?"

"ஆசைப்பட்டேன் தான். அதுக்குன்னு இத்தனை சீக்கிரமாவா?"

"சோ சாரி. இனி என்னால ஒன்னும் பண்ண முடியாது. உனக்கு தான் எப்படியும் காலேஜ் இருக்குமே?"

"நாளைக்கு கல்சுரல்ஸ் முடியப்போகுதுப்பா. அதனால் மதியம் போனா போதும்..." என்று இழுத்தாள்.

"சரி ரெடியா இருந்துக்கோ. நாங்க வரோம்"

"கார்த்தி கார்த்தி கார்த்தி..."

மறுநாள் காலையிலே பரந்தாமன் சேத்தனை அழைத்து இன்று தாங்கள் வீட்டிற்கு வருவதாகச் சொன்னார். அவர்களும் என்னவோ ஏதோ என்று யோசித்தாலும் அவர்களுக்காக ஸ்பெஷல் உணவுகள் தயாராகின. வீட்டிற்குச் சென்றதும் இருவரும் பரஸ்பர குசல விசாரிப்புகள் நடத்த அடுத்து என்ன என்று பேச்சு வந்தது.

"சேத்தன், நான் சுத்தி வளைக்க விரும்பல. நம்ம ரெண்டு குடும்பத்துக்கும் இருக்கும் இந்த நட்பை அடுத்தகட்டத்துக்கு எடுத்துட்டுப் போக நான் ஆசைப்படுறேன். அதாவது..." என்றவர், "கார்த்திக்கும் ஸ்ருஷ்டிக்கும் திருமணம் செய்யலாமா?" என்று கேட்டுவிட இதை எதிர்பாராத அவர்கள் உண்மையில் அதிர்ந்தனர்.

பின்பு அவர்களுக்கு கார்த்தி-ஸ்ரு ஆகியோரின் காதலையும் நேற்று தான் கண்டதையும் அதன் பின் ரேகாவுடனும் தன்னுடைய குடும்பத்துடனும் கலந்தாலோசித்ததையும் வெளிப்படையாகவே தெரிவித்து அவர்களின் முடிவுக்காகக் காத்திருந்தார்.

இன்னமும் அவர்கள் குழப்பத்துடன் இருக்க, "புரியுது சேத்தன். நேத்து நானும் இதே குழப்பத்தில் தான் இருந்தேன். இருந்தும் யோசிச்சுப்பாரு, நம்ம ரெண்டு குடும்பமும் அடுத்தக்கட்டத்துக்கு அடியெடுத்துவைக்க இது நல்ல சந்தர்ப்பம். அண்ட் எப்படியும் நீங்க அவளுக்கு கல்யாணம் செய்யத்தான் போறீங்க. ஆருஷியை எடுத்துக்கோ நீங்க பார்த்திருக்கும் மாப்பிள்ளை ராஜஸ்தானைச் சேர்ந்தவங்க. ஏன்னா உங்க சொந்தம் அதிகமா அங்க தான் இருக்கு. ஆனா ஸ்ருவை நீங்க பிரியவேண்டிய அவசியம் இல்லை. எல்லாத்துக்கும் மேல எங்க குடும்பத்தைப் பற்றியோ இல்லை மாப்பிள்ளையைப் பற்றியோ நீங்க விசாரிச்சு தான் பெண் கொடுக்கவேண்டிய அவசியம் இல்ல. எனக்கும் அதே தான். நீங்க யாருனு இனிமேல் தான் நான் தெரிஞ்சுக்க வேண்டிய அவசியம் இல்லை. அண்ட் இப்போ அவன் மாசம் முப்பது சொச்சம் தான் சம்பாதிக்கிறான். கண்டிப்பா இது நிரந்தரமில்லை. அவனுக்கு சீக்கிரம் ஒரு ரெஸ்டாரெண்ட் வெக்க ஆசை. அண்ட் அதை நானே இன்னும் மூணு மாசத்துல வெக்க ஏற்பாடு செய்யுறேன். அண்ட் வெற்றி வெளிய செட்டில் ஆகிட்டான். ரேகாவும் அப்படித்தான். ஆனா கார்த்தியோட வாழ்க்கை இங்க தான். எங்க மேல உனக்கு நம்பிக்கை இருந்தா நீ தைரியமா உன் பெண்ணை எங்க வீட்டுக்கு அனுப்பலாம். நான் ஒன்னும் உன்னை அவசரப்படுத்தல. அவளும் படிக்கட்டும். அண்ட் அவளுக்கு மூத்தவங்க ஆருஷி, ஸுபாலி இருக்காங்க. இவனும் ரெஸ்டாரெண்ட் ஆரமிச்சு செட் ஆக கொஞ்ச காலம் ஆகும். நல்லா பொறுமையா யோசி..." என்று முடிக்க ஸ்ரு வீட்டின் ஆண்களைக் காட்டிலும் பெண்களுக்கு இதில் அதிக மகிழ்ச்சி தந்தது. அவர்களை விட்டால் இப்போதே ஓகே சொல்லிவிடுவார்கள். ஆனால் ஆண்கள் தான் இதைப் பற்றி நிறைய யோசிக்க வேண்டும் என்று தயங்கினர்.

இந்தப் பேச்சுக்கள் மதியம் வரை நீடிக்க மணியைப் பார்த்த ஸ்ருவின் பெரியம்மா அவர்களைச் சாப்பிட அழைத்தார். ஆண்களும் அவர்களோடு அமர்ந்து சாப்பிட்டனர். இப்போது

தான், ஏன் கார்த்தியை தான் அண்ணா என்று அழைக்கும் போதெல்லாம் அவன் டென்ஷன் ஆனான் என்று நம்பிராஜனின் மரமண்டையில் பல்ப் எரிந்தது. அவன் கார்த்தியை அர்த்தமாகப் பார்க்க, கார்த்தி சிரித்துவைத்தான். சாப்பிட்டவர்கள் அங்கிருந்து புறப்படும் முன் தாங்கள் கலந்தாலோசித்துவிட்டு விரைவில் தகவல் சொல்வதாக அறிவித்தார் சேத்தன். அங்கே அவரின் மனைவியும் ஸ்ருவின் அன்னையும் ஆறுதலாக கார்த்தியின் அன்னையிடம் பதிலுரைத்தனர். பின்பு ஜட்ஜ் ஐயா கோர்ட்டிற்கு போக, அன்னையை வீட்டில் விட்டவன் லெட்ஸ் செலிபிரேட் விரைந்தான்.

வெளியில் அமர்ந்து கதையளந்த ரூபன், அத்தி, அமுதன் அவனை வம்பிழுக்க அவனும் பதிலுக்கு அமுதன் அண்ட் ஆத்யாவை கலாய்த்தான். லெட்ஸ் செலிபிரேட்டில் மிதிலா சந்தீப்பைப் பார்த்தவன் ஆச்சரியப்பட அனைவரும் சிறிது நேரம் கதையளந்தனர்.

அத்தியும் ரூபனும் இனியனுடன் ஓரளவுக்கு நல்ல புரிதலில் இருந்தனர். அங்கே ரூபனின் சித்தியும் அவன் தந்தையை சமாதானம் செய்தார். பிறகு அவர்கள் மூவரையும் ஒருமுறை ஊருக்கு வந்துசெல்லுமாறு அழைக்க இனியனுக்கும் ஒரு சேஞ்சுக்காக அவர்கள் மூவரும் ரூபனின் வீட்டிற்குச் செல்ல ஆயத்தமானார்கள்.

ரூபனின் நிலையான வருமானத்தால் முன்பைக் காட்டிலும் தற்போது அவர்களின் குடும்ப நிலை சற்று ஓங்கியிருந்தது. ரூபனின் தங்கையுடைய கல்லூரிக் கட்டணத்தை ரூபனே செலுத்தினான். தம்பியும் தன்னுடைய படிப்பை முடிக்கும் தருவாயில் இருந்தான். அவன் தந்தையால் முன்பு போல் உழைக்க முடியவில்லை என்றும் அடிக்கடி உடல் நலம் பாதிக்கப்படுகிறது என்றும் அறிந்தவன் அவரை விஆர்எஸ் வாங்கும் படி அறிவுறுத்தினான். எனினும் ரூபன் அவரிடம்

அவ்வாறு உரைத்ததே அவருக்கு இதமாக இருந்தது. அவனைப் பற்றி முழுவதும் அறிந்தவர் இனிமேலாவது வாழ்க்கையை அனுபவித்து வாழட்டும் என்று எண்ணியவராக அவன் மீது தன்னுடைய சுமையை இறக்க விரும்பாமல் அதை மறுத்துவிட்டார்.

"ஏன்பா நான் இதெல்லாம் செய்யக்கூடாதா?" என்று முதல்முறையாக உரிமையாக அவன் தந்தையிடம் அவன் வினவ,

"நான் இல்லைனா கண்டிப்பா இதெல்லாம் நீதான் செய்யணும். ஆனா நான் இருக்கேன். அண்ட் எனக்கு இன்னும் ரெண்டு வருஷம் தான் சர்விஸ் இருக்கு. அதை நான் முடிச்சிடுறேன்" என்று சொல்ல அவரின் எண்ணவோட்டத்தை ரூபனும் புரிந்துகொண்டான். அவரை மேலும் வற்புறுத்த மனமில்லாமல் அவர் விருப்பத்தை ஏற்றான். ஆயினும் இப்போது போல் இனி எப்போதும் இந்த குடும்பத்திற்கு ஆறுதலாக இருக்கவேண்டும் என்று எண்ணிக்கொண்டான்.

"சரிப்பா உங்க கல்யாணத்தை எப்போ வெச்சுக்கலாம்?" என்றதும்,

"இன்னும் கொஞ்ச நாள் போகடும்பா. நாங்க இதைப்பற்றி நிறைய பேசியிருக்கோம். இனியனுக்கு இன்னும் ஒரு வருஷம் போகட்டும். அப்போ தான் அவனும் எல்லாம் புரிஞ்சுப்பான். இல்லைனா நான் செஞ்ச அதே தப்பை அவனும் செய்ய நேரிடும்" என்று சொல்ல அவனின் இந்த வெளிப்படையானப் பேச்சு அவருக்கு மகிழ்ச்சி மற்றும் வருத்தம் இரண்டும் ஒருசேரத் தந்தது.

"நான் எதோ தப்பு பண்ணிட்டேனோன்னு தோணுது ரூபா..." என்று வருந்த,

"அதெல்லாம் ஒன்னுமில்லை. பழசை மறந்திடுங்க. இனி நடக்கப்போறதை மட்டும் பார்ப்போம்" என்றான் ரூபன்.

அங்கே அத்தியுடன் பழகிய அவன் சித்தி மற்றும் உடன்பிறப்புகள் ரூபனுக்கு அனைத்து விதத்திலும் அத்தி சிறந்தவளாகவே இருப்பாள் என்று எண்ணினார்கள்.

அத்தியும் ரூபனும் அந்த சில நாட்களை அழகாகவே கழித்தனர்.

இதெல்லாம் ஒருபுறம் நடைபெற்றாலும் அமுதன்-ஆத்யாவின் திருமணத்திற்கான ஏற்பாடுகளும் வெகு விரைவாகவே நடந்தது. பத்திரிக்கையும் அடித்து வந்துவிட அதை அனைவர்க்கும் கொடுத்து திருமணத்திற்கு அழைக்கும் வேலையும் நடைபெற்றது. அமுதன் அண்ணாமலையிடம் கேட்டுக்கொண்டதிற்கிணங்க அன்று சீதாவுடன் விஜயாவின் வீட்டிற்குச் சென்றார். ஏனெனில் லட்டு சித்தார்த்தின் திருமணம் நடைபெறுவதில் விஜயா தான் தடங்கலாக இருக்கிறார். அமுதனின் திருமணத்திற்கு அழைக்கும் சாக்கில் அங்கு செல்ல ஏனோ இந்த ஐடி ரெய்டால் அவருக்கும் அவர் கணவருக்கும் ஏற்பட்டிருக்கும் அவமானத்தைத் (அவர் கணவர் ஆசிரியராக இருக்கிறார்) தெரிவிக்க இளவரசுவின் இடத்திலிருந்து அவர்கள் பேசினார்கள். "அவனுக்கு இருப்பதோ ஒரே மகள் தானே? இப்போ அவன் நிலையை கொஞ்சம் யோசி" என்று ஒரு மகளைப் பெற்றவராக சீதா பேசவும் சித்தார்த்தின் எதிர்காலம் பற்றி யோசித்த விஜயா திருமணத்திற்கு ஒப்புதல் அளித்தார். ஆனால் திருமணம் திட்டமிட்டபடியே நடைபெற வேண்டும் என்று ஒரு கண்டிஷனையும் வைக்க அவர் சம்மதித்ததே போதும் என்று எண்ணி மகிழ்ந்தவர், அமுதனின் திருமணத்திற்கு வருமாறு சொல்ல ஆத்யாவைப் பற்றிக் கேட்டனர். எதையும் மறைக்காமல் அதே நேரம் உறுதியாக சீதா பதிலளிக்க அவர்கள் ஏதும் பேசவில்லை. அதே வேகத்தோடு இளவரசுவின் வீட்டிற்குச் சென்றவர்கள் விஜயா தெரிவித்ததை ஒரு தூதுவராகச் சொல்ல அப்போது தான் இளவரசு தன்னுடைய அக்கா மற்றும் மாமாவின் அருமையைத் தெரிந்துகொண்டார். தனக்காகப் பேசிய

மாமா அத்தை ஆகியோரின் மீது லட்டுவுக்கு இன்னும் நன்மதிப்பும் பாசமும் பெருகியது. அதன் பின் சீதாவுக்கும் அண்ணாமலைக்கு அவ்வளவு மரியாதை கிடைத்ததெல்லாம் வேறுகதை! அங்கேயும் அமுதனின் திருமணத்தைப் பற்றித் தெரிவிக்க கூட்டணிகள் மாறியது. இப்போது தமிழரசுவின் குடும்பத்தோடு விஜயா மற்றும் இளவரசுவின் குடும்பம் ஒதுங்கி சீதாவோடு நெருக்கம் காட்டத் தொடங்கினர். ஆனால் இந்த திடீர் பாசத்தில் எல்லாம் சீதா உருகிவிடவில்லை. என்ன தான் தன் உடன்பிறந்தவர்கள் மீது வருத்தம் இருந்தாலும் அதை அவர்கள் பிள்ளைகளின் மீது காட்ட விரும்பாமல் மேலும் அவர்களையும் தங்கள் பிள்ளைகளைப் போல் எண்ணுவதால் தான் அண்ணாமலையும் சீதாவும் இதைச் செய்தனர்.

இதொருபக்கம் நடைபெற அமுதனும் ஆத்யாவும் தங்களுடைய திருமணத்திற்கான பர்சேஸில் பிஸியானர்கள். எல்லோருக்கும் தங்கள் திருமணத்தின் மீது குறைந்தபட்ச எதிர்பார்ப்பேனும் இருக்குமல்லவா? அதுபோல் இவர்களுக்கும் இருந்தது. உடைகள், ஆபரணங்கள், புது வீட்டிற்குத் தேவையான பொருட்கள் ஆகியவற்றை அதீத சிரத்தையுடன் தேர்ந்தெடுத்தனர். இதோடு நில்லாமல் அவர்கள் இருவரும் தங்களின் நட்பு வட்டாரத்தை அழைக்கும் பணியில் பிசி ஆனார்கள். சுந்தரி ஆண்டிக்கும் தகவலைத் தெரிவித்தவர்கள் நேரில் சென்று அழைக்க ஏற்பாடு செய்தனர். அதோடு அன்று திருமண விஷயமாக காரைக்குடிக்குச் சென்ற அமுதன் மற்றும் ஆத்யா இருவரும் சுந்தரி ஆண்டியைப் பற்றி அனைத்தையும் தெரிவித்தனர். இதைக் கேட்டதும் சீதாவிற்கு அவரின்பால் ஒரு ஆச்சரியமும் கழிவிரகமும் தோன்றியது. மேலும் அமுதன் ஆத்யாவின் குற்றயுணர்ச்சியைப் பற்றி அவர்களிடம் தெரிவிக்க அவளுடைய இடத்திலிருந்து அனைத்தையும் யோசித்து சுந்தரியிடம் பேசியும் விட்டனர். அன்று மாலை காரைக்குடியில் இருக்கும் போது,

"என்ன கருப்பட்டி ஹேப்பியா?" என்றான் அமுதன்.

"ரொம்ப..." என்றவள் அவனின் 'கருப்பட்டி' என்ற அழைப்பில் குதூகலித்து, "என்ன சொன்னீங்க இப்போ?" என்றாள்,

உதட்டில் சிரிப்போடும் கண்ணில் காதலோடும் முகத்தில் குறும்போடும், "என்ன கருப்பட்டி ஹேப்பியான்னு கேட்டேன்? ஏன் ஸ்பீக்கர் அவுட்டா?" என்றான் நக்கலாக,

"நான் அவ்வளவு கறுப்பாவா இருக்கேன்?" என்று சீண்டினாள் ஆத்யா,

"ஹே இது கறுப்பில்லை கருப்பட்டி. ஸ்வீட்டியோட தமிழாக்கம். இன்னும் சொல்லனும்னா நிக் நேம்..." என்று கண்ணடித்தான்.

இப்போதெல்லாம் தன்னிடம் அதிக காதலோடும் குறும்போடும் பழகும் அமுதனை அதிகம் விரும்பினாள் ஆத்யா. அவள் சிரிக்க அவளை நெருங்கியவன்,

"ஏ கருப்பட்டி, இனிமேல் உன்னை நான் இப்படித்தான் கூப்பிடப்போறேன். கருப்பட்டி அளவான அதே நேரம் ஆரோக்கியமான சுவையுடையது. என் லைஃலயும் நீ அப்படித்தான். நீ வந்தபிறகு தான் என் லைஃப் வேற மாதிரி மாறுச்சு. அண்ட் எல்லோரையும் போல நானும் உன்னை 'ஸ்வீட்டினு' கூப்பிட்டா அப்புறோம் எப்படி நீ எனக்கு ஸ்பெஷல் ஆவ?" என்றவன் அவளை நெருங்கி அமர அமுதனின் இந்த 'ரெமோ' அவதாரத்தை அதிகம் நேசித்தவள், "அநியாயத்துக்கு 'ரெமோவா' இருக்கும் உங்களை இந்த உலகம் 'அம்பினு' நம்புதே?" என்று அவனை கலாய்க்க,

"கரெக்ட் தான் ஆத்யலஷ்மி, ஆனா என்ன பண்ண எல்லோர்கிட்டையும் அம்பியா இருந்திடலாம். ஆனா எல்லோரிடமும் ரெமோவா இருக்க முடியாதே கருப்பட்டி?" என்றவன் அவளை முத்தமிட நெருங்க அப்போது தான் நாச்சி அவர்களைத் தேடி வர அவளின் அழைப்பில் விலகினர்.

இருவரும் திருதிருவென விழிப்பதைப் பார்த்த நாச்சி, "சாரி அண்ணி. அம்மா உங்களைக் கூப்பிட்டாங்க" என்று ஓடிவிட

அவளோடே ஓடினாள் ஆத்யா. இப்போதெல்லாம் 'ஹிருத்தியா' என்றொருத்தி அவன் வாழ்வில் இருந்ததையே மறந்து மொத்தமாய் 'ஆத்யா' வசமாகியிருந்தான் அமுதன்.

'கோர்ட்ஷிப்' என்றழைக்கப்படும் நிச்சயத்திற்கும் திருமணத்திற்கும் இடையிலான இந்த நாட்களை சொற்பமாக இருந்தாலும் அவர்கள் இருவரும் அதை ஆழ்ந்து அனுபவித்தார்கள்.

அங்கு சீதா அண்ணாமலையின் முயற்சியால் சித்தார்த்-சிகப்பி ஆகியோரின் திருமணம் மீண்டும் வேகமெடுத்தது. ஆனால் இளவரசுவின் பணமெல்லாம் மாட்டிக்கொள்ள எவ்வாறு இதை சிறப்பாக நடத்துவதென்று யோசித்தவர் அமுதனின் லெட்ஸ் செலிபிரேட் பற்றி அறிந்து அவனிடமே பேசினார். அன்றைய தேதியில் லெட்ஸ் செலிபிரேட்டுக்கு ஒரு திருமணம் இருப்பினும் தங்களுடன் நட்பு வட்டத்தில் இருக்கும் ஒரு ஈவெண்ட் மேனேஜ்மேண்ட் நிறுவனத்தை ஆத்யா ரெபெர் செய்தாள். இரண்டு திருமணத்திற்கான ஏற்பாடுகளும் விரைவாக நடைபெற்றது. லஷ்மியும் பெயருக்காகவே சொந்தத்தை அழைத்தவர் நட்புகளை மட்டும் மனதார அழைத்தார். இடையில் அவருடைய உடல் நிலை இன்னும் மோசமானது. அதை எண்ணி எல்லோரும் வருத்தம் கொண்டனர். ஆயினும் அவருக்கு எல்லோரும் உறுதுணையாக இருந்தனர்.(சுவைக்கும்!)

* * * * * *

அத்தியாயம் - 45

பொள்ளாச்சி சென்று வந்ததிலிருந்து லவ் மனதில் ஒரு இனம்புரியாத மாற்றம் உண்டானது. கபிலனிடம் மனம் விட்டுப் பேசினால் அவள் இலகுவடைவதாக உணர்ந்தாள். முதலில் முடிவானது என்னவோ லவ்வின் அக்கா திருமணம் தான் என்றாலும் அமுதன் ஆத்யாவின் திருமணத்திற்குப் பிறகுதான் அவர்கள் திருமணம் நடக்கவிருந்தது. லவ் அக்காவின் சைடிலும் சரி, கபிலனின் அண்ணா வீட்டிலும் உடன்பிறந்தவர்கள் யாருமில்லாததால் திருமண வேலைகளைச் செய்யவேண்டி அவர்கள் இருவரும் அடிக்கடி நேரில் சந்திக்க நேர்ந்தது. கபிலன், கார்த்தி, அமுதன் ரூபன் ஆகியோருடன் நல்ல நட்பில் இருந்ததால் அமுதன்- ஆத்யா திருமணமும் கார்த்தி- ஸ்ரு விஷயமும் அறிந்திருந்தான்.

"லெட்ஸ் செலிபிரேட்ல அடுத்தடுத்து மேரேஜ் இருக்கும் போல?" என்று அதன் பார்ட்னர்ஸ் பற்றி கபிலன் விசாரிக்க,

"ஏம்பா இதென்ன வம்பா இருக்கு? நாங்க நடத்துறது ஈவென்ட் மேனேஜ்மேண்ட் கம்பெனி. அதுல மேரேஜ் நடக்காம இருக்குமா என்ன?"

அவளின் மிஸ் அண்டர்ஸ்டாண்டிங்கை உணர்ந்தவனாக, "ஐயோ லாவண்யா நான் அதை மீன் பண்ல" என்று விளக்க, நீண்ட நாட்கள் கழித்து சொல்லப்போனால் நீண்ட வருடங்கள் கழித்து தன்னுடைய பெயரைச் சொல்லி அழைத்தவனையே கண்ணிமைக்காமல் பார்த்தாள் லவ்.

"ஹலோ? இப்போ நான் என்ன சொல்லிட்டேன்னு இப்படி ட்ரீமுக்கு போறீங்க?"

"இல்லை என் பேரைச் சொல்லிக் கூப்பிட்டதும் ஸ்டன் ஆகிட்டேன்"

"ஆமா உங்களை ஏன் எல்லோரும் லவ்வுனு கூப்பிடுறாங்க? லவ் பிடிக்குமோ?" என்றவன் ஏதோ கேட்கக்கூடாததைக் கேட்டவனாக நாக்கைக் கடித்தான்.

"அது இங்கிலிஷ்ல lavனு என் பெயர் வரும் அதை லவ்னு பிரனௌன்ஸ் செய்வோமில்ல? எல்லாம் அந்த ஸ்வீட்டியால வந்தது. அவ தான் என்னை முதன்முதலா அப்படிக் கூப்பிட ஆரமிச்சா. நாளடைவுல என்னை எல்லோரும் லவ்வுன்னு கூப்பிட ஆரமிச்சாங்க. யூ நோ வாட் இப்போல்லாம் என் அப்பா அம்மா கூட என்னை லவ்னு தான் கூப்பிடுறாங்க. அண்ட் ஐ லவ் பியிங் கால்ட் லவ்(என்னை லவ் என்று அழைப்பதை நானும் விரும்புகிறேன்!)"

"அப்போ லவ் யாரையாச்சும் லவ் பண்றாங்களா?"

அவன் கேள்வியில் சற்று அதிர்ந்தாலும், "நோ!" என்று அதே அதிர்ச்சியில் அவள் விளித்து விழித்தாள்,

"அதுக்கேன் இவ்வளவு ஷாக்? அப்போ வீட்ல பார்க்கும் மாப்பிள்ளைக்குத் தான் ஓகே சொல்லப்போறீங்க ரைட்?"

"நாட் எக்ஸாட்லி. ஒருவேளை ஏதாச்சும் இன்ட்ரெஸ்டிங் கேரக்டர் கிடைச்சா ஐ மே கிவ் எ சாய்ஸ்..."

"அப்போ..." என்று அவன் பேசும் முன்னே அவளுக்கு அழைப்பு வர எடுத்துப்பார்த்தால் அவள் பெரியப்பா தான் அழைத்திருந்தார். அத்தோடு அந்தப் பேச்சு முடிந்திருந்தது.

வந்த வேலையை முடித்தவர்கள் இரவு நேரமாகும் என்று அறிந்ததால் அங்கேயே ஒரு ஹோட்டலில் உணவருந்த முடிவு செய்தனர். அது ஹைவே என்பதால் பெரிய உணவகம் ஏதுமில்லாமல் தாபாக்கள் தான் ஆங்காங்கே இருந்தது.

"தாபாலையே சாப்பிடலாமே?" என்றாள் லவ்.

"எனக்கொன்னும் பிரச்சனை இல்ல. நீங்க ஏதாவது எடுத்துப்பிங்களோனு தான் நான் தயங்கினேன்..."

"தாபா பெரும்பாலும் நல்லா தான் இருக்கும்பா. அண்ட் யூ நோ வாட் ப்ரெஷான பூட்ஸ் இங்கதான் கிடைக்கும்..." என்று அவள் முடிக்கும் முன்னே,

கபிலன் அவளை ஒரு மாதிரி பார்த்தான். அவளின் கூற்றை மறுக்கும் விதமான பார்வை என்று புரிந்தவள்,

"இல்லப்பா ரியல்லி. நீங்க பெரிய பெரிய ரெஸ்டாரெண்ட் போனால் கூட அவங்க பழசையோ இல்ல எதாவது கோல்மால் செஞ்சோ ஏமாத்திடுவாங்க. ஆனா தாபா அப்படியில்ல. ஏன்னா இங்க தான் எதுவும் ரெடியாவே இருக்காதே? நாம என்ன வேணும்னு கேட்டதுக்குப் பிறகு தான் அவங்க அதைச் செய்யவே ஆரமிப்பாங்க. அதான் அப்படிச் சொன்னேன்" என்று சிரித்தாள்.

அவன் ஆச்சரியமாகப் பார்க்க, "நீங்க தாபா வந்திருக்கீங்க தானே?" என்று வினவ அவனோ மறுப்பாகவே தலையசைத்தான்.

"வாட் இல்லையா? அப்போ கண்டிப்பா இன்னைக்கு இங்க தான் சாப்பிடுறோம். வாங்க" என்று அழைக்க உள்ளே சென்றவர்கள் தாபாவில் பாரம்பரியமாக வைக்கப்பட்டிந்த கயிற்றுக்கட்டிலில் அமர்ந்தனர்.

"இப்போலாம் தாபால கூட சேர் டேபிள் போட ஆரமிச்சுட்டாங்க. நல்ல வேளை இங்க இல்ல" என்று பேச அவளுடைய பேச்சில் லயித்துப்போனான் கபிலன்.

பிறகு இருவரும் ரொட்டி ஆர்டர் செய்து உண்டனர். அவர்கள் ஆர்டர் செய்த உணவு வர இருபது நிமிடங்களுக்கு மேல் ஆக அதில் இன்னும் நிறைய உரையாடினார்கள்.

"எனக்கு உங்க டிசைன்ஸ் எல்லாம் பார்க்கணுமே கபிலன்... அதாவது உங்க ஆர்கிடெக்சர் ஒர்க்ஸ்" என்றதும்,

"ஒரு நாள் ப்ரீயா வீட்டுக்கு வாங்க. ஐ வில் ஷோ இட்..."

அங்கிருந்து உண்டுமுடித்து வெளியேறியவுடன் கபிலனைப் பார்த்து, "நான் ஒன்னு கேட்பேன் நீங்க தப்பா எடுத்துக்கக் கூடாது..." என்று இழுத்தாள் லவ்,

"தாராளமாகக் கேளுங்க..."

"நீங்க பெரிய படிப்ஸ்சோ? ஐ மீன் நீங்க படிப்பைத் தவிர வேற எங்கேயும் போனதில்லையோ? அம்மா சொன்னாங்க அண்ட் நீங்களும்..." என்று இழுத்தாள் லவ்.

"புரியுது இந்த தாபாவை வெச்சு என்னை எடைபோடுறீங்க ரைட்? நோ ப்ராப்லம். அண்ட் எஸ். நான் ரேங்க் ஸ்டுடென்ட் தான். ஆனா எனக்கும் வெளிய போகணும்னு எல்லாம் ஆசைதான். சின்ன வயசுல நான் எங்க மாமா வீட்டுக்குப் போகும் போது தொலைஞ்சி போயிட்டேனாம்..." என்றதும் லவ் ஆச்சரியமாக கண்கள் விரித்தாள்.

"எஸ். ஒரு எல் வடிவத்துல தான் என் மாமாவீடும் மாமா பையனோட ப்ரெண்ட் வீடும் இருந்தது. அங்க போயிட்டு விளையாடும் போது அவன் கிளம்பிட்டான். அப்போ அந்த ஆண்ட்டி எதையோ கேட்டாங்கனு நான் பதில் சொல்லிட்டு லெப்ட்ல திரும்பறதுக்கு பதிலா ரைட்ல திரும்பி எல் போட்டு எம் போட்டு என், ஓ, பினு எல்லா ஆல்பபெட்டும் போட்டேன் ஆனா வீடு தான் வரல..." என்னும் போது,

"அச்சச்சோ? அப்புறோம் என்ன ஆச்சு?"

"நல்ல வேளையா ஒரு போலிஸ் அங்கிள் கண்ல மாட்டி என் அப்பா அம்மா பேரு போன் நம்பர் அது இதுனு எல்லாம் கொடுத்தேன். ஒரு மணிநேரத்துக்குப் பிறகு அவர் எங்க வீட்ல கொண்டு விட்டார். அதுல இருந்தும் நான் என்ன சொன்னாலும் கேட்டாலும் கிடைக்கும் ஆனா என்னை தனியா ஐ மீன் என் பேரெண்ட்ஸ் கூட இல்லாம எங்கேயும் தங்க விட மாட்டாங்க. நீங்க வேணுனா பாருங்க இப்போ கூட போன் வருதா இல்லையானு" என்று முடிக்கும் முன்னே அழைப்பு வந்துவிட எடுத்து தாங்கள் இருக்குமிடம் சொன்னான் கபிலன். பிறகு லவ் வாங்கி பேசிவிட்டு, "உங்க பையனை எங்கேயும் தொலஞ்சி போகாம பத்திரமா நான் கூட்டிட்டு வந்து விடுறேன் ஆண்ட்டி. டோன்ட் ஒர்ரி" என்றவள் அவனைப் பார்த்துச் சிரிக்க அவனும்

அசடு வழிந்தான்.(உண்மையிலே கபிலனாய்த் தொலைந்தவன் நான் தான்😁)

பிறகு அங்கிருந்து நகர்ந்தவனை, "எங்க போறீங்க?" என்றதும்,

"ஏங்க ரெஸ்ட் ரூம் போறேங்க... இருந்தாலும் அநியாயத்துக்கு கலாய்க்கறீங்க..."

"ஏங்க உங்க அம்மாக்கு இப்போ தான் நான் வாக்குறுதி தந்திருக்கேன். அதுக்குள்ள இப்படி அப்ஸ்காண்ட் ஆனா நான் என்ன பண்றது?" என்றவள் கபிலனின் அந்த வெளிப்படைத்தன்மை மற்றும் இன்னொசென்ஸ் இரண்டையும் ரசித்தாள். பிறகு அங்கிருந்து அவர்கள் வீடு வந்து சேர்ந்தனர்.

பரந்தாமன் குடும்பத்தோடு ஸ்ருவின் வீட்டிற்கு வந்து பேசிச் சென்றபின் ஸ்ருவின் தந்தையும் நம்பியின் தந்தையும் நீண்ட நேரம் தனியே பேசினார்கள். அவர்களின் பிரச்சனை என்னவென்றால் இதனால் நாளை ஆருஷி, ஷுபாலி, நம்பியின் எதிர்காலம் பாதிக்குமோ என்பது தான். அவர்களுக்கும் கார்த்தியை சிறு வயதிலிருந்து தெரியுமே? கார்த்தி மட்டுமா அவன் குடும்பத்தையும் நன்கு அறிவார்கள். மேலும் பரந்தாமனின் மீது சேத்தனின் குடும்பத்திற்கு என்றும் நல்ல அபிப்ராயம் இருக்கிறது. பரந்தாமன் அங்கிருந்து செல்லும் போதே சேத்தனிடம் ஸ்ருவை எதுவும் சொல்ல வேண்டாம் என்றும் கேட்டுக்கொண்டார். ஸ்ருவை அழைத்தவர் பொறுமையாக அனைத்தையும் விசாரித்தார். இந்நேரம் கார்த்தி தவிர்த்து வேறு யாராவது இருந்திருந்தால் நடந்திருப்பதே வேறு கதையாகி இருக்கும். கடைக்குட்டி என்பதால் ஸ்ரு அவள் பெரியப்பாவின் செல்லம் வேறு. எதைப்பற்றியும் யோசிக்காமல் அவளைப் படிப்பில் கவனம் செலுத்தச் சொன்னவர் தங்கள் வீட்டின் பெண்மணிகளுடன் கலந்தாலோசிக்க அவர்களும் தங்கள் சம்மதத்தைத் தெரிவித்தனர்.

ஆருஷியின் திருமணத்திற்கு இன்னும் எட்டு நாட்களே இருந்தது. அதை முடித்து விட்டு பரந்தாமனுக்கு பதில் சொல்லலாம் என்று எண்ணினார் சேத்தன்.

லெட்ஸ் செலிபிரேட்டில் அடுத்த நடைபெற இருந்த விழா ஆருஷியின் திருமணம் தான். முழுக்க முழுக்க ராஜஸ்தானி முறையில் திருமணம் நடைபெற்றது. வட இந்தியாவின் பெரும்பாலும் திருமணம் மூன்று நான்கு நாட்கள் நடைபெறும். ஒவ்வொரு நாளும் ஒவ்வொரு சடங்குகள் நடைபெறும். என்னதான் சேத்தனின் குடும்பம் இங்கேயே பிறந்து வளர்ந்திருந்தாலும் அவர்களுடைய பாரம்பரியத்தை விட்டுக்கொடுக்காமல் வாழ்ந்தனர். ஆருஷியின் திருமணம் நான்கு நாட்களில் நடைபெற ஏனோ அனைத்து விழாக்களிலும் பரந்தாமனின் குடும்பம் அவசியம் கலந்துகொள்ள வேண்டும் என்று அன்பு கட்டளை இட்டார் சேத்தன். வழக்கமாக தமிழ் திருமணங்களை மட்டுமே நடத்திப் பழகியவர்களுக்கு இந்த வடநாட்டு முறை திருமணம் புது அனுபவத்தைக் கொடுத்தது.

எல்லோரும் மகிழ்ச்சியோடு விழாவை நடத்தினர்.

"கார்த்தி எல்லாத்தையும் நல்லா நோட் பண்ணிக்கோடா. நாளைக்கு உனக்கும் இப்படித்தான்" என்றாள் அத்தி.

"ஆமா எனக்கொரு சந்தேகம். நம்ம ஊர்ல ஒரே நாள்ல கல்யாணம் நடக்குது. அன்னைக்கே சாந்தி முகூர்த்தம் வெச்சிடுறாங்க ஆனா?..." என்று லவ் இழுக்க அவள் சொல்லவருத்தத்தை 'கேட்ச்' செய்தவர்கள் இன்னும் ஆரவாரமிட்டு மகிழ்ச்சியில் கூச்சலிட லெட்ஸ் செலிபிரேட் இன்னும் ஜாலி ஆனது.

"சூப்பர் லவ்" என்று அவளுக்கு ஹைபை கொடுத்தாள் அத்திப்பூ.

அப்போது அந்த உரையாடலைக் கேட்டுக்கொண்டிருந்த ஆத்யாவை வம்பிழுக்க, "என்ன ஸ்வீட்டி நீ ஊம் சொல்லு உங்க மேரேஜையும் இப்படியே நடத்திடலாம். என்ன ஓகேவா?" என்றான் ஜாய்சன்.

"ஏன்? இல்ல ஏன்னு கேட்கறேன்? கார்த்தியை தானே ஓட்டிட்டு இருந்தீங்க? நான் பாட்டுக்கு சிவனே தானே இருந்தேன்?" என்றதும் சிறிது நேரம் ஆத்யாவையும் அமுதனையும் கலாய்த்தனர்.

ராஜஸ்தானி முறையில் உடையணிந்து வலம் வந்த ஸ்ருவை மெய்மறந்து ரசித்தான் கார்த்தி. "ஹே குல்ஃபி லைக்ஸ் அள்ளுது" என்று சொல்ல,

"கார்த்தி போதும். நானும் இங்க தான் இருக்கேன். அண்ட் என்கிட்ட இருந்தும் இதை மறைச்சிட்ட தானே? அன்னைக்கு வீட்டுக்கு வந்தது எல்லாம் ஆக்டிங் தானே?" என்றாள் ஸுபாலி.

நம்பிராஜனின் அழைப்பின் பேரில் கபிலனும் அங்கே வந்திருந்தான். கூட்டத்தில் எல்லோருடனும் சேர்ந்து கதையளக்கும் லவ்விடம் தொலைந்து போனான் கபிலன். அன்றைய தாபா நிகழ்வுக்குப் பிறகு இரண்டு முறை ஒன்றாகப் பயணித்தனர். ஏனோ அவளின் பார்வையை உணர்ந்தவனாக அவளோடு நல்ல ரேப்போவில் இருந்தான்.

"என்னப்பா குழந்தை? யாருகூட வந்த? இங்க வேற கூட்டம் ஜாஸ்தியா இருக்கு... கூட்டத்தில் தொலைஞ்சு போயிடாத?" என்றபடி கபிலனை நெருங்கினாள் லவ்.

"உங்களை நம்பி உண்மையைச் சொன்னது தப்பாப் போச்சே?" என்று அசடு வழிந்தவன், "ஏங்க இப்படி ட்ரெஸ் பண்ணியிருக்கீங்க?" என்றதும்,

"என்னாச்சுப்பா? ட்ரெஸ் ஏதாவது?" என்று தன்னையே சுற்றிசுற்றிப் பார்த்தாள் லவ்.

"மாப்பிள்ளை கல்யாணப் பொண்ணு யாருனு கன்ஃபியூஸ் ஆகிடப்போறாரு" என்றதும் நாணியவள், "யூ சௌண்ட் ஃபிளிர்டி"(நீங்க வழியுறீங்க மிஸ்டர் என்பதை டீசெண்டாக ஆங்கிலத்தில் கேட்டாள்)

"ஈஸ் இட்?" என்றவன் சிரிக்க, லெட்ஸ் செலிபிரேட் அவர்கள் திருமணத்தை மூன்று நாட்களும் சிறப்பாகவே நடத்திக்கொடுத்தனர்.

தங்கள் திருமணம் முடிந்து ஒரு மாதத்திற்கும் மேலாகியும் சந்தீப்பின் அன்னையும் சரி மிதிலாவின் பெற்றோரும் சரி அவர்களை ஏற்றுக்கொள்ளவில்லை.இருந்தும் வேதாளத்துடன் சிக்கி மனம்தளராத விக்கிரமாதித்தன் போல் மனம் தளராமல் இருவரும் போராடினார்கள். அப்பப்போ சந்தீப்பின் தந்தை மட்டும் அவர்களுடன் உரையாடுவார். அதும் அவன் அன்னை இல்லாத நேரம் பார்த்து தான் நடக்கும். வீடு ஒன்றாக இருந்தாலும் சமையல் இரண்டாகவே இருந்தது. சந்தீப்பின் அன்னை அவருக்கும் அவர் கணவனுக்கும் சமைக்க அதன் பின் மிதிலா அவளுக்கும் சந்தீப்பிற்கும் வேண்டியதைச் செய்வாள். இடையில் ஒரு நாள் சந்தீப் அவன் அன்னையிடம் பேச நெருங்கிய போது கோவமாக அங்கிருந்து நகர்ந்து விட்டதால் அவரைத் தொந்தரவு ஏதும் செய்யாமல் விட்டிருந்தான்.

என்ன தான் பெற்றவர்கள் சம்மதமில்லாமல் திருமணம் நடந்தாலும் அவர்களின் சம்மதத்துடன் தான் வாழ்க்கை தொடங்க வேண்டும் என்று முடிவெடுத்தனர். ஒரு வழியாக மிதிலா போராடி அவளுடைய தம்பி தங்கையுடன் பேச ஆரமித்திருந்தாள். அவர்களும் தங்கள் பெற்றோருக்குத் தெரியாமல் தங்கள் அக்காவுடன் தொடர்பில் இருந்தனர்.

என்னதான் அன்று காச்மூச்சென்று கத்தினாலும் மறுநாளே அவர்களை தங்கள் வீட்டிற்கு அழைத்து விருந்து ஏற்பாடு செய்தாள் ஆத்யா. அதில் லெட்ஸ் செலிபிரேட்டை சேர்ந்தவர்கள் மட்டும் கலந்துகொண்டனர். திருமணம் ஆகியும் தனியாக வாழும் இவர்களின் நிலை அறிந்தவளாக இவர்கள் குடும்பத்தில் பேச முடிவெடுத்தாள் ஆத்யா. அதற்காக தன் திருமண அழைப்பிதழ் தரும் நிகழ்வைத் தேர்ந்தெடுத்தாள்.

அவளோடு லஷ்மி மற்றும் அமுதனையும் அழைத்துச்செல்ல முடிவெடுத்தவள் முதலில் லவ், ஜாய்சன், நித்தி ஆகியோரின் வீட்டில் அழைத்தவள் அன்று மிதிலாவின் வீட்டிற்குச் சென்றாள். வாசல் வரை வந்தவர்களை எப்படி வெளியே போகச் சொல்வதென்று புரியாமல் உள்ளே அழைத்தார் அவள் தந்தை. வேண்டா வெறுப்பாக வந்தாலும் அவள் கொடுத்த அழைப்பிதழைப் பெற்றுக்கொண்டார் மிதிலாவின் அன்னை. பிறகு மெதுவாக தன் பேச்சை ஆரமித்த லஷ்மி தன்னால் முடிந்தவரை பொறுமையாகவே பேசினார்.

அவள் அன்னை எடுத்தெறிந்து பேசினாலும் அவள் தந்தை சற்று நம்பிக்கையூட்டும் விதமாகவே பதிலளிக்க அவர்களுக்கும் யோசிக்க காலம் கொடுத்து அங்கிருந்து புறப்பட்டனர். இதே போல் சந்தீப்பின் வீட்டிற்கு வந்து பேசிய ஆத்யாவை தனியே அழைத்த அவன் அன்னை தன்னுடைய மனத்தாங்கலை வெளியே கொட்டினார். அவரின் நிலையையும் ஆத்யா அறிந்ததால் முடிந்த அளவுக்கு அவரைத் தேற்றினாள்.

ஆத்யாவின் திருமணத்திற்கு வருவதாக உரைத்தவர் இதைப் பற்றி எதையும் பேசாமல் இருக்க இவருக்கும் கால அவகாசம் கொடுக்க எண்ணினாள். இதோ அதோ என்று இன்னும் மூன்று நாட்களில் ஆத்யா அமுதன் திருமணம் நடைபெற இருந்தது.

ஆத்யாவே இனி இங்கு இருக்கப்போவதில்லை என்றறிந்த அத்தி இனியனுடன் தனியே செல்ல முடிவெடுத்தால். அதேநேரம் அங்கு ரூபனும் கண்ணையனும் மட்டும் இனி அங்கு தங்க வேண்டும் என்பதால் அடுத்தடுத்து இரண்டு போர்சன் கொண்ட ஒரு வீட்டைப் பார்த்தான். ஒன்றில் இனியனுடன் அத்தியும் மற்றொன்றில் கண்ணையனுடன் ரூபனும் குடியேற முடிவு செய்தனர். முதலில் அத்தியை அங்கேயே இருக்குமாறு சொன்ன லஷ்மியிடம், "அப்பா உங்களுக்கு ரொம்ப பெரிய மனசு. ஆனா நான் இனியனையும் யோசிக்கணும். அவன் இங்க இருப்பதைக் காட்டிலும் என்கூடவும் ரூபன் கூடவும் இன்னும் அட்டாச் ஆகணும். அண்ட் இங்க இருந்த வரை

பாதி நாள் ஆத்யாவோட தான் தூங்குவான். இப்போ ஆத்யாவும் எதிர்வீட்டுக்கு வரப் போறா. அண்ட் அவங்களுக்கு இவன் தொந்தரவு தரக்கூடாது" என்று ஏதேதோ சொல்லிச் சமாளித்தாள். அத்தி சொல்லும் முன்னே ஆத்யாவின் மூலம் இதை லஷ்மி அறிந்ததால் அவளைத் தடுக்கவில்லை. அதனால் இப்போது அந்த வீட்டில் லஷ்மி ஒருவரே தங்கும் படியானது. ஒருவேளை அவரே அமுதனிடம் பேசியிருந்தால் அமுதன் இங்கேயே தங்குவதற்குக்கூட ஒப்புக்கொண்டிருக்கலாம் தான். ஆனால் அமுதனுக்கு அந்த தர்மசங்கடத்தை ஏற்படுத்த அவர் விரும்பவில்லை.

அன்று பெண்ணழைப்பு நடைபெற இருந்தது. இரண்டு நாட்களுக்கு முன்பே அனைவரும் காரைக்குடி செல்ல முடிவெடுக்க வீட்டில் நலங்கு முதலிய சம்பிரதாயங்கள் நடைபெற்றது. ஆனால் ஆத்யாவின் கண்களோ வாசலில் யாரையோ எதிர்பார்த்தே இருக்க, "என்னடா யாருக்காக வெயிட்டிங்?" என்று கேட்ட தந்தையிடம் பதில் சொல்லாமல் மழுப்பினாள். பின்னே இதுவரை சுந்தரியைப் பற்றி அவருக்கு எதுவும் தெரியப்படுத்தவில்லை. அவரின் வருகையை எதிர்பார்க்க அவளை மேலும் காக்கவைக்காமல் வந்தார் சுந்தரி. எதிர்பார்க்கா நேரத்தில் எதிர்பாரா மனிதர்களைச் சந்தித்தால் ஏற்படும் அந்த அதிர்ச்சி லஷ்மிக்கும் வந்தது. இருந்தும் விருந்தினர்கள் வந்திருந்த காரணத்தால் அவர் எதையும் பேசவில்லை. மேலும் இதைப்பற்றி அண்ணாமலையும் சீதாவும் அறிந்தால் என்ன நடக்கும் என்றும் யோசிக்க விழா முடிந்ததும் ஆத்யா தன் தந்தையிடம் அனைத்தையும் தெரிவித்தால். அதோடு நில்லாமல் அன்று தான் அறியாமல் செய்த பிழைக்காக மனதார மன்னிப்பும் வேண்ட, இதுவரை குழந்தை என்றும் எவ்வாறு ஒரு குடும்பத்தை தன் மகள் நிர்வகிப்பாள் என்றும் அஞ்சியவர் மகளின் முதிர்ச்சியை எண்ணி வியந்தார். அன்று சுந்தரி சொன்ன அதே விளக்கத்தை அவரும் மகளிடம் தெரிவிக்க, ஏனோ அவளின் விருப்பத்திற்காக மட்டும் ஜோடியாக நின்று ஒரு பெற்றோராய் அவளை ஆசிர்வதித்தனர். ஏனோ

இப்போது தான் அவள் மனதை வாட்டிக்கொண்டிருந்த உணர்வு குறைந்தது. பிறகு அங்கிருந்து காரைக்குடிக்குச் சென்றனர்.

முதலில் காரைக்குடியில் திருமணம் வைக்கலாம் என்றவர் இறுதியில் குன்றக்குடி கோவிலில் திருமணம் முடித்து காரைக்குடியில் விருந்து என்று முடிவெடுத்திருந்தனர். பத்திரிக்கையும் அவ்வாறே அச்சடிக்கப்பட்டிருந்தது. கோவிலில் திருமணம் என்பதால் லெட்ஸ் செலிபிரேட்டுக்கும் பெரிய வேலை இல்லை. எல்லோரும் காரைக்குடிக்குச் சென்று அங்கு அமுதனின் பெரியப்பா முறையில் இருக்கும் ஒருவரின் வீட்டில் அவர்களை ஓய்வெடுக்க வைத்தனர். இரண்டு நாட்களுக்கு முன்பே வந்ததாலும் பெரிய வேலை ஏதும் இல்லாததாலும் லெட்ஸ் செலிபிரேட் முழுக்க ஜாலியாகவே வலம் வந்தனர். கார்த்தியும் ரூபனும் சமைக்கலாம் என்று யோசிக்க அண்ணாமலையின் 'அமுது கேட்டரிங்' இருக்கும் போதும் அவர்களின் அமுது கேட்டரிங்கிற்கும் வேலை வாய்க்கவில்லை. எனினும் தங்களால் முடிந்த அளவுக்கு உதவிகளை மேற்கொண்டனர்.

பொதுவாக சிட்டியிலே வாழ்ந்து பழகியவர்களுக்கு இந்த ஊரும் அதன் எழிலும் நிறைவைத் தந்தது. கல்யாணப் பெண்ணிற்கான பரவசத்துடனே ஆத்யா காணப்பட்டாள். ஒரே வீட்டிலே இருந்தாலும் ஏனோ அமுதனும் ஆத்யாவும் ஒருவரை ஒருவர் பார்த்துக்கொள்ள முடியவில்லை. அமுதனின் உறவுகளில் தமிழரசுவின் குடும்பம் தவிர்த்து மற்றவர்கள் எல்லோரும் முன்னரே ஆஜராகினர். மிதிலா- சந்தீப், ஜாய்- ஜோ, கார்த்தி, நம்பி, ஸ்ரு, லவ்- கபிலன் என்றிருக்க கண்ணய்யனும் அவனுக்குப் பார்த்துள்ள பெண்ணை வரவழைத்திருந்தான். இதுபோக லட்டு- சித்தார்த் வேறு! எல்லோரும் ஜோடிஜோடியாகவே கூடி கதையளந்தனர். முன்பு சொன்னதைப் போலவே அமுதனின் வீடு பாரம்பரிய செட்டிநாட்டு முறையில் கட்டப்பட்டிருந்ததால் அக்கால கட்டிடக் கலையை அவர்கள் எல்லோரும் ரசித்தனர். அது போக கண்மாய் அது இது என்று ஒரு கொண்டாட்டத்துடனே கழித்தனர். அன்றிரவு அண்ணாமலையின் நண்பரும் அவர்கள்

கேட்டரிங்கில் பணிபுரிபவருமான கணேசன் அனைவரையும் அமரவைத்து ஊர்ப் பெருமையை உரைத்தார்.

ஜாலியாக உரையாடுபவரிடம் அவர்களும் வம்பிழுத்தனர். ஏற்கனவே இதுபோலொரு இடத்தில் தான் தன்னுடைய திருமணம் நடைபெற வேண்டும் என்று எண்ணிய லவ் அதைத் தெரிவிக்க, "கணேஷண்ணா இந்த ஊர்ல வேற ஒரு மாப்பிள்ளை இருந்தா சொல்லுங்க. இப்போவே எங்க லவ்வுக்கும் சேர்த்து மேரேஜ் செஞ்சிடலாம்..." என்று அவளை ஓட்டினான் ஜாய்சன்.

"என்ன இப்படிச் சொல்லிட்டிங்க? எங்க அமுது தம்பிக்கு அப்புறோம் அழகான ஒரு ஆள் இருக்கார். ஆனா என்ன..." என்று இழுக்க,

"எதுனாலும் சொல்லுங்க பார்த்துப் பேசிடலாம்..." என்றாள் நித்தி,

"அவருக்கு ஒரே ஒரு முறை கல்யாணம் ஆகிடுச்சு" என்றதும் 'ஓ' போட்டவர்கள், "பரவாயில்லை பரவாயில்லை ஆளைச் சொல்லுங்க" என்றவர்களுக்கும் அவர் தன்னைத் தானே சொல்லப்போகிறார் என்றும் புரிந்தது.

"வேற யாரு நான் தான்" என்று இழுக்க,

"ஆசையைப் பாத்திங்களா?" என்றவர்கள் அவரோடு இன்னும் கதைத்தனர்.

அன்றிரவு நெடுக கதையளந்தவர்கள் மறுநாள் காலையிலே வீட்டில் ஒலித்த மங்கள இசையில் எழுந்து தயாரானார்கள். இதில் அண்ணாமலை- சீதாவின் திருமணம் இதே வீட்டில் தான் நடந்தது என்று அறிந்து ஆச்சரியப்பட்டனர்.

காலையிலே தயாரான அமுதனிடம் சென்ற லட்டு, "மாமா இந்த மேரேஜ்ல உன்னைவிட நான் தான் ரொம்ப ஹேப்பியா இருக்கேன்" என்றதும்.

"ஏன் உன் ரூட் க்ளியர் ஆகிடுச்சேன்னு ஹேப்பியா?" என்றான் அமுதன்.

"போ மாமா உனக்கெப்பவும் கிண்டல் தான். நான் அதைச் சொல்லல, சீதா அத்தை அண்ணாமலை மாமா முகம் எவ்வளவு மகிழ்ச்சியில் இருக்குனு தெரியுமா? அண்ட் ஆத்யாக்காவைப் பற்றிச் சொல்லவே வேண்டாம்." என்றவள், "என் பேச்சிலர் மாமாகூட ஒரு லாஸ்ட் செல்பி" என்று செல்பி எடுத்து அனைவரும் குன்றக்குடிக்குச் சென்றனர்.

அங்கு ஸ்வீட்டியை மிரு, நித்தி, லவ் என்று எல்லோரும் சேர்ந்து ஒரு வழி செய்துவிட்டனர்.பின்பு அனைவருமாக கோவிலில் வேண்டிய ஏற்பாடுகளைச் செய்ய அமுதனையும் ஆத்யாவையும் சுற்றி நின்ற அவர்கள் தோழர்கள் அவர்களை கலாய்த்து கேலி செய்ய அந்த இடமே சிரிப்பொலியில் மிதந்தது.

அப்போது சரியாக அந்தப் பாடல் ஒலித்தது,

கனா காண்கிறேன்

கனா காண்கிறேன்

கண்ணாளனே

ஒரே பந்தலில்

ஒரே மேடையில்

இருவருமே!

மண்ணைத் தொட்டாடும்

சேலை சேலை கொண்டு

மார்பைத் தொட்டாடும்

தாலி தாலி கொண்டு

மடியைத் தொட்டாடும்

மாலை மாலை கொண்டு

மகிழ்வேன்.

தினம் தினமும்

வாசம் கொண்டாடும்

பூக்கள் பூக்கள் வைத்து

வாசல் கொள்ளாத

கோலம் கோலமிட்டு

காதல் கொண்டாடும்

கணவன் திருவடியில் மலர்வேன்!

என் தோழிகளும் உன் தோழர்களும்

ஐயோ நம்மை கேலிசெய்ய

என் சேலையும் உன் வேட்டியும் நாணும்

நீ கிள்ளிவிட நான் துள்ளியெழ

ஆஹா அது இன்பத்துன்பம்

நான் கிள்ளிவிட என் கைவிரல்கள் ஏங்கும்

தஞ்சாவூர் மேளம் கொட்ட

தமிழ்நாடே வாழ்த்துச்சொல்ல

சிவகாசி வேட்டுச்சத்தம் ஊரைக் கிழிக்கும்

தென்நாட்டு நெய் வாசம்

செட்டிநாட்டு சமையல் வாசம்

நியூயார்க்கை தாண்டி கூட

மூக்கை துளைக்கும்,

என்ற பாடல் வரிகளுக்கு நியாய சேர்க்கும் விதமாகவே சொந்தங்கள் புடைசூழ மங்கள வாத்தியங்கள் ஒலிக்க ஆத்யாவின் கழுத்தில் பொன் தாலியிட்டு அவளை தன்

இல்வாழ்க்கைத் துணையாக ஏற்றுக்கொண்டான் அமுதன். ஆத்யாவையும் அறியாமல் அவள் கண்கள் ஆனந்த கண்ணீர் சிந்த, "ஏய் கருப்பட்டி கண்ணைத் தொட அப்புறோம் நான் உனக்கு கட்டாயத் தாலி காட்டுறேன்னு நெனச்சிக்கப் போறாங்க" என்று அவள் காதில் அமுதன் சொல்ல அவள் சிரிக்கும் போது, "போச்சு மாப்பிள்ளை ஆத்யாகிட்ட வசமா மாட்டிகிட்டான்" என்று சந்தீப் சொன்னதும் அந்த இடமே கலகலத்தது. ஏனோ அப்போது அமுதனையே கண்கொட்டாமல் பார்த்த கார்த்தியிடம், "ஏன் அண்ணாவை அப்படிப் பார்க்குற கார்த்தி?" என்ற ஸ்ருவுக்கு,

"அமுதன் முகத்தைப் பாரேன். இதுதான் அவனோட உண்மையான சந்தோசம். ஐ யம் ரியல்லி ஹேப்பி ஃபார் ஹிம்" என்று சொல்ல ரூபனும் அவனுக்கு ஆமோதித்து சிரித்தான்

அவர்களைப் பார்த்து, 'என்ன?' என்பதைப்போல் அமுதன் தலையசைக்க,

'அங்க அவர் சொல்றதை கவனி' என்பதைப்போல் சமிக்ஞை செய்தான் கார்த்தி.

பிறகு அங்கிருந்து இதர சம்பிரதாயங்களை எல்லாம் முடித்து கடவுளை வணங்கியவர்கள் வீடு திடும்பினர்.

திருமணத்திற்கு வராதவர்களும் வீட்டிற்கு வந்து மணமக்களைப் பார்த்துச் சென்றனர். பிறகு நம்பி, ஸ்ரு ஆகியோர் மதிய விருந்து முடித்து புறப்பட 'லெட்ஸ் செலிபிரேட்' மற்றும் 'அமுது கேட்டரிங்' ஆட்கள் மட்டும் அங்கேயே இருந்தனர்.

திருமணம் முடிந்தாலும் அவர்கள் இருவராலும் பேசிக்கொள்ளவே முடியவில்லை. ஒருவர் மாற்றி ஒருவர் என விருந்தினர் வந்தபடியே இருந்தனர். இரவு சம்பிரதாயங்கள் அனைத்தும் முறையாக நடக்க ஆத்யாவின் வருகைக்காகக் காத்திருந்தவன் மனம் படபடத்தது ஏனோ!

சாதரண நாட்களிலே ஆத்யாவை கண்டால் ஃப்ரீஸ் ஆகிவிடுவான் அமுதன். இன்றோ சொல்லவா வேண்டும்?

அறைக்குள் நுழைந்தவளையே கண்கொட்டாமல் ரசித்தவன் அவளை இழுத்து அவன் மடியில் அமரவைத்துக்கொண்டான். என்ன தான் இருவரும் ஒருவரை ஒருவர் விரும்பினாலும் இந்த ஏம்பியண்ஸ் அவர்களுக்கு புதியதாகவே இருந்தது. இத்தனை நெருக்கத்தில் இருந்தவளை அமுதன் முத்தமிட நெருங்க அவளோ, "தூங்கலாமா?" என்றதும் உள்ளுக்குள் ஏற்பட்ட ஏமாற்றத்தை மறைத்து தலையசைத்தான்.

அவள் சென்று உறங்கிவிட பியூஸ் போன பல்பாகாவே போர்வையை மூடி உறங்கினான். அப்போது சிரிப்பை அடக்க முயன்றும் முடியாமல் வெளிப்பட்ட அந்த கீச் சப்தத்தில் போர்வையை விலக்கியவன் தன்னைக் கண்டு நகைக்கும் ஆத்யாவை முறைத்து, "ஏ பிராடு... உன்னை..." என்று நெருங்க,

இப்போது வெளிப்படையாகவே ஆத்யா சிரித்தாள். ஆத்யாவின் கூரிய நாசியைச் சுட்டி, "மூக்கு புடைப்பா இருந்தா இப்படியெல்லாம் யோசிக்க வைக்கும் ஆத்யலஷ்மி உன்ன..." என்று அதை நிமிட்ட, எதிர்பாராது ஏற்பட்ட வலியில் அவள் அலறினாள்.

உடனே அவள் வாயை மூடியவன், "சத்தம் போடாத கருப்பட்டி" என்று வாயைப் பொத்தினான். அவள் அமைதியானதும் கையை எடுக்க, "ஏன் அமுதன்?" என்றவளுக்கு,

"கீழ கேட்டாலும் கேட்கும்"

"கேட்கட்டுமே... என்ன இப்போ?"

"கேட்கட்டுமா? அப்றோம் என்னைப் பற்றி என்ன நினைப்பாங்க?"

"என்ன நினைப்பாங்க?" என்றவள் புரிந்து, "ஓ பையன் பார்க்க தான் சைலெண்டா இருக்கான் ஆனா ரொம்ப வைலெண்ட்..." என்று அவள் முடிக்கும் முன்னே, "உனக்கு வாய் ரொம்ப நீளம் ஆத்யா" என்று அதைப் பூட்டினான்.

"நம் பள்ளியறை நம் செல்ல அறை

அன்பே அதில் பூக்கள் உண்டு

பூவாடையின்றி வேறாடைகள் இல்லை

ஆண் என்பதும் பெண் என்பதும்

ஐயோ இனி அர்த்தமாகும்

நீ என்பதும் நான் என்பதும் இல்லை

மார்போடு பின்னிக்கொண்டு

மணிமுத்தம் எண்ணிக்கொண்டு

மடியோடு வீடுகட்டி காதல் செய்குவேன்

உடல் கொண்ட ஆசையல்ல

உயிர்கொண்ட ஆசை எந்தன்

உயிர் போகும் முன்னால்

வாழ்வை வெற்றி கொல்லுதே"

(வைரமுத்து வரிகள்...)

ரொமான்ஸ் ஓவர்டோஸ்ன்னு நெனச்சா சாரிப்பா. எனிவேஸ் எல்லோரும் 18+ தானே?

* * * * * *

அத்தியாயம் - 46

தங்கள் வாழ்க்கையை இனிதே துவங்கிய ஆத்யா மற்றும் அமுதனின் மனதை மறுநாளில் பார்த்த மாத்திரமே சீதா கண்டுகொண்டார். என்னதான் அமுதன் விரும்பி இந்தத் திருமணத்திற்குச் சம்மதித்திருந்தாலும் ஒரு தாயாக அவனுடைய கடந்த காலத்தை எண்ணி அவர் வருந்தியது நிஜமே. ஆனால் இனி அதைப் பற்றியெல்லாம் கவலைகொள்ள வேண்டிய அவசியமில்லை என்பது போல் அவர்கள் உலா வந்தனர். ஒரு இரண்டு நாட்கள் அவர்கள் அனைவரும் அங்கேயே தங்க, ஆத்யாவுக்கு ஒரு அவசர வேலை காரணமாக கோவை திரும்ப வேண்டியிருந்தது.

அமுதனும் தனக்குள் நிறைய திட்டங்கள் வைத்திருந்தான். சொல்லப்போனால் லெட்ஸ் செலிபிரேட்டில் வரும் வருமானத்தை இரண்டாகப் பங்கிட்டால் எந்தப் பிரச்சனையும் இல்லை தான். ஆனால் அவர்களோ அதை நான்காக அல்லவா பிரிக்கிறார்கள்? மேலும் அமுதனுடைய லட்சியம் இதுவல்லவே. அவர்கள் டீமில் ஒவ்வொருவருக்கும் ஒரு லட்சியம் இருக்கிறது. தங்களுக்கென்று ஒரு தனித்துவத்தை உருவாக்குவது என்பதே அவர்கள் அனைவரின் லட்சியத்திலும் இருந்த ஒரே மையக்கோடு. அதன் நீட்சி தான் 'அமுது கேட்டரிங்'. அத்தி மற்றும் ரூபன் இருவருக்கும் வேண்டுமானால் தற்போதிருக்கும் நிலையே போதுமானதாக இருக்கலாம். ஆனால் அமுதன் மற்றும் கார்த்தி இருவருக்கும் ஒரு 'ரெஸ்டாரெண்டுடன் கூடிய பேக்கரி' தான் லட்சியம். அதற்கான முயற்சியில் இறங்கியவனின் வாழ்வில் ஹிருத்தியா என்னும் 'ஸ்பீட் பிரேக்கரை' கடந்ததும் 'ஆத்யா' ரூபத்தில் ஒரு டைவெர்சனுடன் கூடிய மேப்பில் நுழைந்து 'லெட்ஸ் செலிபிரேட்' என்னும் 'டோல் கேட்டின்' உதவியுடன் ஒரு சீரான பாதையைக் கண்டுகொண்டான். பேஸ்ட்ரி தான் அவனின் கனவு. அதற்காக உலக புகழ்பெற்ற 'லோசேன்

ஹாஸ்ப்பிட்டாலிட்டி ஸ்கூலில்' (சுவிட்சர்லாந்தில் இருக்கும் லோசேன்(lausanne) விருந்தோமல் கல்லூரியில்) ஆறுமாதம் சர்டிபிகேட் கோர்ஸ் செய்ய வேண்டும் என்று அவனும் பல வருடங்களாகவே முயற்சிக்கிறான். மேலும் ஆறு மாதம் கோர்ஸ் முடிந்ததும் ஆறுமாதம் அங்கேயே ட்ரெயினிங் முடித்து திரும்ப வேண்டும் என்பது அவன் வாழ்நாள் கனவு. அதுபோல் ஒரு உலகத்தர வாய்ந்த கல்லூரியில் படித்தால் இந்தியாவில் அவர்கள் சுலபமாக தங்களுடைய தனித்துவ பிராண்டை உருவாக்க முடியும் என்று தீர்க்கமாக நம்புகிறான். அது உண்மையும் கூட. எனவே எவ்வளவு விரைவில் அதை மேற்கொள்ள வேண்டுமோ அவ்வளவு விரைவில் முடிக்க ஆசைப்படுகிறான். அங்கு படிக்க இடமும் அவ்வளவு சுலபத்தில் எல்லாம் கிடைக்காது. ஏனெனில் உலகம் முழுவதும் இருக்கும் கேட்டரிங் மாணவர்கள் எல்லோரும் அதற்காகப் போட்டியிடுவார்கள். இந்த வருடத்திற்கான விண்ணப்பம் இன்னும் ஓரிரு மாதத்தில் துவங்கிவிடும். இந்தச் சூழலில் தான் அவன் ஆத்யாவை திருமணம் செய்யும் நிலை வந்தது. என்னதான் ஆத்யாவை இவன் மனம் விரும்பியே திருமணம் செய்தாலும் 'கூழுக்கும் ஆசை மீசைக்கும் ஆசை' என்ற நிலையில் தத்தளித்தான்.

இதற்கிடையில் கோவை சென்றவர்கள் அன்றே நல்ல நாள் என்பதால் தங்களுடைய இல்லத்தில் குடிபுகுந்தனர். என்ன தான் எதிர் வீடு என்றாலும் லஷ்மிக்கு மகளின் பிரிவு மீளா வருத்தத்தையே தந்தது. இத்தனைக்கும் வனஜா ஆண்ட்டியின் வீட்டில் இருந்து பார்த்தால் லஷ்மி வீட்டின் லான் தெரியும். அவருக்காகவே இரண்டு நாட்கள் அண்ணாமலை மற்றும் சீதா கோவையில் தங்கினர். எவ்வளவு சொல்லியும் சுந்தரி ஆண்ட்டி அன்றே சென்னைக்குப் புறப்பட்டிருந்தார். ஆனால் அவரும் லஷ்மியும் நீண்ட நேரம் தங்களின் வாழ்க்கை மாற்றங்களைப் பற்றி மனம் விட்டுப் பேசினார்கள். அத்தியும் அமுதனின் திருமணத்திற்கு இரண்டு நாட்கள் முன்பே இங்கிருந்து அவளுடைய வீட்டிற்கு இடம் பெயர்ந்திருந்தாள்.

தங்களுடைய அடுத்தடுத்த கமிட்மெண்ட்ஸ் காரணமாக அமுதன் மற்றும் ஆத்யாவை எங்கேயாவது சென்று வாருங்கள் என்று சொல்லியும் அதைத் தவிர்த்தனர். ஆனால் வீட்டிற்காக வாங்கிய பொருட்களை எல்லாம் பார்த்துபார்த்து அடுக்கினார்கள். அப்படியே அடுத்த இரண்டு நாட்கள் கழிய அண்ணாமலையும் சீதாவும் காரைக்குடிக்குத் திரும்பியிருந்தனர். தினமும் காலை எழுந்ததும் தயாராகி லஷ்மியுடன் தான் அமுதன் மற்றும் ஆத்யா தங்கள் பிரேக் ஃபாஸ்டை முடிப்பார்கள். வழக்கமான புது மண தம்பதிகள் போலவே காதல் ரசம் சொட்ட சொட்டவே தங்கள் வாழ்க்கையை நகர்த்தினர். ஆத்யா மற்ற விஷயத்தில் ஒரு பொறுப்பான குடும்பத் தலைவியாகவே நடந்துகொண்டாலும் காலையில் தாமதமாக எழும் அந்தப் பழக்கத்தை மட்டும் மாற்றிக்கொள்ளவே இல்லை. சொல்லப்போனால் அமுதன் அண்ட் ஆத்யா இருவருக்கும் இருக்கும் மிகப் பெரிய சிக்கலே இவர்களின் இந்த 'டைம் மேனேஜ்மேண்ட்' தான். என்ன ஆனாலும் இரவு ஒன்பதிற்கெல்லாம் தூங்கச் சென்றுவிடுவான் அமுதன். ஆத்யாவோ தன்னுடைய பிலாக் சம்மந்தமானத் தேடல்களை முடிக்கவே இரவு பனிரெண்டைக் கடந்துவிடும். காலையில் அலாரம் வைக்காமலே ஐந்து மணிக்கெல்லாம் அமுதன் எழுந்துவிடுவான். அது தான் ஆதுவின் டீப் ஸ்லீப் டைம். இந்த ஒரு விஷயத்தில் மட்டும் ஆத்யா அமுதனின் வார்த்தைகளுக்கு செவிசாய்ப்பதே இல்லை.

ஆத்யாவும் சில நாட்கள் கஷ்டப்பட்டு காலையில் எழுவாள் தான். ஆனால் சரியான உறக்கமில்லாததால் அவள் முகத்தில் தெரியும் சோர்வை நோட் செய்த அமுதன் அவளை அவள் போக்கிலே இருக்குமாறு சொல்லிவிட்டான். அதுபோல் இன்னும் ஷாந்தி அக்காவின் சமையலில் தான் அவர்கள் சாப்பிடுகிறார்கள்.

அமுதன் மட்டும் காலையிலே எழுந்து சிறிது நேரம் லஷ்மியுடன் ஜாகிங்கோ வாக்கிங்கோ செல்வான். வழக்கமான மாமனார்-மருமகனுக்கு இருக்கும் அந்த இடைவெளி இல்லாமல் தந்தை மகன் போல இன்னும் சொல்லப்போனால் இரு நண்பர்கள்

போல் உலாவரும் அவர்கள் மீது தான் அந்தத் தெருவின் கண்ணே இருந்தது.

ஆத்யாவை தனக்கு திருமணம் செய்துகொடுத்த காரணத்தினாலே அவர்களுக்குள் இந்த உறவு ஏற்பட்டுவிடவில்லை. தன்னுடைய விருப்பு வெறுப்புகளை செவிகொடுத்து கேட்டும் தனக்கு ஒரு உற்ற நண்பனாய், நலம் விரும்பியாய் இருக்கும் லஷ்மியின் மீது அமுதனுக்கு ஒரு பாசம் கலந்த மரியாதை இருக்கிறது. இன்னும் சொல்லப்போனால் அண்ணாமலைக்கு எப்படி தன் மாமாவான முத்தையாவின் மீதும் மதிப்பும் மரியாதையும் இருக்கிறதோ அதே போலொரு மதிப்பும் மரியாதையும் லஷ்மியின் மீது அமுதனுக்கு இருக்கிறது. சிறிது நாட்கள் தன்னால் அவரை டயாலிஸிஸ் அழைத்துச்செல்ல முடியாதவன் மீண்டும் அப்பணியை மேற்கொள்கிறான்.ஆனாலும் இவர்களுக்குள்ளும் வாக்குவாதங்கள் வரும். அதுக்கு காரணகர்த்தாவாக ஆத்யா தான் இருப்பாள்.

அன்று வழக்கம் போல் காலையில் எழுந்தவன் தயாராக ஆத்யாவின் செல்போன் அடித்தது. இன்று ஒரு அவசர வேலையின் காரணமாக தன்னால் சமைக்க வர இயலாது என்று அறிவிக்கவே ஷாந்தி அக்கா அழைத்திருந்தார். அவரை விடுப்பு எடுக்கச் சொன்னவன், தானே சமைப்பதென்று முடிவெடுத்தான். அதன் படியே லஷ்மியின் வீட்டிற்கு வந்து விஷயத்தைத் தெரியப்படுத்தி சமைக்க லஷ்மியோ தன் ஆசை மகளுக்கு வாழ்த்தி வரங்கொடுத்தார்.

"இன்னைக்கு அவளை சும்மா விடப்போறதில்லை அமுதன். வரட்டும் இன்னைக்கு இருக்கு. என்ன நெனச்சிட்டு இருக்கா அவ? பார்க்கறவங்க என்ன சொல்லுவாங்க என் வளர்ப்பு சரியில்லைன்னு தானே சொல்லுவாங்க?" என்று வழக்கத்திற்கும் மாறாக ஆவேசமாகப் பேசினார் லஷ்மி.

அமுதனோ சிரித்தபடியே அவற்றையெல்லாம் கேட்டுக்கொண்டிருக்க, "முதல உங்களைச் சொல்லணும்

அமுதன். நீங்க அவகிட்ட ஸ்ட்ரிக்ட்டா இருந்தா அவ ஏன் இப்படி இருக்கப்போறா?" என்றதும்,

"நல்ல கதையா இருக்கே மாமா? இருபத்தியாறு வயசு வரை அவளை நீங்க நல்லா சொகுஷா வளர்த்திடுவீங்க. இதுக்கு மேல நான் அவளுக்கு எல்லாம் சொல்லித்தரணுமா?" என்று விளையாட்டாகவே அமுதன் கேட்டான். ஆனால் அவன் சொன்னதன் பொருள் உணர்ந்தவர் அன்று ஆத்யாவுக்கு பாடம் புகட்ட வேண்டுமென்று தீர்மானித்தார்.

சமையலை முடித்தவன் அதை டைனிங் டேபிளிலில் அடுக்கும் போது தான் அவசர அவசரமாகவே உள்ளே நுழைத்தாள் ஸ்வீட்டி. வந்தவள் கிட்சனுள் நுழைய முற்பட,

"நில்லு ஆத்யா" என்ற குரலில் சற்று அரண்டு தான் போனாள்.

"என்ன பழக்கம் இது? டைம் என்ன தெரியுமா? ஒரு பொண்ணு இப்படித்தான் இருக்கிறதா?" என்று அவர் பாட்டிற்கு விளாச கப்ஷிப் என்று இருந்தாள் ஆத்யா. அருகே அவளை வெறுப்பேற்றும் வகையில் அமுதன் நகைக்க, கண்களால் அவனை உருட்டி மிரட்டியவள், "அப்பா டெய்லி நான் சிக்ஸ் தேர்ட்டிக்கெல்லாம் எழுந்திடுறேன். இன்னைக்குத்தான் லேட் ஆகிடுச்சு..." என்று முடிக்கும் முன்னே மீண்டும் லஷ்மி திட்ட அமுதனை கொலைவெறியில் முறைத்தாள் ஆத்யா. பிறகு சமாதானம் ஆகி இனி தவறாமல் 'நள்ளிரவு' ஆறுமணிக்கெல்லாம் விழித்துவிடுவதாக கற்பூரத்தை அடித்து சத்தியம் செய்யாத குறையாக அவள் மன்றாட அவளை லாஸ்ட் வார்னிங்கோடு விட்டார் லஷ்மி. அவளோ அமுதனை முடிந்த மட்டும் கருவினாள். பிறகு மூவருமாக பிரேக் ஃபாஸ்ட் முடித்ததும் கிட்சன் சென்ற அமுதனின் பின்னாலே சென்றவள் அவனை கிள்ளினாள். அமுதன் கத்தும் முன் அவன் வாயை மூடியவள், "எல்லாம் உங்களால தான் அமுதன். நான் பாட்டுக்கு ஒழுங்கா பதினோரு மணிக்கெல்லாம் தூங்கியிருப்பேன். நீங்க தான் என்னை..." என்று அவள் முடிக்கும் முன் அவள் வாயை மூடியவன் எட்டி வெளியில் பார்க்க நல்ல வேளையாக

லஷ்மி பேப்பர் படிக்கவும், சாந்தமானான். அப்போது தான் ஆத்யாவும் தான் சொல்லவிருந்ததை எண்ணி நாக்கைக் கடித்தாள். அந்த நாளுக்குப் பிறகு ஆத்யா சிறிது சிறிதாக தன்னுடைய வழக்கத்தை மாற்றினாள். இவ்வாறு சில சில மிஸ் அண்டர்ஸ்டேண்டிங்ஸ் இருந்தாலும் அமுதனும் ஆத்யாவும் அதை வளர்க்காமல் தங்கள் வாழ்வை தெளிந்த நீரோடையாகவே நகர்த்தினார்கள்.

ஆருஷியின் திருமணம் முடிந்ததும் ஒரு நல்ல நாளில் தன் குடும்பத்துடன் பரந்தாமனின் இல்லம் சென்று கார்த்தி-ஸ்ருவின் திருமணத்திற்கு தங்களுடைய மனப்பூர்வமான சம்மதத்தைத் தெரிவித்தார் சேத்தன். எனினும் ஸுபாலின் திருமணம் முடியும் வரை காத்திருக்கவேண்டும் என்று அன்பு கட்டளை இட,

"ஐயோ சேத்தன் இதெல்லாம் சொல்லனுமா? அண்ட் இப்போ நீங்களே ஓகே சொன்னாலும் உடனே மேரேஜ் பண்ற ஐடியாவில் நான் இல்லை" என்று பரந்தாமன் உரைக்க கார்த்தி ஜெர்க் ஆனான்.

"அன்னைக்கு நாம பேசுனதுதான். ரெஸ்டாரெண்ட் ஆரமிக்குறது சம்மந்தமா நானும் யோசனையில் இருக்கேன். சோ கொஞ்ச நாள் போகட்டும்" என்றதும் தான் இழுத்த மூச்சையே விட்டான் கார்த்தி.

அன்று விடுமுறை தினம் என்பதால் பரந்தாமன் குடும்பம் சகிதமாய் இருந்தார். தன்னுடைய மூத்த மகன் வெற்றி, மருமகள், அவர்கள் மகன், மகள் ரேகா, மருமகன் அருவி ஆகியோருடன் சேத்தனின் குடும்பம் மொத்தமாய் அரட்டையடித்தார்கள். அப்போது எல்லோருக்கும் ஆச்சரியம் தரும் விதமாக ஸ்ருவிடம், "அத்தை என்கூட விளையாட வாங்க" என்று உரிமையாய் பேசிய அருவியைக் கண்டு ரேகாவே ஷாக் ஆனார்.

பிறகு அருவியை அழைத்த பரந்தாமன் அவளிடம் ஜாலியாக விசாரிக்க தனக்கு ஸ்ருவை நீண்ட நாட்களாகவே தெரியும் என்றும் அடிக்கடி அவரிடம் போன் பேசியுள்ளதையும் சொல்ல இப்போது அனைவரும் ஒரு சேர கார்த்தி மற்றும் ஸ்ருவை பார்க்க, "எங்க லவ் மேட்டரை முதன்முதலா சொன்னதே அருவி குட்டியிடம் தான்" என்று உண்மையை உடைதான் கார்த்தி. அதன் பின் நிறைய உரையாடியவர்கள் அங்கிருந்து விடைபெற்றனர்.

மறுநாளே அமுதனை அழைத்த பரந்தாமன் அவர்களின் எதிர்காலத் திட்டம் பற்றி நிறைய உரையாடினார். ரெஸ்டாரெண்ட் ஆரமிக்க முதல் தேவை இடம் தான். மக்கள் எளிதில் சென்றுவரக் கூடிய இடமாக இருக்க வேண்டும் என்று யோசிக்க லஷ்மி அன்று சொன்ன இடத்தைப் பற்றி கார்த்தி தெரிவித்தான். எனினும் அதில் அமுதனுக்கு முழு உடன்பாடில்லை. அதற்கு காரணமுண்டு. எப்படியும் தனக்கென்றால் அதை சும்மாவே கொடுத்துவிடுவார் தான். ஆனால் அவரிடமிருந்து அதை அவ்வாறு பெறுவதில் தான் அமுதனுக்கு ஒரு நெருடல். அதை அவன் பரந்தாமனிடமே தெரிவித்தான்.

கோவை பொள்ளாச்சி நெடுஞ்சாலையில் இன்னும் சில ஆண்டுகளில் பிரபலடைய கூடிய ஒரு 'ஹாட் ஸ்பாட்டில்' தான் அது அமைந்திருந்தது. அதற்கு இரண்டு கிலோமீட்டர் சுற்றத்தில் தான் கோவையின் பிரபலமான பல்கலைக்கழகமும் இருந்தது. ஏனோ இடத்தைப் பற்றிக் கேட்டதும் பரந்தாமனுக்கு அது நல்ல இடம் என்று பட, "எப்படியும் சும்மா இருக்கும் லேண்ட் தான். நாம வேணுனா அதை வாங்கிடலாம். இல்லையா அந்த இடத்தை நாம லீசுக்கு எடுத்து நம்ம ஒர்க் ஆரமிக்கலாம். எதுக்கும் இன்னைக்கே நாம அங்க போய்ப் பார்த்திடலாம்" என்றவர் அந்த இடத்தைப் பார்வையிட்டனர். பரந்தாமனுக்கு அது நிறைவு தந்தது. லஷ்மியிடம் பேசிவிட்டால் அப்ரூவல் முதலிய பார்மாலிட்டீஸ் தொடங்கலாம் என்று யோசித்தவர் அவர்களையே லஷ்மியுடன் பேசச்சொன்னார்.

அன்று மாலை லஷ்மியுடன் ஆத்யாவையும் வைத்துக்கொண்டு இதைப்பற்றி அமுதன் தெரிவிக்க, அவனின் லட்சியத்தை அறிந்திருந்தவர்கள் உடனடியாகவே சம்மதித்தனர். சொல்லப்போனால் அதை அமுதனின் பெயருக்கே மாற்றித்தர லஷ்மி விரும்ப, அதை மிகவும் பொலைட்டாக மறுத்தவன், "மாமா இந்த மாதிரி ஒரு ஐடியால நீங்க இருந்தா நான் அந்த இடத்தை கன்சிடர் பண்ணவே மாட்டேன். அது உங்களுடையது. நாளைக்கு அது ஆத்யாவுக்கு சொந்தம். மோரேவேர் பிசினெஸ் வேற சொந்தம் வேற. ரெண்டையும் குழப்பிக்க நான் விரும்பல" என்றவன் பரந்தாமன் இறுதியாகச் சொன்ன குத்தகை பற்றித் தெரிவித்தான். இனி அமுதனை கன்வின்ஸ் செய்ய முடியாது என்றறிந்தவர் அவனின் ஆலோசனைக்குச் செவிசாய்த்தார்.

இது சம்மந்தமாக அவர்களுக்கு நிறைய தகவல்கள் தேவைப்பட க்ரிஷின் உதவியை நாடினர்.

இந்தியாவில் ஒரு ரெஸ்டாரெண்ட் ஆரமிக்க நிறைய வழிமுறைகளை பின்பற்றுதல் மிகவும் அவசியமாகும். முதலில் அந்த இடத்தின் நீராதாரம், போக்குவரத்து வசதி, மின்சார வசதி முதலியவற்றை சரிபார்க்க வேண்டும். அவை அனைத்தும் இருக்கும் பட்சத்தில், அங்கு கட்டிடம் கட்ட தேவையான அனுமதியைப் பெற்று சம்மந்தப்பட்ட முனிசிபாலிட்டியிடம் வர்த்தக லைசென்ஸ் வாங்க வேண்டும். பிறகு உணவுப் பாதுகாப்பு மற்றும் தரப்படுத்தல் ஆணையம் என்றழைக்கப்படும் எப்.எஸ்.எஸ்.ஏ.ஐ(fssai) இடம் முறையாக விண்ணப்பித்து உணவகத்தை பதிவுசெய்ய வேண்டும். பிறகு ஜி.எஸ்.டி நடைமுறைக்காக விண்ணப்பித்து அதற்கான அனுமதி பெற வேண்டும். ரெஸ்டாரெண்டில் செ:ப் முதலியவர்களை பணியிலமர்த்த ப்ரொபஷனல் டேக்ஸ் லைசென்ஸ் பெற வேண்டும். இறுதியாக தங்களுடைய தொழில் நிறுவனத்தையும் பதிவு செய்ய வேண்டும். இதுபோக ஃபையர் டிபார்ட்மென்ட் என்.ஓ.சி, என்விரான்மெண்ட்(சுற்றுசூழல்) க்ளியரென்ஸ், டைனிங்(அமர்ந்து உண்ண) லைசென்ஸ் என்று அனைத்தையும் பெற வேண்டும்.

இவை அனைத்தையும் பெற்றவுடன் அந்த ரெஸ்டாரெண்ட்டை கட்டும் பணி மிக அவசியம். அதற்கான திட்டம், இன்டிரியர் டெக்ரேசன், லைட்டிங், பார்க்கிங், கிட்சன் வடிவமைப்பு என்று பெரிய வேலை இருக்கிறது. இதை எல்லாம் செய்து விட்டதும் தங்கள் ரெஸ்டாரெண்டிற்கு தேவையான கிட்சன், சமையல் பொருட்கள், ஃப்ரீஸர், சில்லர், ஓவன், மிக்சர்ஸ், டைனிங்கிற்கான டேபிள், சேர் முதலியற்றை தேர்ந்தெடுத்து வாங்க வேண்டும். அதன் பின் ரெஸ்டாரெண்டில் பணிபுரிய தகுந்த திறமையான செஃப், பேரர், டிஷ் வாஷர்ஸ் என்று ஊழியர்களைத் தேர்ந்தெடுக்க வேண்டும். இவை முடிந்ததும் தங்கள் சமையலுக்கான மளிகை, காய்கறி முதலியற்றை விநியோகம் செய்யும் ஆட்களைப் பிடிக்க வேண்டும். இவையாவும் முடிந்ததும் தங்கள் உணவுகளை மக்களிடம் கொண்டு சேர்க்கும் ஆன்லைன் நிறுவனங்களிடம் ஒப்பந்தமிட்டு இதை மக்களுக்கு பிரபலப்படுத்த வேண்டும்.

மேற்சொன்னதை எல்லாம் க்ரிஷ் தெரிவிக்க அமுதன் மற்றும் கார்த்தி இருவரும் ஒருவர் முகத்தை ஒருவர் பார்த்தனர்.

"என்னப்பா இதுக்கே ஷாக் ஆகிட்டிங்க? இது போக ஆடிட்டிங், கணக்கு வழக்கு, அட்வெர்டைஸ் மெண்ட், இன்ஸ்பெக்சன், கஷ்டமெர்ஸ் பிடிக்கிறது அது இதுனு இருக்கு. இதெல்லாம் செஞ்சா தான் நீங்க ஒரு தேர்ந்த ரெஸ்டாரெண்டர் ஆக முடியும். அப்புறோம் இதை இன்னும் வளர்த்து அடையார் ஆனந்த பவன், சரவணபவன், திண்டுக்கல் தலைப்பாக்கட்டி போல செயின் ஆப் ரெஸ்டாரெண்ட்ஸ் தொடங்க வேண்டாமா?" என்று கேட்க அவர்கள் இருவரும் தலையசைத்தனர். இதைப்பற்றி அமுதன் கார்த்தி இருவரும் அறிந்திருக்கிறார்கள் தான். ஆனால் இவ்வளவு நீண்ட ப்ராசஸாக இருக்குமென்று அவர்கள் எதிர்பார்க்கவில்லை.

இதற்காக க்ரிஷிடம் பேசியவர்களுக்கு இந்த லைசென்ஸ் வாங்கும் வேலையில் வேண்டுமானால் தான் உதவுவதாக அவன் தெரிவிக்கவும், அதற்குத் தேவையான டாகுமெண்ட்ஸ்

அவர்களின் சர்டிபிகேட்ஸ் முதலியற்றை சமர்ப்பித்து அதற்கொரு பிள்ளையார் சுழி போட்டனர்.

அமுதன் மற்றும் கார்த்தி தங்களுடைய ரெஸ்டாரெண்ட் சம்மந்தமாக அலைய வேண்டியிருந்ததால் சிறிது காலம் அமுது கேட்டரிங் முழுவதும் அத்தி மற்றும் ரூபனின் பொறுப்பில் வந்தது. இருந்தும் அவர்களும் திருமணத்திற்குக் கூடமாட உதவினார்கள் தான். இதற்கிடையில் தனியே சென்ற அத்தியோடு இன்னும் ஒன்ற ஆரமித்தான் இனியன். சொல்லப்போனால் இப்போது அவனுக்கு சில நிதர்சனங்கள் புரியத் தொடங்கியது.

அவளுக்கு அனைத்து விதத்திலும் ரூபன் உதவியாகவே இருந்தான். அங்கிருந்தவரை அவனை பள்ளிக்கு அழைத்துச் சென்ற ஆத்யாவின் பொறுப்பையும் தற்போது ரூபனே எடுத்துக்கொண்டான். இதுபோக இப்போது தான் பிரபாவின் சொத்துக்கள், கடன்கள் முதலியவற்றை பற்றி முழுவதும் அறிந்த அத்தி அதை எல்லாம் தன்னுடைய பொறுப்பில் எடுத்தாள். ஏற்கனவே அவனை லீகளாக தத்தெடுத்திருந்தாலும் இனியன் மைனர் என்பதால் பிரபாவுக்குப் பின் சேரவேண்டிய சொத்துக்களுக்கு லீகல் கார்டியனவும் ஆனாள்.

அங்கே ரூபனும் முன்பு போலில்லாமல் குடும்பத்திற்கு தன்னால் முடிந்த அனைத்தும் செய்தான். மேலும் இனியனுக்கும் தனக்கும் இடையில் ஒரு புரிந்துணர்வு ஏற்பட நிறைய மெனக்கெட்டான். அதன் பலனாக இனியன் ரூபனுடன் இன்னும் நெருங்க ஆரமித்தான். முன்பெல்லாம் 'அங்கிள்' என்றே அழைத்தவன் சமீபமாக அவனை 'சித்தப்பா' என்று உரிமையாய் அழைக்கத் தொடங்கினான். பிராக்ரெஸ் கார்ட் பேரெண்ட்ஸ் மீட்டிங் முதலியவற்றுக்கு அத்தி மற்றும் ரூபன் கையொப்பமிடுவதிலும் கலந்துகொள்வதிலும் இனி தன் வாழ்வில் பெற்றோர்கள் இடத்தில் சித்தியும் சித்தப்பாவும்

தான் இருக்கப்போகிறார்கள் என்றும் அவனும் புரிந்துகொள்ள ஆரமித்தான்.

அத்தி எதிர்பார்த்ததைப் போல் இனியனின் சம்மதத்துடன் ரூபனை கரம் பிடிக்கும் நாளுக்காகக் காத்திருந்தாள். இடையில் ஒருநாள், "டேய் கார்த்தி, அமுதா என்ன ரெண்டு பேரும் இப்போல்லாம் லெட்ஸ் செலிபிரேட் வருவதையே குறைச்சிட்டிங்க? எல்லா வேலையும் நானும் ரூபனுமே பார்க்க வேண்டி இருக்குடா. முடியல" என்று விளையாட்டாகவே புலம்பினாள்.

"என்ன மேடம் எப்படியும் நாளைக்கு நீங்க ரெண்டு பேர் தானே இதெல்லாம் செய்யணும்? அதுக்கு இப்போ இருந்தே ப்ராக்டிஸ் எடுத்துக்கோங்க" என்று கார்த்தி கேலி செய்ததில் இது தான் இவர்களின் திட்டம் என்றும் அறிந்துகொண்டாள் அத்திப்பூ. எப்படி அன்று யாரிடமும் சொல்லாமல் கண்ணையனிடம் கேன்டீனை அமுதன் ஒப்படைத்தானோ நாளை தங்களிடமும் அதையே தான் செய்யப்போகிறான் என்று புரிந்தது.

முன்பு போல் இல்லாமல் நேரம் கிடைக்கும் போதெல்லாம் அத்தியும் ரூபன் தனியாக டூயட் பாடுகிறார்கள். தன்னிடம் ரூபன் காட்டும் அன்பு அக்கறையைக் காட்டிலும் இனியனிடம் அவன் காட்டும் அன்பில் தான் ரூபனை அதிகம் நேசிக்கிறாள் அத்தி. இப்படிப்பட்டவனையா அன்று அவ்வாறு எண்ணி ஒதுக்கினோம் என்று நினைக்க அத்தியின் இதயம் வலித்தது. மேலும் ரூபனின் சித்தி தினமும் தவறாமல் அவளிடம் பேசிவிடுகிறார். ரூபனுக்கும் தனக்கும் எங்கு விரிசல் எழ ஆரமித்தது என்பதை அறிந்தவர் அத்தவறை இனியனின் விஷயத்தில் அத்தி செய்யாமலிருக்க வேண்டிய அறிவுரையை வழங்கினார்.

சமயங்களில் இவர்களுடன் கண்ணய்யனும் இணைந்துகொள்வான். அவனுக்கு இரண்டு மாதத்தில் திருமணம் முடிவாகியிருந்தது. காலேஜ் கேன்டினில் வரும் லாபத்தில் ரூபன் அத்தி ஆகியோரின் முதலீட்டைத் திருப்பிக்

கொடுத்துக்கொண்டிருக்கிறான். இதற்குப் பிறகு அமுதன் மற்றும் கார்த்தியின் ஷேரை கொடுக்க வேண்டும் என்று எண்ணி அயராது உழைக்கிறான்.

அமுதன் ஆத்யா திருமணம் முடிந்து ஒன்றரை மாதத்தில் சிகப்பி-சித்தார்த்தின் திருமணம் நடந்தது. ஆத்யா ரெபர் செய்த ஈவென்ட் மேனேஜ்மேண்ட் நிறுவனம் அதை நல்லபடியாகவே நடத்திக்கொடுத்தது. ஹிருவின் திருமணத்திற்கு பணம் வாங்காமல் சமையல் செய்ததால் அதற்கீடாகவே சிகப்பிக்குத் தேவையான சீர்வரிசையை சீதா செய்துவிட்டார். அமுதனும் ஆத்யாவும் தங்கள் பங்கிற்கு ஜோடியாகவே திருமணதிற்குச் சென்று வந்தனர். ஏனோ இதுவரை யாரை மட்டமாக எண்ணி ஒதுக்கினார்களோ அவர்களின் முயற்சியால் தான் தங்கள் பிள்ளைகளின் திருமணம் நிகழ்ந்தென்று உணர்ந்த விஜயாவும், இளவரசுவும் தங்கள் தவறை உணர்ந்து சீதாவிடமும் அண்ணாமலையிடமும் மன்னிப்பு வேண்டினர். ஆனால் தமிழரசுவின் குடும்பத்தோடு முற்றிலும் தங்கள் உறவைத் துண்டித்துக்கொண்டனர். முதலில் அவர்களை திருமனத்திற்கு அழைக்கும் எண்ணத்திலே இல்லாதவர்கள் அண்ணாமலையின் வார்த்தையை மறுக்க முடியாமல் அழைத்தனர். இளவரசுவாவது ஜல்லி வியாபாரம் செய்ததால் ஓரளவுக்கு சமாளித்துக்கொண்டார். அங்கே தமிழரசுவின் நிலை மோசமாக இருந்தது.

அமுதனின் ரெஸ்டாரெண்ட் முயற்சி அறிந்த அண்ணாமலை தேவைப்பட்டால் அதற்காக காரைக்குடியில் தன் பெயரில் முத்தையா எழுதிக்கொடுத்த இடத்தை விற்கத் தயாரானார். நாச்சியின் திருமணத்திற்கென்று நகைகள் ஏற்கனவே சேர்த்துவைத்ததால் கல்யாண செலவை சமாளித்துக்கொள்ளலாம் என்று இம்முடிவுக்கு வந்தார். ஆனால் அவர் மனதில் ஒரு எண்ணம் ஓடிக்கொண்டு இருந்தது.

ஆத்யா நேரில் வந்து அழைத்தததால் சந்தீப்பின் பெற்றோர்கள் அவள் திருமணத்திற்காக காரைக்குடி வந்தார்கள் தான். ஆனால் அவர்கள் சந்தீப்புடன் செல்லாமல் தனியாகவே சென்று வந்தனர். முன்பு போல் ஒதுக்கம் காட்டவில்லை என்றாலும் தற்போதும் அவர்ளிடம் பேசாமலே தான் இருந்தார் அவன் அன்னை.

பெற்றவர்களின் சம்மதம் கிடைக்காமல் சந்தீப் மற்றும் மிதிலா பெருந்துயரம் அடைந்தனர். ஏனோ அவன் தந்தையும் அவள் உடன்பிறப்புகளும் மட்டும் அவர்களுக்கு உறுதுணையாக இருக்க அந்நிலையை மாற்றவே அந்த நிகழ்வு நடந்தது. சந்தீப்பின் அன்னைக்கு கடந்த சில நாட்களாக கடுமையான வயிற்று வலி ஏற்பட அவரை மருத்துவமனை அழைத்துச் சென்றதில் அவருக்கு குடலிறக்கம் எனப்படும் ஹெர்னியா என்றும், உடனே ஆப்ரேசன் செய்ய வேண்டும் என்று அறிவுறுத்தப்பட அந்நாட்களில் அவருக்கு வேண்டிய அனைத்தையும் மிதிலா தான் செய்தாள். முதலில் தன்னுடைய தங்கையை வரவைக்க எண்ணியிருந்த சந்தீப் அன்னையின் திட்டத்திற்கு அவன் தந்தை சந்திப்பின் சித்தியிடம் பேசி 'ஸ்டே' வாங்கிவிட வேறு வழியின்றி மிதிலாவின் உதவியை ஏற்றார் அவர். ஹாஸ்பிடலில் இரண்டு நாட்கள் இருந்தவர் வீடு வந்தும் நீண்ட ஓய்வில் இருக்க வேண்டும் என்று அறிவுறுத்தப்பட ஒருவழியாக இரண்டு சமையலுக்கு விடைகொடுத்தனர். மிதிலாவின் மீது அவன் அன்னைக்கு ஒன்றும் பகை எல்லாம் இல்லை. சொல்லப்போனால் அப்போதெல்லாம் வீட்டிற்கு வரும் மிதிலாவின் முகத்தை வைத்தே சம்திங் என்று யூகித்தவர் தானே அவர்? இடையில் அவளுக்குத் திருமணம் முடிவாக அவரும் அத்துடன் அனைத்தையும் மறந்து விட்டார். ஆனால் இறுதியில் நடந்த களேபரங்கள் தான் அவரை அதிகம் பாதித்தது. எந்த தாய்க்கும் தன் பிள்ளையின் திருமணம் மீது கனவிருக்கும் தானே? இறுதியில் அதைப் பார்க்கக்கூட முடியாமல் போனதே என்ற ஆதங்கம் தான் அவர்களை ஏற்றுக்கொள்ள முடியாமல் தடுத்தது.

ஆத்யாவுடன் பேசியதிலிருந்து இதைப் பற்றி யோசித்தவரை இந்த 'ஹெர்னியா' மாற்றியிருந்தது. கூடவே சந்தீப்பின் களையிழந்த முகம் இதற்கு மேலும் வலு சேர்த்தது. ஒரு சமையல் என்றானதிலிருந்து ஏதாவது தேவை என்றால் பேசியவர் இப்போது உரிமையாய் அவளுடன் பழக ஆரமித்தார். ஆனால் மருமகளிடம் தைரியமாகப் பேச முடிந்தவரால் மகனிடம் பேசமுடியவில்லை. அதை எல்லோராலும் புரிந்துகொள்ள முடிந்தது. சரி இன்னும் சிறிது நாட்கள் பொறுத்தால் இதுவும் கடந்து போகும் என்று அவன் நம்பினான். நாமும் நம்புவோம்! ஏனெனில் நம்பிக்கை அதானே எல்லாம்!!!

அன்று தான் லவ்வின் அக்கா திருமணம். லெட்ஸ் செலிபிரேட் தான் நடத்தியது. இந்த இடைப்பட்ட நாட்களில் லவ்வின் அக்காக்கும் கபிலனின் அண்ணனுக்கும் ஒரு புரிதல் வந்ததோ இல்லை இவர்களிடம் அது ஏற்பட்டிருந்தது நிச்சயம். இடையில் லவ்வின் வீட்டிலும் அவளுக்கு திருமணம் செய்ய முடிவெடுத்தனர். எப்போதும் திருமண பேச்சை எடுத்தால் ஏதாவது சொல்லி அலைக்கழிக்கும் மகளோ இம்முறை எதையும் சொல்லவில்லை. அதுவே அவர்களுக்கு எதையோ உணர்த்துவதாய்த் தெரிய, இதேபோலொரு நிலையில் தான் கபிலனின் பெற்றோரும் இருந்தனர்.

இதில் லவ்வின் அக்காவைக் காட்டிலும் லவ் தன் மாமியார் வீட்டில்(லவ்வுக்கும் அது மாமியார் வீடு தானே?) அதிக கவனமீர்த்தாள். அதற்கு ஓர் காரணமுண்டு. திருமணத்திற்காக அவள் எடுக்கும் முயற்சி, உழைப்பு என்று அனைத்தையும் அவர்களும் பார்க்கிறார்கள் தானே? அவளுடைய சுறுசுறுப்பு தான் எல்லோரையும் கவர்ந்தது. ஏதேனும் திருமணத்திலோ விழாக்களிலோ இதுபோல் யாரையேனும் பார்த்தால் நம் வீட்டிலிருப்பவர்கள் கூட அவரைப் பற்றிப் பேசுவார்கள் தானே? அப்படியொரு பேச்சுப்பொருளாகவே 'லவ்' மாறியிருந்தாள். அந்த வேளையில் தான் கபிலனின் பெரியம்மா, "பேசாம இந்தப்

பொண்ணையே நம்ம கபிலனுக்கும் கேட்கலாமா? முறையும் ஆகுதில்ல?" என்று உரைக்க அது அவர்களுக்கும் ஒரு ஸ்பார்க் தந்தது. எனினும் கேட்டு மறுத்துவிட்டால் இரு குடும்பத்திற்கும் சங்கடம் என்று அறிந்து தயங்கினார்கள். அவ்வேளையில் தான் திருமணம் நிகழ்ந்தது.

சும்மாவே பம்பரமாக சுழலுபவள் அன்று உச்சகட்ட பரபரப்பில் இருந்தாள். பின்னே தன்னுடைய நிறுவனம் தன் அக்காவின் திருமணத்தை நடத்துவதால் இயற்கையிலே இருக்கும் பதற்றம் அவளை குடிகொண்டது.

அப்போது துறுதுறுவென்று குறுக்கும் நெடுக்கும் ஓடிய லவ்வை கண்டவன் அவளை 'கூல்' செய்ய எண்ணி அவள் அருகே சென்று,

"ஏம்மா மின்னல் கொஞ்சம் நிக்கறது..." என்றதும் அவனின் 'மின்னல்' என்ற அழைப்பில் கட்டுண்டவள் நிற்க,

"ஏன் இவ்வளவு டென்ஷன்? ஜஸ்ட் பி கூல்..." என்றான் கபிலன்.

"ஏன் சொல்ல மாட்டிங்க? உங்களுக்கென்ன நீங்க மாப்பிள்ளை வீடு. ஏதாவதுனு நீங்க பொசுக்குன்னு வார்த்தை விட்டுட்டா நாங்க தானே கஷ்டப்படணும்?" என்றவள் அதை உறுதிப்படுத்தும் விதமாக அவள் புருவத்தை உயர்த்தி இறக்க, அப்போது அவள் நெற்றியிலிருந்த ஒற்றைத் துளி வேர்வை கீழே விழலாமா? வேண்டாமா? என்று புவியீர்ப்பு விசையுடன் வாக்குவாதத்தில் இருந்தது. அவளோ தீவிரமாக இதைப் பேச அவனோ அந்தத் துளி விழுமா விழாதா என்று கவனித்தபடியே இருந்தான். என்ன நினைத்தானோ தன்னுடைய ஹேண்ட் கர்சீப்பை எடுத்தவன் அவள் சம்மதம் கேளாமலே அதைத் துடைக்க லவ் மெர்சலாகியிருந்தாள்.

அப்போது மணவறையில் இருந்து கபிலனின் பெரியம்மா அழைக்கவும் அந்த கர்சீப்பை அவளிடம் கொடுத்து அவன் விலகினான். ஏனோ தன்னையும் அறியாமல் ஏற்பட்ட அந்த குறுகுறுப்பில் லவ் சிலிர்த்தாள்.

சிறிது நேரம் கழித்து ஒரு வேலையின் காரணமாக மாடியேற அப்போது ஏதோ யோசித்தபடியே அங்கு நின்ற கபிலனைக் கண்டவள்,

"என்ன பாஸ் என்ன யோசனை? சஞ்சய் ராமசாமி மாதிரி கீழ எப்படிப் போறதுன்னு தெரியாம முழிக்கறீங்களா? உங்களுத்தான் வழி மறக்கறதுல முன்னனுபவம் இருக்கே?" என்று அதேபோல் புருவம் உயர்த்த, சற்றும் யோசிக்காமல்,

"ஐ திங்க் ஐ யம் இன் லவ் வித் திஸ் லவ். ஐ யம் நாட் சூர். ஆனா அடிக்கடி என் மனசு உங்களை தான் ஞாபகப்படுத்துது. அப்போல்லாம் என்னையே அறியாமல் எனக்கு சிரிப்பு வருது. அடிக்கடி தனியா சிரிக்கிறேன்னு ஃப்ரெண்ட்ஸ் எல்லோரும் கிண்டல் செய்யுறாங்க. உங்க கிட்டப் பேசும்போதெல்லாம் என் மனசு படபடபடன்னு அடிச்சுக்குது. சீ எப்படி மூச்சி வாங்குது. ஒரு மாதிரி உற்சாகமா ஃபீல் பண்றேன். ஒரு த்ரில். ஒரு ஹேப்பிநெஸ். இன்னும் என்னனென்னவோ தோணுது. இதுக்கெல்லாம் என்ன பேருனு எனக்கும் தெரியில. ஒருவேளை லவ் லவ்னு சொல்லுவாங்களே அதா இருக்குமோனு ஒரு டவுட். சரி எதுக்கு யோசிச்சிட்டு நேரா லவ் கிட்டயே கேட்டுடலாம்னு கேட்டுட்டேன். இப்போ நான் என்ன பண்றது? இதுக்கு என்ன தான் தீர்வு?" என்று முடித்தான் கபிலன்.

அவளோ ஷாக் ஆகி நின்றாள்.

"ஏங்க உங்களைத்தான்?" என்றதும்,

"ஈஸ் திஸ் எ ப்ரப்போசல்?"(நீங்க ப்ரப்போஸா பண்றீங்க?)

"அதான் தெரியிலையே. ஒருவேளை நீங்க என் கூடவே இருக்கணும்னு எனக்குத் தோன்றத்துக்கும் நாம ரெண்டு பேரும் ஒன்னா இருக்கணும்னு எனக்குத் தோன்றத்துக்கும் நாம கல்யாணம் பண்ணிக்கிறது தான் சொலுஷன்னா இது ப்ரப்போசல் தான். அப்படியே வெச்சுக்கோங்க" என்றவன் அவளின் அதிர்ச்சியடைந்த இந்த முகபாவத்தை ரசித்தபடி, "கர்சீப் என்னது. நான் எடுத்துக்கறேன்" என்று பிடுங்கிவிட்டு

ஓட, "ஐயோ நில்லுங்க அதை நான் யூஸ் பண்ணிட்டேன்" என்று அவன் பின்னாலே ஓடினாள் லாவண்யா.

அப்போது தூரமிருந்து இதை கவனித்த அவன் பெரியப்பா கீழே சென்றார். திருமணம் முடிந்ததும் இதைப்பற்றி லவ்வின் வீட்டில் பேச 'கும்பிட போன தெய்வம் குறுக்கே வந்ததை' எண்ணி அவர்கள் மகிழ்ந்தனர். (சுவைக்கும்!)

* * * * * *

அத்தியாயம் - 47

அமுதன் ஆத்யா ஆகியோரின் திருமணம் முடிந்து இதோடு மூன்று மாதங்கள் ஆகிறது. இந்த மூன்று மாதத்தில் அவர்கள் செய்த அலப்பறைகள் ஏராளம். ஒரு கிரிக்கெட் வீரன் போல் தங்களுடைய திருமணம் முடிந்த ஐம்பாதாவது நாளை ஒரு குதூகலத்துடன் அவர்கள் கொண்டாடினார்கள். இப்போது சென்சுரிக்காக தங்களை தயார்படுத்துகிறார்கள். உண்மையில் அமுதனுடனான தன் வாழ்வை அனுபவித்து நகர்த்துகிறாள் ஆத்யா. எதிலும் 'பெர்பெக்சன்' எதிர்பார்க்கும் ஆத்யாவுக்கும், 'லைஃப் இஸ் நெவர் பெர்பெக்ட்'(வாழ்க்கை என்றும் பூரணமில்லை) என்று நம்பும் அமுதனுக்கும் சிறு சிறு வாக்குவாதங்கள் அவ்வப்போது வருவதுண்டு. வாழ்க்கை பூரணமில்லை என்றாலும் சில கணங்களும் நிகழ்வுகளும் நிச்சயம் பூரணத்துவம் வாய்ந்து என்றும் அவற்றை சரியாகத் தேர்ந்தெடுப்பதே வாழ்க்கை என்ற பிரபல வாசகம் போல் தங்கள் வாழ்வெனும் புத்தகத்தில் ஆங்காங்கே நிறைய பக்கங்களை வண்ணமயமாக்கினார்கள். தனக்கும் தன் லட்சியத்திற்கு உறுதுணையாக இருக்கும் ஆத்யாவின் மேல் அமுதன் தன் அன்பைப் பொழிந்தான் என்றால் தன் தந்தைக்கு ஒரு மகனாய் இருந்து கவனித்துக்கொள்ளும் அமுதனையும் தனக்கு ஆதரவாய் இருக்கும் அண்ணாமலை, சீதா ஆகியோரையும் அதிகம் நேசித்தாள் ஆத்யா.

மருமகள் செய்யும் ஒவ்வொன்றுக்கும் விளக்கம் கேட்டும் அறிவுரை வழங்கியும் தங்கள் ஆதிக்கத்தைச் செலுத்தும் சில மாமனார் மாரியார் போலல்லாமல் அவளுக்கான சுதந்திரம் அளித்து தேவையான சமையத்தில் மட்டும் ஆலோசனை வழங்கும் அவர்கள் மீது ஆத்யாவைக் காட்டிலும் லஷ்மிக்கும் மனம் நிம்மதியடைந்தது. அதனாலே வாய்ப்பு கிடைக்கும் போதெல்லாம் அவர்களிடம் என்றும் அனுசரணையாகவே இருக்க வேண்டும் என்று மகளுக்கு அறிவுரை வழங்குவார்

லஷ்மி. இது போக, அமுதனும் ஆத்யாவும் லஷ்மியுடன் மாதம் மூன்று நாட்களேனும் தவறாமல் காரைக்குடிக்கு விசிட் அடித்துவிடுவார்கள். அங்கு சென்று இறங்கும் முன்னே அவர்களுக்கான விருந்து தயாராகியிருக்கும்.

அந்த முறை ஊருக்குச் செல்லும் போது நாச்சி போஸ்ட் கிராஜுவேஷன் படிக்க வேண்டும் என்ற தன் விருப்பத்தைத் தெரிவிக்க 'அழகப்பாவிலே' அவளைப் படிக்குமாறு சொன்னார் சீதா. அவளோ தன் தோழியுடன் இணைந்து கோவையில் இருக்கும் பி.எஸ்.ஜிகு அப்பிளிக்கேஷன் போட்டிருந்தது தெரிந்து சீதா அவளைக் கடிந்துகொண்டிருக்க மாமியாருக்கும் நாத்தனாருக்கும் இடையேயான இந்த வாதத்தில் நாச்சியின் பக்கமே தன் ஆதரவைத் தெரிவித்தாள் ஆத்யா.

"நீ சும்மா இரு ஆத்யா. அங்க வந்து ஹாஸ்டல்ல தங்கிப் படிக்கவா? அதெல்லாம் வேணாம்" என்று சீதா சொன்னதிலே அவரின் எண்ணம் அறிந்தவள், "ஏன் அத்தை நாங்க வெளியாளா என்ன? நாச்சி எங்ககூடத் தங்கக்கூடாதா?" என்று கேட்டு தன் வருத்தத்தை வெளிப்படுத்த, அங்கு தங்கிப் படித்தால் அமுதன்- ஆத்யாவின் ப்ரைவேசிக்கு இடைஞ்சலாக இருப்பாள் என்று உணர்ந்து தான் தெரிவித்ததை ஆத்யா புரிந்துகொள்ளவில்லையே என்று திணறினார் சீதா. ஒருவாறு சீதாவின் எண்ணத்தை அறிந்த லஷ்மி, நாச்சியை தன்னுடன் தங்கவைத்துக் கொள்வதாக உரைக்கவும் ஏனோ அவரின் தனிமையைக் கருத்தில் கொண்டு சீதாவும் சம்மதித்தார். பிறகு மருமகளை சமாதானம் செய்ய வேண்டி, "நான் அப்படிச் சொல்லல ஆத்யா. போனவருஷமே யு.ஜி முடிச்சிட்டா. நான் அப்போவே பி.ஜி பண்ணச் சொன்னேன். அப்போல்லாம் மாட்டேன்னு சொல்லிட்டு இப்போ சொல்றாளேனு கோவம்" என்றவர், "ஆமா எனக்குத் தெரியாம எப்படி நீ அப்பளை பண்ண?" என்று நாச்சியிடம் வினவ,

"பேரெண்ட்ஸ் ஒருத்தர் சைன் பண்ணா போதுமே. அப்பா பண்ணிட்டாரே..." என்று போறபோக்கில் அண்ணாமலையைக் கோர்த்துவிட்டுச் சென்றாள் அவர் தவப்புதல்வி.

கல்லூரி திறக்க இன்னும் ஒரு மாதமே இருப்பதால் தங்களுடனே நாச்சியை ஊருக்கு அழைத்துச்செல்ல முடிவெடுத்தான் அமுதன். அன்றிரவு அமுதனிடம் சிறிது உரையாடினார் அண்ணாமலை.

"ரெஸ்டாரெண்ட் ஆரமிக்கும் வேலை எந்த அளவில் இருக்கு அமுதா?"

"லைசென்ஸ்சுக்காக க்ரிஷ் மூலமா எல்லாம் விண்ணப்பிச்சிருக்கோம் அப்பா. இன்னும் ப்ராசெஸ்ல தான் இருக்கு. எப்படியும் கிடைச்சிடும்னு க்ரிஷ் சொல்லியிருக்காரு. அதே மாதிரி அந்த லேண்ட் சம்மதமாவும் வேலை போயிட்டு இருக்கு"

"அந்த லேண்ட் என்ன விலைனு தெரிஞ்சா நாம கூட வாங்கிடலாம் அமுதா"

"அப்பா மாமா எப்படி நமக்கு அதை காசுக்குக் கொடுப்பார்? அது ஆத்யா பேர்லையே இருக்கட்டும். பரந்தாமன் அங்கிள் தான் லீஸ் அக்ரீமெண்ட் போட்டுக்கலாம்னு சொன்னார். சோ பிரச்சனை இல்லை. அண்ட் நீங்க எனக்கொரு ஹெல்ப் பண்ணனும்ப்பா..." என்று இழுத்தான் அமுதன்.

"என்னய்யா ஹெல்ப் அது இதுனு... சொல்லு நான் என்ன பண்ணனும்?"

"லைசென்ஸ் வந்துச்சின்னா ஒர்க் எல்லாம் ஆரமிக்கணும். சொந்தப்பணம் போடுவதைக் காட்டிலும் லோன் போடலாம்னு கார்த்தி அப்பா சொல்றாரு. நீங்க அதுக்கு சூரிட்டி போடுற மாதிரி வரும்..."

"இதெல்லாம் நீ கேட்கணுமா? இல்லைனா நம்ம லேண்ட வித்திடுலாமா?" என்றதும் அவரை அர்த்தமாய்ப் பார்த்தவன்,

"அப்பா. நம்மகிட்ட இந்த வீட்டைத் தவிர்த்து இருக்கும் ஒரே ப்ராப்பர்டி அது. அது இருக்கட்டும் விடுங்க. அண்ட் தாத்தா உங்களுக்குனு கொடுத்த இடம்னு சொல்லுவிங்க..." என்றவன்

அவருடன் நாச்சியின் எதிர்காலம், லட்டு- சித்தார்த் வாழ்க்கை ஆகியவற்றைப் பற்றியெல்லாம் சிறிது கதைத்தனர். பிறகு நாச்சியுடன் அங்கிருந்து கோவை திரும்பியனார்கள்.

அன்று அத்தியை ஊருக்கு அழைத்துச் சென்று வந்ததிலிருந்து ரூபன் இன்னும் மாறியிருந்தான். அன்று பேசியபடியே ஆறுமாத காலம் முடியும் தருவாய்க்கு வந்துவிட, இனியனிடமும் குறிப்பிடத்தகுந்த மாற்றங்கள் வந்ததால் இனியும் காலம் தாழ்த்தாது அத்திக்கும் ரூபனுக்கும் திருமணம் முடிக்க அவன் சித்தி முடிவெடுத்தார். இதைப் பற்றி அத்தியிடம் அவர் தெரிவிக்க மகிழ்ந்தாலும் இனியன் இதை எவ்வாறு எடுத்துக்கொள்வான் என்று எண்ணி குழம்பினாள். அவளின் குழப்பம் உணர்த்தவராய் ரூபனை அழைத்து விஷயத்தைத் தெரியப்படுத்தினார் அவன் சித்தி.

வழக்கம் போல் அன்று மாலை ஸ்கூல் முடிந்து இனியனை அழைத்து வந்தான் ரூபன். இனியன் வருகையை எதிர்பார்த்தபடி அத்தி இருக்க வந்தவன் அன்று பள்ளியில் நடந்ததையெல்லாம் ஒன்று விடாமல் ஒப்பித்தான்.

ரூபன், இனியன் இருவரிடமும் எவ்வாறு பேச்சை ஆரமிப்பது என்று விழித்த அத்தியின் மனம் அறிந்தவனாய் இனியனை அழைத்து,

"இனி குட்டி நான் சில கேள்வியெல்லாம் உங்க கிட்டக் கேட்பேனாம். அதுக்கு நீங்க எனக்கு பதில் சொல்விங்களாம். என்ன ஓகேவா?"

"ஓகே சித்தப்பா. சொல்றேன்"

"நீங்க இப்போ எப்படி இருக்கீங்க?"

"எப்படி இருக்கீங்கன்னா என்ன அர்த்தம்?" என்று குழம்பினான் இனியன்.

"அதில்லை குட்டி. நீ சித்திகூடவும் என் கூடவும் இப்படி நாம பக்கத்துக்கு பக்கத்து வீட்ல இருக்கோமில்ல இதை நீ எப்படிப் பார்க்குற?"

"எப்படிப் பார்க்குறேன்? ஆம் நான் நல்லா இருக்கேன். சித்தி தான் டெய்லி எனக்கு எல்லாம் செய்யுறாங்க. அண்ட் நீங்க தான் என்னை ஸ்கூல்ல விடுறிங்க. கூட்டிட்டு வரீங்க. என்கூட விளையாடுறிங்க. நான் ஹேப்பியா இருக்கேன்."

"சரி ஆனா நாம ஏன் இப்படி தனித்தனியா இருக்கோம்?"

"ஏன்னா மேரேஜ் ஆனதும் அப்பாவும் அம்மாவும் தான் சேர்ந்திருப்பாங்கனு என் மிஸ் சொன்னாங்க. என் புக்லயும் அப்படித் தான் இருக்கு. சோசியல்ல கூட மை பேமிலினு இருக்கு."

"ஓகே வெரி குட். இப்போ இனி குட்டி உங்க பேமிலி பற்றிச் சொல்லுங்க" என்னும் போது அத்தி பதற அவளை அமைதிப்படுத்தியவன் இனியனின் பதிலுக்காகக் காத்திருக்க,

"என் அப்பா அம்மா தான் செத்துப் போயிட்டாங்களே? எனக்கு என் சித்தி மட்டும் தானே இருக்காங்க..." என்று நிறுத்தியன் இடைவெளி விட்டு, "அப்புறோம் நீங்க தான் என் சித்தப்பா ஆச்சே. அன்னைக்கு ஒரு பாட்டி வந்தாங்க இல்ல அவங்க ஒன்னு சொன்னாங்க" என்றவன், "நீங்களும் சித்தியும் சீக்கிரம் கல்யாணம் செஞ்சுப்பீங்களாம். அப்போ நீங்க, நான், சித்தி நாம மூணு பேரும் ஒன்னா ஒரே வீட்ல இருக்கலாம்னு சொன்னாங்க. அப்புறோம் கொஞ்ச நாள்ல எனக்கொரு தம்பி பாப்பாவோ இல்லை தங்கச்சி பாப்பாவோ கிடைக்குமாம். நிஜமாவா?" என்று அன்று ரூபனின் சித்தி உரைத்ததை நினைவுபடுத்தி அப்படியே சொன்னான். அவன் பதிலில் முதலில் திகைத்தவர்கள் ஒருவரை ஒருவர் பார்த்தனர். பின் ஊருக்கு வரும் போதெல்லாம் இனியனிடம் தனியே ரகசியம் பேசும் அவன் சித்தியின் அனுபவம் மற்றும் சாமர்த்தியம் அறிந்து வியந்தனர். சற்று முன் தன்னிடம் எப்படி அவ்வளவு

உறுதியாக தங்கள் திருமணம் பற்றி அவர் உரைத்தார் என்பதை அத்தி இப்போது தான் புரிந்துகொண்டாள். இருவரும் தங்களின் பெரிய சுமை குறைந்ததாகவே உணர்ந்தனர். பின்பு அவரை அழைத்து விசாரிக்க இதற்காகவே மாதம் இருமுறையேனும் தான் கோவை வந்ததாக உரைத்தவர், "அப்போ கல்யாண வேலையெல்லாம் ஆரமிக்கலாமா?" என்றதும் இருவரும் மனப்பூர்வமாக சம்மதம் தெரிவித்தனர்.

அத்தி-ரூபன் திருமணம் பற்றி அறிந்த அமுதன், ஆத்யா, லஷ்மி, கார்த்தி கண்ணையன், ஜாய்சன் முதலிய லெட்ஸ் செலிபிரேட் உறுப்பினர்கள் அனைவரும் அவர்களுக்காக மனதார மகிழ்ந்தனர். அமுதன்- ஆத்யா திருமணத்தை தான் தங்களால் நடத்த முடியவில்லை என்று வருந்தியவர்கள், அத்தியின் சார்பில் இருந்து ரூபன்- அத்தி திருமணத்தை சிறப்பாகவே நடத்த எண்ணினார்கள். ஏனோ மற்றவர்களைக் காட்டிலும் அமுதனுக்கும் கார்த்திக்கும் தான் அதிக மகிழ்ச்சி. பின்னே ஏற்கனவே இருவர் வாழ்வும் சிக்கலாக இருக்கும் வேளையில் அமைந்த இனியனின் வருகை எங்கே அவர்களை திசைதிருப்பிவிடுமோ என்று அஞ்சினர். இன்று அவை யாரும் தீர்த்தத்தில் ஆனந்தம் அடைந்தனர்.

இந்தத் திருமணம் முடிவானதால் அமுதன் அண்ட் கோவில் ஒரே பேச்சிலராக தனித்துவிடப்பட்டான் கார்த்தி. ஆம் கண்ணையனுக்கும் திருமணம் முடிந்து ஒரு மாதத்திற்கு மேல் ஆகிறது. அந்த பீலிங்கில் இருந்தவனுக்கு மூக்கு வியர்த்தாற்போல் அவனின் குல்ஃபி அழைத்தாள்.

"ஏ குல்ஃபி? எப்போடி நீ படிச்சு முடிப்ப?" என்று எடுத்ததும் கார்த்தி கேட்க அதில் குழம்பியவள்,

"கார்த்தி அதுக்கு இன்னும் ஒன்பது மாசம் இருக்கே? உனக்குத் தெரியாத மாதிரியே கேட்குற? என்ன விஷயம்?"

"நாம சீக்கிரம் கல்யாணம் பண்ணனும்னு குல்ஃபி"

"அச்சச்சோ மணி ஐஞ்சாச்சே? ரிஜிஸ்டர் ஆபிஸ் கூட மூடியிருக்குமே?"

"என்ன கிண்டலா? நான் எவ்வளவு சீரியஸா பேசுறேன் நீ என்னடானா...?"

"நானும் சீரியஸா தான் சொல்றேன். ரெஸ்டாரெண்ட் ஆரமிச்சதுக்கு அப்புறோம் தான் நமக்கு மேரேஜுன்னு அன்னைக்கு தானே மாமா சொன்னார்? என்னமோ தெரியாத மாதிரி கேட்குற. போடா பிராடு" என்றாள் ஸ்ரு.

"நாம மூன்றரை வருஷமா லவ் பண்றோம் குல்ஃபி.நமக்கு அப்புறோம் லவ் பண்ண அமுதன், கண்ணையன், ரூபன், சந்தீப், ஏன் கபிலன் கூட(கபிலன் போர்சனில் பின்னால் வரும்!) மேரேஜ் பண்ணப்போறான். போடி..." என்று குழைந்தான்.

"கார்த்தி பையா... நீ சொன்ன மாதிரி அவங்க எல்லாம் நமக்கு முன்னாடி கல்யாணம் செஞ்சாலும் அவங்க நமக்கு எப்பயும் ஜூனியர்ஸ் தான். நம்ம பேஸ் மட்டம் செம ஸ்ட்ராங். சோ டோன்ட் ஒர்ரி. நீ இப்போ சமத்து பிள்ளையா ரெஸ்டாரெண்ட் வேலை பார்பியாம். என்ன ஓகேவா?"

"அதெல்லாம் முடியாது. நான் போகமாட்டேன்..." என்று அடம் பிடித்தான் கார்த்தி.

"நல்லா கேட்டுக்கோ கார்த்தி, எவ்வளவு சீக்கிரம் நீ ரெஸ்டாரெண்ட் ரெடி செய்யுரையோ அவ்வளவு சீக்கிரம் தான் நம்ம மேரேஜ் நடக்கும். நீ இங்க டிலே பண்ணா அப்புறோம் நம்ம மேரேஜும் டிலே ஆகிடும். மாமா அப்படித்தான் சொன்னாரு. ஞாபகமிருக்கட்டும்?"

முகத்தைச் சுருகியவன், "ஓகே அப்போ நாளைக்கு காலையில டென் ஓ க்ளாக் நான் ரெகுலரா பிக் பண்ற இடத்துல நில்லு. ஓகே?"

"டேய் நான் என்ன சொல்றேன் நீ என்ன சொல்லிட்டு இருக்க?"

"ஏன்டி கல்யாணம் தான் முடியாதுனு சொல்லிட்ட அட்லீஸ்ட் நம்ம ரெகுலர் அவுட்டிங்காவது போலாம். வர மண்டேல இருந்து நான் ரொம்ப பிசி ஆகிடுவேன். பூமி பூஜை போடுறோம். சோ நீ நாளைக்கு வர"

"டேய் எனக்கு இன்டர்நெல்ஸ் இருக்கு..."

"இல்லைனா நான் உள்ள வந்திடுவேன். ஓகே?"

"கார்த்தி கார்த்தி கார்த்தி..." என்பதற்குள் அழைப்பு துண்டிக்கப்பட்டது.

அன்று அமுதன் அண்ணாமலையிடம் தெரிவித்ததைப்போல் அவர்களுடைய விண்ணப்பம் பரிசீலிக்கப்பட்டு அதற்கு ஒப்புதல் கிடைத்துவிட்டது. அதேநேரம் லஷ்மியின் இடத்தில் கட்டடம் கட்டுவதற்குத் தேவையான தரச்சான்றும் கிடைத்துவிட ஜட்ஜின் நண்பனுடைய பிரபல கட்டுமான நிறுவனத்திடம் ரெஸ்டாரெண்டிற்கான பிளான் கோரப்பட்டது. அவர்களும் நான்கைந்து வரைவு திட்டங்களை அனுப்ப அமுதன், ஆத்யா, ஜட்ஜ், கார்த்தி, லஷ்மி வரை அனைவரும் அந்த பிளானை பார்த்து தங்களின் சம்மதத்தைத் தெரிவித்தனர்.

இடையில் நிலம் ஆத்யாவின் பெயரில் இருந்ததால் அமுதன் மற்றும் கார்த்தியின் சார்பில் அந்த இடத்தை அடுத்த முப்பது வருடங்களுக்கு குத்தகை எடுப்பதற்கான ஒப்பந்தம் கையெழுத்திடப்பட்டது. என்னதான் அமுதனும் இதில் பார்ட்னராக இருந்தாலும் நாளை ஏதாவது ஒரு மானஸ்தாபம் ஏற்பட்டு இந்த ரெஸ்டாரெண்ட் சிக்கலில் மாட்டிக்கொள்ளக் கூடாதென்று பரந்தாமன் அறிவுறுத்த அதன் படியே இந்த ஒப்பந்தம் கையெழுத்தானது.

அதில் அமுதனுக்கும் கார்த்திக்கும் இடையில் இன்னொரு ஒப்பந்தமும் கையெழுத்திடப்பட்டது. அதாவது இந்த ரெஸ்டாரெண்ட் அமுதன் மற்றும் கார்த்தி இருவருக்கும் பொதுவானதென்றும் ஒருவேளை நாளை இவர்களுக்குள் ஏதேனும் பிணக்கு ஏற்படும் பட்சத்தில் அதைத் தீர்த்துக்கொள்ளும்

முறையும் ஒருவேளை தீர்க்கமுடியாவிடில் மேனேஜ்மேண்டை இரண்டாகப் பிரித்து பரஸ்பரமாகப் பிரிந்துகொள்வது வரை அனைத்தையும் தயார் செய்திருந்தார் பரந்தாமன். முதலில் இதைக்கேட்டு அமுதன் மற்றும் கார்த்தி இருவரும் அதிர்ந்தாலும் தற்போது நடைமுறையில் இதுபோல் இருக்கும் ஆயிரக்கணக்கான வழக்குகளைச் சுட்டிக்காட்டி நாளை அதுபோலொரு நிலை வராமலிருக்கவே இதைச் செய்வதாக உரைத்தார். அப்போதும் அவர்கள் தயங்க, "நாளைக்கு நானே இல்லைனாலும் இந்த அக்ரீமெண்ட் உங்க ரெண்டு பேருக்கும் உதவும். புரிஞ்சிக்கோங்க..." என்று சமாதானம் செய்தார்.

இதன் மூலம் நாளை ஏதாவதொரு கோபத்தில் ஆத்யாவோ, அமுதனோ இல்லை கார்த்தியோ இந்த ரெஸ்டாரெண்ட் விஷயத்தில் தன்னிச்சையாக எடுக்கும் எந்த ஒரு முடிவும் அடுத்தவர்களை எந்த விதத்திலும் பாதிக்காத வகையில் ஒப்பந்தம் போடப்பட்டது.

இந்த வேலைகள் எல்லாம் முடியும் வேளையில் தான் அவர்களின் விண்ணப்பம் ஏற்றுக்கொள்ளப்பட, ரெஸ்டாரெண்ட் கட்டும் பணி முடுக்கிவிடப்பட்டது. ரெஸ்டாரெண்ட் கட்டத் தேவையான முதலீட்டுக்கு கார்த்தி மற்றும் அமுதனின் பெயரில் லோன் போடப்பட்டது. அதுபோக இருவரும் குறிப்பிட்ட அளவில் முதலீடு செய்தனர். அமுதன், கார்த்தி இருவரும் தங்கள் சேமிப்பை முதலீடு செய்ய அது போக அண்ணாமலை, பரந்தாமன் ஆகியோரும் பணம் கொடுத்து உதவினார்கள், ஏனோ அப்போதும் உதவ முன்வந்த லஷ்மியைத் தடுத்தவன், "மாமா வேண்டாம் மாமா. போதும். என்னை மேலும் எம்பேரஸ் செய்யாதீங்க" என்று சொல்ல அவரும் அமைதியானர்.

ரெஸ்டாரெண்டிற்கு பிளான் செய்யும் போதே நிறைய விஷயங்களை முடிவெடுத்துவிட்டனர். வழக்கமாக சைவம் அல்லது அசைவம் என்று தானே ரெஸ்டாரெண்ட் இருக்கும். இதில் இருக்கும் சிக்கலைத் தவிர்க்க இரண்டு வேறு வேறு தளங்களைக் கட்டி ஒன்றில் சைவம் என்றும்

மற்றொன்றில் அசைவம் என்றும் முடிவு செய்யப்பட்டது. ஒவ்வொரு தளத்தையும் குறுக்காக வெட்டி ஒரு பாதியில் குளிரூட்டப்பட்ட அறையாகவும் மற்றொன்றை வழக்கமாகவும் வடிவமைத்தனர். அதுபோல் தரைத்தளத்தில் சைவம் என்றும் மேற்தளம் அசைவத்திற்கென்றும் வகுக்கப்பட்டது. வழக்கமாய் முதல் தளத்திலிருந்து தான் மேற்தளத்திற்கு செல்லும் வழி இருக்கும். இதில் அதுபோல் இல்லாமல், கட்டிடத்தில் வெளியிலே மேற் தளத்திற்குச் செல்லும் படி வடிவமைக்கப்பட்டது. கீழொன்றும் மேலொன்றுமாக கேஷ் கௌண்ட்டர், டைனிங், கிட்சன், நிலவறை என்று அனைத்தும் நேர்தியாகவே வடிவமைக்கப்பட்டது. இவ்வாறு திட்டமிடும் போதே இதர விஷயங்களையும் திட்டமிட்டனர். மேலும் சைவத்தில் பணிபுரிபவர்களுக்கு தனி யூனிபார்ம், அசைவத்திற்கு தனி யூனிபார்ம் என்று முறையே பாத்திரங்கள் பண்டங்கள், மேஜைகள் என்று எல்லாம் இரண்டாகவே வாங்க முற்பட்டனர்.

லவ்வின் மூலமாக கபிலனின் டிசைன் பற்றி அறிந்தவர்கள் கட்டுமானப்பணி முடிந்ததும் இன்டீரியர் டெக்ரேசன் ஆர்கிடெக்சர் அனைத்தும் அவன் வசம் ஒப்படைத்தனர். இதில் தரைதளத்தை ஒட்டி பேக்கரி அண்ட் ஸ்வீட்ஸுகாக இடம் ஒதுக்கப்பட்டிருந்தது. இப்படி ஒவ்வொரு விஷயமாகப் பார்த்து பார்த்துச் செய்தனர்.

மொத்தப்பணிகளையும் ஒன்பது மாதத்திற்குள் முடித்துத்தருவதாக அந்த பில்டர்ஸ் வாக்களிக்க இன்டிரியருக்கு மூன்று மாதம் என்றாலும் ஒரு வருடத்தில் அவர்களின் ரெஸ்டாரெண்ட் துவங்கப்பட வேண்டும் என்று முடிவு செய்து அந்தத் திங்கட்கிழமை பூமி பூஜைக்கான வேலைகள் நடைபெற்றது.

அங்கே கபிலனைத் துரத்திப் போனாள் லவ். அவளை எதிர்பார்த்து கையில் அந்த கர்சீப்பை வைத்திருந்த கபிலன்

அவள் நெருங்கும் வேளையில் அதை நுகர்ந்து, "ஸ்பின்ஸ் பவுடர் தான் யூஸ் பண்றிங்களா?" என்று புருவம் உயர்த்த வெடுக்கென அதைப் பிடுங்கியவள், "என்னை நம்பி ஒரு சின்ன கர்சீப் கூடத் தர மாட்டேங்குறீங்க? நான் எப்படி உங்களை கல்யாணம் செய்யுறது?" என்று கண் சிமிட்ட,

"என்னங்க உங்களை நம்பி அஞ்சடி பதினோரு அங்குலம், எழுபத்தி ஏழு கிலோ ஆன என்னையே தரேன்னு சொல்றேன் நீங்க என்னன்னா?" என்று உரையாட அப்போது அவனுக்குப்பின் நின்றவரைப் பார்த்து அவள் விழிக்கவும் திரும்பினான் கபிலன். அது அவள் பெரியம்மா தான்.

"இங்க என்ன பண்ற லாவண்யா? உன்கிட்ட நான் என்ன சொல்லி அனுப்பினேன்?" என்றதும் தான் அவர் சொன்னதே நினைவுக்கு வர அங்கிருந்து எஸ் ஆனாள். அவரின் செய்கையிலிருந்து அவர் எதையும் கேட்கவில்லை என்று புரிந்தவன் அங்கிருந்து நகர்ந்தான். இதுபோல் எல்லாம் தனக்கும் பேச வரும் என்று அவனும் இப்போது தான் உணருகிறான். உண்மையில் வயிற்றுக்கும் தொண்டைக்கும் இடையில் உருவமில்லா ஒரு உருண்டை உருளுகிறது தான். அங்கிருந்து கீழே சென்றவனை அவன் பெற்றோர்கள் அழைக்கவும் அங்கு சென்று அமர்ந்தான். அப்போது கீழே வந்த அவன் பெரியப்பா அவனிடம் நேராகவே விஷயத்தைக் கேட்க சுற்றியிருந்த அவன் பெற்றோர்களைக் கண்டு திணறியவன் மெல்ல லவ் மீதான தன் விருப்பத்தைத் தெரிவித்தான். ஏனோ பெற்றோர்களுக்கும் இரண்டு விதமான உணர்வு தோன்றியது. முதலில் தங்களைப் போலே தங்கள் மகனுக்கும் அவளைப் பிடித்திருக்கிறது என்று மகிழ்ந்தவர்கள் இப்போது லவ் வீட்டில் என்ன சொல்வார்களோ என்று எண்ணி குழம்பினார்கள்.

அங்கே தன் பெரியம்மா சொன்னதைச் செய்தவளின் மனம் சற்று முன் கபிலன் அவளிடம் மனப்பாடமாக ஒப்பித்ததிலும் அவன் செய்த குறும்பிலும் லயித்தது. ஏன் கல்யாணம் என்றதும் பெண்கள் மற்றும் ஆடவர்கள் எல்லோரும் முகத்தில்

பொலிவுடனும் ஒரு வித ஆரவாரத்திலும் மிதக்கிறார்கள் என்று தன் சந்தேகத்தை ஒருமுறை ஆத்யாவிடம் கேட்டதாக ஞாபகம். அப்போது ஆத்யாவுக்கு அமுதனோடு திருமணம் உறுதியாகியிருந்தது. "அதெல்லாம் ஹார்மோன்ஸ் செய்யுற வேலை லவ். ஒரு பெண்ணுக்கு இவன் தான் தன்னைக் கடத்திகொண்டுபோகும் ராஜகுமாரன் என்று தோன்றும். எப்படிச் சொல்ல? தீயினா சுடுமான்னு கேட்கறவங்க எல்லோரும் ஒரு வயசு பையன், பொண்ணுகிட்ட கல்யாணம்னு சொல்லிப்பாருங்க. அவங்க எல்லோரும் என்னவோ இப்போவே கல்யாணம் ஆகப்போற மாதிரி ஃபீல் பண்ணுவாங்க. அதொரு ஃபீல். எப்படிச் சொல்ல? ஸ்கூல் போற பையனுக்கு 'லீவ்'ங்கற வார்த்தை எவ்வளவு குஷி தருமோ, விடலைப் பசங்களுக்கு 'ஹே மச்சி உன்னோட ஆள் சிரிக்கிறா'ங்கற வார்த்தை என்ன உணர்வு தருமோ அது போல கல்யாண வயசுல இருக்கவங்களுக்கு ஏன் இன்னும் சின்ன வயசுல இருக்கவங்க இல்ல ஆல்ரெடி கல்யாணம் ஆனவங்கனு யாருகிட்டப் போய் இதைக் கேட்டாலும் அவங்க உடனே ஒரு ஸ்பார்க் உணர்வாங்க. என்னால அதை உனக்கு உணர்த்த முடியாது. ஆனா நீயா ஒரு நாள் உணருவ. அப்போ புரியும் லவ்" என்று சொன்னாள். உண்மையில் லவ்வுக்கு அப்போது புரியாதது எல்லாம் தற்சமயம் புரிவதைப்போல் தோன்றியது.

அதும் அவன், "ஸ்பின்ஸ் பவுடர் தானே யூஸ் பண்றிங்கனு?" கேட்டதை நினைக்கையில் ஒரு குறுகுறுப்பு எழுந்ததை அவள் உணர்ந்தாள்.

மணமக்களோடு திருமணப் புகைப்படம் எல்லாம் எடுத்து முடிக்க மிகவும் நெருங்கிய உறவுகளைத் தவிர்த்து மற்றவர்கள் எல்லோரும் சென்றிருந்தனர். கபிலனின் பெற்றோர் லவ்வின் பெற்றோரிடம் பேசச் சென்றனர். அப்போது கபிலனின் அண்ணாவும் அண்ணியும் அவனைப் பார்த்துச் சிரிக்க அவர்களுடன் சென்றவன் என்னவென்று வினவினான்.

"டேய் என்னடா இது?

"என்னண்ணா என்ன விஷயம்?" என்னும் போது தான் லவ் கையில் வாட்டர் பாட்டிலுடன் அங்கு பிரவேசித்தாள். இவன் அவளை ரசனையாகப் பார்க்க அதற்கு அவளிடம் இருந்து ஒரு வெட்கம் வர அதை கவனித்த மணமக்கள் இருவரும் காதில் புகை வராத அளவுக்கு கருவினர்.

"டேய் ப்ரோ, எங்க கல்யாணத்துக்கு வேலை செய்விங்கனு பார்த்தா இப்படி உங்க கல்யாணத்துக்காகத் தான் மாங்கு மாங்குனு வேலை செஞ்சிங்களா?" என்னும் போது லவ் கபிலன் இருவரும் அசடு வழிய,

கபிலனை ரகசியமாக அழைத்த அவன் அண்ணன், "டேய் தம்பி கல்யாணம் ஆன உன் அண்ணனே இன்னும் உன் அண்ணிகிட்ட ப்ரப்போஸ் எல்லாம் செஞ்சதில்லைடா. என்ன இதெல்லாம்?" என்று வினவ,

அப்போது தான் கபிலனின் கசின் அஞ்சலி, (அஞ்சலியை நினைவிருக்கும் என்று நினைக்கிறேன்? இந்தக் கதையில் அமுதன் அண்ட் ஆத்யாவை மீண்டும் ஒன்றிணைத்த பங்கு இவளையே சேரும். இவள் பர்த்டே ட்ரீட்டில் தான் அவர்கள் மீண்டும் சந்தித்துக்கொண்டனர்)"அண்ணா நம்மளை மாதிரி சேட்டை பண்றவங்களைக் கூட நம்பிடலாம் ஆனா இவனை(கபிலன்) மாதிரி ஊமை குசும்பனை மட்டும் நம்பவே கூடாது" என்றாள்.

"கரெட்டா சொன்ன அஞ்சலி. இந்தப் பூனையும் பால் குடிக்குமான்னு இருக்கவங்க தான் எல்லா வேலையும் செய்யுதுங்க" என்று லவ்வைப் பார்த்தவாறே அவள் அக்கா உரைத்தார்.

"கரெக்ட்டா சொன்னிங்க அண்ணி" என்று அவர்கள் லவ் மற்றும் கபிலனை கலாய்த்தனர். அவர்களோ இந்த விஷயம் எல்லாம் எப்படி இவர்களுக்குத் தெரியும் என்று ஆச்சரியப்பட்டார்கள்.

"எங்க கல்யாணம் முடிஞ்சு முழுசா ரெண்டு மணிநேரம் கூட ஆகல அதுக்குள்ள உங்க கல்யாணத்துக்கு ரெடி செஞ்சிட்டிங்க இல்ல?" என்றான் கபிலனின் அண்ணன்.

நடந்தது என்னவென்றால், ஏற்கனவே கபிலனின் வீட்டிலும் லவ்வின் வீட்டிலும் திருமணம் சம்மந்தமாகப் பேசலாம் என்று நினைத்த வேளையில் கபிலன் லவ் உரையாடலைக் கேட்ட அவன் பெரியப்பா கீழே வந்து அவன் வீட்டில் பேசி லாவண்யா வீட்டிலும் சொல்ல அவர்கள் வருவதற்குள் நட்சத்திரப் பொருத்தம் வரைப் பார்த்து ஓகே என்றானதும் விஷயம் பரவியிருந்தது.

"கொஞ்ச வெயிட் பண்ணுங்க கண்ணுங்களா, இன்னைக்கு நாள் நல்லா இருக்குனு உங்க ஜாதகப் பொருத்தம் பார்க்கவும் முடிவு செஞ்சிட்டாங்க" என்று அவர்களுக்கு பதிலளித்தாள் அஞ்சலி.

கபிலோனோ இன்னும் தன்னுடைய சம்மதத்தைச் சொல்லாமல் இருக்கும் லவ்வைப் பார்க்க அவள் தன்னுடைய மொபைலில் அவனுக்கு ஒரு மெசேஜ் அனுப்பியிருந்தாள். எடுத்தவன், "என்ன பாஸ் இனிமேலாச்சும் என்னை நம்பி கர்சீப் தருவீங்களா?" என்று ஸ்மைலியோடு கேட்டிருக்க, அதைப் பார்த்துச் சிரித்தவன்,

"என்னை எங்கேயும் தொலைச்சிட மாட்டீங்களே?" என்று பதில் கேள்வியைக் கேட்டு அவனும் ஸ்மைலி அனுப்ப இருவரும் பெற்றோர்கள் சம்மதத்துடன் காதல் வளர்த்தனர். பிறகு அடுத்த மூன்று மாதத்தில் கபிலனுக்கும் லவ்வுக்கும் திருமணம் நிச்சயிக்கப்பட்டது.

அதன் பின் போக்கே ஷாப் வருகிறேன் என்ற பெயரில் அடிக்கடி கபிலனின் கடைக்கு விஜயம் செய்தாள் லவ். கபிலனின் ஆர்கிடெக்சர் டிசைனை எல்லாம் பார்த்தவள் அவனின் பன்முகத் தன்மையில் சிலிர்த்துப் போனாள். அதோடு நில்லாமல் இவருடைய திருமண ஏற்பாடும் துரிதமாக நடக்க அன்று கபிலனின் கடைக்கு வந்தவள், "நீங்க சரியான கேடி" என்றதும் முதலில் என்னவென்று விளங்காமல் அதிர்ந்தான் கபிலன்.

"உங்க கல்யாணத்தை வேணுனா ஃப்ரீயா நடத்தித்தரேனு அன்னைக்கு நான் விளையாட்டுக்குத் தான் சொன்னேன்.

ஆனா அதை நிஜமாக்கிட்டீங்க இல்ல?" என்றதும் அன்றைய உரையாடலை எண்ணி அவனும் சிரித்தான்.

கபிலனுடனான காதலை அறிந்த லெட்ஸ் செலிபிரேட் குழுவினர் அன்று அவள் அக்காவின் பெண் பார்க்கும் படலத்திற்குச் செல்லும் போது 'ரோஜா' படத்தை வைத்து கலாய்த்ததை இன்று மெய்ப்பித்து விட்டாளே என்று ஓட்ட அப்போது தான் அதை எண்ணி லவ்வும் சிரித்தாள். என்ன தான் 'ரோஜா' போல் அக்காவிற்குப் பார்த்த பையனையே திருமணம் செய்யாவிட்டாலும் அன்று கோவிலில் நுழைந்ததுமே கபிலனைக் கண்டவள் அவனை அக்காவுக்குப் பார்த்த மாப்பிள்ளை என்று எண்ணியவளுக்கு ஒருவேளை இப்போது ரோஜா படம் போல் நடந்தால் நன்றாக இருக்குமே என்று ஒரு 'சீப்'பான எண்ணமும் தோன்றியது உண்மை. ஏனோ அன்று அவன் மாப்பிள்ளை இல்லையென்று தெரிந்ததும் அவளையும் அறியாமல் அவள் மனம் கொண்ட மகிழ்ச்சி தான் கபிலன் ப்ரப்போஸ் செய்த உடனே ஏற்கவைத்தது போலும்!

அதற்கு அடுத்து தான் அன்று கண்ணையன் தனக்கும் திருமணம் நிச்சயமாகிவிட்டது என்று தெரிவிக்க அவனுக்காக எல்லோரும் மகிழ்ந்தனர். பிறகு அனைவருமாக அங்கே சென்று அவன் திருமணத்தை சிறப்பாகவே நடத்திக்கொடுத்தனர். இப்போது அமுதன் கார்த்தி ஆகியோருக்கு மட்டும் அவன் பணம் தரவேண்டி இருக்கிறது. அதையும் சிறிது சிறிதாகச் செலுத்திக்கொண்டிருக்கிறான்.

எதிர்பாராததை எதிர்பார் என்பதற்கிணங்க கார்த்தி- ஸ்ரு, ரூபன்- அத்தி ஆகியோரின் திருமணம் தான் முதலில் நடைபெறும் என்று எல்லோரும் நினைத்திருந்த வேளையில் அமுதன்- ஆத்யா, கண்ணையன்- குறிஞ்சி ஆகியோரின் திருமணம் அடுத்தடுத்து முடிந்துவிட்டது.

கண்ணையன் இன்றும் ஏதேனும் அவசரம் என்றால் தன்னுடைய கேன்டீனை விட்டுவிட்டு அமுது கேட்டரிங்கிற்காக

உழைக்கிறான். அவன் திருமணத்திற்குச் சென்றபோது அவனை அழைத்த கார்த்தி, "டேய் கண்ணா இனிமேலாச்சும் இந்த ஜோசியம் ஜாதகம்னு திரியாத. குறிப்பா அந்தக் கொசுவர்த்தி மெழுகுவர்த்தி பொய்ப் பொய்யப்பனை மட்டும் பார்க்கவே பார்க்காத" என்று சீரியஸாக அறிவுறுத்த,

"மச்சான் நீ சொன்னா நம்ப மாட்டடா. அன்னைக்கு எதேர்ச்சையா அவரைப் பார்த்தேன். உனக்கு இன்னும் ரெண்டு மாசத்துல விவாக ப்ராப்த்திஹத்துனு சொன்னான் அதே மாதிரி..." என்று முடிப்பதற்குள் கொலை வெறியானான் கார்த்தி. அதோடு நின்றிந்தால் பரவாயில்லை, "நீ அவரை எப்பப்பாரு கிண்டல் பண்றதால தான் பாரு உனக்கும் ஸ்ருவுக்கும் இன்னும் கல்யாணம் ஆகல. நீ வேணுனா ஒருமுறை அவரைப் பாரு. என் பேரைச் சொல்லு, உனக்கு டுவெண்டி பெர்செண்ட் டிஸ்கவுண்ட் கூடக் கிடைக்கும்" என்று முடிக்க, "மகனே உனக்கு கல்யாணங்கறதுனால தப்பிச்ச. இல்லைனு வெய்..." என்று அவன் பல்லைக்கடிக்க அமுதன், ரூபன், அத்தி ஆகியோர் அருகில் நகைத்தனர்.

"சரி விடு மச்சி அவன் நேரம் அவனுக்கு ஜோசியம் ஒர்க் அவுட் ஆகுது" என்று சிரித்தான் ரூபன். சிறிது நேரம் அந்த இடம் கலகலத்தது.

அதன் பின் அவன் வேறொரு வீட்டிற்கு மனைவியுடன் குடிபெயர்ந்தான். இன்று தானுண்டு தன் கேன்டீன் உண்டு என்று ஒரு வாழ்க்கை வாழ்கிறான். அவன் வாழ்வில் அவன் எதிர்பார்த்தத்தைக் காட்டிலும் அதிகம் பெற்றதாகவே நினைத்து மகிழ்வோடு இருக்கிறான். இருப்பான்.

அன்று ஒருநாள் காலையில் தயாராகிக்கொண்டு இருக்கும் வேளையில் கோவத்தோடு தனியே முனகிக்கொண்டிருந்த ஸ்வீட்டியின் அரவம் கேட்டு அறைக்குள் நுழைந்தான் அமுதன். அவளோ தன்னுடைய பேவோரைட் உடையான கடல் நீல

வண்ண குர்த்தியை அணிந்து கண்ணாடியில் தன் பிம்பத்தைப் பார்த்தே திட்டிக்கொண்டிருந்தாள்.

"என்ன ஆச்சு கருப்பட்டி? வை காலையிலே கடுப்பு?" என்று புன்னகை சிந்தி கேள்வி கேட்டவனை முறைத்தாள் ஆத்யா.

"ஏன் இப்போ மதுரையை எரிச்ச கண்ணகி மாதிரி லுக் விடுற?"

"எல்லாம் உங்களால் தான் அமுதன். பாருங்க என் பேவோரைட் டிரஸ் எனக்கு செட் ஆகல"

"ஏய் இதென்ன வம்பா போச்சு? நான் என்ன பண்ணேன்? இன்பேக்ட் நான் உன் வெய்ட் குறைக்க தான் ஹெல்ப் பண்றேன்" என்று கண்ணடிக்க அதில் இன்னும் கோவமானவள்,

"உங்களை யாரு அமுதன் விதவிதமா டிஷ் செஞ்சு என்னை டேஸ்ட் செய்யச் சொல்லிக் கேட்கச் சொன்னா?" என்று அந்த குர்தியையே வெறித்துக்கொண்டிருந்தாள்.

அவளை நெருங்கியவன் அவள் பின்னிருந்து அணைத்து கண்ணாடி பிம்பத்தைப் பார்த்தவரே அவளை முத்தம் வைத்து, "சேம்பிளுக்கு கொடுத்தா டேஸ்டுக்கு ஒரு பீஸ் எடுத்து சாப்பிடணும். நீ தான் டேஸ்ட் பண்றேன்னு எல்லாத்தையும் முழிங்கிடுறியே?" என்று உரைக்க, செல்லக் கோவத்தில் அவனை விட்டு விலகியவள், "என் ஃப்ரண்ட் மேரேஜுக்கு இதே சைஸ்ல தான் ஒரு குர்தி எடுத்திருந்தேன். நெக்ஸ்ட் வீக் மேரேஜ்" என்று உதடு பிதுக்கினாள்.

"சரி நான் வேணுனா ஈவினிங் வரும்போது, 'ஒரு வாரத்தில் வெய்ட் குறைப்பது எப்படினு?' ஏதாவது புக் இருந்தா வாங்கிட்டு வரேன். பை" என்றவன் அவள் அவனைத் துரத்தும் முன் அங்கிருந்து எஸ் ஆனான்.

அவர்களுடைய ரெஸ்டாரெண்டின் கட்டுமானத்திற்கு பூமி பூஜை போடுவதற்கான வேலையில் அமுதன் பிசியாக இருக்கிறான். இந்த இடைப்பட்ட நாட்களில், நாச்சியை இங்கே அழைத்து வந்து அவளுக்கு வேண்டியதையெல்லாம் வாங்கிக்கொடுக்க

தற்போது கல்லூரிக்கும் சென்றுகொண்டிருக்கிறாள். இடையில் ஒரு நாள் சுந்தரி ஆண்ட்டி கோவை வந்து அவர்கள் அனைவருடனும் பேசி அன்று தங்கிவிட்டும் சென்றார்.

லஷ்மியின் உடல்நிலை வழக்கம் போலவே தான் இருந்தது. அதை எண்ணி இருவரும் கவலை கொண்டது உண்மை. ஆத்யாவுக்கும் விரைவில் ஒரு குழந்தை பெற்றுக்கொள்ள வேண்டும் என்ற எண்ணம் வரத் துவங்கியது. ஆனால் தன்னுடைய ரெஸ்டாரெண்ட்டை நோக்கிச் செல்லும் அமுதனைத் தொந்தரவு செய்ய அவள் விரும்பவில்லை. எல்லாம் நடக்கும் போது நடக்கட்டும் என்று எண்ணியிருந்தாள்.

அன்று எதிர்பாராது அமைந்த வேலையின் காரணமாக மாலை அமுதன் வீடு வர ஏழாகியிருந்தது. காலையில் ட்ரெஸை எண்ணி கவலைப்பட்டவளுக்காகவே புதியதாக ஒரு குர்தி வாங்கி வந்திருந்தான். பெல் அடித்தவன் அவளுக்கு சர்ப்ரைஸ் தர எண்ணி ஒளிந்து நின்றவன் கதவு திறக்கப்பட திடீரென அவள் முன் தோன்றி 'பே' காட்ட எதிர்புறம் இருந்தவர் அதிர்ந்ததைக் காட்டிலும் அவன் அதிகம் அதிர்ந்தான். அப்போது கிச்சனிலிருந்து காஃபீ மக்கோடு ஆத்யா வர நிமிர்ந்து அவளைக் கேள்வியாய்ப் பார்த்தான் அமுதன். ஆம் கதவைத் திறந்தது ஹிருத்தியா. தற்போது அமுதன் எவ்வாறு அதிர்ந்தானோ அதே அதிர்ச்சியை சிறிது நேரத்திற்கு முன் ஆத்யாவும் அடைந்தாள்.

சுதாரிந்தவன், அவளை வரவேற்று தன் கையிலிருந்ததை அந்த டீபாய் டேபிளில் வைத்து ரெஃப்ரெஷ் ஆகச் சென்றான். ஹிருவோடு ஆத்யா உரையாடிக்கொண்டிருக்க தயாரானவன் வெளியே வந்தான். முன்பு போல் துளியும் அதிராமல் அதே நேரம் பழைய அமுதனாகவும் இல்லாமல், "எப்படி இருக்க ஹிருத்தியா?" என்றதிலே தன்னைக் காதலித்த அமுதன் இவன்தானா என்று சந்தேகம் கொண்டாள் ஹிருத்தியா. ஒரு காலத்தில் நகமும் சதையுமாக இருந்தவர்கள் பின்னால் சம்மந்தமே இல்லாமல் போவதுண்டு என்ற கூற்று ஹிரு அமுதன் உட்பட ஆத்யாவுக்கும் கண்கூடப் பார்க்கவும் புரிந்தது.

"பரவாயில்லை அமுதன். நீ... நீங்க" என்று தடுமாற அவளை யோசிக்கவும் விடாது, "என்ன இவ்வளவு தூரம்?" என்று அடுத்தகேள்வியைக் கேட்டான்.

ஏனோ இப்போது ஹிருத்தியா சங்கூஜப்பட்டு ஆத்யாவைப் பார்க்க அதைப் புரிந்து அவளோ அமுதனுக்கு கா∴பீ எடுக்கும் சாக்கில் கிட்சன்னுள் நுழைந்தாள்.

"எனக்கு நீங்க ஒரு ஹெல்ப் பண்ணனும் அமுதன். அது..." என்று தயங்கியவள், "உங்களுக்கே தெரியும் அப்பாவோட கடையை இப்போ வித்துட்டார்" என்று நிறுத்தினாள். ஐடி ரைடின் காரணமாக நிறைய சொத்துக்களை எல்லாம் விற்றவேண்டிய நிலைக்கு தமிழரசு ஆளானார்.

"இப்போ திரும்ப ஒரு சூப்பர் மார்க்கெட் வெக்கலாம்னு இருக்கார். அதுக்காக..." என்றவள் திரும்பி ஆத்யா வருகிறாளா என்று கவனித்து, "உங்களோட இடத்துல அதை வெச்சா ஓடும்னு நினைக்கிறார். அதாவது தாத்தா உங்க அப்பாக்குக் கொடுத்த இடத்துல..." என்று இழுக்க அவள் வந்ததற்கான நோக்கம் அமுதனுக்கு விளங்கியது.

"நீங்க இன்னும் அதை சும்மா தான் வெச்சியிருக்கிங்க... அதான் கேட்கலாம்னு... அதுக்கப்புறோம் நிறைய நடந்திடுச்சி..." என்று அவள் மற்ற கதை பேசத் தொடங்கும் முன்னே அதைத் தெரிந்துகொள்ள ஆர்வமில்லாதவனாக, "இதைப்பற்றி நான் அப்பாவிடம் பேசுறேன். அவர் என்ன முடிவெடுப்பாருனு எனக்குத் தெரியில. இருந்தும் நான் பேசிப்பார்க்கிறேன்" என்று அமுதன் முடிக்கவும் ஆத்யா வரவும் சரியாக இருந்தது. பிறகு தான் வந்ததன் நோக்கம் முடிந்ததாக எண்ணி அவள் புறப்பட, "கோவையில் என்ன தங்குவ?" என்றாவது அமுதன் கேட்பான் என்று எண்ணியவளுக்கு ஏமாற்றமளிக்கும் விதமாய், "ஓகே. சாப்பிட்டு போலாமே?" என்று மட்டும் வினவினான்."இல்ல அமுதன் அம்மா கீழ வெய்ட் பண்றாங்க. நான் வரேன்" என்றதும் அவளைத் தடுக்காமல் அமுதன் எழ ஏனோ அவனின் இந்தப் பாராமுகத்தைக் கண்டு ஆத்யாவுக்கே ஒரு மாதிரி ஆனது.

இருந்தும் வேறு வழியின்றி அவள் அமைதி காக்க ஹிருத்தியா சென்றாள்.

கதவைப் பூட்டியவள், "இது கொஞ்சம் கூட நல்லா இல்லை அமுதன். நான் இதை உங்ககிட்ட எதிர்பார்க்கல" என்று ஆத்யா உரைக்க,

"என்னாச்சு ஆது? வாட்ஸ் ராங் வித் மீ?"

"வீடு தேடி வந்தவங்களிடம் இப்படியா நடந்துக்கறது?"

"நான் ஒன்னும் தப்பாப் பேசல ஆது. நான் சாப்பிடவும் சொன்னேன் இல்ல?"

"ஒருவேளை நான் இருந்தால நீங்க பேசலையா?" என்றதும் முதன் முறை ஆத்யாவின் மீது அமுதனுக்கு அளவுகடந்த கோவம் வர அதை வெளிக்காட்டும் விதமாய் டிவி ஆன் செய்து சப்தம் கூட்டினான். அவனுக்கு துளியும் சளைத்தவள் இல்லை என்று கிட்சனுள் நுழைந்தவள் பாத்திரங்களை உருட்ட இருவரும் முகம் தூக்கி வைத்தனர். எல்லாம் அறிந்திருந்தும் வழக்கமான மனைவிபோல அவள் பேசியது அவனுக்கு எரிச்சலூட்டியது. அங்கிருக்கப் பிடிக்காமல் எழுந்து லஷ்மியுடன் உரையாடச் சென்றுவிட்டான். அங்கே வந்த அமுதனின் நடவடிக்கையில் எதுவோ சரியில்லை என்று எண்ணி அவர் யூகிக்க பின்னாலே தன்னைச் சமாதானம் செய்ய மனைவி வருவாள் என்று காத்திருந்தவனுக்கு அவள் வராதது வருத்தமளித்தது. உண்மையில் ரொம்ப நல்ல மூடில் அமுதன் வீடு வந்தான். சிலரை நம் வாழ்வில் இனி எப்போதும் சந்திக்கவே கூடாது என்று நினைப்போமல்லவா? அப்படிப்பட்டவரைக் கண்டதுமே அமுதனுக்கு பாதி பியூஸ் போனது. ஆத்யாவின் கோவத்தில் மீதியும் போனது.

சிறிது நேரம் கழித்து அங்கிருந்து வீடு வந்த அமுதன் மீண்டும் சோபாவில் அமர, "நான் என்ன சொல்லிட்டேன்னு கோவப்படுறீங்க அமுதன்? வந்தவங்க கிட்ட இப்படி வேண்டாவெறுப்பா நடந்தா எல்லாத்துக்கும் நான் தான்

காரணம்னு நினைப்பாங்களா இல்லையா?" என்று அவள் தன் தரப்பு நியாயம் சொல்ல அப்போது தான் அவள் கூறியதை தான் தவறாக எடுத்துக்கொண்டது புரிய ஆத்யாவைப் பார்த்தவன் கோவத்தில் முகம் தூக்கி சிறுபிள்ளையாய்த் தலை திருப்பினாள்.

'நாம தான் கொஞ்சம் ஓவர் ரியாக்ட் பண்ணிட்டோமோ?' என்று யோசித்தவன் அவளைச் சமாதானம் செய்ய முயல அவளோ அங்கிருந்து எழுந்து செல்ல முற்பட்டாள். அவள் கரம் பற்றி இழுத்தவன் அவள் திமிறியும் அவளை இழுத்து அவள் தன்னைப் பார்க்கும்படி அவன் மடியில் அமரவைத்தான். அப்போதும் கோவமாக இருந்தவளை இலகுவாக்கி சமாதானம் செய்ய எண்ணி அவன் கரம் கொண்டு தன்னை நோக்கி அவளை இழுத்தவன்,

"ஐ யம் சாரி. அங்க ரெஸ்டாரெண்ட் ஒர்க் நடக்கும் இடத்துல ஒரு டென்ஷன். திடீர்னு ஒரு ஆபிசர் வந்து லஞ்சம் கேட்டு இரிடேட் செஞ்சிட்டான். சரி காலையிலே குண்டாகிட்டேனு..." என்று அவள் சொல்ல அவள் வெடுக்கென்று நிமிர்ந்தாள்.

"சாரி சாரி அந்த டிரஸ் சின்னதாகிடுச்சினு என் கருப்பட்டி ஃபீலாச்சே அதுக்கு ஒரு டிரஸ் வாங்கலாம்னு தேடி தேடி வாங்கிட்டு வந்தா யாரை நான் இனி மீட் பண்ணவே கூடாதுனு இருந்தேனோ அவளை மீட் செஞ்சதுல கோவம். அவ லட்டு மேரேஜ்ல சிக்கல் வந்தப்போ அவகிட்ட என்னவெல்லாம் சொல்லியிருக்கானு தெரியுமா? இந்தக் கல்யாணம் நின்னா என்னமோ உனக்கு வேற கல்யாணமே நடக்காத மாதிரி ஃபீல் பண்ற அது இதுனு... அன்னைக்கு லட்டு என்கிட்ட எல்லாம் சொல்லிப் புலம்புனா. அதான் அப்பாவை சித்திகிட்டப் பேசி எப்படியாவது கல்யாணத்துக்கு ஓகே சொல்ல வெச்சேன். அதுமட்டுமில்லாம பணமும் லாபமும் வரும் போது மட்டும் பல்லை இளிச்சிங்க. பிசினெஸ்ல லாஸ் ப்ராபிட் எல்லாம் சகஜம்னு ரொம்ப ஹர்டிங்காவும் பேசியிருக்கா. அப்போவே அவ மேல இருந்த நல்ல இம்ப்ரெஷன் எனக்குப் போயிடுச்சி.

யா எல்லாம் போயிடுச்சேங்கற ஆதங்கத்துல கூட அதைச் சொல்லியிருந்தாலும் அவ யூஸ் பண்ண வார்த்தை தப்பு. அதான் அவ மேல எனக்கு மன்னிக்கமுடியாத கோவம்... எனக்கு அவகிட்டப் பேசவே பிடிக்கல. அதான் அப்படி நடந்துக்கிட்டேன்... சாரி" என்றவன் அந்த ட்ரெஸ்ஸை எடுத்து அவளிடம் நீட்ட, அதை வாங்கிப் பார்க்க வேண்டும் என்ற ஆவல் அவளிடம் இருந்தாலும் ஏதோ ஒரு வீம்பு அவளைத் தடுக்க அமுதனே அதைப் பிரித்து அவளிடம் காட்டினான். அதை ரசித்தபடியே அவள் இருக்க, "ஆத்யா சீக்கிரம் நூத்தியெட்டுக்குக் கூப்பிடு" என்று அலற,

"என்னாச்சு அமுதன்?" என்று பதறினாள் ஆத்யா,

"என் கால் எழும்பு இந்நேரம் உடைஞ்சிருக்கும்னு நினைக்கிறேன். ரொம்ப வெய்ட்டான ஒரு பொருள் என் மேல இருக்கு" என்று அவளை கிண்டல் செய்ய கடுப்பானவள், "அப்படியா அப்போ நல்லா உடையட்டும்" என்று அவன் மீது ஏறி ஏறி குதித்தாள்.

"ஐயோ அம்மா யாராச்சும் காப்பாத்துங்க ப்ளீஸ்" என்றவன் அவள் எழும் சமயத்தில் தன்னுடைய முழு பலம் கொண்டு அவனும் எழ இப்போது ஆத்யா பதறினாள். அவளை லாவகமாகத் தூக்கியவன், கண்களில் கள்ளத்தனத்தோடு தங்கள் அறை நோக்கி விரைந்தான். அவளை கட்டிலில் கிடத்தி நம்பியார் போல் கைகளைப் பிசைய,

"என்ன ஹீரோயினை கடத்திட்டு வந்த வில்லன் மாதிரி எபெக்ட் தரிங்க? நீங்க ஹீரோ பாஸ்" என்று கண்ணடித்தாள்.

"ஹீரோக்கும் வில்லனுக்கும் பெரிய வித்தியாசம் இல்ல ஆத்யலஷ்மி. கசமுசா பண்ணிட்டு கல்யாணம் பண்ணா அவன் வில்லன். கல்யாணம் பண்ணிட்டு கசமுசா பண்ணா அவன் ஹீரோ" என்று சிரிக்க அவளோ முறைத்தாள்.

"நான் சொல்லல தாயி. சந்தானம் டைலாக் தான். நமக்கு தான் கல்யாணம் ஆகிடுச்சே என்ன கசமுசா பண்ணலாமா?" என்று அவளை நெருங்கினான்.

"உனைத் தேடி ஆடினேனே கண்கள் தீண்டப் பாடினேனே

நானும் நீயும் தனியறையில்... தனியறையில்...

நானும் நீயும் தனியறையில்...

மெதுவாய் உன்னை ஆளத்தானே ஆயுள் ஆசை கூடுதே

முகிலே உன் மடியில் சாய காதல் ஆசை கூறுதே

குளிரே உனை சேரவே உன் வெப்பம் என்னைத் தீண்டுதே

சுகமாய்ச் சுவைத்தேடி நானும் தான நான தான நா

மெதுவாய் உன்னை...

ஆயும் ஆசை...

குளிரே உன்னை...

வெப்பம் என்னை...

(ஒரு குறும்படத்தில் வரும் பாடல் வரிகள்...)

(சுவைக்கும்...)

* * * * * *

அத்தியாயம் - 48

ஆப்ரேசன் முடித்து வந்தவரை ஆத்யா சென்று சந்தித்தாள். அந்த பத்து நாட்கள் மிதிலா 'லெட்ஸ் செலிபிரேட்' செல்லவே இல்லை. சந்தீப்பும் தினம் அவரை சிறிது நேரம் கண்கொட்டப் பார்ப்பானே ஒழிய மகனும் அன்னையும் ஒரு வார்த்தையும் பேசிக்கொள்ள மாட்டார்கள். அவர்கள் பேசியே நான்கு மாதங்களுக்கு மேலாகிறது.

"ஏ மிதி அம்மா உன்னை ஏத்துகிட்டாங்கனு நினைக்கும் போது சந்தோசமா இருக்கு. என்ன எனக்கு தான் அந்த பாக்கியம் இல்லை... எனிவேஸ் உனக்கு இதுவாச்சும் கொஞ்சம் ஆறுதலா இருக்கும்னு நினைக்கிறேன்" என்றவனை எவ்வாறு சமாதானம் செய்வதென்று புரியாமல் தவித்தாள் மிதிலா. பின்னே பெற்றவர்கள் அதிலும் அன்னையுடன் பேசாமலிருக்கும் வலியை அவளும் தானே அனுபவிக்கிறாள். ஆனால் ஒரே வீட்டில் இருந்து தினமும் பலமுறை சந்தித்துக்கொள்ளும் சூழல் அமைத்தும் பேசாமல் இருப்பது கொடுமை.கிட்டத்தட்ட இது கண்முன்னே தட்டு நிறைய ஸ்வீட்சை அடுக்கி வைத்து அதைத் தொடக்கூடாது என்பதற்கு சமம். சமயங்களில் அவனுக்காக அவரிடம் பேசலாம் என்றும் நினைப்பாள் தான். ஒருவேளை அவள் ஏதாவது பேசப்போய் அவருடன் தற்சமயம் அவளுக்கிருக்கும் உறவையும் பாதித்திடுமோ என்று எண்ணி பேசும் எண்ணத்தையே கைவிடுவாள். இவர்கள் இருவருக்கும் தங்கள் குடும்பதோடு சேர வேண்டும் என்ற எண்ணமே தலைத்தோங்கியதால் தங்களுடைய பெர்சனல் வாழ்க்கையை தற்சமயம் கிடப்பில் வைத்திருந்தனர். ஆனால் இருவரும் நிறைய உரையாடுவார்கள். சொல்லப்போனால் இப்போது தான் அவர்கள் 'நண்பர்கள்' என்னும் நிலையை விட்டு சிறிது சிறிதாக 'காதலர்கள்' என்ற நிலைக்கு வந்திருந்தார்கள். தன் மனைவியிடமிருந்து மகனுக்கும் மருமகளுக்கும் இன்னும் 'க்ரீன்' சிக்னல் விழவில்லையென்றாலும் சிவப்பிலிருந்து

என்றோ மஞ்சளுக்கு மாறிவிட்டது என்பதையும் அவர் அறிவார். எந்நேரம் வேண்டுமானாலும் பச்சை விழலாம் என்பதால் தன் மனம் என்னும் வண்டியின் மகிழ்ச்சி என்னும் எஞ்சினை ஆன் செய்ய தயார் நிலையிலே வைத்திருந்தார்.

என்னதான் திருமணம் முடிந்தாலும் அவர்கள் இன்னும் 'பேச்சிலர்' வாழ்க்கை தான் வாழ்கிறார்கள் என்று அவன் தந்தைக்கு மிகத் தெளிவாகவே புரிந்தது. சமயங்களில் அவரே மிதிலாவோடு வெளியில் எங்கேயாவது சென்று வருமாறு மகனிடம் அறிவுறுத்துவார். பின்ன சந்தீப்புக்கு சோகம், கவலை என்றால் என்னவென்றே அறியாமல் தானே வளர்த்தினார்கள்? அவனின் இந்த நிலையை அவரால் பார்க்கவே முடியவில்லை. தன் பெற்றோரை எண்ணி வருந்தும் மிதிலாவை அவள் வீட்டிற்கு தானே கூட்டிச் செல்வதாகவும் அவர் உரைத்திருக்கிறார். சந்தீப்பின் அன்னை தங்களை ஏற்றுக்கொண்டபின் தான் அவர்களிடம் பேசவேண்டும் என்று அவள் தீர்க்கமாகவே சொல்லிவிட்டாள். இந்த நேரத்தில் அவருக்கு உடல்நிலை சரியில்லாமல் போக மிதிலாவின் கவனிப்பில் நெகிழ்ந்த அவன் அன்னையின் மனம் கனிந்துகொண்டிருக்கிறது. அவ்வேளையில் அவரைச் சந்திக்க வந்த ஆத்யா அவரிடம் நீண்ட நேரம் உரையாடினாள். சின்ன வயதிலிருந்தே ஆத்யாவைத் தெரியுமென்றதால் அவள் மீது அவருக்கு அலாதி அன்பு உண்டு. என்ன நெல்லுக்கு பாயும் நீர் கொஞ்சம் புல்லுக்கும் பாய்வதைப்போல் சந்தீப்பின் மீதிருந்த கோவம் ஆத்யாவின் மீதும் திரும்பியிருந்தது. அன்று திருமணத்திற்கு அழைக்கும் போது பேசியத்தைக்காட்டிலும் இன்று அவளுடன் சகஜமாகவே பேசினார்.

இது தான் சமயம் என்றுணர்ந்த ஆத்யா சந்தீப்பைப் பற்றியும் அவர்கள் வாழ்க்கை பற்றியும் உரையாடி அனைத்தையும் தெரிவிக்க சந்தீப்பின் அன்னையிடமிருந்து 'க்ரீன்' விழுந்தது. அதோடு நிறுத்தாமல் மிதிலாவின் வீட்டில் சமரசம் பேசவேண்டியத்தைப் பற்றியும் உரைத்தாள் ஆத்யா. அனைத்தையும் கேட்டவர், "இப்படியெல்லாம் பேசச்சொல்லி

யாரு அவன் சொல்லியனுப்பினானா?" என்று சந்தீப்பை வம்பிழுக்க, "ஆண்ட்டி அவன் பாவம் ஆண்ட்டி. எனக்குத் தெரிஞ்சு இத்தனை வருஷத்துல நான் சந்தீப்பை இப்படிப் பார்த்ததேயில்லை. ப்ளீஸ் கொஞ்சம் மனம் இறக்கக்கூடாதா? எனக்காக ப்ளீஸ்" என்று ஆத்யா பேசியதில் அவன் மீது அவளுக்கிருக்கும் அன்பும் அக்கறையும் அவருக்கு ஒன்றும் புரியாமால் இல்லை.

"சரி நான் பேசுறேன்" என்றதும் ஆத்யா சிரிக்க அப்போது உள்ளே வந்த மிதிலாவின் காதிலும் இது விழுந்தது. அவள் முகத்தில் தெரிந்த தேஜஸைக் கண்டவர், "உன் ஃப்ரண்டுக்காகலாம் இல்ல ஸ்வீட்டி. நான் பேசப்போறது என் மருமகளுக்காக..." என்று வீம்பாய் உரைக்க,

"ஐயோ ஆண்ட்டி மிதிலாவும் என் ஃப்ரண்டுதாங்கறதை நீங்க மறந்துட்டிங்கப் போல?" என்று சிரிக்க நீண்ட நாட்கள் கழித்து அந்த வீட்டில் சிரிப்பொலி கேட்டது. அதன் பின் ஒரு நல்ல நாளில் சந்தீப்பின் பெற்றோர்கள் மிதிலாவின் பெற்றோரிடம் பேசினார்கள். இடையில் சந்தீப்பின் வீட்டில் பேசியதைபோலே மிதிலாவின் வீட்டிலும் ஆத்யா பேசியிருந்தாள். அங்கேயும் அவள் அன்னை தான் முரண்டுபிடித்தார். அவரையும் பேசி சம்மதிக்க வைத்தாள் ஸ்வீட்டி. இரு குடும்பமும் சம்மதமில்லாமல் நடைபெற்ற திருமணம் என்பதால் ஒரு நல்ல நாளில் தாலி பிரித்து கோர்த்து அதையே ஒரு திருமணம் போல் நடத்த எண்ணினார்கள். அது முடிந்து ஒரு ரிசப்ஷன் வைக்கப்பட அந்த விழாவையும் 'லெட்ஸ் செலிபிரேட்' தான் நடத்தினார்கள். அப்போது கார்த்தி மற்றும் ஜாய்சன் இருவரிடமும், "எங்க தலையைக்கு எவ்வளவு தில்லு பார்த்தியா? ரெண்டாவது முறை தாலி கட்டி ரெண்டாவது ஃபர்ஸ்ட் நைட் கொண்டாடப்போறான். ஆனா சிலர்..." என்று அங்கிருந்தவர்கள் கிண்டல் செய்து ஒரு வழிசெய்து விட்டனர்.

"எனக்கு கூட இன்னும் ரெண்டு மாசத்துல மேரேஜ் இருக்குப்பா. சோ நான் இந்த லிஸ்ட்ல வர மாட்டேன்" என்று ஜாய் ஜகா வாங்க கார்த்தி மட்டும் சோலோவாக சிக்கிக்கொண்டான்.

இந்த இடைப்பட்ட நாட்களில் சந்தீப்- மிதிலா இருவரும் தங்கள் காதலில் வேரை நன்கு பலப்படுத்தியிருந்தனர். கல்யாணம் அவசரமாக நடந்தாலும் அவர்கள் பொறுமையுடன் காத்திருந்ததன் பலனாக தங்கள் இல்வாழ்க்கையை இனிதே தொடங்கினர்.

அன்றிரவு சந்தீப்பின் வீட்டில் அவர்களுக்கான சம்பிரதாய ஏற்பாடுகள் நடைபெற ஆத்யாவை தனியே பேச அழைத்தான் சந்தீப்.

"சொல்லுடா நல்லவனே. ஒரே குஜால் தான் போல?" என்று கண்ணடிக்க,

"ஸ்வீட்டி நான் ஒன்னு சொல்லட்டா? யூ நோ வாட்? ரைட் நொவ் ஐ அம் தி ஹேப்பியெஸ்ட் மேன் இன் தி வேல்ட். அண்ட் என்னோட இந்த சந்தோசத்துக்கெல்லாம் காரணம் என் செல்ல ஸ்வீட்டி" என்று அவளைக் கட்டிப்பிடிக்க,

அவனை சற்று வெறுப்பேத்த எண்ணியவள், "ஆமா சந்தீப் உனக்கு என்னைப் பிடிக்குமா? இல்ல மிதிலைவைப் பிடிக்குமா? என்று சீரியஸாக கேட்க. முதலில் தடுமாறியவன்,

"என்ன கேள்வி இது ஸ்வீட்டி? ஒருவேளை நான் இப்போ உன்கிட்ட, உனக்கு என்னைப் பிடிக்குமா அமுதனைப் பிடிக்குமான்னு கேட்டா நீ எப்படி என்னைத் தான் பிடிக்கும்னு சொல்லுவியோ அதுபோல..." என்று முடிக்கும் முன்னே அவனின் சாமர்த்தியாயத்தை எண்ணி மகிழ்ந்தவள், "வெயிட் வெயிட் நான் எப்போ எனக்கு உன்னைத்தான் பிடிக்கும்னு சொன்னேன்?" என்று புருவம் உயர்த்த,

"ஓகே அப்போ உனக்கு எப்படி அமுதனைப் பிடிக்குமோ அப்படித்தான் எனக்கும் என் ரசகுல்லாவை தான் பிடிக்கும்" என்று கண்ணடித்தான்.

"வாட் ரசகுல்லாவா? இது எப்போ இருந்து?"

"அவ நல்லா குட்டையா உருளையா பொசு பொசுனு இருக்காயில்ல? அதான் நான் வெச்ச செல்லப்பேர்"

"அப்போ நைட் ரசகுல்லா சாப்பிடப்போறேன்னு சொல்லு?" என்று முடிக்கும் முன்னே அவனைத் தேடி அவன் அன்னை வந்துவிட அவள் வாயை மூடினான் சந்தீப்.

"இங்க என்ன பண்ற? டைம் ஆச்சு கீழப்போ" என்றதும் சிறிது நேரம் அவரோடு உரையாடிய ஸ்வீட்டி தன்னுடைய 'பெஸ்டி' வாழ்வின் சிக்கல் தீர்ந்துவிட்ட நிறைவில் வீடு சென்றாள்.

சந்தீப்-மிதிலா ரிசப்ஷன் முடிந்து அடுத்த மாதத்திலே அத்திப்பூ ரூபன் ஆகியோரின் திருமணம் நடைபெற்றது. அத்தி தங்களை எப்போதும் 'அப்பா' என்று அழைத்ததால் ஒரு தந்தை ஸ்தானத்தில் இருந்து அவளுடைய திருமணத்தை அண்ணாமலை மற்றும் லஷ்மி இருவரும் சிறப்பாகவே நடத்திக்கொடுத்தனர். அவர்களோடு ஜட்ஜ் ஐயாவும் சேர்ந்துகொண்டார். அங்கே ரூபனுக்கு இதுவரை தங்கள் சார்பில் இருந்த விட்டகுறை தொட்டகுறை ஆகியவற்றை எல்லாம் சரிசெய்யும் விதமாகவே அவன் தந்தையும் சித்தியும் முன்னின்று அனைத்தையும் நடத்தினார்கள்.

இதற்கிடையில் அவர்களுக்கென்று ஒரு புதிய வீடு பார்த்து அதற்கு தேவையானதை எல்லாம் வாங்கியிருந்தனர். சந்தீப்பின் திருமணத்தில் லெட்ஸ் செலிபிரேட்டிற்குள் ஏற்பட்ட குழப்பங்கள், மனஸ்தாபங்கள் அனைத்தும் ரூபன்-அத்தி ஆகியோரின் திருமணத்தில் நிவர்த்தியானது.

அன்று காலையே ஆத்யாவும் அமுதனும் இனியனுடன் பேசி அவனை சிறிது நாட்கள் தங்களோடு தங்குவதற்காகச் சம்மதிக்க வைத்திருந்தனர். "இல்லை வீ கேன் மேனேஜ்" என்று மறுத்த அத்தியை அமுதன் அதட்ட அவள் அமைதியடைந்தாள். ஆனால் ரூபனின் சித்தி அதற்கும் ஒரு படி மேல் சென்று அவனை ஒரு வாரம் தன்னோடு அழைத்துச் செல்வதாக உரைத்தார்.

திருமணத்திற்கு முன்பே தங்களுடைய குழப்பங்கள் சந்தேகங்கள் அனைத்தையும் பேசித்தீர்த்ததால் அத்தியும் ரூபனும் தங்களுடைய வாழ்வை இனிதே தொடங்கினர்.

ரூபன் மீது அத்திக்கு இருக்கும் ஏழெட்டு வருடக் காதலை அவனுக்கு உணர்த்தினாள் அத்திப்பூ. கடந்த சில மாதங்களுக்கு முன் அவள் முன் இருந்த சவால்கள் அனைத்தையும் கடந்து வந்திருந்ததால் இன்னும் மனமுதிர்ச்சி அடைந்திருந்தவள், ரூபனின் எதிர்பாரா காதலில் திக்குமுக்காடினாள்.

எது எப்படியென்றாலும் அத்தி- ரூபன்- இனியன் மூவரும் தங்கள் வாழ்வில் எதையெல்லாம் இழந்ததாக எண்ணினார்களோ அதை ஒருவர் மற்றொருவரின் மூலமாகத் திரும்பப்பெற்றனர்.

அன்று ஹிரு வந்து சென்றவுடன் வழக்கமாய் மாதந்தோறும் செல்வதைப்போல் அந்த மாதமும் காரைக்குடிக்குச் சென்றனர். அவர்களுடன் நாச்சியும் லஷ்மியும் வந்திருந்தார்கள். நாச்சிக்கு இந்த இரண்டு மாதமாய் கல்லூரி நடந்துகொண்டிருக்கிறது. அதுபோக உள்ளூரிலே வாழ்ந்து பழகியவளுக்கு கோவை வாழ்க்கை மிகவும் பிடித்திருந்தது.

நாச்சியைக் கண்டவர், "வாடா சின்ன குட்டி. நீ இல்லாம வீடே களையிழந்திடுச்சுடா" என்று ஒவ்வொருமுறை வரும் போதும் சொல்லும் அதே டைலாக்கை இம்முறையும் தவறாமல் சொன்னார் அண்ணாமலை.

"நல்லா இருக்கே? அப்போ காலத்துக்கும் உங்க பொண்ண உங்ககூடவே வெச்சுக்கறதா உத்தேசமா என்ன?" என்று சீதா தன் கணவர் மற்றும் மகளை வழக்கம் போல் ஜாடையாக கிண்டல் செய்தார்.

வழக்கமாய் அமுதனிடம் இருக்கும் உற்சாகம் அம்முறை இல்லாமல் போக அதையும் தவறாமல் குறித்துக்கொண்டார் அண்ணாமலை. ஹிருவின் கோரிக்கையை இதுவரை அவன் அண்ணாமலையிடம் தெரிவிக்கவில்லை.

லஷ்மிக்கு வாரம் இருமுறை செய்துகொண்டிருந்த டயாலிசிஸை தற்போதெல்லாம் மூன்று முறை செய்யும் நிலை ஏற்பட்டது. இந்த விஷயம் வேறு ஆத்யா மற்றும் அமுதன் இருவருக்கும் நெஞ்சில் முள்ளாய் தைத்தது. இருந்தும் தங்களின் வருத்தத்தை வெளிக்காட்டி அவரை மேலும் வருத்தமடைய செய்யவேண்டாம் என்று அவர்கள் காத்திருந்தார்கள். சொல்லப்போனால் அமுதனும் ஆத்யாவும் திருமணத்திற்குப் பிறகு வெளியே எங்கும் செல்லாமல் இருப்பதற்கு இதுவும் ஒரு காரணம். அதுபோக அமுதனின் ரெஸ்டாரெண்ட் வேலை வேறு நடைபெறுவதால் அவனைத் தொந்தரவு செய்யவும் விரும்பவில்லை. அதும் நாச்சி என்று கோவை வந்தாலோ அன்றிலிருந்து ஆத்யாவும் அவளுடனே தான் இருப்பாள். அமுதனும் வேலை காரணமாக இரவு வீடு வருவதற்கு காலதாமதம் ஆகிவிடுகிறது.

அன்று வழக்கம்போல் அனைவரும் சேர்ந்து உண்டு கதைபேசியபடியே பொழுதைப் போக்கினர். அன்றிரவு அமுதனை அழைத்து விசாரித்த அண்ணாமலையிடம் அனைத்தையும் தெரிவித்தான். அதைக் கேட்டதும் அவருக்கும் ஒரு கழிவிரக்கம் தோன்றி மறைந்தது. பின்னே வாழ்வில் இறுதி வரை மேல்நிலைக்குச் செல்லாலத்தைக் காட்டிலும் நல்ல நிலையில் வாழ்த்து கெட்டுப்போவது கொடுமை ஆச்சே? என்ன நினைத்தாரோ, ஒரு முடிவெடுத்தவராக அந்த இடத்தை அவர்களுக்கே கொடுக்க முன்வந்தார். அமுதன் ஏதேனும் ஆட்சேபனை தெரிவிப்பானோ என்று அவனைப் பார்க்க அவன் மௌனமே அவன் சம்மதத்தைச் சொன்னது. பிறகு மறுநாளே அந்த இடத்தை அவர்களுக்கே எழுதி கொடுப்பதாக அண்ணாமலை சொல்ல அதை மறுத்த தமிழரசு அதை வாடகைக்கு மட்டுமே வேண்டுவதாகத் தெரிவித்தார். அதன் படியே தந்தையும் மகனும் அவருக்கு ஒப்புதல் அளித்துவிட்டு வீட்டிற்கு வர அதைப் பற்றித் தெரிந்தும் சீதா எதையும் கேட்டுக்கொள்ளவில்லை.

"ஏன் அத்தை நீங்க எதையுமே கேட்கல?" என்ற ஆத்யாவுக்கு,

"கேட்டா மட்டும் என்ன ஆகப்போகுது? அப்பாக்கு தப்பாம பிறந்திருக்கு பிள்ளை. அதை விடு" என்று அவர் கடந்து சென்றார்.

இவர்கள் உரையாடல் இவ்வாறு இருக்க அன்று லஷ்மியே சீதாவிடம் பேரக்குழந்தையை எதிர்நோக்கியிருக்கும் தன் விருப்பத்தைத் தெரிவித்தார். அவருக்கும் அதே வருத்தம் தான் இருந்தது. அமுதன் ஆத்யா இருவருக்கும் திருமணம் ஆகி ஆறு மாதம் கடந்துவிட்டது. எனினும் இன்னும் சிறிது காலம் காத்திருக்கலாம் என்று மட்டும் உரைத்தார். அதன் பின் அவர்கள் கோவை சென்றுவிட்டனர்.இருந்தும் இதை எவ்வாறேனும் மருமகனிடம் தெரிவிக்க வேண்டும் என்று லஷ்மி காத்திருந்தார்.

ஆத்யாவும் அமுதனும் மீண்டும் தங்களுடைய ரொட்டின் வாழ்க்கைக்குத் திரும்பியிருந்தனர்.

அங்கே ரெஸ்டாரெண்டின் வேலை எல்லாம் படு வேகமாகவே நடந்தது. பேங்கில் அவர்கள் அப்ளை செய்திருந்த லோனும் சேன்க்சன் ஆகியிருக்க அன்றிரவு மிகுந்த உற்சாகமாய் வீடு வந்தான் அமுதன்.

எதையோ தீவிரமாக பிரௌஸ் செய்தவளை பின்னிருந்து அணைத்து அவளைத் தூக்கவும், "என்ன சார் செம ஜாலியா இருக்கிங்க போல?"

"கருப்பட்டி லோன் முழுக்கவும் சேன்க்சன் ஆகிடுச்சு. இன்னும் ஒன்பது மாசத்துல நம்ம ரெஸ்டாரெண்ட் ஒர்க் எல்லாம் முடிஞ்சிடும். அப்புறோமென்ன? உனக்குப் பிடிச்சதையெல்லாம் செய்யச் சொல்லி நீ ஒரு கட்டு கட்டலாம்" என்று கண்ணடித்தான்.

"எதுக்கு இருக்குற ட்ரெஸ்ஸும் பத்தாம போக்கறதுக்கா? என்னை ஆளை விடுங்க அமுதன். நான் இனிமேல் ஸ்ட்ரிக்ட் டயட்ல இருக்கப்போறேன்" என்று சொல்லவும்,

"அப்படியா? அச்சச்சோ இது தெரியாம நான் வேற வரும் போது பாஸந்தியும் ஜிகர்தண்டாவும் வாங்கிட்டு வந்துட்டேனே? சரி

விடு நாங்க மூணு பேர் மட்டும் சாப்பிடுறோம். நீ இங்கேயே இரு" என்று அமுதன் நகர,

'சபதமா? சபலமா?' என்று இரண்டிற்கும் மத்தியில் திண்டாடினாள் ஆத்யா. அப்போது அவர்கள் வீட்டின் காலிங் பெல் அடிக்கப்பட்ட இந்நேரத்தில் யாரென்று அதிர்ந்தவர்கள் கதவைத் திறக்க அங்கே லஷ்மியும் நாச்சியும் தான் இருந்தனர்.

"என்ன மாமா? என்னாச்சு? சொல்லியிருந்தா நானே வந்திருப்பேனே? ஆக்சுவல்லி நானே அங்க வரத்தான் கிளம்பினேன்" என்று அமுதன் பதற ஆத்யாவும் பதறினாள்.

"ஏன் அமுதன் நான் என் பொண்ணு வீட்டுக்கு வரக்கூடாதா?" என்று வினவ அவர்களுக்காக வாங்கியதைக் கொடுத்தவன் ரெஃப்ரெஷ் ஆகிவிட்டு வந்தான்.

"என்ன நாச்சி என்ன விஷயம்?"

"தெரியில அண்ணா. திடீர்னு என்னைக் கூப்பிட்டு இங்க வந்துட்டாரு" என்றதும்,

"நான் சும்மா தான் அமுதன் வந்தேன். அது வீட்லையே இருக்க ஒரு மாதிரி இருக்கு. அதான். நாம கொஞ்சம் வெளிய போயிட்டு வரலாமா? சின்னதா பைக்ல ஒரு ரைட்?"

"அவ்வளவு தானே? வாங்க" என்று அமுதனும் லஷ்மியும் சென்றுவிட இங்கே ஆத்யாவும் நாச்சியும் அவன் வாங்கிவந்த பாஸந்தியையும் ஜிகர்தண்டாவையும் வெளுத்தனர்.

அங்கே பைக்கில் பயணிக்கும் போதே கண்ணாடியின் வழியில் பின்னாலிருக்கும் லஷ்மியின் முகத்தைப் படித்தான் அமுதன். வண்டி ஒரு இரவு நேரத் தேநீர் கடையில் நிற்க அவரும் இறங்கினார். அவர் ஏதும் வேண்டாம் என்றதும் அமுதன் தனக்கு மட்டும் ஒரு காஃபீ சொல்லிவிட்டு, "சொல்லுங்க மாமா. ஏன் இப்படி குழப்பமா இருக்கிங்க?"

"அமுதன் இதை நான் ரொம்ப நாளாவே உங்ககிட்டச் சொல்லணும்னு இருக்கேன். ஆனா ஏதோ ஒன்னு என்னைத் தடுக்குது..."

"ஓகே இப்போ நாம மாமா மருமகன் எல்லாம் வேண்டாம். ஒரு ஃப்ரண்டா என்கிட்ட ஷேர் பண்ணுங்க" என்றவன் ஒருவேளை அவர் உடல் ஏதும் சரியில்லையோ என்று அவரின் தயக்கத்தை தவறாகவே கணித்தான்.

"இன்னும் எவ்வளவு நாள் இப்படியே இருக்கறதா பிளான் அமுதன்?"

"நீங்க என்ன சொல்றிங்கனு புரியில மாமா?"

"உங்களுக்கு மேரேஜ் ஆகிடுச்சு. ரெஸ்டாரெண்ட் ஓபன் ஆகப் போகுது. வெறும் வேலை வளர்ச்சி மட்டும் வாழ்க்கை இல்ல அமுதன். பேமிலியும் முக்கியம். குழந்தை குடும்பம்னு அடுத்தடுத்ததையும் பார்க்கணும். நான் ஆத்யாவுக்கு அப்பாவா இதைச் சொல்லல, உங்க வெல் விஷேரா சொல்றேன். அண்ட் இது என்னோட விருப்பம் மட்டுமில்லை. உங்க அம்மாக்கும் தான். என்னால இதைப்பற்றி ஆத்யாகிட்டப் பேசமுடியல. உங்க அம்மாவைப் பேசச்சொன்னா கொஞ்ச நாள் பார்க்கலாம்னு சொல்லிட்டாங்க. ஆனா எனக்கு தான் இதை இப்படியே கிடப்பில் போட மனசில்லை. காரைக்குடிக்குப் போகும் முன்னாடி இருந்து இதான் என் எண்ணம். நான் இன்னும் எவ்வளவு நாள் இருப்பேன்னு எனக்குத் தெரியில அமுதன். ஏன்னா என்னால இப்போல்லாம் சுத்தமா முடியில. அண்ட் சாரி உங்க பெர்சனல் லைஃல நான் இன்டெர்பியர் ஆனதுக்கு. என்னவோ சொல்லணும்னு தோணுச்சு. இப்போ நான் நார்மலா இருக்கேன். போலாம் அமுதன்..." என்றவர் அவனின் பதிலைக் கூட வேண்டாமல் சென்றார்.

பிறகு அவர்கள் இருவரும் வீட்டிற்கு வர அன்று அவர்கள் நால்வரும் அங்கேயே தங்கினார்கள். ஆனால் அமுதனின் மனதில் லஷ்மி சொன்னதெல்லாம் ரீங்காரமிட்டுக்கொண்டிருந்தது.

அத்தியும் ரூபனும் தங்களுடைய வாழ்க்கையை பொறுமையாக அதே நேரம் நிறைவாகவே தொடங்கினர். எனினும் தற்போது

அவர்களுக்கு குழந்தை வேண்டாம் என்று முடிவெடுத்தனர். அதற்கும் நிறைய கமிட்மெண்ட்ஸ் தான் காரணமாக இருந்தது. ஏற்கனவே அமுதனும், கார்த்தியும் லெட்ஸ் செலிபிரேட் வருவதில்லை என்பது ஒரு காரணமாக இருந்தாலும் சில நாட்கள் செல்லட்டும் என்று இருந்தனர்.

ரூபனின் குடும்பத்தில் அடுத்தடுத்து நல்ல காரியங்கள் நிகழத்துவங்கியது. அவன் தம்பி கேம்பஸிஸ் செலெக்ட் ஆகியிருக்க தந்தைக்கு இருந்த சிறு உடல் நலக்கோளாறும் சரிசெய்யப்பட்டது.

அன்று லெட்ஸ் செலிபிரேட் ஒரு முக்கியமான நிகழ்ச்சியை நடத்துவதற்காகக் காத்திருந்தது. அது தமிழ் சினிமாவின் பெருந்தூண், 'இளைய புரட்சி நட்சத்திரப் புயல் திலகம்' என்ற அடைமொழியோடும் நாளைய முதல்வர் என்ற லட்சியத்தோடும் இயங்கும் லட்சிய நாயகனுடைய அடுத்த திரைப்படத்தின் இசை வெளியீட்டு விழா நடைபெறுகிறது. அதற்கான நிகழ்ச்சி மேலாண்மை செய்யும் பொறுப்பில் இருந்ததால் பரபரப்பாக உள்ளே நுழைந்த ஜாய்சன் அங்கு ஆத்யா-அமுதன், லவ்-கபிலன், அத்தி-ரூபன், மிதிலா-சந்தீப் என்று எல்லோரும் ஜோடிஜோடியாக கதையளப்பதைக் கண்டு அநியாயத்துக்குப் பொங்கினான். கபிலன் எதற்கு இங்கு வந்திருக்கிறான் என்றால், அந்த நாயகர் விழாவில் வானதிலிருந்து குதிக்கும் படி செட் போடவேண்டும் என்று தெரிவித்ததால் அதற்கான செட் ஒன்றை தயார் செய்ய கபிலன் அழைக்கப்பட்டிருந்தான்.

"எம்மா தெய்வங்களா கொஞ்சம் வேலையும் பார்த்தா நல்லா இருக்கும்" என்று புலம்ப அருகில் நித்தி தானோருத்தி மட்டும் வேலையில் இருந்தாள்.

"நித்தி நல்ல வேளை நம்ம டீம்ல பேச்சிலர் பசங்க யாருமில்லை. ஒருவேளை இருந்திருந்தா என் நிலைமையை கொஞ்சம் நெனச்சுப்பாரு" என்று புலம்ப எல்லோரும் சிரித்தனர்.

"ஏன் ஜாய் சினிமாவுல ஹீரோ இன்றோக்கு ப்ரமாண்டமா செட் போடுறாங்க ஓகே. இசை வெளியீட்டு விழாவுக்குமா?" என்று கேள்வி கேட்டான் கபிலன்.

"நானும் இந்த ஹீரோ தானே? ரொம்ப சிம்பிளானவர் அப்படி இப்படினு பேப்பர்ல எழுதுறதை நம்பி கமிட் ஆகிட்டேன். பார்த்தா அந்த ஆள் எத்தனை கண்டிஷன் போடுறான்? எப்படி இந்த ப்ரடியூசெர்ஸ் எல்லாம் சமாளிக்கறாங்கனு தெரியில" என்று தானும் ஏமார்ந்த கதையைச் சொன்னான் ஜாய்சன்.

பிறகு அவர்கள் அந்த விழாவை சிறப்பாகவே முடித்துக்கொடுத்தனர். இதுவரை திருமணம், கல்லூரி விழா, கண்காட்சி, அரசு விழா என்று மட்டும் நடத்தியவர்கள் முதன்முதலில் ஒரு சினிமா விழாவை நடத்துகிறார்கள். அதான் இந்த அலப்பறை.

லவ் மற்றும் கபிலன் இருவருக்கும் இன்னும் பனிரெண்டு நாட்களில் திருமணம் நடக்கவிருக்கிறது. அதற்கான வேலையில் லெட்ஸ் செலிபிரேட் தீவிரமாக இருக்க அமுதன் மற்றும் ஆத்யா இருவரும் ஷிம்லா செல்ல முடிவெடுத்திருந்தனர்.

அதைக் கேட்டு ஒருவரைத் தவிர மற்ற அனைவரும் அதிக மகிழ்ச்சியில் இருந்தனர். அந்த ஒருவர் லவ் தான். பின்னே அவர்கள் அவளுடைய திருமணத்திற்கு முந்தைய நாள் தான் மீண்டும் ஊர்த் திரும்புவதாகச் சொன்னது அவளுக்கு வருத்தம் தந்தது.

"போ ஸ்வீட்டி என்கூட பெண் தோழியா நீ தான் இருக்கணும்னு நான் ஆசைப்பட்டேன்" என்று சொல்ல நித்தி, மிதி, அத்தி மூவரும் லவ்வை பொய்யாக முறைத்தனர்.

"அது ஏன் குறிப்பா நான் தான் இருக்கனும்? ஏன் இவங்க இருக்கக் கூடாதா?" என்று நித்தி மற்றும் மிதியைச் சுட்ட,

"நம்ம கேங்க்ல ஆல் டீடெய்ல்ஸ் அறிந்த ஒரே ஆள் நீதானே? அண்ட் எக்ஸ்பெரியென்ஸ் ஆளும் கூட" என்று கண்ணடிக்க பெண்கள் ஐவரும் தங்களுக்குள் சிரித்தனர்.

"என்ன அப்படி ரகசியம் பேசுறிங்க? மே ஐ கம் இன்?" என்று சந்தீப் வர,

"டேய் எங்களுக்குள்ள ஆயிரம் இருக்கும். பசங்க நீங்க பேசும் போது நாங்க தலையிடுறோமா?" என்று ஆத்யா அவனை கலாய்க்க,

"டேய் ஜாய் பாருடா என்னை எல்லோரும் ஓடுறாங்க. என்னனு கேளு? இப்போ பேசுங்க. நீ வா குருநாதா" என்று வடிவேலு ஸ்டைலில் ஜாய்சனை சப்போர்டுக்கு அழைக்க,

"எதுக்கு நான் பல்ப் வாங்கவா? போடா" என்று ஜாய்சன் ஓட சந்தீப்பும் ஓடினான்.

"சரி ஸ்வீட்டி என்ன ஆனாலும் என் மேரேஜுக்கு முன்னாடி நீ வந்திடுற?" என்றதும்,

"நான் வராம மாப்பிள்ளை தாலி கட்டிடுவாரா?" என்று ஆத்யா சொல்ல,

"கல்யாணத்துக்கு வரலைனாலும் கூடப் பரவாயில்லை ஈவினிங்குள்ள வந்திடு" என்று அவளை அர்த்தமாய்ப் பார்த்தாள் லவ்.

இப்போது ஆத்யா தவிர்த்து மற்றவர்கள் பலமாக நகைக்க,

"ஹனிமூன் எல்லாம் போயிட்டு வர அப்படியே எங்களுக்கும் கொஞ்சம்..." என்று லவ் முடிப்பதற்குள் அவளை மொத்தினாள் ஆத்யா.

"ஆமா ஆது ஷிம்லால இப்போ பயங்கர குளிர் காலமாமே? ஸ்வட்டர் எல்லாம் எடுத்துகிட்டியா?" என்றாள் மிதி.

"என்ன மிதி அவளுக்கு ஸ்வட்டர் எல்லாம் தேவைப்படாது. அதான்..." என்று லவ் முடிக்கும் முன்னே அடிக்க வந்த

ஆத்யாவைத் தடுத்து, "ஷால்வை குல்லாவே போதும் சொல்ல வந்தேன் ஸ்வீட்டி. உன் எண்ணம் எல்லாம் ஏன் இப்படி டர்டியா இருக்கு?" என்று முடித்தாள்.

இவ்வாறு அந்த மாலை வேளை சற்று கலகலப்பாகச் சென்றது.

என்னதான் தோழிகள் அனைவரும் கிண்டல் செய்தாலும் அதை ரசித்தாள் ஆத்யா. பின்னே திருமணம் முடிந்து ஏழு மாதங்களுக்குப் பிறகு இப்போது தானே தனியாக வெளியே செல்கிறார்கள். அன்று லஷ்மியுடன் பேசியபின் அமுதன் அதைப்பற்றி நிறைய யோசித்து ஆத்யாவிடம் தெரிவிக்க இந்தப் பயணம் திடீரென்று முடிவானது. அதில் எல்லோரைக் காட்டிலும் லஷ்மிக்குத் தான் அதிக மகிழ்ச்சியாக இருந்தது.

அவர்கள் ஊருக்குச் செல்லும் அதே வேளையில் நாச்சிக்கும் விடுமுறை இருந்ததால் அவளோடு லஷ்மியும் காரைக்குடி சென்றார். வழக்கத்தைக் காட்டிலும் அவரிடம் தெரிந்த உற்சாகத்தை சீதா புரிந்துகொண்டார்.

இங்கே கார்த்தியிடம் தன்னுடைய திட்டத்தைச் சொல்லி சற்று தயங்கினான் அமுதன். அதைப் புரிந்தவனாக, "அமுதா இதுக்கேன் தயக்கம்? நாளைக்கு எனக்கு மேரேஜ் ஆனா நீ தானே ரெஸ்டாரெண்ட்டை பார்க்கணும்?" என்று முன்கூட்டியே ஒப்பந்தம் செய்தான் கார்த்தி. அவர்களுக்கு இடையில் நல்ல புரிதல் இருந்தது. மேலும் ரெஸ்டாரெண்டின் வேலைகள் வெகு துரிதமாகவே நடந்தது.

ஒருபுறம் லெட்ஸ் செலிபிரேட் லவ்வின் திருமணத்தில் பிசியாக இருக்க நான்கு நாட்கள் அப்படியே சென்றது. அங்கு ஆத்யாவும் அமுதனும் தங்கள் வாழ்வின் அடுத்த கட்டத்திற்கான முயற்சியில் இறங்க அன்றிரவு அந்த போன் கால் அமுதனுக்குச் சென்றது.

அதைக் கேட்டவனின் மனம் விவரிக்க முடியாத வருத்தத்தில் இருக்க ஆத்யாவை அழைத்துக்கொண்டு அந்த ட்ரிப்பை பாதியில் முடித்தான். ஆத்யாவுக்கும் என்னவோ சரியில்லை என்று மட்டும் புரிந்தது. ஆனால் என்னவென்று தான் அவள் அறியவில்லை. அமுதனின் டென்ஷனைக் கண்டு ஆத்யாவும் எதையும் கேட்காமல் வர காரைக்குடிக்குச் செல்லும் வேளையில் தான் உண்மையைச் சொன்னான்.

அன்றைய இரவு அண்ணாமலைக்கு ஊரில் ஒரு திருமணம் இருக்க அதற்கான வேலையில் இருந்தவர் இரவு தாமதமாக வீடு வந்தார். லஷ்மியின் அறையில் லைட் எரிவதைபோல் தெரிந்து அங்கே செல்ல எவ்வாறு இந்த வெளிச்சத்தில் உறங்குகிறார் என்று அவரை நெருக்கும் வேளையில் தான் அண்ணாமலைக்கு எல்லாம் புரிந்தது. உடனே அமுதனுக்கு தகவல் கொடுத்தார்.(சுவைக்கும்!)

* * * * * *

அத்தியாயம் - 49

அந்தச் செய்தி அமுதன் ஆத்யா என்றில்லாமல் லெட்ஸ் செலிபிரேட் முழுவதுக்கும் பெரிய அதிர்வலைகளை ஏற்படுத்தியது நிஜம். நிறைய அழுதாகிவிட்டது. நடந்ததை யாராலும் மாற்றமுடியாது. ஆத்யா காரைக்குடிக்கு வந்ததும் ஒரு ஓரமாக அமர்ந்தவள் தான். சிலர் கோவைக்கே எடுத்துச் செல்லலாம் என்று கூறும் போது மட்டும் ஆத்யா மறுத்து இறுதிகாரியத்தை இங்கேயே செய்யுமாறு சொன்னாள். அதற்கு யாரும் மறுபேச்சு பேசவில்லை. இறுதி காரியத்தை அமுதன் தான் செய்தான். ஆயிரம் தான் அவர் ஒரு மாமனாராக இருந்தாலும் அவருக்கும் தனக்குமாக உறவு ஒரு தந்தை மகனைப் போன்றது தான் என்று அவன் நம்பினான். எல்லோருக்கும் தகவல் கொடுத்தாலும் சுந்தரி ஆண்ட்டி ஒரு முறை பார்ப்பதாகச் சொன்னதால் அவருக்காக சிறிது நேரம் காத்திருந்து அவர் வந்ததும் மற்றதெல்லாம் நடந்து முடிந்தது. திடீரென்று இறந்திருந்தால் தான் ஆத்யாவுக்கு மறக்க முடியாத அதிர்ச்சி கொடுத்திருக்கும். டயாலிசிஸ் செய்ய ஆரமித்து பின் அவரின் நிலையை அவளும் கண்கூடப் பார்த்ததால் அதை ஏற்றுக்கொள்ளும் நிலைக்கு அவள் தள்ளப்பட்டிருந்தாள்.

லவ் கபிலனைத் தவிர்த்து எல்லோரும் வந்து தங்கள் இறுதி மரியாதையைச் செய்தனர். இங்கிருந்தால் சரிவராது என்று அறிந்த அமுதன் ஒரு வாரத்திற்குப் பிறகு அவளை கோவை அழைத்து வந்திருந்தான். இந்த ஒரு வார காலத்தில் அவனுடன் மட்டும் ஒன்றிரண்டு வார்த்தைகள் பேசுவாள். கோவை வந்ததும் அவளை நேராக அவளுடைய வீட்டிற்கே கூட்டி வந்தவன் வீடு காலி செய்ததாக வனஜா ஆண்ட்டியிடமும் தெரியப்படுத்தியிருந்தான்.

அன்று காலையில் எழுந்தவன் ஆத்யாவைத் தேட அவளோ இந்த பத்து நாட்களில் ஏற்படுத்திக்கொண்ட புது பழக்கமாக

காலையிலே எழுந்து தயாராகி கிட்சன் சென்று சமைத்தாள். அது மட்டுமின்றி வீட்டை மொத்தமும் அவள் பொறுப்பில் எடுத்து அனைத்தையும் அவளே செய்வாள். முதலில் இதை 'ஸ்ட்ரேஞ்' பிஹேவியராகவே பார்த்தவன் இது தொடரவும் தான் அதன் காரணம் புரிந்தது. அவர்கள் திருமணம் முடிந்து பலநாட்கள் அவள் எவ்வாறெல்லாம் இருக்க வேண்டும் என்று லஷ்மி ஆசைப்படுவதாகத் தெரிவித்ததை எல்லாம் தற்போது பழக்கப்படுத்திக்கொள்கிறாள். அதன் நீட்சியாகவே தூக்கம் வருகிறதோ இல்லையோ இரவு பத்து பதினொன்றுக்கெல்லாம் உறங்கிவிடுவாள். அவளின் எண்ணவோட்டத்தை அமுதனால் நன்றாகவே புரிந்துகொள்ள முடிந்தது. நம்மை நேசித்தவருக்கு நாம் செலுத்தும் உச்சபட்ச மரியாதையே அவர் சொன்ன அல்லது அவர் விட்டுச்சென்ற ஆசைகளை நிறைவேற்றுவது தானே? ஆனால் அமுதனின் பயமெல்லாம் எங்கே காலப்போக்கில் இந்த ஆத்யா அவனின் பழைய 'கருப்பட்டியை' கொன்று வீழ்த்திவிடுவாளோ என்பதாக இருந்தது. அதனால் இதற்கொரு முடிவு கட்ட வேண்டும் என்று நினைத்தவன் அன்று காலை அவளைத் தேடி கிட்சன் வந்தான். முன்பெல்லாம் எதற்கெடுத்தாலும் தொணதொணவென்று எதையாவது பேசிக்கொண்டிருந்தவள் தற்போதெல்லாம் கேட்கும் கேள்விகளுக்கு மட்டும் பதில் அதும் பட்டும் படாமலே சொல்கிறாள்.

"ஆது உன்கிட்ட நான் பேசணும்"

அவனைப் பார்க்காமலே, "என்ன அமுதன் சொல்லுங்க?"

அவளை பின்னிருந்து அணைத்தவன் அவள் காதுகளில், "எனக்கு பயமா இருக்கு ஆது. எனக்கு என் ஆத்யா வேணும். பழையபடி போல்டா எனெர்ஜிட்டிகா அவ இருக்கனும். இது என்னோட ஆசை மட்டுமில்லை..." என்றவன் தன்னுடைய போன் எடுத்து ஒரு வீடியோ ஆன் செய்தான். அதில் ஒலித்த குரலைக் கேட்டவள் மின்சாரம் பாய்ந்ததுபோல் அதிர்ந்து திரும்பினாள். அது லஷ்மியின் குரல். என்ன நினைத்தாரோ அமுதன் ஆத்யாவை

ஷிம்லா அனுப்பிய அன்றிரவு தன்னுடைய அறையிலிருந்து இரண்டு வீடியோ ரெகார்ட் செய்திருந்தார். ஒன்று மகளுக்கு. மற்றொன்று மருமகனுக்கு. வழக்கமாக தனக்கு வழக்கும் அதே அறிவுரைகளை எல்லாம் சொன்னவர் இறுதியில் இரண்டு விஷயத்தைக் குறிப்பிட்டிருந்தார். ஒன்று, "ஸ்வீட்டி அப்பா உன்னை எப்பயும் ஒரு போல்டான பெண்ணாவே தான் வளர்த்தேன். வாழ்க்கையிலே எது நடந்தாலும் நீ தைரியமா எதிர்கொள்ளணும். ஒரு பொண்ணு தானே இவ என்ன பண்ணிடப் போறானும் ஒரு அப்பா வளர்த்தவள் தானேனும் உன்னை யாராச்சும் சொன்னா நீ அதை தப்புனு புரியவெக்கணும். அண்ட் என்னோட செலேக்சன் கூட தப்பாகிருக்கலாம்... இருக்கலாம் என்ன தப்பு தான். ஆனா உன்னோட செலேக்சன் எப்பயும் கரெக்ட்டா தான் இருக்கும். அதுக்கு அமுதன் ஒரு சாட்சி. எனக்கு நம்பிக்கை நீ என்னை மாதிரி இல்லாம ஒரு நிறைவான வாழ்க்கையை சந்தோசமா வாழ்வ. அண்ட் அப்பாக்கு என்னைக்கும் உன் மேல கோவமில்லை. அது சுந்தரி விஷயமானாலும் சரி, என் தங்கச்சி பையன் விஷயமானாலும் சரி. எவ்வளவு தடை வந்தாலும் வாழ்க்கையிலே நீ உன்னோட இலக்கை நோக்கி தான் பயணிக்கணும். என்னடா இன்னைக்கு இப்படியெல்லாம் சொல்றாரேன்னு நினைக்கறியா? என்னமோ தோணுது. ஒருவேளை இதுவே நம்ம லாஸ்ட் கான்வெர்சேஷனா இருக்கலாம்..." என்று நீண்ட அந்த உரை இறுதியில், "எனக்கு உன்மேல இருக்கும் ஒரே பயம் என்ன தெரியுமா? நீ ரொம்ப போல்ட். எஸ் எது எனக்கு உன்கிட்ட ரொம்ப பிடிச்சதோ அதுவே தான் பயமும் தருது. அதும் நீ அன்னைக்கு மணியை உங்க ஆபிஸ்ல இருந்து நீக்கியதும் ஒன்னு சொன்னப்பாரு, ஒருவேளை அன்னைக்கு அமுதனால் வரமுடியுமா போயிருந்தா நான் க்விட் பண்ணியிருப்பேனு. அது தவறான முடிவு. வாழ்க்கையிலே முக்கியமான முடிவுகளை எடுத்தோம் கவிழ்த்தோம்னு எடுக்கக்கூடாது. ஹோப் யூ அண்டர்ஸ்டேண்ட். அண்ட் அப்பா ரொம்ப போர் அடிச்சிட்டேன் இல்ல..." என்றவர் இறுதியாக தனக்குப் பிறகு சுந்தரி ஆண்டிக்கு மகளாக அவள் எல்லாம் செய்யவேண்டும் என்று முடித்தார்.

இதேபோல் அமுதனுக்கென்று ஒரு வீடியோ இருந்தது. அதில் ஒரு தந்தையாக மகள் மீது ஏதேனும் குறையிருந்தால் அதை பெரிது படுத்தாமல் இருக்கவேண்டும் என்றும் சீதா அண்ணாமலைக்கு என்றும் சில செய்திகள் சொல்லியிருந்தார்.

"இதெப்படி அமுதன் உங்களுக்கு?"

"மாமாவோட போன்ல இது இருந்தது. அண்ட் அவரோட மெயில்ல ஒரு ட்ராப்ட் மெசேஜாவும் இதை வெச்சியிருந்தார். நானே நாலு நாளைக்கு முன்னாடி தான் கவனிச்சேன்"

"ஏன் அமுதன் அன்னைக்கே என்கிட்டச் சொல்லல?"

"எப்படி ஆத்யா சொல்லுவேன்? இந்த பத்து நாள்ல நமக்குள்ள ஒரு நிமிஷத்துக்கு மேல நடந்த ஒரு கான்வெர்சேஷன சொல்லு? நானும் உன்கிட்ட எப்படியெல்லாம் பேச்சை வளர்க்கலாம்னு இருந்தா நீ அதை எப்படியெல்லாம் முடிக்கலாம்னு இருப்ப. நீ உண்மையிலே மாமா மேல மரியாதை வெச்சியிருந்தா ஒழுங்கா பழையபடி ஆபிஸ் வா. நீ ஒன்னும் உன் ஒர்க் எல்லாம் ஸ்டார்ட் பண்ண வேணாம். நீ வா அது போதும். யூ ஆர் மை ப்ரைஸ்ட் பொஸ்ஸெஸ்ஸென்(என்னுடைய மதிப்பிற்குரிய பொக்கிஷம்) ஆத்யா. ஐ டோன்ட் வாண்ட் டு லூஸ் யூ ஜஸ்ட் லைக் தட்(உன்னை சாதரணமா இழக்க நான் தயாராயில்லை). ப்ளீஸ் கருப்பட்டி..." என்றதும் அவனை அணைத்தாள். அதற்குள் நாச்சியும் கோவை வந்திருக்க அவளுடன் நேரம் செலவளிப்பதை வழக்கமாகக் கொண்டாள். அதன் பின் கொஞ்சம் கொஞ்சமாக பழைய ஆத்யாவாக மாறினாள். இருந்தும் அவள் முழுமையாக மாறவில்லை.

அங்கே திருமணத்திற்காக செம்ம குதூகலத்துடன் தயாரான லவ் இடையில் ஏற்பட்ட சில அசம்பாவிதங்களால் மனம் உடைந்தாலும் கபிலனுடனாக அவளுடைய வாழ்வை இனிதே துவங்கினாள்.

வழக்கமாக புது மணத்தம்பதிகளில் பெண் தான் சற்று சங்கூஜமாக பழகுவார். ஆனால் இதில் உல்டாவாக கபிலனுக்குத் தான் அதிக எம்பேரஸ்மெண்ட்ஸ் நடந்தது. இருந்தும் லாவண்யா தன்னுடைய கலகலப்பு மற்றும் பொறுப்பு இரண்டையும் சரிசமமாக வெளிப்படுத்தி அவனை நார்மல் ஆக்கினாள்.

இதில் வேடிக்கை என்னவென்றால் கபிலனின் வீடும் லவ்வின் வீடும் அடுத்தடுத்த தெருவிலே இருந்தது. அதனால் ஒரு புது இடத்தில் இருப்பதைப் போலொரு உணர்வு அவளுக்கு துளியும் ஏற்படவில்லை.

பெரிய எதிர்பார்ப்புகள் ஏதும் இல்லாததால் வாழ்க்கை அவர்களுக்கு பெரிய ஏமாற்றங்களைக் கொடுக்கவில்லை. இதேபோலொரு அமைதியான வாழ்க்கையைத் தான் அத்தியும் ரூபனும் அனுபவித்தனர். அதிலும் தங்கள் திருமணம் இனியனுடைய வாழ்விலும் மனதிலும் எவ்வித குழப்பமும் ஏற்படுத்தவில்லை என்பதே அவர்களுக்கு மிகப் பெரும் ஆறுதலாக இருந்தது.

சந்தீப் தன்னுடைய சேட்டையை மீண்டும் வெளிப்படுத்த ஆரமித்திருந்தான். ஏனோ இப்போது தான் சந்தீப்பைப் பார்க்கவே எல்லோருக்கும் நிறைவாக இருந்தது. அவனுடைய இந்த மாற்றத்திற்கு தங்கள் திருமணத்தை இருகுடும்பமும் ஏற்றுக்கொண்டது ஒரு காரணம் என்றாலும் தான் இவ்வாறு இருந்தால் தான் ஆத்யாவை விரைவில் நார்மல் மோடிற்கு அழைத்து வர முடியும் என்றும் தோன்றியது.

சில நாட்களாவே தன்னிடம் சரியாகப் பேசாமல் இருந்த கார்த்தியின் மீது பயங்கர அப்செட்டில் இருந்தாள் அவன் குல்ஃபி. அன்றும் அவளை அவன் தொடர்புகொள்ளாததால் வெகுண்டெழுந்தவள் அவனுக்கு அழைக்க நீண்ட நேரம் ரிங் சென்று இறுதியில் அட்டெண்ட் செய்தான் அவளவன்.

"சொல்லு ஸ்ரு" என்றவனின் குரலே அவனுக்கு உடல்நிலை சரியில்லை என்பதைத் தெளிவாக உணர்த்திவிட அதுவரை இருந்த கோவமெல்லாம் பகலவனைக் கண்ட பனித்துளி போல் மறைந்துபோனது.

"என்னாச்சுப்பா? ஏன் குரல் டல்லா இருக்கு?" என்று அவளும் சோகமாய்க் கேட்க,

இரும்பியவன், "இல்ல குல்ஃபி ரெண்டு நாளா ரொம்ப ஃபீவர். உடம்பே செட் ஆகல. அதான்" என்று மீண்டும் இரும்ப,

"பாத்து இருக்க வேண்டியது தானே? டாக்டர்கிட்டப் போனியா?" என்று அடுக்கடுக்காக பல கேள்விகளை முன்வைத்தாள்.

"ஐஞ்சு நாள் ரெஸ்ட் எடுத்தா சரியாகிடும்னு சொன்னாரு. என்ன நீ மனசு வெச்சா எல்லாம் உடனே சரியாகிடும்..." என்றவன் மீண்டும் இரும்ப,

"என்ன பண்ணனும் கார்த்தி?" என்று தீவிரமாகக் கேட்டவளிடம்,

"நீ உடனே இங்க கிளம்பி வந்து என் பக்கத்துல என்னைக் கட்டிப்பிடுச்சி உன் இதழால் ஒற்றடம் கொடுத்தா உடனே சரியாடிடும். என்ன வரியா குல்ஃபி?"

அவனுடைய பதிலில் சற்று கடுப்பானவள், "உனக்கு காய்ச்சல் வந்தும் கொழுப்படங்கள பாரு. போடா ஃப்ராடு"

"பின்ன என்னடி? நாம கடைசியா சந்தித்து ரெண்டு வாரம் ஆகுது. நான் கூப்பிடும் போதெல்லாம் ப்ராஜெக்ட் இருக்கு அது இதுனு என்னை வெறுப்பேத்துற. இதுக்கு வைரல் பீவர் இல்ல வாரால் பீவர். நீ வராததால் உன்னைக் காணாததால் ஏற்பட்ட காய்ச்சல்" என்று உடல் நிலை சரியில்லாத வேளையிலும் தீவிரமாக கடலை போட்டான்.

அவன் சொன்னது கிண்டல் என்பதைப்போல் தெரிந்தாலும் அதில் ஒளிந்திருக்கும் அவன் அன்பு அவளுக்கு அழகாய்ப் புரிந்தது.

"நான் நாளைக்கு ஈவினிங் முடிஞ்சா வரேன் ஆனா அண்ணனுடன் தான் வருவேன். நீ சொன்னதுக்கெல்லாம் இல்லை" என்று சிரிக்க,

"நான் தப்பு பண்ணிட்டேன் ஸ்ரு. இந்த ரெண்டு நாள்ல நான் உன்கிட்டப் பேசியிருக்கணும். ஐ ஃபீல் பெட்டர் குல்ஃபி"

"அப்போ கன்செல்ட்டிங் ஃபீஸ் கொடு?"

"நூறு முத்தங்கள் வேண்டுமா இல்லை பத்து கட்டியணைப்புகள் வேண்டுமா?"

"உன்னை நாளைக்கு வந்து கொலை பண்றேனா இல்லையானு பாரு. ஃபிராடு" என்று அழைப்பைத் துண்டித்தாள்.

அன்றைய தினத்திற்குப் பிறகு ஆத்யா கொஞ்சம் கொஞ்சமாய் மாறினாள். இப்போதெல்லாம் அடிக்கடி அண்ணாமலையும் சீதாவும் கோவை வந்து செல்கின்றனர். அன்று வழக்கம் போல் இரவு தாமதமாகவே வந்தவன் தன்னுடைய லேப்டாப் எடுத்து எப்போதும் போல் பேஸ்புக், இன்ஸ்டா, ஜிமெயில், ட்விட்டர் என்று ஒவ்வொன்றிலும் 'ஷர்ப்' செய்துகொண்டிருந்தவன் கண்களில் அந்த மெயில் பட்டது. அதைச் சொடுக்கியவன் அதிலிருந்த செய்தியைப் பார்த்து நியாயமாக மகிழ்ந்திருக்கவேண்டும். மாறாக அவன் முகத்தில் துளியும் மகிழ்ச்சி இல்லை. எப்படி மகிழ்வான்? எந்த செய்தி அவன் கண்ணில் தென்படாதா என்று நான்கு ஆண்டுகளாக தவமிருந்தானோ அது இந்த நேரத்தில் வந்திருந்தது. அதையே பார்த்துக்கொண்டிருந்தவன் ஆத்யா வரும் அரவம் கேட்டு க்ளோஸ் செய்ய முயல அதுவோ மினிமைஸ் ஆகியிருந்தது. திரும்பி, "என்ன ஆது ஒர்க் முடிச்சிட்டியா?" என்று வழக்கமாக இருக்கும் உற்சாகமின்றி பதட்டதுடன் வினவ எதுவோ சரியில்லை என்று யூகித்தவள் அவனை உறுத்து விழிக்க அங்கிருந்து நழுவினான் அமுதன்.

வெளியேறினான் ஏதோ யோசிக்க அப்போது தான் அவன் ஸ்க்ரீனை க்ளோஸ் செய்யாமல் மினிமைஸ் செய்தது நினைவுக்கு வர, அவசரமாக உள்ளே நுழைந்தவன் ஆத்யா அதைப் பார்த்துவிட்டாள் என்று அறிந்து திணற,

"என்ன இது அமுதன்? ஏன் என்கிட்டச் சொல்லல?" என்று கேட்க அவனோ என்ன சொல்வதென்று புரியாமல் தவித்தான்.

"இல்ல ஆது அது..." என்று இழுக்க,

"எப்போ ஜாயின் பண்ணணும்?"

"நான் ஜாயின் பண்ணப்போறதில்லை" என்றவனை நெருங்கியவள்,

"நீங்க போறிங்க அவ்வளவு தான்" என்றாள் உறுதியாக.

"நான் போல ஆத்யா ரெஸ்டாரெண்ட் ஒர்க் போகுது" என்று கவனமாக ஆத்யாவுக்காகத் தான் இம்முடிவை எடுத்துள்ளான் என்பதைத் தவிர்த்தான்.

"உங்க படிப்பு என்ன ஆறு வருஷ படிப்பா இல்ல ஒரேயடியா அங்கேயே செட்டில் ஆகிடுவிங்களா? ஆறு மாசம் தானே? நீங்க போறிங்க"

"சொன்னாப் புரிஞ்சிக்கோ ஆத்யா. இப்போ அங்க போய் படிக்குற அளவுக்கு பைனான்ஸ் இல்ல" என்று மீண்டும் மழுப்ப, அடுத்து அவள் சொன்னதில் மொத்தமாய் அதிர்ந்தான்.

"அப்போ காலம் முழுக்க உங்களைப் படிக்கவிடாம செஞ்ச குற்றயுணர்ச்சியையும் எனக்குத் தரப்போறிங்க ரைட்? தென் ப்ரொசீட்" என்று அவள் விலக, ஒருவாறு அவள் நிலையை அவன் உரைக்க பதிலுக்கு தன்னுடைய நிலையையும் அவள் தெரிவித்து அமுதன் கட்டாயமாக ஸ்விஸ் செல்ல வேண்டும் என்றும் நிர்பந்தித்தாள்.

இனி இதைத் தவிர்க்க முடியாது என்று உணர்ந்தவன் ஸ்விஸ் செல்ல சம்மதித்தான். இதை அறிந்து அண்ணாமலையும் சீதாவுமே எதிர்க்க அவர்களை ஆத்யாவே சமாளித்தாள்.

அதன் பின் அவன் ஸ்விஸ் செல்ல வேண்டியதற்கான விசா ப்ரொசீஜர்ஸ் அனைத்தையும் துவங்கினான்.

இதைப் பற்றி அமுதன் கார்த்தியிடம் தெரிவிக்கும் முன்னே அவனிடமட்டுமல்லாது லெட்ஸ் செலிபிரேட் முழுவதும் அவளே பிரகடனப்படுத்தினாள்.

அதற்கு கைமாறாக, அவன் திரும்பி வரும் போது அவனுடைய பழைய ஆத்யாவாக அவள் மாறி இருக்க வேண்டுமென்று ஆத்யாவிடமும் அமுதன் ஒரு வேண்டுகோளை வைத்தான்.

இந்த வேளையில் தான் ஜாய்சன்- ஜோவின் ஆகியோருடைய திருமணம் நெருங்கியது. அவர்களின் திருமணத்திற்கான வேலையில் பிசியாக இருக்கும் போது அவர்களுக்கு ஒரு சர்ப்ரைஸாக மிதிலாவின் ப்ரெக்னென்சி செய்தி அவர்களை எட்டியது. அது எல்லோருக்கும் மகிழ்ச்சி கொடுத்தாலும் ஆத்யாவுக்கு அதிக மகிழ்ச்சி தந்தது. பின்னே தன்னுடைய பெஸ்டியின் வாரிசல்லவா?

லெட்ஸ் செலிபிரேட் முழுவதும் அந்தக் கொண்டாட்டத்தில் 'டபிள் தமாகாவாக' ஆத்யாவின் ப்ரெக்னென்சி செய்தியும் எட்ட முன்பைக் காட்டிலும் இப்போது எல்லோரும் ஆரவாரமிட்டனர். அதிலும் அண்ணாமலை சீதா ஆகியோருக்கும் பேரானந்தம். ஆயினும் இந்த நல்ல செய்தியை அதிகம் எதிர்பார்த்தவர் இல்லையென்றது ஒரு வருத்தத்தை எல்லோருக்கும் கொடுத்தது. எங்கே தங்களுடைய வருத்தம் ஆத்யாவையும் தொற்றிக்கொள்ளுமோ என்று எண்ணி கவனமாகவே அதைத் தவிர்த்தனர்.

தான் தந்தையாகப் போகிறோம் என்ற செய்தி ஒருவருக்கு மகிழ்ச்சியை மட்டும் கொடுக்க வேண்டும் என்றால் மாறாக அமுதனுக்கோ கலகத்தைத் தந்தது. பின்னே ஆத்யாவின் பிடிவாதத்தை அறிந்தவன் தானே அவன். இதைக் காரணம் காட்டி தன்னுடைய பயணத்தை நிறுத்தலாம் என்று ஆத்யாவிடம் நெருங்க, அவன் எண்ணம் அறிந்தவளாக,

"அமுதன் இந்த மாதிரி நெருக்கடியான சூழ்நிலைகள் தான் எனக்கு வாழ்க்கையில நிறைய புதிய விஷயத்தையும் என்னோட வில் பவரையும் சொல்லியும் உணர்த்தியும் இருக்கு. அண்ட் இப்போ என் லைஃப்ல எனக்கு ரொம்ப முக்கியமான ரெண்டு பேரும் இல்லாமலே நான் மட்டும் இதை ஃபேஸ் பண்ணி வெளிய வந்துட்டா என் அப்பாவோட பழைய ஆத்யா லஷ்மிநாராயணனும் உங்களோட பழைய கருப்பட்டியும் சேர்ந்து வெளிவருவாங்கனு நான் நம்புறேன். நம்புறதென்ன? நிச்சயம் வருவாங்க. வருவேன். சோ பேசுனது பேசுனபடியே இருக்கட்டும். நீங்க புறப்படுவதற்குத் தேவையானதை மட்டும் பாருங்க. ப்ளீஸ் என் கான்பிடெண்டை உடைச்சிடாதிங்க. அப்புறோம் பழைய ஆத்யா கிடைக்காமலே போயிடலாம்" என்றதும் இதுவரை அவள் மீதிருந்த குழப்பம் பயம் அனைத்தும் முற்றிலும் விலகி, அவனுடைய எல்.ஆத்யலஷ்மி கிடைப்பாள் என்ற நம்பிக்கை பிறக்க அவளை அணைத்தவன், "உன்னால முடியும் ஆத்யா. எனக்கந்த நம்பிக்கை இருக்கு. நான் கிளம்புறேன்" என்று தயாரானான்.

மறுவாரம் நடைபெற்ற ஜாய்சன்- ஜோவின் திருமணத்தை லெட்ஸ் செலிபிரேட் கோலாககமாகவே நடத்தினார்கள். அன்று சொன்னதைக் காட்டிலும் அந்தத் திருமணத்தில் லவ், அத்தி, நித்தி ஆகியோருடன் மகிழ்ச்சியாய்ச் செலவழித்த ஆத்யாவைக் கண்டு அவள் குணமடைகிறாள் என்று அமுதன் மட்டுமல்லாமல் அவர்கள் எல்லோரும் நம்பினார்கள்.

அமுதன் ஊருக்குச் செல்லும் நாளும் வர அனைவரும் ஒன்றிணைத்து அவனுக்கு பிரியாவிடை அளித்தனர். ஆத்யாவை கவனித்துக்கொள்வதற்காக சுந்தரி ஆண்ட்டியை இங்கே வரவழைத்திருந்தான் அமுதன். அவருடன் நாச்சி, சந்தீப், அத்தி ஆகியோருக்கும் அந்தப் பொறுப்பை ஒப்படைத்துவிட்டு அமுதன் விமானம் ஏறினான்.

சில பிரிவுகள் காயப்படுத்தினாலும் சில பிரிவுகள் நம்மை குணப்படுத்தும். அது நம்மை யோசிக்கவைக்கும். நம் தவறுகளை உணர்த்தும். உண்மையான மனிதர்களை வெளிக்காட்டும். புதிய அனுபவத்தைக் கொடுக்கும். அதன் மூலம் நமக்கே தெரியாத நம்முடைய பரிணாமத்தை வெளிக்கொணரும். ஆத்யா மற்றும் அமுதனுக்கிடையில் ஏற்பட்டிருக்கும் இந்தப் பிரிவும் அதுபோலவே தான்.

அன்று இரவு நீண்ட நேரமாக தன்னுடைய வேலை சம்மந்தமாக கபிலன் கணினியில் வேலைசெய்துகொண்டிருக்க அப்போது தான் அறைக்குள் நுழைந்தாள் லவ். கடந்த சில நாட்களாய் சற்று அதீத வேலை பளுவில் இருக்கிறான் கபிலன்.

தங்கள் திருமணம் முடிந்து இன்றோடு மூன்று மாதங்கள் ஓடிவிட்டது. இந்தக் காலகட்டத்தில் தான் நிறைய நிகழ்வுகள் நடந்துவிட்டது. கபிலனின் இன்னொசென்ஸுக்காகவே அவனை அதிகம் நேசித்தாள் லவ். ஏனோ அடுத்தடுத்து ஆத்யா, மிதிலா ஆகியோர் கன்ஸீவாக இருக்கும் விஷயம் அறிந்த லவ்வின் வீட்டில் அவளையும் நச்சரிக்க ஆரமித்தனர். இதற்கு ஒரு காராணமுண்டு. லவ்வின் அக்காக்கும் கபிலனின் அண்ணாவுக்கும் திருமணம் முடிந்து ஆறு மாதங்கள் ஆகியும் குட் நியூஸ் எதுவும் இல்லாமல் போக மருத்துவரிடம் சென்றவர்கள் இன்றைய அவசர உலகத்தில் இருக்கும் ஸ்ட்ரெஸ், வாழ்க்கை முறை, தவறான உணவு பழக்கம் முதலியவற்றால் ஹார்மோன்ஸ் இஸ்ஸூஸ் இருப்பதால் ட்ரீட்மெண்டில் இருக்கிறார்கள். அதைக் கேட்டதிலிருந்து லவ்வின் அன்னைக்கும் இதுபோலொரு விபரீத சந்தேகம் எழுந்துவிட அதை நிவர்த்தி செய்யும் பொருட்டு அவளை டார்ச்சர் செய்கிறார்கள். அந்தக் கடுப்பில் இருந்தவளுக்கு கபிலனின் பாராமுகம் வேறு எரிச்சல் மூட்ட,

"ஹலோ பாஸ் எனக்கொரு சந்தேகம்?" என்று லவ் வினவ,

"என்ன லவ்?" என்று ஸ்க்ரீனை பார்த்தப்படியே அவன் பதிலளிக்க,

"நமக்கு கல்யாணம் ஆகி மூணு மாசம் ஆகுது. ஞாபகமிருக்கா?"

"அப்படியா சொல்லவேயில்லை!" என்று அவளை கலாய்த்தான்.

"என்ன கிண்டலா? நான் ஏமாந்துட்டேன்" என்று அவள் உரைக்க,

"என்னாச்சு லவ்? ஹூஸ் தட் ஃபெல்லோ?" என்று நகைக்க,

"நான் கூட கபிலன்னு சங்ககால புலவர் பேரா இருக்கு. குறிஞ்சிப்பாட்டு மாதிரி ரொமான்டிக் ஆளா இருப்பான்னு நெனச்சேன். ஆனா இப்படி..." என்று நிறுத்த,

அதில் அதிர்ந்தவன், "என்னைய சந்தேகப்படுறதே தப்பு இதுல என் ரொமான்ஸ் மேல சந்தேகமா? " என்று வினவி, "நானும் கபிலர் தான்மா. என்ன இப்போ கொஞ்சம் பிசி அவ்வளவே"

கபிலரைப் பற்றி அவன் அறியாமல் பேசுகிறான் என்று நினைத்து, "அப்படியா? கபிலர் எந்தத் திணை பாடுவதில் வல்லவர்னு தெரியுமா?"

"சப்பை கேள்வி. குறிஞ்சி கபிலர்னு அவருக்கொரு அடைமொழியை இருக்கு மேடம்"

"நைஸ். குறிஞ்சி திணையோட ஸ்பெஷல் என்ன தெரியுமா மிஸ்டர்?"

இப்போது அவளுக்கு கத்துகிட்ட மொத்த வித்தையையும் இறக்க எண்ணி, "சங்ககால தமிழர்கள் தங்களுடைய வாழ்க்கை முறையை ஐந்து திணையில வகுத்தாங்க. அது அன்பின் ஐந்திணைனு சொல்லுவாங்க. அதுல முதல வரது தான் குறிஞ்சித்திணை. அதாவது மலையை மலை சார்ந்ததைப் பற்றிப் பாடுவாங்க. போதுமா?"

"வாவ் வெல்டன். அப்போ குறிஞ்சித்திணையோட உரிப்பொருள் என்னனு சொல்லுங்க? உரிப்பொருள்னா என்னனு தெரியுமா?"

"அந்தந்த திணையோட இயல்பும் பாடுபொருளும் தான் உரிப்பொருள்ன்னு சொல்லுவாங்க. புணர்தலும் புணர்தல் நிமித்தமும் தான் குறிஞ்சித்திணையோட உரிப்பொருள் அதாவது கூடலும் கூடல் நிமித்தமும்..." என்று உரைக்க அவளோ அவன் வாயிலிருந்து தனக்குத் தேவையான பதிலைப் பெற்ற மகிழ்ச்சியில் குறுநகை சிந்த, வசமாகப் போட்டு வாங்கப்பட்டக் காரணத்தால் கபிலன் அசடு வழிந்தான்.

"என்ன பாஸ் வெறும் தியரில மட்டும் தான் நீங்க ஸ்ட்ராங் போல... பிராக்டிகல்ல பெயில் ஆக்கிடுங்களோ?" என்று கண்ணடிக்க, அவளின் கிண்டல் உணர்ந்தவனாக எழுந்து, "யூ நோ லவ், பேசிக்கல்லி நான் ஸ்கூல இருந்தே டாப்பர். எனக்கு தியரியைக் காட்டிலும் பிராக்டிகல் மேல கொஞ்சம் ஈடுபாடு அதிகம்..." என்று முடிக்கும் முன்னே,

"ஹாஹாம்ம் அப்படியா? பார்த்தா அப்படித் தெரியலையே?" என்றதும் அவளைச் சுற்றி வளைத்திருந்தான் கபிலன்.

காதலோடு அவளை நெருங்க, "என்னால அடிக்கடி சங்க இலக்கியமெல்லாம் படிக்க முடியாது பாஸ். சோ இதை ஞாபகம் வெச்சுக்கோங்க. அண்ட் எனக்கு சின்ன வயசுல இருந்து ப்ராக்டிகல்ஸ்னா கொஞ்சம் பயம்..."

"யூ டோன்ட் ஒர்ரி பேபி. ஐ வில் டேக் கேர்" என்று குறிஞ்சிப்பாட்டைப் பாடத் துவங்கினான். (சுவைக்கும்)

* * * * * *

அத்தியாயம் - 50

இவ்வாறு முறையே ஒவ்வொரு ஜோடிகளும் தங்களுடைய ப்ரொபெஷனல் மற்றும் பெர்சனல் வாழ்க்கை இரண்டிலும் அடுத்தடுத்த கட்டத்திற்கு அடியெடுத்து வைத்தனர். அங்கே அமுதன் கூறிச் சென்றது போலே ஆதுவைப் பார்த்துக்கொள்வதற்கென்றே சுந்தரி தன்னுடைய பணியை ராஜினாமா செய்துவிட்டு கோவை திரும்பியிருந்தார். லஷ்மியின் இறப்பு அவருக்கும் பேரிழப்பு தான் என்றாலும் லஷ்மியின் இடத்திலிருந்து தன்னைப் பார்த்துக்கொள்ளுமாறு சொன்ன அமுதனின் வார்த்தைக்குச் செவிசாய்த்து இங்கே வந்துவிட்டார். மேலும் ஒரு நர்ஸாக இருந்து நிறைய பிரசவங்களைப் பார்த்திருந்தாலும் அவர் அதை அனுபவித்ததில்லை என்பதால் ஆத்யாவை கண்ணும் கருத்துமாகப் பார்த்துக்கொண்டார். அவரை சீதாவோ அண்ணாமலையே எந்த விதத்திலும் தடுக்கவில்லை.

அதே போல் பெறாத தன் மகளுக்காக தன்னுடைய தாய்ப்பாசத்தை அவளுக்கான பணிவிடைகளில் செய்தார் சுந்தரி. முதலில் அங்கேயே தங்கி ஆத்யாவைப் பார்த்துக்கொள்ளலாம் என்று எண்ணிய சீதாவும் அண்ணாமலையை மட்டும் காரைக்குடியில் தனித்து விட மனமின்றி தவித்தார். அதைப் புரிந்தவளாக ஆத்யாவே அவரை காரைக்குடிக்கு அனுப்பிவிட்டாள்.

நாச்சி மற்றும் சுந்தரி ஆகியோரின் பொறுப்பில் ஆத்யா இருந்தாள். அங்கே அமுதனோ இந்தப் பிரிவை எண்ணி அதிகம் வருந்தினாலும் ஆத்யாவின் இந்தத் தியாகம் மற்றும் உதவிக்கு நியாயம் சேர்க்கும் விதமாக தன்னுடைய படிப்பில் தீவிர கவனம் செலுத்தினான்.

என்னதான் அமுதனிடம் தன்னால் தனியாக மேனேஜ் செய்ய முடியும் தைரியமாக உரைத்திருந்தாலும் அவனின் பிரிவை எண்ணி அதிகம் வாடுகிறாள். ஸ்கைப் வீடியோ கால் என்று

அவர்களுடைய நாட்கள் போனாலும் எப்போது மீண்டும் சந்திப்போம் என்ற ஏக்கம் இருவருக்குள்ளும் இருந்தது. ஒவ்வொரு முறை செக் அப் செல்லும் போதும் அமுதனை அதிகம் மிஸ் செய்வாள்.

அங்கே அமுதனோ ஒரே நேரத்தில் மனைவி மற்றும் நண்பன் இருவருக்கும் பாரத்தைக் கொடுத்துவிட்டதாக ஒரு பிரக்ஞை. ஆனால் இவ்வளவு நெருக்கடிகளுக்கிடையிலும் தன்னுடைய 'குலினரி அண்ட் ரெஸ்டாரெண்ட் மேனேஜ்மேண்ட் சர்டிபிகேட்' கோர்ஸை எவ்வித கவனச் சிதறலுக்கும் ஆளாகாமல் சிரத்தையாய்ப் பயின்றான்.

இங்கே கடந்த ஆறு மாதங்களாக நிகழும் ரெஸ்டாரெண்ட் கட்டும் பணி அவர்கள் எதிர்பார்த்ததைப் போலவே சிறப்பாக வந்தது. வேலையெல்லாம் முடித்து அதைப் பார்வையிட்டு இரவு வீடு வரவே கார்த்திக்கு பத்தாகிவிடும். என்ன தான் மகனின் இந்த கடின உழைப்பு பரந்தாமனுக்கு வருத்தமளித்தாலும் இதையெல்லாம் அவன் முழுவதும் தெரிந்துகொள்ள வேண்டும் என்று பொறுத்தார்.

இதற்கிடையில் கார்த்திக்கு இருக்கும் ஒரே என்டெர்டெய்ன் மெண்ட் அவன் குல்ஃபி தான். அவ்வப்போது அவளோடு அவுட்டிங் என்று சென்றாலும் பணியில் கவனம் செலுத்தினான்.

அமுதனின் கேல்குலேஷன் படி ஆத்யாவின் ஒன்பதாவது மாதத்தில் அவனுடைய கோர்ஸ் முடிந்துவிடும். எப்படியேனும் அவளுடைய பிரசவத்தின் போது அவளுடன் இருக்கவேண்டும் என்று திட்டமிட்டான்.

இந்த களேபரத்தில் ஒரே சிங்கிளாய் அதும் முரட்டு சிங்கிளாய் வலம் வந்தாள் நித்திலா. அவளுக்கும் வீட்டில் மாப்பிள்ளை பார்க்கிறார்கள்.

இதோ அதோ என்று ரெஸ்டாரெண்டின் கட்டுமானப் பணி முடிவுக்கு வந்தது. அவர்கள் எதிர்பார்த்ததைப் போலவே கட்டிடம் சிறப்பாக வந்திருந்தது. இடையில் நாச்சிக்கும் தூரத்து

சொந்தத்திலிருந்து ஒரு வரன் வந்திருக்க அமுதன் மற்றும் ஆத்யாவிடம் அதைப் பற்றி கலந்தாலோசித்தனர்.

கட்டுமானப்பணி முடிந்ததும் உள்ளலங்கார வேலைகளை கபிலன் அண்ட் டீம் தொடங்கியிருந்தனர். அங்கே மிதிலாவுக்கு வளைகாப்பு நடத்த திட்டமிட்டவர்கள் ஆத்யாவுக்கும் அதையே செய்ய முனைந்தனர்.

நாட்கள் வேகமாக ஓட கண்ணையன்-குறிஞ்சி, ஜாய்-ஜோ தம்பதியும், லவ்-கபிலன் தம்பதியும் தங்களுடைய வாரிசை எதிர்பார்த்தனர்.

ஆத்யாவின் பிரசவ நேரம் நெருங்கும் வேளையில் தன்னுடைய கோர்ஸை வெற்றிகரமாகவே முடித்துவிட்டு ஊர்த் திரும்பினான் அமுதன். அமுதனின் வருகையை வழிமேல் விழிவைத்து காத்திருந்தாள் ஆத்யா. அன்று சீதா-அண்ணாமலை ஆகியோரும் கோவையில் இருக்க வீட்டிற்கு வந்தவன் பெற்றோரிடம் பேசினாலும் அவன் எண்ணமெல்லாம் அறைக்குள் இருக்கும் ஆத்யாவின் மீதிருப்பதை கவனித்த அண்ணாமலை அவனை உள்ளே போகும்படி உரைத்தார். வேகமாக உள்ளே சென்றவன் அறையைச் சாற்றிவிட்டு ஆத்யாவை நெருங்க அவனை நேரில் பார்த்ததும் இதுவரை தேக்கிவைத்திருந்த கண்ணீர் மொத்தத்தையும் அவன் மீது சிந்தினாள் அவன் கருப்பட்டி.

அவளின் மேடிட்ட வயிற்றைத் தொட்டுப்பார்த்தவன், "ஆத்யா உன்கிட்ட இதை நான் சொல்லணும். எனக்காக நீ செஞ்ச இந்த விஷயத்துக்கு நான் எப்படி உனக்கு நன்றி சொல்வேனுனு தெரியில ஸ்வீட்டி. நீ பேர்ல மட்டுமில்லை நேர்லயும் குணத்திலும் திகட்டாத ஸ்வீட்டினு நிரூபிச்சிட்ட. அண்ட் இப்போ சொல்றேன் என் லைஃப்ல எனக்கு ரொம்ப பிடிச்சது என்னுடைய பேஷன்னான குக்கிங்ன்னு நெனச்சிட்டு இருந்தேன். ஆனா இந்த ஆறு மாசப்பிரிவு எனக்கு ஒன்னை மட்டும் தான் தெளிவா உணர்த்துச்சு. நான் குக்கிங் செய்யாம கூட வாழ்ந்தாலும் வாழ்வேன் ஆனா உன்னை இனி எப்பயும்

யாருக்காவவும் எதுக்காகவும் விட்டுக்கொடுக்க மாட்டேன். ஐ லவ் யூ சோ மச் ஸ்வீட்டி" என்று அவள் நெற்றியில் முத்தம் வைக்க அவன் சொல்லில் உருகியவளின் கண்கள் கலங்கியது."தேங்க் யூ சோ மச் ஃபார் ஆல் யூவர் லவ் அண்ட் கேரிங்" என்று அணைத்தான். ஆனால் அவளின் 'பேபி பம்ப்' அவனைத் தடுத்தது.

அதன் பின் அவளுடைய ப்ரெக்னென்சி வரை எங்கேயும் செல்லாமல் அவளோடே இருந்தான். அன்று விடியற்காலையே சந்தீப்பிடமிருந்து அவனுக்கு அழைப்பு வந்தது. சந்தீப் மற்றும் மிதிலாவிற்கு ஒரு குட்டி மிதிலா பிறந்திருந்தாள். அந்தச் செய்தியைக் கேட்டதாலோ என்னவோ அடுத்த நாளே அமுதன் மற்றும் ஆத்யாவுக்கு ஒரு குட்டி அமுதன் பிறந்திருந்தான்.

அதன் பின் ரெஸ்டாரெண்ட் சென்று பார்வையிட்டவனுக்கு தங்களுடைய எதிர்பார்பைக் காட்டிலும் சிறப்பாகவே வந்திருப்பதாகத் தோன்றியது. கபிலனின் இன்டீரியர் ஒர்க்ஸ் அதைக்காட்டிலும் அவர்களுக்கு நிறைவைத் தந்தது. அவர்கள் வாங்கிய லோனிற்கான வட்டி எகுறுவதாக உணர்ந்தவர்கள் அடுத்த மாதமே ரெஸ்டாரெண்ட்டை திறக்க ஆயத்தமானர்கள். ஏற்கனவே அதற்காக அனைத்து லைசென்சும் க்ரிஷ் பெற்று தந்திருந்தான். அன்று அமுதன் மற்றும் கார்த்தி தங்களுடைய கல்லூரி பேராசிரியரின் உதவியுடன் செப்ஃகளுக்கான நேர்காணலை நடத்தினார்கள். கிட்டத்தட்ட ஒரு வாரம் நடைபெற்ற இன்டெர்வியூவில் தங்களுக்கு வேண்டிய செஃகளை எல்லாம் தேர்ந்தெடுத்தனர். அதுபோக ஏற்கனவே கார்த்தி ரெஸ்டாரெண்டிற்கானப் பொருட்களை கொஞ்சம் தேர்ந்தெடுத்திருக்க மீதியையும் தேர்ந்தெடுத்தனர்.

இவ்வாறு ரெஸ்டாரெண்டிற்கான அனைத்து ஏற்பாடுகளும் துரிதமாகவே நடைபெற அன்று ரெஸ்டாரெண்ட்டை பார்வையிட வந்த லெட்ஸ் செலிபிரேட் குழுவினர் அனைத்தையும் பார்வையிட்டு முடித்ததும் அதன் அமைப்புகளை எல்லாம் நோக்கினர். அப்போது லவ் தான் தன்னுடைய பெரிய சந்தேகத்தைக் கேட்டாள்,

"ஆமா ரெஸ்டாரெண்டுக்கு பேர் என்ன?" என்று கேட்க அப்போது தான் எல்லோரும் அதை உணர்ந்து, "ஆமா நாங்களும் ரெஸ்டாரெண்ட் ரெஸ்டாரெண்ட்னு தான் சொல்லிட்டு இருக்கோம். இதுக்கு ஒரு பேர் வேணுமில்லை?" என்று கேட்க அமுதனும் கார்த்தியும் ஒருவரை ஒருவர் அர்த்தமாய்ப் பார்த்தனர்.

அவர்கள் பார்வையின் அர்த்தம் உணர்ந்தவர்கள், "சோ பேர் ரெடி. சொல்லுங்க என்ன பேர்?"

"தி நெக்ஸ்ட் டோர் ரெஸ்டாரெண்ட்" என்று பொன்னிற எழுத்துக்களில் அந்தப் பெயர்ப்பலகை மிளிர்ந்தது. அப்படியென்றால் பக்கத்துக்கு வீடு என்று பொருள். நம் அக்கம் பக்கத்து சமையல் போன்றது, வீட்டுச் சமையல் முதலிய உள்ளார்ந்த பொருளில் அப்பெயர் வைக்கப்பட்டது.

"இட் சௌண்ட்ஸ் குட்" என்று சந்தீப் சொல்ல மற்றவர்களும் ஆமோதித்தனர்.

"அப்போ பேக்கரிக்கும் அதே பேர் தானே?" என்ற கபிலனுக்கு,

"கண்டிப்பா. ரெண்டும் ஒரே ப்ராண்டுனு தெரியனுமில்ல?" என்று ஜாய்சன் பதிலளித்தான்.

"அப்றோம் என்னப்பா? க்ராண்ட் ஓப்பனிங் தானே?" என்று சொல்ல அவர்கள் ஆமோதித்தனர்.

பிறகு தங்கள் ரெஸ்டாரெண்டின் துவக்கவிழாவிற்காக துண்டு பிரசுரங்கள், உள்ளூர் தொலைக்காட்சியில் விளம்பரங்கள் என்று பப்லிசிட்டி செய்தனர். துவக்க விழா சலுகையாக நிறைய கூப்பன்களை அச்சிட்டு அதை விநியோகித்தனர். அந்த கூப்பனை உபயோத்திக்கு வாங்கினால் ஐம்பது சதவீதம் வரை தள்ளுபடி அல்லது ஒன் ப்ளஸ் ஒன் ஆ∴பர் முதலியவை இருந்தது.

ரெஸ்டாரெண்டின் துவக்க விழாவிற்கு லெட்ஸ் செலிபிரேட் உறுப்பினர்களின் குடும்பங்கள் அமுதன்

அண்ட் கோ உறுப்பினர்களின் குடும்பங்கள் ஆகியோர் அழைக்கப்பட்டிருந்தனர்.

அலங்கார விளக்குகள் மின்ன அந்த அழகிய காலைப் பொழுதில் பரந்தாமன்- அண்ணாமலை ஆகியோர் ரிப்பன் கட் செய்து 'தி நெக்ஸ்ட் டோர் ரெஸ்டாரெண்ட்' இனிதே துவங்கப்பட்டது. அமுதன்-ஆத்யா, ஸ்ரு-கார்த்தி ஆகியோர் குத்துவிளக்கேற்றி வரவேற்றனர். இந்த இனிய வேளையில் வந்திருந்தவர்களுக்கு சுவையாக காலையுணவு பரிமாறப்பட்டது.

ஆத்யா தன்னுடைய நட்பு வட்டாரங்களை அழைத்து ரிவீவ் செய்யவைத்தாள். பெரும்பாலானோர் நல்லபடியாகவே ரிவீவ் செய்திருந்தனர்.

அதன் பின் நாட்கள் வேகமாய் உருண்டோடியது. நித்திலாவிற்கும் அபிஷேக் என்ற மணமகனுடன் திருமணம் நிச்சயமானது. எல்லோரும் பெரிதும் எதிர்பார்த்த கார்த்தி- ஸ்ருஷ்டி ஆகியோரின் திருமணம் இரு குடும்ப வழக்கப்படியும் நடத்த முடிவெடுத்தனர். முதலில் தமிழ் முறைப்படி ஒரே நாளில் திருமணம் முடிய, பிறகு ராஜஸ்தானி முறைப்படி மூன்று நாட்கள் என்று மொத்தமாக நான்கு நாட்களை தன்னுடைய திருமண நாளாக பதிவுசெய்தான்.

"மச்சி உனக்கு எங்கேயோ ஆப்பிள் சைஸ்ல மச்சம் இருக்குடா. அதான் உனக்கு மட்டும் நாலு வெட்டிங் டே. அண்ட் நாலு..." என்று அத்தி கேப் விட கார்த்தியை பங்கமாக ஓட்டினார்கள்.

அதுபோக ராஜஸ்தானி முறையில் திருமணம் நடக்க குதிரையில் அழைத்து வரப்பட்டான் கார்த்தி. அதை கீழே நின்றபடி அமுதன்- ரூபன்- அத்தி ஆகியோர் பங்கம் செய்தனர்.

"இதுல யார் குதிரைனு அத்திக்கு டௌட்டாம்" என்று அமுதன் சொல்ல அந்த இடமே கலகலத்தது.

பிறகு ஒருவழியாக கார்த்தியின் திருமணம் முடிவுக்கு வர, "மச்சி லவ்வுக்கு ஒரு டௌடாம்" என்ற ஜாய்சன், "இந்த பர்ஸ்ட்

நைட் செட்டப் எல்லாம் எப்படியிருக்கும்னு அவளுக்கும் தெரியுமாம் ஆனா செகண்ட் நைட், தேர்ட் நைட், போர்த்து நைட்..." என்று ஜாய்சன் முடிக்கும் முன்னே அந்த இடத்தில் பெரிய 'ஓ' போடப்பட்டிருந்தது.

இவ்வாறு ஒரு வழியாக 'லெட்ஸ் செலிபிரேட்டின்' அனைத்து நபர்களுக்கும் திருமணம் முடிந்திருந்தது. அதில் கிட்டத்தட்ட எல்லோரும் தங்களுடைய அடுத்த கட்டத்திற்கு அடியெடுத்து வைத்தனர்.

மூன்று வருடங்களுக்குப் பிறகு:

கோவையின் முக்கிய இடமான கணபதி புதூரில் அந்தக் கட்டிடம் நிசப்தமாக இருந்தது. அந்தப் பெரிய மேஜையில் அன்று சமைக்கப்பட்ட தங்கள் ரெஸ்டாரெண்டின் டிரேட் மார்க் டிஷ்ஷஸ் அனைத்தும் ஒன்றுவிடாமல் அடுக்கப்பட்டிருந்தது. அங்கு பணியமர்த்தப்பட்ட செஃப் இருவர் அதை கோர்வையாய் வைத்திருந்தனர். அதற்கு எதிர் எதிரே போடப்பட்டிருந்த இரண்டு சேர்களில் அவர்கள் இருவர் மட்டும் அமர்ந்திருந்தனர். அதில் ஒரு முனையில் அமர்ந்திருந்தவருக்கு மறுமுனையில் அமர்ந்திருந்த ஒருவன் தங்கள் ரெஸ்டாரெண்ட் உணவுகளின் செய்முறை விளக்கமளித்து கொண்டிருந்தான். அவன் சொன்னதையெல்லாம் கேட்டவர் தலை அசைத்துவிட்டு அதை ஒரு ஸ்பூனில் எடுத்து சுவைத்தவர் கண்களை மூடி அதன் சுவையை நன்கு அனுபவிக்க நிச்சயம் இது அவரைக் கவர்ந்துள்ளது என்று அறிந்துகொண்டவன் அவர் கொடுக்கவிருக்கும் மதிப்பெண்களுக்காகக் காத்திருக்க அவரோ பெருமையாக டூ பாயிண்ட் போர்(ஐந்து மதிப்பெண்ணுக்கு) என்று சொல்லி எழுத அமுதனின் முகம் சோர்ந்தது. இருந்தும் அதை வெளிக்காட்டாமல் அடுத்த நான் வெஜ் டிஷ்ஷை எடுத்து நீட்ட அதை நுகர்ந்தவர் அதன் ஓரத்தில் இருந்து சிறிது எடுத்து சுவைத்துவிட்டு தன் நாவை சொட்டாம் போடும் விதமாக சுளித்து டூ பாயிண்ட் சிக்ஸ் என்று சொல்ல அப்போது இன்னும் கடுப்பானவன், "மேடம் எனி திங் ராங்?" என்றதும்,

"நோ இட்ஸ் பைன்" என்றவள் அடுத்த டெசெர்ட்டை எடுத்து சுவைத்தவர் அதன் சுவையில் மெய்மறந்து டேஸ்ட் பார்க்கும் அளவையும் தாண்டி குடித்துவிட்டு, அசடு வழிந்தபடியே சிரித்து, "டூ பாய்ண்ட் பைவ்" என்றதும் கடுப்பானவன் ஆவேஷத்தில் எழுந்து அவர் அருகில் வந்தவன், "பனீர் வேகலையா?" என்று கேட்க, "இல்லை தட்ஸ் ஓகே" என்றாள். "அப்போ சிக்கன் காரமா?" என்று மீண்டும் வினவ, "இல்லையே அது நல்லா தானே இருக்கு" என்றதும் கடுப்பானவன், "அப்போ எங்க சமையல்ல என்ன குறையிருக்கு?" என்று ஆவேசமாகவே கேட்க ஓரமாக நின்று அதையே கவனித்த கார்த்தி, ரூபன் இருவரும் அவர்களை நோக்கி நடக்க, லவ் அவர்களைத் தடுத்து, "டேய் எங்க போறீங்க? ஃபூட் ரிவீவ் போயிட்டு இருக்கு" என்று உரைக்க,

"அதான் அத்தி நானும் சொல்றேன். இப்படியா கோவப்படுவான் அமுதன்?" என்றான் கார்த்தி.

"சமையல்ல பெருசா ஒன்னும் குறையில்லை. ஆனா இப்போ பாடிட்டு இருக்கும் கரோக்கீ நல்லா இல்லை, இந்த டேபிள் மேல எதுக்கு க்ரீன் கலர் ஷீட் போட்டிருக்கிங்க?" என்றதும் உண்மையில் கோவமானவன், "மேடம் நீங்க ரிவீவ் பண்ண வந்தது ஃபூட்டை தானே ஒழிய பாட்டையும் டேபிளையும் இல்ல"

"என்ன இப்படிச் சொல்லிட்டீங்க மிஸ்டர்? ஒரு ரெஸ்டாரெண்டிற்கு முக்கியமே அதோட ஆம்பியன்ஸ். நீங்க என்னன்னா இப்படி வெச்சு இருக்கீங்க?" என்றதும்,

"நீ கூடத்தான் அன்னைக்கு எனக்குப் பிடிக்காத பாட்டைப் போட்டு எனக்கு செர்வ் பண்ண. நான் அமைதியா சாப்பிட்டேன் தானே?" என்றான் அமுதன்.

"ஹலோ தேவையில்லாதது எல்லாம் பேசவேண்டாம்" என்றதும்,

"ஓகே அப்போ சாப்பாட்டுல உண்மையிலே என்ன குறை?"

"சிக்கன் க்ரேவியில எண்ணெய் மிதக்குது. பனீர்ல பனீர் எல்லாம் சின்ன சின்ன பீஸா இருக்கு. இதோ இந்த நான் கருகியிருக்கு" என்று முடிப்பதற்குள்,

"அன்னைக்கு நீயும் தான் சப்பாத்தின்னு பேர்ல ஒன்னை செஞ்சயே அது எப்படி இருந்தது தெரியுமா ஆத்யா?"

"ஹலோ நீங்க நல்லாயிருக்குனு இன்னொன்னு கேட்டு வாங்கிச் சாப்பிட்டிங்க ஞாபகம் இருக்கா?"

"சரி நானும் என் வைப்பாச்சேன்னு என் அம்மா முன்னாடி உன்னைக் குறை சொல்லக் கூடாதுனு பொய்ச்சொன்னேன். உனக்கு புருஷன் மேல கொஞ்சம் கூட பாசமே இல்ல?"என்றதும்,

"இங்கப் பாருங்க அமுதன் ப்ரொபஷன் வேற பெர்சனல் வேற. ரெண்டையும் குழப்பிக்கக் கூடாது" என்று முடித்ததும்,

"ஓ யூ ஆர் சோ ப்ரொபஷனல் ரைட்?" என்றவன் கார்த்தியிடம் கண் காட்ட அவன் கையில் செக்கோடு வந்தான். அதை அவளுக்கு அருகில் வைத்து பணிவாக நின்ற அமுதனைப் பார்த்து,

"ரிமெம்பர் நானா ஒன்னும் உங்க ரெஸ்டாரெண்ட் தேடி இங்க வரல. நீங்களா தான் என்னை இன்வைட் பண்ணிங்க..."

"அப்படியா? நீங்க உங்களை ரொம்ப ப்ரொபஷனல்ன்னு சொன்னதா ஞாபகம். யூ நோ வாட் ப்ரொபஷனல்ஸ் என்னைக்கும் பேரம் பேச மாட்டாங்களே?" என்று சொல்ல அதில் கடுப்பானவள் தன்னுடைய பர்ஸ் திறந்து பணம் எடுத்து அந்த செக்கில் வைத்தாள்.

"தட்ஸ் நைஸ். வெய்ட் பண்ணுங்க வரேன்" என்றவன் அவளுக்குப் பிடித்த பாஸந்தியை எடுத்து வந்து அவள் முன்பு வைக்க, நிமிர்ந்து அவனைப் பார்த்தவள் சிரித்து அதை எடுத்து உண்டு, "ஆயிரம் இருந்தாலும் என் ஹாஸ்பண்டோட கைப்பக்குவம் தனி" என்று அதை விழுங்கினாள். அப்போது அவள் வைத்த பணத்தை எடுத்து அவளிடம் நீட்டியவன்,

"பரவாயில்லை போங்க உங்க ஹஸ்பண்ட் பே பண்ணிக்குவார்" என்று சொல்ல அவனைமுத்தமிட நெருங்கினாள் ஆத்யா...

"என்னடா நடக்குது இங்க? நாங்களும் இங்க தான் இருக்கோம்டா" என்று கார்த்தி குரல் தர அவர்கள் இருவரும் சிரித்தனர்.

"உங்களை மாக் ரிவீவ் (மாதிரி விமர்சனம்) தானே செய்ய சொன்னோம்? நீங்க என்னடானா மாக் ரொமான்ஸ் செய்யுறிங்க? ஆத்யா உங்களுக்கு கல்யாணம் ஆகி ஐஞ்சு வருஷம் ஆகுது. இன்னும் ஒரு மாசத்துல உன் பையனுக்கு மூணு வயசு ஆகப்போகுது. இதெல்லாம் கொஞ்சம் ஓவரா தெரியில?" என்றாள் அத்தி. அதற்குள் சற்று தூரம் தள்ளி அமர்ந்திருந்த சிறுவர் கூட்டம் ஒருவரை ஒருவர் அடிக்க முற்பட அங்கிருந்த அச் சிறுவர்களின் பெற்றோர் அவர்களை நோக்கி விரைந்தனர்.

எஸ் அமுதன் ஆத்யாவுக்கு மூன்று வயதில் 'மாயக்கண்ணன்' என்று மகனும்,

சந்தீப் மிதிலாவுக்கு 'அன்னமயில்' என்று மகளும்,

லவ்- கபிலனுக்கு 'கதிரொளி' என்று மகளும்,

ரூபன் அத்திக்கு 'இன்னிலா' என்ற மகளும்,

கார்த்தி ஸ்ருவிற்கு 'மகிழன்' என்று மகனும்,

கண்ணையன் குறிஞ்சிக்கு 'பாரி' என்னும் மகனும்,

ஜாய்- ஜோவிற்கு 'கரோலின்' என்று மகளும் இருக்கிறார்கள். அவர்களோடு இனியனும் விளையாடினான்.

இதில் மாயக்கண்ணன், அன்னமயில் இருவரும் ஒரு ஈடு, கதிரொளி கரோலின் பாரி மூவரும் ஒரு ஈடு. அதேபோல் இன்னிலா, மகிழன் இருவரும் ஒரு ஈடு. முறையே அவர்களுக்கு மூன்று, இரண்டு, ஒன்று என்று வயதாகிறது. இந்த ரெஸ்டாரெண்ட் 'தி நெக்ஸ்ட்டோர்'ரின் இரண்டாவது கிளை. இதற்கு நாளை திறப்புவிழா இருப்பதால் இதை பிரபலப்படுத்த

ஆத்யா தன்னுடைய ரெபெரென்சில் இந்தியப் புகழ்பெற்ற ஒரு உணவு விமர்சகரை நாளை வரவழைத்திருக்கிறாள். அதற்கான மாக் இன்டெர்வியூ என்னும் பெயரில் தான் சற்று முன் அவர்கள் அலப்பறை செய்தனர்.

திட்டமேதும் செய்யாமலே கோவையின் மையப்பகுதியில் முன்பிருந்த ஒரு ரெஸ்டாரெண்ட் காலி செய்யப்பட அதையறிந்த அமுதன் அங்கு தங்களின் இரண்டாவது கிளையை நிறுவினார்கள். இந்த மூன்றாண்டுகளில் அவர்களின் 'தி நெக்ஸ்ட் டோர்' தன்னுடைய இரண்டாவது கிளையை நிறுவியிருந்தது. முதல் கிளையில் ரெஸ்டாரெண்ட் கார்த்தி வசமும் பேக்கரி அமுதன் வசமும் இருக்க இதில் ரெஸ்டாரெண்ட் அமுதனிடமும் பேக்கரி கார்த்தியிடமும் என்று மாறியது. இந்த மூன்றாண்டுகளில் தங்களுடைய நிறுவனத்திற்கென்று ஒரு தனி அடையாளத்தை உருவாக்கினார்கள்.

"ஆத்யா கண்ணனுக்கு மூணு வயசாகப்போகுது ஞாபகமிருக்கா?"

"இருக்கு இருக்கு" என்று அவள் தலையாட்ட அவர்களின் சம்பாஷணை புரியாமல் மற்றவர்கள் விழித்தனர்.

"என்னப்பா விஷயம்? கண்ணனுக்கு தம்பியோ தங்கையோ பிளான் பண்ணியிருக்கிங்களா?" என்று கெஸ்ஸில் உண்மையை உடைத்தாள் அத்தி. அவர்க இருவரும் கொடுத்த ஷாக்கிங் ரியாக்ஸனிலே அது தான் உண்மை என்று அறிந்தவர்கள் ஒரு 'ஓ' போட,

"அப்போ எங்களுக்கு இந்த முறை யார் கம்பெனி தரா?" என்று ஆத்யா கேட்க,

"ஸ்வீட்டி நாங்களே தரோம்" என்று சந்தீப் சொல்ல,

"நோ" என்று மிதிலா மறுத்தாள்.

"ஜாய் நீ?" என்று மிதி அவனைக் கோர்க்க,

"நாம் இருவர் நமக்கொருவர்..." என்றான் ஜாய்.

"போறபோக்கைப் பார்த்தா நாமே இருவர் நமக்கேன் ஒருவர்னு வந்திடும் போல?" என்றாள் லவ்,

"நீங்க யாரும் எனக்கு கம்பெனி தரவேண்டாம். நித்திக்கு நான் கம்பெனி தரேன்" என்றாள் ஆத்யா. நித்தி தன்னுடைய முதல் குழந்தையை கேரி செய்கிறாள்.

இந்த மூன்று வருடத்தில் அவர்கள் வாழ்வில் எண்ணற்ற மாற்றம் நிகழ்ந்துவிட்டது. 'லெட்ஸ் செலிபிரேட்' தன்னுடைய புதிய கிளையை திருப்பூரில் தொடங்கியிருந்தது. மேலும் இன்றைக்கும் தன்னுடைய தனித்துவதால் ஈவென்ட் மேனேஜ்மேண்ட் என்னும் துறையில் தனி முத்திரை பதிக்கிறது. ஆத்யா நாடறிந்த பிலாக்கர் ஆகிக்கொண்டிருக்கிறாள். மற்றப்படி இந்தத் தலைமுறையில் தொடங்கிய அவர்கள் நட்பு அடுத்த தலைமுறையிலும் தொடரும் என்று சொல்லி இந்தக் கதையை இந்த இடத்தில் நிறைவு செய்கிறேன்.

உணவு பரிமாறப்பட்டது. என்ன சுவையென்று நீங்கள் தான் தெரிவிக்க வேண்டும்...

* * * * * *

www.ingramcontent.com/pod-product-compliance
Lightning Source LLC
LaVergne TN
LVHW100245210926
848480LV00003B/832
9798902965886